ಕಡಲ ಮುತ್ತು

ಸಾಮಾಜಿಕ ಕಾದಂಬರಿ

ಸಾಯಿಸುತೆ

ಸುಧಾ ಎಂಟರ್‌ಪ್ರೈಸಸ್
ನಂ. 761, 8ನೇ ಮೈನ್, 3ನೇ ಬ್ಲಾಕ್,
ಕೋರಮಂಗಲ, ಬೆಂಗಳೂರು– 560 034

Kadala Mutthu (Kannada): a social novel written by Smt. Saisuthe; published by Sudha Enterprises, # 761, 8th Main, 3rd Block, Koramangala, Bangalore - 560 034.

ಪ್ರಥಮ ಮುದ್ರಣ	:	1999
ದ್ವಿತೀಯ ಮುದ್ರಣ	:	2012
ತೃತೀಯ ಮುದ್ರಣ	:	2022
ಪುಟಗಳು	:	208
ಉಪಯೋಗಿಸಿದ ಕಾಗದ	:	70 ಜಿ.ಎಸ್.ಎಂ. ಮ್ಯಾಪ್‌ಲಿಥೋ
ಬೆಲೆ	:	ರೂ. 195
ಮುಖಪುಟ ವಿನ್ಯಾಸ	:	ಪ.ಸ. ಕುಮಾರ್
ಹಕ್ಕುಗಳು	:	ಲೇಖಕಿಯವರದು

ಸಗಟು ಮಾರಾಟಗಾರರು
ವಸಂತ ಪ್ರಕಾಶನ
360, 10ನೇ 'ಬಿ' ಮುಖ್ಯರಸ್ತೆ, 3ನೇ ಬ್ಲಾಕ್,
ಜಯನಗರ, ಬೆಂಗಳೂರು – 560 011
ದೂರವಾಣಿ : 080–40917099 / ಮೊ: 7892106719
email : vasantha_prakashana@yahoo.com
website: www.vasanthaprakashana.com

ಅಕ್ಷರ ಜೋಡಣೆ
ಸುಧಾ ಎಂಟರ್‌ಪ್ರೈಸಸ್

ಮುದ್ರಣ
ರೀಗಲ್ ಪ್ರಿಂಟ್ ಸರ್ವೀಸ್

ಮುನ್ನುಡಿ

ಪ್ರಿಯ ಓದುಗರಲ್ಲಿ,

ಇದು ತಾವು ನೇರವಾಗಿ ಬಾಧ್ಯರಲ್ಲದ, ಅನ್ಯಾಯ, ಅತ್ಯಾಚಾರಕ್ಕೆ ಒಳಗಾದ ಯುವತಿಯರ ಕತೆ; ಅವಮಾನ, ಕಣ್ಣೀರು, ಸಮಾಜದ ಕ್ರೂರ ನೋಟಕ್ಕೆ ತುತ್ತಾಗಿ ಆ ಬೆಂಕಿಯಲ್ಲಿ ಸುಟ್ಟು ಭಸ್ಮವಾಗುವ ಹೆಣ್ಣು ಮಕ್ಕಳ ಚಿತ್ರಣ.

ಈಗ ಕಾಲ ಒಂದಿಷ್ಟು ಬದಲಾಗಿದೆ! ಸಮಾಜ ಕೂಡ ಅತ್ತ ಸಹಾನುಭೂತಿಯ ನೋಟ ಬೀರುತ್ತಿದೆ ಎನ್ನೋಣ. ಆಕಸ್ಮಾತ್ ಯಾಂತ್ರಿಕ ಜಗತ್ತುನಲ್ಲಿ ಅತ್ತ ಗಮನ ಹರಿಸಲು ಪುರಸೊತ್ತಿಲ್ಲವೆಂದುಕೊಂಡರೂ, ಕೆಲವು ಮಹಿಳಾ ಸಂಘಟನೆಗಳು ಅಂಥ ಹೆಣ್ಣುಗಳ ಪರವಾಗಿ ಹೋರಾಡಲು ಟೊಂಕ ಕಟ್ಟಿ ನಿಂತಿವೆ. ಅಂಥವರನ್ನು ಅಭಿನಂದಿಸೋಣ.

ಈ ಕಾದಂಬರಿಯನ್ನ ಮರು ಮುದ್ರಣ ಮಾಡಿ ನಿಮ್ಮ ಕೈಯಲ್ಲಿಡಲು ಸುಧಾ ಎಂಟರ್‌ಪ್ರೈಸಸ್ ಪ್ರಕಾಶನ ಸಂಸ್ಥೆ ಸಿದ್ಧವಾಗಿದೆ. ಸಾಹಿತ್ಯದ ಬಗ್ಗೆ ಅಪಾರವಾದ ಒಲವನ್ನು ಇರಿಸಿಕೊಂಡಿರುವ ಈ ಸಂಸ್ಥೆಯ ಯುವ ಉತ್ಸಾಹಿ ಪ್ರಕಾಶಕರ ಕನಸುಗಳು ನನಸಾಗಲಿ ಎಂಬುದೇ ನನ್ನ ಹಾರೈಕೆ.

ಇನ್ನೊಂದು ವಿಷಯ. ನೀವು ಯಾಕೆ ನಮ್ಮ ಎಸ್‌ಎಂಎಸ್ ಮತ್ತು ಇ–ಮೇಲ್‌ಗಳಿಗೆ ಪ್ರತಿಕ್ರಿಯಿಸೋಲ್ಲ ಎನ್ನುವ ಆಕ್ಷೇಪಣೆ. ದಯವಿಟ್ಟು ಪತ್ರ ಬರೆಯಿರಿ. ಫೋನ್ ಮಾಡಿ. ಕೆಲವುದರ ನಡುವೆ ನಾವು ನೀವು ಕಳೆದುಹೋಗುವುದು ಬೇಡ.

– ಸಾಯಿಸುತೆ

"ಸಾಯಿಸದನ"

12, 2ನೇ ಮುಖ್ಯರಸ್ತೆ, 2ನೇ ಅಡ್ಡರಸ್ತೆ,

ಮಾರುತಿನಗರ, ಕೋಗಿಲೆ ಕ್ರಾಸ್, ಯಲಹಂಕ

ಓಲ್ಡ್ ಟೌನ್, ಬೆಂಗಳೂರು – 560064.

ದೂ: 080–28571361

Email: saisuthe1942@gmail.com

ನಮ್ಮಲ್ಲಿ ದೊರೆಯುವ ಸಾಯಿಸುತೆಯವರ ಇತರ ಕಾದಂಬರಿಗಳು

51. ಬೆಳದಿಂಗಳ ಚೆಲುವೆ
52. ಸಪ್ನ ಸಂಭ್ರಮ
53. ವರ್ಷಬಿಂದು
54. ನನ್ನ ಭಾವ ನಿನ್ನ ರಾಗ
55. ಸುಮಧುರ ಭಾರತಿ
56. ಮೌನ ಆಲಾಪನ
57. ಮತ್ತೊಂದು ಬಾಡದ ಹೂ
58. ಶಿಶಿರದ ಇಂಚರ
59. ಸಮನ್ವಿತ
60. ಸ್ವಯಂ ವಧು
61. ಮೊಗ್ಗೊಡೆದ ಮೌನ
62. ಆರಾಧಿತೆ
63. ಹಿಮಗಿರಿಯ ನವಿಲು
64. ಹೊಂಬೆಳಕು
65. ವಸುಂಧರ
66. ಇಂದ್ರಧನಸ್ಸು
67. ದೀಪಾಂಕುರ
68. ಹಂಸ ಪಲ್ಲಕ್ಕಿ
69. ಮಾಗಿಯ ಮಂಜು
70. ಸಾಗರಣ ತರಂಗಿಣಿ
71. ಸ್ವರ್ಗದ ಹೂ
72. ಸಾಫಲ್ಯ
73. ಕೋಗಿಲೆ ಹಾಡಿತು
74. ಬಾಡದ ಹೂ
75. ಅವನೀತ

ಕೋಟೆ ಜಾವಗಲ್ ಪುಟ್ಟ ರೈಲ್ವೆ ನಿಲ್ದಾಣದಲ್ಲಿ ಉಷಾ ಮಾತ್ರ ತನ್ನ ಲಗೇಜ್‌ನೊಂದಿಗೆ ಮಾತ್ರವಲ್ಲ, ಇವಳು ಕೂಡ ಬೋಗಿಯಿಂದ ಒಬ್ಬಳೇ ಆದರೂ ಬೇರೆಯ ಬೋಗಿಗಳಿಂದ ನಾಲ್ಕಾರು ಜನ ಇಳಿದಿದ್ದು ಸಮಾಧಾನವೆನಿಸಿತು. ಒಂದಿಬ್ಬರು ಇವಳನ್ನ ದಾಟಿಕೊಂಡು ಮುಂದೆ ಹೋದರೂ, ನಾಲ್ಕು ಜನ ಇವಳ ಅಂತರದಲ್ಲಿಯೇ ಹೊರಟಿದ್ದರು.

ಟಿಕೆಟ್ ಕೊಟ್ಟು ಮುಂದೆ ಹೋಗುವುದರ ಬದಲು ಅಲ್ಲೇ ನಿಂತಳು ಕೇಳುವ ಸಲುವಾಗಿ. ನಿಂತಿದ್ದ ಸ್ಟೇಷನ್ ಮಾಸ್ಟರ್ ತಲೆಯೆತ್ತಿ "ಈ ಸ್ಟೇಷನ್‌ನಲ್ಲಿ ನಿಮ್ಮನೆಂದೂ ನೋಡಿಯೇ ಇಲ್ಲ. ಹೊಸಬ್ರ, ಯಾರ್ಮನೆಗೆ?" ವಿಚಾರಿಸಿದರು. ಐದು ವರ್ಷದಿಂದ ಇದೇ ಸ್ಟೇಷನ್ನಲ್ಲಿದ್ದ ಆ ಮನುಷ್ಯನಿಗೆ ಸುತ್ತಮುತ್ತಲಿನ ಜನವೆಲ್ಲ ಪರಿಚಯ. ಕೆಲವರಂತು ರೈಲು ಹತ್ತುವ ಉಸಾಬರಿ ಇಲ್ಲದಿದ್ದರೂ ಬಂದು ಇವರನ್ನು ಮಾತಾಡಿಸಿಕೊಂಡು ಹೋಗಿದ್ದುಂಟು.

"ಹೌದು, ಸತೀಶ್ ದೇಶಮುಖ್ ಅನ್ನೋರ ಮನೆಗೆ" ಎಂದ ಕೂಡಲೇ ಜೋರು ದನಿಯಲ್ಲಿ ನಕ್ಕರೂ, ತಕ್ಷಣ ಗಂಭೀರವಾದರು "ಸಂತೋಷ, ಅವ್ರುಗಳ ಓಡಾಟ ಬಲ್ಲೆ, ಪರಿಚಯವೂ ಇದೆ. ಆದರೆ ಎಂದೂ ಅವ್ರನ್ನರಸ್ಕೊಂಡು ಯಾರು ಬಂದಿದ್ದಿಲ್ಲ. ಊರ ಹೊರ್ಗಡೇನೇ ಇದ್ದಾರೆ. ಸುತ್ತಲಿನ ಅಚ್ಚ ಹಸಿರು ಅವ್ರನ್ನು ಆವರಿಸ್ಕೊಂಡಿದೆ. ಮುಂದೆ ಹೋಗೋ ಜನರ ಜೊತೆ ಹೋಗು, ಒಂದು ಕಿಲೋಮೀಟರ್‌ಗಿಂತ ಹೆಚ್ಚಿಗಾಗುತ್ತೆ" ಎಂದವರು ಬೇರೆಯವರತ್ತ ಗಮನ ಕೊಟ್ಟಾಗ, ಉಷಾ ತನ್ನ ಲಗೇಜ್‌ನೊಂದಿಗೆ ಮುಂದೆ ಹೋಗುತ್ತಿದ್ದವರನ್ನು ಹಿಂಬಾಲಿಸಿ, ದಾಪುಗಾಲು ಹಾಕುತ್ತ ಅವರನ್ನು ಸಮೀಪಿಸಿದಳು.

ಮುಂದೆ ಹೋಗುತ್ತಿದ್ದ ಜನ ಹಿಂದಕ್ಕೆ ತಿರುಗಿ "ಹೊಸಬರಂಗೆ ಕಾಣ್ತೀರಾ! ಯಾರ್ಮನೆಗೆ" ವಿಚಾರಿಸಿದರು. ಇದೇ ಊರಿನ ಜನರಾದ ಅವಳು ಅವರಿಗೆ ಹೊಸ

ಮುಖವೇ. ತನ್ನ ಲೆದರ್ ಬ್ಯಾಗನ್ನು ಇನ್ನೊಂದು ಕೈಗೆ ಬದಲಾಯಿಸಿಕೊಂಡು "ಸತೀಶ್ ದೇಶಮುಖ್ ಅನ್ನೋರ ಮನೆಗೆ" ಎಂದ ಕೂಡಲೇ ಅವರುಗಳು ನಿಂತು ದಿಟ್ಟಿಸಿದರು. "ಅವ್ರಿಗೆ ನೆಂಟರಾ? ಆ ಜನಕ್ಕೆ ನೆಂಟರಿಷ್ಟರು, ಮಕ್ಳು ಮರಿ ಇದ್ದಂಗೆ ಕಾಣ್ಲಿಲ್ಲ. ಊರಿನೇಳಕ್ಕೆ ಬರೋದಪರೂಪ. ಆ ಮಂದಿಗೆ ಜನಾನೇ ಬೇಕೂಂತ ಅನ್ನಿಸೋ ಹಂಗೆ ಕಾಣೊಲ್ಲ. ನೀವೇನಾಗ್ಬೇಕು?" ಒಬ್ಬ ವ್ಯಕ್ತಿ ಪ್ರಶ್ನಿಸಿದಾಗ, ಇಲ್ಲ ಅನ್ನೋದರ ಬದಲು ಏನಾದರೂ ಹೇಳುವುದು ಸೂಕ್ತವಾಗಿ ಕಂಡಿತು. "ನಂಗೆ ಅವ್ರು ದೂರದ ಬಂಧುಗಳು" ಅಷ್ಟೆ ಅಂದಿದ್ದು.

ಮತ್ತೇನು ಮಾತಾಡಲು ಹೋಗಲಿಲ್ಲ ಅವರುಗಳು. ದಪ್ಪ ಕಬ್ಬಿಣದ ಬೇಲಿ ಹಾಕಿರುವ ಕಡೆ ತೋರಿಸಿ "ಇಲ್ಲಿಂದ್ಲೇ ಷುರುವಾಗುತ್ತೆ ಅವ್ರ ತೋಟ. ಇಲ್ಲಿ ಕೆಲವು ಮರ, ಗಿಡ ಬಿಟ್ಟು ಮತ್ತೇನು ಇರ್ಲಿಲ್ಲ. ಈಗ ಒಳ್ಗೆ ಹೋದರೆ ಸ್ವರ್ಗ ಅನ್ನಿಸುತ್ತೆ" ಒಬ್ಬ ವ್ಯಕ್ತಿ ಉಸುರಿದ. ಉಷಾಳ ಕಣ್ಣುಗಳು ಕೂಡ ಅರಳಿತು. ಅವಳು ಒಂದು ತಿಂಗಳು ಇರಲು ಅವಳಮ್ಮನಿಂದ ವನಮಾಲ ಆಂಟೀ ಪರ್ಮಿಷನ್ ಕೊಡಿಸಿದ್ದರು. ಬಂದ ಉದ್ದೇಶವೇ ಬೇರೆ ಇತ್ತು.

ಅವರುಗಳನ್ನು ಬೀಳ್ಕೊಟ್ಟು ದೊಡ್ಡದಾದ ಕಬ್ಬಿಣದ ಗೇಟು ಬಳಿ ಹೋಗಿ ನಿಂತಳು. ಮೂರರ ಸಮಯ. ಬಿಸಿಲಿನ ಜೊತೆ ದಟ್ಟವಾದ ಬೆಳಕು ಇದ್ದರೂ ಒಳಗಿನ ವನ್ಯರಾಶಿ ತಂಪಾದ ನೆರಳಿನ ಜೊತೆ ಗಾಳಿಯನ್ನು ಹೊತ್ತು ತರುತ್ತಿತ್ತು. ಗೇಟುನ ಮೇಲೆ ಕೈಯಿಟ್ಟವಳು ಹಾಗೆಯೇ ನಿಂತು ಗೇಟು ಚಿಲಕ ತೆಗೆಯಲು ಪ್ರಯತ್ನಿಸಿದಾಗಲೇ ಒಳಗಿನಿಂದ ಬೀಗ ಹಾಕಿದ್ದು ಕಾಣಿಸಿದ್ದು. ಸುತ್ತಲೂ ನಿರುಕಿಸಿ ಅಲುಗಾಡಿಸಿದಳು ಸದ್ದಾಗುವಂತೆ. ಯಾರೂ ಬರುವ ಸೂಚನೆ ಕಾಣದಾದಾಗ, ಗೇಟುನಿಂದ ಹತ್ತಿ ಆ ಕಡೆ ಇಳಿಯಲು ಸಾಧ್ಯವೇ ಎಂದು ಯೋಚಿಸಿದಳು, ಮತ್ತೆ ಮತ್ತೆ ಗೇಟು ಸದ್ದು ಮಾಡಿದಳು, ಅಲ್ಲೇ ಬಿದಿದ್ದ ಸಣ್ಣ ಕೋಲು ತಂದು ಬಡಿದಳು. ಹೊದಿದ್ದ ವೇಲ್‌ನ್ನು ಸೊಂಟಕ್ಕೆ ಕಟ್ಟಿಕೊಂಡು ಹತ್ತುವ ಪ್ರಯಾಸದಲ್ಲಿದ್ದಾಗಲೇ, ಒಬ್ಬ ವ್ಯಕ್ತಿ ಅತ್ತ ಬಂದವರ ಕಣ್ಣಲ್ಲಿ ಪ್ರಶ್ನೆ ಇತ್ತು.

"ಗುಡ್ ಇವ್ನಿಂಗ್ ಸರ್" ಎಂದು ಹೆಗಲಿಗೆ ತಗುಲಿ ಹಾಕಿಕೊಂಡ ಬ್ಯಾಗ್‌ನಿಂದ ಒಂದು ಕವರ್ ಗೇಟುನ ಸರಳುಗಳ ಮಧ್ಯದಿಂದ ಅವರಿಗೆ ಕೊಟ್ಟು "ವನಮಾಲ ಆಂಟಿ ಕೊಟ್ರು" ಎಂದಳು.

ಆ ವ್ಯಕ್ತಿಯೇ ಇರಬೇಕು, ಸತೀಶ್ ದೇಶಮುಖ್, ಕಂಪ್ಯೂಟರ್ ತಜ್ಞ ಹದಿನೈದು ವರ್ಷ ವಿದೇಶಗಳಲ್ಲಿ ಇದ್ದು ಅತ್ಯಂತ ಮೇಧಾವಿಯೆನಿಸಿಕೊಂಡ ಮನುಷ್ಯ.

"ಏನದು, ಈಗ ಓದಕ್ಕಾಗೊಲ್ಲ, ಒಂದೇ ಮಾತ್ನಲ್ಲಿ ವಿಷ್ಯ ಹೇಳು" ಅಂದ. ಮನುಷ್ಯನ ಹಣೆಯ ಮೇಲೆ ಗೆರೆಗಳು ಮೂಡಿದವು. ಮತ್ತೆ ಬೇಕಿಲ್ಲದ ವ್ಯಕ್ತಿಯಂತೆ ಕಂಡ. "ಮೊದ್ಲು ಒಳ್ಗಡೆ ಬರ್ತಿನಿ. ಆಮೇಲೆ ನಿಧಾನವಾಗಿ ಪತ್ರ ಓದ್ಕೋಬಹ್ದು.

ಆವಗರ್ೂ ಎಲ್ಲಾದ್ರೂ ಒಂದ್ಕಡೆ ಮರಳ ನೆರಳಿನಲ್ಲಿ ಕೂತಿರ್ತೀನಿ. ನಿಮ್ಮ ಅಭ್ಯಂತರವಿರೋಲ್ಲ ಅಂದ್ಕೊಡಿದ್ದೀನಿ. ಇಲ್ಲ ಇಲ್ಲೇ ಇರ್ತೀನಿ" ಲಗೇಜ್ ಕಡೆ ನೋಡಿದಳು.

ದೇಶಮುಖ್ ಸುಮ್ಮನೆ ಹೋಗಿಬಿಟ್ಟರು. ಅವರು ಈಗ ತೆಂಗಿನ ಗಿಡಗಳಿಗೆ ನೀರು ಹಾಯಿಸುತ್ತಿದ್ದರು. ನಂತರವೇ ಬೇರೆ ವಿಷಯದ ಕಡೆ ಗಮನ. ಎಲ್ಲಾ ಮುಗಿದ ಮೇಲೆ ಐದರ ಸುಮಾರಿಗೆ ಆ ಅಪರಿಚಿತ ಹೆಣ್ಣನ್ನು ನೆನಿಸಿಕೊಂಡರು.

ಮುಖದ ಮುಂದಿಡಿದಾಗ ಕನ್ನಡಕ ಬೇಕೆನಿಸಿ ಅತ್ತಿತ್ತ ನೋಟ ಹರಿಸಿ ಮರದ ಕೆಳಗೆ ಕೂತ ಮಡದಿಯನ್ನು ಕರೆದು "ಇದೊಂದು ಪತ್ರ ಇಡಕೊಂಡು ಬಂದಿದ್ದಾಳೆ, ಒಂದು ಹುಡ್ಗಿ. ಅದೇನಿದ್ಯೋ ನೋಡು" ಕೊಟ್ಟು ಬಾವಿಯ ಕಡೆ ಹೋದರು. ಈ ವೇಳೆಯಲ್ಲಿ ಒಂದು ಗಂಟೆಯಾದರೂ ಬಾವಿಯೊಳಗೆ ಈಜಾಡಿ ಕಳೆದಾರು. ಇದು ಅವರ ನಿತ್ಯ ಕಾರ್ಯಕ್ರಮಗಳಲ್ಲಿ ಒಂದು.

ಗ್ರೀಷ್ಮ ಲೆಟರ್ ಬಿಡಿಸಿ ನೋಡಿದವಳು ಗೇಟುನತ್ತ ಬಂದು ಬೀಗ ತೆಗೆದು "ಬಾ ಒಳ್ಗಡೆ! ಬಂದು ತುಂಬಾ ಹೊತ್ತಾಯ್ತು? ಹೇಗಿದ್ದಾಳೆ, ವನಮಾಲ?" ಲಗೇಜ್ ಒಳಗೆ ತಂದ ನಂತರವೇ ಉತ್ತರಿಸಿದ್ದು "ಸಾರಿ, ಮೇಡಮ್ ಆಂಟಿ ಎಂದು ಕರಿಬಹುದಾ? ನಾನು ವನಮಾಲ ಅವ್ರನ್ನ ಹಾಗೇ ಕರ್‍ಯೋದು" ಎಂದು ಮುಖದ ಬೆವರನ್ನು ತೊಡೆದುಕೊಂಡ ಉಷಾನ ಆಪಾದ ಮಸ್ತಕ ದಿಟ್ಟಿಸಿ "ಹೇಗೆ ಬೇಕಾದ್ರೂ ಕರೀಬಹ್ದು. ಅದೊಂದು ಸಮಸ್ಯೆಯಲ್ಲ. ಒಂದ್ತಿಂಗ್ಳು ಇಲ್ಲೇ ಇರ್‍ತೀ ಅಂತ ಬರ್‍ದಿದಾಳೆ. ಅದೇ ಸಮಸ್ಯೆಯಾಗಬಹ್ದು. ದೇಶಮುಖ್‌ಗೆ ನೀನು ಇರೋದು ಬೇಡಾಂತ ಅನ್ನಿಸಿದರೆ ನಾನೇನು ಮಾಡೋಕಾಗೊಲ್ಲ" ಎಂದ ಗ್ರೀಷ್ಮನ ಮಿಕಿ ಮಿಕಿ ನೋಡಿದಳು. ವಿದೇಶದಲ್ಲಿ ಇದ್ದವಳು, ಕಲಿತವಳು, ಗೆಳತಿಗಾಗಿ ಒಂದು ಸಣ್ಣ ರೆಕಮೆಂಡೇಷನ್ ಮಾಡಲಾರಳ? ವಿಚಿತ್ರವಾಗಿ ಕಂಡಿತು. ಇದೊಂದೇ ಅಲ್ಲ, ಅವಳಿಗೆ ಪ್ರತಿಯೊಂದು ವಿಚಿತ್ರವಾಗಿ ಕಾಣುತ್ತಿತ್ತು.

"ಆಯ್ತು, ಆಂಟಿ! ನಾನು ಇರೋದ್ರಿಂದ ನಿಮ್ಗೇ ಯಾವ ವಿಧವಾದ ತೊಂದರೆ ಕೊಡೋಲ್ಲಾಂತ ಭರವಸೆ ಕೊಡ್ತೀನಿ. ಹಾಗೂ ಬೇಡಾಂದರೇ ಹೋಗಿಬಿಡ್ತೀನಿ" ಎಂದು ಅಂಗೈಗಳನ್ನು ಉಜ್ಜಿಕೊಂಡು ಸುತ್ತಲೂ ನೋಟ ಹರಿಸಿದವಳ ಕಣ್ಣುಗಳಲ್ಲಿ ಬೆರಗು ಮೂಡಿತು. 'ಬ್ಯೂಟಿಫುಲ್, ವಂಡರ್‌ಫುಲ್, ಫೆಂಟಾಸ್ಟಿಕ್' ಎಂದು ಮನ ಉದ್ಗರಿಸಿದರು, ತುಟಿಗಳು ಹೊರಸೂಸಲು ಹಿಂಜರಿದವು. "ನಿನ್ನ ಲಗೇಜ್ ಒಳ್ಗಡೆ ಇಡು" ಮುಂದೆ ಹೊರಟಾಗ ಅತ್ತಿತ್ತ ನೋಟವರಿಸುತ್ತಾ ಒಯ್ದಳು ಹಿಂದೇ. 'ಹಟ್' ಮಾದರಿಯ ಮನೆಯ ಮನೆಯೊಳಗೆ ಕರೆದೊಯ್ದರು.

ಹೊರಗಡೆ ಹೇಗೆ ಕಂಡರೂ ಒಳಗೆ ಮಾತ್ರ ಆಶ್ರಮದಂತೆ ಕಂಡಿತು. ಯಾವುದೇ ಪೀಠೋಪಕರಣಗಳು ಇರಲಿಲ್ಲ. ಗೋಡೆಯಂಚಿಗೆ ಸುಂದರವಾದ ರಂಗೋಲಿ, ಮಧ್ಯೆ ಒಂದೆರೆಡು ಕಡೆ ರಂಗೋಲಿ ಇತ್ತು. ಎಲ್ಲಾ ಬಿದಿರಿನಿಂದಲೇ ಮಾಡಲ್ಪಟ್ಟಿದೆಯೆನಿಸಿತು

ಉಷಾಗೆ. ಮಾಡುನಿಂದ ಹಿಡಿದು ಗೋಡೆಗಳವರೆಗೂ ಎಲ್ಲಾ ಬಿದಿರಿನಿಂದಲೇ ಮಾಡಲ್ಪಟ್ಟಿದೆಯೆನಿಸಿತು. ಧಾರಾಳವಾಗಿ ಗಾಳಿ, ಬೆಳಕು ಒಳಗೆ ಬರುತ್ತಿತ್ತು. ಕೆಲವು ಮರಗಳ ಕೊಂಬೆಗಳು ಛತ್ರಿಗಳಂತೆ ಸುತ್ತುವರಿದಿದ್ದರಿಂದ ಋಷಿಗಳ ಪರ್ಣಕುಟೀರದಂತೆ ಗೋಚರಿಸುತ್ತಿತ್ತು.

"ನಿನ್ನ ಲಗೇಜ್ ಒಳಗಡೆ ಇಡು" ಎಂದ ಆಕೆ ಇನ್ನೊಂದು ಪಕ್ಕದ ಕೋಣೆಗೆ ಹೋದಾಗ, ಆಕೆ ತೋರಿಸಿದ ಕೋಣೆಯೊಳಕ್ಕೆ ತನ್ನ ಲಗೇಜನ್ನು ಒಯ್ದಳು. ಗಿಡ, ಹೂಗಳಿಂದ ಮಾತ್ರ ಡೆಕೊರೇಷನ್ ಮಾಡಿದ್ದರು. ಶ್ರೀಮಂತಿಕೆ, ಆಧುನಿಕತೆಯನ್ನ ಪ್ರತಿನಿಧಿಸುವ ಯಾವುದೇ ವಸ್ತು, ಪದಾರ್ಥ ಅಲ್ಲಿರಲಿಲ್ಲ.

ನೆಲದ ಮೇಲೆ ಲಗೇಜ್ ಇಟ್ಟು ಅಲ್ಲೇ ಕೂತಳು. ಬೆಳಿಗ್ಗೆ ಹೊರಟಿದ್ದು, ಇಲ್ಲಿಗೆ ತಲುಪಿದಾಗ ಮೂರು ಗಂಟೆಯಾದರೇ, ಎರಡು ಗಂಟೆಗಳು ಗೇಟುನ ಬಳಿ ನಿಲ್ಲಬೇಕಾಗಿ ಸುಸ್ತೆನಿಸಿತು.

ವನಮಾಲ ಹೇಳಿದ ಮಾತುಗಳು ನೆನಪಿಗೆ ಬಂದವು. "ಡಾಲರ್ ಲೆಕ್ಕದಲ್ಲಿ ಸಂಬಳ ಪಡೆಯುತ್ತಿದ್ದ ದಂಪತಿಗಳು ಒಟ್ಟಿಗೆ ಕೆಲಸಕ್ಕೆ ರಾಜಿನಾಮೆ ಕೊಟ್ಟು ಇಲ್ಲಿಗ್ಬಂದು ಅಲ್ಹೋಗಿ ನೆಲೆಸಿ ಬದ್ಕಿನ ಅರ್ಥ ಹುಡುಕ್ತಾ ಇರೋ ಜನ. ಅವುಗಳು ಇಷ್ಟಪಟ್ಟಿದ್ದರೆ ಇಲ್ಲೂ ಕೂಡ ಕೆಲ್ಸ ಸಿಗ್ತಾ ಇತ್ತು. ಅವ್ರಿಗೆ ಬೇಕಾಗಿರ್ಲಿಲ್ಲ. ಇದೆಲ್ಲ ನಿಂಗೆ ಗೊತ್ತಿರ್ಲಿ. ಹಣ, ಬಾಡ್ಗೇ ಅಂಥ ಸುದ್ದಿಯೇನು ಅಲ್ಲಿ ಎತ್ತಬೇಡ" ಎಚ್ಚರಿಸಿ ಕಳುಹಿಸಿದ್ದರು.

ಐದು, ಹತ್ತು ನಿಮಿಷ ಕಳೆದ ನಂತರ ಗ್ರೀಷ್ಮ ಒಂದು ಪಿಂಗಾಣಿ ಕಪ್‌ನಲ್ಲಿ ಕಾಫಿ ಹಿಡಿದು ಬಂದು ಅವಳ ಮುಂದಿಟ್ಟು "ಕುಡೀ, ಬೇಕೂಂತ ಅನ್ನಿಸಿದರೆ ಸ್ನಾನ ಮಾಡ್ಕೊ. ಅವ್ರು ಬಂದ್ಮೇಲೆ ನಿನ್ನ ಇರುವಿಕೆಯ ಬಗ್ಗೆ ತೀರ್ಮಾನವಾಗುತ್ತೆ" ಅಂದವರು ಹೊರಗೆ ಹೋದರು. ಆಕೆ ಉಟ್ಟಿದ್ದು ಸಾಧಾರಣ ಚೌಕಳಿಯ ಬಾರ್ಡರ್ ಇದ್ದ ಹತ್ತಿಯ ಸೀರೆ, ಕಿವಿ ಕತ್ತು, ಕೈಗಳು ಪೂರ್ತಿ ಖಾಲಿ. ಹಣೆಯಲ್ಲಿ ಮಾತ್ರ ದೊಡ್ಡ ಕುಂಕುಮದ ಬೊಟ್ಟು ಇತ್ತು. ಯಾವುದೇ ಅಲಂಕಾರಗಳಿಂದ ದೂರವಾಗಿದ್ದ ಅವರು ಋಷಿ ಪತ್ನಿಯಂತೆ ಕಂಡರೂ, ಆ ರೀತಿಯ ಜಟೆ, ರುದ್ರಾಕ್ಷಿ, ಮಣಿ ಸರಗಳ ವೇಷ ಭೂಷಣಗಳು ಇಲ್ಲ.

ನಿಧಾನವಾಗಿ ಕಾಫಿ ಕುಡಿದಿಟ್ಟು ಬ್ಯಾಗ್‌ನಿಂದ ಟವಲು ತೆಗೆದುಕೊಂಡು ಹೊರಗೆ ಬಂದಾಗ, ಗಂಡ ಹೆಂಡತಿ ಗಿಡಗಳಿಗೆ ನೀರು ಹಾಯಿಸುತ್ತಿದ್ದರು. ಒಂದೊಂದು ಎಲೆಯೂ ಸ್ವಚ್ಛವಾಗಿತ್ತೆಂದರೆ ಅವರೆಷ್ಟು ಕಾಳಜಿ ತೆಗೆದುಕೊಂಡಿರಬೇಕು.

ಪೈಪ್‌ನಿಂದ ಧುಮುಕುತ್ತಿದ್ದ ನೀರಿಗೆ ಬೊಗಸೆಯೊಡ್ಡಿ ಮುಖಕ್ಕೆ ಸುರುವಿಕೊಂಡಾಗ ಹಾಯೆನಿಸಿತು. ಆಯಾಸ ಪರಿಹಾರವಾಯಿತು. ಅಲ್ಲೇ ಒಂದು ಮರಕ್ಕೆ ಒರಗಿ ಮುಖದ ಒದ್ದೆಯನ್ನೊತ್ತಿದ್ದಳು. ಅಷ್ಟು ದೂರದಲ್ಲಿ ನೀರು ಹಾಯಿಸುತ್ತಿದ್ದ ದಂಪತಿಗಳು ತಮ್ಮ ಕೆಲಸದಲ್ಲಿ ಮಗ್ನರಾಗಿದ್ದರೇ ವಿನಃ ಇವಳತ್ತ ನೋಟ ಕೂಡ ಹರಿಸದಷ್ಟು ತಾದಾತ್ಮಭಾವ ಅವರಲ್ಲಿತ್ತು.

ಸೀದಾ ಬಂದವಳೇ ಮನೆಯ ಬಾಗಿಲ ಬಳಿಯಲ್ಲಿದ್ದ ಬಿದಿರಿನಿಂದ ಮಾಡಿದ ಛೇರ್ ಮೇಲೆ ಕೂತು ಸುಧಾರಿಸಿಕೊಂಡಳು. ಇದು ಊರಿನ ಹೊರಭಾಗ. ಇಲ್ಲಿಂದಲೇ ಅಲ್ಲಿನ ಕಲ್ಪನೆ ಮಾಡದಾದಳು. ಭಾರತ ದೇಶದ ಎಲ್ಲಾ ಪುಟ್ಟ ಊರಿನಂತೆ ಅದು ಇರಬಹುದು.

"ಪ್ಲೀಸ್, ಆಂಟೀ......ಅಲ್ಲಿಗೆ ಹೋಗ್ಲೇಬೇಕು. ನನ್ನ ಫ್ರೆಂಡ್ ಒಬ್ಳು ಅಲ್ಲಿಯವಳೇ. ಎರಡು ವರ್ಷದ ಮೊದ್ಲು ಅವ್ಳಿಗೆ ವಿವಾಹವಾದುದು ಗೊತ್ತು. ಆಮೇಲಿನದೇನು ಗೊತ್ತಿಲ್ಲ. ನಂಗ್ಯಾಕೋ ಡೌಟ್, ಒಮ್ಮೆ ಹೋಗಿ ಬರಲೇಬೇಕು. ಅದ್ಕೇ ನಿಮ್ಮ ಹೆಲ್ಪ್ ಬೇಕೇ ಬೇಕು". ಆಕೆ ಇವಳ ಕಣ್ಣಲ್ಲಿ ಕಣ್ಣಿಟ್ಟು ನೋಡಿ "ನಂಗೂ.....ಡೌಟೇ" ಎಂದಿದ್ದರು. ಅವಳಿಗೆ ಸಹಾಯ ಮಾಡಿದ್ದರು.

ದೇಶ್‌ಮುಖ್, ಗ್ರೀಷ್ಮ ಬರುವ ವೇಳೆಗೆ ಪೂರ್ತಿ ಕತ್ತಲು ಮುಸುಕಿತು. ಅವರನ್ನು ನೋಡಿದ ಕೂಡಲೇ ಎದ್ದು ನಿಂತಾಗ ಆ ಮನುಷ್ಯ ನೋಡಿದರೂ ನೋಡದಂತೆ ಒಳಗೆ ಹೋದ. ಹಣ ಹೆಸರನ್ನು ಪೂರ್ತಿಯಾಗಿ ಅನುಭವಿಸಿದ ವ್ಯಕ್ತಿ ಯಾವುದೇ ಲೋಲುಪತೆಗೆ ಅಡಿಯಾಳಾಗಲು ಬಯಸಿರಲಿಲ್ಲ. ಎಲ್ಲ ಬಿಟ್ಟು ಬೇರೆ ರೀತಿಯ ಬದುಕನ್ನ ಆರಿಸಿಕೊಂಡಿದ್ದ ಮೇಧಾವಿ.

"ಬಾ ಒಳ್ಗೆ..." ಗ್ರೀಷ್ಮಾ ಬಂದು ಕರೆದ ನಂತರವೇ ಒಳಗೆ ಹೋಗಿದ್ದು. ಪದ್ಮಾಸನ ಹಾಕಿಕೊಂಡು ನೆಲದ ಮೇಲೆಯೇ ಕೂತ್ತಿದ್ದ ದೇಶಮುಖ್ ವನಮಾಲ ಪತ್ರವನ್ನು ಓದಿ ಕವರ್ಗೆ ಹಾಕುತ್ತಿದ್ದವರು ಅವಳತ್ತ ನೋಟವರಿಸಿ, "ಟೆನ್‌ಷನ್, ಬಾಧ್ಯತೆಗಳು ಬೇಡವೆಂದೇ ಇಲ್ಲಿಗ್ಬಂದ್ ನೆಲೆಸಿರೋದು" ಎಂದರು. ಇರೋಕೆ ಸ್ಥಳ ಕೊಡ್ಬಹ್ದು. ಅದ್ಬಿಟ್ಟು ಬೇರೇನೂ ಮಾಡೋಕಾಗೊಲ್ಲ ಎಂದರು. ಅವಳಿಗೆ ಕುಣಿದಾಡುವಷ್ಟು ಸಂತೋಷವಾದರೂ ತೋರ್ಪಡಿಸಲಿಲ್ಲ. "ಅಷ್ಟು ಸಾಕು" ಉದ್ಗರಿಸಿದಳು.

ಆಮೇಲೆ ದೇಶ್‌ಮುಖ್ ಎದ್ದು ಹೋದವರು ಎಂಟು ಗಂಟೆಯ ಸುಮಾರಿಗೆ ಬಂದರು. ಅತ್ಯಂತ ಶಾಂತವಾಗಿ ಕಂಡರು. ತಾವೇ ನಡು ಮನೆಯೆನಿಸಿಕೊಂಡಿದ್ದ ಜಾಗದಲ್ಲಿ ಮೂರು ಬಾಳೆಯೆಲೆ ಹರವಿ ನೀರಿಟ್ಟಾಗ ಪಾತ್ರೆಗಳನ್ನು ತಂದು ಗ್ರೀಷ್ಮಾ ಅಲ್ಲೆ ಇಟ್ಟುಕೊಂಡು ಕೂತರು.

ಇದ್ದ ಚಪಾತಿಗಳನ್ನು ಮೂರು ಭಾಗ ಮಾಡಿ ಒಂದೂವರೆ ಒಂದೂವರೆ ಮೂರು ಎಲೆಗೂ ಬಡಿಸಿ ಉಳಿದ ಅರ್ಧವನ್ನ ಪಕ್ಕಕ್ಕೆ ತೆಗೆದಿಟ್ಟು ತರಕಾರಿಗಳು ಕೂಟುನಂತ ಪದಾರ್ಥವನ್ನ ಮೂರು ಎಲೆಗೂ ಬಡಿಸಿ, ಅನ್ನದ ಪಾತ್ರೆ ತೆಗೆದು ಅದರಲ್ಲಿನ ಅನ್ನವನ್ನ ಸ್ವಲ್ಪ ಸ್ವಲ್ಪ ಬಡಿಸಿ ಅದರ ಮೇಲೆ ಒಂದಿಷ್ಟು ಮೊಸರು ಹಾಕಿದರು.

ಅಕ್ಕರೆಯ ಅರುಂಧತಿಯ ಮಗಳಿಗೆ ಬಿಸಿಬಿಸಿ ತಿಂದೇ ಅಭ್ಯಾಸ, ಆರಿದ ಚಪಾತಿಯನ್ನು ತರಕಾರಿಯ ಸಾಗುನೊಂದಿಗೆ ಬಾಯಿಗಿಟ್ಟು ಕೊಂಡಾಗ, ಸ್ವಲ್ಪ ಕಷ್ಟವೆನಿಸಿದರೂ ನಂತರ ಆರಾಮವಾಗಿ ತಿಂದಳು. ಪ್ರತಿಯೊಬ್ಬರು ಅವರವರ ಎಲೆಗಳನ್ನು

ಗೊಬ್ಬರದ ಗುಂಡಿಗೆಸೆದು ಹರಿಯುತ್ತಿದ್ದ ನೀರಿನಲ್ಲಿ ಕೈಗಳನ್ನು ತೊಳೆದು ಹಿಂದಿರುಗುವಾಗ ದೇಶ್‌ಮುಖ್ ನಿಂತು,

"ನಿಂಗೆ ಪ್ರಯಾಣದ ದಣಿವು ಇರ್ಬಹ್ದು, ಹೋಗಿ ಮಲಕ್ಕೋ. ನಾವು ಒಂದಿಷ್ಟು ಸುತ್ತಾಡಿ ಬರ್ತೀವಿ" ಹೇಳಿದಾಗ "ಹ್ಞೂ" ಗುಟ್ಟಿ ಹಿಂದಿರುಗಿದಳು.

ತನ್ನ ಲಗೇಜ್ ಇದ್ದ ಕೋಣೆಯಲ್ಲಿದ್ದ ಒಂದು ಜಮಖಾನ ಬಿಡಿಸಿ ತಂದಿದ್ದ ಶಾಲು ಹೊದ್ದು ಮಲಗಿದಳು. ದಿಂಬು ಇಲ್ಲದೆ ಅವಳಿಗೆ ನಿದ್ದೆ ಬರದು. ಹೊಂದಿಕೊಳ್ಳಬೇಕು. ಅವಳ ಕಣ್ಣಂಚು ತೇವವಾಗಿ ಕಂಬನಿ ನಿಧಾನವಾಗಿ ಇಳಿಯಿತು. 'ಅಮ್ಮ ಈಗ ಏನ್ಮಾಡ್ತಾ ಇರ್ಬಹ್ದು?' ಎನ್ನುವ ಪ್ರಶ್ನೆಗೆ ಉತ್ತರ ಸುಲಭವಾಗಿತ್ತು. ಹೇಗೂ ತಾನಿಲ್ಲ, ಆರಾಮವಾಗಿ ನೈಟ್ ಡ್ಯೂಟಿಗೆ ಹೋಗಿ ಬಿಟ್ಟಿರುತ್ತಾರೆ. ಫೋನ್ ಮಾಡಿ ವನಮಾಲ ಆಂಟೀನ ವಿಚಾರಿಸಿದರೇ. ಹಾಗೆನಿಸಿದ ಕೂಡಲೇ ಎದ್ದು ಕೂತು ಶಬ್ದವಾಗದಂತೆ ಇಡೀ ಮನೆಯೆಲ್ಲಾ ಹುಡುಕಾಡಿದಳು. ಅಂಥ ಉಪಕರಣವೇ ಇರಲಿಲ್ಲ. ಒಂದೆರಡು ಫೋಲ್ಡಿಂಗ್ ಮಂಚಗಳು, ಒಂದೆರಡು ದೊಡ್ಡ ಸೂಟುಕೇಸ್‌ಗಳನ್ನು ಬಿಟ್ಟರೆ, ಗೋಡೆ ಅಂಚಿನ ಉದ್ದಕ್ಕೂ ಹಗ್ಗ ಕಟ್ಟಿ ಬಟ್ಟೆಗಳನ್ನು ಹಾಕಿದ್ದರು. ಸಡಿಲವಾದ ಪೈಜಾಮ, ಜುಬ್ಬಾಗಳ ಜೊತೆ ಟವಲುಗಳು, ಹತ್ತಿಯ ಸೀರೆಗಳು ಇತ್ಯಷ್ಟೆ.

ಸುಮ್ಮನೆ ಬಂದು ಮಲಗಿದಳು.

"ನಿನ್ನ ಹೆಸರೇನು?" ಗ್ರೀಷ್ಮ ಪ್ರಶ್ನೆಗೆ ಎದ್ದು ಕೂತಳು.

"ಉಷಾ... ಅಂತ" ಎಂದಳು ಚುಟುಕಾಗಿ.

ಆಕೆ ಗೋಡೆಯ ಪಕ್ಕದಲ್ಲಿ ಟೀಪಾಯಿಯಂತೆ ಕಾಣುತ್ತಿದ್ದನ್ನ ಬಿಡಿಸಿದಾಗ ಮಂಚವಾಯಿತು. "ಆ ಜಮಖಾನನ ಇದ್ರ ಮೇಲೆ ಹಾಸ್ಕೊಂಡ್ ಮಲಕ್ಕೋ" ಎಂದು ಹೇಳಿ ಹೊರಗೆ ಹೋದವರು ಒಂದು ದಿಂಬು ಹಿಡಿದು ಬಂದು "ಇದು ಸಾಕೂಂತ ಅನಿಸುತ್ತೆ. ಜಾವಗಲ್‌ನಲ್ಲಿ ಒಂದು ಲಾಡ್ಜ್ ಕೂಡ ಇದೆಯಂತೆ. ನಿಂಗೆ ಇಲ್ಲಿ ಸರಿ ಹೋಗದಿದ್ದರೇ, ದೇಶ್‌ಮುಖ್ ನಿನ್ನ ಅಲ್ಲಿಗೆ ಕರ್ಕೊಂಡ್ಹೋಗಿ ಬಿಡ್ತಾರೆ" ಹೇಳಿದರು ನಿಧಾನವಾಗಿ ಗ್ರೀಷ್ಮಾ.

"ಇಲ್ಲ ಆಂಟೀ, ನಂಗೆ ಈ ಸ್ಥಳ, ನೀವು ಎಲ್ಲಾ ಇಷ್ಟ. ನನ್ನಿಂದ ತೊಂದರೆ ಅನಿಸಿದರೆ ಮಾತ್ರ ಹೋಗ್ತೀನಿ" ಸಂಕೋಚದ ದನಿಯಲ್ಲಿ ಉಸುರಿದಾಗ ಗ್ರೀಷ್ಮಾ ಸುಮ್ಮನೆ ಹೋದರು. ಅದು ಇನ್ನು ನಿರ್ಣಯವಾಗಬೇಕಿತ್ತು.

ಕವಚಿಕೊಂಡು ಮಲಗಿದ ಉಷಾಗೆ ಬಹಳ ಹೊತ್ತು ನಿದ್ದೆ ಬರಲಿಲ್ಲ. ಅಮೇರಿಕಾದ ಶ್ರೀಮಂತಿಕೆಯಲ್ಲಿ ಬದುಕಿದ ಈ ಜನ ಯಾವ ಕಾರಣಕ್ಕಾಗಿ ಬಂದು ಇಲ್ಲಿ ನೆಲೆಸಿದರು? ಈ ಪರಿಸರದ ಆಯ್ಕೆಗೆ ಯಾವುದಾದರೂ ಕಾರಣವಿದೆಯಾ?

ಬಹಳ ಹೊತ್ತು ನಿದ್ದೆಯಿಲ್ಲದೆ ಒದ್ದಾಡಿದ ಉಷಾಗೆ ಎಚ್ಚರವಾದಾಗ ಎಳು ಗಂಟೆ

ಆಗಿತ್ತು. ಲಗುಬಗೆಯಿಂದ ಎದ್ದು ಶಾಲು ಮಡಚಿ ಹಾಕಿದವಳು ಹೊರಗೆ ಬಂದಾಗ ಎಷ್ಟು ಆಹ್ಲಾದಕರವೆನಿಸಿತೆಂದರೆ, ಹಕ್ಕಿಗಳ ಚಿಲಿಪಿಲಿ ಸದ್ದು ಹಾಡಿನಂತಿತ್ತು. ಲಾರಿ, ಕಾರು, ಮೊಬೈಲ್ ಫೋನ್ ಸದ್ದಿನಿಂದ ಮುಕ್ತವಾದ ಈ ವಾತಾವರಣದಲ್ಲಿ ಶಾರದೆ ಅತ್ಯಂತ ಮಧುರವಾಗಿ ವೀಣೆ ನುಡಿಸಿದಂತೆ ಕಂಡಿತು.

ಟವಲೊಂದನ್ನು ಕೈಯಲ್ಲಿ ಹಿಡಿದು ಹಿಂದಿನ ದಿನ ನೀರು ಹರಿಯುತ್ತಿದ್ದ ಕಾಲುವೆಯ ಬಳಿಗೆ ಬಂದಳು. ನೇರವಾಗಿ ಬೀಳುತ್ತಿದ್ದ ಸೂರ್ಯನ ರಶ್ಮಿ ನೀರಿನೊಂದಿಗೆ ಚೆಲ್ಲಾಟವಾಡುತ್ತ ಹರಿಯುತ್ತಿದ್ದಾಗ ನೆಟ್ಟ ನೋಟದಿಂದ ನೋಡುತ್ತಾ ನಿಂತಳು. ಇಂಥ ಅದ್ಭುತ ದೃಶ್ಯ ಕಂಡಿದ್ದೇ ಮೊದಲೆನಿಸಿತು. ಎರಡು ಸಲ ನೀರಿನಲ್ಲಿ ಕೈಯಿಟ್ಟು ತೆಗೆದು ಕೆನ್ನೆಗಳಿಗೆ ಒತ್ತಿಕೊಂಡಳು.

"ಉಷಾ......" ಗ್ರೀಷ್ಮಾರ ದನಿ ಕೇಳಿಸಿತು.

ತಟ್ಟನೆ ಹಿಂದಿರುಗಿದ ಅವಳ ಕಣ್ಣುಗಳಲ್ಲಿ ಅಚ್ಚರಿಯ ನರ್ತನ. ಬೆಳಗಿನ ಬೆಳಕಿನಲ್ಲಿ ಗ್ರೀಷ್ಮಾರ ಬಣ್ಣ ಕೋರೈಸುತ್ತಿತ್ತು. ಕನಿಷ್ಠ ಮೇಕಪ್ ಕೂಡ ಇಲ್ಲದ ಮುಖ ಕಳೆ ಕಳೆಯಾಗಿತ್ತು. ಕೂದಲನ್ನು ಸೇರಿಸಿ ಗಂಟು ಹಾಕಿ ಕೊಂಡಿದ್ದರಲ್ಲಿ ನವೀನತೆಯಾಗಲೀ ಅಚ್ಚುಕಟ್ಟುತನವಾಗಲೀ ಇರಲಿಲ್ಲ.

"ನಾವು ಸ್ನಾನ ಮಾಡೋದು ತಣ್ಣೀರಿನಲ್ಲಿಯೇ. ನೀನು ಬೇಕಾದ್ರೆ ಬಿಸಿ ನೀರು ಕಾಯಿಸಿಕೊಂಡು ಸ್ನಾನ ಮಾಡ್ಬಹ್ದು. ಗೌಳಿ ನಿಂಗೆ ಬೇಕಾದ ಸಹಾಯ ಮಾಡ್ತಾಳೆ" ಅಷ್ಟು ನುಡಿದು ಆಕೆ ಎಲ್ಲಿ ಮಾಯವಾದರೋ.

ಇವಳು ಮುಖ ತೊಳೆದು ಹಿಂದಿರುಗುವ ವೇಳೆಗೆ ಗೌಳಿ ಎಂದ ಹೆಂಗಸು ಮನೆಯ ಮುಂದೆ ಅಚ್ಚ ಬಿಳಿಯ ಹಸುವಿನಿಂದ ಹಾಲು ಕರೆಯುತ್ತಿದ್ದಳು. ಗ್ರೀಷ್ಮಾ ಪುಟ್ಟ ಕರುವಿನ ಮೈ ದಡವುತ್ತಿದ್ದರು.

ಪಾತ್ರೆ ಮುಕ್ಕಾಲು ತುಂಬುತ್ತಿದ್ದಂತೆ "ಗೌಳಿ, ಇನ್ನು ಸಾಕು" ಎಂದು ಕರುವನ್ನು ಬಿಚ್ಚಿ ಬಿಟ್ಟರು. ಅದು ನೆಗೆಯುತ್ತಾ ಹೋಗಿ ತಾಯಿಯ ಕೆಚ್ಚಲಿಗೆ ಬಾಯಿ ಹಾಕಿದಾಗ ಗೌಳಿ ಹಿಂದಕ್ಕೆ ಸರಿಯಲೇ ಬೇಕಿತ್ತು. ಇದು ದಿನ ನಿತ್ಯದ ಪದ್ಧತಿ. ಪೂರ್ತಿ ಹಣ ಕೊಟ್ಟರೂ ಎಲ್ಲಾ ಹಾಲನ್ನು ಕರೆಯಲು ಬಿಡುತ್ತಿರಲಿಲ್ಲ. ತೃಪ್ತಿಯಾಗಿ ಕರು ತಾಯಿಯ ಹಾಲನ್ನು ಕುಡಿದರೇನೇ ಅವರಿಗೆ ತೃಪ್ತಿ. ಆದ್ದರಿಂದಲೇ ದೇಶ್‌ಮುಖ್ ಅಥವಾ ಗ್ರೀಷ್ಮಾ ಎದುರು ನಿಂತು ಹಾಲು ಕರೆಸುತ್ತಿದ್ದರು. ದಿನಕ್ಕೊಮ್ಮೆಯೇ ಗೌಳಿ ಗೇಟು ತೆರೆದುಕೊಂಡು ಬರುತ್ತಿದ್ದದ್ದು. ಇಲ್ಲಿ ಬೆಳೆಸುತ್ತಿದ್ದ ಹಚ್ಚನೆಯ ಹುಲ್ಲನ್ನು ಸ್ವತಃ ದಂಪತಿಗಳು ಹಸುಕರುವಿಗೆ ತಿನ್ನಿಸಿ ತೃಪ್ತಿ ಪಡುತ್ತಿದ್ದರು.

ಮುಖಕ್ಕೆ ತಣ್ಣೀರು ಬಿದ್ದ ಮೇಲೆ ಚಳಿಯೆನಿಸಿತು. ಇನ್ನು ತಣ್ಣೀರಿನಲ್ಲಿ ಸ್ನಾನ ಮಾಡುವುದು ಸುಲಭವೆನಿಸಲಿಲ್ಲ. ಗ್ರೀಷ್ಮಾ ಹೇಳಿದ್ದಕ್ಕೆ ಗೌಳಿ ಇವಳತ್ತ ನೋಡಿ "ನೀವು ಬಟ್ಟೆ ಬರೆ ಇಟ್ಕಂಡ್ ಬನ್ನಿ. ಒಂದಿಷ್ಟು ಒಲೆಗೆ ಉರಿ ಹಾಕ್ತೀನಿ" ಎಂದು ಹೋದವಳತ್ತ

ನೋಡಿದಳು ಉಷಾ. ಮಟ್ಟಸವಾದ ಹೆಣ್ಣು ಮಗ್‌ಳು ಕಷ್ಟದಿಂದ ಬೆಳೆದಿರಬೇಕು. ಒಂದು ರೀತಿಯ ಮೃದುತ್ವ ಕಳೆದುಕೊಂಡು ಅಂಗಾಂಗಗಳು ಸೆಟೆದುಕೊಂಡಂತೆ ಕಂಡಿತು.

ಹಾಲು ತುಂಬಿದ ಪಾತ್ರೆಯನ್ನಿಡಿದು ಗ್ರೀಷ್ಮಾ ಒಳಗೆ ಹೋದ ಮೇಲೆ ತಾನು ಮೆಲ್ಲಗೆ ಹಿಂಬಾಲಿಸಿ ಮಂಚವನ್ನು ಬಹಳ ಕಷ್ಟ ಪಟ್ಟು ಪ್ರಯಾಸದಿಂದ ಟೀಪಾಯಿ ರೂಪಕ್ಕೆ ತಂದು ಮಾಮೂಲಿ ಸ್ಥಾನದಲ್ಲಿರಿಸಿ, ಬ್ಯಾಗ್‌ನಿಂದ ತನ್ನ ಬಟ್ಟೆ ಬರೆಗಳನ್ನು ತೆಗೆದುಕೊಂಡಳು. ಸೀರೆಯುಡುವುದು ಸರಿಯೆನಿಸಿತು.

ಹೊರಗೆ ಬಂದವಳು ಗೌಳಿಗಾಗಿ ಹುಡುಕಿಕೊಂಡು ಹೊರಟಾಗ ವಿವಿಧ ಸಸ್ಯಗಳಿಂದ ಕಂಗೊಳಿಸುತ್ತಿದ್ದ ಸಸ್ಯರಾಶಿಯಂತೆ ಕಂಡಿತು. ಸೀಬೆ ಗಿಡದ ತುಂಬಾ ಹಣ್ಣು, ಕಾಯಿಗಳ ಜೊತೆ ಅಳಿಲುಗಳ ಹಿಂಡು, ಅದರ ಕಿಚಿ ಪಿಚಿ ಎನ್ನುವ ಸದ್ದು. ಅಲ್ಲೆ ನಿಂತಳು, ಇಂಥ ಅನುಭವಗಳು ಸಿಟಿಗಳಲ್ಲಿ ಸಾಧ್ಯವೇ ಇರಲಿಲ್ಲ. ನಗರದ ಗೊಂದಲದ ಹವಾದಲ್ಲಿ ಕಾರು, ಬಸ್ಸು, ಟ್ರಕ್, ಲಾರಿಗಳ, ಗಡಗಡ ಸದ್ದಿನಲ್ಲಿ ಇಂಥ ದೃಶ್ಯಗಳನ್ನು ನೋಡಲಾಗಲೀ ಮಧುರವೆನಿಸುವ ಇಂಥ ಸದ್ದುಗಳನ್ನು ಆಲಿಸಲಾಗಲೀ ಸಾಧ್ಯವಿರಲಿಲ್ಲ. ಮನುಷ್ಯ ಪ್ರಕೃತಿ ನೀಡಿದ ಎಷ್ಟೋ ಸವಲತ್ತುಗಳನ್ನು ಕಳೆದುಕೊಳ್ಳುತ್ತಿದ್ದಾನೆನಿಸಿತು.

“ಏಯ್, ಅಮ್ಮ......” ಗೌಳಿ ಕೂಗು ಕೇಳಿ ಅತ್ತ ನೋಡಿದಳು.

ಎರಡು ವಿಶಾಲವಾದ ಮರಗಳ ನಡುವೆ ಮೂರು ಕಲ್ಲುಗಳನ್ನು ಇಟ್ಟು ಕೆಳಗೆ ಉರಿ ಹಾಕಿ ಮೇಲೆ ಒಂದು ಸ್ಟೀಲ್ ಡ್ರಮ್ ಇಟ್ಟಿದ್ದಳು. ಒಲೆಯನ್ನು ಉರಿ, ಹೊಗೆಯೇರುತ್ತಿದ್ದಂಗೆ ಮೇಲಿನ ಡ್ರಮ್ ಕರೀ ಹತ್ತ ತೊಡಗಿತು.

ಹತ್ತಿರಕ್ಕೆ ಬಂದ ಉಷಾ ಸುತ್ತಲು ನೋಟ ಹರಿಸಿದಳು. ತಾನು ಈ ಬಟ್ಟ ಬಯಲಿನಲ್ಲಿ ಸ್ನಾನ ಮಾಡುವುದೇ? ಅವಳ ಮೈ ನಡುಗಿತು. ಹೇಗೆ ಸಾಧ್ಯ? ಅಮೇರಿಕಾದಲ್ಲಿದ್ದು ಬಂದವರು ದೊಡ್ಡ ದೊಡ್ಡ ಸ್ನಾನದ ಟಬ್‌ಗಳನ್ನು ಕಟ್ಟಿಸುವುದು ಬೇಡ. ಭಾರತ ಮುಖ್ಯವಾಗಿ ಈ ಪರಿಸರಕ್ಕೆ ಹೊಂದಿಕೊಳ್ಳುವಂಥ ಬಚ್ಚಲು ಮನೆಯನ್ನು ಕಟ್ಟಿಸುವುದು ಬೇಡವೇ?

“ನಾನು ನೀರು ಬಿಸಿಯಾದ ಕೂಡ್ಲೆ ಒಯ್ದು ಕೊಡ್ತೀನಿ” ಪಕಪಕನೆ ನಕ್ಕಳು. ಇವಳಿಗೇನಾದರೂ ಫೇಸ್ ರೀಡಿಂಗ್ ಗೊತ್ತಾ? ಮರದ ಬೊಡ್ಡೆಗೆ ಒರಗಿ ಮಿಕಿ ಮಿಕಿ ಗೌಳಿಯನ್ನು ನೋಡಿದಳು. ಅವಳು ಮತ್ತಷ್ಟು ನಕ್ಕು “ನೀವು ಸಿಟಿ ಜನ ಅಲ್ವಾ, ನಂಗೆ ಗೊತ್ತಾಯ್ತು ಬಿಡಿ.” ಹಿಂದಿನ ಬಾಗ್ಲು ಕಡೆ ಹೋಗಿ, ನಾನು ನೀರು ತಕ್ಕೊಡ್ತೀನಿ. “ಇನ್ನಷ್ಟು ಸೊಂಟಕ್ಕೆ ಸೆರಗನ್ನು ಬಿಗಿಯಾಗಿ ಸಿಕ್ಕಿಸಿಕೊಂಡು ಒಲೆ ಉರಿಯನ್ನು ಹೆಚ್ಚಿಸತೊಡಗಿದಳು.”

ಅಲ್ಲಿ ಇಲ್ಲಿ ಓಡಾಡಿಕೊಂಡು ಹಿಂಬಾಗಿಲಿನ ಕಡೆ ಹೋಗಿ ನಿಂತಳು. ಹಿಂದಿನ ನಡುಮನೆಯೆನಿಸಿಕೊಂಡ ಅರ್ಧ ಭಾಗಕ್ಕೆ ಒಂದು ದಪ್ಪ ಬಟ್ಟೆಯ ತೆರೆ ಹಾಕಿ

ವಿಭಾಗಿಸಿ ಸ್ನಾನದ ಕೊಠಡಿಯನ್ನಾಗಿರಿಸಿದ್ದರು. ಹೆಚ್ಚು ಸಾಮಾನು ಅಂಥದೇನಿರಲಿಲ್ಲ. ಪ್ರತಿಯೊಂದರಲ್ಲು ಸರಳತೆ ಗೋಚರವಾಗುತ್ತಿತ್ತು.

ಗೌಳಿ ಡ್ರಮ್ ಹೊತ್ತು ತಂದಿಟ್ಟು ಹೋಗುವ ಮುನ್ನ ಪ್ರಶ್ನಾರ್ಥಕವಾಗಿ ಒಮ್ಮೆ ನೋಟ ಹರಿಸಿದ್ದರು. ದಂಪತಿಗಳು ಇಲ್ಲಿ ನೆಲೆ ನಿಂತು ವರ್ಷಕ್ಕೆ ಮೇಲಾದರೂ ನೆಂಟರೂ, ಬಂಧುಗಳು, ಸ್ನೇಹಿತರು ಅಂಥವರು ಬಂದಿದ್ದಿಲ್ಲ. ಈ ಹುಡುಗಿ ಯಾರು? ಬಾಯಿ ಬಿಟ್ಟು ಕೇಳಲಾರಳು. ಗ್ರೀಷ್ಮಾ, ದೇಶಮುಖ್ ಎಂಥ ಕಟ್ಟುನಿಟ್ಟಿನ ಜನವೆಂಬುದು ಅರ್ಥವಾಗಿತ್ತು ಅವಳಿಗೆ.

ಅಂತೂ ಸ್ನಾನ ಮುಗಿಸಿಕೊಂಡು ಬಾವಿಯ ಕಡೆ ಹೊರಟಾಗ ದೇಶ್‌ಮುಖ್ ಈಜಾಡುತ್ತಿದ್ದುದ್ದನ್ನು ನೋಡಿ ಹಿಂದಕ್ಕೆ ಬರುವ ವೇಳೆಗೆ ಹೊರಗಿನ ಬಿಸಿಲಿಗೆ ಒದ್ದೆ ಕೂದಲನ್ನು ಆರಿಸುತ್ತಿದ್ದ ಗ್ರೀಷ್ಮಾ ತಣ್ಣಗಿನ ನಗೆ ಬೀರಿದಾಗ ಇವಳ ತುಟಿಗಳು ಬಿರಿದವು.

"ನಿಮ್ಮ ಸ್ನಾನ?" ಕೇಳಿದಳು.

"ಬಾವಿಯಲ್ಲಿ, ಕೆಲವೊಮ್ಮೆ ಹರಿಯುವ ನೀರು, ಬಹಳ ಹೊತ್ತು ಈಜಾಡಿ ಅಭ್ಯಾಸವಿದೆ. ಇವತ್ತು ತೊಟ್ಟಿಯ ಹತ್ರ ಮಾಡ್ಕೊಂಡೆ" ಎಂದವರು "ನಿಂಗೆ ಹೇಗೆ ಅನ್ನಿಸ್ತು?" ಕೇಳಿದರು.

"ತುಂಬ... ತುಂಬಾ... ಚೆನ್ನಾಗಿದೆ. ಜೀವ್ನ ಪೂರ್ತಿ ಇಲ್ಲೇ ಇರೋ ಹಾಗಿದ್ದರೆ ತುಂಬಾ ಚೆನ್ನಾಗಿರುತ್ತೆ ಅನ್ನಿಸುತ್ತೆ" ಉತ್ಸಾಹದಿಂದ ಉಸುರಿದಾಗ ಗ್ರೀಷ್ಮಾರ ಮುಖದ ಮೇಲೆ ಕಂಡೂ ಕಾಣದಂಥ ನೋವಿನ ನೆರಳಾಡಿತು. ಬಹುಶಃ ಎರಡು ವರ್ಷದ ಹಿಂದೆ ತಾನು ಇಂಥ ಜಾಗದಲ್ಲಿ ಇರಬಲ್ಲೆನೆಂಬ ಕಲ್ಪನೆ ಕೂಡ ಮಾಡಲಾರದಂಥ ಬಿಜಿಯಾಗಿದ್ದರು. ಆಗಿನ ಮನಸ್ಥಿತಿಗೂ ಈಗಿನ ಮನಸ್ಥಿತಿಗೂ ಎಷ್ಟೊಂದು ಅಂತರ. ಊಹಿಸಲಾಗದಷ್ಟು ಘಟನೆಗಳು ಜರುಗಿ ವ್ಯಕ್ತಿ ಎಲ್ಲಿಂದ ಎಲ್ಲಿಗೋ ಹೋಗಿ ತಲುಪುತ್ತಾನೆ.

ಕೂದಲನ್ನು ಮುಡಿ ಕಟ್ಟಿಕೊಂಡ ಗ್ರೀಷ್ಮಾ ಒಳಗೆ ಹೋದಾಗ ಹಿಂಬಾಲಿಸಿದಳು. ನೆನ್ನೆ ಚೂಡಿದಾರ್‌ನಲ್ಲಿ ಪುಟ್ಟ ಹುಡುಗಿಯಂತೆ ಕಂಡ ಉಷಾ ಇಂದು ಸೀರೆಯುಟ್ಟು ಯುವತಿಯಂತೆ ಕಂಡು ಹುಬ್ಬೇರಿಸುವಂತೆ ಕಂಡಿದ್ದಳು.

ಅಡಿಗೆ ಮನೆಯೆನಿಸಿಕೊಂಡ ಪ್ರದೇಶ ತೀರಾ ಖಾಲಿ ಖಾಲಿಯಾಗಿ ಕಂಡಿತು. ಇದ್ದಿಲು ತುಂಬಿಟ್ಟ ಒಂದು ಒಲೆಯ ಜೊತೆ, ಒಂದು ಎಲೆಕ್ಟ್ರಿಕ್ ಸ್ಟೌವ್ ಮಾತ್ರ ಇತ್ತು. ಗಾಬರಿಯ ಜೊತೆಗೆ ಆಶ್ಚರ್ಯ ಕೂಡ. ಅಲ್ಲೆ ಕುಕ್ಕರುಗಾಲಿನಲ್ಲಿ ಕೂತಾಗ ಹಾಲು, ಡಿಕಾಕ್ಷನ್ ಬೆರೆಸಿ ಸಕ್ಕರೆಯನ್ನು ಅವಳ ಮುಂದಿಟ್ಟರು.

"ಆಂಟೀ, ನೀವು ಕಾಫಿ ಕುಡಿಯೋಲ್ವಾ?" ನೊರೆ ತುಂಬಿದ ಕಪ್‌ನ ಎತ್ತಿಕೊಂಡು ಕೇಳಿದಾಗ "ಆಮೇಲೆ, ನೀನು ಎಲ್ಲಿ ಬೇಕಾದ್ರೂ ಅಡ್ಡಾಡಬಹ್ದು, ನಿಂಗೇನಾದ್ರೂ ತಿನ್ನಬೇಕೂಂತ ಅನ್ನಿಸಿದರೇ ಇಲ್ಲಿರೋ ಪದಾರ್ಥಗಳ್ನ ಉಪಯೋಗಿಸ್ಕೋ" ಅಂದು

ಎದ್ದು ಹೊರಟರು.

ಗಿಣಿ ಬಣ್ಣದ ಅಚ್ಚ ಹತ್ತಿಯ ಸೀರೆಯಲ್ಲಿ ಭೂಮಿ ತಾಯಿಯ ಮಗಳಂತೆ ಕಂಡರು. ಮುಂದಿನ ನೆರಿಗೆಗಳನ್ನು ಸೊಂಟಕ್ಕೆ ಸಿಕ್ಕಿಸಿ ಹೊರಟ ರೀತಿ ಅನನ್ಯವಾಗಿತ್ತು. ತುಂಬ ಇಷ್ಟವಾಯಿತು ಕೂಡ. ಇಂಥ ಪರಿಸರದಲ್ಲಿ ಎಂಥ ರೋಗಗ್ರಸ್ತ ಮನಸ್ಸಾದರೂ ಪ್ರಫುಲ್ಲಗೊಳ್ಳುವುದು ದಿಟವೆನಿಸಿತು. ಇಲ್ಲಿಗೆ ಅವಳು ಬಂದ ಉದ್ದೇಶವೇ ಬೇರೆ ಇತ್ತು.

ಜಡೆ ಹೆಣೆದುಕೊಂಡು ಹಣೆಗಿಟ್ಟುಕೊಂಡು ಅಡಿಗೆಯ ಮನೆಗೆ ಹೋಗಿ ಇದ್ದ ನಾಲ್ಕೈದು ಡಬ್ಬಗಳನ್ನು ಹುಡುಕಿದಳು. ಚಾ ಪುಡಿ, ಕಾಫಿಪುಡಿ, ಸಕ್ಕರೆಯ ಜೊತೆ ಕೆಲವು ಬೇಳೆಗಳು, ಅಕ್ಕಿ, ಗೋಧಿ ಹಿಟ್ಟಿನಂಥ ಪದಾರ್ಥಗಳು ಇದ್ದವು. ಅವಳಿಗೆ ಅಡಿಗೆ ಮಾಡಿ ಗೊತ್ತು. ಅನಿವಾರ್ಯವಾಗಿತ್ತು ಅವಳಿಗೆ. ತಾಯಿ ಅರುಂಧತಿಯನ್ನು ಬಿಟ್ಟು ಬೇರೊಬ್ಬ ಬಂಧುಗಳೇ ಇರಲಿಲ್ಲ! ಅವಳಮ್ಮ ನರ್ಸಿಂಗ್ ಹೋಂಗೆ ಹೋದಾಗ ಮನೆಯ ಎಲ್ಲಾ ಕೆಲಸಗಳನ್ನು ಮಾಡುವುದು ಗೊತ್ತಿತ್ತು. ಬರುವ ಸಂಬಳ ಇಬ್ಬರ ಜೀವನಕ್ಕೆ ಸಾಕಾಗಬೇಕಿತ್ತು, ಸಾಕು ಕೂಡ. ಎಂಥ ಅಚ್ಚುಗಟ್ಟಿನ ಸಂಸಾರ ಅವಳಮ್ಮನದು. ಪ್ರೊಫೆಸರ್ ವನಮಾಲ ಆಂಟಿಯೊಬ್ಬರೆ ಅವಳಿಗೆ ಹತ್ತಿರವಾದವರು. ಇವಳು ಚಿಕ್ಕವಳಿದ್ದಾಗ ಇವಳನ್ನು ಕೆಲಸ ಮಾಡುತ್ತಿದ್ದ ನರ್ಸಿಂಗ್ ಹೋಂಗೆ ಪೇಷಂಟ್ ಆಗಿ ಬಂದಿದ್ದ ವನಮಾಲ ಆತ್ಮೀಯ ಬಂಧುವಾಗಿದ್ದರು ಅರುಂಧತಿಗೆ.

ಹೊರಗೆ ಬಂದ ಉಷಾ ಬೆಳಗಿನ ಬಿಸಿಲಿಗೆ ಕೈ ಅಡ್ಡ ಹಿಡಿಯುತ್ತ ಚಿಗರೆಯಂತೆ ಓಡಾಡಿದಳು. ಇಲ್ಲಿನ ಪ್ರತಿಯೊಂದು ಗಿಡ, ಮರ, ಎಲೆ, ಹೂ ಜೀವಂತಿಕೆಯಿಂದ ನಳನಳಿಸುತ್ತಿತ್ತು.

ದೇಶಮುಖ್, ಗ್ರೀಷ್ಮಾ ಒಂದು ವಿಶಾಲವಾದ ಮರದ ನೆರಳಿನಲ್ಲಿ ಕೂತು ಹತ್ತಿರಕ್ಕೆ ಬಂದ ಮೊಲಗಳಿಗೆ ಎಲೆಗಳನ್ನು ತಿನ್ನಿಸುತ್ತಿದ್ದ ದೃಶ್ಯ ಅಪರೂಪವೆನಿಸಿತು. ಭಯವಿಲ್ಲದೆ ಅವರಿಬ್ಬರ ಮುಂದೆ ಓಡಿಯಾಡಿಕೊಂಡಿದ್ದ ಅವುಗಳು ಮಾನವನ ಭಯದಿಂದ ಮುಕ್ತವಾದಂತೆ ಕಂಡವು.

ಅಷ್ಟು ದೂರದಲ್ಲಿಯೇ ನಿಂತು ಬ್ಯಾಗ್‌ನಲ್ಲಿದ್ದ ಕ್ಯಾಮೆರಾ ಹೊರ ತೆಗೆಯಲು ಧೈರ್ಯ ಮಾಡಲಿಲ್ಲ. ದೇಶಮುಖ್ ಮಾತು ತೀರಾ ಕಮ್ಮಿ, ಗಂಭೀರವಾಗಿರುತ್ತಿದ್ದ ಕಣ್ಣುಗಳಲ್ಲಿ ಅನಂತ ಮಾನವೀಯತೆಯ ಪ್ರಜ್ವಲವಿದೆಯೆನಿಸಿತು.

ದೇಶಮುಖ್ ಸನ್ನೆ ಮಾಡಿ ಹತ್ತಿರಕ್ಕೆ ಕರೆದು "ಕೂತ್ಕೊ, ಪೇಪರ್ ಕಡೆಯಿಂದ ಬಂದಿದ್ದಿಯಾ? ಅಂಥ ಉದ್ದೇಶವೇನಾದರೂ ಇದ್ದರೇ ತಕ್ಷಣ ಖಾಲಿ ಮಾಡು. ನಮ್ಗೆ ಹೆಸರು, ಪ್ರಚಾರ, ಅಪ ಪ್ರಚಾರ ಅಂಥದ್ದು ಇಷ್ಟವಾಗೊಲ್ಲ" ತೀಕ್ಷ್ಣವಾಗಿತ್ತು ಅವರ ಮಾತುಗಳು.

ನಿಂತೇ ಇದ್ದ ಅವಳಿಗೆ ಕೂಡುವ ಧೈರ್ಯವಾಗಲಿಲ್ಲ. ಕ್ಯಾಮೆರಾ ಹೊರಗೆ

ತೆಗೆಯದಿದ್ದಕ್ಕೆ ತನ್ನನ್ನು ನಾನು ಅಭಿನಂದಿಸಿಕೊಂಡು ಮನದಲ್ಲಿಯೇ "ಇಲ್ಲ, ನಾನು ಓದೋದು ಕೂಡ ಕಡ್ಮೇನೆ. ತಾನು ಬಿ.ಬಿ.ಎಂ. ಓದ್ತಾ ಇರೋದು ಕೂಡ ಕೆಲಸದ ಸಲುವಾಗಿಯೇ. ಡಿಗ್ರಿ ಮುಗ್ದ ಕೂಡಲೇ ಎಂ.ಬಿ.ಎ. ಮಾಡಿ ಕೆಲ್ಸಕ್ಕೆ ಸೇರಿಕೊಳ್ಳೋಣಾಂತ. ಬದುಕೋಕೆ ಹಣ ಬೇಕು. ಹಣದ ದುಡಿಮೆಗಾಗಿ ಒಂದು ಕೆಲ್ಸ ಬೇಕು. ನಂಗೆ ಪೇಪರ್, ಪ್ರಚಾರ ಅಂಥದೇನು ಗೊತ್ತಿಲ್ಲ. ಅದ್ರಿಂದ ನಮ್ಮಂಥವರಿಗೆ ಎನು ಸಿಕ್ಕುತ್ತೆ?" ಬಹಳ ಮುಗ್ಧತೆಯಿಂದ ಮಾತಾಡಿದಳು. ಅದರಲ್ಲಿ ಸತ್ಯವಿತ್ತು. ಅವಳ ಮುಂದಿನ ಗುರಿ ಸಮಾಜದಲ್ಲಿ ತಲೆಯೆತ್ತಿ ಬದುಕಲು ಒಂದು ಗೌರವಯುತವಾದ ಕೆಲಸ ಬೇಕಾಗಿತ್ತು. ಯಾಕೋ ಎನೋ ಅವಳ ಮುಖ ನಿಧಾನವಾಗಿ ಬಿಗಿದುಕೊಂಡಿತು. ಎಷ್ಟೋ ಅವಮಾನಿತರಾಗಿದ್ದರು. ಅದಕ್ಕೆ ಅವಳು ಕಾರಣಳಲ್ಲದಿದ್ದರೂ ಸಮಾಜ ಅವಳಿಗೆ ಶಿಕ್ಷೆ ನೀಡುತ್ತಿತ್ತು ಯಾಕೆ?

ದೇಶಮುಖ್ ಮುಖದಲ್ಲಿ ತಿಳಿನಗೆ ಮೂಡಿಶು. "ತುಂಬ ಜಾಣೆ" ಮನ ತುಂಬಿ ಹೇಳಿದ ಮಾತೇ. ಅಂತೂ ಆ ಹುಡುಗಿ ಅಲ್ಲಿರಲು ಅವರ ಅಭ್ಯಂತರ ಕಾಣಲಿಲ್ಲ. "ಸ್ವಲ್ಪ ಓಡಾಡ್ತೀನಿ" ಮೇಲೆದ್ದು ಹೊರಟವಳು ನಿಂತು "ನಾನು ಅಡಿಗೆ ಮಾಡ್ಲಾ?" ಎಲ್ಲ ತರಹದ ತಿಂಡಿ ಮಾಡೋಕು ಬರುತ್ತೆ.

"ಇವತ್ತು ಬೇಡ" ಎಂದರು ಗ್ರೀಷ್ಮಾ.

ಒಂದು ಸೀಬೆಯ ಗಿಡದಲ್ಲಿಯಂತು ಗಿಣಿಗಳ ಹಿಂಡು ಕಂಡಾಗ ಅವಳಿಗೆ ಆಶ್ಚರ್ಯವೋ ಆಶ್ಚರ್ಯ. ಜೂ ಮತ್ತೆ ಯಾರದೇ ಮನೆಯಲ್ಲಿನ ಪಂಜರದಲ್ಲಿನ ಗಿಣಿಗಳನ್ನು ಕಂಡಿದ್ದಳೇ ವಿನಃ ಇಷ್ಟು ಮುದ್ದಾಗಿ ತಮ್ಮ ತಮ್ಮಲ್ಲಿಯೇ ಸಂಭಾಷಿಸುವಂತೆ ಸದ್ದು ಮಾಡುತ್ತಾ ರೆಂಬೆಯಿಂದ ರೆಂಬೆಗೆ ಹಾರುತ್ತಿದ್ದ ಅದ್ಭುತವಾದ ದೃಶ್ಯಗಳನ್ನು ನೋಡಿ ಬೆರಗಾದಳು. ಇಂಥ ಅಪರೂಪವಾದ ದೃಶ್ಯಗಳು ಎಲ್ಲಿ ಮರೆಯಾಗಿ ಹೋದವು? ಎಲ್ಲೋ, ಎಂದೋ ಓದಿದ ವಿಷಯ ನೆನಪಾಯಿತು. ಚೀನಾದಲ್ಲಿ ಮಾವೋ ಧಾನ್ಯದ ತೆನೆಗಳನ್ನು ತಿನ್ನುತ್ತಿದ್ದ ಗುಬ್ಬಚ್ಚಿಗಳ ನಾಶಕ್ಕೆ ಆಜ್ಞೆ ಮಾಡಿದಾಗ ಗುಬ್ಬಚ್ಚಿಗಳು ಹೋದ ಮೇಲೆ ಅವು ತಿನ್ನುತ್ತಿದ್ದ ಹುಳ ಹುಪ್ಪಟೆಗಳು ವೃದ್ಧಿಸಿ ದೊಡ್ಡ ಸಮಸ್ಯೆಯನ್ನು ಎದುರಿಸಬೇಕಾಯಿತಂತೆ. ಪ್ರಕೃತಿಯ ಸಮತೋಲನ ಮಧ್ಯೆ ಮನುಷ್ಯ ತಲೆ ಹಾಕಿದಾಗಲೆಲ್ಲ ಇಂಥ ವಿಪತ್ತುಗಳನ್ನು ಅನುಭವಿಸಬೇಕಾಗುತ್ತೆ.

ಸೃಷ್ಟಿಯ ಪ್ರತಿಯೊಂದು ಚರಾಚರಗಳು, ಪ್ರಕೃತಿ ಸಮತೋಲನ ಕಾಯ್ದುಕೊಳ್ಳಲು ಅನಿವಾರ್ಯ, ಇದು ಪ್ರಕೃತಿ ವಿಧಿ ನಿಯಮ.

ಸುತ್ತಾಡಿದ ನಂತರ ಹೊಟ್ಟೆ ಭಗ ಭಗ ಎನ್ನತೊಡಗಿದಾಗ ಹಿಂದಿರುಗಿದಳು. ತರಕಾರಿ ಬೇಳೆಗಳು ಬೇಯುವ ವಾಸನೆ ಅವಳ ಮೂಗಿಗೊಡೆಯತೊಡಗಿದಾಗ, ಸ್ವಲ್ಪ ಆರಾಮವೆನಿಸಿತು. ಅಂತು ಅಡಿಗೆಯ ತಯಾರಿಯಲ್ಲಿರುವುದರಿಂದ ಊಟಕ್ಕಾಗಿ ಬಹಳ ಹೊತ್ತು ಕಾಯಬೇಕಾಗಿಲ್ಲವೆನ್ನುವುದೇ ಅವಳಿಗೆ ಸಮಾಧಾನ.

ಹೊರಗಡೆಯೇ ಕೈಕಾಲು ಮುಖ ತೊಳೆದುಕೊಂಡು ತನ್ನ ರೂಮಿಗೆ ಹೋಗಿ ಬ್ಯಾಗಿಟ್ಟು ಮೆಲ್ಲಗೆ ಅಡಿಗೆ ಮನೆಯ ಬಾಗಿಲಲ್ಲಿ ನಿಂತಾಗ ದೇಶ್‌ಮುಖ್ ರೊಟ್ಟಿ ಸುಡುತ್ತಿದ್ದರು. ಬೆಂದ ತರಕಾರಿಗೆ ಮಸಾಲೆ ಪುಡಿಯನ್ನು ಹಾಕಿ ತಿರುವುತ್ತಿದ್ದ ಗ್ರೀಷ್ಮಾ ಹಿಂದಕ್ಕೆ ನೋಟವರಿಸಿ ಮುಗುಳ್ನಗೆ ಬೀರಿದರು.

ಪಾತ್ರೆಯನ್ನು ಇಳಿಸಿಟ್ಟು ಬಂದ ಆಕೆ ಮೂರು ವಿಶಾಲವಾದ ಬಾಳೆ ಎಲೆಗಳನ್ನು ಹಾಕಿ ಬಂದು ಕೂಡುವಂತೆ ಸನ್ನೆ ಮಾಡಿ ನೀರು ತಂದಿಟ್ಟ ಕೂಡಲೇ ಬಂದು ಕೂತವಳು ತಲೆ ಕೆರೆದುಕೊಂಡು ಕ್ಷಮೆಯಾಚಿಸಿದ್ದು ಸಣ್ಣನೆಯ ದನಿಯಲ್ಲಿ.

"ಸಾರಿ ಆಂಟೀ, ನಂಗೆ ನಿಜ್ವಾಗ್ಲೂ ಹಸಿವಾಗಿದೆ."

ಅವಳತ್ತ ತಿರುಗಿದ ದೇಶಮುಖ್ ಕಣ್ಣುಗಳನ್ನು ಅಗಲ ಮಾಡಿ ವ್ಯಂಗ್ಯವಾಗಿ "ಜನಕ್ಕೆ ತಿನ್ನೋದೊಂದೇ ಗೊತ್ತು" ಎಂದರು ಮೊನಚಾಗಿ. ಕೂತಿದ್ದವಳನ್ನು ಎತ್ತಿ ಹೊರಗೆಸೆದಂತಾಯಿತು. ಮೆಲ್ಲಗೆ ಮೇಲೆದ್ದು ಹೊರಗೆ ಬಂದಳು. ದೊಡ್ಡ ಉದ್ದೇಶವನ್ನು ಇಟ್ಟುಕೊಂಡು ಇಲ್ಲಿಗೆ ಬಂದಿದ್ದರಿಂದ ಮುನಿಸಿಕೊಂಡು ಇಲ್ಲಿಂದ ಹೋಗುವ ಹಾಗಿರಲಿಲ್ಲ. ಕೆಲಸವಿಲ್ಲದ, ಸಂಬಂಧವಿಲ್ಲದ ಜನಗಳಲ್ಲಿ ಅವಮಾನಿತಳಾಗಿದ್ದಳು.

"ಬಾ ಉಷಾ......" ಕೈ ಹಿಡಿದು ಗೀಷ್ಮಾ ಒಳಗೆ ಕರೆದೊಯ್ದು ಎಲೆಯ ಮುಂದೆ ಕೂತರು. ಹಸಿವು ಎಲ್ಲವನ್ನು ಮರೆಸಬಲ್ಲದು ಎನ್ನುವುದು ನಿಜವಾಗಲಿಲ್ಲ. "ತಗೋ, ನಿಂಗೆ ಏನು ಇಷ್ಟವೆನಿಸುತ್ತೋ ಅದ್ನ ತಿನ್ನು" ಹೇಳಿದರು. ಅವಳಿಗೆ ದೇಶಮುಖ್ ಕಡೆ ನೋಡಲಾಗಲಿಲ್ಲ. ತಲೆಯನ್ನು ತಗ್ಗಿಸಿಕೊಂಡು ತರಕಾರಿಯ ಪಲ್ಯದೊಂದಿಗೆ ರೊಟ್ಟಿಯನ್ನು ಮುರಿದು ಬಾಯಿಗಿಟ್ಟುಕೊಂಡೇ ಮೆಲ್ಲಗೆ ದೇಶ್‌ಮುಖ್ ಕಡೆ ನೋಟ ಹರಿಸಿದಳು. ಅವರು ತಮ್ಮ ಪಾಡಿಗೆ ತಾವು ತಿನ್ನುತ್ತಿದ್ದರು ನಿರ್ಯೋಚನೆಯಿಂದ. ಆಮೇಲೆ ಆರಾಮಾಗಿಯೇ ತಿಂದಳು. ಎಲ್ಲವೂ ನಾಲಿಗೆಗೆ ಹಿತವೆನಿಸದಿದ್ದರೂ ಹಸಿವನ್ನ ತಣಿಸಿತು.

ಆಮೇಲೆ ಉಳಿದ ಆಹಾರ ಪೂರ್ತಿಯಾಗಿ ಗ್ರೀಷ್ಮಾ ಗೌಳಿಗೆ ಕೊಟ್ಟರು, ಒಂದು ಚೂರು ಕೂಡ ಉಳಿಸಿಕೊಳ್ಳದೇ. ಅಷ್ಟಿಷ್ಟು ಎತ್ತಿಟ್ಟು ಕಾಯ್ದಿಡುವುದನ್ನು ಕಂಡಿದ್ದ ಅವಳಿಗೆ ಆಶ್ಚರ್ಯವೇ.

"ಆಂಟೀ, ಗೌಳಿ ಜೊತೆ ಹೋಗಿ ಊರು ನೋಡಿ ಬರ್‍ಲಾ?" ಅವಳು ಹೊರಟಾಗ ಹ್ಞೂಗುಟ್ಟಿದ ಗ್ರೀಷ್ಮಾ "ಹೊಸ ಜಾಗ, ಹೊಸ ಜನ..... ಬೇಗನೇ ಹಿಂದಿರುಗು" ಎಂದು ಎಚ್ಚರಿಸಿದವರು ಗೌಳಿ ಜೊತೆಯಲ್ಲಿಯೇ ಇದ್ದು ಕರೆತಂದು ಬಿಟ್ಟು ಹೋಗುವಂತೆ ಸೂಚಿಸಿದರು.

ದೊಡ್ಡ ಗೇಟು ಸರಿಸಿಕೊಂಡು ಗೌಳಿಯೊಂದಿಗೆ ಹೊರ ಬಂದಳು. ಅವಳ ಮುಂದೆ ಹಸು, ಕರು ಸಾಗುತ್ತಿತ್ತು. ಹಾಲು ಕರೆದ ನಂತರ ಬೆಳೆಸಿದ್ದ ಹುಲ್ಲು ಬಳಿ ಮೇಯಲು ಬಿಟ್ಟು ಇಡೀ ತೋಟದ ತುಂಬೆಲ್ಲ ಓಡಾಡಿಕೊಂಡು ಅದೂ ಇದೂ ಮಾಡಿಕೊಂಡಿದ್ದವಳ

ತಲೆಯ ಮೇಲೊಂದು ತುಂಬಿದ ಚೀಲವಿತ್ತು. ಅಳಿಲು ಕಚ್ಚಿ ತಿಂದೆಸೆದ ಹಣ್ಣುಗಳ ಜೊತೆ ಅದೂ ಇದೂ ಶೇಖರಿಸಿಕೊಂಡಿದ್ದಳಷ್ಟೇ.

"ನೆಂಟರಾ?" ಕೇಳಿದಳು ಗೌಳಿ ದಾರಿಯಲ್ಲಿ.

"ಹೌದು, ಮತ್ತೇನು ಕೇಳ್ಬೇಡ. ಬರಿ ನಾನು ಕೇಳೋದು, ನೀನು ಹೇಳೋದು ಅಷ್ಟೆ. ನಿಮ್ಮ ಮನೆಯಲ್ಲಿ ಎಷ್ಟು ಜನ ಇದ್ದೀರಾ?" ಇವಳೇ ಷುರು ಮಾಡಿದಳು. ಅವರ ಪ್ರವರ ಮುಗಿಯುವ ವೇಳೆಗೆ ಊರಿನ ಹೊರವಲಯ ತಲುಪಿ ಆಗಿತ್ತು. "ಇಲ್ಲಿ ಏನೇನು ಇದೆ?" ಕೇಳಿದವಳು "ಒಂದ್ನಿಮಿಷ......ಪ್ರೈಮರಿ, ಮಿಡ್ಲ್, ಹೈಸ್ಕೂಲ್, ಒಂದು ಪ್ರೈಮರಿ ಹೆಲ್ತ್ ಸೆಂಟರ್ ಇಂಥವೆಲ್ಲ ಇರೋದರ ಜೊತೆಗೆ ಮಂಡಲ್ ಪಂಚಾಯಿತಿ ಛೇರ್ಮನ್ ಇಂಥವೆಲ್ಲ ಗೊತ್ತು. ಅದ್ಬಿಟ್ಟು ಜಾವಗಲ್‌ನಲ್ಲಿ ಮುಖ್ಯವಾದ ಜನರ ಬಗ್ಗೆ ಮಾತ್ರ ಹೇಳು" ಎಂದವಳು ತನ್ನ ಬ್ಯಾಗಿನಿಂದ ಎರಡು ನೂರರ ನೋಟು ತೆಗೆದು ಅವಳ ಕೈಯಲ್ಲಿಟ್ಟು "ಹೋಗೋಕೆ ಮೊದಲು ಮತ್ತಷ್ಟು ಕೊಡ್ತೀನಿ. ನಂಗೆ ಈ ಊರನ್ನ ಚೆನ್ನಾಗಿ ಪರಿಚಯ ಮಾಡ್ಕೊಡು" ದಕ್ಷಿಣೆ ಕೊಟ್ಟು ಹೇಳಿದಳು. ಕಾಸು ಕೊಡದೇ ಯಾರಿಗೂ ಕೆಲಸ ಮಾಡಲು ಇಷ್ಟವಾಗದೆಂದು ಅವಳಿಗೆ ಗೊತ್ತು.

ಗೌಳಿ ಇಡೀ ಊರಿನ ಚಿತ್ರಣವನ್ನೇ ಅವಳ ಮುಂದಿಟ್ಟು ಬಿಟ್ಟಳು. ಷೇವಿಂಗ್ ಸೆಲೂನ್‌ನಿಂದ ಹಿಡಿದು ಗುಟುಕ, ಪಾನ್ ಪರಾಗ್ ಮಾರೋ ಪೆಟ್ಟಿಗೆ ಅಂಗಡಿಯವರೆಗೂ ಮಾಹಿತಿ ನೀಡಿದಳು.

"ಗೌಳಿ, ಅಪ್ಪ ಕರೀತಾರೆ" ಹೇಳಿದ ವ್ಯಕ್ತಿಯ ಕಡೆ ನೋಡಿದಳು. ಕೆಂಪಗಿನ ಮಟ್ಟಸವಾದ ಆಳು. ಸ್ವಲ್ಪ ದಪ್ಪಗಿನ ಮೀಸೆ ಬಿಟ್ಟು ತಲೆಗೆ ಸಾಕಷ್ಟು ಎಣ್ಣೆ ಮೆತ್ತಿಕೊಂಡು ನುಣ್ಣಗೆ ಬಾಚಿಕೊಂಡು ಎರಡು ಹುಬ್ಬುಗಳ ನಡುವೆ ಕುಂಕುಮವಿಟ್ಟು ಕಳೆ ಕಳೆಯಾಗಿದ್ದ.

"ಒಂದಿಷ್ಟು ಹೊಸ ಕೆಲ್ಸ ಇದೆ ಮಾರಾಯರೆ, ದೇಶಮುಖ್ ಮನೆಗೆ ಬಂದ ಇವ್ರಿಗೆ ಊರು ತೋರಿಸೋದಿದೆ" ಎಂದಳು ನಿಂತು. ಹಸು, ಕರು ಹೋಗಿ ಅವಳ ಮನೆ ಸೇರಿಯಾಗಿತ್ತು.

ಪುರಂದರ ಅಡಿಯಿಂದ ಮುಡಿಯವರೆಗೆ ಒಮ್ಮೆ ನೋಟ ಹರಿಸಿ ಇವರತ್ತ "ಎಂಥ ಆಶ್ಚರ್ಯ! ಈ ಊರಿನಲ್ಲಿ ನೋಡೋಂಥ ವಿಶೇಷಗಳೇನಿಲ್ಲ, ಇಂಡಿಯಾದ ಎಲ್ಲಾ ಹಳ್ಳಿಗಳ ಸ್ಥಿತಿಗತಿಯೇ ಇಲ್ಲೂ ಕೂಡ. ಪೇಪರ್ ಅವ್ರ?" ಕೇಳಿದ. ಇಲ್ಲವೆಂದು ತಲೆಯಾಡಿಸಿದಳು. ತೀರಾ ಬುದ್ಧಿವಂತನಂತೆ ಕಾಣುವ ಈ ವ್ಯಕ್ತಿಗೆ ತಾನು ಪ್ರಶ್ನೆಯಾಗಬಾರದೆಂದು ನಿರ್ಧರಿಸಿ "ಅಲ್ಲ, ನಾನು ಪೇಪರ್ ಓದೋದು ವಾರಕ್ಕೊಮ್ಮೆ ಅಂದ್ಕೊಳ್ಳಿ. ಈ ಊರು ನೋಡೋಕೂ ಬ್ರಹ್ಮಾಂಡವಾದ ಕಾರಣವೇನಿಲ್ಲ. ಟೈಂ ಪಾಸ್ ಅಂದ್ಕೊಂಡರೇ ಪರ್ವಾಗಿಲ್ಲ."

ನಿಧಾನವಾಗಿ ಹ್ಲೂಗುಟ್ಟಿದ ಪುರಂದರ್ "ಹೇಗೂ ಬರೀ ಊರು ನೋಡೋದು ತಾನೆ? ಹತ್ತಿರದಲ್ಲಿ ಒಂದು ವಾಚನಾಲಯವಿದೆ. ಅಲ್ಲಿ ಸ್ವಲ್ಪ ಹೊತ್ತು ಕೂತ್ಕೊಂಡರೇ

ಗೌಳಿ ನಮ್ಮ ಮನೆಗೆ ಹೋಗ್ಬಂದ್ಬಿಡ್ತಾಳೆ. ನಮ್ಮ ತಾತನ ಹಳೆಯ ಕೆಲವು ಪದ್ಧತಿಗಳು ಇವೆ. ಅವ್ರಿಗೆ ತೊಂದರೆಯಾಗೋದ್ಬೇಡ" ಅಂದಾಗ ಸರಿಯೆಂದಳು. 'ಗೌಳಿಗಿಂತಲೂ ವಿಷಯ ತಿಳಿಯಲು ಉತ್ತಮವಾದ ವ್ಯಕ್ತಿಯಾಗಿ ಕಂಡ ಈ ಮನುಷ್ಯ. ಈ ಮಹಾಶಯನಿಂದಲೇ ವಿಷಯ ಸಂಗ್ರಹಿಸಬೇಕೆಂದುಕೊಂಡಳು.'

ಗೌಳಿಯನ್ನು ಕಳಿಸಿ ಇಬ್ಬರು ವಾಚನಾಲಯಕ್ಕೆ ಬಂದರು. ಎರಡು ಕೋಣೆಗಳ ಸಣ್ಣ ವಾಚನಾಲಯ. ಹೊರಗಡೆಯ ಟೇಬಲ್‌ಗಳ ಮೇಲೆ ಪತ್ರಿಕೆಗಳು ಬಿದ್ದಿದ್ದವು. ಒಂದಿಬ್ಬರು ನೋಡುತ್ತಿದ್ದರು. ಒಳಗೆ ಕರೆದೊಯ್ದು ಅಲ್ಲಿನ ಕುರ್ಚಿ ಖಾಲಿಯಿದ್ದರೂ ಕಪಾಟುಗಳಲ್ಲಿ ಪುಸ್ತಕಳು ತುಂಬಿದ್ದವು. ಅಲ್ಲೇ ಇದ್ದ ಸ್ಟೂಲ್‌ನತ್ತ ತೋರಿಸಿದ.

ಗೌಳಿ ಬರೋವರ್ರೂ ಇಲ್ಲಿರಬಹ್ದು. ಇಲ್ಲಿನ ಲೈಬ್ರರಿಯನ್ ಟ್ರಾನ್ಸಫರ್ ಆಗಿ ವರ್ಷದ ಮೇಲಾಯ್ತು. ಒಬ್ಬ ಕ್ಲರ್ಕ್ ಇದ್ದಾನೆ. ಊಟಕ್ಕೆ ಹೋದ ಆ ಮನುಷ್ಯ ಇನ್ನು ಬಂದಿಲ್ಲ. ಹೊರ್ಗಡೆ ನಿಂತಿದ್ದ ವ್ಯಕ್ತಿ ಜವಾನ ಸದ್ಯಕ್ಕೆ ಎಲ್ಲದರ ಇನ್‌ಚಾರ್ಜ್ ಅವ್ನೇ" ಎಂದು ಹೇಳಿ ಹೊರಗೆ ಹೋಗಿ ಒಂದೆರಡು ಪತ್ರಿಕೆಗಳನ್ನು ಅವಳಿಗೆ ಕೊಟ್ಟ.

"ನಿಮ್ಮ ಹೆಸರು?" ನಯವಾಗಿ ಕೇಳಿದಾಗ ಕೈನಿಂದ ಕ್ರಾಪ್ ಹಿಂದಕ್ಕೆ ತಳ್ಳಿಕೊಂಡವನು ಕೈಗೆ ಅಂಟಿದ ಎಣ್ಣೆಯನ್ನು ನೋಡಿಕೊಂಡು "ಪ್ರತಿದಿನ ಶರೀರಕ್ಕೆ ಊಟ ಹೇಗೆ ಅನಿವಾರ್ಯವೋ, ಹಾಗೆ ತಲೆಗೆ ಎಣ್ಣೆ ಅಂತ ನಮ್ಮ ತಾತನ ಅಭಿಪ್ರಾಯ. ಅದ್ನ ಮನೆಯಲ್ಲಿ ಯಾರು ವಿರೋಧಿಸೋಲ್ಲ. ನಂಗೂ ವಿರೋಧಿಸೋ ಧೈರ್ಯವಿಲ್ಲ. ಅವ್ರೇ ದಿನ ನನ್ತಲೆಗೆ ಎಣ್ಣೆ ಹಚ್ತೋರು. ಪ್ಯೂರ್ ಹರಳೇ ಎಣ್ಣೆ" ನಗುತ್ತ ಹೇಳಿ ಕೊಂಡಾಗ ಅಂಥದೊಂದು ಚಿತ್ರ ಕಲ್ಪಿಸಿಕೊಂಡು ಘೊಳ್ಳನೆ ನಕ್ಕರು, ತಕ್ಷಣ ಗಂಭೀರವಾದಳು "ಸಾರಿ"

ಪುರಂದರ ಅದನ್ನ ಸೀರಿಯಸ್ಸಾಗಿ ತಗೊಳ್ಳಲ್ಲಿಲ್ಲ. ಬೇರೆಯವರಿಗೆ ಅದು ನಗೆ ತರಿಸುವಂಥ ವಿಷಯವೇ.

"ನಕ್ಕಿದ್ದಕ್ಕೆ ಸಾರಿ ಕೇಳೋ ಅಗತ್ಯವಿಲ್ಲ. ನನ್ನ ಹೆಸರು ತುಂಬ ಪಾಪ್ಯುಲರ್. ಮಹಾನ್ ಸಂಗೀತಗಾರರಿಂದ ಹಿಡಿದು ಸಾಮಾನ್ಯ ಜನರ ಬಾಯಲ್ಲಿ ಕೂಡ ಈ ಹೆಸರು ಇರುತ್ತೆ. ಹೆಸರಿನಲ್ಲೇನಿದೆ ಬಿಡಿ" ಅಂದ.

ಅಚ್ಚರಿಯಿಂದ ಅವನತ್ತ ನೋಟ ಹರಿಸಿ "ನನ್ನ ಪ್ರಕಾರ ಹೆಸರಿನಲ್ಲೇ ಎಲ್ಲಾ ಇದೆ. ಗಿಣಿ ಅನ್ನೋ ಹೆಸರಿರೋ ಪಕ್ಷಿ ಬಗ್ಗೆ ಹೇಳಬೇಕಾದರೆ, ಕೊಕ್ಕು, ಅದರ ಬಣ್ಣ ಎಲ್ಲಾ ವರ್ಣಿಸಬೇಕಾಗುತ್ತೆ. ಹಾಗೇ ನೀನ್ಯಾಕೋ.... ನಿನ್ನ ಹಂಗ್ಯಾಕೋ, ನಿನ್ನ ನಾಮದ ಬಲವೊಂದಿದ್ದರೆ ..... ಸಾಕೂಂತ ... ಪುರಂದರ ದಾಸರು ವರ್ಣಿಸಿದ್ದಾರೆ. ಈಗ್ಹೇಳಿ ನಿಮ್ಮ ಹೆಸರು" ಎಂದು ಕೇಳಿದಳು.

"ನನ್ಹೆಸರು ಹೇಳ್ಬೇಕಾದ ಅಗತ್ಯವೇ ಇಲ್ಲ. ನಿಮ್ಮ ಮಾತುಗಳಲ್ಲೇ ಇದೆ, ನನ್ನ ಹೆಸರು" ಅನ್ನುತ್ತ ನಗೆ ಬೀರಿದ.

"ಗೊತ್ತಾಯ್ತು ಬಿಡಿ, ಪುರಂದರ್ ಅಂತ ಅಲ್ವಾ" ಸ್ನೇಹದಿಂದ ಹೇಳಿದಳು. ಸದ್ಯಕ್ಕೆ ಇವನು ಸಿಕ್ಕಿದ್ದು ಅವಳು ಬಂದ ಕೆಲಸಕ್ಕೆ ಸುಲಭವಾಗಿತ್ತು. ಮೂವತ್ತು ದಿನಗಳ ಪರಿಧಿಯನ್ನು ಹದಿನೈದು ದಿನಕ್ಕೆ ತಗ್ಗಿಸಬಹುದಿತ್ತು. "ನೀವು ತುಂಬ ಬುದ್ದಿವಂತ್ರು ಅಂದರೆ ಹೇಗೆ" ಅವನ ಮಾತಿಗೆ ನಕ್ಕು ಬಿಟ್ಟಳು.

"ಪ್ಲೀಸ್ ಕೂತ್ಕೊಳ್ಳಿ, ನಂಗೆ ಓದೋಕೆ ಬೇಜಾರು" ವಿನಂತಿಸಿಕೊಂಡಳು.

ಜಾವಗಲ್‌ನ ಸುಮಾರಾದ ರೂಪುರೇಶೆಗಳನ್ನು ಕೊಟ್ಟ. ಸಾಂಸ್ಕೃತಿಕವಾಗಿ ಸಾಹಿತ್ಯಕವಾಗಿ, ರಾಜಕೀಯವಾಗಿ ಅದರ ಬೆಳವಣಿಗೆಯನ್ನು ಒಂದಿಷ್ಟು ವಿವರಿಸಿದ. ಆದರೆ, ಅವಳು ತಿಳಿಯಬೇಕಾದ ವಿಷಯವೇ ಬೇರೆ ಇತ್ತು.

"ನಿಮ್ಮ ಬಗ್ಗೆ ಏನು ಹೇಳಲೇ ಇಲ್ಲ" ಎಂದಳು ತಡವರಿಸುತ್ತ.

ಇಂಥ ವಿಷಯಗಳಲ್ಲಿ ಅವಳದು ಸದಾ ಹಿಂಜರಿಕೆಯೇ. ತನ್ನ ಬಗ್ಗೆ ಯಾರಾದರೂ ಪ್ರಶ್ನಿಸಿದರೇ? ವನಮಾಲ ಭುಜದ ಮೇಲೆ ಕೈ ಹಾಕಿ "ಕೆಲವು ಸಲ ಸುಳ್ಳು ಹೇಳಬೇಕಾಗುತ್ತೆ. ಅಷ್ಟನ್ನ ಅರ್ಥ ಮಾಡ್ಕೋ" ಬುದ್ಧಿ ಮಾತು ಹೇಳಿ ಕಳಿಸಿದ್ದು ಅವಳ ಮಿದುಳಿನಲ್ಲಿತ್ತು.

ತಲೆ ತಗ್ಗಿಸಿ ಮೇಲೆತ್ತಿದ ಅವನ ಮುಖ ಚಿಕ್ಕದಾಗಿತ್ತು.

"ಹೇಳಿ ಕೊಳ್ಳೋಂಥದ್ದು ದೊಡ್ಡದಾಗಿ ಏನಿಲ್ಲ. ಡಿಗ್ರಿ ಮಾಡಿದ್ದೀನಿ. ಸದ್ಯಕ್ಕೆ ಮನೆಯಲ್ಲೇ ಕೆಲ್ಸ ಇರೋದ್ರಿಂದ ಬೇರೆಲ್ಲೂ ಅಪ್ಲಿಕೇಷನ್ ಹಾಕ್ಲಿಲ್ಲ. ಒಂದು ತರಹ ಹಳೇ ಸಂಪ್ರದಾಯಸ್ಥ ಜನ ಅಂತ್ಲೇ ತಿಳ್ಕೊಳ್ಳಿ. ಈಗ್ಲೂ ನಮ್ಮ ಮನೆಯಲ್ಲಿ ನಮ್ಮ ತಾತಾನ ಮಾತೇ ನಡ್ಯೋದು. ಇಷ್ಟೇ ನನ್ನ ವಿಷ್ಯ. ಬಂದ್ಲು ನೋಡಿ ಗೌಳಿ. ಅಂತು ಒಳ್ಳೆ ಗೈಡ್‌ನ ಹಿಡಿದಿದ್ದೀರಿ. ಬೆಸ್ಟ್ ಆಫ್ ಲಕ್" ನಕ್ಕು ಮೇಲೆದ್ದು ಹೊರಟ.

ಜೊತೆಯಲ್ಲಿ ಕರೆದೊಯ್ದು ಗೌಳಿ ಊರನ್ನು ಒಂದು ಸುತ್ತಾಡಿಸಿದಳು. ಹೊರಗಿದ್ದ ಜನ ಹುಬ್ಬೇರಿಸಿ ನೋಡಿದರು. ಅವರು ಕೇಳುವ ಮುನ್ನವೇ "ದೇಶ್‌ಮುಖ್ ಮನೆಗ್ಬಂದ ಹುಡ್ಗೀ" ತಾನೆ ಹೇಳಿಕೊಂಡೇ ನಡೆದವಳು ಸ್ವಲ್ಪ ಊರ ಅಂಚಿನಲ್ಲಿದ್ದ ಗಣಪತಿಯ ದೇವಸ್ಥಾನಕ್ಕೆ ಕರೆದೊಯ್ದಳು.

ಹಳೆಯ ಕಾಲದ ದೇವಸ್ಥಾನ. ಬಾಗಿಲು ತೀರಾ ಹಳೆಯದಾದರೂ ಎತ್ತರವಾಗಿ ಬಲವಾಗಿತ್ತು. ಮೇಲಿನವರೆಗೂ ದೃಷ್ಟಿ ಬೀರಿ ಇಳಿಸಿದಳು.

"ಯಾವಾಗ ಬಾಗ್ಲು ತೆಗೀತಾರೆ?" ಅಲ್ಲೇ ಜಗಲಿಯ ಮೇಲೆ ಕೂತಳು. "ಪೂರ್ತಿ ಕತ್ತಲಾದ್ಮೇಲೆ. ನಾನು ಅಲ್ಲಿವರ್ಗೂ ಇರಕ್ಕಾಗೊಲ್ಲ. ಹಸುಗಳ ಹಾಲು ಕರೀಬೇಕು" ಗೌಳಿ ತನ್ನ ಸಮಸ್ಯೆ ತೋಡಿಕೊಂಡಾಗ ಮೇಲೆದ್ದಳು. "ಇವತ್ತಿಗೆ ಸಾಕು, ನೀನ್ಹೋಗು ಗೌಳಿ. ನಂಗೆ ದಾರಿ ಗೊತ್ತು. ನಾನ್ಹೋಗ್ತೀನಿ" ಮಧ್ಯ ರೋಡುಗೆ ಬಂದು ಅಡ್ಡ ದಾರಿ ಹಿಡಿದು ನಡೆದಾಗ ತೀರಾ ಗೊಂದಲಗೊಂಡು ಒಂದೆಡೆ ನಿಂತಳು. ಅದೊಂದು ಗದ್ದೆಯ ಬಯಲು. ಅದರಾಚೆ ಮರಗಳ ಸಮೂಹ ಕಾಣುತ್ತಿತ್ತೇ ವಿನಃ ರೋಡು

ಗೋಚರಿಸಲಿಲ್ಲ. ಕ್ಷಣ ಅವಳೆದೆಯ ಬಡಿತ ದಿಕ್ಕೆಟ್ಟಿತು. ಭಯಾನಕವಾದ ಸ್ವಪ್ನ ಕಂಡಂತೆ ಕಂಗೆಟ್ಟಳು ನಿಮಿಷಗಳು.

"ಇದೇನಿಲ್ಲಿ" ಹತ್ತಿರದಲ್ಲೆ ದನಿ ಕೇಳಿ ಎಚ್ಚೆತ್ತಾಗ ಪುರಂದರ "ನೀವು ಈ ಕಡೆ ಬಂದಾಗ ಜಗುಲಿಯ ಮೇಲಿದ್ದೆ. ದೇಶಮುಖ್ ತೋಟ ಇರೋದು ರೈಲ್ವೇ ಹಾದಿಯಲ್ಲಿ. ಬನ್ನಿ.....ತೋರಿಸ್ತೀನಿ" ಕರೆದೊಯ್ದು ಬಂದು ಬೀದಿಯ ತಿರುವಿನಲ್ಲಿ ನಿಂತು ತೋರಿಸಿದ. "ಈಗ ನೇರವಾಗಿ ಹೋಗ್ಬಿಡಿ." ಪಂಚೆಯನ್ನೆತ್ತಿ ಮೊಣಕಾಲುಗಳ ಮೇಲಕ್ಕೆ ಕಟ್ಟಿಕೊಳ್ಳುತ್ತಾ ಹೊರಟ.

ಇವಳು ದೇಶಮುಖ್ ಎಂದು ಬೋರ್ಡು ಇರೋ ಗೇಟುನ ಬಳಿ ನಿಂತಳು. ಬೀಗವಿತ್ತು. ಅಲುಗಾಡಿಸಿ ಸದ್ದು ಮಾಡಿದ ನಂತರ ದೇಶ್‌ಮುಖ್ ಕೀ ಹಿಡಿದು ಬಂದರು. ಪಟಾ ಪಟ್ಟಿಯ ಉದ್ದನೆಯ ನಿಕ್ಕರ್ ಧರಿಸಿದ್ದರು. ಬಿಸಿಲಿಗೆ ಬಿದ್ದು ಕಷ್ಟ ಕಾಯಕಕ್ಕೆ ಒಗ್ಗಿಕೊಂಡ ದೇಹವೇನು ಅವರದಾಗಿರಲಿಲ್ಲ. ಈಗ ಪ್ರಯತ್ನಪೂರ್ವಕವಾಗಿ ಒಗ್ಗಿಸಿಕೊಂಡಿದ್ದರಷ್ಟೇ.

ಗೇಟು ಬೀಗ ತೆಗೆದು ಕೀಯನ್ನು ಹಾಗೆಯೇ ಬಿಟ್ಟು ಹೋದರು, ತಾನೆ ಬೀಗ ಹಾಕಿ ಬಂದಾಗ ಗಂಡ, ಹೆಂಡತಿ ಗೊಬ್ಬರವನ್ನು ಲಾಟು ಮಾಡುತ್ತಿದ್ದರು. ಅಮೇರಿಕಾದಂಥ ದೇಶದಲ್ಲಿದ್ದು ಲಕ್ಷಾಂತರ ಡಾಲರ್‌ಗಳ ಸಂಪಾದನೆ ಇದ್ದು ಇಲ್ಲಗೆ ಮರಳಲು ದೊಡ್ಡದಾದ ಕಾರಣ ಇರಬೇಕೆಂದುಕೊಂಡಳು. ಅದು ವನಮಾಲಗೆ ಕೂಡ ಗೊತ್ತಿಲ್ಲ.

"ಟೀ ಕುಡಿತೀಯಾ?" ಗ್ರೀಷ್ಮಾ ಕೇಳಿದರು.

ಅಲ್ಲೆ ಸುಮ್ಮನೆ ಕೂತಳು. ಅವರುಗಳ ಕೆಲಸ ಮಾಡುವ ರೀತಿಗೆ ಯಾರಾದರೂ ಬೆರಗಾಗಬೇಕಿತ್ತು. "ಫ್ಲಾಸ್ಕ್‌ನಲ್ಲಿದೆ, ತಗೊಂಡು ಕುಡೀ" ಹೇಳಿದರು.

ಬ್ಯಾಗನ್ನು ಹೆಗಲಿಗೇರಿಸಿ ಒಳಗೆ ಬಂದಾಗ ಅಡಿಗೆ ಮನೆ ಪೂರ್ತಿ ನಿಶ್ಯಬ್ದವಾಗಿತ್ತು. ಚಪ್ಪಲಿ ಬಿಟ್ಟು ಬ್ಯಾಗನ್ನು ಎಸೆದು ಹರಿಯುತ್ತಿದ್ದ ನೀರು ಬಳಿ ಹೋಗಿ ಮುಖಕ್ಕೆ ಬೊಗಸೆಯಲ್ಲಿ ತುಂಬಿ ಎರಚಿಕೊಂಡು ಕಾಲುಗಳನ್ನು ಹರಿಯುತ್ತಿದ್ದ ನೀರಿನಲ್ಲಿ ಇಳಿ ಬಿಟ್ಟು ಕೂತಳು. ವಿನೂತನವಾದ ಅನುಭವ. ಜುಳ ಜುಳ ಹರಿದು ಹೋಗುವ ನೀರು ತಣ್ಣಗೆ ಕಚಗುಳಿ ಇಡುತ್ತಿತ್ತು.

"ಈಗೆಲ್ಲಾ ಹೋಗೋದೂಂದರೇ ಅರ್ಥವೇನು?" ಅವಳನ್ನು ಪ್ರಶ್ನಿಸಿದಾಗ ಕೆಮ್ಮಿ ಗಂಟಲು ಸರಿಪಡಿಸಿಕೊಂಡು "ಡಾಕ್ಟ್ರು ಅಂಕಲ್ ಹೇಳಿಲ್ವಾ! ಆಗಾಗ ಜ್ವರ ಬರೋದು, ಟೆನ್ಷನ್ ಕಡ್ಮೆ ಆಗೋಕೆ ಒಂದಿಷ್ಟು ಸ್ಥಳ ಬದಲಾವಣೆ ಆಗ್ಬೇಕು ಅಂತ. ಅದ್ಕೆ ಈ ಏರ್ಪಾಟು ಮಾಡ್ಕೊಂಡಿದ್ದೀನಿ" ಸಮರ್ಥಿಸಿಕೊಂಡಿದ್ದಳು ಧೈರ್ಯವಾಗಿ. ಅವಳ ಪ್ರಶ್ನೆಗೆ ಅವಳೇ ಉತ್ತರ ಹುಡುಕಿಕೊಳ್ಳಬೇಕಾದ ಪರಿಸ್ಥಿತಿ ಇತ್ತು.

"ಒಬ್ಳೇ ಬೇಡ, ರಜ ಹಾಕಿ ನಾನು ಬರ್ತೀನಿ" ಅವಳಮ್ಮನ ಪಟ್ಟು, ಸದಾ ಅಮ್ಮನ

ಮಡಿಲಲ್ಲಿದ್ದರೆ, ನಾನು ಮುಂದೆ ಸಮಸ್ಯೆಗಳನ್ನು ಫೇಸ್ ಮಾಡುವುದು ಹೇಗೆ? ಅರುಂಧತಿಯನ್ನು ತೆಪ್ಪಗಾಗಿಸಿದ್ದಳು. ಅಮ್ಮನನ್ನು ಬಿಟ್ಟು ಮೊದಲ ಸಲ ಹೊರಗೆ ಬಂದಿದ್ದು ಕೂಡ ಒಂದು ಹೊಸ ಅನುಭವವೇ.

ನಿಧಾನವಾಗಿ ಕಾಲುಗಳನ್ನು ಮೇಲೆತ್ತಿಕೊಂಡು ಮತ್ತೆ ಇಟ್ಟು ಅರ್ಧಗಂಟೆ ಕಳೆದ ನಂತರವೇ ಹಿಂದಿರುಗಿದ್ದು. ಅವಳಿಗೆ ಫ್ಲಾಸ್ಕ್‌ಗೆ ತುಂಬಿಡುವ ಟೀ, ಕಾಫಿ ಇಷ್ಟವಾಗದು. ತಾನೇ ಎಲೆಕ್ಟ್ರಿಕ್ ಸ್ಟೌವ್ ಮೇಲೆ ಟೀ ಮಾಡಿ ಮೂರು ಕಪ್‌ಗಳಿಗೆ ಬಸಿದುಕೊಂಡು ಅವರುಗಳು ಕೆಲಸ ಮಾಡುತ್ತಿದ್ದ ಕಡೆಗೆ ಬಂದಳು.

"ಟೀ ತಂದಿದ್ದೀನಿ" ಹೇಳಿ ಕೂತಳು.

ಮೊದಲು ದೇಶಮುಖ್ ಅಲ್ಲೇ ಇದ್ದ ನಲ್ಲಿಯನ್ನು ತಿರುಗಿಸಿ ಕೈಕಾಲು ಮುಖ ತೊಳೆದು ಬಂದು ಟವಲ್ಲಿನಿಂದ ಮುಖವನ್ನೊತ್ತುತ್ತ ಉಷಾ ಕೊಟ್ಟ ಟೀ ಕಪ್ ಇಸಿಕೊಂಡು ಅವಳ ಸನಿಹದಲ್ಲಿಯೇ ಕೂತರು. ಅವಳೆದೆಯಲ್ಲಿ ನೂತವ ಭಾವ ಸಂಚಾರ. ಜೀವನದಲ್ಲಿ ತಂದೆಯ ಸಾಮೀಪ್ಯ, ಸನಿಹ, ಪಿತೃಪ್ರೇಮ ಒಂದೂ ಅರಿಯದೇ ಬೆಳೆದಿದ್ದಳು.

"ಗುಡ್, ಟೀ ಚೆನ್ನಾಗಿ ಮಾಡಿದ್ದೀಯಾ!" ಹೊಗಳಿದರು ದೇಶ್‌ಮುಖ್.

ಅಂದು ರಾತ್ರಿ ತಾನು ಕಂಡ ಜಾವಗಲ್‌ನ ಪರಿಸರವನ್ನು ಡೈರಿಯಲ್ಲಿ ಗುರುತು ಮಾಡಿಕೊಂಡಳು. ಅಮ್ಮನ ಪರ್ಸನಲ್ ಕಡತದಲ್ಲಿದ್ದ ಹೆಸರು, ವಿಳಾಸ ಅವಳಿಗೆ ದಿಕ್ಸೂಚಿಯಾಗಿತ್ತು. ಎಂದಾದರೂ ಮಗಳ ಕೈಗೆ ಈ ನೋಟು ಬುಕ್ ಸಿಗಬಹುದೆಂಬ ಅರಿವು ಇದ್ದಿದ್ದರೇ, ಬಹುಶಃ ಅರುಂಧತಿ ಸುಟ್ಟು ಬಿಡುತ್ತಿದ್ದಳು!

ಮರುದಿನ ಕೂಡ ಗೌಳಿಯ ಹಿಂದೆ ಬಿದ್ದರೂ, ಅವಳಿಗೆ ಪುರಂದರನ್ನ ಬೇಟಿ ಮಾಡಬೇಕೆನಿಸಿತು. ಗೌಳಿಗಿಂತ ಆ ವ್ಯಕ್ತಿ ಒಳ್ಳೆಯ ಗೈಡ್ ಆಗಬಲ್ಲ ಎನ್ನುವ ನಂಬಿಕೆ. ಆದರೂ ...... ಒಂದಿಷ್ಟು ಹಿಂಜರಿಕೆ.

ಇವಳೊಂದಿಗೆ ತಿರುಗಿದ ಗೌಳಿ ಬೇಸತ್ತಳು. "ಎಲ್ಲಾ ತೋರ್ಸಿದ್ದೀನಿ, ಮತ್ತೇನಿದೆ ನೋಡೋಕೆ?" ಎಂದು ಅವಳ ಮನೆಯ ಬಳಿಗೆ ಕರೆದೊಯ್ದಳು. ಬರೀ ಸಗಣಿ, ಗಂಜಲದ ವಾಸನೆ ಅಷ್ಟು ದೂರಕ್ಕೆ ಬರುತ್ತಿತ್ತು. ಆ ಬಿಳಿಯ ಹಸು ಒಂದೇ ಅಲ್ಲ, ಅದರೊಂದಿಗೆ ಇನ್ನು ಐದು ಹಸುಗಳು ಇದ್ದವು.

" ಈ ಹಸು ತುಂಬಾ ಚೆನ್ನಾಗಿದೆ" ದಷ್ಟ ಪುಷ್ಟವಾಗಿ ಎತ್ತರವಾಗಿದ್ದ ಬಿಳಿಯ ಹಸುವಿನತ್ತ ತೋರಿಸಿದಾಗ, ಅದನ್ನ ಬಿಚ್ಚಿ ಬೇರೆ ಕಡೆ ಗೊಂತುಗೆ ಕಟ್ಟಿ ಹಸಿರು ಹುಲ್ಲು ಹಾಕಿ ಇವಳತ್ತ ತಿರುಗಿ "ಅದು ದೀಕ್ಷಿತರ ಮನೆ ಹಸಾ, ಗುಡ್ಡದ ಕಡೆಗೆ ಹೊಡಕೊಂಡ್ಹೋಗ್ಬೇಕಿತ್ತು, ಇವತ್ತು ಆಗ್ಲೇ ಇಲ್ಲ. ಗೊತ್ತಾದರೆ ಬೈಯ್ತಾರೆ."

'ದೀಕ್ಷಿತರು' ಎನ್ನುವ ಹೆಸರಿನಿಂದಲೇ ರೋಮಾಂಚಿತಳಾದಳು.

"ನೀನು ಅವ್ರ ಮನೆ ನಂಗೆ ತೋರಿಸ್ಲೇ ಇಲ್ಲ" ಗಡಬಡಿಸಿಕೊಂಡು ಕೇಳಿದಾಗ, "ನೆನ್ನೆ ಸಿಕ್ಕ ಪುರಂದರಪ್ಪನ ತಾತನೇ ದೊಡ್ಡ ದೀಕ್ಷಿತರು. ದೊಡ್ಡ ಬೀದಿಯಲ್ಲಿರೋ ಕಡೆ ಮನೆನೆ ಅವ್ರದ್ದು" ಗೌಳಿ ಸಹಜವಾಗಿ ನುಡಿದಳು. ಹಿಂದೆ ಅವರ ಮನೆ ಪ್ರತಿಷ್ಠರ ಸಾಲಿನಲ್ಲಿ ಸೇರಿದ್ದರು. ಈಚೆಗೆ ಸುತ್ತ ಜಾಗಗಳನ್ನು ಕೊಂಡು ದೊಡ್ಡ ದೊಡ್ಡ ಮನೆಗಳನ್ನು ಕಟ್ಟಿಕೊಂಡ ಹೆಸರಾಂತ ಜನ ಬಂದು ತುಂಬಿಕೊಂಡಿದ್ದರಿಂದ ಅವರ ಮನೆ, ಮನೆತನ, ಪ್ರತಿಷ್ಠೆ ಎಲ್ಲಾ ಮಸುಕಾಗಿತ್ತು. ಆ ಬಗ್ಗೆ ಅವರು ತಲೆ ಕೆಡಿಸಿಕೊಂಡಂತೆ ಕಾಣಲಿಲ್ಲ.

ಗೌಳಿಯನ್ನು ಹೊರಡಿಸಿಕೊಂಡು ದೀಕ್ಷಿತರ ಮನೆಯ ಬಳಿಗೆ ಬಂದಾಗ ಅವಳ ಮೈಯಲ್ಲಿ ಏನೋ ಒಂದು ರೀತಿಯ ಕಂಪನ. ಅರ್ಥೈಯಿಸಿಕೊಳ್ಳಲಾಗದ ಆವೇದನೆ. ವಿಶಾಲವಾದ ಎರಡು ಕಡೆಯ ಜಗುಲಿಗಳಿಗೆ ಕಂಬಗಳ ತೋರಣ. ಜಗುಲಿಯ ಮಧ್ಯದಲ್ಲಿ ಎಣಿಸುವಂಥ ನಾಲ್ಕು ಮೆಟ್ಟಿಲು ಚಿತ್ತಾರದ ವಾಸ್ಕಾಲುಗಳು, ಪುರಾತನ ಸಂಸ್ಕೃತಿಯನ್ನು ಬಿಂಬಿಸುವಂಥ ಮನೆ.

"ಇದೇ ಮನೆ, ಒಳ್ಗಡೆ ನೋಡ್ತೀಯೇನು? ದೊಡ್ಡ ದೀಕ್ಷಿತರಿಗೆ ಮೂಗಿನ ಮೇಲೆ ಸಿಟ್ಟು. ಈಗ್ಲೂ ಏನು ಕಮ್ಮಿ ಆಗಿಲ್ಲ" ಎಂದು ಬಗ್ಗಿ ಅವಳ ಕೆನ್ನೆಯ ಬಳಿ ಹೇಳಿದಾಗ, ಮನೆಯತ್ತ ಇದ್ದ ಅವಳ ನೋಟ ಒಂದಿಷ್ಟು ಚಲಿಸಲಿಲ್ಲ.

ಆಕಸ್ಮಿಕವಾಗಿ ಹೊರಗೆ ಬಂದ ಪುರಂದರ ನಾಲ್ಕು ಮೆಟ್ಟಿಲು ಇಳಿದು "ಇನ್ನು ನಮ್ಮ ಊರು ಪ್ರದಕ್ಷಿಣೆ ಮುಗೀಲಿಲ್ವಾ? ಇದೇ ನಮ್ಮ ಮನೆ, ಅಭ್ಯಂತರವಿಲ್ಲದಿದ್ದರೇ ಒಂದು ಲೋಟ ಹಾಲು ಕುಡ್ದು ಹೋಗ್ಬಹುದ್ದು ಎಂದ. ಅಂತು ಒಳಗೆ ಪ್ರವೇಶಿಸಲು ರಹದಾರಿ ಸಿಕ್ಕಂತಾಯಿತು.

ಒಳಗೆ ಪ್ರವೇಶಿಸಿದಾಗ ಅತಿ ದೊಡ್ಡದಾದ ನಡುಮನೆಯ ಗೋಡೆಯ ತುಂಬೆಲ್ಲ ದೇವರುಗಳ ಫೋಟೋಗಳು. ಅತ್ಯಂತ ಓರಣವಾದ ತೊಟ್ಟಿ ಮನೆಯಲ್ಲಿನ ಸೂರಿನಲ್ಲಿ ನಾಲ್ಕು ಕಡೆ ಎತ್ತರಿಸಿ ದೊಡ್ಡ ಗವಾಕ್ಷಿ ಮಾಡಿ ಸೂರ್ಯನ ಬೆಳಕು ಬೀಳುವಂತೆ ಮಾಡಿದ್ದರು.

"ಕೂತ್ಕೊಳ್ಳಿ..." ಹೇಳಿ ಹೋದ.

ದೊಡ್ಡದಾದ ಮರದ ಛೇರ್ ಮೇಲೆ ಕೂತಳು. ಅಲ್ಲಲ್ಲಿ ಮನೆಯವರ ಬಂಧುಗಳ ಭಾವಚಿತ್ರಗಳನ್ನು ತೂಗು ಹಾಕಿದ್ದರು. ಎದ್ದು ಹೋಗಿ ನೋಡಬೇಕೆನಿಸಿದರೂ ಆ ಪ್ರಯತ್ನ ಮಾಡಲಿಲ್ಲ.

ಮೂವರು ಹೆಂಗಸರೊಂದಿಗೆ ಬಂದ ಪುರಂದರ. ಇಬ್ಬರದು ಒಂದೇ ವಯಸ್ಸು. ಮತ್ತೊಬ್ಬಾಕೆಯ ವಯಸ್ಸು ಮುದುರಿದ್ದರೂ ಕಳಕಳೆಯಾಗಿ ಜೀವಂತಿಕೆಯಿಂದ ಕಂಡರು.

"ತೋಟದ ದೇಶ್‌ಮುಖ್ ಮನೆಗ್ಬಂದ ಹುಡ್ಗಿ. ಗೌಳಿ ನಮ್ಮ ಊರನ್ನೆಲ್ಲಾ ತೋರಿಸ್ತಾ ಇದ್ದಾಳೆ ಎರ್ಡು ದಿನದಿಂದ. ಅಂತು ಗೈಡ್ ಕೆಲ್ಸ ಮಾಡ್ತಾ ಇದ್ದಾಳೆ" ಹೇಳಿದ ನಗುಮುಖದಿಂದ ಪುರಂದರ್ "ಇವ್ರು ನನ್ನ ತಾಯಿ, ಅತ್ತೆ, ನನ್ನ ಅಜ್ಜಿ. ಸದ್ಯಕ್ಕೆ

ಇವರದೇ ರಾಜ್ಯ" ಅಜ್ಜಿಯನ್ನು ಬಳಸಿದ. ತಾಯಿ, ಅತ್ತೆಗಿಂತ ಅಜ್ಜಿಯಲ್ಲಿಯೇ ಹೆಚ್ಚಿನ ಸಲಿಗೆಯೆನಿಸಿತು. ಕೈ ಜೋಡಿಸಿದಳು. ಅವರುಗಳ ಮುಖದಲ್ಲಿ ಏನೋ ಹುಡುಕಾಟ. ಅದು ಅವಳ ಉದ್ವೇಗವನ್ನು ಹೆಚ್ಚಿಸಿತ್ತು.

"ಕೂತ್ಕೋ, ವನಜ ತಿನ್ನಲ್ಲಿಕ್ಕೆ ಏನಾದ್ರೂ ತಗೊಂಡ್ಬಾ" ಅಜ್ಜಿ ಹೇಳಿದರು. ಇಬ್ಬರು ಹೆಣ್ಣುಗಳಲ್ಲಿ ವನಜ ಯಾರೋ ಅವಳಿಗೆ ಗೊತ್ತಿಲ್ಲ "ಅದೆಲ್ಲ, ಏನ್ಬೇಡ ಎಲ್ಲಾ ಮುಗ್ಸಿಕೊಂಡೇ ಬಂದಿದ್ದು." ಸಂಕೋಚದ ಸ್ವರದಲ್ಲಿ ಉಸುರಿದಳು.

ಮುಂದಕ್ಕೆ ಬಂದ ಪುರಂಧರ "ಕೂತ್ಕೊಳಿ, ನೀವೇನಾದ್ರೂ ತಿಂದೇ ಹೋಗ್ಬೇಕು. ನಮ್ಮಜ್ಜಿ ಒಂದು ತರಹ ಸುಪ್ರೀಮ್ ಕೋರ್ಟು ಇದ್ದಂಗೆ" ಎಂದವ ಅಲ್ಲೇ ಇದ್ದ ಇನ್ನೊಂದು ಛೇರ್ ಮೇಲೆ ಕೂತ "ನೀವು ಸಿಟಿಯಲ್ಲಿದ್ದ ಜನ. ನಮ್ಮ ಬಚ್ಚಲು ಮನೆ '20×20' ಸೈಟಿನಲ್ಲಿ ಕಟ್ಟಲ್ಪಟ್ಟಿದೇಂತ ಹೇಳ್ಬಹುದ್ದು. ಇನ್ನು ಮಿಕ್ಕಿದ್ದು ನೀವೇ ಲೆಕ್ಕ ಹಾಕ್ಕೋಬಹುದ್ದು" ಅಂದ ಎಲ್ಲೆಡೆ ನೋಡುತ್ತ.

ಅಜ್ಜಿ ಅನ್ನಿಸಿಕೊಂಡ ಆಕೆ ಬಂದು ನೆಲದ ಮೇಲೆ ಕೂತಾಗ ಮೇಲೆದ್ದಳು ಉಷಾ. "ನೀವು ಕೆಳ್ಗಡೆ ಕೂತ್ಕೊಂಡ್ ಬಿಟ್ಟಿರಲ್ಲ" ಮುಜುಗರವಿತ್ತು ಅವನ ದನಿಯಲ್ಲಿ.

"ಪರ್ವಾಗಿಲ್ಲ ಕೂತ್ಕೊಳಿ, ಅವ್ರು ಮೇಲೆ ಕೂತುಕೊಳ್ಳೊಲ್ಲ. ಹಾಗಂತ ನೀವು ಕೆಳ್ಗಡೆ ಕೂರೋದ್ಬೇಡ. ಊರೆಲ್ಲ ನೋಡಿ ಆಯ್ತಾ?" ಕೇಳಿದ. ಇಲ್ಲೇ ಹುಟ್ಟಿ ಬೆಳೆದ ಅವನಿಗೆ ಈ ಊರಿನಲ್ಲಿ ನೋಡೋಂಥದ್ದು ಏನಿದೇ ಎನ್ನುವ ತಾತ್ಸಾರ" ಅಲ್ಪ ಸ್ವಲ್ಪ ನೋಡಿದ್ದೀನಿ. ಈ ಊರಿನ ಮುಖ್ಯ ಮುಖ್ಯವಾದ ಜನರೊಂದಿಗೆ ಒಂದಿಷ್ಟು ಮಾತಾಡೋದಿದೆ" ಅವಳ ಮಾತಿಗೆ ನಕ್ಕು ಬಿಟ್ಟ, ವಿಚಿತ್ರವೆನಿಸಿದರೂ, ಸ್ವಲ್ಪ ಅನುಮಾನ ಕೂಡ.

"ನೀವು ಪೇಪರಿನವ್ರು ಇರ್ಬಹುದ್ದು, ಇಲ್ಲಾ ಇತಿಹಾಸದ ಸ್ಟೂಡೆಂಟ್ ಆಗಿರಬಹುದ್ದು. ಆದ್ರೂ ನೀವು ಆಯ್ದುಕೊಂಡ ಭೌಗೋಳಿಕ ಪರಿಸರದಿಂದ ಅಂಥ ಉಪಯೋಗವೇನು ಆಗದು. ಕೋಟೆ ಕೊತ್ತಲುಗಳೇನು ಇಲ್ಲಿಲ್ಲ. ಕೋಟೆ ಜಾವಗಲ್ ಯಾವ ವಿಷಯದಲ್ಲೂ ಮಹತ್ವ ಪಡೆದಿಲ್ಲ" ಎಂದ ಸ್ಪಷ್ಟವಾಗಿ.

ಅಷ್ಟರಲ್ಲಿ ಒಂದು ತಟ್ಟೆಯ ತುಂಬ ನುಚ್ಚಿನುಂಡೆ ಬೆಣ್ಣೆ ಜೊತೆ ಬೆಲ್ಲದಿಂದ ಮಾಡಿದ ಉಂಡೆಯಾಕಾರದ ಇನ್ನೊಂದು ತಿನಿಸನ್ನು ತಂದಿಟ್ಟರು ಪುರಂದರನ ತಾಯಿ.

"ದೇಶಮುಖ್ ಮಗಳ?" ವಿಚಾರಿಸಿದರು. ಬಹುಶಃ ಅವಳು ದೇಶಮುಖ್ ಮಗಳಾಗಿದ್ದರೆ ಬೇರೆಯ ತರಹ ಇರುತ್ತಿದ್ದಳು "ಅಲ್ಲ" ಎಂದಳು. ಒಂದು ಪ್ರಶ್ನೆಗೆ ಇವಳಲ್ಲಿ ಉತ್ತರವಿಲ್ಲದಿದ್ದರಿಂದ ಅದು ಅವಳನ್ನು ಬಹಳಷ್ಟು ಘಾಸಿಗೊಳಿಸುತ್ತಿತ್ತು, ನೋಯಿಸುತ್ತಿತ್ತು. ಹತ್ತು ಮಂದಿಯಿಂದ ಬೇರೆಯಾಗಿ ನಿಲ್ಲಿಸುತ್ತಿತ್ತು. ಯಾರೋ ಮಾಡಿದ ಅಪರಾಧಕ್ಕೆ ಯಾರಿಗೋ ಶಿಕ್ಷೆ.

ಅವರುಗಳ ಬಲವಂತಕ್ಕೆ ಎರಡು ನುಚ್ಚಿನ ಉಂಡೆ ತಿಂದಳು. ಅವಳ ತಾಯಿ

ಪದೇ ಪದೇ ಅಂದರೆ ತಿಂಗಳಲ್ಲಿ ಒಂದೆರಡು ಸಲವಾದ್ರೂ ನುಚ್ಚಿನ ಉಂಡೆ ಮಾಡುತ್ತಿದ್ದರು. ತಿಂದು ಚೆನ್ನಾಗಿ ಅಭ್ಯಾಸವಿತ್ತು.

"ಯಾವ ಕಡೆಯೋರು?" ಅಜ್ಜಿಯ ಪ್ರಶ್ನೆ. ಮಾತು ಅತಿಯೆನಿಸಿತು. ಹೆಚ್ಚು ಹೊತ್ತು ಕೂತರೇ ಬಯೋಡೇಟಾ ಕೇಳಬಹುದು. ಆದರೆ ಅವಳಿಗೆ ಈ ಜಾಗ ಜನರಲ್ಲಿ ಏನೋ ಒಂದು ವಿಧವಾದ ಆಕರ್ಷಣೆಯೆನಿಸಿತು.

ಕಣ್ಣು ಕಿರಿದುಗೊಳಿಸಿ, ಇನ್ನೊಂದು ತಗೊಂಡ ಉಂಡೆಯನ್ನು ಅರ್ಧ ಕಚ್ಚಿಕೊಂಡು "ನಂಗೆ ನಿಮ್ಮ ಪ್ರಶ್ನೆ ಅರ್ಥವಾಗ್ಲಿಲ್ಲ. ಅಂತು ಕರ್ನಾಟಕದವ್ರೆ. ನಾನು ಆಡುವ ಭಾಷೆ ಜಾಡನ್ನು ನೋಡಿ ಯಾವ ಕಡೆಯವ್ರು ಎಂದು ಬೇಕಾದರೆ ನಿರ್ಧಾರ ಮಾಡ್ಬಹುದು." ಇನ್ನು ಅರ್ಧ ಉಂಡೆಯನ್ನು ತಿಂದು ಮುಗಿಸಿ ಪುರಂದರ್ ಕಡೆ ನೋಡಿ "ಎಲ್ಲಾ ತುಂಬಾ ರುಚಿಯಾಗಿದೆ. ಒಂದು ಪೇಪರ್ ಅಥ್ವಾ ಎಲೆಯಲ್ಲಿ ಸುತ್ತಿ ಕೊಡಿ. ಯಾವಾಗ್ಲಾದ್ರೂ ತಿಂದ್ಕೋತಿನಿ" ಅಕ್ಕರೆಯಿಂದ ಹೇಳಿದಾಗ ಪುರಂದರ ಎದ್ದ. ಛೇರ್ ಮೇಲೆ ಬಂದು ಕೂತ ಅಜ್ಜಿ ಕಣ್ಣು ಕಿರಿದುಗೊಳಿಸಿ ಅವಳನ್ನೇ ತದೇಕಚಿತ್ತರಾಗಿ ನೋಡಿದರು. "ದೇಶ್‌ಮುಖ್ ಅನ್ನೋರು ಯಾರು?"

"ಅವ್ರು ಜನಾನೆ! ಬೇರೆಯವ್ರ ಹಾಗೇ ಸದಾ ಮಾತಾಡದೇ ಮೂರ್ಹೊತ್ತು ಕೆಲ್ಸ ಮಾಡೋ ಅಪರೂಪದ ದಂಪತಿಗಳು. ನೀವು ನೋಡಿಲ್ವಾ? ಬಹುಶಃ ನೋಡಿರಲಿಕ್ಕಿಲ್ಲ. ಸದಾ ಗೇಟುಗೆ ಬೀಗ ಹಾಕೇ ಇರ್ತಾರೆ." ಇವಳೇ ಮಾತು ಜಾಸ್ತಿ ಮಾಡಿದಳು.

ಆಕೆಗೆ ತಲೆಹರಟೆ ಹುಡುಗಿ ಅನ್ನಿಸಿರಬೇಕು. ಮೇಲೆದ್ದಾಗ ಉಷಾ ಕೈ ಹಿಡಿದು ಕೂಡಿಸಿ "ಕೂತ್ಕೊಳ್ಳಿ ಅಜ್ಜಿ, ನಿಮ್ಹತ್ರ ಮಾತು ಆಡ್ತಾನೆ ಇರ್ಬೇಕುಂತಾ ಅನ್ನಿಸುತ್ತೆ. ತಾತ ಎಲ್ಲಿ ಹೋದ್ರು? ನೀವು ಉಂಡೇನ ಇಷ್ಟೊಂದು ರುಚಿಯಾಗಿ ಮಾಡಿದ್ದೀರಾ, ಇನ್ನ ಅಡ್ಗೆ ಹೇಗೆ ಮಾಡ್ಬಹುದು. ನಾನು ಹೋಗೋದ್ರಲ್ಲಿ ಒಂದ್ಸಲ ನಿಮ್ಮ ಕೈ ಅಡಿಗೆನಾ ಊಟ ಮಾಡ್ಬೇಕು" ಅವರ ಕೈ ಹಿಡಿದುಕೊಂಡಾಗ ಅವಳೆದೆಯೊತ್ತಿ ಬಂತು. ಈ ಕೈ ಅವಳ ತಲೆಗೆ ಎಣ್ಣೆಯೊತ್ತಿ ನೀರು ಹಾಕಬೇಕಿತ್ತು, ಮುಂದೆ ಕೂರಿಸಿಕೊಂಡು ಕೈ ತುತ್ತು ಹಾಕಬೇಕಿತ್ತು. ಅವರ ಮಡಿಲ ಮಗುವಾಗಿ ಅಕ್ಕರೆಯಲ್ಲಿ ಬೆಳೆಯಬೇಕಿತ್ತು. ಆದರೆ ಯಾವುದು ತನ್ನ ಪಾಲಿಗೆ ಇಲ್ಲ.

ಆಕೆಗೂ ಮಾತಾಡಲಾಗಲಿಲ್ಲ. ನೆನಪುಗಳು ಬಾಧಿಸಿದವು. ಒಳಗೆ ಅಡಗಿದ್ದ ನೋವು, ಕಣ್ಣೀರನ್ನು ತಡೆಯಲಾರದೆ ಹೋದರು. ಜೋರಾಗಿ ಅಳಲು ಷುರುವಾದಾಗ ಅವಳಿಗೆ ಕಕ್ಕಾ ಬಿಕ್ಕಿ.

ಬಂದ ಪುರಂದರ ಅಜ್ಜಿಯ ತೋಳುಗಳನ್ನು ಹಿಡಿದುಕೊಂಡ "ಯಾಕಜ್ಜಿ ಒಳಗೆ" ಕರೆದೊಯ್ದು ಬಿಟ್ಟು ಬಂದವನು "ನಮ್ಮಜ್ಜಿ ಅಳೋ ಅಂಥದ್ದು ಏನು ಹೇಳಿದ್ರಿ?" ಕೇಳಿದ. ಅವಳ ರೆಪ್ಪೆಗಳು ಪಟ ಪಟ ಎಂದವು. ಕಣ್ಣುಗಳಲ್ಲಿ ಅಚ್ಚರಿ "ಖಂಡಿತ ಗೊತ್ತಿಲ್ಲ, ನಾನು ನಿಮ್ಮ ಕೈನಾ ಊಟ ಮಾಡ್ಬೇಕೆಂದೆ, ಏನಾದ್ರೂ ತಪ್ಪಾಯ್ತ? ಬೇಡ ಬಿಡಿ" ಎದ್ದೇ ಬಿಟ್ಟಳು.

"ಪ್ಲೀಸ್ ಕೂತ್ಕೊಳಿ, ಅಂಥದೇನಿಲ್ಲ! ನಮ್ಮ ತಾತಾನ ನಾಲಿಗೆ ಬಹಳ ತೀಕ್ಷ್ಣ ಅಂದು... ಅಂದು... ಅಳುವಿನ ಅಭ್ಯಾಸ ಮಾಡ್ಸಿಬಿಟ್ಟಿದ್ದಾರೆ. ಬಾಯಲ್ಲಿ ಮಂತ್ರಗಳು ಉದುರುವಷ್ಟೇ ರಭಸವಾಗಿ ಬೈಗಳು ಬರುತ್ತೆ. ಆದ್ರೂ ಮನಸ್ಸು ಒಳ್ಳೆದೂಂತ ನಮ್ಮ ಅಜ್ಜಿ ಅಂತಾರೆ" ದನಿಯಲ್ಲಿ ತಮಾಷೆ ಬೆರೆಸಿದ.

ಪಾವು ಲೋಟದ ತುಂಬ ಕಾಫಿ ಹಿಡಿದು ಬಂದ ತಾಯಿಯನ್ನು "ಉಷಾಗೆ ಒಂದು ದಿನ ಊಟ ಮಾಡಬೇಕಂತೆ" ಆಕೆ ಮೊದಲು ನಕ್ಕರೂ ಆಮೇಲೆ ಗಂಭೀರವಾದರು.

"ಖಂಡಿತ ಬರ್ಲಿ, ಇಲ್ಲಿರೋವರ್ಗೂ ನಮ್ಮಲ್ಲೇ ಊಟ ಮಾಡ್ಲಿ" ಎಂದವರು ಬಾಗಿಲ ಬಳಿ ನಿಂತು ಸನ್ನೆಯಿಂದ ಮಗನನ್ನು ಕರೆದು "ಇನ್ನು ಆ ಹುಡ್ಗಿ ಹೋಗ್ಲಿ! ವಯಸ್ಸು ಮುದಡಿದ್ರೂ ಮಾವನವ್ರ ಕೋಪವೇನೂ ಕಮ್ಮಿ ಆಗಿಲ್ಲ." ಮಗನಿಗೆ ಸೂಚನೆ ಕೊಟ್ಟರು. ಅದು ಅವನಿಗೆ ಸರಿಯೆನಿಸಿತು.

ಉಷಾ ಕಾಫಿ ಕುಡಿದ ಕೂಡಲೇ ತಾನೇ ಎದ್ದ.

"ನೀವು ನಂಗೆ ಒಂದು ಒಳ್ಳೆ ಹೆಲ್ಪ್ ಮಾಡಿ. ದೇಶಮುಖ್‌ನ ಒಮ್ಮೆ ಪರಿಚಯ ಮಾಡಿಕೊಡಿ. ತೀರಾ ಬೇಸರವಾದಾಗ ಹೋಗಿ ಅವ್ರ ಜೀವನ ವಿಧಾನವನ್ನು ಅಭ್ಯಾಸ ಮಾಡ್ಕೋಬಹ್ದು" ಎಂದಾಗ ಬಾಯಿ ಮೇಲೆ ಕೈ ಇಟ್ಟು ಕೊಂಡಳು. ಅದು ಅಸಾಧ್ಯವೆನಿಸಿತು. "ಸದ್ಯಕ್ಕೆ ಸಾಧ್ಯವಿಲ್ಲ. ಅಂತು ಖಂಡಿತ ಪ್ರಯತ್ನ ಮಾಡ್ತೀನಿ" ಕೈಯಲ್ಲಿನ ಲೋಟ ಕೆಳಗಿಟ್ಟು ಮೇಲೆದ್ದಳು. ಗೋಡೆಯ ಮೇಲೆ ರಾರಾಜಿಸುತ್ತಿದ್ದ ಮಂಕು ಬಡಿದ ಫೋಟೋಗಳನ್ನು ಹತ್ತಿರಕ್ಕೆ ಹೋಗಿ ನೋಡಬೇಕೆನಿಸಿದರೂ ಆ ಸಾಹಸ ಇಂದೇ ಮಾಡಲು ಇಚ್ಛೆಸಲಿಲ್ಲ.

ಪುರಂದರನ ಅಮ್ಮ ಒಂದು ಪೊಟ್ಟಣ ತಂದು ಕೊಟ್ಟರು. "ಉಂಡೆಗಳು ಇದೆ, ದೇಶಮುಖ್ ಹೆಸರು ಗೊತ್ತೆ ವಿನಃ ನಾವೆಂದು ನೋಡಿದ್ದಿಲ್ಲ." ಅವಳಿಂದಲೂ ಪ್ರತಿಕ್ರಿಯಿಸಲಾಗಲಿಲ್ಲ, ಈ ಮನೆಯ ಗೋಡೆ ಬಾಗಿಲು ಪ್ರತಿಯೊಂದು ಪ್ರಿಯವಾಗಿ ಕಂಡವು. ಈ ಮನೆಯಲ್ಲಿ ಆಡಿ ಬೆಳೆಯ ಬೇಕಾದ ಮಗು ಎಲ್ಲಿ, ಹೇಗೆಯೋ ಬೆಳೆದು ದೊಡ್ಡದಾಯಿತು. ಅದಕ್ಕೆ ಕಾರಣ ಒಬ್ಬರು ..... ಇಬ್ಬರಲ್ಲ! ಹಲವರತ್ತ ಬೆರಳು ಮಾಡಿ ತೋರಬಲ್ಲಳು.

ತಿರುವಿನವರೆಗೂ ಬಂದು ಬೀಳ್ಕೊಟ್ಟ ಪುರಂದರ ಅಷ್ಟೇ ಬೇಗ ಹಿಂದಕ್ಕೆ ಹೋದ. ತೋಟಕ್ಕೆ ಹೋದ ಹಿರಿಯ ದೀಕ್ಷಿತರು ಮನೆಗೆ ಬರುವ ವೇಳೆಗೆ ಮೊಮ್ಮಗ ಮನೆಯಲ್ಲೆ ಇರಬೇಕೆಂಬ ಶಾಸನ. ಅದನ್ನೇನು ಅನುಕ್ರಮವಾಗಿ ಪಾಲಿಸಲಾಗುತ್ತಿರಲಿಲ್ಲವಾದರೂ ಅವನಿಗೂ ಅವರಿಗೆ ಬೇಸರವನ್ನುಂಟು ಮಾಡಲು ಇಷ್ಟವಿಲ್ಲ.

"ಹುಡ್ಗಿ ಚೆನ್ನಾಗಿದ್ದಾಳೆ, ತುಂಬಾ ಚೂಟಿಯಾಗಿ ಕಾಣ್ತಾಳೆ" ಅಜ್ಜಿಯ ಮಾತಿಗೆ ಸೊಸೆ ಮಗಳು ಸುಮ್ಮನಿದ್ದುದನ್ನು ನೋಡಿ ಪುರಂದರ ನಗೆ ಬೀರಿ ಆಕೆಯ ಪಕ್ಕ

ಕೂತ "ಹಾಗೆ ಕಾಣ್ತಾಳೆ. ದೇಶಮುಖ್ ಬಂಧುಗಳ ಮನೆಗಳ ಹುಡ್ಗಿ ಇರ್ಬೇಕು. ಹೇಳಿ ಕೇಳಿ ಇಲ್ಲೇನಿದೇಂತ ನೋಡ್ತಾ ಇದ್ದಾಳೋ ನಂಗೆ ಮಾತ್ರ ಗೊತ್ತಿಲ್ಲ."

ಆಕೆಯ ನೆನಪು ಗತಕ್ಕೆ ಹೋಗಿ ನಿಂತುಬಿಟ್ಟಿತು. ಅಲ್ಲಿಂದ ಅಲ್ಲಾಡಲಿಲ್ಲ.

ಮಾತು ಸಾಕು, ಮಾವನವ್ರು ಬರೋ ಹೊತ್ತಾಯ್ತು. ಶಂಭು ಇನ್ನು ಬಾಳೆಯೆಲೆ ತಂದಿಲ್ಲ, ಹೋಗಿ ನೋಡು" ಅವನಮ್ಮ ಸೂಚಿಸಿದರು. ನೆನಪುಗಳು ದಟ್ಟವಾದರೇ, ಮನೆಯಲ್ಲಿ ಒಂದು ರೀತಿಯ ನಿಶ್ಯಬ್ದ ಆವರಿಸುತ್ತಿತ್ತು. ಅದು ಯಾರಿಗೂ ಬೇಕಿರಲಿಲ್ಲ.

ಹೊರಗೆ ಬಂದ ಪುರಂದರ ಮೌನವಾಗಿ ನಿಂತ. ಅವನಿಗೂ ಹೊರಗೆ ಹೋಗಿ ನಿಲ್ಲುವ ಆಸೆ ಇತ್ತು. ಇದಕ್ಕೆ ಖಂಡಿತ ಅವಕಾಶವಿರಲಿಲ್ಲ. ಕಾಲೇಜಿಗೆ ಸೇರಲು ಹೊರಟಾಗಲೇ ಲಕ್ಷ್ಮಣರೇಖೆ ಎಳೆದಿದ್ದರು ಅವನ ತಾತ. ಅದನ್ನ ದಾಟದಂತೆ ಕಟ್ಟಿ ಹಾಕಿದ್ದು ಮುಖ್ಯವಾಗಿ ಅಜ್ಜಿಯ ಪ್ರೀತಿ.

* * *

ಮರುದಿನ ಸ್ವಲ್ಪ ಬೇಗ ಎದ್ದ ಉಷಾ ಸ್ವಲ್ಪ ನಸುಕು ಇದ್ದಾಗಲೇ ಹರಿದು ಹೋಗುತ್ತಿದ್ದ ತೂಬಿನ ಬಳಿ ತಣ್ಣೀರಿನಿಂದಲೇ ಸ್ನಾನ ಮಾಡಿದಳು. ಮೊದಲು ತಣ್ಣನೆಯ ನೀರು ಸ್ಪರ್ಶವಾದ ಕೂಡಲೇ ಅವಳೆದೆ ಝಲ್ಲೆಂದಿತು. ನಂತರ ಸರಿ ಮಾಡಿಕೊಂಡು ಸ್ನಾನ ಮುಗಿಸಿಕೊಂಡು ಬಂದಾಗ ಆಗ ತಾನೇ ಎದ್ದಿದ್ದ ಗ್ರೀಷ್ಮಾ ಅವಳತ್ತ ನೋಡಿ ತಣ್ಣನೆಯ ನಗೆ ಬೀರಿದಳು.

"ಗುಡ್ ಮಾರ್ನಿಂಗ್ ಆಂಟೀ, ಸ್ನಾನ ಆಯ್ತು" ಇನ್ನು ಚಳಿಯೆನಿಸಿದ್ದರಿಂದ ಮುದುರಿ ಹೇಳಿದಳು. "ಈಜಾಡೋಕೆ ಬರೋಲ್ವಾ?" ಆಕೆಯ ಪ್ರಶ್ನೆಗೆ ಇಲ್ಲವೆಂದು ತಲೆಯಾಡಿಸಿ ನುಸುಳಿ ಒಳಕ್ಕೆ ಹೋದಳು.

ಆರಾಮಾಗಿ ಇಂದು ಸಲ್ವಾರ್, ಕಮೀಜ್ ತೊಟ್ಟವಳು ಹಿಂದಿನ ದಿನ ಪುರಂದರನ ಅಮ್ಮ ಕೊಟ್ಟ ಪೊಟ್ಟಣವನ್ನು ಜ್ಞಾಪಿಸಿಕೊಂಡಳು. ಹಣೆಗೆ ಕೈಯೊತ್ತಿ ತನ್ನ ಹ್ಯಾಂಡ್ ಬ್ಯಾಗಿನಿಂದ ಹೊರ ತೆಗೆದು ಬಿಚ್ಚಿ ಮೂಗಿನ ಬಳಿ ಹಿಡಿದಳು. ಕೆಟ್ಟಿರಲಿಲ್ಲ, ಹಿತವಾದ ವಾಸನೆ ಇತ್ತು. ಇಂದು ಬೆಳಿಗ್ಗೆ ಬೆಳಿಗ್ಗೆಯೇ ಹಸಿವಿನ ಭೂತ ಕಾಡಿದಂತಾಗಿತ್ತು, ಈ ಪೊಟ್ಟಣವಿಡಿದು ಹೊರ ಬಂದವಳು ಒಂದು ಮರದ ಕೆಳಗೆ ಕೂತು ಆರಾಮಾಗಿ ತಿಂದು ನೀರು ಕುಡಿದಳು. ಸದ್ಯಕ್ಕೆ ಅವಳಿಗೆ ಹೊಟ್ಟೆ ಯೋಚನೆ ಇರಲಿಲ್ಲ. 'ಅಪ್ಪಯ್ಯ ದೀಕ್ಷಿತರ ಜಾವಗಲ್' ಇದೇಯೆಂದು ಮನದಟ್ಟಾಯಿತು.

ಗೇಟು ಬಡಿಯುತ್ತಿದ್ದುದ್ದು ಗೌಳಿಯೆಂದು ತಿಳಿದು ಬೀಗದ ಕೈಗಾಗಿ ಹೋದಳು ದೇಶ್‌ಮುಖ್ರ ಕುಟೀರದ ಬಳಿಗೆ. ದೇಶ್‌ಮುಖ್ ಇರಲಿಲ್ಲ. ವಿಶಾಲವಾದ ತೋಟದಲ್ಲಿ ಯಾವುದೋ ಒಂದು ಮೂಲೆಯಲ್ಲಿ ಕೆಲಸ ಮಾಡುತ್ತಿರುತ್ತಾರೆಂದು ತಿಳಿದಳು. ಮೂರು ದಿನಗಳಲ್ಲಿಯೇ ಅವರ ದಿನಚರಿ ಅವಳಿಗೆ ಅಷ್ಟಿಷ್ಟು ಅರ್ಥವಾಗಿತ್ತು. ಪ್ರತಿ ಗಿಡ, ಮರ ಅಂಥದ್ದನ್ನು ಮಾತ್ರವಲ್ಲ ಅಂದು ತಾನೆ ಮೊಳಕೆಯೊಡೆದ ಬೀಜದೊಂದಿಗೆ

ಕೂಡ ಸಂಭಾಷಿಸುವಂತೆ ಕಂಡರು.

"ಆಂಟೀ, ಗೌಳಿ ಬಂದಿರ್ಬೇಕು. ಗೇಟು ಬಡಿಯುತ್ತಿದ್ದಾಳೆ" ಎಂದ ಕೂಡಲೇ ಕಾಫಿಗೆ ಬಿಸಿ ನೀರು ಇಟ್ಟಿದ್ದ ಆಕೆ "ಬೇಡ, ನಾನ್ಹೋಗಿ ನೋಡ್ತೀನಿ. ಕೆಲವರಿಗೆ ವಿಪರೀತ ಕುತೂಹಲ. ಬಂದು ಮಾತಿಗೆ ಕೂಡ್ತಾರೆ. ಅದೆಲ್ಲ ಸೋಮಾರಿ ಜನ ಬಂದು ಹೋಗೋ ತಾಣವಾಗಿ ಬಿಡ್ತಾ ಇತ್ತು." ಒಂದು ಚಿತ್ರವನ್ನೇ ಅವಳ ಮುಂದೆ ಬಿಡಿಸಿಟ್ಟು ಎದ್ದು ಹೋದರು ತಾವೇ ಗೇಟುನ ಬೀಗದ ಕೀ ಹಿಡಿದು.

ಈಗಾಗಲೇ ಕಾಫಿ ಫಿಲ್ಟರ್‌ಗೆ ಪುಡಿ ಹಾಕಿದ್ದರಿಂದ ಕುದಿ ಹತ್ತಿದ ನೀರನ್ನು ಅದರೊಳಗೆ ಸುರಿದು ಮುಚ್ಚಿಟ್ಟಳು. ಇಲ್ಲೆ ತರಕಾರಿ ಬೆಳೆಯುತ್ತಿದ್ದರಿಂದ ಹೊರಗೆ ಕೊಂಡು ತರಬೇಕಿರಲಿಲ್ಲ. ಹಿಂದಿನ ಸಂಜೆ ಕಿತ್ತು ತಂದಿದ್ದ ಮೂಲಂಗಿ, ಕ್ಯಾರೆಟ್ ತಾನೇ ಹೆಚ್ಚಿ ಒಂದು ಪಾತ್ರೆಗೆ ತುಂಬಿದಳು. ಅವಳಿಗೆ ಅಡಿಗೆ ಪೂರ್ತಿಯಾಗಿಯೇ ಗೊತ್ತಿತ್ತು.

ಹದಿನೈದು ನಿಮಿಷದ ನಂತರವೇ ಆಕೆ ಬಂದಿದ್ದು. "ಓ, ಸಾರಿ ಯಾರೋ ಮಾರಲು ಜಿಂಕೆ ಮರಿ ತಂದಿದ್ದರಿಂದ ಗೌಳಿ ಕರ್ಕೊಂಡ್ ಬಂದಿದ್ಲು," ಅಂತು ವಿಷಯ ತಿಳಿಸುವ ಮನಸ್ಸು ಮಾಡಿದ್ದು ಆಶ್ಚರ್ಯವೇ.

"ನಾನ್ಹೋಗಿ ನೋಡ್ತೀನಿ" ಒಂದೇ ಓಟಕ್ಕೆ ಹೊರಗೆ ಬಂದಳು.

ಪುಟ್ಟ ಜಿಂಕೆಯ ಮರಿಯನ್ನು ಮಗುವಿನಂತೆ ಎತ್ತಿಡಿದ ದೇಶಮುಖ್ ನೇವರಿಸುತ್ತಿದ್ದರು. ಅವರ ಗಂಭೀರ ಕಣ್ಣುಗಳು ಕೂಡ ಅಪಾರವಾದ ಪ್ರೀತಿ, ಕರುಣೆಯನ್ನು ಸೂಚಿಸುತ್ತಿತ್ತು. ಅಷ್ಟು ದೂರದಲ್ಲಿ ನಿಂತ ಗೌಳಿ ಏನೋ ಹೇಳುತ್ತಿದ್ದಳು. ಅವಳ ಮಗ ವಿನಯ ವಿದ್ಯಾರ್ಥಿಯಂತೆ ನಿಂತ. ತೀರಾ ತುಂಟನಾದ ಅವನು ದೇಶಮುಖ್ ಫಾರಂನಲ್ಲಿ ಕಾಲಿಟ್ಟನೆಂದರೆ ಗಪ್ ಚುಪ್.

ಮೆಲ್ಲಗೆ ಹೆಜ್ಜೆಗಳನ್ನು ಇಡುತ್ತ ಅವರ ಬಳಿ ಹೋಗಿ ನಿಂತು ಬೆರಗುಗಣ್ಣುಗಳಿಂದ ದಿಟ್ಟಿಸಿದಳು. ಎಷ್ಟೊಂದು ಸುಂದರವಾಗಿತ್ತೆಂದರೆ ಕುಣಿದಾಡುವಂತಾದರೂ ಕುಣಿಯಲು ಸಾಧ್ಯವೇ? ಮುಟ್ಟಲೋ ಬೇಡವೋ ಎಂದು ತಲೆಯ ಬಳಿಗೆ ಕೈ ಒಯ್ದವಳು ಹಿಂದಕ್ಕೆ ತಂದಳು.

"ನೀನ್ಹೋಗಿ ಕೆಲ್ಸ ನೋಡು, ಗೌಳಿ" ಹೇಳಿದರು ದೇಶಮುಖ್.

ಅದನ್ನು ಈಗಾಗಲೇ ಎಂಟು ದಿನದ ಹಿಂದೆ ಹಿಡಿದು ತಂದಿದ್ದರಿಂದ ಅದಕ್ಕೆ ಮನುಷ್ಯರ ಪರಿಚಯವಿತ್ತು. ಅದರಿಂದಲೇ ದೇಶ್‌ಮುಖ್ ಕೈಯಲ್ಲಿ ಮಗುವಿನಂತಿತ್ತು. ತಮ್ಮ ಪಾಡಿಗೆ ಅದನ್ನ ಕುಟೀರದ ಹಿಂಭಾಗದ ಹುಲ್ಲು ಬಯಲಿಗೆ ಒಯ್ದರು. ಅಲಲ್ಲಿ ಮೊಲಗಳು ಇತ್ತು ಹೆಚ್ಚಿನ ಸಂಖ್ಯೆಯಲ್ಲಿ.

ಮುಂಭಾಗದಲ್ಲಿ ಹಾಲು ಹಿಂಡುತ್ತಿದ್ದ ಗೌಳಿಯ ಬಳಿ ನಿಂತಳು. ಬಿಳಿ ನೊರೆ

ಹಾಲು ಪಾತ್ರೆ ತುಂಬುತ್ತಿದ್ದಂತೆ ಬಂದ ಗ್ರೀಷ್ಮಾ "ಸಾಕು, ತಾಯಿ ಹಾಲು ಕರುಗೆ ಬೇಡ್ವಾ?" ಕಟ್ಟಿದ ಕರುವನ್ನು ಬಿಚ್ಚಿ ಬಿಟ್ಟರು.

"ಗೌಳಿ, ಪ್ರತಿಯೊಬ್ಬರ ಮನೆಯ ಮುಂದೆ ಹೋಗಿ ಹಾಲು ಕರ್ದು ಕೊಡ್ತೀಯಾ?" ಕೇಳಿದಳು. ಅವಳು ಹಣೆಗೆ ಕೈಯೊತ್ತಿಕೊಂಡು "ಇಲ್ಲ, ಕರ್ದ ಹಾಲನ್ನ ಡೈರಿಗೆ ಹಾಕ್ಬಿಡ್ತೀನಿ. ಅಟ್ಟಿಯಲ್ಲಿರೋ ಎರ್ಡು ಕಂದು ಬಣ್ಣದ ಹಸುಗಳು ದೀಕ್ಷಿತರ ಮನೇವು. ಅವನ್ನ ಒಯ್ದು ಅಲ್ಲೇ ಕರ್ದು ಕೊಡ್ತೀನಿ", ಎಂದು ಹೇಳಿ ಹಸು, ಕರು ಹಿಡಿದುಕೊಂಡಳು. ಬೆಳೆಸಿದ ಹಚ್ಚನೆಯ ಹುಲ್ಲನ್ನು ಎಷ್ಟು ಬೇಕಾದರೂ ಮೇಯಬಹುದಿತ್ತು.

ಗ್ರೀಷ್ಮಾ ಕೂಗಿ ಕಾಫಿ ಕೊಟ್ಟಾಗ "ಆಂಟೀ, ಇವತ್ತು ನಾನು ಅಡ್ಗೆ ಮಾಡ್ಲಾ? ಚೆನ್ನಾಗಿಯೇ ಮಾಡ್ತೀನಿ. ಇರೋ ಪದಾರ್ಥಗಳೇ ಸಾಕು. ಪುಟ್ಟ ಹುಡುಗಿಯಂತೆ ರಿಕ್ವೆಸ್ಟ್ ಮಾಡಿಕೊಂಡಾಗ, ಆಕೆ ಮುಖದಲ್ಲಿ ತೆಳುವಾದ ನಗೆ ಹರಡಿದರೂ ಆಮೇಲೆ ಗಾಂಭೀರ್ಯ ನೆಲೆಸಿತು. "ಡಿಫರೆಂಟ್ ವೆರೈಟಿ ತಿನ್ನೋದು ಬಿಟ್ಟಾಗಿದೆ. ನಾಲಿಗೆ ಹದ್ದುಬಸ್ತಿನಲ್ಲಿದೆ. ಅದೇ ಮುಂದುವರಿಯಬೇಕು" ಎಂದರು. ಅವರ ಅಂತರಾಳದಲ್ಲಿ ಬೆಂಕಿಯ ಕುಂಡವೆ ಇದೆಯೆನಿಸಿತು ಆ ಕ್ಷಣ.

ಇನ್ನೊಂದು ಮಾತಾಡದೇ ಹೊರಗೆ ಬಂದಳು. ಗೌಳಿಗೆ ಒಂದೆರಡು ಗಂಟೆಗಳು ಇಲ್ಲಿ ಕೆಲಸವಿರುತ್ತಿತ್ತು. ಮಗ ತಾಯಿ ಕೂಡಿಯೇ ಮಾಡುತ್ತಿದ್ದರು. ಒಂದು ಗಿಡದಲ್ಲಿನ ಹಣ್ಣಾದ ಎಲೆಯನ್ನು ಉದುರಿಸಬೇಕಾದರೂ ದೇಶಮುಖ್ ಪರ್ಮಿಷನ್ ಬೇಕಿತ್ತು. ಅವಳಿಗೆ ಹಿರಿಯ ದೀಕ್ಷಿತರನ್ನು ನೋಡಬೇಕೆನಿಸಿತು. ಬ್ಯಾಗ್‌ನಲ್ಲಿನ ನೋಟ್ ಬುಕ್ ತೆಗೆದು ಮತ್ತೊಮ್ಮೆ ಮನದಟ್ಟು ಮಾಡಿಕೊಂಡಳು. ಒಂದು ಅಂಟಿಸಿದ ಕವರ್ ಜೊತೆಯಲ್ಲಿ ತಂದಿದ್ದಳು. ಇವಳು ಹುಟ್ಟುವ ಮುನ್ನ ಅಥವಾ ನಂತರದ ದಿನಗಳಲ್ಲಿ ಪತ್ರ ಬರೆದು ಕವರ್‌ನಲ್ಲಿ ತುಂಬಿ ವಿಳಾಸ ಬರೆದಿರಬಹುದು. ಆದರೆ ಪೋಸ್ಟ್‌ಗೆ ಹಾಕಲು ಹಿಂಜರಿದು ಹಳೆಯ ನೋಟು ಬುಕ್‌ನಲ್ಲಿ ಇಟ್ಟಿರಬಹುದು. ಕವರ್ ತೆಗೆದು ಕಣ್ಮುಂದೆ ಹಿಡಿದು ನೋಡಿ ಹಾಗೆಯೇ ಇಟ್ಟಳು. ಕವರ್ ಬಿಡಿಸಿ ಓದುವ ಪ್ರಯತ್ನ ಮಾಡಿರಲಿಲ್ಲ.

ಕೂದಲನ್ನು ಸೇರಿಸಿ ಪುಟ್ಟ ಜಡೆ ಹೆಣೆದು ಗೌಳಿಯನ್ನು ಅರಸಿಕೊಂಡು ಹಿಂಭಾಗಕ್ಕೆ ಬಂದಳು. ಕಸವನ್ನು ಗೊಬ್ಬರದ ತೊಟ್ಟಿಗೆ ತುಂಬುತ್ತಿದ್ದವಳು ಇವಳತ್ತ ತಿರುಗಿ ನಗೆ ಬೀರಿ "ಇವತ್ತು ಊರು ನೋಡೋಕೆ ಬರ್ತೀರಾ?" ಹ್ಞೂಗುಟ್ಟಿ "ನೀನೇನು ನಂಗೋಸ್ಕರ ಪುಗಸಟ್ಟೆ ಕೆಲ್ಸ ಮಾಡ್ತಾ ಇಲ್ಲ. ಇವತ್ತೊಂದು ದಿನ ಬಾ" ಬ್ಯಾಗಿನಿಂದ ಎರಡು ನೂರರ ನೋಟು ಅವಳತ್ತ ನೀಡಿದಾಗ ತಟ್ಟನೆ ಕಿತ್ತುಕೊಂಡು ಉಡಿಯಲ್ಲಿ ಸಿಕ್ಕಿಸಿಕೊಂಡು "ಆಯ್ತುಬಿಡಿ, ಇವತ್ತೊಂದು ದಿನ ಬರ್ತೀನಿ" ಭರವಸೆ ನೀಡಿದಳು.

ಗೌಳಿಯ ಜೊತೆ ಹೊರಡುವ ಮುನ್ನ ಗ್ರೀಷ್ಮಾ "ಏನಾದ್ರೂ ತಿಂದ್ಕೊಂಡ್ಹೋಗು. ರೊಟ್ಟಿ, ಪಲ್ಯ ರೆಡಿ ಇದೆ" ತಟ್ಟನೇ ಏನೋ ಹೇಳ ಹೊರಟವಳು ನುಂಗಿಕೊಂಡು

"ಬೇಗ್ಬಂದ್ .... ತಿಂತೀನಿ. ನನ್ಜೊತೆ ಗೌಳಿನು ಬರ್ತಾಳೆ" ಅಂದಳು. ಆಕೆ 'ತಪ್ಪು, ಸರಿ'ಯೆಂದು ತರ್ಕಿಸಲು ಹೋಗಲಿಲ್ಲ. ಅಂಥ ಒಂದು ಮನೋಭಾವನೆಯಿಂದ ಕಳಚಿಕೊಂಡಿದ್ದೇವೆ ಎನ್ನುವ ಭಾವನೆಯಲ್ಲೇ ಇದ್ದರು.

ಇವೊತ್ತಿನ ಅವಳ ಉದ್ದೇಶ ಬರೀ ಹಿರಿಯ ದೀಕ್ಷಿತರನ್ನು ನೋಡುವುದಾಗಿತ್ತು. ಆ ಮನುಷ್ಯ ಹೇಗಿರಬಹುದು? ಈ ಪ್ರಶ್ನೆಯ ಹಿಂದೆಯೇ ಹಲವು ನೂರು ಪ್ರಶ್ನೆಗಳು ಉದ್ಭವವಾಗುತ್ತಿತ್ತು ಅವಳಲ್ಲಿ.

ಗೌಳಿ ಇನ್ನೊಂದು ಕಡೆ ಹೊರಟಾಗ ಅವಳನ್ನು ದೀಕ್ಷಿತರ ಮನೆಯ ಕಡೆ ಎಳೆದುಕೊಂಡು ಹೊರಟಳು. ವಿಶಾಲವಾದ ಜಗುಲಿಗಳ ಮೇಲೆ ಒಬ್ಬ ಪುಟ್ಟ ಬಾಲೆ ಆಡುವಂಥ ಕಲ್ಪನೆ ಅವಳಲ್ಲಿ ಮೂಡಿ ಮರೆಯಾಗುತ್ತಿತ್ತು.

"ದೀಕ್ಷಿತರು ಹೇಗೆ?" ಕೇಳಿದಳು ದಾರಿಯಲ್ಲಿ.

"ಹಿರಿಯರಾ, ಕಿರಿಯರಾ?" ಕಿರಿಯರು ಮೂರ್ಹೊತ್ತು ತೋಟ, ಗದ್ದೆ, ವ್ಯವಹಾರಾಂತ ಹೊರ್ಗಡೇನೇ ಇರ್ತಾರೆ. ಇನ್ನು ಹಿರಿಯರು ತೀರಾ ಕಟ್ಟುನಿಟ್ಟು. ಅವ್ರು ಮನೆಯಲ್ಲಿದ್ದರೆ ಸದ್ದೇ ಇರೋಲ್ಲ. ಮಾತು ಕಡ್ಮೇನೆ. ಆದರೆ ಆಡಿದರೂಂದರೇ ಕಡ್ಡಿ ಎರ್ಡು ತುಂಡು ಮಾಡಿದಂತೆ ಬೋ ದೊಡ್ಡ ಮನುಷ್ಯರು" ಎಂದಳು. ಇದು ಮೆಚ್ಚಿಗೇನಾ, ಅಭಿಮಾನನಾ ಎಂದು ಅರ್ಥೈಯಿಸಿಕೊಳ್ಳುವುದು ಕಷ್ಟವಾಯಿತು ಉಷಾಗೆ.

ಇಬ್ಬರು ದೀಕ್ಷಿತರ ಮನೆಯ ಮುಂದಕ್ಕೆ ಬಂದೇ ಬಿಟ್ಟರು. 'ಪುರಂದರ ಆ ಹುಡ್ಗಿಗ ಕಳ್ಸಿಬಿಡು' ಎಂದಿದ್ದರು ಅವನ ಅಮ್ಮ. ಅದನ್ನು ಅತ್ಯಂತ ಸ್ಪಷ್ಟವಾಗಿ ಕೇಳಿದ್ದರಿಂದ ತಾನಾಗಿ ಅವರ ಮನೆಗೆ ಹೋಗುವುದು ಸರಿಯೆನಿಸಲಿಲ್ಲ.

ಅಷ್ಟರಲ್ಲಿ ಅಜ್ಜಿ ಹೊರ ಬಂದಿದ್ದರಿಂದ ಗೌಳಿಯನ್ನು ತಾವಾಗಿ ಕೂಗಿದ್ದು ಇವಳಿಗೆ ಅನುಕೂಲವಾಯಿತು. ಇವಳು ಮಾತ್ರ ಅಲ್ಲೇ ನಿಂತಳು. ಹೋದ ಗೌಳಿ ಎರಡು ನಿಮಿಷದಲ್ಲಿ ಹಿಂದಿರುಗಿ ಬಂದು "ಒಂಧಿಷ್ಟು ಕೆಲ್ಸ ಇದೆ. ನೀವು ಅಜ್ಜಿ ಜೊತೆ ಜುಗುಲಿಯ ಮೇಲೆ ಕೂತಿರಿ. ಈಗ್ಬಂದ್ ಬಿಡ್ತೀನಿ" ಹೇಳಿದಳು. ಅವಳಿಗೂ ಕೂಡ ಅಷ್ಟೇ ಬೇಕಿತ್ತು.

ಗೌಳಿ ಮನೆಯನ್ನು ಬಳಸಿಕೊಂಡು ಹಿತ್ತಲಿಗೆ ಹೋದಾಗ ಜಗುಲಿಯ ಬಳಿಗೆ ಹೋದಳು, ಅಚ್ಚಮ್ಮ "ಬಾ ಕೂತ್ಕೋ, ಈ ಊರಲ್ಲಿ ಅಂಥದ್ದು ಏನಿದೇಂಥ ಈ ಪಾಟಿ ಆ ಹೆಂಗ್ಸುನ ಕಟ್ಟಿಕೊಂಡು ತಿರುಗುತ್ತೀಯಾ" ಎನ್ನುತ್ತ ಜಗುಲಿಯ ಮೇಲೆ ಗೋಡೆಗೊರಗಿಕೊಂಡು ಕೂತಾಗ, ಬ್ಯಾಗಿನಲ್ಲಿದ್ದ ಕ್ಯಾಮರಾ ಮೇಲೆ ಬೆರಳುಗಳನ್ನಾಡಿಸಿದಳು. ಒಮ್ಮೆಕ್ಲಿಕಿಸಲು ಕೂಡ ಪರ್ಮಿಷನ್ ಬೇಕೆನಿಸಿತು. ಜಗುಲಿ ಅಂಚಿನಲ್ಲಿ ಬ್ಯಾಗ್ ಇರಿಸಿ ಕೂತು "ನಾನು ಹುಟ್ಟಿ ಬೆಳೆದಿದ್ದು ಸಿಟಿಯಲ್ಲಿ. ನಂಗೆ ಗ್ರಾಮ ಜೀವನಾಂದರೇ ಇಷ್ಟ. ಆದರೂ ಹೊಸ ಜಾಗದಲ್ಲಿ ಓಡಾಡೋಕೆ ಒಬ್ರು ಜೊತೆ ಬೇಕಲ್ಲ. ಅದ್ಕೆ ಗೌಳಿನ ಹಿಡಿದಿದ್ದೀನಿ. ಬೇರೆಯವರ ಹಾಗೇ ತಕರಾರಿಲ್ಲ.

ತುಂಬಾ ಒಳ್ಳೆ ಹೆಂಗ್ಸು" ತನ್ನದೇ ದಾಟಿಯಲ್ಲಿ ಹೇಳಿದಳು.

ಆಕೆ ಮತ್ತಷ್ಟು ಕಣ್ಣು ಕಿರಿದುಗೊಳಿಸಿ ನೋಡಿದರು. ನಲವತ್ತೈದು ವರ್ಷದ ಮಗನಿದ್ದ. ಅವರಿಗೂ ಮೂರು ನಾಲ್ಕು ವರ್ಷ ದೊಡ್ಡವಳಾದ ಮಗಳು ಇದ್ದುದರಿಂದ ಅರವತ್ತೈದು, ಎಪ್ಪತ್ತರ ನಡುವಿನ ವಯಸ್ಸು ಇರಬಹುದೆಂದು ಅಂದಾಜು ಮಾಡಬಹುದಿತ್ತು. ಆದರೂ ಮೆಲ್ನುಖಕ್ಕೆ ಆರೋಗ್ಯವಾಗಿ ಕಂಡರೂ ಮಾನಸಿಕವಾಗಿ ಇಳಿದು ಹೋಗಿದ್ದಂಗೆ ಕಂಡರು.

"ದೇಶಮುಖ್ ಹತ್ತಿರದ ನೆಂಟರೇನು?" ಮತ್ತೆ ಅದೆ ಪ್ರಶ್ನೆ. ಪ್ರಶ್ನೆಗಳನ್ನು ಎದುರಿಸಲು ಸಿದ್ಧಳಿರಲಿಲ್ಲ. "ಹೌದು ತುಂಬಾ... ತುಂಬಾ ಹತ್ತಿರವೇ" ಅಂದನಂತರ ಇದೇ ಪ್ರಶ್ನೆಗೆ ಹಿಂದಿನ ದಿನ ಏನು ಉತ್ತರಿಸಿದ್ದೆ ಎಂದು ಚಿಂತಿಸಿ ತಲೆ ಕೆಡಸಿಕೊಂಡಳು.

"ನಿಮ್ತಂದೆ ಎನ್ಕೆಲ್ಸ ಮಾಡ್ಕೊಂಡಿದ್ದಾರೆ?" ಮಾಮೂಲಿ ಕೇಳಿಕೆಯೇ. ಉತ್ತರ ಮಾತ್ರ ಕಷ್ಟ "ಗೊತ್ತಿಲ್ಲ" ಎಂದಳು ಚುಟುಕಾಗಿ.

ಬೆರಗಿನ ಜೊತೆ ಸ್ವಲ್ಪ ಅನುಮಾನದ ದೃಷ್ಟಿಯಲ್ಲಿ ನೋಡಿದರು ಆಕೆ. ವಯಸ್ಸಿಗೆ ಬಂದ ಹೆಣ್ಣುಮಕ್ಕಳು ಒಂಟೊಂಟಿಯಾಗಿ ನೆಂಟರ ಮನೆಗೆ ಬರುವುದು ಸುತ್ತಾಡುವುದು ಆಕೆಗೆ ಸುತರಾಂ ಇಷ್ಟವಿಲ್ಲ. ಈಗ ಹೆತ್ತ ತಂದೆಯ ಕೆಲಸದ ಬಗ್ಗೆ ಗೊತ್ತಿಲ್ಲದ ಈ ಹುಡುಗಿಯ ಹಿನ್ನೆಲೆಯೇನು! ಮನದ ಪರದೆಯ ಮೇಲೆ ಯಾವ ಯಾವುದೋ ದೃಶ್ಯಗಳು ಹರಿದು ಹೋಗಿ ಗೊಂದಲಕ್ಕೆ ಒಳಗಾದರು.

"ಗೊತ್ತಿಲ್ಲ ಅಂದರೆ ಅರ್ಥವೇನು? ಜನ್ಮ ತಾಳಿದ ಮಕ್ಳು ಮೊದ್ಲು ತಿಳಿಯಬೇಕಾದ್ದು ತಾಯಿ ತಂದೆಯರ ಬಗ್ಗೆ. ಆ ಅರಿವು ಬಂದ ನಂತರವೆ ಮಿಕ್ಕದ್ದೆಲ್ಲ. ಹೆತ್ತ ತಾಯಿ ತಂದೆಯ ಬಗ್ಗೆ ಮಗುವಿಗೆ ಸರ್ಯಾಗಿ ತಿಳ್ಸಿ ಬೇಕಾದ ಅಗತ್ಯವಿದೆ. ತಾಯಿ ಬೆಟ್ಟು ತೋರಿದ ವ್ಯಕ್ತಿಯನ್ನು ತಾನೇ ಮಗು ಜನ್ಮದಾತನಾಗಿ ಸ್ವೀಕರಿಸುವುದು" ವಿವೇಕ ಬೋಧಿಸಿದರು. ತುಟಿ ಕಚ್ಚಿ ಕೂತಳು. ಆ ಕೆಲಸ ತನ್ನ ತಾಯಿ ಮಾಡದೇ ಸಮಾಜದಲ್ಲಿ ತನ್ನ ಹುಟ್ಟಿನ ಬಗ್ಗೆ ಗೊಂದಲ ಹುಟ್ಟಿಸಿದಳು. ಉಷಾ ಕಣ್ಣಂಚಿಗೆ ಬಂದ ಕಂಬನಿಯನ್ನು ಪ್ರಯತ್ನಪೂರ್ವಕವಾಗಿ ಅಲ್ಲಿಯೇ ನಿಲ್ಲಿಸಿದಳು.

ಅಷ್ಟರಲ್ಲಿ ಪುರಂದರ ಬರದಿದ್ದರೆ ಮಾತು ಮತ್ತಷ್ಟು ಮುಂದುವರಿಯುತ್ತಿತ್ತೇನೋ! ತಕ್ಷಣ ತಲೆ ಹಾಕಿದ "ಗೌಳಿಯನ್ನು ನೋಡಿದ ಕೂಡ್ಲೆ ಅಂದುಕೊಂಡೇ, ನೀವು ಬಂದಿರಬೇಕೆಂದು. ಇನ್ನು ಮುಗಿಯಲಿಲ್ವಾ ನಿಮ್ಮ ಪರ್ಯಟನೆ, ಸಂಶೋದನೆ? ನಗೆ ಬೀರಿದ.

ಅಚ್ಚಮ್ಮ ಕೈಯೂರಿಕೊಂಡು ಮೇಲೆದ್ದರು.

"ಆ ಹುಡ್ಗಿನ ಒಳಗೆ ಕರ್ಕೊಂಡ್ಬಾ. ಏನಾದ್ರೂ ಕುಡ್ಯೋಕೆ ಕೊಡೋಣ" ಹೇಳಿ ಒಳ ಹೋದರು. ಕ್ರಾಪ್ ಕೈಯಿಂದ ಹಿಂದಕ್ಕೆ ತೀಡಿಕೊಂಡ ಪುರಂದರ "ಬನ್ನಿ ಒಳ್ಗಡೆ, ಬರೀ ಕುಡ್ಯೋಕ್ಕೇನು, ಇವತ್ತು ಗಣಪತಿಯ ನೇವೇದ್ಯಕ್ಕೆ ಕಡಬು ಮಾಡಿದ್ದಾರೆ.

ಅಜ್ಜಿ ಕೈನ ಕಡಬು ತುಂಬ ರುಚಿ. ಒಮ್ಮೆ ರುಚಿ ನೋಡಿದ್ರೆ ಮತ್ತೆ ಮತ್ತೆ ಜಾವಗಲ್‌ಗೆ ಬರ್ತೀರಾ" ತುಂಬು ಮನದಿಂದ ಹೇಳಿ ಒಳಗೆ ಕರೆದೊಯ್ದ.

ಪುರಂದರನ ಅಮ್ಮ, ಅತ್ತೆ ಒಮ್ಮೆ ಹೊರಗೆ ತಲೆ ಹಾಕಿ ಒಳಗೆ ಹೋದರು. ಮನೆಯ ಯಜಮಾನ ಹೆಂಗಸರನ್ನು ಬಹಳ ಕಟ್ಟುನಿಟ್ಟಾಗಿ ಇರಿಸಿದ್ದಾನೆಂದು ಕೊಂಡು ಸುತ್ತ ಮುತ್ತಲು ನೋಟ ಹರಿಸಿದಳು. ಗೋಡೆಯ ಮೇಲಿನ ಮಸುಕು ಮಸುಕಾದ ಭಾವ ಚಿತ್ರಗಳನ್ನು ಒಮ್ಮೆ ಹತ್ತಿರಕ್ಕೆ ಹೋಗಿ ನೋಡಬೇಕೆನಿಸುವುದರ ಜೊತೆಗೆ ಈ ಮನೆ ಮತ್ತು ಜನರನ್ನು ಇಂಚು ಇಂಚಾಗಿ ತನ್ನ ಕ್ಯಾಮರದಲ್ಲಿ ಸೆರೆ ಹಿಡಿದು ಒಯ್ಯಬೇಕೆಂದು ಕೊಂಡರೂ, ಮುಂದುವರಿಯಲು ಮಾತ್ರ ಹಿಂದೆಗೆತ.

ದೊಡ್ಡ ನಡುಮನೆಯ ಮಧ್ಯದಲ್ಲಿದ್ದ ತೂಗು ಮಣೆಯನ್ನು ನೋಡಿದಳು.

"ಯಾರು ಕೂತ್ಕೊಂಡ್ ಅದರ್ಮೇಲೆ ತೂಗಿಕೋತಾರೆ?" ಬೆಟ್ಟು ಮಾಡಿ ಕೇಳಿದಳು. ಪುರಂಧರನಿಗೆ ನಗು ಬಂತು "ನಮ್ಮ ತಾತನ ಮಧ್ಯಾಹ್ನದ ನಿದ್ದೆಯೇನು ರಾತ್ರಿ ನಿದ್ದೆ ಕೂಡ ಅದರ ಮೇಲೇನೆ. ನಾನು ಚಿಕ್ಕವನಿದ್ದಾಗ ತೂಗಿಕೋತ್ತಿದ್ದೆ. ಈಗ ಅಂಥ ಆಕರ್ಷಣೆ ಇಲ್ಲ. ಇರೋ ಮೂರು ಜನ ಹೆಂಗಸರು ಉಯ್ಯಾಲೆಯ ಮಣೆಯತ್ತ ಸುಳಿಯೋಲ್ಲ. ನನ್ನ ಚಿಕ್ಕ ಅತ್ತೆ... ಎಂದವನು ನಿಲ್ಲಿಸಿದ. ಅವನ ಮುಖದ ಮೇಲೆ ಕಂಡು ಕಾಣದಂಥ ವಿಷಾದ ಇಣಕಿತು. ಚೇತರಿಸಿಕೊಳ್ಳಲು ನಿಮಿಷಗಳೇ ಬೇಕಾಯಿತು.

ಪುರಂದರನ ಅಮ್ಮ ದೋಸೆ ಚಟ್ನಿಯನ್ನು ತಂದಿತ್ತು, "ಬಿಸಿಯಾಗಿದೆ. ನಿನ್ನ ಊರಿನ ಸುತ್ತಾಟ ಮುಗಿಯಲಿಲ್ವಾ?" ಸ್ವರಕ್ಕೆ ಬಿಸಿ ಬಂದಂತೆ ಕಂಡಾಗ ನೋಟವೆತ್ತಿದಳು. ಆಕೆಯ ಕಣ್ಣುಗಳಲ್ಲಿ ಅಯಿಷ್ಟ ಇತ್ತು. ತಾನು ಇಲ್ಲಿಗೆ ಬಂದಿದ್ದು ಪುರಂದರನ ಅಮ್ಮನಿಗೆ ಇಷ್ಟವಾಗಿಲ್ಲವೆನಿಸಿದಾಗ ಕೂತವಳು ಮೇಲೆದ್ದು "ಈಗ ತಾನೆ, ತಿಂಡಿ ಮುಗ್ಸಿಕೊಂಡ್ಬಂದೆ. ಮತ್ತೆ ಯಾವಾಗ್ಲಾದ್ರೂ ಬರ್ತೀನಿ" ಹೊರಟೇ ಬಿಟ್ಟಳು.

"ಇದು ಕೇಳೋ ರೀತಿನಾ, ಅಮ್ಮ ?" ಅಂದಿದ್ದು ಕೇಳಿಸಿತು.

ಅದರ ಹಿಂದೆಯೇ "ನಿಂಗೆ ಗೊತ್ತು, ನಿಮ್ಮ ತಾತನಿಗೆ ಇದೆಲ್ಲ ಇಷ್ಟವಿಲ್ಲ ಎಷ್ಟೋ ವರ್ಷಗಳ ಹಿಂದೆ ನಡೆದು ಹೋದ ಆಘಾತದಿಂದ ಈ ಮನೆ ಇನ್ನು ಚೇತರಿಸಿಕೊಂಡಿಲ್ಲ. ಹೌದು, ಹುಡ್ಗೀಗೆ ಇಂಥ ಸುತ್ತಾಟ ಯಾಕೆ?" ಆಕೆಯ ಸ್ವರದಲ್ಲಿನ ತೀಕ್ಷ್ಣತೆ ಹೊಸಲು ದಾಟುತ್ತಿದ್ದ ಉಷಾಳವರೆಗೂ ಬಂದು ರಾಚಿತು. ನಡೆದು ಹೋದ ಕತೆ ಬಹುಶಃ ಅವರನ್ನು ಹೆದರಿಸುತ್ತಿರಬೇಕು. ಅಪರಿಚಿತರನ್ನು ನಂಬರು.

ರೋಡುಗೆ ಇಳಿದವಳು ದೇವಸ್ಥಾನದ ಕಡೆ ಹೋದಳು. ಇಂದು ಗರ್ಭಗುಡಿ ತೆಗೆದಿತ್ತು. ಅರ್ಚಕರು ಕೂಡ ಇದ್ದರು. ಜನ ಬಂದು ಹೋಗಿರಬಹುದು ಇವಳನ್ನು ನೋಡಿದ ಕೂಡಲೇ ಗುಡಿಯ ಒಳಕ್ಕೆ ಹೋಗಿ ಮಂಗಳಾರತಿ ಎತ್ತಿ ತಟ್ಟೆಯನ್ನು ತಂದು ಅವಳ ಮುಂದಿಡಿದರು.

ತಕ್ಷಣ ಮಂಗಳಾರತಿಯನ್ನು ಕಣ್ಣಿಗೊತ್ತಿಕೊಂಡರೂ ತಟ್ಟನೆ "ಒಂದ್ನಿಮಿಷ...ಎಂದು

ಬ್ಯಾಗ್ ಜೆಪ್ ತೆಗೆದು ಹುಡುಕಾಡಿ ಹಳೆಯ ಒಂದು ಐದು ರೂಪಾಯಿನ ನೋಟು ತೆಗೆದು ತಟ್ಟೆಗೆ ಹಾಕಿ ಮತ್ತೊಮ್ಮೆ ಕಣ್ಣಿಗೊತ್ತಿಕೊಂಡಳು. ಅವಳಮ್ಮ ಕೂಡ ಹುಡುಗಿಯಾಗಿದ್ದಾಗ ಬಹಳಷ್ಟು ಸಲ ದೇವಸ್ಥಾನಕ್ಕೆ ಬಂದು ಕನಸುಗಣ್ಣುಗಳಿಂದ ಏನೇನೋ ಬೇಡಿಕೊಂಡಿರಬಹುದು. ಆದರೆ ತಾನು ಬೇಡುವುದೇನು? ಬಂದ ಕೆಲಸದಲ್ಲಿ ಜಯಶೀಲಳಾಗಬೇಕು. ಭೂಮಿಗೆ ಒಂಟಿಯಾಗಿ ಮನುಷ್ಯ ಬಂದರೂ ಇಲ್ಲಿ ಹಲವು ಸಂಬಂಧಗಳು ಸುತ್ತಿಕೊಂಡು ನೀನು ಒಂಟಿಯಲ್ಲ ವಸುಧೆಯ ಮೇಲೆ ಇರುವವರೆಗೂ ಎನ್ನುವ ಆಶ್ವಾಸನೆ ಸಿಗುತ್ತದೆ ಪ್ರತಿಯೊಬ್ಬ ಮಾನವ ಜೀವಿಗೂ. ಈ ಪ್ರಕ್ರಿಯೆಗೆ ಬಡತನ, ಸಿರಿತನ ಯಾವುದು ಇರ್ಲೋಲ್ಲ.

"ಊರಿಗೆ ಹೊಸಬರಾ? ಯಾರ್ಮನೆಗೆ ಬಂದಿದ್ದಿರಾ?" ತೀರ್ಥವನ್ನು ಅವಳ ಕೈಗೆ ಹಾಕುತ್ತ ಕೇಳಿದಾಗ "ದೀಕ್ಷಿತರ ಮನೆಗೆ" ಅಂದವಳು ಮರುಕ್ಷಣವೇ ದೇಶಮುಖ್ ಅವರಲ್ಲಿಗೆ. ಅವ್ರು ನಮ್ಗೆ ನೆಂಟರು." ಇನ್ನೊಂದು ಪ್ರಶೆ ಬೇಡವೆಂದು ಅದನ್ನು ತಿಳಿಸಿದಳು.

ಸದ್ಯಕ್ಕೆ ಹೋಗುವುದೆಲ್ಲಿಗೆ? ದೇವಸ್ಥಾನದ ಹಜಾರದ ಕೊನೆಗೆ ಹೋಗಿ ಕೂತಳು. ಅರ್ಚಕರು ಒಂದು ದೊನ್ನೆ ಪ್ರಸಾದ ಹಿಡಿದು ಬಂದು ಅವಳಿಗೆ ಕೊಟ್ಟರು.

"ದೇಶ್‌ಮುಖ್ ಫಾರಂ ಅನ್ನೋ ಬೋರ್ಡ್‌ನ ಎಷ್ಟೋ ಸಲ ನೋಡಿದ್ದೀನಿ. ಆದರೆ ಆ ಮನುಷ್ಯನನ್ನೇ ನೋಡಿಲ್ಲ. ಒಮ್ಮೆ ಕೂಡ ದೇವಸ್ಥಾನಕ್ಕೆ ಬಂದಿದ್ದಿಲ್ಲ. ಅಂತು ಅಲ್ಲಿ ಯಾರಾದ್ರೂ ಜನ ಇದ್ದಾರ?" ವಿಚಾರಿಸಿದರು. ಕೆಲವೊಮ್ಮೆ ಪ್ರಸಾದ ಹಿಡಿದು ಹೋಗಿ ಗೇಟುನ ಬಡೆದಿದ್ದು ಇದೆ. ಆದರೆ ಯಾರು ಬಂದು ತೆಗೆದದ್ದಿಲ್ಲ.

"ಇದ್ದಾರೆ" ಅಷ್ಟೇ ಅಂದಿದ್ದು.

ಮತ್ತೇನು ಹೇಳಲು ಇಷ್ಟವಿಲ್ಲವೆಂದು ಅರ್ಥ ಮಾಡಿಕೊಂಡ ಪುರೋಹಿತರು "ಪ್ರಸಾದನ ತಗೊಂಡ್ ಬಿಡು, ನೀರು ಕೊಡ್ತೀನಿ" ಹಿಂದಕ್ಕೆ ಹೋದಾಗ ಕೂತು ತಿಂದಳು. ರುಚಿಯಾದ ಪುಳಿಯೋಗರೆ ಸಿಕ್ಕಿತು.

ತಿಂದು ದೊನ್ನೆ ಎಸೆದು ಬಂದಾಗ ನೀರು ಕೊಟ್ಟರು.

"ನಿಮ್ತಂದೆಗೆ ಏನು ಕೆಲ್ಸ?" ಇದೇ ಮೊದಲನೇ ಪ್ರಶ್ನೆ.

'ತಂದೆ' 'ತಂದೆ' 'ತಂದೆ' ಈ ಪದವನ್ನು ತೊಡೆದು ಹಾಕಿ ಬಿಡಬೇಕೆನಿಸಿತು. ಅದು ಸಾಧ್ಯವೇ. "ಗೊತ್ತಿಲ್ಲ" ಎಂದಳು. ಅವರು ಕೆಳಕ್ಕೂ ಮೇಲಕ್ಕೂ ನೋಡಿ ನಕ್ಕುಬಿಟ್ಟರು "ಹೋಗ್ಲಿ ಬಿಡು, ನಿನ್ತಂದೆ ಮೇಲೆ ನಿಂಗೆ ಕೋಪ. ತಂದೆ ಚಿಂತನೆಗೂ ತಾಯಿ ಯೋಚ್ನೆಗೂ ಎಷ್ಟೋ ಅಂತರವಿದೆ" ಎಂದರು.

ಈ ಮನುಷ್ಯನಿಂದ ಏನಾದರೂ ಉಪಯೋಗವಾದೀತಾ ಎಂದು ಯೋಚಿಸಿದವಳೇ ಕಾರ್ಯೋನ್ಮುಖಳಾದಳು. ಎಷ್ಟು ವರ್ಷದಿಂದ ಇಲ್ಲಿದ್ದೀರಾ?" ಅರ್ಚಕರು ಅವಳ ಕೇಳಿಕೆಗೆ ಜೋರಾಗಿ ನಕ್ಕು "ನಾನು ಹುಟ್ಟಿದ್ದು ನನ್ನಮ್ಮನ ತವರಿನಲ್ಲಷ್ಟೇ, ಬೆಳೆದಿದ್ದು

ವಿದ್ಯಾಭ್ಯಾಸ ಎಲ್ಲಾ ಇಲ್ಲೆ. ಎರಡು ತಲೆಮಾರುನಿಂದ ಅರ್ಚಕ ವೃತ್ತಿ ಮಾಡ್ತಾ ಇದ್ದೀವಿ. ಆರ್ಥಿಕವಾಗಿ ಈ ವೃತ್ತಿ ಅನುಕೂಲವಲ್ಲದಿದ್ದರೂ ಉದರ ಪೋಷಣೆಗೆ ನಮ್ಗೆ ಬೇರೊಂದು ದಾರಿ ಗೊತ್ತಿಲ್ಲ. ಹೇಗೋ ನಡ್ದು ಹೋಗ್ತಾ ಇದೆ. ಆಚಾರವಂತರು ಕಡಿಮೆಯಾದರು. ದೇವರನ್ನು ತಮ್ಮ ತಮ್ಮ ಆಸೆ ಆಕಾಂಕ್ಷೆ ತೀರಿಸೋ, ತಮ್ಮ ಬೇಡಿಕೆಗಳನ್ನು ತಕ್ಷಣ ಈಡೇರಿಸೋ ಒಬ್ಬ ಅಗತ್ಯ ಅಜ್ಞಾತ ವ್ಯಕ್ತಿ ಅಂತ ತಿಳ್ಕೊಂಡಿದ್ದಾರೆ. ಪೂಜೆ ಪುನಸ್ಕಾರಗಳೆಲ್ಲ ನಡೆಸೋದು ಆ ಉದ್ದೇಶದಿಂದ್ಲೇ. ಅಕೌಂಟ್‌ನಲ್ಲಿ ಹಣವಿಲ್ದೇ ಬ್ಯಾಂಕ್‌ಗೆ ಚೆಕ್ ಹಿಡಿದು ಹೋದರೆ ಹಣ ಸಿಗುತ್ತಾ? ಇದೆಲ್ಲಾ ಅರ್ಥ ಮಾಡಿಕೊಳ್ಳುವಷ್ಟು ಜನರಿಗೆ ಪುರಸತ್ತು ಇಲ್ಲ. "ಲೌಕಿಕ ವಾದದಲ್ಲಿ ಆಧ್ಯಾತ್ಮಿಕತೆ ನುಸುಳಿತು. ಇದು ಮಧ್ಯಮ ದರ್ಜೆಯ ಜೀವನದ ಒಂದು ಮುಖ.

ಅರ್ಚಕರು ಕೂಡ ಅಷ್ಟು ದೂರದಲ್ಲಿ ಕೂತರು. ಮಧ್ಯಾಹ್ನ ಒಂದು ಗಂಟೆಯವರೆಗೂ ಭಕ್ತಾದಿಗಳು ಬರಲಿ ಬಿಡಲಿ, ದೇವಸ್ಥಾನದ ಬಾಗಿಲು ತೆಗೆದುಕೊಂಡು ಕಾದಿರಬೇಕಾದ್ದು ಅನಿವಾರ್ಯ. ಅಂಥದೊಂದು ರೂಲ್ಸು ಜಾರಿಯಲ್ಲಿತ್ತು ಜಾವಗಲ್‌ನಲ್ಲಿ. ಕೆಲವು ಮುಖಂಡರಂತೂ ಅದನ್ನು ಜೋರಾಗಿ ಮನದಟ್ಟಾಗುವಂತೆ ಅಧಿಕಾರದಿಂದ ಹೇಳಿದ್ದರು.

ಅವರ ಮಾತಿನ ಬಗ್ಗೆಯೇ ಚಿಂತಿಸುತ್ತಿದ್ದವಳು ತಲೆಯೆತ್ತಿ "ನಾನಿನ್ನು ಚಿಕ್ಕವ್ಳು. ಕಾಲೇಜುನಲ್ಲಿ ಓದಿಕೋತಾ ಇದ್ದೀನಿ. ಫ್ಯಾಷನ್ ಸಲುವಾಗಿಯಲ್ಲ, ನೌಕರಿಯ ಸಲುವಾಗಿ. ರ್‍ಯಾಂಕ್, ಅಂಥದೆಲ್ಲ ತೆಗ್ದುಕೊಳ್ಳುವಂಥ ಬುದ್ಧಿವಂತೆಯಲ್ಲ" ಎಂದಳು. ಈ ತರಹ ಮಾತಾಡುವುದು ಅವಳ ಸಹಜ ಸ್ವಭಾವ. ವನಮಾಲ ಎಷ್ಟೋ ತಿದ್ದಿದ್ದರು. ಆದರೂ ಅದೆಲ್ಲ ತಾತ್ಕಾಲಿಕವೇ. "ಇಷ್ಟೆಲ್ಲ ಯಾಕೆ ಹೇಳ್ದೇ ಅಂದರೆ ನಾನೇನು ತುಂಬಾ ತಿಳ್ದಕೊಂಡಿಲ್ಲ. ದೊಡ್ಡ ದೊಡ್ಡ ಮಾತುಗಳು ಅರ್ಥವಾಗೊಲ್ಲಾಂತ."

ಅರ್ಚಕರ ಮುಖದ ಮೇಲೆ ನಗೆ ಮೂಡಿತು.

"ನಿನ್ನ ಹಾಗೆ ಸತ್ಯ ಯಾರು ಒಪ್ಕೋತಾರೆ? ದೇಶಮುಖ್ ಮುಖ ಹೊರಗೆ ಕಂಡವರು ಇಲ್ಲ. ನಿನ್ನ ಓಡಾಟಕ್ಕೆ ಅವ್ರ ಒಪ್ಗೆ ಹೇಗೆ ಸಿಕ್ತು? ಜನ ಸಂಪರ್ಕ ಬೇಡಾಂತ ಅನ್ನಿಸಿರೋಕೆ ಏನಾದ್ರೂ ಕಾರಣ ಇರುತ್ತೆ."

ಅವರ ಮಾತುಗಳಿಗೆ ಚುರುಕಾದಳು ಉಷಾ. ಮತ್ತಷ್ಟು ಸರಿಯಾಗಿ ಕೂತು, ಪಕ್ಕದಲ್ಲಿನ ಬ್ಯಾಗನ್ನು ತೊಡೆಯ ಮೇಲಿಟ್ಟುಕೊಂಡು "ನಂಗೆ ಹಳ್ಳಿಗಳು ಪುಟ್ಟ ಊರುಗಳ ಬದ್ಕಿನ ಬಗ್ಗೆ ವಿಪರೀತ ಆಸಕ್ತಿ. ಇದೇ ಊರೂಂತ ಇಟ್ಕಳಿ, ಇಲ್ಲಿನ ಇಪ್ಪತ್ತು ವರ್ಷ ಅದಕ್ಕೂ ಹಿಂದಿನ ಇತಿಹಾಸದ ಒಂದು ಚಾರ್ಟ್ ತಯಾರಿಸಿಕೊಂಡು ನಂತರ ವಿಶಾಲವಾಗಿ ಬರೆದು ಒಂದು ಪುಸ್ತಕ ರೂಪದಲ್ಲಿ ಪ್ರಕಟಿಸಬೇಕೂಂತ ಇದ್ದೀನಿ. ಅದ್ಕೆ ನೀವು ಸಹಾಯ ಮಾಡೋದಾದರೆ, ಜಾವಗಲ್ ಪುಸ್ತಕ ರೂಪದಲ್ಲಿ ಪ್ರಕಟವಾಗುತ್ತೆ" ಉತ್ಸಾಹದಿಂದ ಹೇಳಿದಳು.

ಯಾಕೋ ಇವೆಲ್ಲ ಅವರಿಗೆ ಬೇಕೆನಿಸಲಿಲ್ಲ. ಊರು ಮೊದಲಿನಂತಿರಲಿಲ್ಲ. ರಾಜಕೀಯ ತಲೆಯೆತ್ತಿತ್ತು. ಸಣ್ಣ ಪುಟ್ಟ ಜನ ಕೂಡ ಮುಖಂಡರಂತೆ ವಿಧಾನ ಸೌಧಕ್ಕೆ ಹೋಗಿ ಬರುತ್ತಿದ್ದರು. ಇದೆಲ್ಲ ಮನಸ್ಸಿಗೆ ಬಂದಿದ್ದರಿಂದ ಮೇಲೆದ್ದರು.

"ದೇವಸ್ಥಾನವಾಯ್ತು, ಮನೆ ಆಯ್ತು, ನಂಗೇನು ಗೊತ್ತಿರುತ್ತೆ ಊರಿನ ಬಗ್ಗೆ" ಅಂದವರು ಯಾರೋ ಬಂದಿದ್ದನ್ನು ನೋಡಿ ಗರ್ಭಗುಡಿಯತ್ತ ನಡೆದರು. ಉಷಾ ಕೂಡ ಹೊರಗೆ ಬಂದಳು.

ಎದುರಾದ ಪುರಂದರ ಮುಖವನ್ನು ಸಣ್ಣಗೆ ಮಾಡಿಕೊಂಡು. "ಸಾರಿ, ನಮ್ಮ ತಾಯಿ ಹೆಚ್ಚು ಮಾತಿನವ್ರು. ಅದ್ಕೆ ನಮ್ಮಪ್ಪ ಮನೆಯಲ್ಲೆ ಇರೊಲ್ಲ" ನಕ್ಕ. ಅವಳು ಕೂಡ ನಕ್ಕು ಬಿಟ್ಟಳು.

"ಅಜ್ಜಿ, ನಿಮ್ಗೆ ಕೊಡೋಕೆ ಹೇಳಿದ್ರೂ. ಇಟ್ಟ ತಿಂಡಿ ತಿನ್ದೇ ನೀವು ಎದ್ದು ಹೋಗಿದ್ದಕ್ಕೆ ನೊಂದುಕೊಂಡರು. ಇದನ್ನಾದ್ರೂ ತಿನ್ನಿ, ನಮ್ಮ ತೋಟಕ್ಕೆ ಹೋಗೋಣ ಬನ್ನಿ" ಬಲವಂತ ಮಾಡಿ ಕರೆದೊಯ್ದು.

ಅಲ್ಲಲ್ಲಿ ದೂರ ದೂರದಲ್ಲಿ ಆಳುಕಾಳುಗಳು ಕೆಲಸ ಮಾಡುತ್ತಿದ್ದರೂ ನಿರ್ಜನವೆನಿಸಿತು.

"ಇಲ್ಲಿ ನೆರಳಿದೆ, ಕೂತ್ಕೊಳ್ಳಿ, ನಾನ್ಹೋಗಿ ನೀರು ತರ್ತೀನಿ" ಪಂಚೆಯನ್ನು ಮೇಲಕ್ಕೆತ್ತಿ ಮೊಣಕಾಲುಗಳ ಮೇಲೆ ಕಟ್ಟಿಕೊಳ್ಳುತ್ತ ಕಾಲುವೆಯನ್ನು ದಾಟಿಕೊಂಡು ಹೋದ. ಕಾಲುವೆಯ ಇನ್ನೊಂದು ಅಂಚಿಗಿದ್ದ ದೊಡ್ಡ ಹುಣಸೇ ಮರದ ಕೆಳಗಿದ್ದ ಕಲ್ಲು ಬೆಂಚಿನ ಮೇಲೆ ಕೂತಳು ಅತ್ತಿತ್ತ ನೋಡುತ್ತಾ. ಮೇಲೆ ಕಾಯುವ ಸೂರ್ಯನ ಕಿರಣಗಳ ತಾಪವನ್ನು ನುಂಗಿಕೊಂಡು ಕೆಳಗೆ ಕೂತವರಿಗೆ ತಂಪು ನೀಡುವ ಈ ಮರದ ಉಪಕಾರಕ್ಕೆ ಮನುಷ್ಯ ಏನು ಕೊಟ್ಟಾನು? ಏನು ಕೊಡಬಲ್ಲ. ಪ್ರಕೃತಿ ನೀಡುವ ಸೌಲಭ್ಯಗಳನ್ನು ಬಳಸಿಕೊಂಡು ಐಷರಾಮವಾಗಿ ಬದುಕುವುದರ ಜೊತೆಗೆ ಅದರ ಮೇಲೆ ನಿರಂತರವಾಗಿ ದಾಳಿ ಮಾಡುವ ಮನುಷ್ಯನನ್ನು ಪ್ರಕೃತಿ ಹೇಗೆ ಕ್ಷಮಿಸಿದೆ? ಅದರ ನೋವು, ಕೋಪವೇ ಆಗಾಗ ವಿಜೃಂಭಿಸಿ ವಿಕೋಪಕ್ಕೆ ಎಡೆ ಮಾಡಿಕೊಡಬಹುದು. ಆದರೂ ಮಾನವ ಬುದ್ದಿ ಕಲಿತಿದ್ದಾನ? ಇಲ್ಲ...

ನೀರಿಡಿದು ಬಂದವನು ಮರದ ವಿಶಾಲವಾದ ಬೊಡ್ಡೆಗೆ ಒರಗಿ ನಿಂತ. "ಸಾರಿ ಏನೇನ್, ನಮ್ಮಮ್ಮ ಮನೆಯೆಂಬ ಚಿಕ್ಕ ಜಗತ್ತಿನಲ್ಲಿ ಬದ್ಕಿರೋಳು. ಮುಂದೂ ಅಂಥ ಬದಲಾವಣೆಯೇನು ಕಾಣದು ಆಕೆಯ ಜೀವನದಲ್ಲಿ. ತಗೊಳ್ಳಿ..." ಇನ್ನೊಮ್ಮೆ ಹೇಳಿದ ಮೇಲೆ ಬೇಡವೆನಿಸಿದರೂ ತಿಂದಳು. ಆರಾಮಾಗಿ ತೃಪ್ತಿಯಾಗುವಷ್ಟು ನೀರು ಕುಡಿದಳು.

"ನೀವು ಡಿಗ್ರಿ ಮಾಡಿ ಕೂಡ ಇಲ್ಲೆ ಯಾಕೆ ಉಳ್ಳುಕೊಂಡ್ರಿ?" ತೀರಾ ಸಿಂಪಲ್ಲಾದ ಪ್ರಶ್ನೆ "ಲೀವ್ ಇಟ್, ನಾನು ಆ ಕಂಡಿಷನ್ ಮೇಲೇನೆ ಡಿಗ್ರಿ ಮಾಡಿದ್ದು. ನಂಗೇನು ಕೆಲ್ಸದ ಅಗತ್ಯವಿಲ್ಲ. ಬಹುಶಃ ಕಂಪ್ಯೂಟರ್ ಸಂಬಂಧಪಟ್ಟ ಕೋರ್ಸುಗಳ್ನ ಮಾಡಿದ್ದರೇ ಬೇಗ ಸಿಗೋದು. ಅಂಥ ಪ್ರಯತ್ನವೇನಾದ್ರೂ ಮಾಡ್ತಾ ಇದ್ದಿರಾ?" ಕೇಳಿದ. ಅವನು

ಡಿಗ್ರಿ ಮಾಡಿದ್ದರೂ ಅವನ ಹೆಚ್ಚಿನ ತಿಳುವಳಿಕೆ ದೀಕ್ಷಿತರ ಮನೆತನಕ್ಕೆ ಸಂಬಂಧಪಟ್ಟಿದ್ದೆ.

"ಇಲ್ಲ, ಇನ್ನೊಂದು ಒಂಬತ್ತು ತಿಂಗ್ಳು ಕಂಪ್ಯೂಟರ್ ಸುದ್ದಿಗೆ ಹೋಗೋಲ್ಲ. ನಿಮ್ಗೆ Y2k ಸಮಸ್ಯೆ ಬಗ್ಗೆ ಗೊತ್ತಾ? ವೈ ಎಂದರೆ ಇಯರ್ ಅದೇ ವರ್ಷ-2000 ಎಂದಷ್ಟೇ. ಇದು 1999ರ ಮಾರ್ಚ್ ತಿಂಗಳು. ಕಂಪ್ಯೂಟರ್‌ಗೆ 99ರ ವರೆಗಿನ ಅಂಕಿಗಳು ಮಾತ್ರ ಗೊತ್ತು. ಕಂಪ್ಯೂಟರ್ ಜನ್ಮ ತಾಳಿದ ಈ ಶತಮಾನದ ಯಾವ ವರ್ಷದಲ್ಲೂ ಎರಡು ಸೊನ್ನೆ ಇಲ್ಲ. ಅದ್ಕೆ ಈ ಬಗ್ಗೆ ಕಂಪ್ಯೂಟರ್‌ಗೆ ಕನ್‌ಫ್ಯೂಷನ್. ಈ ಬಗ್ಗೆ ಬ್ಯಾಂಕ್‌ನಲ್ಲಿ ಹಣವಿಟ್ಟ ಠೇವಣಿದಾರರು ಅಲರ್ಟ್ ಆಗಿರಬೇಕು. ಬ್ಯಾಂಕ್‌ಗಳ ಕಂಪ್ಯೂಟರ್‌ಗಳು ಕಕ್ಕಾಬಿಕ್ಕಿಯಾದರೆ ಹಣವಿಟ್ಟವರ ಗತಿಯೇನು. ಅದಕ್ಕೆ ನನ್ನ ಅಕೌಂಟ್ ಪಾಸ್ ಬುಕ್ ಇಸ್ಕೊಂಡ್ ಬಿಟ್ಟೆ" ಬುದ್ಧಿವಂತಳಂತೆ ಹೇಳಿದಳು.

ಪುರಂದರನಿಗೆ ನಗುವೋ... ನಗುವು. ಆದರೂ ತನ್ನ ನಗುವನ್ನು ಬೇಗ ಹತೋಟಿಗೆ ತಂದು ಕೊಂಡವನು "ನೀವು ಬಹಳ ದೂರ ದೃಷ್ಟಿಯುಳ್ಳವರು. ಎಲ್ಲಾ ಕ್ಷೇತ್ರಗಳಲ್ಲಿ ಕಂಪ್ಯೂಟರ್ ಹಬ್ಬಿರುವುದರಿಂದ ನ್ಯೂಕ್ಲಿಯರ್ ರಕ್ಷಣಾ ಕ್ಷೇತ್ರಗಳಲ್ಲಿ ಈ ರೀತಿ ಗೊಂದಲವುಂಟಾದರೆ ದೇಶದ ಗತಿಯೇನು?" ಎಂದ ಹುಸಿ ಗಾಬರಿಯನ್ನು ನಟಿಸುತ್ತ.

"ಡೋಂಟ್ ವರೀ, ನಮ್ಗಿಂತ ಕಂಪ್ಯೂಟರ್ ಮೇಲೆ ಹೆಚ್ಚಿನ ಆಧಾರಗೊಂಡ ಹಲವಾರು ದೇಶಗಳು ಇವೆ. Y2k ಆದರೆ ತಮ್ಮನ್ನು ಹೇಗೆ ರಕ್ಷಿಸಿಕೊಳ್ಳಬಹುದು ಅಂತ ಅಮೆರಿಕಾದ ಓಹಾಸೋದ ಒಂದು ಸಂಸಾರ ಎಷ್ಟೊಂದು ಮುಂಜಾಗರೂಕತೆ ಕೈ ಗೊಂಡಿದೆ ಗೊತ್ತಾ? ತುಂಬಾ... ತುಂಬಾ ಸ್ವಾರಸ್ಯವಾಗಿದೆ. ವಿದ್ಯುಚ್ಛಕ್ತಿ ದೊಡ್ಡ ಪ್ರಮಾಣದಲ್ಲಿ ಕೈ ಕೊಟ್ಟರೆ ಗ್ಯಾಸ್ ಚಾಲಿತ ಜನರೇಟರ್ ಇಟ್ಕೊಂಡಿದ್ದಾರಂತೆ. ಒಂದು ವರ್ಷಕ್ಕೆ ಸಾಕಾಗುವಷ್ಟು ಡಿಹೈಡ್ರೇಟೆಡ್ (ತೇವಾಂಶ ತೆಗೆದು ಆಹಾರ ಪದಾರ್ಥಗಳನ್ನು ಇಟ್ಕೊಂಡಿದಾರಂತೆ. ಅಬ್ಬ.... ಇನ್ನು ಎಷ್ಟೊಂದು ತಯಾರಿ ನಡ್ಸಿದ್ದಾರೆ. ಆ ಜನ ನಾಳಿನ ಚಿಂತೆಯಲ್ಲಿ ಇಂದಿನ ಬದುಕನ್ನು ಪೂರ್ತಿಯಾಗಿ ಕಳ್ದುಕೊಂಡಿದ್ದಾರೆ" ಅತ್ಯಂತ ಸ್ವಾರಸ್ಯವಾದ ವಿಷಯವನ್ನು ವರ್ಣಿಸಿದಂತೆ ಹೇಳಿದಾಗ, ಪುರಂದರ ಗದ್ದಕ್ಕೆ ಕೈಯಾನಿಸಿ ಕೇಳಿದ. ಬಹಳ ಮುಗ್ಧವಾಗಿ ಇಂಟ್ರೆಸ್ಟಾಗಿ ಮಾತಾಡುವ ಈ ಹುಡುಗಿಯ ಬಗ್ಗೆ ಅವನಿಗೆ ಆಸಕ್ತಿ ಮೂಡಿತು.

ಪುರಂದರ ಮೇಲೆದ್ದ "ನಿಮ್ಮನ್ನು ಸಾರಿ ಕೇಳೋಕ್ಬಂದ್ ಇಷ್ಟೊತ್ತು ಕಳ್ದು ಬಿಟ್ಟೆ. ನಡೀರಿ ನಿಮ್ಮನ್ನು ತಿರುವಿನಲ್ಲಿ ಬಿಟ್ಟು ನಾನ್ಹೋಗ್ತೀನಿ" ಹೆಚ್ಚು ವೇಳೆ ಅವಳೊಂದಿಗೆ ಕಳೆಯಲು ಇಚ್ಛೆಸಲಿಲ್ಲ. ವರ್ಷಗಳ ಹಿಂದೆ ಹೊತ್ತ ಕಳಂಕದಿಂದ ತಾವು ಮುಕ್ತರಾಗಿಲ್ಲವೆನ್ನುವಂತೆ ವರ್ತಿಸುತ್ತಿದ್ದರು ಅವನ ಮನೆಯವರು.

ಇನ್ನು ಓಡಾಡುವುದು ಬೇಡವೆಂದು ಘಾರಂಗೆ ಹಿಂದಿರುಗಿದವಳೇ ಹೋಗಿ ಮಲಗಿಬಿಟ್ಟಳು. ಹೊರಡುವ ಮುನ್ನ ಅವಳಮ್ಮ ಮಗಳ ಪ್ರವಾಸ ನಿಲ್ಲಿಸಬೇಕೆನ್ನುವಂತೆ "ನಂಗೇನು ಅರ್ಥವಾಗ್ಲಿಲ್ಲ. ಯಾವ್ದೋ ಸಣ್ಣ ಊರಿಗೆ ಹೋಗಿ ಏನ್ಮಾಡ್ತೀಯಾ?

ಇವೆಲ್ಲ ಯಾಕೆ? ಪ್ಲೀಸ್, ಸುಮ್ನೆ ಇದ್ಬಿಡು" ರಿಕ್ವೆಸ್ಟ್ ಮಾಡಿಕೊಂಡಾಗ ಕೂಡ ಅವಳು ತನ್ನ ನಿರ್ಣಯ ಬದಲಾಯಿಸಿಕೊಳ್ಳಲು ಸಿದ್ಧಳಿರಲಿಲ್ಲ.

"ನನ್ನ ಫ್ರೆಂಡ್ ಆಹ್ವಾನದ ಮೇಲೆ ಹೋಗ್ತಾ ಇರೋದು. ನಂಗೆ ಸ್ವಲ್ಪನಾದ್ರೂ ಬದಲಾವಣೆ ಬೇಕು. ನೆಂಟರು ಅನ್ನಿಸಿಕೊಂಡ ಜನ ಇಲ್ಲ, ಎಲ್ಲೂ ಹೋಗಿದ್ದಿಲ್ಲ, ಬಂದಿದ್ದಿಲ್ಲ. ಇಷ್ಟೇ ಬದ್ಕು ಅಂದ್ಕೊಂಡರೆ ಯಾಕಪ್ಪಾಂತ ಅನ್ನಿಸಿಬಿಟ್ಟಿದೆ. ಪ್ಲೀಸ್ ಸುಮ್ನೇ ಇರು" ತೆಪ್ಪಗಾಗಿಸಿದಳು.

ಇವಳು ಜಾವಗಲ್‌ಗೆ ಬಂದಿರೋದು ವನಮಾಲಗೆ ಮಾತ್ರ ಗೊತ್ತಿತ್ತು. ಬಹುಶಃ ಗೊತ್ತಿದ್ದರೆ ಪ್ರಾಣವನ್ನಾದರೂ ಅರುಂಧತಿ ಒಪ್ಪಿಸುತ್ತಿದ್ದರೇನೋ, ಮಗಳನ್ನು ಮಾತ್ರ ಇಲ್ಲಿಗೆ ಕಳುಹಿಸುತ್ತಿರಲಿಲ್ಲ.

ಎದ್ದು ಕೂತು, ತನ್ನ ಲಗೇಜ್ ಒಳಗಿದ್ದ ನೋಟ್ ಬುಕ್ ತೆಗೆದಳು. ಎಲ್ಲ ಹಾಳೆಗಳು ಖಾಲಿಯೇ! ಒಂದು ಕಡೆ ಗುರ್ತು ಹಾಕಿದ್ದ ಅಡ್ರೆಸ್ ಉಷಾಳ ನೆರವಿಗೆ ಬಂದಿತ್ತು. 'ಅಪ್ಪಯ್ಯ ದೀಕ್ಷಿತರು' ಅವಳಿನ್ನು ನೋಡದ ಹಿರಿಯ ದೀಕ್ಷಿತರು ಅವರು. ಇಲ್ಲಿಂದ ಹೋಗುವ ಮುನ್ನ ಒಮ್ಮೆಯಾದರೂ ಅವರನ್ನು ನೋಡಬೇಕಿತ್ತು. ಇಷ್ಟೆಲ್ಲ ಶ್ರಮಪಟ್ಟು ನೋಡಿ ಮಾಡುವುದೇನು? ಇಂಥ ಒಂದು ಪ್ರಶ್ನೆ ಎಲ್ಲರೂ ಹಾಕಿಕೊಂಡರೆ ಎಷ್ಟೋ ಕಾರ್ಯಗಳು ಸ್ಥಗಿತವಾಗಿ ಹೋಗುತ್ತೆ. ಈ ಜಾವಗಲ್ ಪತ್ತೆ ಮಾಡಲು ಸಾಕಷ್ಟು ಶ್ರಮಿಸಿದ್ದಳು.

ಇಲ್ಲಿಗೆ ಬಂದು ಎಂಟು ದಿನಗಳಾಗಿತ್ತು. ಮೊದಲ ದಿನದ ದೇಶಮುಖ್, ಗ್ರೀಷ್ಮಾಗೇ ಅವರುಗಳ ಮಾತು, ನಡತೆಯಲ್ಲಿ ಯಾವ ಬದಲಾವಣೆಯು ಆಗಿರಲಿಲ್ಲ.

ಅಂದು ಇವಳು ಏಳುವ ವೇಳೆಗೆ ದೇಶಮುಖ್ ಸಿದ್ಧವಾಗಿ ಎಲ್ಲಿಗೋ ಹೊರಟಿದ್ದರು. "ಗಾಳಿ ಇಲ್ಲೇ ಇರಿಸ್ಕೋ, ಆದಷ್ಟು ಬೇಗ್ಬರ್ತೀನಿ" ಹೇಳುತ್ತಿದ್ದುದ್ದು ಅವಳಿಗೆ ಕೇಳಿಸಿತು. ಹಿಂದೆಯೇ ಗ್ರೀಷ್ಮಾ "ಏನು ಬೇಡ! ಈಗ ಒಂಟಿತನ ಅನ್ನಿಸೋದೆ ಇಲ್ಲ. ಜೊತೆಗೆ ಉಷಾ ಕೂಡ ಇದ್ದಾಳೆ" ಅಂದಿದ್ದು ಕೇಳಿಸಿತು. ಅವಳು ಮಾತ್ರ ಹೊರ ಬರಲಿಲ್ಲ.

ಆಮೇಲೆ ಹತ್ತು ನಿಮಿಷದ ನಂತರ ಬಂದಾಗ ಗಂಡ, ಹೆಂಡತಿ ಇಬ್ಬರು ಇರಲಿಲ್ಲ ಬಹುಶಃ ಗೇಟುನವರೆಗೂ ಹೋಗಿರಬೇಕೆಂದುಕೊಂಡು ಹೊರ ಬಂದಳು. ಏಳರ ಸಮಯವಿರಬೇಕು, ಬೆಳಗಿನ ಬಿಸಿಲು ತುಂಬ ಹದವಾಗಿತ್ತು. ಪ್ರಶಾಂತವಾದ ವಾತಾವರಣ. ಇಂಥ ಸೌಮ್ಯ ಪ್ರಕೃತಿಯನ್ನು ಹುಚ್ಚು ಮಾನವ ಹದಗೆಡಿಸಿದ್ದಾನೆಂದು ಕೊಂಡಳು. ಆರಾಮಾಗಿ ಹಲ್ಲು ಬ್ರಷ್ ಮಾಡಿ ಮುಖ ತೊಳೆದು ಬಂದವಳು ಕುಟೀರದ ಬಾಗಿಲಲ್ಲಿ ಕೂತಳು. ಆ ಪುಟ್ಟ ಮನೆ ಕುಟೀರದಂತೆ ಭಾಸವಾಗುತ್ತಿರಲಿಲ್ಲ, ಹಿಂದೆ ಸಾಕ್ಷಾತ್ ಋಷಿ ಮುನಿಗಳು ವಾಸಿಸುವಂಥ ಅತ್ಯಂತ ಸರಳವು ಸುಂದರವು ಆದ ಕುಟೀರ. ಎಷ್ಟೋ ಆಧುನಿಕ ಉಪಕರಣಗಳನ್ನು ದೂರವಿರಿಸಿದ್ದರು.

ಗ್ರೀಷ್ಮಾನ ನೋಡಿದ ಕೂಡಲೇ ಮೇಲೆದ್ದು "ಗುಡ್ ಮಾರ್ನಿಂಗ್ ಆಂಟೀ, ಇವತ್ತು

ಲೇಟಾಗಿ ಎದ್ದೆ" ಎಂದಿದ್ದಕ್ಕೆ ಮುಗುಳ್ನಗೆ ಬೀರಿದರೆ ವಿನಃ ಮಾತಾಡಲಿಲ್ಲ ಅವರನ್ನು ಹಿಂಬಾಲಿಸಿದಳು.

ಎರಡು ಕಾಫಿ ಕಪ್ ಹಿಡಿದು ಬಂದ ಗೀಷ್ಮಾ "ಕೂತ್ಕೋ, ಇವತ್ತು ನೀನು ತೋಚಿದ ಅಡ್ಗೆ ಮಾಡ್ಬಹ್ದು." ಅಲ್ಲೆ ನೆಲ್ಲದ ಮೇಲೆ ಕೂತರು. ಬೇರೆ ಬೇರೆ ಸಿರಿವಂತಿಕೆಯ ಅಸನಗಳ ಮೇಲೆ ಕೂತು ಕಳೆದ ಆಕೆ ಈಗ ನೆಲಕ್ಕೆ ಒಗ್ಗಿಕೊಂಡಿದ್ದರು. ತೀರಾ ಹಿತವೆನಿಸಿತು ಕೂಡ.

ಕಾಫಿ ಕುಡಿದಾದ ಮೇಲೆ ಮೊದಲ ಸಲ ಹೇಳಿದರು.

"ಅನಾರೋಗ್ಯದ ಸಲುವಾಗಿ ಉಷಾ ನಿಮ್ಮಲ್ಲಿ ಇರ್ಲೀಂತ ವನಮಾಲ ಪತ್ರದಲ್ಲಿ ಬರೆದಿದ್ಲು. ಏನಾಗಿದೆ ನಿಂಗೆ? ಡಾಕ್ಟ್ರ ಸಲಹೆ ಮೇರೆಗೆ ಇಲ್ಲಿಗ್ಬಂದ್ಯಾ?" ಕೊನೆಯ ಪ್ರಶ್ನೆಗೆ ಹೌದೆಂದು ತಲೆದೂಗಿದಳು.

"ಹುಷಾರಿಲ್ವಾ?"

"ಹೌದು, ಆಂಟೀ! ನಂಗೆ ಒಂದು ತರಹ ಟೆನ್ಷನ್. ಮುಖ್ಯವಾದದನ್ನೇ ಕಳ್ದುಕೊಂಡಿದ್ದೀನಿ ಅನ್ನೋ ವ್ಯಾಕುಲತೆ. ಅದ್ಕೆ ಕೆಲವರು ಕಾರಣ. ಒಂದು ಪ್ರಶ್ನೆ ಎದುರಾದಾಗ ತೀರಾ ಎಕ್ಸೈಟ್ ಆಗ್ಬಿಡ್ತೀನಿ" ಅಪಾಯವಿಲ್ಲವೆಂದು ಅರಿತೇ ಬಿಡಿಸಿಟ್ಟಳು. ಇಂದು ಹೇಳಿ ತಪ್ಪಿಸಿಕೊಳ್ಳಬೇಕೆನಿಸಿತ್ತು.

ಸ್ವಲ್ಪ ಸೈಕಾಲಜಿ ಓದಿಕೊಂಡಿದ್ದರು ಗ್ರೀಷ್ಮಾ. ಅರೆ ಬಿರಿದ ಮೊಗ್ಗುನಂತಿದ್ದ ಈ ಹುಡುಗಿ ಯಾವ ಪ್ರಶ್ನೆಗೆ ಎಕ್ಸೈಟ್ ಆಗುತ್ತಾಳೆ. ಇಂಥ ಆಸಕ್ತಿ ಬೇರೆಯವರ ಬಗ್ಗೆ ವಹಿಸಿ ವರ್ಷಗಳೇ ಉರುಳಿ ಹೋಗಿತ್ತು. ಸದಾ ಆತ್ಮೀಯತೆ ಮಿಡಿಯುವ ಕಣ್ಣುಗಳ ಒಡತಿಯ ಬಗ್ಗೆ ಕರುಣೆ ಉಕ್ಕಿತು.

"ನಿಮ್ತಂದೆ ತಾಯಿ ಏನ್ಮಾಡ್ತಾರೆ?" ಕೇಳಿದರು.

ಎರಡು ನಿಮಿಷ ತಲೆ ತಗ್ಗಿಸಿಕೊಂಡು ಮೌನವಾಗಿ ಕೂತ ನಂತರ ತಲೆಯೆತ್ತಿ "ಪ್ರತಿಯೊಬ್ಬರಿಗೂ ತಂದೆ ತಾಯಿ ಇರಲೇಬೇಕಾ?" ಉದ್ವೇಗದಿಂದ ಕೇಳಿದಾಗ ಗ್ರೀಷ್ಮಾ ಚಕಿತರಾದರು. ಅವರ ಮನ ಲೆಕ್ಕ ಹಾಕಿತು.

"ಖಂಡಿತ, ಒಂದು ಮಗುವಿನ ಹುಟ್ಟಿಗೆ ಇಬ್ಬರು ಕಾರಣರೇ? ಓದಿಕೊಂಡಿರುವ ನಿನಗೆ ಇಷ್ಟೊಂದು ಸಿಂಪಲ್ ವಿಷ್ಯ ಅರ್ಥವಾಗದೇ? ಈಗ್ಹೇಳು ನಿನ್ತಂದೆ ಏನು ಕೆಲ್ಸ ಮಾಡ್ತಾರೆ?"

ಕೆನ್ನೆಯ ಮೇಲೆ ಇಳಿದ ಕಂಬನಿಯ ಧಾರೆಯನ್ನು ಮುಂಗೈನಿಂದೊರೆಸಿಕೊಂಡ ಉಷಾ "ನಮ್ಮಮ್ಮ ಆಸ್ಪತ್ರೆಯಲ್ಲಿ ಕೆಲ್ಸ ಮಾಡ್ತಾರೆ. ನನ್ನ ತಂದೆ ಬಗ್ಗೆ ಏನು ಗೊತ್ತಿಲ್ಲ. ಎಷ್ಟೋ ಜನ ಕಿಡಿಗೇಡಿಗಳು ನನ್ನ ಪ್ರಶ್ನಿಸಿ ನೋಯಿಸ್ತಾರೆ" ಬಿಕ್ಕಿ ಬಿಕ್ಕಿ ಅಳಲು ಷುರು ಮಾಡಿದಾಗ ಗೀಷ್ಮಾ ಅರ್ಥ ಮಾಡಿಕೊಂಡರು.

ಅಪ್ಪಿ ಸಂತೈಯಿಸಿದರು "ಬಿಡು, ನಿನ್ನ ತಾಯಿಯ ಬಗ್ಗೆ ಅಭಿಮಾನವಿರ್ಲಿ, ಗೌರವವಿರ್ಲಿ, ಯಾವ್ದೋ ಆಘಾತದ ಸಮಯದಲ್ಲಿ ನಿನ್ನ ಒಡಲಲ್ಲಿ ಧರಿಸಿರಬೇಕು, ನಿನ್ನಮ್ಮ. ಇಲ್ಲ ಎಲ್ಲೋ ಬದ್ಕಿನಲ್ಲಿ ಮೋಸವಾಗಿದೆ. ಇಲ್ಲಿ ಯಾರೋ ಅಪರಾಧಿಯಾಗಿರೋದ್ರಿಂದ ಮಾನಸಿಕವಾಗಿ ನೀನು ಶಿಕ್ಷೆ ವಿಧಿಸ್ಕೋಬೇಡ. ಸಮಾಜದಲ್ಲಿ ಎಲ್ಲಾ ರೀತಿಯ ಜನ ಇದ್ದರೂ ಕೆಲವರು ಮಾತ್ರ ಗೌರವಕ್ಕೆ ಮನ್ನಣೆಗೆ ಪಾತ್ರರು. ಮಿಕ್ಕವರನ್ನು ಕೇರ್ ಮಾಡ್ಬಾರ್ದು" ಬುದ್ಧಿ ಹೇಳಿದರು, ಸಂತೈಯಿಸಿದರು. ಧೈರ್ಯದ ನುಡಿಗಳನಾಡಿದರು.

ಆಮೇಲೆ ಎಷ್ಟೋ ಹಗುರವಾದಳು ಉಷಾ.

ಅಷ್ಟರಲ್ಲಿ ಗೌಳಿ ಬಂದಿದ್ದರಿಂದ ಗ್ರೀಷ್ಮಾ ಎದ್ದು ಹೋದಾಗ ತಾನೆ ಅಡಿಗೆ ಮನೆಗೆ ಹೋಗಿ ತರಕಾರಿಗಳನ್ನೆಲ್ಲ ಮುಂದಿಟ್ಟುಕೊಂಡು ಹೆಚ್ಚ ತೊಡಗಿದಳು. ಮನದ ಭಾರ ಬಹಳಷ್ಟು ಕಡಿಮೆಯಾಗಿದೆಯೆನಿಸಿತು.

ಇಲ್ಲಿನ ವಿಳಾಸ ಅರುಂಧತಿಗೆ ಗೊತ್ತಿಲ್ಲದಿದ್ದರಿಂದ ವನಮಾಲ ಪತ್ರ ಬರೆದಿದ್ದರು. ನಿನ್ನಮ್ಮನದು ಒಂದೇ ಧಾವಂತ. ನಿನ್ನ ನೋಡದ ಹೊರತು ನಿಶ್ಚಿಂತೆಯಾಗಿ ಇರಲಾರಳು. ಪತ್ರ ಬರೀ. ದೇಶ್‌ಮುಖ್ ದಂಪತಿಗಳಿಗೆ ನನ್ನ ನಮಸ್ಕಾರ ತಿಳಿಸು. ಅಷ್ಟೇ ಬರೆದಿದ್ದು. ರೆಕ್ಕೆಗಳನ್ನು ಕಟ್ಟಿಕೊಂಡು ಹಾರಿ ಹೋಗಿ ಅಮ್ಮನ ಮಡಿಲಲ್ಲಿ ತಲೆ ಇಡಬೇಕೆನಿಸಿತು. ಕೆಲವು ಸಲ ಅವಮಾನಿತಳಾದಾಗ 'ನೀನು ಯಾಕೆ ನನ್ನ ಹೆತ್ತೆ?' ಎಂದು ಪ್ರಶ್ನಿಸಿದಾಗ ಮೌನವಾಗಿ ಕಣ್ಣ ನೀರು ಹರಿಸಿದ್ದಳು ಅವಳಮ್ಮ. ಇಂದಿಗೂ ನೇಪಥ್ಯದಲ್ಲಿದ್ದ ವ್ಯಕ್ತಿಯ ಬಗ್ಗೆ ಏನು ತಿಳಿಸಿರಲಿಲ್ಲ.

ದೇಶಮುಖ್ ಬಂದಿದ್ದು ರಾತ್ರಿಯೇ. ಅಗತ್ಯವೆನಿಸಿದ್ದ ಪದಾರ್ಥಗಳನ್ನು ಖರೀದಿಸಿ ತಂದಿದ್ದರು. ಹೊರಗೆ ತುಂಬು ಬೆಳದಿಂಗಳು ಇದ್ದಿದ್ದರಿಂದ ಅಡಿಗೆಯನ್ನು ಹೊರಗೆ ತಂದಿಟ್ಟುಕೊಂಡು ಊಟ ಮಾಡಿದರು. ಆ ಮನುಷ್ಯ ಮಾತಾಡಿದ್ದು ಕಡಿಮೆಯೇ. ಬದುಕಿಗೆ ಅರ್ಥ ಪುಸ್ತಕದಲ್ಲಿ ಸಿಗದಿದ್ದಾಗ ಈ ರೀತಿ ಹುಡುಕಲು ಪ್ರಯತ್ನಿಸಿರಬೇಕು.

ಮಾರನೇ ದಿನ ಕ್ಯಾಮರ ಬ್ಯಾಗ್‌ಗೆ ಸೇರಿಸಿ ಹೊರ ಬಿದ್ದಿದ್ದು ಒಂಟಿಯಾಗಿಯೇ. ಇಂದು ಪುರಂದರರನ್ನ ಅರಸಿಕೊಂಡು ತೋಟಕ್ಕೆ ಹೋಗುವ ಬದಲು ನೇರವಾಗಿಯೇ ಅವರ ಮನೆಗೆ ಬಂದಳು.

ಕಂಬಕ್ಕೊರಗಿ ಕೂತಿದ್ದ ಅಚ್ಚಮ್ಮ ಸನ್ನೆಯಿಂದ ಹತ್ತಿರಕ್ಕೆ ಕರೆದು "ಅವ್ರು ಮನೆಯಲ್ಲೆ ಇದ್ದಾರೆ. ನಾನು ಹೇಳ್ತೀನಿ. ನೀನು ಮಾತೇ ಆಡಕೂಡದು. ಅವ್ರಿಗೆ ಹೆಣ್ಣು ಮಕ್ಕಳೆಂದರೆ ಕೋಪನೇ" ಒಂದು ಗುಟ್ಟನ್ನು ತಿಳಿಸಿದರು. ಅವಳ ಅನ್ವೇಷಣೆಗೆ ಬೆಳಕು ಕಿಂಡಿ ಕೊರೆದಂತಾಯಿತು. ಬಂದು ಅವರ ಸನಿಹದಲ್ಲಿ ಕೆಳಗಡೆಯೇ ಕೂತಳು. ಕಣ್ಣಂಚು ಒದ್ದೆ ಆಯಿತು. ಈಕೆಯ ಪ್ರೀತಿ, ಪ್ರೇಮ ಕರುಣೆ ತನಗೆ ಸಿಕ್ಕಿದರೆ ಸಿಗುವಂತಿದ್ದರೆ, ಒಂದು ಭೂತಕಾಲದ ಮಾತು, ವಾಸ್ತವದಲ್ಲಿಯು ಕೂಡ ನಡೆಯದೇನೋ.

ಹಳೆಯ ಕಾಲದ ಮುತ್ತೈದೆ. ದೊಡ್ಡ ದೊಡ್ಡ ಚಿನ್ನದೋಲೆಗಳು ಕಿವಿಗಳಲ್ಲಿ

ಜೋತು ಬೀಳುವಂತಿತ್ತು. ಕತ್ತಿನಲ್ಲಿಯೂ ಹಳೆಯ ಕಾಲದ ಸರಗಳು. ವಯಸ್ಸಿಗೆ ಅನುಗುಣವಾಗಿ ಮುಖದಲ್ಲಿ ಸುಕ್ಕುಗಳು ಇದ್ದರೂ ತೇಜಸ್ಸು ಇತ್ತು. ಅದರ ಜೊತೆಗೆ ಭಯ, ಭಕ್ತಿ.

ಒಳ ನಡುಮನೆಯಿಂದ ಹಿರಿಯ ದೀಕ್ಷಿತರು ಹೊರ ಬಂದರು. ಎತ್ತರವಾದ ಮನುಷ್ಯ ಸ್ವಲ್ಪ ಕುಗ್ಗಿದಂತೆ ಕಂಡರು. ಕಟ್ಟಾ ಸನಾತನಿಯ ವೇಷ ಭೂಷಣ. ಬಿಗಿದುಕೊಂಡ ಮುಖದ ಹಿಂದೆ ಮಾನವೀಯತೆ ಇದೆಯೆನಿಸಿತು. ಹೊರಟವರು ನಿಂತು ಇವಳತ್ತ ನೋಟ ಹರಸಿದರು. ಅದೆಷ್ಟು ತೀಕ್ಷ್ಣವಾಗಿ ಚೂಪಾದ ಚಾಕು ಕತ್ತಲಲ್ಲಿ ಮಿನುಗಿದಂತಾಯಿತು.

"ದೇಶಮುಖ್ ಮನೆಗೆ ಬಂದ ಅವ್ರ ನೆಂಟರ ಹುಡ್ಗೀ. ಈ ಕಡೆ ಬಂದಿತ್ತು. ನಾನೇ ಕೂಡ್ಸಿಕಂಡೆ. ಇವರಪ್ಪ ನಗರದಲ್ಲಿ ಡೆಪ್ಯೂಟಿ ಕಮೀಷನರ್" ಎಲ್ಲ ಹೇಳಿದ್ದು ಸುಳ್ಳೆನಿಸಿತು. ಅದಕ್ಕೆ ಕಾರಣವು ಇದೆಯೆನಿಸಿತು ಉಷಾಗೆ.

ಬರಿ ಹೂಗುಟ್ಟಿ ತಮ್ಮ ಪಾಡಿಗೆ ತಾವು ಹೊರಗಿನ ಹಜಾರ ಹಾದು ಮುಂದಿನ ಜಗುಲಿಗೆ ಹೋದ ಮೇಲೆ ಅಚ್ಚಮ್ಮನ ಎದೆಯ ಬಡಿತ ಸೀಮಿತಕ್ಕೆ ಬಂತು. ಒಂಟೊಂಟಿಯಾಗಿ ಹೆಣ್ಣು ಮಕ್ಕಳು ಓಡಾಡುವುದು ಅವರಿಗೆ ಸರಿ ಬರದು. ಅದು ಅಲ್ಲದೆ ಕುಲ ಗೋತ್ರ ಗೊತ್ತಿಲ್ಲದ ವಯಸ್ಸಿಗೆ ಬಂದ ಒಂದು ಹೆಣ್ಣು ತಮ್ಮ ಮನೆಗೆ ಬರುವುದನ್ನು ಪೂರ್ತಿಯಾಗಿ ವಿರೋಧಿಸುತ್ತಿದ್ದರು.

"ಅಜ್ಜಿ......" ಎಂದಳು ಮೆಲ್ಲಗೆ.

ಸುಮ್ಮನಿರುವಂತೆ ಆಕೆ ಸನ್ನೆ ಮಾಡಿದರು. ನೋಡಿದಾಗಿನಿಂದ ಇವಳ ಮೇಲೆ ಒಂದು ರೀತಿಯ ವಾತ್ಸಲ್ಯ. ಹತ್ತಿರ ಕೂಡಿಸಿಕೊಂಡು ಮಾತಾಡಿಸಬೇಕು, ಕೈಯಾರೆ ಬಡಿಸಿ ಅವಳು ತಿನ್ನುವುದನ್ನು ನೋಡಬೇಕೆಂಬ ಆಸೆ. ಅದಕ್ಕೆ ಕಾರಣವನ್ನು ಅರ್ಥೈಯಿಸಿಕೊಳ್ಳಲಾರರು.

"ನಿನ್ನ ಊರಿನ ಸುತ್ತಾಟ ಮುಗಿಯಲಿಲ್ವಾ?" ಅಧಿಕಾರದಿಂದ ಗದರಿಕೊಂಡಾಗ ಅವಳ ರೆಪ್ಪೆಗಳು ಅಚಲಗೊಂಡವು. ಈಕೆ ಯಾರು? ಪ್ರಶ್ನೆಗೆ ನಿಧಾನವಾಗಿ ಉತ್ತರ ಸಿಕ್ಕಾಗ ಮೃದುವಾದಳು.

"ಇನ್ನು ಸ್ವಲ್ಪ ಇದೆ" ಎಂದಳು ಮೆಲ್ಲಗೆ.

ಒಳ ನಡು ಮನೆಗೆ ಕರೆದೊಯ್ದಾಗ ಅತ್ತಿಗೆ, ನಾದಿನಿಯರು ಅಂದರೆ ಪುರಂದರನ ಅಮ್ಮ, ಸೋದರತ್ತೆ ಅಂದರೆ ಅವನ ತಂದೆಯ ಅಕ್ಕ ಎದುರು ಬದುರಾಗಿ ಕೂತು ಸೊಪ್ಪು ಸೋಸುತ್ತಿದ್ದರು.

"ಈ ಹುಡ್ಗಿಗೆ ಏನಾದ್ರೂ ಕೊಡು" ಅಚ್ಚಮ್ಮ ಹೇಳಿದರು.

"ಮೊನ್ನೆ ಕೊಟ್ಟ ದೋಸೆ ಬಿಟ್ಟು ಎದ್ದು ಹೋದ್ಲು. ಈ ಊರಿನಲ್ಲಿ ಒಬ್ಬಳಿಗೆ

ಎಂತಹ ಸುತ್ತಾಟ. ನೀವು ಯಾಕೆ ಇವ್ಳುನ ಸುಮ್ನೆ ಹಚ್ಕೋತೀರಾ?" ಪುರಂದರನ ಅಮ್ಮ ಕೋಪ ಕಕ್ಕಿದರು. ಇವರಿಗೆ ಯಾಕೆ ಇಂಥ ಅಸಹನೆಯೆಂದು ಗೊತ್ತಾಗಲಿಲ್ಲ ಉಷಾಗೆ. ಅವಳ ಮುಖ ಬಿಳುಚಿಕೊಂಡಿತು. "ಸಾರಿ ಆಂಟೀ, ನಾನು ಮತ್ತೆ ಬಂದು ನಾನೇ ತಪ್ಪು ಮಾಡ್ದೇ. ಜಾವಗಲ್ ಬಗ್ಗೆ ಒಂದು ಒಳ್ಳೆ ಲೇಖನ ಬರೆಯಬೇಕೆಂದು ಇಷ್ಟೊಂದು ಪರದಾಟ" ಎಂದಳು ಸಣ್ಣನೆಯ ದನಿಯಲ್ಲಿ.

ಮೇಲೆದ್ದ ಆಕೆ "ದಯವಿಟ್ಟು ನಿನ್ನ ಲೇಖನಕ್ಕೆ ನಮ್ಮ ಕುಟುಂಬನ ವಸ್ತು ಮಾಡ್ಕೊಬೇಡ. ನಮ್ಗೆ ಅದೆಲ್ಲ ಇಷ್ಟವಾಗೋಲ್ಲ" ಕಡ್ಡಿ ಎರಡು ತುಂಡಾದಂತೆ ಹೇಳಿದಾಗ ಇನ್ನು ಅಲ್ಲಿರುವುದು ಸರಿಯಲ್ಲವೆನಿಸಿತು ಉಷಾಗೆ. "ಸಾರಿ, ಬರ್ತೀನಿ" ಹೊರಟಾಗ ಅಚ್ಚಮ್ಮ ಕೈ ಹಿಡಿದು ಕೂಡಿಸಿದಳು. ಹೇಗೂ ಇಂದು ಬಂದಿದ್ದಿಯಾ. ಅವ್ರು ತೋಟದ ಕಡೆ ಹೊರಟರು. ಏನಾದ್ರೂ ಒಂದಿಷ್ಟು ತಿಂದ್ಕೊಂಡೇ ಹೋಗು" ಆಣತಿ ಇತ್ತರು. ಬೇರೆಯ ಸಂದರ್ಭವಾಗಿದ್ದರೆ, ಇವರಲ್ಲದೇ ಬೇರೆ ಜನ ಇಲ್ಲಿದ್ದರೆ ಬಹುಶಃ ಸಿಡಿದು ಹೋಗುತ್ತಿದ್ದಳು. ಆದರೂ ತನಗೆ ಆದ ಅನ್ಯಾಯದಲ್ಲಿ ಇವರೆಲ್ಲ ಮುಖ್ಯ ಪಾತ್ರಗಳು ಎನಿಸುತ್ತಿತ್ತು ಅವಳಿಗೆ.

ಪುರಂದರನ ಸೋದರತ್ತೆ ಎದ್ದು ಹೋಗಿ ಹರಿಯಪ್ಪ ಎನ್ನುವ ಸಿಹಿ ತಿಂಡಿಯ ಜೊತೆಗೆ ಕಾಯಿ ದೋಸೆ ಚಟ್ನಿ ತಂದಿಟ್ಟಾಗ ಅವಳಿಗೆ ನಿಜವಾಗಿಯೂ ಬೇಡವೆನಿಸಿತು. ಏನಾದರೂ ತಿನ್ನುವ ಸಲುವಾಗಿ ತಾನು ಇವರಲ್ಲಿಗೆ ಬರುತ್ತಿದ್ದೇನೆಯೇ? ಈ ಪ್ರಶ್ನೆಗೆ ಉತ್ತರಿಸಲಾರದಷ್ಟು ಅವಳ ಮಿದುಳು, ಮನಸ್ಸು ಕೆಲವು ನಿಮಿಷಗಳು ಮರಗಟ್ಟಿದಂತಾಯಿತು.

"ನಿನ್ನ ಹೆಸರೇನು?" ಕೇಳಿದರು.

"ಉಷಾ..." ಎಂದಳು ಮತ್ತೆ.

ಆಕೆಯ ಕಣ್ಣುಗಳು ಅವಳ ಮುಖದಲ್ಲಿ ಏನನ್ನೋ ಹುಡುಕಾಡಿತು. "ನನ್ನ ನಾದಿನಿಯ ಕೋಪಕ್ಕೆ ಅರ್ಥವುಂಟು. ಅಪರಿಚಿತ ಸ್ಥಳದಲ್ಲಿ ಒಂಟಿಯಾಗಿ ಸುತ್ತೋದು ಸರಿ ಕಾಣಿಸದು. ಹೆಣ್ಣಿಗೆ ಸ್ವಲ್ಪ ಕಡ್ಮೆ ಸ್ವತಂತ್ರವಿದ್ದರೇನೇ ಒಳ್ಳೇದು. ಬೇಜಾರು ಮಾಡ್ಕೋಬೇಡ ತಗೋ" ಉಪಚರಿಸಿದರು.

ಬಹಳ ಕಷ್ಟದಿಂದಲೇ ತಿಂದು ಮುಗಿಸಿದಳು. ಹೆಚ್ಚು ಹೊತ್ತು ಬೇಡವೆಂದು ಹೊರಗೆ ಬಂದವಳು ದೇವಸ್ಥಾನದ ಕಡೆಗೆ ಹೋದಳು. ಇಂದು ಕೆಲವರು ಪೂಜೆಗೆ ಬಂದಿದ್ದರು, ಅವರುಗಳ ಜೊತೆಯಲ್ಲಿಯೇ ಇವಳಿಗೂ ಮಂಗಳಾರತಿ, ಪ್ರಸಾದ ಕೊಟ್ಟರು. ಇಂದು ಕಾಯಿ, ಬಾಳೆಹಣ್ಣು, ಹೂ ಖರೀದಿಸಿ ಒಯ್ದಿದ್ದರಿಂದ ಅದರ ಪ್ರಸಾದದ ಕಾಯಿ ಹೋಳು, ಬಾಳೆಹಣ್ಣು ಅವಳ ಕೈಗೆ ಹಿಂದಿರುಗಿ ಬಂತು.

ಅದೇ ಮಾಮೂಲಿ ಜಾಗಕ್ಕೆ ಬಂದು ಕೂತವಳು ತನ್ನ ಬ್ಯಾಗ್‌ನಿಂದ ಕ್ಯಾಮರ ಹೊರ ತೆಗೆದು ಬಂದ ಅರ್ಚಕರ ಕಡೆ ನೋಡಿ "ಒಂದೆರಡು ಫೋಟೋಗಳನ್ನು

ತೆಗೆದುಕೊಳ್ಳಲಾ? ಬೇಡಾಂದರೆ ಖಂಡಿತ ತೆಗೆಯೊಲ್ಲ" ನಯವಾದ ದನಿಯಲ್ಲಿ ಪುಸಲಾಯಿಸಿದಳು. ಅದಷ್ಟೇ ಆಗಿದ್ದರೆ ಅವರನ್ನೇನು ಕೇಳುತ್ತಿರಲಿಲ್ಲ. ಜಾವಗಲ್‌ನಲ್ಲಿ ಹಿಂದಿನ ವರ್ಷಗಳಲ್ಲಿ ನಡೆದು ಹೋದ ಮುಖ್ಯ ವಿಷಯಗಳನ್ನು ತಿಳಿದುಕೊಂಡು ತನ್ನ ಅನುಮಾನವನ್ನು ದೃಢಪಡಿಸಿಕೊಳ್ಳಬೇಕಿತ್ತು. ಸದ್ಯಕ್ಕೆ ಈ ವ್ಯಕ್ತಿ ಅತ್ಯಂತ ಅರ್ಹನೆಂದು ಮನದಟ್ಟಾಗಿತ್ತು.

ಎಷ್ಟೋ ಜನ ಆಸಕ್ತಿಗಾಗಿ ಫೋಟೋಗಳನ್ನು ತೆಗೆದುಕೊಂಡಿದ್ದರು. ಅಂಥದ್ದರಲ್ಲಿ ಇವಳು ಫೋಟೋ ತೆಗೆದುಕೊಳ್ಳುವುದು ತಪ್ಪಾಗಿ ಕಾಣಲಿಲ್ಲ. ಆ ಬಗ್ಗೆ ಅವರನ್ನು ಕೂಡ ಯಾರು ಕೇಳುವವರಿರಲಿಲ್ಲ.

"ಎಷ್ಟೋ ಜನ ತಂಗೊಂಡಿದಾರೆ. ಆದರೆ ಒಂದು ಕಂಡೀಷನ್ ನನ್ನದೊಂದು ಫೋಟೋ ತೆಗೆದು ದೊಡ್ಡದು ಮಾಡ್ಸಿ ಕಳ್ಸಿ ಕೊಡ್ಬೇಕು" ಎಂದವರು "ಕಲರ್‌ನಲ್ಲಿ ಇರ್ಲಿ" ಒತ್ತಿ ಹೇಳಿದರು. ಖುಷಿಯಿಂದ ತಲೆ ಕುಣಿಸಿದವಳು "ಖಂಡಿತ, ನಿಂತ್ಕೋಳಿ ನಿಮ್ದೇ ಮೊದಲ ಫೋಟೋ" ಎರಡು ಸಲ ಕ್ಲಿಕಿಸಿದ ನಂತರ ಒಂದೆರಡು ಫೋಟೋಗಳನ್ನು ತೆಗೆದುಕೊಂಡು ಮೊದಲ ಜಾಗದಲ್ಲಿ ಕೂತಳು.

ದೇವಸ್ಥಾನದ ಒಳಗೆ ಹೋದ ಅರ್ಚಕರು ದೇವರ ನೈವೇದ್ಯಕ್ಕೆ ತಂದಿದ್ದ ಮೊಸರನ್ನವನ್ನು ಒಂದು ಎಲೆಯಲ್ಲಿ ಹಾಕಿ ತಂದು ಕೊಟ್ಟರು. ಅದನ್ನು ತಿಂದು ಕೈ ತೊಳೆದು ಬಂದು ಕೂತಳು.

"ಹತ್ತು ವರ್ಷದ ಹಿಂದೆ ಕೋಟೆ ಜಾವಗಲ್ ಹೇಗಿತ್ತು? ಇಪ್ಪತ್ತು ವರ್ಷದ ಹಿಂದೆ ಊರು ಹೇಗಿತ್ತು ಅನ್ನೋದು ತಿಳಿಯೋಕೆ, ಒಂದಿಷ್ಟು ಮಾಹಿತಿ ಬೇಕು. ಉತ್ತರದ ಕಡೆ ಅಂದರೇ ದೀಕ್ಷಿತರ ತೋಟದ ಪಶ್ಚಿಮಕ್ಕೆ ಬರ್ತಾ ಇದ್ದ ಹೊಳೆ ಈಗ ಪೂರ್ತಿ ಒಣಗಿ ಹೋಗಿದ್ದಂತೆ ಕಂಡಿದೆ" ಅಷ್ಟು ಉಷಾ ಪ್ರಸ್ತಾಪಿಸಿದ ಕೂಡಲೇ ಅರ್ಚಕರ ಮುಖದಲ್ಲಿ ವಿಷಾದ ಇಣುಕಿತು. ಹತ್ತೊಂಬತ್ತು ವರ್ಷಗಳ ಹಿಂದೆ ನಡೆದು ಹೋದ ದುರಂತದ ಘಟನೆ ಕಣ್ಮುಂದೆ ತೇಲಿತು.

"ಈಚೆಗೆ ಹೊಳೆ ತುಂಬಿ ಹರಿದಿದ್ದೇ ಇಲ್ಲ. ದೀಕ್ಷಿತರ ಕಡೆಯ ಸಂತಾನ ಅಂದ್ರೇ ಅವ್ರ ಮಗ್ಳು ಹೆಣ ತೇಲಿದಾಗ ತುಂಬಿ ಹರಿಯುತ್ತಿತ್ತು. ಯಾವ ಶಾಪ ತಟ್ಟಿತೋ, ಆಮೇಲೆ ತುಂಬಲೇ ಇಲ್ಲ. ಈಚೆಗೆ ಅದರಲ್ಲಿ ಜಲ ಕಾಣುವುದೇ ಅಪರೂಪವಾಯ್ತು" ಒಂದು ಚಿತ್ರವನ್ನು ಬಿಡಿಸಿಟ್ಟಾಗ ಬೆಚ್ಚಿ ಬಿದ್ದಳು.

ಅಂದರೆ ದೀಕ್ಷಿತರ ಮಗಳು ಆತ್ಮಹತ್ಯೆ ಮಾಡಿಕೊಂಡಳು!

"ಯಾಕೆ.... ಯಾಕೆ....?" ಕೇಳಿದಳು.

"ಏನೋ, ಎಂತೋ... ಹುಡ್ಗಿ ರೂಪಸಿ, ಬುದ್ಧಿವಂತ್ಲು. ಮಾತು ಜಾಸ್ತಿ. ಸ್ವಲ್ಪ ದಿನ ಅವ್ಳ ಸೋದರತ್ತೆ ಮನೆಗೆ ಹೋಗಿ ಬಂದಿದ್ದೇ ಹೊರ್ಗಡೆ ಬರ್ಲಿಲ್ಲ. ಪುಟ್ಟ ಊರು, ಜನ ಏನೇನೋ ಆಡಿಕೊಂಡ್ರು. ಆ ಹುಡ್ಗಿಯ ಹೆಣ ತೇಲಿದ ದಿನ ದೀಕ್ಷಿತರ ತಂದೆಯ

ವೈದಿಕ. ಮಳೆಯೆಂದರೆ .... ಭಯಂಕರ ಮಳೆ, ಹೊರ್ಗೆ ಹೋಗೋದೆ ಕಷ್ಟವಾಗಿತ್ತು. ಮೈ ಮುಖ ಗುರುತು ಸಿಗದಷ್ಟು ಊದಿಕೊಂಡಿತ್ತು. ಊರಿನ ಜನಗಳಲ್ಲಿ ನೂರಾರು ಪ್ರಶ್ನೆ ಎದ್ದವು. ದೊಡ್ಡ ಮನುಷ್ಯರೆನಿಸಿಕೊಂಡಿದ್ದ ದೀಕ್ಷಿತರಾಗ್ಲೀ ಅವರ ಮನೆಯವರಾಗ್ಲಿ ಪ್ರಶ್ನಿಸುವ ಧೈರ್ಯ ಯಾರ್ಗೂ ಇರ್ಲಿಲ್ಲ. ಪೊಲೀಸ್‌ನವ್ರು ಊರಿನ ಒಳಗೆ ಕಾಲು ಇಡದಂತೆ ಎಲ್ಲಾ ಮುಗೀತು. ಇಂದಿಗೂ ಆ ಕುಟಂಬ ಚೇತರ್ಸಿಕೊಂಡಿಲ್ಲ" ಎಂದು ನಡೆದು ಹೋದ ದುರಂತ ಕತೆಯನ್ನು ಬಿಡಿಸಿಟ್ಟರು.

ಅನ್ವೇಷಣೆಯಲ್ಲಿ ದಾರಿ ತಪ್ಪಿದ ಅನುಭವವಾಯಿತು ಉಷಾಗೆ. 'ಜಾವಗಲ್, ಅಪ್ಪಯ್ಯ ದೀಕ್ಷಿತರು' ಎಲ್ಲಾ ಇದೆ. ಆದರೆ ಅವರ ಕೊನೆಯ ಮಗಳು ಅಪಮೃತ್ಯುವಿಗೆ ಈಡಾದಳು – ಅದಕ್ಕೆ ಊರಿನವರೇ ಸಾಕ್ಷಿ. ಅವಳು ರುಕ್ಮಿಣಿ. ಆದರೆ ನನ್ನಮ್ಮ ಅರುಂಧತಿ ಯಾರು?

"ಇದೇನು ಅಂಥ ಮುಖ್ಯವಾದ ವಿಷ್ಯವಲ್ಲ! ಅದು ವೈಯಕ್ತಿಕವಾಗಿ ದೀಕ್ಷಿತರ ಮನೆಗೆ ಸಂಬಂಧಿಸಿದ್ದು. ಆದ್ರೂ ಯಾಕೆ ಸತ್ತಿದ್ದು? ತುಂಬ ಒಳ್ಳೆಯ ಜನರ ಹಾಗೇ ಕಾಣ್ತಾರೆ" ಅವರ ಪಕ್ಷ ವಹಿಸಿ ಮಾತಾಡಿದಳು. ಆ ಮನುಷ್ಯನ ಒಳ್ಳೆಯತನದ ಬಗ್ಗೆ ಅರ್ಚಕರ ವಿರೋಧ ಕೂಡ ಇಲ್ಲ. ಕೆಲವು ವಿಷಯಗಳಲ್ಲಿ ರಾಜಿಯಾಗರು. ಅದಕ್ಕಾಗಿಯೇ ಕೆಲವರ ನಿಷ್ಠುರ ಕಟ್ಟಿಕೊಂಡಿದ್ದರು ಊರಲ್ಲಿ.

" ಈ ದೇವಸ್ಥಾನಕ್ಕೆ ಅವರದೇ ಹೆಚ್ಚಿನ ದೇಣಿಗೆ. ತೋಟದಲ್ಲಿ ಬೆಳೆಯುವ ಪ್ರತಿಯೊಂದು ಪದಾರ್ಥಗಳ ಪಾಲು ದೇವಸ್ಥಾನಕ್ಕೆ ಬರುತ್ತೆ. ಅದರಿಂದ್ಲೇ ನೆಮ್ದಿಯಿಂದ ನಾವು ಬದ್ಕೋದು ಸಾಧ್ಯವಾಗಿದೆ" ಹೇಳಿಕೊಂಡರು ಅರ್ಚಕರು.

ಆಮೇಲೆ ಅವರ ಮನೆಯ ವಿಷಯ ಮುಖ್ಯವಾರಿಸಿಕೊಳ್ಳದೇ ಊರಿನ ಎಲ್ಲಾ ಮನೆಯವರ ವಿಷಯ ಬಂದು ಹೋಯಿತು. ಇಪ್ಪತ್ತು ವರ್ಷದಿಂದ ಇಂದಿನವರೆಗೂ ನಡೆದು ಹೋದ ಎಲ್ಲಾ ವಿಚಾರಗಳು ಬಂದು ಹೋದೆವು. ಊರಿನ ರಾಜಕೀಯವೇ ಅಟ್ಟಹಾಸದಿಂದ ಮೆರೆದದ್ದು.

ಉಷಾ ಮೇಲೆದ್ದಾಗ ಏನನ್ನಿಸಿತೋ ಅವರಿಗೆ "ಲೇಖನ ಪ್ರಕಟವಾದರೇ ನಿನ್ನ ಬರವಣಿಗೆ ಪುಸ್ತಕ ರೂಪದಲ್ಲಿ ಪ್ರಕಟವಾಗಿ ಇಲ್ಲಿನ ಮುಖಂಡರ ಕೈಗೆ ಸಿಕ್ಕರೆ ಒಂದು ರೀತಿಯಲ್ಲಿ ನಾನಾ ತೊಂದರೆಗಳೇ. ಪ್ರತಿಯೊಬ್ಬರು ರಾವಣಾಸುರರು. ತಾವು ರಾಮ ಎಂದೇ ನಮೂದಾಗಬಯಸುವ ಜನ. ಇಂಥವ್ರು ಎಲ್ಲಾ ಕಡೆ ಇರ್ತಾರೆ. ಇಲ್ಲೇ ಇರೋ ನನ್ನ ಹೆಸರು ಬರಕೂಡ್ದು" ವಿನಂತಿಸಿದರು.

"ಖಂಡಿತವಾಗಿ, ಎಲ್ಲೂ ನಿಮ್ಮ ಹೆಸರು ಬರೋಲ್ಲ. ನೀವು ಹೇಳ್ದ ಎಷ್ಟೋ ವಿಷ್ಯಗಳ್ನ ಬೇರೆ ಜನ ಕೂಡ ಹೇಳಿದ್ದಾರೆ. ನೀವು ಯಾಕೆ ಭಯಪಡ್ತೀರಾ?" ತನ್ನ ಬ್ಯಾಗ್ ಎತ್ತಿಕೊಂಡು ಮೇಲೆದ್ದಳು.

ನೇರವಾಗಿ ಗೌಳಿ ಮನೆಗೆ ಹೋದಾಗ, ಅವಳ ಮನೆ ಕಡಿಮೆ ಬೆಲೆಯ ನಾಡ

ಹೆಂಚಿನದಾದರೂ ಚೊಕ್ಕಟವಾಗಿಟ್ಟುಕೊಂಡಿದ್ದಳು. ಆದರೂ ಗಂಜಲ ಸಗಣಿ ವಾಸನೆ ಮೂಗಿಗೆ ಬಡಿಯುತ್ತಿತ್ತು.

"ನೀನು ಇವತ್ತು ತಪ್ಪಿಸ್ಕೊಂಡೆ" ಎನ್ನುತ್ತ ರೊಟ್ಟಿ ತಟ್ಟುತ್ತಿದ್ದವಳ ಮುಂದೆ ಹೋಗಿ ಕೂತಳು. ರೊಟ್ಟಿಯನ್ನು ಹೆಂಚಿನ ಮೇಲೆ ಹಾಕಿದವಳು ಇವಳತ್ತ ತಿರುಗಿ "ನೀವೇ ತಪ್ಪಿಸಿಕೊಂಡ್ರಿ! ಮತ್ತೆಲ್ಲಿ ಸುತ್ತಾಟಕ್ಕೆ ಹೊರಟಿದ್ರಿ? ಈ ಪಾಟಿ ಬಿಸಿಲಲ್ಲಿ ಯಾಕೆ ಸುತ್ತುತೀರಿ? ಮತ್ತೇನಿದೆ ಇಲ್ಲಿ ನೋಡೋಕೆ?" ಎಂದು ಎದ್ದವಳನ್ನು ಒಂದು ಮಂದಲಿಗೆಯನ್ನು ಇವಳ ಪಕ್ಕ ಹಾಕಿ "ಅದ್ರ ಮೇಲೆ ಕೂತ್ಕಳಿ, ಇಲ್ಲಿ ಬೇಸರಬಂದ್ಹೋಗಿದೆ. ನಿಮ್ಕಡೆ ಬರ್ತಿನಿ, ಒಂದ್ಕೆಲ್ಸ ಕೊಡ್ಸಿ ಬಿಡಿ. ಕಾಲಕ್ಕು ಇದೇ ಕೆಲ್ಸ ಮಾಡಿ ಸೋತು ಹೋಗಿದ್ದೀನಿ" ಪ್ರವರ ಷುರು ಮಾಡಿದಳು.

ಸುತ್ತಲು ನೋಟ ಹರಿಸಿದ ಉಷಾ "ಇವನ್ನೆಲ್ಲಾ ಏನ್ ಮಾಡ್ತೀಯಾ? ನೀನು ಕೂಡ್ಸಿ ಇಟ್ಟಿರೋ ಸಾಮಾನುಗಳನ್ನು ಅಡಕ ಮಾಡೋಕೆ, ದೊಡ್ಡ ಬಂಗ್ಲೆನೇ, ಬೇಕಾಗುತ್ತೆ. ಅದ್ಕೇ ಒಬ್ಬ ಘೂರ್ಕನ ಕಾವಲು. ಇಲ್ಲಿನ ಎಷ್ಟೋ ವಸ್ತುಗಳನ್ನು ಪಟ್ಟಣದ ಜನ ನೋಡಿರೋಲ್ಲ" ನಗಾಡಿದಳು.

ಬಿಸಿ ರೊಟ್ಟಿಯನ್ನು ಮೊಗಚಿದ ಗೌಳಿ "ನಮ್ಮಲ್ಲಿ ಬಿಸಿ ರೊಟ್ಟಿಯನ್ನು ಉಣ್ತೀರಾ?" ಕೇಳಿದ ಕೂಡಲೇ ಭಾರವಾದ ಉಸಿರು ದಬ್ಬಿ "ಇವತ್ತಂತು ಆಗೋಲ್ಲ. ಇನ್ನೊಂದು ದಿನ ತಿಂತೀನಿ. ನೀನು ನಿನ್ಮಗ ಮಾತ್ರ ಇರ್ತೀರಾ, ಮಿಕ್ಕವ್ರು ಎಲ್ಲಿ?" ಮತ್ತೊಮ್ಮೆ ಯಾರದಾದರೂ ಹೆಜ್ಜೆ ಇದೆಯೇನೂಂತ ಸುತ್ತಲೂ ನಿರುಕಿಸಿದ. ಉಷಾ ನೋಟ ಒಂದು ಕಡೆ ನಿಂತಿತು. ಕಪ್ಪು, ಬಿಳುಪಿನ ಒಂದು ಫೋಟೋವನ್ನು ಗೋಡೆಗೆ ತೂಗು ಹಾಕಿದ್ದರು. ಅದು ಹೆಚ್ಚು ಕಡಿಮೆ ಮಸಿಗೆಟ್ಟು ಹೋಗಿತ್ತು. ಫೋಟೋದಲ್ಲಿದ್ದ ಜನ ಬಂದರೂ ಅವರು ತಮ್ಮ ಸ್ವಂತ ಫೇಸ್‌ಗಳನ್ನು ಗುರುತು ಹಿಡಿಯಲಾರರೇನೋ, ಅಂಥ ಸ್ಥಿತಿಯಲ್ಲಿತ್ತು.

"ನನ್ಗಂಡ ಮೂರ್‍ಹೊತ್ತು ಇರೋದು ದೀಕ್ಷಿತರ ತೋಟದಲ್ಲೆ. ತಿಂಗಳಲ್ಲಿ ಒಂದೆರಡು ಸಲ ಮನೆ ನೆನಪಾದ್ರೆ... ಹೆಚ್ಚು. ಅಂಥ ತಿರುಬೋಕಿ ಅವ್ನು. ಇನ್ನ ನನ್ನವ್ವ ಮೊನ್ನೆ ಮೊನ್ನೆಯವರ್‍ಗೂ ಇದ್ಲು. ಕೊರಗಿಕೊಂಡೆ ತಾನೇನೋ ದೊಡ್ಡ ತಪ್ಪು ಮಾಡ್ದೇಂತ ರಾತ್ರಿ-ಹಗ್ಲು ಅಳೋಳು" ಕತೆಯ ರೂಪದಲ್ಲಿ ಬಿಡಿಸಿಟ್ಟಳು.

ಎದ್ದ ಉಷಾ ಗೋಡೆಯ ಮೇಲಿನ ಕಪ್ಪು ಬಿಳುಪಿನ ಫೋಟೋ ಹೊರಗೆ ಒಯ್ದು ಬೆಳಕಿಗೆ ಹಿಡಿದು ನೋಡಿದಳು. ಎಲ್ಲಾ ಮಸುಕು... ಮಸುಕು. ಯಾರ ಮುಖಗಳು ಸ್ಪಷ್ಟವಾಗಿ ಕಾಣದು.

" ಈ ಫೋಟೋದಲ್ಲಿ ಯಾರು ಯಾರು ಇದ್ದೀರಾ? ಏನು ಕಾಣಿಸೋಲ್ಲ" ಎನ್ನುತ್ತಾ ಫೋಟೋನ ಒಳಗೆ ತಂದಳು. ಗೌಳಿ ಎದ್ದು ಸೆರಗಿಗೆ ಕೈಯೊರೆಸಿಕೊಳ್ಳುತ್ತ "ಎಲ್ಲಾ, ದೀಕ್ಷಿತರ ಕುಟುಂಬವೇ, ನಾನು ಆ ಕೊನೆಯಲ್ಲಿ ನಿಂತಿದ್ದೀನಿ ನೋಡಿ. ತೆಗ್ದು

ಉಗ್ರಾಣದಲ್ಲಿ ಎಸೆದಿದ್ರೂ ನಾನು ತಂದು ಗೋಡೆಗೆ ಹಾಕ್ಕೊಂಡೆ" ಹೇಳಿದಳು. ಸ್ವಲ್ಪ ಹುಷಾರಾದ ಉಷಾ "ಏನೇನು ಕಾಣೋಲ್ಲ. ಎಲ್ಲ ಕ್ಲೀನಾಗಿ ಒರೆಸಿದರೇನಾದ್ರೂ ಕಾಣಬಹುದೇನೋ! ನಾನು ತಗೊಂಡ್ಹೋಗಿ ಎಲ್ಲಾ ಕ್ಲೀನ್ ಮಾಡಿ ಕೊಡ್ಲಾ?" ಎಂದಾಗ, ಅನಾಮತ್ತು ಅವಳ ಕೈಯಿಂದ ಕಿತ್ತುಕೊಂಡ ಗೌಳಿ ಯಥಾ ಸ್ಥಾನದಲ್ಲಿ ಹಾಕಿ "ಯಾರಾದ್ರೂ ನೋಡಿದರೆ ದೀಕ್ಷಿತರ ಮನೆಯಿಂದ ಕದ್ಕೊಂಡ್ ಬಂದಿದ್ದೀನಿ ಅಂದ್ಕೊತಾರೆ, ಇದೇ ತರಹ ಇದ್ಕಳ್ಳಿ ಬಿಡಿ."

ಅವಳು ಭಾಷೆಯನ್ನು ಬಳಸುವ ನಾಜೋಕಿಗೆ ಉಷಾ ಬೆರಗಾದಳು. "ನೀನು ತುಂಬ ಚೆನ್ನಾಗಿ ಮಾತಾಡ್ತೀಯಾ ಗೌಳಿ" ಮೆಚ್ಚಿಗೆ ಸೂಚಿಸಿದಳು.

"ಅಯ್ಯೋ ನಾನು ಇದ್ದಿದ್ದು, ಇರೋದೆಲ್ಲ ದೀಕ್ಷಿತರ ಮನೆಯಲ್ಲೆ. ಎಲ್ಲಾ ಹೊತ್ತಿನ ಊಟ ತಿಂಡಿ ಅಲ್ಲೆ ನಡ್ದು ಹೋಗೋದು. ದೇಶಮುಖ್ ಸಾಹೇಬ್ರು ಕೆಲ್ಸಕ್ಕಾಗಿ ಕರೆದಾಗ ನಂಗೂ ನಾಲ್ಕು ಕಾಸು ಮಾಡ್ಬಹ್ದೂಂತ ಒಪ್ಕೊಂಡೇ."

ಅಂದರೆ ಗೌಳಿಗೆ ದೀಕ್ಷಿತರ ಮನೆಯ ಒಡನಾಟವಿದೆಯೆಂದು ಅರಿತಾಗ ವಿಷಯ ಅರಿಯುವುದು ಸುಲಭವೆನಿಸಿತು. ಅಂತೂ ಹೊಗಳಿ ಅದೂ ಇದೂ ಮಾತಾಡಿ ಒಂದು ಹದಕ್ಕೆ ತಂದ ನಂತರ ದೀಕ್ಷಿತರ ಮನೆಯಲ್ಲಿ ನಡೆದು ಹೋದ ದುರಂತ ಅವಳ ಬಾಯಿಂದ ಹೊರ ಬಿತ್ತು.

"ಆಯಮ್ಮ ಸತ್ತಿದ್ದೇ ಒಳ್ಳೆದಾಯ್ತು!" ಎಂದಳು.

ಉಷಾ ವಿಸ್ಮಿತಳಾದಳು. ಸತ್ತ ವ್ಯಕ್ತಿ ಕೆಟ್ಟವನಾದರೂ ಜನರ ಸಹಾನುಭೂತಿ ಪಡೆಯುವುದು ಸಹಜ. ಅಂಥದ್ದರಲ್ಲಿ ಹದಿನಾರರ ಹರೆಯದ ರುಕ್ಮಿಣಿ ಮಾಡಿದ ಭಯಂಕರ ತಪ್ಪೇನು? ಸತ್ಯ ಅವಳಿಂದಲೇ ಹೊರಬಿತ್ತು. ನೆಂಟರ ಮನೆಗೆ ಹೋಗಿದ್ದ ರುಕ್ಮಿಣಿ ಒಬ್ಬ ವ್ಯಕ್ತಿಯ ಕಾಮಕ್ಕೆ ಬಲಿಯಾಗಿ ಹೋಗಿದ್ದಳು. ಇದು ಓರಿಜಿನಲ್ ವಿಷಯ. ಸದಾ ದೀಕ್ಷಿತರ ಮನೆಯಲ್ಲಿಯೇ ಇರುತ್ತಿದ್ದ ಹೆಚ್ಚು ಓದದ ಗೌಳಿಯ ಬಾಯಿಂದ ಮಾತು.

"ಛೆ, ಎಂಥ ಕೆಲ್ಸವಾಯ್ತು! ಆ ವ್ಯಕ್ತಿಯ ಮೇಲೆ ಪೋಲೀಸ್ ಕಂಪ್ಲೇಂಟ್ ಕೊಡಬೇಕಿತ್ತು. ಅವ್ನ ಗಲ್ಲಿಗೆ ಹಾಕ್ಬೇಕಿತ್ತು." ಉದ್ವಿಗ್ನಳಾದಳು.

ಅವಳು ಹಣೆ ಗಟ್ಟಿಸಿಕೊಂಡು ಕೈಯಿಂದ ಬಾಯಿ ಮುಚ್ಚಿಕೊಂಡು ಇವಳತ್ತ ನೋಟ ಹರಿಸಿದಳು. ಇವಳು ತೀರಾ ಅರಿವಿಲ್ಲದ ಇನ್ನೊಸೆಂಟಾಗಿ ಕಂಡಿರಬೇಕು ಅವಳ ಕಣ್ಣಿಗೆ.

"ಎಂಥ ಮಾತು ಆಡ್ತೀರಾ! ಇಂಥ ವಿಷ್ಯಗಳ್ನ ಪೋಲೀಸ್ನವ್ರ ಬಳಿಗೆ ಒಯ್ಯಲು ಸಾಧ್ಯವೇ? ಹೇಗೇಗೋ...... ಮುಚ್ಚಿಟ್ರು. ರುಕ್ಮಿಣಮ್ಮ ಮೊದಲ ಸ್ಥಿತಿಗೆ ಬರಲಿಲ್ಲ." ಎಂದವಳು ಅತ್ತಿತ್ತ ನೋಡಿ ಇವಳ ಕಿವಿಯ ಬಳಿ ಬಗ್ಗಿ "ಹೊಟ್ಟೆ ಮುಂದಕ್ಕೆ ಬಂದಿತ್ತು. ಆಗ ನನ್ನವ್ವ ಹಸಿರಿನ ಔಷ್ಧ ಕೊಟ್ಲು. ಸೂರ್ಯನ ಮುಖ ನೋಡ್ದಂಗೆ

ಉಗ್ರಾಣದಲ್ಲಿ ಕೂಡಿಹಾಕಿದ್ದ ರುಕ್ಮಿಣಮ್ಮ ಹೆಂಗೆ ಹೊಳೆ ಪಾಲು ಆದಳೋ! ಬಾಯಿ ಭದ್ರವಿಲ್ದ ಮೂಳಿ. ಏನೇನೋ ಹೇಳ್ಬಿಟ್ಟೆ. ಯಾರೊಂದಿಗೂ ಬಾಯಿ ಬಿಡ್ಬೇಡಿ. ಇಂಥದೇನು ಬರೀ ಬೇಡಿ" ಎಂದು ಜಾಣತನದಿಂದ ಹೇಳಿದಳು.

"ನಂಗ್ಯಾಕೆ, ಬೇಕು? ಸಿಟಿಯಲ್ಲಿ ಇಂಥ ಎಷ್ಟೋ ವಿಷ್ಯಗಳು ನಡೆಯುತ್ತೆ. ಇನ್ನು ಹೋಗ್ತೀನಿ. ನಿನ್ನ ಫೋಟೋ ತೆಗಿಲಾ?" ಎನ್ನುತ್ತ ಅವಳನ್ನು ಹೊರಗೆ ಕರೆದೊಯ್ದು ನಿಲ್ಲಿಸಿ ಫೋಟೋ ತೆಗೆದವಳು "ಆ ಫೋಟೋನ ಕೊಡು ಹೆಂಗು ನಂಗೂ ಕೆಲ್ಸ ಇಲ್ಲ. ಮುಖಗಳು ಕಾಣೋ ಹಾಗೆ ಮಾಡಿ ಕೊಡ್ತೀನಿ" ಎಂದು ಬಹಳ ಬಲವಂತ ಮಾಡಿದ ಮೇಲೆ ಕೊಡಲೊಪ್ಪಿದಳು.

ಅದನ್ನು ಬಟ್ಟೆಯಿಂದೊರಸಿ ಪೇಪರ್‌ನಿಂದ ಸುತ್ತಿ ತನ್ನ ಬ್ಯಾಗ್‌ನಲ್ಲಿ ಇಟ್ಟುಕೊಂಡಳು. ಅತ್ಯಾಚಾರಕ್ಕೆ ಗುರಿಯಾದ ರುಕ್ಮಿಣಿ ಸತ್ತಿದ್ದಳು. ಸತ್ತ ನಿರಪರಾಧಿ ಹೆಣ್ಣಿನ ಬಗ್ಗೆ ಇವರುಗಳಿಗೆ ಸಹಾನುಭೂತಿ ಇಲ್ಲವೆಂದುಕೊಂಡಾಗ ಮಾತ್ರ ಉಷಾಗೆ ನೋವಾಯಿತು. ಇದೊಂದು ರೀತಿಯ ವೈಪರೀತ್ಯ. ಮುಲಾಜಿಲ್ಲದೆ ಆ ಹೆಣ್ಣಿನ ಅಪರಾಧಿ ಸ್ಥಾನದಲ್ಲಿ ನಿಲ್ಲಿಸಿ ಬಿಡಬಲ್ಲರು.

ಫಾರ್ಮ್‌ಗೆ ಉಷಾ ಹಿಂದಿರುಗುವ ವೇಳೆಗೆ ಸಂಜೆಯೇ ಆಗಿತ್ತು. ಕೃತಕವಾಗಿ ಕಲ್ಲುಗಳನ್ನು ಪೇರಿಸಿ ಮಾಡಿದ್ದ ಗುಡ್ಡದ ಮೇಲೆ ಕೂತಿದ್ದ ದೇಶಮುಖ್ ಅವಳತ್ತ ನೋಟ ಹರಿಸಿ ಬರುವಂತೆ ಸನ್ನೆ ಮಾಡಿದ್ದು ಮೊದಲ ಸಲ. ಅವಳಿಗೆ ಅಚ್ಚರಿಯ ಜೊತೆ ಭಯ ಕೂಡ. 'ಲಗೇಜ್ ತಗೊಂಡು ಖಾಲಿ ಮಾಡಿಬಿಡು' ಎಂದರೆ ಎಲ್ಲಿ ಹೋಗುವುದು.

ಬಂದವಳು ತಲೆ ತಗ್ಗಿಸಿ ನಿಂತಳು.

"ನೆನ್ನೆ ಅಡಿಗೆ ತುಂಬಾ ಚೆನ್ನಾಗಿ ಮಾಡಿದ್ದೆ. ಗುಡ್...." ಅಷ್ಟೇ ಹೇಳಿದ್ದು.

ಉಷಾಗೆ ಕುಣಿದಾಡುವಷ್ಟು ಸಂತೋಷವಾಯಿತು. ಮಾತಾಡದವರು ಆಡಿದರೆ, ಹೊಗಳದವರು ಹೊಗಳಿದರೆ, ಆಗ ಸಿಕ್ಕುವ ಆನಂದವೆ ಬೇರೆ.

"ತುಂಬ... ತುಂಬ ಥ್ಯಾಂಕ್ಸ್ ಅಂಕಲ್" ಎಂದು ಉದ್ಗರಿಸಿದವಳು ಕುಟೀರಕ್ಕೆ ಬಂದಾಗ ಗೀಷ್ಮಾ ಮೌನವಾಗಿ ಕೂತಿದ್ದರು. ಏನು ಮಾಡದೇ ಕೂತಿದ್ದನ್ನು ಮೊದಲ ಸಲ ಕಂಡಿದ್ದು "ಆಂಟೀ, ತುಂಬಾ ಡಿಪ್ರೆಸ್ ಆಗಿ ಕಾಣ್ತೀರಾ" ಆಕೆಯ ಬಳಿ ಕೂತಳು. ಮಾತಾಡದೇ ಮೇಲೆದ್ದು "ಟೀ ಮಾಡಿದ್ದೀನಿ, ಕೊಡ್ಲಾ?" ಫ್ಲಾಸ್ಕ್‌ನಲ್ಲಿದ್ದ ಟೀಯನ್ನು ಕಪ್‌ಗೆ ಬಗ್ಗಿಸಿ ಅವಳಿಗೆ ಕೊಟ್ಟು "ನೀನು ಯಾವಾಗ ಹಿಂದಿರುಗೋದು? ನಮ್ಗೆ ತೊಂದರೇಂತ ಅಲ್ಲ. ನಾನು ಜಾವಗಲ್ ಸರ್‍ನ್ನಾಗಿ ನೋಡಿಲ್ಲ. ಈ ಜಮೀನು ಕೊಳ್ಳುವ ಮೊದ್ಲು ಅದನ್ನು ಮಾರಾಟ ಮಾಡಿದ ವ್ಯಕ್ತಿ ಒಮ್ಮೆ ಇಡೀ ಊರನ್ನು ಪರಿಚಯಿಸಿದ ನಂತರ ಫಾರ್ಮ್‌ನ ಹಿಂಭಾಗದಲ್ಲಿ ಹಾದು ಹೋಗುತ್ತಿದ್ದ ಹೊಳೆ ಒಣಗಿ ಹೋಗಿದ್ದಕ್ಕೆ ಕಾರಣ ಹೇಳಿದ್ದ. ಅದೊಂದು ಸಾಮಾನ್ಯ ವಿಷಯವೆನಿಸಿದರೂ ದೊಡ್ಡ ದುರಂತವಾಗಿ

ಕಂಡಿತು. ಎಂದರು ಸೂಕ್ಷ್ಮವಾಗಿ.

ಉಷಾಳ ಕೈಯಲ್ಲಿನ ಟೀ ಕಪ್ ತುಟಿಯ ಬಳಿಗೆ ಹೋಗಲಿಲ್ಲ. ಗೌಳಿ ಹೇಳಿದ ವಿಷಯಕ್ಕೂ ಗ್ರೀಷ್ಮಾರ ಮಾತಿಗೂ ಸಾಮ್ಯವಿತ್ತು.

ಫ್ಲಾಸ್ಕ್ ಇಟ್ಟು ಬಂದ ಗ್ರೀಷ್ಮಾ "ಕುಡಿ, ನಿಂಗೆ ಹೇಳೋದೊಂದು ಮಾತಿದೆ." ಅಲ್ಲೇ ಕೂತರು. ನಡುಗುವ ಕೈಯಿಂದ ಬಲವಂತವಾಗಿ ಟೀ ಕುಡಿದು ಕಪ್ ತೊಳೆದಿಟ್ಟು ಬಂದು ಅವರ ಬಳಿ ಕೂತಳು. "ಹೇಳಿ ಆಂಟೀ, ನಾನು ಅಂಥ ಧೈರ್ಯಸ್ಥ ಹುಡ್ಗಿ ಅಲ್ಲಾಂತ ವನಮಾಲ ಆಂಟೀ ಹೇಳ್ತಾ ಇರ್ತಾರೆ."

"ಜಾವಗಲ್‌ನಲ್ಲಿರೋ ದೀಕ್ಷಿತರ ಮನೆ ಹುಡ್ಗಿಯೊಂದು ತನ್ನ ಹದಿನಾರನೆ ವಯಸ್ಸಿನಲ್ಲಿ ತುಂಬಿ ಹರಿಯುತ್ತಿದ್ದ ಹೊಳೆಯಲ್ಲಿ ಬಿದ್ದು ಸತ್ತಳಂತೆ. ಆಕಸ್ಮಿಕ ಅನ್ನೋ ವಿಷ್ಯ ಹೊರಬಿದ್ದು ಅಲ್ಲಿ ಸತ್ಯ ಗೂಢವಾಗಿ ಉಳ್ದು ಹೋಯ್ತು. ನೆಂಟರ ಮನೆಗೆ ಹೋಗಿದ್ದು ಆ ಹುಡ್ಗಿ ಮೇಲೆ ಯಾರೋ ದುಷ್ಟ ಅತ್ಯಾಚಾರ ಮಾಡಿದ. ಅದೊಂದು ಆತ್ಮಹತ್ಯೆಯ ಪ್ರಕರಣಾಂತ ಹೇಳಿದ್ರು. ಆಗ ತುಂಬಿ ಹರಿವ ಹೊಳೆ ಇದ್ವಗ್ಲೂ ತುಂಬಿದ್ದೇ ಇಲ್ವಂತೆ. ಅತ್ಯಾಚಾರ ಮತ್ತು ಸಾವಿನ ಅಂತರದಲ್ಲಿ ಆ ಹೆಣ್ಣು ಅನುಭವಿಸಿದ ಮಾನಸಿಕ ವೇದನೆ ಎಷ್ಟು? ಮನುಷ್ಯನ ಸಾವು ದುಃಖಕರ. ಆದರೆ ಮಾನವ ಮೌಲ್ಯಗಳು ಸಾವು ಅದಕ್ಕಿಂತ ದುಃಖಕರ. ಈ ಮಾತನ್ನು ಮಹಾನ್‌ಸಾಹಿತಿ ಶರತ್ಚಂದ್ರ ಚಟರ್ಜಿ ಹೇಳಿದ್ದು. ಇಂದಿಗೂ ಎಷ್ಟೊಂದು ಪ್ರಸ್ತುತ ನಾನು ಹದಿನೈದು ವರ್ಷಗಳ ಕಾಲ ಅಮೇರಿಕಾದಲ್ಲಿ ಇದ್ದವಳೇ. ನೀನು ಈ ತರಹ ಒಂಟೊಂಟಿಯಾಗಿ ಅಪರಿಚಿತ ಊರಿನಲ್ಲಿ ಓಡಾಡೋದು ನಂಗೆ ಇಷ್ಟವಾಗೊಲ್ಲ." ಚುಟುಕಾಗಿ ಮಾತಾಡುತ್ತಿದ್ದವರು. ಇದ್ದವರು ಇಂದು ದೀರ್ಘವಾಗಿಯೇ ಮಾತಾಡಿದ್ದರು.

ಉಷಾಳ ಬಾಯಿಂದ ಮಾತೇ ಹೊರಡಲಿಲ್ಲ. ಅಂದರೆ ದೀಕ್ಷಿತರ ಮಗಳು ಅತ್ಯಾಚಾರಕ್ಕೆ ಗುರಿಯಾಗಿದ್ದಳು. ನಂತರ ಆತ್ಮಹತ್ಯೆ ಮಾಡಿಕೊಂಡ ಚಿತ್ರ ಮಾತ್ರ ದೊರೆತಿತ್ತು. ಆದರೆ ತನ್ನಮ್ಮ ನೋಟು ಬುಕ್‌ನಲ್ಲಿ ದೀಕ್ಷಿತರ ವಿಳಾಸ ಬರೆದಿಟ್ಟಿದ್ದು ಯಾಕೆ? ಜಾವಗಲ್ ದೀಕ್ಷಿತರ ಕುಟುಂಬಕ್ಕೆ ತಾಯಿ ನೇರ ಸಂಬಂಧಿಕಳಾಗಿರುತ್ತಾಳೆಂದು ಇಲ್ಲಿಯವರೆಗೂ ಹುಡುಕಿಕೊಂಡು ಬಂದಿದ್ದಳು. ಜಾವಗಲ್ ಇತ್ತು, ದೀಕ್ಷಿತರ ಕುಟುಂಬ ಇತ್ತು. ಅವಳ ತಲೆ ಕೆಟ್ಟಂತಾಯಿತು.

ಎರಡು ಕೈಯಲ್ಲು ತಲೆಯನ್ನು ಹಿಡಿದುಕೊಂಡಳು. ದೊಡ್ಡ ವಿಪ್ಲವ ನಡೆಯುತ್ತಿತ್ತು ಮಿದುಳಿನಲ್ಲಿ. ಇಂಚು ಇಂಚಾಗಿ ಎಳೆಯ ತನದಿಂದ ಅಪಮಾನಿತಳಾಗಿದ್ದಕ್ಕೆ ಯಾರು ಕಾರಣ.

ಉಷಾಳ ಭುಜದ ಮೇಲೆ ಕೈಯಿಟ್ಟ ಗ್ರೀಷ್ಮಾ "ಸಮಾಧಾನ ಮಾಡ್ಕೋ. ಕೆಟ್ಟ ಧೈರ್ಯ, ಕ್ರಾಂತಿ ಮನೋಭಾವ ಕೆಲವೊಮ್ಮೆ ದುರಂತಕ್ಕೆ ತಳ್ಳುತ್ತೆ. ಆದಷ್ಟು ಬೇಗ ಹಿಂದಿರುಗು, ನಿನ್ನ ಮಮ್ಮಿ ನಿಂಗೋಸ್ಕರ ಕಾಯ್ತ ಇರ್ತಾರೆ" ನಯವಾಗಿ ಹೇಳಿದರು.

ಆಕೆಯ ಎರಡು ಕೈಗಳನ್ನು ಹಿಡಿದುಕೊಂಡು "ಅಂದು ಹೊಳೆಗೆ ಬಿದ್ದು ಆತ್ಮಹತ್ಯೆ ಮಾಡ್ಕೊಂಡ ಹೆಣ್ಣಿಗೆ ಸಾವು ಅನಿವಾರ್ಯವಾಗಿತ್ತೆ?" ಉದ್ವಿಗ್ನರಾಗಿ ಕೇಳಿದಾಗ ಗ್ರೀಷ್ಮಾ ಗಂಭೀರವಾದರು "ಅವಳಿದ್ದ ಸ್ಥಿತಿಯಲ್ಲಿ ಅದು ಅನಿವಾರ್ಯ ವಾಗಿರಬೇಕು. ಇಂಥ ಪ್ರಕರಣಗಳಲ್ಲಿ ಅವ್ರು ಹೆಚ್ಚು ಮಾನಸಿಕ ಹಿಂಸೆಗೆ ಗುರಿಯಾಗುತ್ತಾಳೇಂತ ಮನಃಶಾಸ್ತ್ರಜ್ಞರು ಹೇಳಿದ್ದಾರೆ. ವಿದೇಶಗಳಲ್ಲಿ ಅಂದರೆ ಅಮೇರಿಕಾದಂಥ ದೇಶಗಳಲ್ಲಿ ಅತ್ಯಾಚಾರಕ್ಕೆ ಗುರಿಯಾದ ಹೆಣ್ಣು ಮಕ್ಕಿಗೆಂದೇ ಸಲಹಾ ಕೇಂದ್ರಗಳು ಹುಟ್ಟಿಕೊಂಡಿದೆ. ಅಲ್ಲಿ ಅತ್ಯಾಚಾರ ಮತ್ತು ಲೈಂಗಿಕ ಕಿರುಕುಳಕ್ಕೆ ತುತ್ತಾದ ಹೆಣ್ಣುಗಳನ್ನು ಸಂತೈಯಿಸುತ್ತಾರೆ. ಧೈರ್ಯ ನೀಡುತ್ತಾರೆ. ನ್ಯಾಯಾಲಯಕ್ಕೆ ಹೋದರೂ ಅವರು ಕೇಳುವ ಪ್ರಶ್ನೆಗಳಿಗೆ ಉತ್ತರಿಸುವ ಸ್ಥಿತಿಯಲ್ಲಿ ಇರೋಲ್ಲ. ನೆರೆ ಹೊರೆಯವ್ರು ಇರಲೀ ಮನೆಯವರಿಂದ ಕೂಡ ಕನಿಷ್ಠ ಸಹಾನುಭೂತಿ ಸಿಗೋಲ್ಲ. ಇಂಥ ಸ್ಥಿತಿಯಲ್ಲಿರೋ ಹೆಣ್ಣಿಗೆ ಬದ್ಕಿಗಿಂತ ಸಾವು ಪ್ರಿಯವಾಗೋದು ಸಹಜ" ಉತ್ತಮ ಮಟ್ಟದಲ್ಲಿ ವ್ಯಾಖ್ಯಾನಿಸಿದರು ಗ್ರೀಷ್ಮಾ.

"ಆ ಹೆಣ್ಣು ಸತ್ತಿದ್ದು ಸರಿನಾ?" ಕೇಳಿದರು. ಅವಳಿನ್ನು ಅಳುವಿನಿಂದ ಮುಕ್ತಳಾಗಿರಲಿಲ್ಲ. ಇಲ್ಲಿ ಸರಿ ತಪ್ಪೂಂತ ಲಾಜಿಕ್ ಇಲ್ಲ. ಅತ್ಯಾಚಾರ ಪ್ರಕರಣಗಳು ತೆರೆಮರೆಯಲ್ಲಿ ಉಳ್ದು ಬಿಡುತ್ತೆ. ಕೆ.ಪಿ.ಎಸ್. ಗಿಲ್‌ನಿಂದ ಲೈಂಗಿಕ ಕಿರುಕುಳಕ್ಕೆ ಒಳಗಾದ ಐ.ಎ.ಎಸ್. ಅಧಿಕಾರಿ ರೂಪನ್ ಬಜಾಜ್ ನ್ಯಾಯಕ್ಕಾಗಿ ಹತ್ತು ವರ್ಷ ಹೋರಾಡ ಬೇಕಾಯ್ತು. ಅಂಥದ್ದರಲ್ಲಿ ಸಾಮಾನ್ಯ ಮಹಿಳೆ ತನ್ನ ಮೇಲೆ ನಡೆದ ಅತ್ಯಾಚಾರ ಅಥವಾ ಲೈಂಗಿಕ ಕಿರುಕುಳವನ್ನು ನ್ಯಾಯಾಲಯಕ್ಕೆ ಒಯ್ಯಲು ಸಾಧ್ಯವೇ? ಅಂದು ನಡೆದ ಪ್ರಕರಣವನ್ನು ಮುಕ್ತವಾಗಿ ಹತ್ತಾರು ಜನರ ಮುಂದೆ ಹೇಳಲು ಸಾಧ್ಯವೇ?" ಅವಳ ಮನವನ್ನು ತರ್ಕಕ್ಕೆ ಒಡ್ಡಿದರು.

ಮೌನವಾಗಿ ಕೂತಳು ಉಷಾ. ಅವಳಲ್ಲಿನ ಉದ್ವೇಗ, ಆಂದೋಳನ ನಿಮಿಷ ನಿಮಿಷಕ್ಕೂ ಹೆಚ್ಚಿತ್ತಿತ್ತು. ವಿಕೃತ ಕಾಮಕ್ಕೆ ಬಲಿಯಾದ ಚಿತ್ರದುರ್ಗದ ರೂಪ, ಪುತ್ತೂರಿನ ಸೌಮ್ಯ ನೆನಪಿಗೆ ಬಂದರು.

"ಬೇಕಾದರೆ ಇನ್ನೊಂದಿಷ್ಟು ಟೀ ಕುಡಿ" ಹೇಳಿ ಗೀಷ್ಮಾ ಹೊರಗೆ ಹೋದರು.

ನಿಶ್ಯಬ್ದ ಆವರಿಸಿತು. ಉಷಾ ಬಹಳ ಹೊತ್ತು ಗೊಂಬೆಯಂತೆ ಕೂತಿದ್ದಳು. ರುಕ್ಮಿಣಿ ಸತ್ತಿದ್ದರೇ ತನ್ನ ತಾಯಿ ಯಾರು? ಸದ್ಯಕ್ಕೆ ಆ ಪಾಯಿಂಟ್ ಮೇಲೆ ಅನ್ವೇಷಣೆ ಮಾಡಬೇಕೆನಿಸಿತು. ಈಗಾಗಲೇ ಗ್ರೀಷ್ಮಾ ಕೂಡ 'ಹೊರಡು' ಎಂದು ಹೇಳಿದ್ದರಿಂದ ಬಹಳ ದಿನಗಳು ನಿಲ್ಲುವುದು ಸಾಧ್ಯವಿರಲಿಲ್ಲ.

ಮರುದಿನ ಗೌಳಿ ಬರುವುದಕ್ಕೆ ಮುನ್ನವೇ ಫಾರ್ಮ್ ಬಿಟ್ಟು ಹೊರ ಬಂದಳು. ಹಿರಿಯ ದೀಕ್ಷಿತರ ಸ್ನಾನ, ಪೂಜೆಯ ಸಮಯ. ನಂತರವೇ ಮನೆಯಿಂದ ಹೊರಗೆ ಹೋಗುವ ಅಭ್ಯಾಸ. ಈ ವೇಳೆಯಲ್ಲಿ ಪುರಂದರ ತೋಟದಲ್ಲಿರುತ್ತಾನೆಂಬ ಸಂಗತಿ ಅವನ ಮಾತಿನಿಂದಲೇ ತಿಳಿದಿತ್ತು. ಅತ್ತ ದಾರಿ ತೆಗೆದಳು.

ಕಾದಿದ್ದವನಂತೆ ಪುರಂದರ ತೋಟದ ಬಾಗಿಲಲ್ಲಿ ಸಿಕ್ಕಿ ಹುಬ್ಬೇರಿಸಿ ನಕ್ಕ "ಏನು ಬೆಳಿಗ್ಗೆ ಬೆಳಿಗ್ಗೆ ದಯ ಮಾಡ್ಸಿದ್ದೀರಾ? ನಮ್ಮಮ್ಮ, ಅತ್ತೆ ಭಯನ ನಿಜ ಮಾಡೋ ಹಂಗೆ ಕಾಣಿಸ್ತೀರಲ್ಲ" ತಮಾಷೆ ಮಾಡಿದ.

ಉಷಾಳ ಕಣ್ಣುಗಳು ಕಿರಿದಾದವು.

"ಎಂಥ ಭಯ? ಅವ್ರು ನನ್ನಂಡರೆ ಹೆದರೋಕೆ ನಾನೇನು ಭೂತನ, ಪ್ರೇತನ? ಇನ್ನೆರಡ್ಮೂರು ದಿವ್ಸದಲ್ಲಿ ಹೊರಟೋಗ್ತಾ ಇದ್ದೀನಿ. ಅದ್ಕೆ ನಿಮ್ಮ ತೋಟ, ತಂದೆನ ನೋಡೋಣಾಂತ ಬಂದೆ" ಎಂದಳು.

ಪುರಂದರ ಒಳಗೆ ಕರೆದೊಯ್ದು. ವಿಶಾಲವಾದ ತೋಟ. ಬೆಳೆದು ನಿಂತ ಫಸಲು ಕೊಡುತ್ತಿದ್ದ ಹಳೆಯ ತೆಂಗಿನ ಮರಗಳು ಪೂರ ಒಂದು ಕಡೆ.

"ಏನಾದ್ರೂ ತಿಂದು ಬಂದಿದ್ದೀರಾ?" ಕೇಳಿದ.

ಇಲ್ಲವೆಂದು ತಲೆಯಾಡಿಸಿದಳು. ತೀರಾ ಬೆಳಗಿನ ವೇಳೆ ಗೀಷ್ಮಾ ಏನು ಮಾಡುತ್ತಿರಲಿಲ್ಲ. ಉಳಿದ ಅಡಿಗೆ ಪದಾರ್ಥಗಳನ್ನು ಇಡುವ ಅಭ್ಯಾಸವಿಲ್ಲದ ಗೀಷ್ಮಾ ಬೇರೆಯ ಪ್ರಾಣಿಗಳ ಮುಂದಿಟ್ಟು ಬಿಡುತ್ತಿದ್ದರು.

"ಇಲ್ಲಿ ಕೂತಿರಿ, ಬಂದೆ" ಪುರಂದರ ಹೊರಟ.

ಇಂಥ ವಿಶಾಲವಾದ ತೋಟದಲ್ಲಿ ಆಡಿ ಬೆಳೆದಿದ್ದರೆ ತಾನು ಕೂಡ ಇಲ್ಲಿನ ಹೂ, ಗಿಡಗಳ ಹಾಗೇ ನಳನಳಿಸುತ್ತ ಇರಬಹುದಿತ್ತು. ಕನಸುಗಳು ಬಂದು ಮುತ್ತಿಕೊಂಡು ವಿಚಲಿತಳನ್ನಾಗಿಸುತ್ತಿತ್ತು.

ಕೆತ್ತಿಸಿ ತಂದ ಎಳನೀರನ್ನು ಅವಳಿಗೆ ಕೊಟ್ಟ "ನಿಮ್ಗೆ ಕುಡ್ಯೋಕೆ ಸಾಧ್ಯನಾ?" ಕೇಳಿದ. ಅವಳ ಅರಳುಗಣ್ಣುಗಳು ಮತ್ತಷ್ಟು ಅಗಲವಾಯಿತು. "ಷ್ಯೂರ್, ಬೆಟ್ಸ್ ಕಟ್ಟಿ ಕುಡಿದಿದ್ದೀನಿ. ಈಗ ನೋಡ್ತಾ ಇರೀ" ಎಳನೀರನ್ನು ಹಾಗೆಯೇ ಕುಡಿದು ಮುಗಿಸಿದಾಗ "ಹುಡ್ಗೀರು ಬೆಟ್ ಕಟ್ಟೋದು ತಿನ್ನೋಕೆ, ಕುಡ್ಯೋಕೆ ಜಾಸ್ತಿ ಅಂದರೆ ಸಿನಿಮಾ ನೋಡೋಕೆ. ಅಲ್ಲಿಂದ ಹೊರಗೆ ಬಂದಿದ್ದೀರಾ! ಕೆಲವರಾದ್ರೂ ಬೇರೆ ರೀತಿ ಥಿಂಕ್ ಮಾಡಿದ್ರೆ........ ಹಲವಾರು ಮಂದಿ ಕಿರಣ್ ಬೇಡಿಗಳು, ಒಂದ್ಹತ್ತು ಜನರಾದರೂ ಇಂದಿರಾ ಗಾಂಧಿ ವ್ಯಕ್ತಿತ್ವವುಳ್ಳವರು ಪ್ರಕಟಗೊಳ್ಳಬಹುದಿತ್ತು." ಹಾಸ್ಯಕ್ಕಾಗಿಯೇ ಹೇಳಿದ್ದು. ಉಷಾಗೆ ಚುಚ್ಚಿದಂತಾಯಿತು.

ಈಗ ಅವಳು ವಾದ ಬೆಳೆಸುವ ಮೂಡ್‌ನಲ್ಲಿ ಇರಲಿಲ್ಲ. ಈಗ ಉಷಾಳ ಪಾಲಿಗೆ ಸಮಯ ಅಮೂಲ್ಯ.

"ಆ ಬಗ್ಗೆ ಇನ್ನೊಂದು ದಿನ ವಾದ ಮಾಡ್ಬಹ್ದು. ನಿಮ್ಮ ಅಮ್ಮ ಅತ್ತೆಗೆ ಭಯಾಂದ್ರಿ ಯಾಕ್ಹೇಳಿ? ಬಹಳ ಚುಚ್ಚಿ ಮಾತಾಡ್ತಾರೆ. ನನ್ನಿಂದ ಅವ್ರಿಗೇನು ತೊಂದರೆ ಆಗಿದೆ?" ಆ ವಿಷಯಕ್ಕೆ ಬಂದಳು.

ಒಮ್ಮೆ ಆಕಾಶದ ಕಡೆ, ಭೂಮಿಯ ಕಡೆ ನೋಡಿದವನು "ನಿಮ್ಮ ಮೇಲೆ ಅವ್ರಿಗೆ ವೈಯಕ್ತಿಕವಾಗಿ ಕೋಪ, ಭಯ ಇಲ್ಲದಿದ್ರೂ ಎಂದೋ ನಡ್ದು ಹೋದ ಆಘಾತ ನಿನ್ನಂಥ ಹುಡ್ಗೀರ್ನ ಕಂಡ ಕೂಡ್ಲೇ ನೆನಪಾಗುತ್ತೆ. ದೀಕ್ಷಿತರ ಕುಟುಂಬಕ್ಕೆ ನಾನೊಬ್ನೇ ವಾರಸುದಾರ. ನನ್ನ ನೀವು ಹಾರಿಸಿಕೊಂಡು ಹೋಗ್ಬಹುದ್ದು ಅಥ್ವಾ ನನ್ನಿಂದ ನಿಮ್ಗೇನಾದ್ರೂ ಅಪಾಯವಾದರೇ – ಈ ಎರ್ಡೂ ಚಿಂತನೆಗಳು ಅವ್ರ ತಲೆಯಲ್ಲಿದೆ" ಎಂದ ಆರಾಮಾಗಿ ಹಾಸ್ಯ ಬೆರೆಸಿ.

ತಲೆಯ ಮೇಲೆ ಕೈಯೊತ್ತು ಕೂತ ಉಷಾ ತಟ್ಟನೆ ಚುರುಕಾದಳು. ಪುರಂದರನಿಂದ ವಿಷಯ ತಿಳಿಯಲು ಸರಿಯಾದ ಸಮಯವೆನಿಸಿತು.

'ಮೈ ಗಾಢ್, ನಾನೇನೋ ಅಪರಿಚಿತಳು. ನನ್ಮೇಲೆ ಅಂಥ ಭಯವಿದ್ರೂ... ನಿಮ್ಮ ಮೇಲೆ ನಂಬ್ಕೆ ಇರ್ಬೇಕಲ್ಲ. ಸ್ವಂತ ಮಕ್ಳು ಮೇಲೆ ಅನುಮಾನವಾದರೆ .... ಹೇಗೆ?" ಸೋತವಳಂತೆ ನುಡಿದಳು.

" ಸಾರಿ ಉಷಾ, ಬೇಜಾರು ಮಾಡ್ಕೋಬೇಡಿ. ನನ್ನ ಕಿರಿ ಅತ್ತೆ ರುಕ್ಮಿಣಿ ಚೆಲುವೆ, ಒಳ್ಳೆಯ ಮಾತುಗಾತಿಯಂತೆ. ನಮ್ಮ ತಾತನಿಗೆ ಮುದ್ದಿನ ಮಗ್ಳು. ಆಕೆಯ ಬಗ್ಗೆ ಯೋಚಿಸಲಾರ್ದಂಥ ದುರಂತ ನಡ್ದು ಸಾವನ್ನು ಅಪ್ಪಿದಳು! ಸಾವಿನ ಬಗ್ಗೆ ಯಾರು ಚಿಂತಿಸೋಲ್ಲ. ಅವ್ಳು ಸತ್ತು ಈ ಕುಟುಂಬನ ಪಾರು ಮಾಡಿದ್ಲು" ಅಂತ ತಾತ ಹೇಳ್ತಾರೆ. ಅವ್ರ ನಂಬಿಕೆಗೆ ಅಲ್ಲೆ ಕೊಡಲಿ ಪೆಟ್ಟು ಬಿದ್ದಿದ್ದು" ಎಂದು ಹೇಳಿದ. ಈ ವಿಷಯವನ್ನು ಇದುವರೆಗೂ ಈ ಊರಿನಲ್ಲಿ ಯಾರೊಂದಿಗೂ ಮಾತಾಡಿರಲಿಲ್ಲ. ಬಹು ದಿನದ ಅವನ ಮನದ ತುಮುಲ ಇಂದು ವಿಷಯವನ್ನು ಹೊರಗೆ ಹಾಕಿತ್ತು.

ಆಮೇಲೆ ಅವನಾಡಿದ ಮಾತುಗಳಿಂದಲೇ ಗುರುತಿಸಿದಳು. ಇಂದಿಗೂ ಆ ಹೆಣ್ಣಿನ ಬಗ್ಗೆ ತಿರಸ್ಕಾರವೇ ದೀಕ್ಷಿತರ ಕುಟುಂಬಕ್ಕೆ. ಕ್ಷಮಿಸರು. ಅದಕ್ಕೆ ಅವರು ಕೊಡುವ ಕಾರಣಗಳು ಕಾರಣಗಳೇ ಅಲ್ಲ.

"ಅಕಸ್ಮಾತ್ ಬದ್ಕಿದ್ದರೇ?" ಒಂದು ಸಣ್ಣ ಪ್ರಶ್ನೆ ಮುಂದಿಟ್ಟಳು.

"ಹೇಗೆ, ಸತ್ತವರು ಬದ್ಕಿ ಬರ್ತಾರೆ" ಸ್ವಲ್ಪ ಉದ್ವಿಗ್ನನಾದ.

"ಓಕೇ, ಓಕೆ......ದೇವರು ನಿಮ್ಮ ದುಃಖ, ನೋವು ನೋಡಿ ವಾಪ್ಸು ಕಳಿಸಿದರೆ?" ಕೇಳಿದಳು ಗದ್ದಕ್ಕೆ ಕೈಯೂರಿ. ಬೇರೆಯವರ ವಿಷಯವಾಗಿದ್ದರೆ ನಕ್ಕು ಬಿಡುತ್ತಿದ್ದನೇನೋ, ಈಗ ಮಾತ್ರ ಸೀರಿಯಸ್ಸಾದ "ನೋ, ಇಂಪಾಜಿಬಲ್, ಆಕೆಯನ್ನು ಯಾರು ಕ್ಷಮಿಸರು. ಈ ಪ್ರಶ್ನೆ ನಮ್ಮ ತಾತನಿಗೆ ಹಾಕಿದ್ದರೆ ಎದೆಯೊಡೆದು ಪ್ರಾಣ ಬಿಡುತ್ತಿದ್ದರು. ನೆನಪು ಕೂಡ ಇಷ್ಟವಾಗೊಲ್ಲ. ಇನ್ನ ಆ ವಿಷಯದ ಪ್ರಸ್ತಾಪ ಬೇಡ" ಅಸಹ್ಯಿಸಿಕೊಂಡ.

ಇಷ್ಟೊಂದು ದ್ವೇಷ ಕಾರುವಂಥ ತಪ್ಪು ಕೆಲಸ ರುಕ್ಮಿಣಿ ಮಾಡಿದ್ದೇನು?

"ಅದ್ರಲ್ಲಿ ಆಕೆಯದೇನು ತಪ್ಪು? ಓದಿಕೊಂಡ ನೀವು ಕೂಡ ಈ ತರಹ

ಮಾತಾಡೋದು ಎಷ್ಟು ಸರಿ?" ಎಂದಳು ನಿಧಾನವಾಗಿ.

ಪೂರ್ತಿ ದುಃಖಿತನಾದ ಪುರಂದರ. ಅವಳ ಮದುವೆ, ಭವಿಷ್ಯಕ್ಕಾಗಿ ದೀಕ್ಷಿತರು ಮಾಡಿಕೊಂಡಿದ್ದ ಒಂದೊಂದು ಏರ್ಪಾಡನ್ನು ಹೇಳಿದ. ವಿಧಿ ಅದನ್ನು ಕಬಳಿಸಿತ್ತು. ನಿಶ್ಚಿಂತೆಯಾಗಿ ಪಾಪಕ್ಕೆ ಅವಳನ್ನು ಹೊಣೆಯಾಗಿಸಿದ್ದರು.

"ಪ್ಲೀಸ್, ಆ ಮಾತುಗಳೆಲ್ಲ ಬೇಡ. ಹೊಳೆಯಲ್ಲಿ ತೇಲಿ ಬಂದ ಮಗಳ ಶವಕ್ಕೆ ನಮ್ಮ ತಾತ ಅಂತಿಮ ಸಂಸ್ಕಾರ ಮಾಡಲಿಲ್ಲ. ಬೇರೆ ಯಾರಿಂದಲೋ ಮಾಡ್ಸಿದ್ರು." ಅದರಿಂದ ಒಂದು ಹೊಸ ವಿಷಯ ಬೆಳಕಿಗೆ ಬಂತು. ಆ ಬಗ್ಗೆ ಉಷಾಗೆ ಮಾತು ಬೇಡವೆನಿಸಿತು. ಉತ್ಸಾಹ ಕುಗ್ಗಿತು. ಬಹಳ ಬೇಗ ಫಾರಂಗೆ ಹಿಂದಿರುಗಿ ಬಂದಳು.

ಗಂಡ, ಹೆಂಡತಿ ಗಿಡಗಳಿಗೆ ಗೊಬ್ಬರ ಹಾಕುತ್ತಿದ್ದರು. ಬಿಸಿಲನ್ನು ಲೆಕ್ಕಿಸದೇ ಇವಳನ್ನೇನು ಪ್ರಶ್ನಿಸಲಿಲ್ಲ. ಹರಿಯುತ್ತಿದ್ದ ತೂಬಿನ ಬಳಿ ಹೋಗಿ ಕೈ ಕಾಲು ಮುಖ ತೊಳೆದುಕೊಂಡು ಬಂದು ತನ್ನ ಏರ್ ಬ್ಯಾಗ್‌ನಲ್ಲಿ ಬಟ್ಟೆಗಳ ಅಡಿಯಲ್ಲಿದ್ದ ನೋಟು ಬುಕ್ ಹೊರತೆಗೆದಳು. ಇಪ್ಪತ್ತು ವರ್ಷದ ಹಳೆಯ ಪುಸ್ತಕ. ತನ್ನ ಒರಿಜಿನಲ್ ಬಣ್ಣ ಕಳೆದುಕೊಂಡು ಮಬ್ಬಾಗಿತ್ತು. ಎಲ್ಲಾ ಮಂಕು ಹಿಡಿದ ಹಾಳೆಗಳೇ. ಪ್ರತಿಯೊಂದು ಪುಟವನ್ನು ಜಾಗರೂಕತೆಯಿಂದ ಬಿಡಿಸಿ ಬಿಡಿಸಿ ನೋಡಿ ಮುಚ್ಚಿದಳು ಬೇಸರದಿಂದ.

ಜಾವಗಲ್ ದೀಕ್ಷಿತರ ಮನೆ ಸಿಕ್ಕಾಗ ಮೊದಲು ಕೋಪಗೊಂಡರೂ ನಂತರ ಸಂಭ್ರಮಗೊಂಡಿತ್ತು ಅವಳ ಮನ. ಅಮ್ಮ ಕಳೆದುಕೊಂಡಿದ್ದನ್ನೆಲ್ಲಾ ಬೊಗಸೆ ಬೊಗಸೆಯಲ್ಲಿ ತುಂಬಿ ಪುಷ್ಪಾಭಿಷೇಕ ಮಾಡಿಬಿಡಬೇಕೆಂಬ ಆತುರವಿತ್ತು. ಉಲ್ಲಾಸ ಉತ್ಸಾಹವಿತ್ತು. ಅತ್ಯಂತ ಸುಂದರವಾದ ಕನಸು ಇತ್ತು.

ನಿರುತ್ಸಾಹದಿಂದ ನೋಟು ಬುಕ್ ಸ್ವಸ್ಥಾನದಲ್ಲಿಟ್ಟು ಮಂಕಾಗಿ ಸುಮ್ಮನೆ ಕೂತಳು. ತನ್ನಮ್ಮ ಅರುಂಧತಿ. ಈ ರುಕ್ಮಿಣಿ ಯಾರು? ಇದೆಲ್ಲ ತಿಳಿಯಲು ಒಂದಿಷ್ಟು ಸಹನೆ ಬೇಕೆನಿಸಿತು.

ಹೊರಗೆದ್ದು ಬಂದವಳು ಕುಟೀರದ ಹಿಂಭಾಗಕ್ಕೆ ಹೋದಳು. ಅಲ್ಲಿ ಪಾರಿವಾಳಗಳ ದಂಡು ಇರುತ್ತಿತ್ತು. ಡಬ್ಬಿಯಲ್ಲಿದ್ದ ಕಾಳುಗಳನ್ನು ತೆಗೆದು ಅದರ ಮುಂದೆ ಎರಚಿದಳು. ಅವು ಸದ್ದು ಮಾಡುತ್ತ ತಮ್ಮ ತಮ್ಮಲ್ಲಿಯೇ ಸಂಭಾಷಿಸುತ್ತ ಕೊಕ್ಕಿನಿಂದ ಕಾಳನ್ನು ಹೆಕ್ಕುವ ರೀತಿ ಆಕರ್ಷಕವಾಗಿತ್ತು. ಬಹಳ ಹೊತ್ತು ಅಲ್ಲೇ ಕೂತು ಹಿಂದಕ್ಕೆ ಬರುವ ವೇಳೆಗೆ ಗೀಷ್ಮಾ ಬಂದಿದ್ದರು.

"ಯಾಕೆ ಊಟ ಮಾಡಿಲ್ಲ? ಒಂದಿಷ್ಟು ಏನಾದ್ರೂ ತಿನ್ನು ಬಾ. ವಿಪರೀತ ಓಡಾಟ ಕೆಲವೊಮ್ಮೆ ಹಸಿವನ್ನು ಓಡಿಸಿ ದೇಹದಲ್ಲಿ ಸುಸ್ತನ್ನು ತುಂಬುತ್ತೆ" ಎಂದವರೆ ಒಳಗೆ ಹೋಗಿ ತಟ್ಟೆಯಲ್ಲಿ ಪರೋಟ – ಪಲ್ಯವನ್ನು ತಂದಿಟ್ಟು "ಗೌಳಿ, ನಿನ್ನ ತುಂಬ .... ತುಂಬ ಕೇಳಿದ್ಲು. ಬಹುಶಃ ಹುಡುಕಾಡಿರ್ತಾಳೆ. ದಿನ ನೂರು ರೂಪಾಯಿ ಕೊಡ್ತಾ ಇದ್ದೆಯಂತೆ ನಂಗೆ ಅನುಮಾನ...." ಎಂದರು ಗ್ರೀಷ್ಮಾ. ಬೇರೆಯವರ ಬದುಕಿನಲ್ಲಿ

ತಾವು ತಲೆ ಹಾಕಬಾರದು. ಬೇರೆಯವರು ತಮ್ಮ ಜೀವನದ ಮಧ್ಯೆ ಪ್ರವೇಶಿಸಬಾರದೆಂದೆ ಇಲ್ಲಿ ಬಂದು ನೆಲೆಸಿದ್ದರು. ಯಾಕೋ ಏನೋ ದೇಶಮುಖ್ ಮಾಮೂಲಿಯಾಗಿ ಇದ್ದರೂ ಗ್ರೀಷ್ಮರಿಂದ ಸುಮ್ಮನಿರಲಾಗಿದ್ದರು. ಈಗ ಸಂತಾನವಿಲ್ಲದಿದ್ದರೂ ಆಕೆಯು ಒಂದು ಹೆಣ್ಣು ಮಗುವಿನ ತಾಯಿ ಆಗಿದ್ದವರು. ತಾಯ್ತನದ ಪ್ರಜ್ವಲನೆಯನ್ನು ಸ್ವತಃ ಅನುಭವಿಸಿದಾಕೆ.

ತಟ್ಟೆಯನ್ನು ಕೈಯಲ್ಲಿರಿದ ಉಷಾ "ಇಲ್ಲಿಂದ ಹೋದ್ಮೇಲೆ ನನ್ನೊಜೊತೆಯಲ್ಲೇ ಇರ್ತಾಳೆ. ದುಡಿಯೋಕೆ ಹೋದರೂ ಹಣ ಅವ್ಳಿಗೆ ಸಿಕ್ಕುತ್ತಂತೆ" ಎಂದಳು.

ಅವಳ ಮಾತಿಗೆ ಗ್ರೀಷ್ಮಾ ನಕ್ಕು ಬಿಟ್ಟರು.

"ಇದ್ನ ನಿಂಗೆ ಹೇಳಿದ್ದು ಯಾರು?" ಅವ್ಳ ಮಾತಿನ ಪ್ರಕಾರ ಗೌಳಿ ಹೋಗೋದು ದೀಕ್ಷಿತರ ಮನೆಗಂತೆ. ಇಡೀ ದಿನನ ಕಳ್ಯೋದು ಅಲ್ಲೆ. ಅವಳು ಮಾತಿಗೆ ಷುರು ಮಾಡಿದರೆ ಹೇಳೋದು ಅವ್ರ ಮನೆ ವಿಷ್ಯನೆ. ಬಹಳ ಹಿಂದೆ ದೀಕ್ಷಿತರ ಮಗಳು ಹೊಳೆಯಲ್ಲಿ ಮುಳುಗಿ ಸತ್ತಳಂತೆ. ಅಂದಿನಿಂದ ಹೊಳೆಯೇ ತುಂಬಿ ಹರಿಯಲಿಲ್ಲಾಂತ ಈ ತೋಟ, ಜಮೀನು ಮಾರಿದ ವ್ಯಕ್ತಿ ಹೇಳ್ದ. ಹೊಳೆ ಅಂದ್ಮೇಲೆ ಆಗಾಗ ಬಿದ್ದು ಸಾಯೋ ಜನಾನು ಇರ್ತಾರೆ" ಎಂದರು. ಕೊನೆಯಲ್ಲಿ ಅವರ ಸ್ವರದಲ್ಲಿ ವಿರಕ್ತಿ ಮೂಡಿದ್ದು ಗೋಚರಿಸಿತು ಉಷಾಗೆ.

ಗ್ರೀಷ್ಮಾ ಮಾತಾಡುವ ಮೂಡ್‌ನಲ್ಲಿದ್ದಂಗೆ ಕಂಡಿದ್ದರಿಂದ "ಆಂಟೀ ದೀಕ್ಷಿತರು ಹೊಳೆಯಲ್ಲಿ ಮುಳುಗಿ ಸತ್ತ ಮಗಳ ಶವ ಸಂಸ್ಕಾರ ಅಪರ ಕರ್ಮಗಳನ್ನು ಬೇರೆಯವ್ರಿಂದ ಮಾಡ್ಸಿದ್ದರಂತೆ" ಎಂದಳು ಪರೋಟ ಮುರಿಯುತ್ತ. ಗ್ರೀಷ್ಮಾ ಅವಳನ್ನು ನೇರವಾಗಿ ನೋಡಿದರು. "ಬಹಳ ವಿಷ್ಯನ ಕಲೆಕ್ಟ್ ಮಾಡಿದ್ದೀಯಾ, ನಿಂಗ್ಯಾಕೆ ಇದೆಲ್ಲ? ನಿಂಗೆ ಜಾವಗಲ್ ಅಪರಿಚಿತ ಊರು. ಬೇರೆಯವ್ರ ವೈಯಕ್ತಿಕ ಉಸಾಬರಿಯತ್ತ ಆಸಕ್ತಿವಹಿಸೋದು ಒಳ್ಳೆದಲ್ಲ. ಇಲ್ಲ ಯಾವುದಾದ್ರೂ ಮುಖ್ಯವಾದ ಉದ್ದೇಶ ಇಟ್ಕೊಂಡ್ ಇಲ್ಲಿಗೆ ಬಂದಿದ್ದೀಯಾ?" ಸ್ವಲ್ಪ ಗಡುಸಾಯಿತು ಆಕೆಯ ಸ್ವರ. ತೀರಾ ಮೆಲ್ಲಗೆ ನಯವಾಗಿ ಮಾತಾಡುವ ಗ್ರೀಷ್ಮಾ ಸ್ವಲ್ಪ ಸ್ವರವೇರಿಸಿದ್ದು ಉಷಾಳ ಭವಿಷ್ಯ ದೃಷ್ಟಿಯಿಂದಲೇ.

"ಖಂಡಿತ ಇಲ್ಲ, ಆಂಟೀ. ನಾನು ಸಿಟಿಯಲ್ಲೆ ಹುಟ್ಟಿ ಬೆಳೆದವ್ಳು, ಒಂದು ರೀತಿಯ ಕ್ಯೂರಿಯಾಸಿಟಿ ಅಷ್ಟೇ." ಎಂದು ತಟ್ಟೆ ಹಿಡಿದೇ ಹಿಂದಕ್ಕೆ ಹೋದವಳು ಒಂದು ಮರದ ಕೆಳಗೆ ಕೂತಳು. ಬಂದ ಕೆಲಸ ಬರೀ ಅರ್ಧಂಬರ್ಧ. ಎಷ್ಟೋ ಭರವಸೆಯನ್ನಿಟ್ಟುಕೊಂಡು ಇಲ್ಲಿಗೆ ಬಂದಿದ್ದು ದೊಡ್ಡ ಕಾರ್ಯಕ್ಕಾಗಿ. ಅದು ನೆರವೇರುವಂತೆ ತೋರಲಿಲ್ಲ.

ಬಹಳ ಪ್ರಯತ್ನಿಸಿದರೂ ಅವಳಿಂದ ತಿನ್ನಲಾಗಲಿಲ್ಲ. ಆಹಾರ ಪದಾರ್ಥಗಳನ್ನು ಎಸೆಯುವುದು ಅಕ್ಷಮ್ಯ ಅಪರಾಧ. ಬಹಳ ಕಷ್ಟಪಟ್ಟು ಒಂದು ಗಂಟೆಯ ಅವಧಿಯಲ್ಲಿ ತಿಂದು ಮುಗಿಸಿದಾಗ ಹಿಮಾಲಯ ಹತ್ತಿದಷ್ಟು ದಣಿವಾಗಿತ್ತು.

"ನೀರು ಬಿಟ್ಟೇ ತಿಂದಿದ್ದೀಯಾ?" ಗ್ರೀಷ್ಮಾ ಬಾಟಲು ಹಿಡಿದು ಬಂದಿದ್ದರು. " ಯಾಕೆ ಬೇಜಾರಾಯ್ತು?" ನಂಗೂ ಜಾವಗಲ್ ಬಗ್ಗೆ ಏನು ಗೊತ್ತಿಲ್ಲ. ಆಸಕ್ತಿನೂ ಇಲ್ಲ. ವರ್ಷಗಳ ಹಿಂದೆ ಹೊಳೆಯಲ್ಲಿ ಮುಳುಗಿ ಸತ್ತ ದೀಕ್ಷಿತರ ಮಗಳು ಯಾರದೋ ಅತ್ಯಾಚಾರಕ್ಕೆ ಗುರಿಯಾಗಿದ್ಲು. ತಾಯಿಯಾಗಲಿದ್ದ ಹುಡ್ಗಿ ಹೊಳೆಯಲ್ಲಿ ಬಿದ್ದು ಸತ್ತಿದ್ದರಿಂದ್ಲೇ ಮತ್ತೆ ಹೊಳೆ ತುಂಬಿ ಹರಿಯಲಿಲ್ಲ ಅನ್ನೋ ಮಾತೊಂದಿದೆಯಂತೆ ಊರಲ್ಲಿ. ಅದಕ್ಕೂ ಇದಕ್ಕೂ ಎಲ್ಲಿಂದ ಎಲ್ಲಿಯ ಸಂಬಂದ. ಇದೆಲ್ಲ ಜನರ ಸೃಷ್ಟಿಯೇ. ಇಂಥ 'ಮಿಥ್'ಗಳು ಹುಟ್ಟಿಕೊಳ್ಳುತ್ತಲೇ ಇರುತ್ತೆ. ನೀನು ದೀಕ್ಷಿತರ ಮೊಮ್ಮಗ ಪುರಂದರನ ಜೊತೆ ತುಂಬ ಸಲಿಗೆಯಿಂದ ಇರ್ತೀಯಾ ಅನ್ನೋ ದೂರನ್ನು ಗೌವಳಿ ಹೊತ್ತು ತಂದಿದ್ದಾಳೆ. ಅವರ ಮನೆಯವ್ರಿಗೂ ನಿನ್ಮೇಲೆ ಕೋಪನಂತೆ. ಇದ್ನ ದೇಶ್‌ಮುಖ್‌ಗೆ ತಿಳ್ಸಿಂತ ಅವ್ರುಗಳು ಹೇಳಿ ಕಳಿಸಿದ್ದಾರೆ. ಕೇರ್ ಮಾಡುವ ಅಗತ್ಯವಿಲ್ಲ. ಆದ್ರೂ ಉತ್ಪ್ರೇಕ್ಷೆಯಿಂದ ನೀನು ತೊಂದರೆಗೆ ಒಳಗಾಗ್ತೀಯಾ? ಫಾರ್ಮ್‌ನೊಳ್ಗೆ ಇದ್ದು ನಿನ್ನ ಆರೋಗ್ಯ ಸುಧಾರ್ಸಿಕೊಂಡ್ಹೋಗು ಇಲ್ಲ ಹೊರಟು ಹೋಗು. ಇಂಥ ಮಾತುಗಳೆಲ್ಲ ದೇಶಮುಖ್‌ವರ್ಗ್ಗೂ ಹೋಗೋದೇ ಬೇಡ. ತುಂಬ ಕೋಪ ಮಾಡ್ಕೋತಾರೆ." ಆಕೆ ಅತ್ಯಂತ ಸ್ಪಷ್ಟವಾಗಿ ಹೇಳಿದರು.

ತಿಂದ ಪರೋಟ, ಪಲ್ಯ ಹೊಟ್ಟೆಯಲ್ಲಿ ಒಂದು ಸುತ್ತೊತ್ತೆದಂತಾಯಿತು.

"ನಂಗೇನು ಹೇಳ್ಬೇಕೋ ಗೊತ್ತಾಗ್ತಾ ಇಲ್ಲ. ಪುರಂದರನ ಮನೆಗೆ ಹೋಗೋಕೆ ಗೌಳಿನೇ ಕಾರಣ. ಛೆ .... " ಒಂದು ತರಹ ಮುಖ ಮಾಡಿದರು. ಗ್ರೀಷ್ಮಾ ಪ್ರೀತಿಯಿಂದ ಅವಳ ಕೈ ಹಿಡಿದುಕೊಂಡು "ನಿನ್ನ ಮಮ್ಮಿ ಒಂಟಿಯಾಗಿ ನಿನ್ನ ಕಳ್ಸಿ ಚಡಪಡಿಸ್ತಾ ಇರ್ತಾಳೆ. ಆಕೆಯ ಬಗ್ಗೆ ಯೋಚ್ಸು. ಇಲ್ಲದ ಯೋಜನೆಗಳ ತಲೆಯಲ್ಲಿ ತುಂಬಿಕೊಂಡು ಓಡಾಡೇಡ. ನೆಮ್ದಿ ಕೊಡ್ದ, ಶಾಂತಿ ಇರದ ಪ್ರಶಸ್ತಿಗಳಿಂದ ಏನಾಗ್ಬೇಕು?" ಬುದ್ಧಿ ಹೇಳಿದರು.

ಮಾತೇ ಆಡಲಿಲ್ಲ ಉಷಾ. ಗ್ರೀಷ್ಮಾ ಹೋದ ಎಷ್ಟೋ ಹೊತ್ತಿನವರೆಗೂ ಅವಳ ಮಿದುಳು ಕೆಲಸ ಮಾಡುವುದನ್ನು ನಿಲ್ಲಿಸಿತ್ತು. ಬಂದ ಕೆಲಸ ಪೂರ್ತಿಯಾಗಿರಲಿಲ್ಲ. ಎರಡು ದಿನ ಫಾರ್ಮ್ ಬಿಟ್ಟು ಹೊರಗೆ ಹೋಗದಿದ್ದರೂ ಗೌಳಿ ಕೆಲಸ ಮಾಡುತ್ತಿದ್ದ ಕಡೆ ಹೋಗಿ ಕೂತುಕೊಳ್ಳುತ್ತಿದ್ದರು. ಊರಿನ ಎಲ್ಲಾ ಸುದ್ದಿಯ ಜೊತೆ ಆಗಾಗ ದೀಕ್ಷಿತರ ಮನೆಯ ಸುದ್ದಿ ಪ್ರಸಾರವಾಗುತ್ತಿತ್ತು. ಆ ಮನೆಯ ಹಿರಿಯ ಅಳಿಯ ದೇಶಾಂತರ ಹೋಗಿದ್ದ. ಕಿರಿಯ ಮಗಳು ಹೊಳೆಯಲ್ಲಿ ಮೊಗಚಿಕೊಂಡಿದ್ದು ದೊಡ್ಡ ಸುದ್ದಿಯ ಜೊತೆಗೆ ಅತ್ಯಾಚಾರ ಸಾವಿನ ಮಧ್ಯೆ ನಡೆದ ಗುಟ್ಟಿನ ಮಾತುಗಳನ್ನೆಲ್ಲಾ ಹೇಳಿಕೊಂಡಳು. ಮನೆಯವರೆಲ್ಲ ಮಾನಸಿಕವಾಗಿ ನಿಮಿಷ ನಿಮಿಷಕ್ಕೂ ಚಿತ್ರವಧೆ ಮಾಡಿದ್ದರು.

"ಹೆಣ, ದೀಕ್ಷಿತರ ಮಗ್ಳೂದು ಅಲ್ಲಾಂತ ನನ್ನ ಮೈದಾ ಗುಟ್ಟಾಗಿ ಬಂದು ಒಂದು

ದಿನ ಹೇಳ್ದ. ಅವ್ನೆ ಶವನ ದಡಕ್ಕೆ ಎಳೆದು ತಂದಿದ್ದು" ಸ್ವಲ್ಪ ದನಿ ತಗ್ಗಿಸಿ ಈ ಮಾತುಗಳನ್ನು ಹೇಳಿದ್ದಳು.

ಉಷಾ ಚಕಿತಳಾದಳು. ಹರ್ಷದಿಂದ ಸಾಕ್ರೆಟೀಸ್ ಹಾಗೆ ಕೂಗಾಡಬೇಕೆನಿಸಿತು. ಆದರೆ ಅವಳ ಬಾಯಿಂದ ಅದೊಂದು ಸುದ್ದಿಯಾಗುವುದು ಅವಳಿಗೆ ಇಷ್ಟವಿರಲಿಲ್ಲ.

"ಸ್ವತಃ ದೀಕ್ಷಿತರೇ ಅಲ್ಲಿ ಹಾಜರಿದ್ದರಂತಲ್ಲ, ಅವ್ರು ವಿಷಯ ಹಾಗಿರ್ಲಿ.... ಹೆತ್ತ ತಾಯಿ ಮಗ್ಳನ ಗುರುತಿಸಲಿಲ್ವಾ?" ಬಹಳ ಎಚ್ಚರದಿಂದ ಕೇಳಿದಾಗ, ಮಾಡುತ್ತಿದ್ದ ಕೆಲಸ ಬಿಟ್ಟು ಬಂದ ಗೌಳಿ "ಹೆಂಗಸರಾರು ನೋಡೋಕೆ ಬರ್ಲಿಲ್ಲ. ಇವೊತ್ತಿಗೂ ರುಕ್ಮಿಣಮ್ಮನ ಸುದ್ಧಿ ಯಾರೂ ಎತ್ತೊಲ್ಲ. ಆ ಜನಕ್ಕೆ ಮಗ್ಳುಗಿಂತ ಮಾನ ಮರ್ಯಾದೆನೆ ಮುಖ್ಯ" ಪಿಸ ಪಿಸ ಒದರಿದಳು. ರುಕ್ಮಿಣಿ ಸತ್ತಿದ್ದಾಳೋ ಬದುಕಿದ್ದಾಳೋ ಯಾರಿಗೂ ಗೊತ್ತಿಲ್ಲ. ಅಂಥ ಅಗತ್ಯ ಅವರಿಗಿಲ್ಲ! ಸ್ಪಷ್ಟವಾದಾಗ ಅವಳ ಹೃದಯ ಅರ್ದ್ರತೆಯಿಂದ ನರಳಿ ನರಳಿ ಅತ್ತಿತು.

ಮರುದಿನ ಬೆಳಿಗ್ಗೆಯೇ ಬ್ಯಾಗು ತಗುಲಿ ಹಾಕ್ಕೊಂಡ ಉಷಾ "ಆಂಟೀ ಹಳೆಯ ಕಾಲದ ದೇವಸ್ಥಾನ ತುಂಬಾ ಚೆನ್ನಾಗಿದೆ. ನೆನಪಿಗೆ ಇರುತ್ತೆ, ಒಂದ್ನಾಲ್ಕು ಫೋಟೋ ತಗೊಂಡ್ ಬಂದ್ಬಿಡ್ತೀನಿ" ಅವಸರದಿಂದ ಹೇಳಿ ಹೊರಟಳು.

ತಿರುವಿನಲ್ಲಿಯೇ ಸಿಕ್ಕ ಪುರಂದರ ನಸು ನಗೆ ಬೀರಿದ.

"I need your help" ಇಂಗ್ಲೀಷ್‌ನಲ್ಲಿ ಹೇಳಿದಳು.

ಅವನು ಕಣ್ಣರಳಿಸಿದ. ಆಕಾಶದಲ್ಲಿ ಮೋಡಗಳು ಆವರಿಸಿ ಮಂಕಾಗಿದ್ದರಿಂದ ಯಾವ ಕ್ಷಣದಲ್ಲಿಯಾದರೂ ಮಳೆ ಬರಬಹುದಿತ್ತು. ಅದಕ್ಕೆ ಶಾಸ್ತ್ರಿಗಳನ್ನು ಕರೆಯಲು ಹೋಗಿದ್ದವನು ಅವರನ್ನು ಮೊದಲು ಕಳಿಸಿ ತೋಟಕ್ಕೆ ಹೋಗಿ ಬಾಳೆಯೆಲೆಗಳನ್ನು ಕುಯ್ಯಿಸಿಕೊಂಡು ಬರುತ್ತಿದ್ದ.

"ಇಂಗ್ಲೀಷ್‌ಗಿಂತ ಸ್ವಲ್ಪ ಚೆನ್ನಾಗಿ ಗೊತ್ತಿರೋ ಭಾಷೆ ಕನ್ನಡಾನೇ. ನನ್ನಿಂದ ನಿಮ್ಗೇನು ಸಹಾಯ ಬೇಕು?" ಕೇಳಿದ. ಸದಾ ನಗುವ ವಿದ್ಯಾವಂತ ಯುವಕ ಹೇಗೆ ಇವರುಗಳ ನಡುವೆ ಬಂಧಿಯಾಗಿದ್ದಾನೆಂದು ಕೊಂಡು "ನಾಳೆ ಊರಿಗೆ ಹೊರಟಿದ್ದೀನಿ, ಒಂದ್ಸಲ ... ಅಂದರೆ ಹಿರಿಯ ದೀಕ್ಷಿತರು, ನಿಮ್ಮ ತಾತನವ್ರನ್ನು ನೋಡಬೇಕಲ್ಲ. ತುಂಬಾ ವಿಶಿಷ್ಟವಾದ ವ್ಯಕ್ತಿ ಅಂತ ಎಲ್ಲಾ ಹೇಳ್ತಾರೆ" ಎಂದಳು ನಯವಾದ ದನಿಯಲ್ಲಿ ಸಂಕೋಚಿಸುತ್ತಾ.

"ಆವತ್ತು ನೋಡಿರಬೇಕಲ್ಲ" ನೆನಪಿಸಿದ.

"ನೋಡ್ದೇ, ಸರ್ರಾಗಿ ನೋಡಿಲ್ಲ, ಎಷ್ಟು ಜ್ಞಾಪಿಸಿಕೊಂಡರೂ ಆ ಮುಖನೆನಪಿಗೆ ಬರ್ದು. ಒಂದೇ ಒಂದು ಸಲ ನೋಡಬೇಕಷ್ಟೇ. ಹೇಗೂ ಅಜ್ಜಿ, ಅತ್ತೆ, ಅತ್ತಿಗೆಯವ್ರನ್ನ ನೋಡ್ಬರ್ತೀನಿ" ರಿಕ್ವೆಸ್ಟ್ ಮಾಡಿಕೊಂಡಾಗ ಅವನಿಗೆ ಆಶ್ಚರ್ಯ "ನಿನ್ನಂಥ ಒಬ್ಬ

ವಿದ್ಯಾವಂತ ಹುಡ್ಗೀ ನೋಡೋಂಥ ವಿಶೇಷ ಅವ್ರಲ್ಲಿ ಏನಿದೆ? ನಂಗೇನೋ ಅನುಮಾನ?" ಎಂದು ಅವಳನ್ನು ದೀರ್ಘವಾಗಿ ನೋಡುತ್ತಾ ಹೇಳಿದ, ಅವನೇನು ಸೀರಿಯಸ್ಸಾಗಿ ತಗೊಂಡ ಹಾಗೆ ಕಾಣಲಿಲ್ಲ.

"ಏನಿಲ್ಲ, ಒಬ್ರಿಗಿಂತ ಒಬ್ರು ಇಂಟ್ರೆಸ್ಟಾಗಿ ಕಂಡ್ರು, ಉಡುವ ಸೀರೆಗಳು ಅವುಗಳನ್ನು ಉಡುವ ರೀತಿ, ತೊಟ್ಟುಕೊಂಡ ಹಳೆ ಒಡ್ವೆಗಳು – ಎಲ್ಲ ತುಂಬ .... ತುಂಬನೇ ಡಿಫರೆಂಟಾಗಿ ಕಂಡಿತು" ಒತ್ತಿ ಒತ್ತಿ ಹೇಳಿದಳು.

ಇವಳನ್ನು ಈ ದಿನ ಕರೆದೊಯ್ಯುವುದು ಬೇಡವೋ ಎಂದು ಅನುಮಾನಿಸಿದ "ನನ್ನ ತಾತನ ತಂದೆಯ ವೈದಿಕ ಇವತ್ತು. ಇನ್ನೊಂದು ದಿನ ಬರ್ಬಹುದ್ದು" ಎನ್ನುವ ವೇಳೆಗೆ ಎರಚಿದಂತೆ ನಾಲ್ಕು ಮಳೆಯ ಹನಿಗಳು ಬಿತ್ತು. ಅದನ್ನು ಉಷಾ ಕೊಡವಿಕೊಂಡು "ಇಲ್ಲ, ನಾಳೆ ಬೆಳಿಗ್ಗೆ ನಾನು ಹೋಗ್ತಾ ಇದ್ದೀನಿ. ಮತ್ತೆ ಬರೋಕೆ ಆಗೊಲ್ಲಾಂತಾನೆ ಅಂದ್ಕೋಬೇಕು" ಎಂದಳು ನಿಧಾನವಾಗಿ.

ಪುರಂದರ ಕರೆದೊಯ್ದವನು ಮುಂದಿನ ಹಜಾರದಲ್ಲಿ ಕೂಡಿಸಿ "ಎಲ್ಲಾ ಒಳ್ಗಡೆ ಇದ್ದಾರೆ. ನೀವು ಮಾತ್ರ ಸ್ವಲ್ಪ ಹೊತ್ತು ಕಾಯ್ಬೇಕು" ಹೇಳಿ ಹೋದ.

ಅಲ್ಲೇ ಇದ್ದ ಒಂದು ಮರದ ಕುರ್ಚಿಯ ಮೇಲೆ ಕೂತಳು. ಸ್ವಲ್ಪ ವಯಸ್ಸಾದ ವ್ಯಕ್ತಿಯೊಬ್ಬರು ಬಂದು ಇನ್ನೊಂದು ಕುರ್ಚಿಯಲ್ಲಿ ಕೂತು ಕಣ್ಣಲ್ಲಿಯೇ ಕೇಳಿದರು.

"ನಾನು ಉಷಾ, ದೇಶ್‌ಮುಖ್ ಮನೆಗೆ ಬಂದಿದ್ದೀನಿ" ಎಂದಳು. ಯಾಕೆ ಎಂದು ಕೇಳಿದರು ಸನ್ನೆಯಿಂದಲೇ, ತಲೆ ಕೆರೆದುಕೊಂಡಳು, ಎನು ಹೇಳುವುದು? "ಓ, ನಾಳೆ ಊರಿಗೆ ಹೋಗ್ತಾ ಇದ್ದೀನಿ. ಒಮ್ಮೆ ನೋಡಿ ಹೋಗುವ ಸಲುವಾಗಿ ಬಂದೆ" ಹೇಳಿದಳು.

ಬಲಗೈಯನ್ನು ಮುಷ್ಟಿ ಹಿಡಿದು ಹೆಬ್ಬೆರಳನ್ನು ಮೇಲೆತ್ತಿ ಎಡಗೈನ ಅಂಗೈಯ ಮೇಲೂರಿ ಹುಬ್ಬಗಳನ್ನೆತ್ತಿ 'ಯಾಕೆ?' ಎಂದು ಕೇಳಿದರು. ಈ ಮಹಾಶಯ ಎಲ್ಲಿ ಗಂಟು ಬಿದ್ದ ಎಂದುಕೊಂಡಳು.

"ಆ ವಿಷ್ಯ ಬಿಡು. ನೀನು ಹರಿಶ್ಚಂದ್ರ ನಾಟ್ಕ ನೋಡಿದ್ದೀಯಾ?" ಮೊದಲ ಸಲ ಬಾಯಿ ಬಿಟ್ಟರು. ವಯಸ್ಸಾದ ಜೀವ, ಬಿಳಿಯ ಪಂಚೆಯುಟ್ಟು, ರೇಶಿಮೆಯ ಪಂಚೆಯನ್ನು ಮೇಲೆ ಹಾಕಿಕೊಂಡಿದ್ದರು. ತೆರೆದ ಎದೆಯಿಂದ ರುದ್ರಾಕ್ಷಿ ಮಾಲೆ ಇಣಕುತ್ತಿತ್ತು. ಸಂಪ್ರದಾಯಸ್ಥರು ಎಂದು ಕೊಂಡಳು. "ನಾಟಕ ನೋಡಿಲ್ಲ. ಸಿನಿಮಾ ನೋಡಿದ್ದೀನಿ, ತುಂಬ ... ತುಂಬ ಗೋಳು. ಸ್ವಲ್ಪ ಚಿಕ್ಕವಳಿದ್ದಾಗ ನೋಡಿ ತುಂಬ ಅತ್ತಿದ್ದು ನೆನಪಿದೆ.

" ಓಹೋ, ಈಗ ಸಿನಿಮಾ ಸೀಜನ್ ಅಲ್ವಾ! ನಾನು ನಾಟ್ಕದ ಮನುಷ್ಯ. ಪರದೆಯ ಮೇಲೆ ಪಾತ್ರಗಳ್ನ ನೋಡೋದು ಇಷ್ಟವಾಗೊಲ್ಲ. ಅವ್ರು ಕೂಡ ಕತೆಯ ಎಳೆಯನ್ನು ಬಿಟ್ಹೋಗೋಕ್ಕಾಗೊಲ್ಲ. ಹರಿಶ್ಚಂದ್ರ ಸಿನಿಮಾದಿಂದ ನೀನು ತಿಳಿದ ನೀತಿ

ಏನು?" ಕೇಳಿದರು.

ಸ್ವಂತದ್ದು ಕೇಳದೇ ಬೇರೆ ಬೇರೆ ಮಾತುಗಳಲ್ಲಿ ತೊಡಗುವ ವ್ಯಕ್ತಿ ಇಷ್ಟವಾದ. ಎದುರಾದ ಪ್ರತಿಯೊಬ್ಬ ಹೊಸ ವ್ಯಕ್ತಿಯು ಕೇಳುವ ಮೊದಲ ಪ್ರಶ್ನೆಗೆ ಉತ್ತರ ಗೊತ್ತಿಲ್ಲದಿದ್ದರಿಂದ ಎರಡು ಮೂರನೆಯ ಪ್ರಶ್ನೆಗಳಿಗೆ ಉತ್ತರಿಸಲಾರಳು.

"ನನ್ನ ಪ್ರಶ್ನೆಗೆ ಉತ್ತರ ಬರಲೇ ಇಲ್ಲ" ಎಚ್ಚರಿಸಿದಾಗ ಮೆಲ್ಲಗೆ ಬಾಯಿ ಬಿಟ್ಟಳು. "ಸದಾ ಸತ್ಯವನ್ನು ಹೇಳ್ಬೇಕೂಂತ" ಆ ಮನುಷ್ಯ ಅವಳ ಮಾತಿಗೆ ಜೋರಾಗಿ ನಕ್ಕು "ನಮ್ಮ ಕೈಲಾಸಂ ಏನ್ಹೇಳಿದ್ರೂ ಗೊತ್ತಾ? ಸತ್ಯ ಹೇಳಿದರೆ ಸುಡುಗಾಡೆ ಗತಿ" ನಗು ಮುಂದುವರಿಸಿದರು. ನಡುಮನೆಯ ಬಾಗಿಲನ್ನು ಹಾಕಿಕೊಂಡ ಮಡಿಯುಟ್ಟ ಪುರಂಧರ.

"ಇವತ್ತು ತಿಥಿ, ನಮ್ಮ ದೀಕ್ಷಿತನ ಅಪ್ಪನ ಶ್ರಾದ್ದ. ನಾವಿಬ್ಬರು ಚಡ್ಡಿ ದೋಸ್ತುಗಳು. ನನ್ನ, ಅವ್ನ ವಿಚಾರಗಳೇ ಬೇರೆ. ಆದ್ರೂ ನಮ್ಮ ಗೆಳೆತನ ಉಳ್ದು ಕೊಂಡಿದೆ. ಎಂದೋ ಒಮ್ಮೊಮ್ಮೆ ಬಂದ್ಹೋಗ್ತೀನಿ. ನೆನ್ನೆ ಸಂಜೆ ಬಂದೇ, ಬೆಳಿಗ್ಗೆ ಹೊರಡುವವನೇ .... ಬಲವಂತದಿಂದ ನಿಲ್ಸಿಕೊಂಡ. ರಾತ್ರಿ ಎಲ್ಲಿಗೋ, ನೋಡ್ಬೇಕು" ಎಂದರು. ಸಹಜವಾಗಿ.

ರಾಗವಾಗಿ ಹೇಳುತ್ತಿದ್ದ ಮಂತ್ರಗಳು ಬಾಗಿಲು ಮುಚ್ಚಿದ್ದರೂ ಕೇಳಿಸುತ್ತಿತ್ತು.

"ಶ್ರಾದ್ಧ ಎಂದರೇನು?" ಅವಳ ಪ್ರಶ್ನೆ ಬಾಗಿಲು ತೆಗೆದಿದ್ದರಿಂದ ಮಂತ್ರಗಳಲ್ಲಿ ಮುಚ್ಚಿ ಹೋಯಿತು. ಒಮ್ಮೆ ಪುರಂದರ ಬಂದು "ಅಜ್ಜಿಗೆ ಹೇಳಿದ್ದೀನಿ. ಒಂದರ್ಧ ... ಒಂದ್ಗಂಟೆ ಕೂತರೇ ಊಟ ಮಾಡಿಕೊಂಡೇ ಹೋಗ್ಬಹುದು. ನಾಟ್ಕದ ಶ್ರೀಪಾದಚಾರಿ ತಾತ ಸಿಕ್ಕಿದ್ದಾರಲ್ಲ, ಬೇಜಾರಾಗೊಲ್ಲ" ಹೇಳಿ ಒಳಗೆ ಹೋಗಿ ಬಾಗಿಲಿಕ್ಕಿಕೊಂಡ.

"ನೋಡು ಮನೆ ಸಾರಿಸಿದ್ದಾರೆ, ರಂಗೋಲಿ ಹಾಕಿಲ್ಲ, ಇದು ವೈದಿಕ ಮಾಡುವ ಮನೆಯವರ ಲಕ್ಷಣ. ಯಜ್ಞೋಪವೀತವನ್ನು ಎಡದಿಂದ ಬಲಕ್ಕೆ ಹಾಕಿಕೊಂಡು ಕಾರ್ಯ ಮಾಡುತ್ತಾರೆ" ಎಂದವರೆ ಬಾಗಿಲನ್ನು ಸ್ವಲ್ಪ ತೆಗೆದಿಟ್ಟು ಬಂದು ಅವಳ ಬಳಿಯಲ್ಲಿ ನಿಂತು ಪಿಸು ದನಿಯಲ್ಲಿ "ದೇವಕಾರ್ಯ ಮಾಡೋವಾಗ ಯಜ್ಞೋಪವೀತವು ಎಡ ಭುಜದಿಂದ ಬಲ ಕಂಕುಳಿನ ಕೆಳಗಿರುತ್ತೆ. ಪೂರ್ವ ಅಥವಾ ಉತ್ತರ ದಿಕ್ಕಿಗೆ ಅಭಿಮುಖವಾಗಿ ಕೂತ್ಕೊತಾರೆ. ಬಲಕ್ಕೆ ತಿರುಗಿ ಪ್ರದಕ್ಷಿಣೆ ಮಾಡ್ತಾರೆ. ಈಗ ಪಿತೃಕಾರ್ಯ ಮಾಡೋವಾಗ ಯಜ್ಞೋಪವೀತ ಎಡಭಾಗಕ್ಕೆ ಬಂದಿದೆ. ದಕ್ಷಿಣಕ್ಕೆ ತಿರುಗಿ ಕೂತ್ಕೊಂಡಿದ್ದಾರೆ. ಇನ್ನೊಂದು ಮುಖ್ಯ ವಿಷಯ. ದೇವಕಾರ್ಯದಲ್ಲಿ ಕೊಯ್ದು ತಂದ ದರ್ಭೆ ಉಪಯೋಗಕ್ಕೆ ಬಂದರೇ ಪಿತೃ ಕಾರ್ಯದಲ್ಲಿ ಬುಡ ಸಮೇತ ಕಿತ್ತು ತಂದ ದರ್ಭೆ ಬೇಕಾಗುತ್ತೆ ಹೇಳಿ ಹೋಗಿ ತಾವು ಕುಳಿತ ಸ್ಥಳದಲ್ಲಿಯೇ ಕೂತರು.

ಬ್ರಾಹ್ಮಣರ ಊಟ ಮುಗಿದು ಪುನಃ ಮಂತ್ರ ತಂತ್ರಗಳು ಪ್ರಾರಂಭವಾಗಿ ಪಂಚೆ ದಕ್ಷಿಣೆಯೊಂದಿಗೆ ಹೊರಟಾಗ ಒಂದು ಗಂಟೆಯ ಮೇಲಾಯಿತು. ಕೂತ ಕಡೆಯೆ

ತೂಕಡಿಸುವಂತಾಯಿತು ಉಷಾಗೆ. ಅದಕ್ಕೆ ಅವಕಾಶ ಕೊಡದಂತೆ ಆ ವ್ಯಕ್ತಿ ವೇದ ಕಾಲದ ಜನಜೀವನ, ಸಂಸ್ಕೃತಿಯ ಜೊತೆ ವೇದಾಂತ, ಪೂರ್ವ ವಿಮಾಂಸೆ ಶಾಸ್ತ್ರಗಳ ಸಾಂಪ್ರದಾಯಿಕತೆ, ವೇದ ಉಪನಿಷತ್ತುಗಳಲ್ಲಿನ ಪಾಂಡಿತ್ಯದ ಜೊತೆಯಲ್ಲಿ ಆಧುನಿಕತೆ ದೃಷ್ಟಿಕೋನವನ್ನು ಬೆರೆಸಿ ಒಂದು ಸಣ್ಣ ಉಪನ್ಯಾಸವನ್ನು ಕೊಟ್ಟು ಬಿಟ್ಟಾಗ, ಮೇಲೆದ್ದ ಉಷಾ ಅವರ ಪಾದಗಳನ್ನು ಮುಟ್ಟಿ ನಮಸ್ಕರಿಸಿದಳು.

"ನಂಗೆ ಏನೇನು ಅರ್ಥವಾಗದಿದ್ದರೂ, ನಿಮ್ಮ ಮುಖದಿಂದ ಬಂದ ಮಾತುಗಳಲ್ಲಿ ಎಷ್ಟೋ ಗೂಢಗಳು ಅಡಗಿದೆಯೆನಿಸಿತು. ಎಷ್ಟಕ್ಕೋ ಅರ್ಥ ಸಿಕ್ಕಂತಾಯಿತು. ಅಂತು ಅಲೌಕಿಕವಾದ ಆನಂದವಾಯಿತು" ತೊದಲುತ್ತಾ ನುಡಿದಾಗ ಅವಳ ತಲೆಯ ಮೇಲೆ ಕೈಯಿಟ್ಟು ನಸುನಕ್ಕರು.

ಎಲೆ ಹಾಕಿದೆಯೆಂದು ಪುರಂದರ ಬಂದು ಕರೆದೊಯ್ದು ಒಂದು ಕಡೆ ಸಾಲಾಗಿ ಎಲೆಗಳನ್ನು ಹಾಕಿದ್ದರೆ ಇನ್ನೊಂದು ಕಡೆ ಪ್ರತ್ಯೇಕ್ಷವಾಗಿ ಎರಡು ಎಲೆಗಳನ್ನು ಹಾಕಿ ನೀರಿಟ್ಟಿದ್ದರು. ಶ್ರೀಪಾದಚಾರಿ, ಅವಳು ಆ ಎಲೆಗಳ ಮುಂದೆ ಕೂತರು.

ಮೊದಲು ಅನ್ನ ನಂತರ ಪಾಯಸ ಬಡಿಸಿ ನಂತರ ವಡೆ, ಕಜ್ಜಾಯ, ಉಂಡೆ ಎಲ್ಲವನ್ನು ಒಂದೊಂದಾಗಿ ಬಡಿಸಿದಾಗ ಇಡೀ ಎಲೆಯೇ ತುಂಬಿ ಹೋಯಿತು. ಈ ನೀರವತೆ ಅವಳಿಗೆ ಸರಿಯಾಗಿ ಊಟ ಮಾಡಲಾಗಲಿಲ್ಲ. ಸ್ವತಃ ಅಚ್ಚಮ್ಮ ಆಕೆಯ ಸೊಸೆ ಬಡಿಸುತ್ತಿದ್ದರು. ಹೊರ ದಬ್ಬುವಂತ ಮೌನ. ಒಬ್ಬರ ಮುಖದ ಮೇಲೂ ಕಳೆ ಇರಲಿಲ್ಲ. ಇದೊಂದು ವೈದಿಕದ ಪರಿಪಾಠವೇನೋ ಎಂದು ತಿಳಿದುಕೊಂಡಳಷ್ಟೇ. ಶ್ರೀಪಾದಚಾರಿಗಳು ಮಾತ್ರ ಹೊಟ್ಟೆ ತುಂಬ ತಿಂದರು. ಅಲೆಮಾರಿಯಾದ ಅವರಿಗೆ ಇಂಥ ಊಟ ಸಿಕ್ಕವುದು ಅಪರೂಪವೇ, ಎಲ್ಲೋ, ಏನೋ ಆ ಸಮಯಕ್ಕೆ ಸಿಕ್ಕಿದ್ದನ್ನ ತಿಂದು ಹೊಟ್ಟೆ ತುಂಬಿಕೊಳ್ಳುವರು.

ಕೈ ತೊಳೆಯಲು ಹಿತ್ತಲಿಗೆ ಹೋದಾಗ 'ಧೋ' ಎಂದು ಮಳೆ ಸುರಿಯುತ್ತಿತ್ತು. ಆಕಾಶ, ಭೂಮಿ ಒಂದಾಗುವಂತೆ. ಕೈ ತೊಳೆದವರು ಹಾಗೆಯೇ ನಿಂತರು ಶ್ರೀಪಾದಚಾರ್ಯರು.

"ವೈದಿಕದ ದಿನ, ಇಂಥದ್ದೇ ಮಳೆ ಸುರಿಯುತ್ತಿತ್ತು. ರುಕ್ಮಿಣಿ ಶವ ತೇಲುತ್ತಾ ಇದೆ ಎನ್ನುವ ಸುದ್ದಿ ಹೊತ್ತು ತಂದಿದ್ದ ಗೌಳಿಯ ಮೈದಾ. ಅಂದಿಗೆ ಆ ಮಗು ಕಾಣೆಯಾಗಿ ಮೂರು ದಿನ ಆಗಿತ್ತು. ಆ ದಿನ ಕೂಡ ನಾನು ಇಲ್ಲಿದ್ದೆ. ಸದಾ ಆಚಾರ, ಸಂಪ್ರದಾಯಾಂತ ಒದ್ದಾಡಿದ ಮನೆತನ. ಹೆಣ ನೋಡೋಕು ಮನೆ ಹೆಂಗಸರನ್ನು ಬಿಡದಷ್ಟು ಕಟುಕನಾಗಿದ್ದ ದೀಕ್ಷಿತ. ಏನೋ ಹೋಗ್ಲಿ ಬಿಡು. ಹುಟ್ಟು ಸಾವಿಗೆ ಯಾರು ಅತೀತರು. ನಾನಿನ್ನ ...... ಹೊರಟೆ" ತಗುಲಿ ಹಾಕಿದ್ದ ಷರಟು ತೊಟ್ಟು ಒಂದು ಬ್ಯಾಗ್ ಹೆಗಲಿಗೇರಿಸಿ ಹೊರಟೇ ಬಿಟ್ಟರು. ಬಹುಶಃ ಆ ಮನುಷ್ಯನ ಜಾಯಮಾನವೇ ಅಷ್ಟಿರಬೇಕು.

ಮತ್ತೆ ಇವಳು ಅದೇ ಛೇರ್ ಮೇಲೆ ಕೂತವಳು ಅತ್ತಿತ್ತ ನೋಡಿ ಗೋಡೆಯ

ಮೇಲಿದ್ದ ಭಾವಚಿತ್ರಗಳ ಫೋಟೋ ತೆಗೆದು ತಕ್ಷಣ ಕ್ಯಾಮರ ಬ್ಯಾಗಿನೊಳಗೆ ಸೇರಿಸಿದಳು. ಮೊಗುಟವುಟ್ಟ ದೀಕ್ಷಿತರು ಹೊರ ಬಂದಾಗ, ಮೇಲೆದ್ದಳು. ನೂರಕ್ಕೆ ನೂರರಷ್ಟು ಸನಾತನಿಯಂತೆ ಕಂಡರು. ಬಂಗಾರದಲ್ಲಿ ಹೆಣೆದ ರುದ್ರಾಕ್ಷಿಯ ಸರ ಕೊರಳಲ್ಲಿದ್ದು ಅವರ ವ್ಯಕ್ತಿತ್ವದ ವರ್ಚಸ್ಸನ ಹೆಚ್ಚಿಸಿತ್ತು. ಯಾವುದೇ ಸೋಲು ಒಪ್ಪಿಕೊಳ್ಳದ ಮುಖ.

"ದೇಶ್‌ಮುಖ್ ಮನೆಗೆ ಬಂದಿರೋ ಹುಡ್ಗೀ. ನಾಳೆ ಊರಿಗೆ ಹೊಗ್ತಾ ಇದ್ದಾಳಂತೆ" ಪುರಂದರ ಹೇಳಿದ. ಅದು ಅಗತ್ಯವೇ ಎನ್ನುವಂತೆ ಪುರಂದರನತ್ತ ನೋಡಿದರು. "ನಂಗೆ ಅರ್ಥವಾಗ್ಲಿಲ್ಲ" ಕೈಯೊರೆಸಿಕೊಂಡು ಕೋಣೆಯೊಳಕ್ಕೆ ಹೋದರು. ತುಂಬ ಗಟ್ಟಿ ಮನುಷ್ಯನೆಂದುಕೊಂಡಳು. ಹಿಂದೆಯೇ ದೀಕ್ಷಿತರ ಮಗ ಅಂದರೆ ಪುರಂದರನ ಅಪ್ಪ ಬಂದರು. ಅದೇ ವೇಷಭೂಷಣ. ಕುತ್ತಿಗೆಯಲ್ಲಿ ರುದ್ರಾಕ್ಷಿಯ ಸರದ ಬದಲು ಬಂಗಾರದ ಚೈನ್, ಅದಕ್ಕೊಂದು ಡಾಲರ್ ಕೂಡ ಇತ್ತು. ಅದನ್ನಾದರೂ ಸರಿಯಾಗಿ ನೋಡಿಬಿಡಬೇಕೆನಿಸಿದರೂ ಉಷಾಳಿಂದ ನೋಡಲಾಗಲ್ಲಿಲ್ಲ.

"ಇವ್ರು ದೇಶ್‌ಮುಖ್ ಅವ್ರ ಮನೆಗೆ ಬಂದಿದ್ದಾರೆ. ಎರ್ಡು ಸಲ ನಮ್ಮ ಮನೆಗೂ ಬಂದ್ರಿದ್ರು. ನೀವು ಇರ್ಲಿಲ್ಲ ಅಷ್ಟೇ. ನಾಳೆ ಹೊರಟಿರೋದ್ರಿಂದ ಹೇಳಿ ಹೋಗೋ ಸಲುವಾಗಿ ಬಂದಿದ್ದಾರೆ" ತಂದೆಗೆ ಹೇಳಿದ.

"ಸರಿ, ನಂಗೆ ಒಂದಿಷ್ಟು ಹೊರ್ಗಡೆ ಹೋಗೋದಿದೆ" ಕೋಣೆಗೆ ಹೋಗಿ ಷರಟು ತೊಟ್ಟು ಬಂದವರು "ಪುರಂದರ ಸುಮ್ನೇ ಸಮಯ ಹಾಳು ಮಾಡ್ಕೋಬೇಡ. ಶಾಸ್ತ್ರಿಗಳನ್ನ ಹೋಗಿ ಮನೆ ಮುಟ್ಟಿಸಿ ಬಾ" ಹೊರಟೆ ಬಿಟ್ಟರು.

ಕಪಾಳಕ್ಕೆ ಹೊಡೆಸಿಕೊಂಡಷ್ಟು ಅವಮಾನವಾಯಿತು ಉಷಾಗೆ. ಪುರಂದರ ಹಣೆ ಗಟ್ಟಿಸಿಕೊಂಡ. ಈ ವಯಸ್ಸಿನ ಹುಡುಗಿಯರೆಂದರೆ ಮನೆಯವರಿಗೆ ಇಷ್ಟವಾಗುತ್ತಿರಲಿಲ್ಲ. ಈ ವಯಸ್ಸನ್ನೆ ದ್ವೇಷಿಸುತ್ತಿರುವಂತೆ ಕಂಡರು.

"ಸಾರಿ, ಉಷಾ! ನಮ್ಮ ಮನೆಯಲ್ಲಿ ಒಂದು ವಿಚಿತ್ರ ಪರಿಸ್ಥಿತಿ ನಿರ್ಮಾಣವಾಗಿದೆ. ಅಜ್ಜಿನ ಕರೀತೀನಿ" ಒಳಗೆ ಹೋದ.

ಮನೆಯ ಗಂಡಸರು ಹೊರಗೆ ಹೋಗಿದ್ದರಿಂದ ಹೆಂಗಸರಿಗೆ ಟೆನ್‌ಷನ್ ಕಡಿಮೆ. ನಾಳೆ ಉಷಾ ಊರಿಗೆ ಹೋಗುತ್ತಾಳೆಂದು ಪುರಂದರ ತಿಳಿಸಿದ ನಂತರ ಒಬ್ಬರಾದ ಮೇಲೊಬ್ಬರು ಬಂದರು ಹೊರಗೆ. ಮೂವರ ಮುಖದಲ್ಲೂ ದಣಿವಿನ ಜೊತೆ ವ್ಯಥೆಯ ನೆರಳು, ಎಂದೋ ನಡೆದು ಹೋದ ಘಟನೆಗೆ ಮೂಕ ಸಾಕ್ಷಿಗಳಂತೆ ಕಂಡರು. ಸತ್ತು ಬದುಕಿದಳು ರುಕ್ಮಿಣಿ, ಇವರು ಬದುಕಿ ಸತ್ತಿದ್ದರು.

"ನಾಳೆ ಊರಿಗೆ ಹೋಗ್ತಾ ಇದ್ದೀನಿ. ನಿಮ್ಮನ್ನೊಮ್ಮೆ ನಿಮ್ಮಗಳಿಗೆ ಇಷ್ಟವಿಲ್ಲದಿದ್ದರು ನೋಡೋಕ್ಬಂದೆ. ಒಂದು ಸಣ್ಣ ರಿಕ್ವೆಸ್ಟ್ ...... ಬರೀ ನೆನಪುಗಾಗಿ ನಿಮ್ಮಗಳ ಫೋಟೋ ತೆಗೆದುಕೊಳ್ಳಲಾ?" ಬಹಳ ವಿನಯದಿಂದ ಕೇಳಿದಳು.

ಅಚ್ಚಮ್ಮ ಬಲವಂತವಾಗಿ ಉಗುಳು ನುಂಗಿದರು.

"ಇಷ್ಟವಿಲ್ದೇ ಇರೋಕೆ ಏನಾದ್ರೂ ಮುಖ್ಯವಾಗಿ ಕಾರಣ ಇರುತ್ತೆ. ದೂರದಲ್ಲಿ ತಾಯ್ತಂದೆಯರನ್ನು ಬಿಟ್ಟಂದ್ ಒಂಟಿಯಾಗಿ ಓಡಾಡೋದೂಂದರೇನು. ಇದು ಅಪಾಯದ ವಯಸ್ಸು. ಆರಾಮಾಗಿ ಕ್ಷೇಮವಾಗಿ ಊರಿಗೋದರೆ ಸಾಕು." ಬಹಳ ಕಾಳಜಿಯಿಂದ ಹೇಳಿದರು ಆಕೆ.

ಅವರ ಮಾತುಗಳು ಹಿಂದಿನ ನೋವು, ಭಯವನ್ನು ಅರ್ಥ ಮಾಡಿಕೊಂಡು "ಆಯ್ತು...... ಆಯ್ತು ... ಬೇಗ ಒಂದೆರಡು ಫೋಟೋ ತಂಗೊಂಡ್ಬಿಡ್ತೀನಿ. ನಂಗೆ ಹಿರಿಯ ದೀಕ್ಷಿತರನ್ನು ಕಂಡರೆ ಒಂದು ರೀತಿ ಭಯ ..." ಅಂದವಳು ನಿಲ್ಲಿಸಿದಳು. ಅನಗತ್ಯವಾಗಿ ಮಾತಿನಿಂದ ಅವರನ್ನು ನೋಯಿಸಲು ಇಚ್ಛಿಸಲಿಲ್ಲ.

ಮೊದಲು ಬೇಡವೆಂದರೂ ಕಡೆಗೆ ಒಪ್ಪಿಸಿ ಅವರುಗಳು ಫೋಟೋ ತೆಗೆದು "ತುಂಬ ಥ್ಯಾಂಕ್ಸ್.... ಬರ್ತೀನಿ" ಕೈ ಜೋಡಿಸಿದಳು.

ಉಷಾನ ನೋಡಿದ್ದು ಒಂದೆರಡು ಸಲವಾದರೂ ಅವರು ಮೂವರ ಹೃದಯದ ತಂತುಗಳು ಅರ್ಥವಾಗದ ಆವೇದನೆಗೆ ಗುರಿಯಾಗಿದ್ದವು. ಹೇಳಲಾರದ ಸ್ಥಿತಿ.

"ಮತ್ತೆ ಯಾವಾಗ್ಬರ್ತೀಯಾ?" ವೆಂಕಮ್ಮ ಕೇಳಿದರು.

ಉಷಾಗೆ ನಗು ಬಂತು. ಅವಳು ಯಾತಕ್ಕೆ ಇಲ್ಲಿಗೆ ಬರಬೇಕು. ಇಲ್ಲಿ ಯಾರಿದ್ದಾರೆ? "ಇಲ್ಲ, ಬರೋಲ್ಲ! ಯಾಕೆ ಬರ್ಬೇಕು ಹೇಳಿ? ಬರೋಕು, ಹೋಗೋಕು ಮುಖ್ಯವಾದ ಕಾರಣಗಳು ಇರುತ್ತೆ. ತುಂಬಾ .... ತುಂಬಾ... ಥ್ಯಾಂಕ್ಸ್ ಬರ್ತೀನಿ" ಹೊರಟಳು. ಮೂವರು ನೋಡುತ್ತಾ ನಿಂತರು.

ಎಷ್ಟೋ ಹೊತ್ತಾದ ಮೇಲೆ ಆಕೆ "ಆ ಹುಡ್ಗಿನ ನೋಡಿದ್ರೆ ನಂಗ್ಯಾಕೋ ರುಕ್ಮಿಣಿ ಜ್ಞಾಪಕಕ್ಕೆ ಬರ್ತಾಳೆ. ಮುಖದ ಹೋಲಿಕೆ ಅಂಥದೇನು ಇಲ್ಲದಿದ್ದರೂ ನಕ್ಕಾಗ ಮಾತ್ರ ಅವಳನ್ನೇ ನೋಡಿದಂತಾಗುತ್ತೆ" ಎಂದರು ವೇದನೆಯಿಂದ.

"ಹಾಗೆ ಅನ್ನಿಸೋಕೆ ನಿಮ್ಮ ಮನಸ್ಸೇ ಕಾರಣ. ಆ ನೆನಪುನಿಂದಾನೇ ಇನ್ನ ತಪ್ಪಿಸಿಕೊಳ್ಳಿಲ್ಲ. ಇನ್ನು ಈ ಹುಡ್ಗಿ ವಿಷ್ಯ ಯಾಕೆ?" ಎಂದ ಸೊಸೆ ವನಜ ಒಳಗೆ ಹೋದರು. ಇನ್ನು ಊಟಗಳು ಕೂಡ ಆಗಿರಲ್ಲಿಲ್ಲ.

ಎಲೆಗಳನ್ನು ಹಾಕಿಕೊಂಡು ಬಡಿಸಿಕೊಂಡರು. ಎಂದೂ ಈ ದಿನ ಅಪ್ಪಯ್ಯ ದೀಕ್ಷಿತರ ತಂದೆ ನಂಜುಂಡ ದೀಕ್ಷಿತರ ತಿಥಿಯ ದಿನ ಊಟ ಮಾಡಲಾಗುತ್ತಿರಲ್ಲಿಲ್ಲ. ಹತ್ತೊಂಬತ್ತು ಇಪ್ಪತ್ತು ವರ್ಷಗಳ ಹಿಂದೆ ಇದೇ ಜೋರು ಉಕ್ಕೇರಿದ ಮಳೆ ಬ್ರಾಹ್ಮಣರಿಗೆ ಎಲೆ ಹಾಕಿದ್ದಾಗ ವಿಷಯ ಸಿಕ್ಕಿತು. ರುಕ್ಮಿಣಿಯ ಹೆಣ ಹೊಳೆಯಲ್ಲಿ ತೇಲುತ್ತಿದೆಯೆಂದು. ಅಂದಿನಿಂದ ಇಂದಿನವರೆಗೂ ಆ ದಿನ ನೆನಪು ಭೂತವಾಗಿ ಕಾಡುತ್ತಿತ್ತು. ಎಲೆಯ ಮುಂದೆ ಕೂತರು ತುತ್ತು ಎತ್ತುವುದು ಕಷ್ಟವಾಗುತ್ತಿತ್ತು.

ಇಂದು ಕೂಡ ನಾಲ್ಕು ತುತ್ತು ತಿಂದು ಎದ್ದು ಹೊರ ಜಗುಲಿಗೆ ಬಂದಾಗ ಮಳೆ ಧೋ ಎಂದು ಸುರಿಯುತ್ತಿತ್ತು. ಒಂದು ಕಡೆಯ ಜಗುಲಿಯ ಅಂಚಿನಲ್ಲಿ ನಿಂತಿದ್ದಳು

ಉಷಾ. ಈ ಮಳೆಯಲ್ಲಿ ಹೊರಬೀಳುವುದು ಬಹಳ ಕಷ್ಟವಿತ್ತು.

"ಒಳಕ್ಕಾದ್ರೂ ಬಾ! ತುಂಬ ಮಳೆ ಇದೆ" ಹೇಳಿದರು ಅಜ್ಜಮ್ಮ. ಅವರತ್ತ ನೋಟ ಹರಿಸಿದ ಉಷಾ "ನಂಗೆ ಮಳೆ ನೋಡೋಕೆ ಇಷ್ಟನೇ. ಒಂದ್ಸಲ ಹೊರ್ಗಡೆ ಬಂದಾಯಿತಲ್ಲ, ಮತ್ತೆ ಬರೋದ್ಬೇಡ. ಸ್ವಲ್ಪ ಹೊತ್ತು ಇಲ್ಲೆ ನಿಂತ್ಕಂಡ್ ಹೋಗ್ತೀನಿ " ಆ ಮಾತಿನ ದಾಟಿ ತಮ್ಮ ಮಗಳದೇ ಅನಿಸಿತು. "ನಿಮ್ಮ ತಾಯಿ ಹೆಸರೇನು?" ಬೀಳುತ್ತಿದ್ದ ಮಳೆಗೆ ಕೈ ಚಾಚಿ ಅದರ ಅಂದಾಜನ್ನು ಹಾಕುತ್ತಿದ್ದ ಉಷಾ ತಟ್ಟನೇ ಅವರತ್ತ ನೋಟ ಹರಿಸಿ " ಅರುಂಧತಿ ....." ಎಂದವಳೇ ಸ್ವಲ್ಪ ಮಳೆಯ ಬಿರುಸು ಕಡಿಮೆಯಾಗಿದೆಯೆನಿಸಿ ಜಗುಲಿಯಿಂದ ಇಳಿದು ಮಳೆಯಲ್ಲಿಯೇ ಕಣ್ಮರೆಯಾದುದನ್ನು ಬಿಟ್ಟ ಕಣ್ಣುಗಳಿಂದ ಎಲ್ಲರು ನೋಡಿದರು.

"ಕೊಡೆನಾದ್ರೂ ಕೊಡ್ಬೇಕಿತ್ತು. ಇಲ್ಲ ಕೆಲವು ಗಳಿಗೆ ನಿಂತು ಹೋಗ್ಬೇಕಿತ್ತು" ಎಂದರು. ಆ ಕಡೆಯ ಜಗುಲಿಯ ಕೊನೆಯಲ್ಲಿ ನಿಂತ ಪುರಂದರ ಅಜ್ಜಿಯ ಸನಿಹಕ್ಕೆ ಬಂದು "ಹೋಗ್ಲಿ ಬಿಡಿ, ಅಜ್ಜಿ. ಬೆಳಿಗ್ಗೆ ಹೋಗೋದ್ರಿಂದ ಲಗೇಜ್ ರೆಡಿ ಮಾಡ್ಕೋಬೇಕೇನೋ" ಎಂದ ಈ ದಿನದ ವಿಶೇಷತೆಯನ್ನು ಅರಿತಿದ್ದರಿಂದ ನೋವಾಗುವಂತೆ ಮಾತಾಡಿ ಅವರುಗಳ ಹೃದಯಗಳ ವೇದನೆಯ ಜೊತೆ ಓಕುಳಿಯಾಡಲಾರ.

ಒಬ್ಬರ ಹಿಂದೆ ಒಬ್ಬರು ಎಲ್ಲರು ಹೋಗಿ ನಡು ಮನೆಯಲ್ಲಿ ಅಲ್ಲಲ್ಲಿ ಕೂತರು. ಪ್ರಳಯವಾಗಿ ಬಿಡುತ್ತದೆಯೆನ್ನುವ ರೀತಿಯಲ್ಲಿ ಹೊರಗೆ ಮಳೆ ಸುರಿಯುತ್ತಿತ್ತು.

"ಈ ಪಾಟಿ ಮಳೆಯಲ್ಲಿ ಅಪ್ಪ, ಮಗ ಹೊರ್ಗಡೆ ಯಾಕೆ ಹೋಗ್ಬೇಕಿತ್ತು. ಗೊಣಗಿದರು ಪುರಂದರನ ತಾಯಿ.

ಪುರಂದರ ಹೊರಗಡೆಯೇ ನಿಂತಿದ್ದ ಮಳೆಯನ್ನು ನೋಡುತ್ತಾ.

* * *

ಕಾಲೇಜಿನಿಂದ ಬಂದ ಉಷಾ ಆರಾಮಾಗಿ ರೂಮಿಗೆ ಹೋದವಳೇ ಮಲಗಿದಳು. ಅವಳ ಸಹಪಾಠಿ ವಿನೀತೆ ಇಂದು ಬಹಳ ಮಾರ್ಮಿಕವಾಗಿ "ನಿಮ್ಮ ತಾಯಿಗೆ ನೀನೊಬ್ಬೆ ಮಗ್ಳಾ? ನಂಗ್ಯಾಕೋ ಡೌಟು. ನಿಂಗೆ ತಂದೆ ಬಗ್ಗೆನೇ ತಿಳಿಸಿಲ್ಲದ ಆಕೆ ಆ ವಿಷ್ಯನು ಮುಚ್ಚಿಟ್ಟಿರಬೇಕು" ಎಂದಾಗ ಅವಳ ರಟ್ಟೆಯನ್ನು ಬಲವಾಗಿ ಹಿಡಿದು "ಇಂಥ ಅನಗತ್ಯ ಮಾತುಗಳನ್ನಾಡಿ ರೊಚ್ಚಿಗೆಬ್ಬಿಸ್ಬೇಡ. ನನ್ನ ತಾಯಿ ಪವಿತ್ರತೆಯ ಬಗ್ಗೆ ನಂಗೆ ಗೊತ್ತು, ಮೊದ್ಲು ನಿನ್ನ ಹುಟ್ಟಿನ ಬಗ್ಗೆ ಸರ್ಯಾಗಿ ತಿಳ್ಕೋ" ಕನಲಿ ಸಿಡಿದಿದ್ದಳು.

ಇಂಥ ಪ್ರಕರಣಗಳನ್ನು ಎದುರಿಸುತ್ತಲೇ ಬೆಳೆದಿದ್ದಳು. ಎಷ್ಟೋ ಸಲ ದೂರ ಹೋಗಿ ಬಿಡಬೇಕೆಂದು ನಿರ್ಧಾರಕ್ಕೆ ಬರುತ್ತಿದ್ದಳು. ಒಂಟಿಯಾದ ಅಮ್ಮನನ್ನ ಒಂಟಿ ಮಾಡಿ ಎಲ್ಲಿಗೂ ಹೋಗಲೂ ಮನಸ್ಸಿಲ್ಲ. ಅವಳಿಗೆ ಇರುವ ಏಕೈಕ ಬಂಧುವೆಂದರೆ ಅಮ್ಮನು ಮಾತ್ರ.

ಫೋನ್ ರಿಂಗಾದಾಗ ಹೋಗಿ ಎತ್ತಿದವಳು ಉಷಾ "ನೀನು ಕಾಲೇಜಿನಿಂದ ಮನೆಗೆ ಹೋದ ಸುದ್ದಿ ವನಮಾಲ ತಿಳಿಸಿದ್ರು. ಹುಷಾರಾಗಿದ್ದೀಯಾ ತಾನೆ?" ಅವಳಮ್ಮನ ಅಕ್ಕರೆಯ ದನಿ. ಇಷ್ಟು ದಪ್ಪಗಾಗಿದ್ದ ಅವಳ ಮುಖ ಸಡಿಲವಾಯಿತು. ಮುಖದಲ್ಲಿ ಒರಟುತನ ಮಾಯವಾಗಿ ಮೃದುತ್ವ ನೆಲೆಸಿತು. "ಅಂಥದೇನಿಲ್ಲ ಸ್ವಲ್ಪ ತಲೆ ನೋವುಂತಾ ಅನ್ನಿಸ್ತು ಅದ್ಕೇ ಬಂದೆ. ಡೋಂಟ್ ವರೀ ಫೋನ್ ಇಡ್ಲಾ?" ಇಟ್ಟೆ ಬಿಟ್ಟಳು. ಎದೆಯೊತ್ತಿ ಅಳು ಉಕ್ಕಿ ಬಂತು. ಮತ್ತೆ ಫೋನ್ ಸದ್ದಾಯಿತು. ಅಮ್ಮನದೆಂದು ಅವಳಿಗೆ ಗೊತ್ತು. "ಹಲೋ" ಎಂದಳು.

"ಯಾಕೆ, ಅಷ್ಟು ಬೇಗ ಫೋನ್ ಇಟ್ಟೇ? ಅಳ್ತಾ ಇದ್ದೀಯಾ? ಕೇಳಿದರು.

"ಏನಿಲ್ಲ... ಏನಿಲ್ಲ .... ಎನಿಲ್ಲ..." ಇಟ್ಟೇ ಬಿಟ್ಟಳು. ಮತ್ತೆ ಫೋನ್.

ಅರುಂಧತಿ ಇಂಥ ಸಂದರ್ಭಗಳನ್ನು ಸಾಕಷ್ಟು ಎದುರಿಸಿದ್ದರು. ಅಂದಿನ ಹೊಟ್ಟೆಯೊಳಗಿನ ಮಗುವಿನ ಮೇಲಿನ ಮಮತೆ ಇಂದು ಬೃಹದಾಕಾರವಾದ ಪ್ರಶ್ನೆಯಾಗಿ ನಿಂತಿತ್ತು. ಮಗಳ ಪ್ರಶ್ನೆಗೆ ಉತ್ತರಿಸಲಾಗದ ಸ್ಥಿತಿ.

ಮಧ್ಯಾಹ್ನ ಅರ್ಧ ದಿನ ರಜ ಹಾಕಿ ವನಮಾಲ ಕಾಲೇಜಿಗೆ ಫೋನ್ ಮಾಡಿದರು "ಪ್ಲೀಸ್, ವನಮಾಲ ನಾನು ನಿನ್ನೊಂದಿಗೆ ಮಾತಾಡ್ಬೇಕು. ನಂಗೋಸ್ಕರ ಮನೆಗೆ ಬರ್ತೀಯಾ?" ಕೇಳಿಕೊಂಡರು.

"ನೀನು ಆಸ್ಪತ್ರೆ ಕಾಂಪೌಂಡ್‌ನಲ್ಲಿರು. ನಾನೇ ಅರ್ಧಗಂಟೆಯಲ್ಲಿ ಅಲ್ಲಿಗೆ ಬರ್ತೀನಿ. ಇಬ್ರೂ ಕೂಡಿಯೇ ಮನೆಗೆ ಹೋಗೋಣ. ಉಷಾಗೆ ಫೋನ್ ಮಾಡಿದ್ಯಾ? ಮನೆಯಲ್ಲಿ ಇದ್ದಾಳೆ ತಾನೆ?" ವಿಚಾರಿಸಿಕೊಂಡರು ವನಮಾಲ.

"ಮಾಡಿದ್ದೇ, ತುಂಬಾ ಡಿಸ್ಟರ್ಬ್ ಆದ ಹಾಗೆ ಕಾಣ್ತಾಳೆ. ನನ್ಹತ್ರ ಮಾತಾಡೋಕೆ ಇಷ್ಟಪಡ್ಲಿಲ್ಲ" ತೋಡಿಕೊಂಡರು.

"ಡೋಂಟ್ ವರೀ .... ನಾನ್ಬರ್ತೀನಿ" ಫೋನಿಟ್ಟರು.

ಒಂದತ್ತು ನಿಮಿಷ ಲೇಟಾಗಿ ಬಂದರಷ್ಟೆ ವನಮಾಲ. ಈತ್ತೀಚೆಗೆ ಕಾರು ಕೊಂಡಿದ್ದರಿಂದ ಅದರಲ್ಲಿಯೇ ಓಡಾಟ. ಕೆಲವೊಮ್ಮೆ ಉಷಾ ಕೂಡ ವನಮಾಲ ಕಾರುನಲ್ಲಿ ಹೋಗುತ್ತಿದ್ದಳು. ಕೆಲವೊಮ್ಮೆ ನಿರಾಕರಿಸುತ್ತಿದ್ದಳು. ಅಂತೂ ಕಷ್ಟ ಸುಖಕ್ಕೆ ಆಗುವಂಥ ಅತ್ಯುತ್ತಮ ಸ್ನೇಹ ಅವರದು.

ಅರುಂಧತಿ ಕೂತ ನಂತರ ಕಾರು ಸ್ಟಾರ್ಟ್ ಮಾಡಿದ ವನಮಾಲ "ಏನು ಸಮಾಚಾರ? ನೀನ್ಯಾಕೆ ಸುಮ್ಸುಮ್ನೆ ಗಾಬ್ರಿ ಆಗ್ತೀಯಾ? ಉಷಾ ಕಾಲೇಜಿನಿಂದ ನೇರವಾಗಿ ಫ್ಲಾಟ್‌ಗೆ ಹೋಗಿದ್ದಾಳಲ್ಲ. ಎಂಥಾ ಹುಡ್ಗೀ! ಅಂಥ ವಿದ್ಯಾರ್ಥಿಗಳ ಸಂಖ್ಯೆಯೇ ಕಡ್ಮೇ. ನೀನು ಈ ವಿಷ್ಯದಲ್ಲಿ ತುಂಬ ಅದೃಷ್ಟವಂತೆ. ಸಣ್ಣ ಪುಟ್ಟ ವಿಷ್ಯಗಳಿಗೆಲ್ಲಾ ತಲೆ ಕೆಡ್ಸಿಕೊಂಡು ಡ್ರಗ್ಸ್ ಮೊರೆ ಹೋಗ್ತಾರೆ. ನೀನು ಆ ವಿಷ್ಯದಲ್ಲಿ ಅದೃಷ್ಟವಂತೆ" ಮೆಚ್ಚಿಗೆಯಾಡಿದರು.

ಅರುಂಧತಿ ಮಾತೇ ಆಡಲಿಲ್ಲ. ಅಂದಿನ ಮುಗ್ಧ ಹೆಣ್ಣೇನಲ್ಲ. ಹಂತ ಹಂತವಾಗಿ ಅನುಭವಿಸಿ ಗಟ್ಟಿಯಾಗಿ ಬದುಕಿನ ಅರ್ಥವನ್ನು ಅರಿತ ಮಹಿಳೆ. ಆದರೆ ಮಗಳ ಎದುರು ಮಾತ್ರ ಕುಬ್ಜಳಾಗುತ್ತಿದ್ದಳು. ಅಪರಾಧಿಯಾಗುತ್ತಿದ್ದಳು.

ಮೊದಲು ತನ್ನ ಫ್ಲಾಟ್‌ಗೆ ಕರೆದೊಯ್ದು ವನಮಾಲ ಫ್ರಿಜ್‌ನಿಂದ ತಣ್ಣನೆಯ ನೀರಿನ ಬಾಟಲು ತಂದು ಅವಳ ಮುಂದಿಟ್ಟು "ಮೊದಲು ಕುಡ್ದು ರಿಲಾಕ್ಸ್ ಮಾಡ್ಕೋ. ಉಷಾ ಕೂಡ ಸಾಕಷ್ಟು ಸುಧಾರಿಸಿದ್ದಾಳೆ. ಕೆಲವು ಸ್ಯಾಡಿಸ್ಟ್ ಮನೋಭಾವದವರು ಇರ್ತಾರೆ. ವ್ಯಂಗ್ಯವಾಗಿ ಕುಟುಕುತ್ತಾರೆ. ಅದ್ನ ಅರಗಿಸಿಕೊಳ್ಳೋದು ಅವ್ಳಿಗೆ ಕಷ್ಟವಾಗತ್ತೆ" ಎಂದು ಸಾಂತ್ವನಿಸಿ ಹೋಗಿ ಜ್ಯೂಸ್ ಹಿಡಿದು ಬಂದು ಅಲ್ಲೆ ಕೂತರು.

"ಎಲ್ಲಾದ್ರೂ ದೂರ ಹೋಗ್ಬಿಡ್ಬೇಕೂಂತ ಅನಿಸುತ್ತೆ" ಎಂದರು ಅರುಂಧತಿ. "ಪದೇ ಪದೇ ಅನ್ತಾ ಇರ್ತೀಯಾ? ಎಲ್ಲಿಗೆ ಹೋಗ್ತೀಯಾ? ನಿನ್ನ ಮೇರಿ ಆಸ್ಪತ್ರೆಯ ರಮೇಶ್ ಕುಮಾರ್ ಬಿಟ್ಟು ಕೊಡೋಕೆ ಒಪ್ಕೋತಾರ? ಇಲ್ಲಿ ಒಳ್ಳೆಯ ಸಂಬಳವಿದೆ. ನಿಂಗೂ ಕೆಲ್ಸದಲ್ಲಿ ತೃಪ್ತಿ ಇದೆ. ನಿನ್ನ ಸೇವಿಂಗ್ಸ್‌ನಿಂದ ಫ್ಲಾಟ್ ಕೊಂಡಿದ್ದೀಯಾ. ಆ ಮಾತೆಲ್ಲ ಬಿಟ್ಟು ಬಿಡು."

ಅರುಂಧತಿ ತಗ್ಗಿಸಿದ ತಲೆ ಮೇಲೆತ್ತಲಿಲ್ಲ.

"ಪುಟ್ಟ ಊರಿನಲ್ಲಿ ಹುಟ್ಟಿ ಬೆಳ್ದ ನಾನು ಹೊಟ್ಟೆಯಲ್ಲಿರೋ ಮಗುನ ಉಳ್ಸಿಕೋಬೇಕೂಂತ ಊರು ಬಿಟ್ಟೆ. ನಾನು ಭವಿಷ್ಯದ ಬಗ್ಗೆ ಯೋಚಿಸಲೇ ಇಲ್ಲ. ಈಗ ಅವಳ ಮುಂದೆ ಅಪರಾಧಿ. ಅವಳಿಗೆ ಆಗ್ತಾ ಇರೋ ಅವಮಾನಕ್ಕೆ ನಾನೇ ಕಾರಣ. ಕುಂತೀ ಬೇಕೂಂತ ಬೆಳ್ದ ಮಗುನ ನಿದಾಕ್ಷಿಣ್ಯವಾಗಿ ಗಂಗೆಯಲ್ಲಿ ತೇಲಿ ಬಿಟ್ಲು. ಆಕಸ್ಮಿಕವಾಗಿ ಬಂದು ಬಿದ್ದ ಮಗುಗಾಗಿ ನಾನೆಷ್ಟು ಪಾಡು ಪಟ್ಟೆ" ಅರುಂಧತಿ ಅಳೋಕೆ ಷುರು ಮಾಡಿಬಿಟ್ಟರು.

ವನಮಾಲ, ಅರುಂಧತಿಯ ಎರಡು ಕೈಗಳನ್ನು ಹಿಡಿದುಕೊಂಡು "ಇಷ್ಟು ವರ್ಷಗಳ ನಂತರ ನಾನು ಮಾಡಿದ್ದು ತಪ್ಪೂಂತ ಅಂದ್ಕೊಂಡರೆ ಮುಂದಿನ ದಿನಗಳು ನರ್ಕವಾಗುತ್ತೆ. ಉಷಾ ಅಂಥ ಮಗ್ಳು ಯಾರ್ಗೆ ಬೇಡ! ಪುಣ್ಯ ಮಾಡಿ ಪಡ್ಯೋಂಥ ಮಗ್ಳು. ನೋಡು ನಂಗೆ ದತ್ತು ಕೊಡೋ ಹಾಗಿದ್ದರೆ ಕೊಟ್ಟು ಬಿಡು."

ಒಂದು ಅರ್ಧ ಗಂಟೆಯ ನಂತರ ವನಮಾಲ ಅರುಂಧತಿ ಕೂಡಿಯೇ ಮನೆಗೆ ಬಂದಾಗ ಆಲೂಗಡ್ಡೆಯನ್ನು ಬೇಯಿಸಿಕೊಂಡು ಸಿಪ್ಪೆ ಸುಲಿಯುತ್ತಿದ್ದ ಉಷಾ ಕುಣಿಯುತ್ತಾ ಬಂದು ಬಾಗಿಲು ತೆರೆದಳು.

"ಆಲೂ ಪರೋಟ ರೆಡಿಯಾದ ಕೂಡ್ಲೇ ಫೋನ್ ಮಾಡೋಣಾಂತ ಅಂದ್ಕೊಂಡೆ. ನೀವೇ .... ಬಂದ್ರಿ! ನೀವಿಬ್ರೂ ಆರಾಮಾಗಿ ಕೂತು ಹತ್ತು ನಿಮಿಷ ಮಾತಾಡ್ತಾ ಇರೀ. ಅಷ್ಟ್ರಲ್ಲಿ ಪೂರ್ತಿ ರೆಡಿ" ಹೇಳಿ ಹಾರುತ್ತಾ ಕಿಚನ್‌ಗೆ ಹೋದಾಗ ವನಮಾಲ ಹುಬ್ಬಲ್ಲಿಯೇ ಪ್ರಶ್ನಿಸಿದರು "ನೀನು ಮಾಡಿದ್ದು ಸರಿಯೋ, ತಪ್ಪೋ" ಅರುಂಧತಿಯ

ಕಣ್ಣುಗಳಲ್ಲಿ ಹರ್ಷ ಹೊಳೆಯಾಯಿತು. "ಇವ್ಳು ನಿನ್ನ ಬದುಕಿಗೆ ಒಂದು ಅರ್ಥ! ನನ್ನ ನೋಡು ..... ಯಾರಿದ್ದಾರೆ? ಕಾಲೇಜು ವಿದ್ಯಾರ್ಥಿಗಳ ನಂತರ ನಾನು ಪೂರ್ತಿ ಒಂಟಿ. ನಂಗೂ ಉಷಾ ಅಂಥ ಮಗ್ಳು ಇದ್ದಿದ್ದರೆ" ವಿಷಾದ ನಗೆ ಬೀರಿದರು. ಕಿಚನ್‌ಗೆ ಬಂದ ಇಬ್ಬರನ್ನು ಹಿಂದಕ್ಕೆ ದಬ್ಬಿಕೊಂಡು ಹೋಗಿ ಹೊರಗೆ ನಿಲ್ಲಿಸಿ "ಪೂರ್ತಿ ಕ್ರೆಡಿಟ್ ನಂಗೆ ಬೇಕು, ಷೇರ್ ಮಾಡೋಕೆ ಬಿಡೋಲ್ಲ" ಏಪ್ರನ್ ಸರಿಯಾಗಿ ಕಟ್ಟಿಕೊಳ್ಳುತ್ತ ಹೋದಳು.

ಅವಳು ಮನದ ಬೇಗುದಿಯನ್ನು ಮರೆಯಲು ಈ ರೀತಿಯ ಉತ್ಸಾಹ. ಹೊರ ಪ್ರಪಂಚ ಆಡುವ ಮಾತುಗಳನ್ನು ತಂದು ತಾಯಿಯನ್ನು ನೋಯಿಸಬಾರದೆಂದು ನಿಶ್ಚಯಿಸಿದ್ದಕ್ಕೆ ಕಾರಣ ಗ್ರೀಷ್ಮಾ 'ನಿನ್ನ ಹೊಟ್ಟೆಯಲ್ಲಿ ಹೊತ್ತ ಮೇಲೆ ಒಂಟಿಯಾಗಿ ಎಷ್ಟೊಂದು ಅಪಮಾನ, ಅಪನಿಂದನೆಗಳನ್ನು ಸಹಿಸಿರಬೇಕು. ಮೈಯಲ್ಲಿ ತುಂಬಿ ಹರಿಯುವ ಯೌವನ. ಅಂಥದ್ದರಲ್ಲಿ ತನ್ನನ್ನು ಕಾಪಾಡಿಕೊಂಡು ನಿನ್ನನ್ನು ಬೆಳೆಸಿದ್ದಾಳೆ. ಅವೆಲ್ಲ ನಿನ್ನ ಮನಸ್ಸಿನಲ್ಲಿ ಇರ್ಲಿ, ಎಂದೂ ನೋಯಿಸಬೇಡ, ಆಡುವವರನ್ನು ನೆಗ್ಲೆಕ್ಟ್ ಮಾಡು' ಅದು ಆಕೆಯ ಉಪದೇಶವಾಗಿತ್ತು. ಸೂಕ್ಷ್ಮ ಮನಸ್ಸಿನ ಉಷಾ ಅರ್ಥ ಮಾಡಿಕೊಂಡು ತನ್ನನ್ನು ತಿದ್ದಿಕೊಳ್ಳಲು ನಿರಂತರವಾಗಿ ಪ್ರಯತ್ನಿಸುತ್ತಿದ್ದಳು.

ಅಡಿಗೆಯನ್ನೆಲ್ಲ ಟೇಬಲ್ಲು ಮೇಲೆ ಜೋಡಿಸಿ ತಟ್ಟೆ ಹಾಕಿದ ನಂತರ ಅವರಿಬ್ಬರನ್ನು ತಂದು ಕೂಡಿಸಿ "ಈಗ ಊಟ ಮಾಡಿ, ನನ್ನ ಅಡ್ಗೆ ರುಚಿಯ ಬಗ್ಗೆ ಹೇಳಿ" ತಾನೇ ಬಡಿಸತೊಡಗಿದಳು.

ಉಷಾಗೆ ಅಡಿಗೆ ಮಾಡಿ ಅಭ್ಯಾಸವಿದ್ದುದ್ದರಿಂದ ಏನೇ ಮಾಡಲಿ ರುಚಿ ಕಟ್ಟಾಗಿ ಮಾಡುತ್ತಿದ್ದಳು. ಊಟದ ಮಧ್ಯದಲ್ಲಿ "ಗ್ರೀಷ್ಮಾ ಆಂಟೀ ತರಕಾರಿಯನ್ನೆಲ್ಲ ಸೇರ್ಸಿ ಸೇರ್ಸಿ .... ಮಸಾಲೆ ಉದುರಿಸಿಬಿಡೋರು. ಅದು ಚಪಾತಿ, ರೊಟ್ಟಿ, ಪರೋಟಕ್ಕೆ ಮಾತ್ರವಲ್ಲ ಅನ್ನವನ್ನು ಕೂಡ ಅದರಲ್ಲೆ ಕಲೆಸಿಕೊಂಡು ತಿನ್ನಬೇಕಿತ್ತು" ಎಂದು ಹೇಳಿದ ಉಷಾ ನಾಲಿಗೆ ಕಚ್ಚಿಕೊಂಡಳು. ಕೆಲವು ದಿನ ಅವಳು ಹೋಗಿದ್ದೆಲ್ಲಿಗೆ ಎನ್ನುವುದನ್ನು ವನಮಾಲ, ಉಷಾ ಮುಚ್ಚಿಟ್ಟಿದರು "ನನ್ನ ಸ್ನೇಹಿತೆ ಮನೆಗೆ ಕಳ್ಸಿ ಕೊಟ್ಟಿದ್ದೆ. ಸ್ಥಳ ಬದಲಾವಣೆಯಿಂದ ಗೆಲುವಾಗಿದ್ದಾಳೆ. ನೀನು ಏನೇನೋ ಕೇಳ್ಬೇಡ, ಎಂದು ತಾಕೀತು ಮಾಡಿದರು ವನಮಾಲ ಅರುಂಧತಿಗೆ. ಅದಕ್ಕೆ ಆಕೆ ಸಂಪೂರ್ಣವಾಗಿ ಸಮ್ಮತಿಸಿದ್ದಳು.

"ಯಾರು ಗ್ರೀಷ್ಮಾ?" ಕೇಳಿದಳು ಅರುಂಧತಿ.

"ನನ್ನ ಫ್ರೆಂಡ್ ಅಂತ ಹೇಳಿದ್ದೆನಲ್ಲ. ಅಲ್ಲಿಗೆ ಉಷಾಳ ಕಳಿಸಿದ್ದು. ಅಮೇರಿಕಾದಲ್ಲಿ ಇದ್ದು ಬಂದ ಸುಂದರ ಮನಸ್ಸಿನ ಹೆಣ್ಣು" ಅಷ್ಟೇ ಹೇಳಿದ್ದು.

ಮೂವರು ನಗು ನಗುತ್ತಾ ಊಟ ಮಾಡಿದ ಸಮಯ ತೀರಾ ಅಮೂಲ್ಯ ತಕ್ಷಣ ಹೊರಟ ವನಮಾಲ "ಹೇಗೂ ಬಂದಿದ್ದೀಯಾ! ಮತ್ತೆ ಆಸ್ಪತ್ರೆಗೆ ಹೋಗೋದ್ಬೇಡ.

ಆರಾಮಾಗಿ ಮಲ್ಗಿ ರೆಸ್ಟ್ ತಗೋ" ಅಂದರು.

ತಲೆ ಅಡ್ಡಡ್ಡ ಆಡಿಸಿದ ಅರುಂಧತಿ "ಇಲ್ಲ, ನೆನ್ನೆ ಆಪರೇಷನ್ ಆದ ಪೇಷಂಟಿಗೆ ಜ್ವರ ಬರ್ತಾ ಇದೆ. ಗಾಬ್ರಿಯಿಂದ ಬಂದೆ, ಉಷಾ ಆರಾಮಾಗಿದ್ದಾಳೆ. ಹೋಗ್ತೀನಿ" ಹೊರಟೇ ಬಿಟ್ಟಳು. ಆ ರೀತಿಯ ದುಡಿಮೆಯೆ ಚಿಂತೆಯೆಂಬ ಅಪಾಯದ ಸಾಗರದಿಂದ ಮುಳುಗದಂತೆ ಅನವರತವು ರಕ್ಷಿಸುತ್ತಿರುವುದು.

ಉಷಾನ ವನಮಾಲ ತಮ್ಮ ಫ್ಲಾಟಿಗೆ ಕರೆದೊಯ್ಯಬೇಕೆಂದು ಕೊಳ್ಳುವ ವೇಳೆಗೆ ಬಾಗಿಲಲ್ಲಿ ನೆರಳಾಡಿತು. "ನೀನು ಇಲ್ಲೇ ಇರ್ತೀಯಾಂತ ಪಕ್ಕದ ಫ್ಲಾಟಿನವರು ಹೇಳಿದ್ರು. ಹೇಗೂ ಬಂದಿದ್ದೀನಲ್ಲ, ನೋಡಿಯೇ ಹೋಗೋಣಾಂತ್ಬಂದೆ." ಬಾಗಿಲ ಬಳಿ ನಿಂತಿದ್ದ ನಡು ವಯಸ್ಸಿನ ವ್ಯಕ್ತಿ ಹೇಳಿದಾಗ "ಬಂದೇ" ಎಂದು "ಉಷಾ, ಆಮೇಲೆ ಫೋನ್ ಮಾಡ್ತೀನಿ" ಅಂದವರೇ ಆ ವ್ಯಕ್ತಿಯೊಂದಿಗೆ ಹೊರಟರು.

ಎರಡೇ ಎರಡು ಸಲ ವನಮಾಲ ಫ್ಲಾಟ್‌ನಲ್ಲಿ ಆ ವ್ಯಕ್ತಿಯನ್ನು ನೋಡಿದ್ದಳು. ಎಂದು ಪ್ರಶ್ನಿಸಿರಲಿಲ್ಲ. ಅವರ ಒಂಟಿತನದ ಬದುಕಿನ ಹಿಂದೆಯೂ ಅಪಸ್ವರವಿದೆಯೆನಿಸಿತು. ಯಾರ ಬದುಕು ಸಹನೀಯವಲ್ಲ; ತಾವಾಗಿ ಸಹನೀಯ ಮಾಡಿಕೊಳ್ಳಬೇಕಿತ್ತು.

ಫ್ಲಾಟ್ ಬೀಗ ತೆಗೆದು ವನಮಾಲ "ಬನ್ನಿ...." ಎಂದವರು ಸೋಫಾ ಕಡೆ ಕೈ ತೋರಿಸಿ "ಕೂತ್ಕೊಳ್ಳಿ" ಅಂದವರೆ ಒಳಗಿನಿಂದ ಜ್ಯೂಸ್ ತಂದಿತ್ತು "ನಾನು ಅಲ್ಲೆ ಊಟ ಮಾಡ್ಬಿಟ್ಟೆ. ಬಿಸಿಯಾಗಿ ಏನು ಮಾಡಿಲ್ಲ. ಊಟ ಮಾಡ್ತೀನಿ ಅಂದರೇ ಫ್ರಿಜ್‌ನಲ್ಲಿರೋ ಅಡ್ಗೆ ಬಡಿಸ್ತೀನಿ" ನೇರವಾಗಿ ಹೇಳಿದರು. ತೀರಾ ಪರಿಚಿತರನ್ನು ಆದರಿಸುವಂತಿತ್ತು ಆಕೆಯ ಮಾತಿನ ವೈಖರಿ.

"ಹೇಗಿದ್ದಿ? ಎರಡು ಸಲ ಬಂದಿದ್ದೆ, ಬೀಗ ಹಾಕಿತ್ತು. ಇವತ್ತು ಕೂಡ ಹಾಗೆ ಹಿಂದಿರುಗಬೇಕಿತ್ತು. ಪಕ್ಕದ ಫ್ಲಾಟ್‌ನೋರು ನೋಡಿ ಹೇಳಿದ್ರು" ಎಂದು ಜ್ಯೂಸ್ ಗ್ಲಾಸ್ ಕೈಗೆತ್ತಿಕೊಂಡು "ನೀನು ತಗೋ, ಒಬ್ನೇ ಕುಡ್ಯೋದು ಅಂದರೆ ಬೇಸರ" ಹೇಳಿದರು ಸಪ್ಪೆಯ ಸ್ವರದಲ್ಲಿ.

"ಬೇಡ, ಆ ಹುಡ್ಗಿ ತಾನು ಮಾಡ್ದ ಅಡ್ಗೇಂತ ಬಲವಂತ ಮಾಡಿ ಜಾಸ್ತಿನೇ ಬಡಿಸಿದ್ಲು. ಈಗ ನೀರು ಕೂಡ ಕುಡ್ಯೋಕೆ ಸಾಧ್ಯವಿಲ್ಲ."

" ಆ ಹುಡ್ಗಿ ನಿನ್ನ ಸ್ಟೂಡೆಂಟಾ?" ಕೇಳಿದರು.

"ಹೌದು, ಅದ್ಕಿಂತ ನನ್ನ ಆತ್ಮೀಯ ಸ್ನೇಹಿತೆ ಅರುಂಧತಿಯ ಮಗ್ಳು. ಯಾಕೆ ಈ ಪ್ರಶ್ನೆ?" ತೀಕ್ಷ್ಣವಾಯಿತು ವನಮಾಲ ಸ್ವರ. ಇಂಥ ಅಧಿಕಾರದ ಪ್ರಶ್ನೆಗಳು ಇಷ್ಟವಾಗದು.

ಮಿತ್ರ ಸ್ವಲ್ಪ ಅಳುಕಿದರು. ಎಷ್ಟೋ ಧೈರ್ಯವಹಿಸಿ ಬರುತ್ತಿದ್ದರು, ಇಲ್ಲಿಗೆ ಬಂದ ಕೂಡಲೇ ವನಮಾಲ ಮುಂದೆ ತೇಜೋಹೀನರಾಗಿ ಬಿಡುತ್ತಿದ್ದಕ್ಕೆ ಕಾರಣವಿತ್ತು. ಒಂದು ಕಾಲದಲ್ಲಿ ದಂಪತಿಗಳು ಇರಬಹುದು. ಕೋರ್ಟು ಅದನ್ನ ರದ್ದು ಮಾಡಿತ್ತು.

"ಉಷಾಗೆ ತಂದೆ ಇಲ್ಲಾಂತ ಕೇಳ್ದೇ" ಮೆಲ್ಲಗೆ ಪ್ರಸ್ತಾಪಿಸಿದರು.

ವನಮಾಲ ಕಣ್ಣುಗಳಲ್ಲಿ ಬೆಂಕಿ ಕಾಣಿಸಿಕೊಂಡಿತು. ಎದ್ದು ಹೋಗಿ ಫ್ರಿಜ್‌ನಿಂದ ಬಾಟಲಿಯ ನೀರನ್ನು ಕುಡಿದು ಬಂದು ಮೊದಲ ಸ್ಥಾನದಲ್ಲಿ ಕೂತು " ಈ ಮಾತುಗಳೆಲ್ಲ ಬೇಕಿಲ್ಲಾಂತ ಅನ್ನಿಸುತ್ತೆ. ಒಂದು ಮಗುವಿನ ಜನನಕ್ಕೆ ಹೆಣ್ಣು, ಗಂಡುನ ಅಗತ್ಯವಿದೆ. ಜನ್ಮಕ್ಕೆ ಕಾರಣನಾದವನ್ನ ತಂದೆ ಅಂತಾರೆ. ಕೆಲವು ಈಡಿಯಟ್‌ಗೆ ಸುಖದ ಅಪೇಕ್ಷೆಯೆ ಹೊರ್ತು ಜವಾಬ್ದಾರಿ ಹೊರೋದು ಇಷ್ಟವಾಗ್ದು. ಅಂಥವನ್ನ ಸಮಾಜಕ್ಕೆ ಯಾಕೆ ಪರಿಚಯಿಸ್ಬೇಕು? ವಿಜ್ಞಾನ ಇಷ್ಟು ಮುಂದುವರಿದಿರೋವಾಗ, ಒಬ್ಬ ಗಂಡನ್ನ ಕೈ ಹಿಡಿದೇ ಮಗುವನ್ನ ಹೆರಬೇಕಿಲ್ಲ. ಸಾಕಷ್ಟು ವಿಧಾನಗಳು ಇದೆ." ವನಮಾಲ ಜಾಡಿಸಿಬಿಟ್ಟರು.

ಮಿತ್ರ ಮುಖದ ಮೇಲೆ ಕರ್ಚೀಫ್ ಆಡಿಸಿದರು. ತುಂಬ ಮೃದುವಾಗಿರುತ್ತಿದ್ದ ವನಮಾಲ ಕಟುವಾಗಿ ಮಾತಾಡೋಕೆ ಹಲವಾರು ಕಾರಣಗಳು ಇತ್ತು.

"ನಂಗೆ ಒಂದಿಷ್ಟು ಬ್ಲಾಕ್ ಕಾಫಿ ಕೊಡು" ಹೇಳಿದರು.

ಸದ್ಯಕ್ಕೆ ಆ ಮಾತುಕತೆಗಳಿಂದ ಹೊರ ತರಬೇಕಿತ್ತು, ಮಾಜಿ ಪತ್ನಿಯನ್ನು. ವನಮಾಲ ಎದ್ದು ಹೋದರು. ಆಕೆಯ ಕಣ್ಣಂಚಿನಲ್ಲಿ ನೀರಿತ್ತು. ಮದುವೆಯಾಗುವಾಗ ಹಿರಿಯರು ಅಂತ ಯಾರೂ ನಿಂತು ಯಜಮಾನಿಕೆ ವಹಿಸಿರಲಿಲ್ಲ. ಗಂಡಿಗೆ ಕೊಡಬೇಕಾದ ಸೂಟು, ಉಂಗುರ, ಬೆಳ್ಳಿ ಪಾತ್ರೆಯಿಂದ ಪ್ರತಿಯೊಂದನ್ನು ತಾವೇ ಕೊಂಡು ತಂದಿದ್ದರು. ಛತ್ರ ಕೂಡ ಬುಕ್ ಮಾಡಿದ್ದು ಅವರೇ. ಶಾಸ್ತ್ರೋಕ್ತವಾಗಿ ವಿಜೃಂಭಣೆಯಿಂದ ವಿವಾಹ ನಡಿಬೇಕು' ಗಂಡಿನ ತಾಯಿಯ ಆಜ್ಞೆ ಶಿರಸಾವಹಿಸಿದ್ದರು.

"ಅಣ್ಣ, ನಂಗ್ಯಾಕೋ ಗಾಬ್ರಿ. ವಿವಾಹಕ್ಕೆ ಒಂದೆಂಟು ದಿನ ಮೊದ್ಲೆ ಅತ್ತಿಗೆ, ಮಕ್ಳುನ ಕರ್ಕೊಂಡ್ಬಾ" ವಿದೇಶದಲ್ಲಿರೋ ಅಣ್ಣನಿಗೆ ಫೋನಾಯಿಸಿದಾಗ ಒಂದೇ ಮಾತು "ಆಗೋಲ್ಲ, ನಂಗೆ ಹಾಗೆಲ್ಲ ರಜ ಸಿಗೋಲ್ಲ. ನಿನ್ನಣ್ಣ ಒಬ್ಬ ಜವಾಬ್ದಾರಿ ಪೋಸ್ಟ್‌ನಲ್ಲಿದ್ದಾನೆ. ಬಹಳ ಪ್ರಯತ್ನಪಟ್ಟು ನಿನ್ನ ವಿವಾಹದ ಹಿಂದಿನ ದಿನ ಬರ್ತೀನಿ. ಹಣವೇನಾದ್ರೂ ಬೇಕಾದರೆ ಕಳುಹಿಸಿಕೊಡ್ತೀನಿ." ಅಷ್ಟೇ ಅಂದಿದ್ದು. ಅಂತು ಹೇಳಿದಂತೆ ಬಂದು ವಿವಾಹದಲ್ಲಿ ಭಾಗವಹಿಸಿದ್ದು ಇವಳ ಅದೃಷ್ಟ.

ನೆನಪು ನೋವನ್ನು ತಂದಾಗ ಅದುಮಿಟ್ಟುಕೊಂಡು ಡಿಕಾಕ್ಷನ್‌ಗೆ ಒಂದು ಸ್ಪೂನ್ ಸಕ್ಕರೆ ಬೆರೆಸಿಕೊಂಡು ಬಂದು ಮಿತ್ರ ಮುಂದಿಟ್ಟಳು.

"ಈಗ್ಗೇಳಿ, ಒಂದೆರಡು ಸಲ ಬಂದ್ಹೋಗಿದ್ದು ಯಾಕೆ? ಮನೆಯಲ್ಲಿ ಎಲ್ಲಾ ಚೆನ್ನಾಗಿದ್ದಾರೆ ತಾನೆ?" ವಿಚಾರಿಸಿದಳು.

ಕಾಫಿ ಕಪ್ ಕೈಗೆತ್ತಿಕೊಂಡ ಮಿತ್ರ "ಅಮ್ಮ ಪದೇ ಪದೇ ನಿನ್ನ ಜ್ಞಾಪಿಸ್ಕೋತಾರೆ. ನೀನ್ಯಾಕೆ ಒಮ್ಮೆ ಬರ್ಬಾರ್ದು?" ಮತ್ತೇ ಅದೇ ಹಳೆಯ ರಾಗ.

"ಸಾರಿ, ನಂಗೆ ಬರ್ಬೇಕೂಂತ ಅನ್ನಿಸೋಲ್ಲ. ಅಕಸ್ಮಾತ್ ಹಾಗೆ ಅನ್ನಿಸಿದ ದಿನ ಬಂದು ನೋಡ್ತೀನೀಂತ ಹೇಳಿ" ಎಂದು ಅಲಕ್ಷ್ಯದಿಂದ ಹೇಳಿ ಟೀಪಾಯಿ ಮೇಲಿದ್ದ ಪತ್ರಿಕೆಯನ್ನೆತ್ತಿಕೊಂಡರು.

ನಿಧಾನವಾಗಿ ಕಪ್ ಬರಿದು ಮಾಡಿಟ್ಟ ಮಿತ್ರ "ನಿಂಗೆ ಸಮಯ ಇದೇ ತಾನೆ? ನಾನು ಮುಖ್ಯವಾದ ವಿಷ್ಯವನ್ನು ಮಾತಾಡೋದಿದೆ" ಎಂದರು ಸ್ವಲ್ಪ ಇರುಸು ಮುರುಸುನಿಂದಲೇ.

ಪತ್ರಿಕೆಯಿಂದ ಮುಖವನ್ನು ಮೇಲೆತ್ತಿದ ವನಮಾಲ "ನಂಗೆ ಸಮಯವಿಲ್ಲಾಂತ ಮುಂದೂಡೋದ್ಬೇಡ. ನನ್ನ ಪ್ರಕಾರ ಮಾತಾಡೋಕೆ ನಮ್ಮಿಬ್ರ ಮಧ್ಯೆ ಮುಖ್ಯ ಅನ್ನೋ ವಿಷ್ಯನೇ ಇಲ್ಲ" ಕಟುವಾಯಿತು ಆಕೆಯ ದನಿ. ಒಂದು ಕಾಲದಲ್ಲಿ ತನ್ನ ಸರ್ವಸ್ವವು ಮಿತ್ರ ಎಂದು ತಿಳಿದ ದಿನವಿತ್ತು. ಅವರ ಮನೆಯವರಿಗಾಗಿ ಹಗಲಿರುಳು ದುಡಿದಿದ್ದುಂಟು. ಆದರೆ ಸಿಕ್ಕಿದ್ದೇನು? ಆ ಮನೆಯವರ ಮಡಿ-ಮೈಲಿಗೆಗೆ ಹೊಂದಿಕೊಳ್ಳಲು ಪಟ್ಟ ಕಷ್ಟವೆಷ್ಟು?

"ಅಮ್ಮ, ನಿನ್ನ ಕರ್ಕೊಂಡ್ಬಾ ಅಂದಿದ್ದಾರೆ" ಹೇಳಿದರು ಮಿತ್ರ. ಮೇಲೆದ್ದ ವನಮಾಲ ಕಾಫಿ ಕಪ್ ಮತ್ತು ಜ್ಯೂಸ್ ಗ್ಲಾಸ್ ಎರಡನ್ನು ಎತ್ತಿ ಒಯ್ದು ಇಟ್ಟು ಬಂದು "ಮತ್ತೆ ಅದೇ ಮಾತಿಗೆ ಬಂದ್ರಿ. ನಂಗೆ ಖಂಡಿತ ಬರೋದಿಕ್ಕೆ ಇಷ್ಟವಿಲ್ಲ. ಎಂದು ಡೈವೋರ್ಸ್ ತಗೊಂಡರೂ ಜೊತೆ ಅಂದೇ ಮುಗೀತು. ಸಾರಾ ಸಗಟಾಗಿ ಎಲ್ಲಾ ಬೇಡಾಂದ್ರಿ. ಅದು ಹಿಂದಿನ ಜನ್ಮದ ವೃತ್ತಾಂತ ಅಂತ ಎಲ್ಲಾ ಮರ್ತುಬಿಟ್ಟಿದ್ದೀನಿ. ನೀವು ಬಂದು ಪದೇ ಪದೇ ಜ್ಞಾಪಿಸಿದರೂ ನನ್ಮೇಲೆ ಯಾವ್ದೇ ಪರಿಣಾಮ ಬೀರದು" ಸ್ಪಷ್ಟ ಪಡಿಸಿದರು. ಪರೋಕ್ಷವಾಗಿ ಇದನ್ನು ಎಷ್ಟೋ ಸಲ ಹೇಳಿದ್ದರು.

"ಕಾನೂನು ರೀತ್ಯಾ ರದ್ದಾದ ದಾಂಪತ್ಯಕ್ಕೆ ಅರ್ಥವಿಲ್ಲಾಂತ ಅನ್ನಿಸುತ್ತೆ" ಅನ್ಯಮನಸ್ಕತೆಯಿಂದ ಮಿತ್ರ ನುಡಿದಾಗ ತಕ್ಷಣ ಪ್ರತಿಕ್ರಿಯಿಸಿದರು "ನಂಗೆ ಹಿಂದೆ ಈ ಮಾತುಗಳು ಅನ್ನಿಸಿದ್ದುಂಟು. ವಿವಾಹವೆಂದರೆ ಭ್ರಮೆಯಲ್ಲಿ ತೇಲಿದ್ದುಂಟು, ನುಡಿದಿದ್ದುಂಟು, ನಿಮ್ಮಲ್ಲಿ ಪ್ರಾರ್ಥೇಯಪಟ್ಟಿದ್ದುಂಟು. ನಿಮ್ಮನ್ನು ಬಿಟ್ಟು ಒಂದು ದಿನ ನನ್ಕೈಯಲ್ಲಿ ಬದುಕಾಗೋಲ್ಲ ಅಂದ್ಕೊಂಡಿದ್ದುಂಟು. ಅವೆಲ್ಲ ಬರೀ ಸುಳ್ಳು. ನಾನು ಈ ಮೊದ್ಲಿಗಿಂತ ಸುಖವಾಗಿದ್ದೀನಿ, ಸಂತೃಪ್ತಿಯಿಂದ ಇದ್ದೀನಿ. ಈ ಮಾತುಗಳ್ನ ಮತ್ತೆ ಮತ್ತೆ ರಿಪೀಟ್ ಮಾಡೋದು ನಂಗಿಷ್ಟವಿಲ್ಲ. ಬಹುಶಃ ಮಾತು ಮುಗೀತೂಂತ ಅನ್ನಿಸಿದೆ" ಉದ್ವಿಗ್ನತೆಯಿಂದ ನುಡಿದರು.

ಮಿತ್ರ ತಟ್ಟನೆ ತೋಳಿಡಿದಾಗ ಮೆಲ್ಲನೆ ಸರಿಸಿ ವನಮಾಲ "ಈ ರೀತಿ ಬೇರೆ ಹೆಂಗಸರನ್ನು ಮುಟ್ಟಿ ಮುಟ್ಟಿ ಮಾತಾಡಿಸೋದು ಭಾರತೀಯವಲ್ಲ. ನಂಗೆ ರೆಸ್ಟ್ ಬೇಕೂಂತ ಅನ್ನಿಸಿದೆ. ಮತ್ತೆ ಯಾವಾಗ್ಲಾದ್ರೂ ಸಿಗೋಣ" ಎಂದರು. ಪರೋಕ್ಷವಾಗಿ ಬಾಗಿಲ ಕಡೆ ಕೈ ತೋರಿಸಿದಂತಾಯಿತು. ಆದರೆ ಮಿತ್ರ ಹೇಳಬೇಕೆಂದುಕೊಂಡಿದ್ದನ್ನು

ಹೇಳಿಯೇ ಬಿಡಬೇಕೆಂಬ ದೃಢ ಸಂಕಲ್ಪದಿಂದ ಬಂದಿದ್ದರಿಂದ ಏರಿಳಿಯುತ್ತಿದ್ದ ಎದೆಗಳನ್ನು ನೋಡುತಾ ಕುಳಿತರು. ತುಂಬಿದ ಕುಚ ಸಂಪತ್ತಿನ ಪೂರ್ಣ ಸುಖ ಅನುಭವಿಸಿದವರು. ಅದನ್ನು ಮತ್ತೆ ಅನುಭವಿಸಬೇಕೆಂಬ ಹಾತೊರಿಕೆ ಅವರದು.

"ನನ್ನಿಂದ ತಪ್ಪಾಗಿದೆ. ನನ್ನಕಡೆಯವರಿಂದ ತಪ್ಪಾಗಿದೆ. ಅದಕ್ಕಾಗಿ ನಾನು, ನಮ್ಮವ್ರು ಕ್ಷಮಾಪಣೆ ಕೇಳೋಕೆ ಸಿದ್ಧ. ಈ ಒಂಟಿತನ ನಿಂಗ್ಬೇಡ. ನೀನು ಅಲ್ಲಿಗೆ ಬಂದ್ಬಿಡು. ಅಮ್ಮ ಅಪ್ಪ ನಾಣಿ ಅವ್ರೆಲ್ಲ ನಿನ್ನ ಮೊದ್ಲಿಗಿಂತ ಚೆನ್ನಾಗಿ ನೋಡ್ಕೋತಾರೆ. ನಳಿನಿದು, ಮಕ್ಳುದು ಈ ಬಗ್ಗೆ ತಕರಾರಿಲ್ಲ. ನೀನು ಈಗ ಒಪ್ಲಿಲ್ಲಾಂದರೆ ಮುಂದೆ ತುಂಬ ಕಷ್ಟ ಅನುಭವಿಸ್ತೀಯ. ಒಂಟಿತನ ದುರ್ಭರವಾಗುತ್ತೆ" ಸ್ವಲ್ಪ ದನಿಯೇರಿಸಿ ಹೇಳಿದಾಗ ವನಮಾಲ ಮೇಲೆದ್ದಳು.

"ಮಿಸ್ಟರ್ ಮಿತ್ರವಿಂದ, ನನ್ನ ಹೆದರಿಸೋಕೆ ಬಂದ್ರಾ? ನಾನು ಇಷ್ಟಪಟ್ಟಿದ್ದರೆ ನಿಮ್ಗಿಂತ ಎಲ್ಲಾ ಮಟ್ಟದಲ್ಲೂ ಚೆನ್ನಾಗಿರೋ ವ್ಯಕ್ತಿನಾ ವಿವಾಹವಾಗ್ಬಹುದಿತ್ತು. ನಂಗೆ ದಾಂಪತ್ಯ ಜೀವನದ ಬಗ್ಗೆನೇ ಬೇಸರ ಬಂದಿದೆ. ಅಂಥದ್ದರಲ್ಲಿ ನಿಮ್ಮೊಂದಿಗೆ ಬದ್ಕು! ನಿಮ್ಮ ಉಸಿರು ಕೂಡ ನಂಗೆ ಅಸಹ್ಯವೆನಿಸುತ್ತೆ. ಮತ್ತೆ ಬಂದು ಈ ರೀತಿ ತೊಂದರೆ ಕೊಟ್ಟರೇ, ನಾನು ಪೊಲೀಸ್‌ಗೆ ಇನ್‌ಫಾರ್ಮ್ ಮಾಡ್ಬೇಕಾಗುತ್ತೆ. ಅದರ ಪರಿಣಾಮ ನಿಮ್ಗೆ ಗೊತ್ತು. ದಯವಿಟ್ಟು ಇನ್ನ ಹೊರಡಿ, ನನ್ನ ಸಮಯ ಹಾಳು ಮಾಡ್ಬೇಡಿ. ಅಪರೂಪವಾಗಿ ಬಂದಾಗ ಸೌಜನ್ಯಕ್ಕಾಗಿ ನಿಮ್ಮೊಂದಿಗೆ ಮಾತಾಡ್ತಾ ಇದ್ದೆ, ಮುಂದೆ ಅದ್ನ ಕೂಡ ಇಷ್ಟಪಡೋಲ್ಲ" ಹಲ್ಲಿನಡಿಯಿಂದ ರೋಷತಪ್ತಳಾಗಿ ನುಡಿದಳು.

ಮಿತ್ರ ಬೆವೆತು ಬಿಟ್ಟ. ಗಂಟಲು, ನಾಲಿಗೆಯಲ್ಲಿನ ಪಸೆಯಾರಿತು. ಇನ್ನೊಂದು ಮಾತಾಡಿದರು ವನಮಾಲ ಕೈಗೆ ಸಿಕ್ಕಿದ್ದರಲ್ಲಿ ಬಡಿದು ಬಿಡಬಹುದೆಂದು ಹೊರಟು ಬಿಟ್ಟವರು ಮತ್ತೆ ಬಂದರು ಬೆವೆತ ಮುಖದಿಂದ.

"ಎಕ್ಸ ಕ್ಯೂಜ್ ಮಿ, ನಾನು ತಪ್ಪು ಮಾಡಿದ್ದೀನಿ. ಶಿಕ್ಷೆ ನಿಂಗಾಯ್ತು. ಪಶ್ಚತಾಪ ಪಟ್ಟು ನಿಂಗೊಂದು ಅವಕಾಶ ಕಲ್ಪಸಿಕೊಡೋ ಉದ್ದೇಶ ನಂದು. ಈಗ ನೀನು ತಪ್ಪು ಮಾಡಿದರೆ, ಶಿಕ್ಷೆ ಘೋರವಾಗಿರುತ್ತೆ." ಎಚ್ಚರಿಕೆ ನೀಡಿ ಹೊರಟ.

ವನಮಾಲ ಉದ್ವೇಗದಿಂದ ಉಸಿರನ್ನು ಬಲವಂತವಾಗಿ ಹೊರಗೆ ದಬ್ಬಿ ಶಾಂತವಾಗಿ ಕೂತರು. ಆ ಮನುಷ್ಯನ ಹುಚ್ಚಾಟದ ಬಗ್ಗೆ ಕನಿಕರ ಮೂಡಿತು. ಡೈವೋರ್ಸ್ ಪಡೆದು ಹನ್ನೆರಡು ವರ್ಷಗಳೇ ಆಗಿ ಹೋಗಿತ್ತು. ಮೊದಲ ಮೂರು ವರ್ಷಗಳು ಆ ಮನುಷ್ಯನ ಮುಖವನ್ನೇ ಕಂಡಿರಲಿಲಿಲ್ಲ. ಆ ಮೇಲೆ ಎಲ್ಲಾದರೂ ಸಿಕ್ಕಿದಾಗ ವಿಶ್ ಮಾಡುತ್ತಿದ್ದ. ಈಗ ಎರಡು ವರ್ಷದಿಂದ ಆಗಾಗ ಫ್ಲಾಟ್‌ಗೆ ಬರುತ್ತಿದ್ದ. ಎಲ್ಲಾದರೂ ಸಿಕ್ಕಿದಾಗ ಮಾತಾಡಿಸುತ್ತಿದ್ದ. ಇಂಥ ವ್ಯಕ್ತಿ ತನಗೆ ಮತ್ತೊಂದು ಬದುಕನ್ನು ಕೊಡಲು ಹೊರಟಿದ್ದ. ಉಗಿಯಬೇಕೆನಿಸಿತು.

"ಒಂದರ ಹಿಂದೆ ಒಂದು ನಾಲ್ಕು ಹೆಣ್ಣು. ಈಗ ಮತ್ತೊಂದು ಪ್ರಯತ್ನ ಮಾಡಲು

ಮಿತ್ರರ ಅಪ್ಪ, ಅಮ್ಮನ ಬಲವಂತ. ಒಟ್ಟಿಗೆ ... ಐದು! ಒಬ್ಬ ವಿದ್ಯಾವಂತ ಸಮಾಜದಲ್ಲಿ ಒಳ್ಳೆಯ ಹುದ್ದೆಯಲ್ಲಿದ್ದ ವ್ಯಕ್ತಿಗೆ ಐದು ಜನ ಮಕ್ಕಳು! ಹೇಳಿ ಕೊಳ್ಳೋಕೆ ನಾಚಿಕೆ" ಕೊಲೀಗ್ ಶಿಲ್ಪ ಅಮರನಾಥ ಹೇಳಿಕೊಂಡು ನಕ್ಕಾಗ ವನಮಾಲಗೆ ಕೂಡ ನಗು ಬಂತು.

ವಿವಾಹವಾದ ವರ್ಷವೇ ಮಿತ್ರ ಅಮ್ಮನ ಅಹವಾಲು "ಮೊದ್ಲಿನ ಹಾಗೇ ಈಗ ಹದಿನಾರು ವರ್ಷಕ್ಕೆ ವಿವಾಹಗಳು ನಡ್ಯೋಲ್ಲ. ಆದ್ದರಿಂದ ಸಂತಾನ ಮುಂದೂಡೋಡ್ಬೇಡ, ಬೇರೆ ಬೇರೆ ಕಾರಣಗಳನ್ನೊಡ್ಡಿ" ಅದಕ್ಕೆ ಇಬ್ಬರ ಸಮ್ಮತಿಯು ಇತ್ತು. ವನಮಾಲಗೂ ಮಗು ಬೇಕಿತ್ತು.

ಅಪ್ಪ ಸತ್ತು ಅಣ್ಣ ಸಂಸಾರದೊಂದಿಗೆ ವಿದೇಶಕ್ಕೆ ಹೋಗಿ ಸೆಟಲ್ ಆದ ನಂತರ ಒಂಟಿತನದ ನರಕ ಅನುಭವಿಸಿದ್ದರು. ಈಗ ಒಟ್ಟರೆ ಫ್ಯಾಮಿಲಿಯ ಸುಖ, ಅನುಭವ ಎಲ್ಲಾ ಹೊಸದೆನಿಸಿತು. ಅದನ್ನು ಎಲ್ಲಿ ಕಳೆದುಕೊಳ್ಳುವೆನೋ ಎನ್ನುವ ಭಯ ಬೇರೆ. ಅದು ನಿಜವೆನಿಸಿತು ವರ್ಷ ತುಂಬುವ ವೇಳೆಗೆ. ಪ್ರತಿ ತಿಂಗಳು ಇವಳಿಗೊಂದು ಅಗ್ನಿ ಪರೀಕ್ಷೆ. ಮಡಿ ಮೈಲಿಗೆಯ ಜನ. ಮೂರು ದಿನ ಹೊರಗೆ ಕೂಡಬೇಕಿತ್ತು.

"ಹೊರಗಾದ್ಯಾ? ಈ ತಿಂಗಳಾದ್ರೂ ಮುಟ್ಟು ನಿಲ್ಲಬಹುದೆಂದು ಕೊಂಡಿದ್ದೆ" ಅತ್ತೆಯ ಉವಾಚಕ್ಕೆ ಮಾನವರ ಪ್ರತಿಕ್ರಿಯೆ ಕೂಡ ಭಿನ್ನವಾಗಿರುತ್ತಿರಲಿಲ್ಲ. "ಬೆಳಿಗ್ಗೆ ಬೇಗ ಮಡಿ ಉಟ್ಕೊಂಡ್ಹೋಗಿ ಅಶ್ವತ್ಥ ವೃಕ್ಷಕ್ಕೆ ಪ್ರದಕ್ಷಿಣೆ ಹಾಕೋಕೆ ಹೇಳು" ಎಂದ ದಿನದಿಂದ ಅದು ಜಾರಿಗೆ ಬಂತು. ನಾಲ್ಕುವರೆಗೆ ಎದ್ದು ಐದರ ಸುಮಾರಿಗೆ ಹತ್ತಿರದಲ್ಲೆ ಇದ್ದ ಅಶ್ವತ್ಥ ವೃಕ್ಷಕ್ಕೆ ಪ್ರದಕ್ಷಿಣೆ ಹಾಕಬೇಕು. ಒಂದೆರಡು ದಿನ ಮಿತ್ರನ ಎಬ್ಬಿಸಿಕೊಂಡು ಹೋದಾಗ ಅತ್ತೆ ಮುಖ ಕೆಂಪಗೆ ಮಾಡಿದರು.

"ಇದೇನೋ, ವಿಚಿತ್ರ! ಎಷ್ಟೇ ಪ್ರೀತಿ ಇದ್ದರೂ ಎದ್ದು ಹೋಗಿ ಹೆಂಡ್ತಿ ಜೊತೆ ಅಶ್ವತ್ಥ ವೃಕ್ಷಕ್ಕೆ ಪ್ರದಕ್ಷಿಣೆ ಹಾಕ್ತೀಯಾ?" ವ್ಯಂಗ್ಯವಾಡಿದರೂ ಮಗನಿಗೆ.

ಮಿತ್ರಗೆ ಅವಮಾನವೆನಿಸಿತು. ತನ್ನ ಗಂಡಸುತನಕ್ಕೆ ಆದ ಅಪಮಾನವೆಂದು ಭಾವಿಸಿ ಮುಖ ದಪ್ಪಗೆ ಮಾಡಿದರು.

"ಸ್ವಲ್ಪ ಕತ್ಲು ಇದೇಂತ ಕರೆದ್ಲು. ನಾನೇನು ಅವ್ಳ ಜೊತೆ ಹೋಗಿ ಅಶ್ವತ್ಥ ವೃಕ್ಷಕ್ಕೆ ಪ್ರದಕ್ಷಿಣೆ ಹಾಕ್ಲಿಲ್ಲ. ಸುಮ್ನೆ ಏನೇನೋ ಮಾತಾಡ್ಬೇಡ" ಸಿಡಿಗುಟ್ಟಿದರು.

ಅಡಿಗೆ ಮನೆಯಲ್ಲಿದ್ದ ಆಕೆ ಸೌಟು ಹಿಡಿದು ಹೊರಗೆ ಬಂದೇ ಬಿಟ್ಟರು. ಮಗ ಎದುರು ವಾದಿಸಿದ್ದು ಸುತರಾಂ ಸರಿಯೆನಿಸಲಿಲ್ಲ. ಅದು ಸಂಬಳ ತರುವ ಹೆಂಡತಿಯ ಪಕ್ಷ ವಹಿಸಿದರೇ, ಆ ಹೆಣ್ಣು ತಮ್ಮನ್ನು ಲೆಕ್ಕಕ್ಕೆ ಇಡಲಾರಳೆಂದು ಆಕೆಯ ಭಾವನೆ.

"ಈ ಮಾತು ನಾನು ಸ್ವತಃ ಅಡ್ತಾ ಇಲ್ಲ. ಇಡೀ ಬೀದಿ ಜನ ಅಂದ ವಿಷ್ಯ. ನೀವುಗಳು ಚೆನ್ನಾಗಿರ್ಲಿಂತ ತಾನೇ ನಾವು ಇಷ್ಟಪಟ್ಟು ವಿವಾಹ ಮಾಡಿದ್ದು. ನೀವುಗಳು ಬೆಳಗಿನ ಜಾವ ಜೊತೆಯಾಗಿ ಹೋದರೆ ಸಂಕಟನಾ? ದೊಡ್ಡ ದನಿಯಲ್ಲಿ ಹೇಳುತ್ತಿದ್ದಾಗ

ದೇವರ ಮನೆಯಲ್ಲಿ ನರಸಿಂಹ ದೇವರಿಗೆ ಅಷ್ಟೋತ್ತರ ಮಾಡುತ್ತಿದ್ದ ಮಿತ್ರ ತಂದೆ ಮಧ್ಯೆ ಪ್ರವೇಶಿಸಿ "ಇದೆಲ್ಲ ದೊಡ್ಡೋರು ಹೇಳಿಕೊಡುವಂಥ ವಿಷ್ಯ ಅಲ್ಲ. ನಿಂಗೆ ಸಾಮಾನ್ಯ ತಿಳಿವಳಿಕೆ ಇರ್‍ಬೇಕು. ಮನೆಯಲ್ಲಿ ಬೇಕಾದರೇ ನಿನ್ನ ಹೆಂಡ್ತಿ ಕಾಲೊತ್ತು, ನಾವೇನು ಬೇಡ ಅನ್ನೊಲ್ಲ. ಹಿರಿ ಮಗ್ಳಿಗೆ ಮಗುವಾಗಿ ವಂಶ ಬೆಳಿಯಲಿಲ್ವೇಂತ ನಮ್ಮ ಚಿಂತೆ. ಅಂಥದ್ದರಲ್ಲಿ ಹೇಳಿದ್ದಕ್ಕೆ ಮತ್ತೊಂದು ಮಾತು" ಅಲ್ಲಿಂದಲೇ ಗುಡುಗಿದರು.

ಆಮೇಲೆ ಮಿತ್ರ ಎಂದೂ ಹೆಂಡತಿಯ ಜೊತೆ ಅಶ್ವತ್ಥ ವೃಕ್ಷದ ಬಳಿಗೆ ಹೋಗಲಿಲ್ಲ. ಇವಳಿಗೆ ಇಷ್ಟವಿರಲೀ ಬಿಡಲೀ ಇಪ್ಪತ್ತೊಂದು ಪ್ರದಕ್ಷಿಣೆ ಹಾಕಬೇಕು. ಮನೆ ಕೆಲಸದವಳು ಇವಳಿಗೆ ಕಾವಲು ಅನ್ನುವ ತರಹ ಬಂದು ಕೂಡುತ್ತಿದ್ದರು. ಇದೆಲ್ಲ ವಿಪರೀತವೆನಿಸಿದರೂ ವನಮಾಲ ತುಟಿ ಎರಡು ಮಾಡಲಿಲ್ಲ. ಜೊತೆಗೆ ಇವಳ ತಾಯ್ತನ ಬಗ್ಗೆ ಅನುಮಾನ ಬರುವಂಥ ಮಾತುಗಳು ಷುರುವಾಯಿತು. ಒಂದು ದಿನ ಒಬ್ಬ ನಾಟಿ ವೈದ್ಯರನ್ನು ಕರೆತಂದು ಪರೀಕ್ಷಿಸಿ ನೂರಾರು ತೆತ್ತು ಗುಳಿಗೆಗಳನ್ನು ಕೊಡಿಸಿದರು. ಅದು ಕಹಿ, ವಾಸನೆ. ದಿನ ಒಂಬತ್ತು ಗುಳಿಗೆ ನುಂಗಬೇಕಿತ್ತು. ಊಟ ಮುಗಿಸಿ ಕಾಲೇಜಿಗೆ ಹೋಗುವಾಗ ಪತಿ ಮಹಾಶಯರ ತಾಯಿ ನೀರುನೊಂದಿಗೆ ಮೂರು ಕರೀ ಗುಳಿಗೆ ಅಂಗೈಯಲ್ಲಿಡುತ್ತಿದ್ದರು. ಅದು ನುಂಗಿದ ನಂತರ ಅವಳ ಹೊಟ್ಟೆಯಲ್ಲಿ ವಿಚಿತ್ರ ಹಿಂಸೆ ಷುರುವಾಗುತ್ತಿತ್ತು. ಯಾರೋ ಹೊಟ್ಟೆಯೊಳಗೆ ಕೈಯಿಟ್ಟು ತಿರುವಿದಂತಾಗುತ್ತಿತ್ತು. ಕ್ಲಾಸ್‌ನಲ್ಲಿ ಪಾಠ ಮಾಡಲು ಸಾಧ್ಯವಾಗುತ್ತಿರಲಿಲ್ಲ. 'ಗಿಡ್ಡಿನೆಸ್' ಜೊತೆಗೆ ಒಂದೆರಡು ಸಲ ವಾಂತಿಯಾದ ಮೇಲೆ ವನಮಾಲಳಿಂದ ತಡೆಯಲು ಸಾಧ್ಯವಿಲ್ಲದಾಯಿತು. ಮಧ್ಯಾಹ್ನ ಲಂಚ್‌ನಲ್ಲಿ ತಗೋಬೇಕಾದ ಮಾತ್ರೆಗಳನ್ನು ಸಿಂಕ್‌ನೊಳಗೆ ಹಾಕಿ ನೀರು ಬಿಟ್ಟು ಸಮಾಧಾನಗೊಳ್ಳುತ್ತಿದ್ದಳು. ಆದರೆ ಆ ತಿಂಗಳು ಹೊರಗೆ ಕೂತಾಗ ದೊಡ್ಡ ರಾಮಾಯಣವೇ ಆಗಿ ಹೋಯಿತು.

"ಮಧ್ಯಾಹ್ನ ಹೊತ್ತು ಮಾತ್ರೆ ತಗೋತಾ ಇದ್ದೀಯಾ?" ಅಂದು ಕಾಲೇಜಿಗೆ ಹೊರಟಾಗ ಮಿತ್ರ ತಾಯಿ ಕೇಳಿದಾಗ ಸುಳ್ಳು ಹೇಳುವುದು ಅನಿವಾರ್ಯವಾಗಿತ್ತು. "ತಗೋತಾ ಇದ್ದೀನಿ, ಅತ್ತೆ. ನಂಗೆ ಇನ್ಮೇಲೆ ಆ ಮಾತ್ರೆಗಳ್ನ ತೊಗೋಳಕ್ಕಾಗೊಲ್ಲ. ಬರಿ ಅದೇ ವಾಸನೆ. ಏನು ತಿಂದರೂ ರುಚಿ ಇಲ್ಲ. ಏನೂ ತಿನ್ನೋಕೆ ಆಗೋಲ್ಲ" ನವಿರಾಗಿ ತನ್ನ ಅಹವಾಲು ಸಲ್ಲಿಸಿದಳು.

ಭಗವದ್ಗೀತೆ ಪಠಿಸುತ್ತಿದ್ದ ಮಿತ್ರ ತಂದೆ ಬಾಗಿಲವರೆಗೂ ಬಂದು ಅಲ್ಲೆ ನಿಂತರು. "ಸ್ವಲ್ಪ ಕೂಡ ಕಷ್ಟ ಪಡೋಕೆ ಸಿದ್ಧವಿಲ್ಲ ನಿನ್ನ ಸೊಸೆ. ವ್ರತ, ನಿಯಮ, ಉಪವಾಸ ಒಂದೂ ಬೇಡ. ಒಂದ್ಮಗುನ ಪಡ್ಯೋಕೆ ಹಿಂದೆ ತಪಸ್ಸು, ಯಾಗ ಮಾಡಿ ಪಡೆಯುತ್ತಿದ್ದರಂತೆ" ಬಾಯಿಗೆ ಬಂದಿದ್ದೆಲ್ಲ ಉದುರಿಸಿ ವನಮಾಲ ಕಣ್ಣಲ್ಲಿ ನೀರು ತರಿಸಿದರು. ಬಾಯಿ ತೆರೆಯಲಿಲ್ಲ.

ಮುಟ್ಟಾದವರು ಅವರ ಮುಂದೆ ಓಡಾಡಬಾರದು. ಅವರು ಮಾತಾಡಿದ್ದು

ಇವರುಗಳ ಕಿವಿಗೆ ಬೀಳಬಾರದು. ಇಂಥ ಪದ್ಧತಿ ಇದ್ದ ಮನೆ. ಒಂಟಿಯಾಗಿ ಆರಾಮಾಗಿದ್ದ ಅವಳಿಗೆ ಇದನ್ನೆಲ್ಲ ಅನುಸರಿಸುವುದು ಕಷ್ಟವಾಗಿತ್ತು.

ಕಣ್ಣೊರೆಸಿಕೊಂಡು ಹಿಂದಿನ ಬಾಗಿಲಿನಿಂದ ಹೊರಗೆ ಹೋದಳು. ಈ ಮೂರು ದಿನಗಳು ಹಿಂದಿನ ಕೋಣೆಯಲ್ಲಿ ಅವಳ ವಾಸ್ತವ್ಯ. ಮಲಗುವ ಕೋಣೆಗೆ ಬರಲೇ ಕೂಡದು. ಗಂಡನನ್ನು ಮುಟ್ಟಿಸಿಕೊಂಡು ಸ್ಕೂಟರ್ ಮೇಲೆ ಕೂಡಬಾರದು. ಮುಂದುಗಡೆ ಬೃಂದಾವನವಿದ್ದುದ್ದರಿಂದ ಮುಟ್ಟಾದವರು ಹಿಂದಿನ ಬಾಗಿಲಿನಿಂದ ಓಡಾಡಬೇಕು. ಇಂಥ ಬಿಗಿ ನಿರ್ಬಂಧಗಳಿದ್ದ ಮನೆ.

ಮಧ್ಯಾಹ್ನ ಕಾಲೇಜಿನಿಂದ ಮಿತ್ರಗೆ ಫೋನ್ ಮಾಡಿದಳು. "ಮಾತಾಡೋದಿದೆ ಹೋಟೆಲ್ ಅದ್ಭುತ ಹತ್ರ ಕಾಯ್ತ ಇರ್ತಿನಿ" ಫೋನ್ ಇಟ್ಟೇ ಬಿಟ್ಟಳು. ಅರ್ಧ ಗಂಟೆ ಕಾದ ನಂತರ ಮಿತ್ರ ಬಂದಿದ್ದು ಸಿಡುಕು ಮುಖ ಹೊತ್ತು "ಏನಿದೆ ಮಾತಾಡೋಕೆ? ಅದ್ನ ಮನೆಯಲ್ಲೇ ಮಾತಾಡ್ಬಹುದಿತ್ತು" ಸಿಡಿಗುಟ್ಟಿದರು.

ವನಮಾಲಗೆ ಕಣ್ಣಲ್ಲಿ ನೀರು ಬರುವುದೊಂದು ಬಾಕಿ ಇತ್ತು. ಆ ಮಾತ್ರೆಗಳು ತಗೊಳೋಕೆ ಷುರು ಮಾಡಿದ ಮೇಲೆ ದಿಢೀರೆಂದು ಮೂರುವರೆ ಕೆ.ಜಿ. ವೈಟ್ ಕಡಿಮೆಯಾಗಿತ್ತು. ನಾಲಿಗೆಗೆ ಯಾವುದೇ ರುಚಿ ಅನುಭವಿಸುವ ಸಾಮರ್ಥ್ಯ ಇಲ್ಲವಾಗಿತ್ತು. ಹಸಿವೇ ಮುಚ್ಚಿ ಹೋಗಿತ್ತು. ಅವಳಲ್ಲಿನ ಉತ್ಸಾಹ ಉಲ್ಲಾಸ ಸತ್ತು ಹೋಗಿತ್ತು. ಇದೆಲ್ಲವನ್ನು ಕೈ ಹಿಡಿದ ಪತಿ ಮಹಾಶಯ ಕಂಡು ಕಾಣದಂತಿದ್ದ. ಪತಿ ಪತ್ನಿಯರ ಸಂಬಂಧದ ಬಗ್ಗೆ ಸುಂದರವಾದ ಕನಸಿತ್ತು. ಪ್ರೀತಿ, ಪ್ರೇಮವನ್ನು ಕಬಳಿಸಲು ರಾತ್ರಿಗಳೇ ಬೇಕಿರಲಿಲ್ಲ.

ಇಬ್ಬರು ಎದುರು ಬದುರು ಕೂತರು. ಮಾತೇ ಬೇಡವೆನಿಸಿತು ವನಮಾಲಾಗೆ. ಮಿತ್ರ ಮುಖ ಸಡಿಲವಾಗಲಿಲ್ಲ. ಎಷ್ಟೇ ವಿದ್ಯಾವಂತನಾದರೂ ಬಾವಿಯಲ್ಲಿನ ಕಪ್ಪೆಯ ತರಹ ಮಿತ್ರ.

"ಏನು ತಗೋತೀಯಾ? ಡಬ್ಬಿ ಕೊಡೋಕೆ ಮೊದ್ಲೇ ಹೇಳ್ದೇ ಕೇಳದೇ ಬಂದೆಯಂತೆ. ಇದು ನಂಗೆ ಸರಿ ಕಾಣ್ಲಿಲ್ಲ. ಅಮ್ಮ ಬಡಿಸಿದ್ದೆಲ್ಲ ಹೊರ್ಗೆ ಚೆಲ್ಲೋದೇಕೆ?" ಕೇಳಿದರು ಮಿತ್ರ ಮುಖ ಬಿಗಿದು. ಇಂದು ಆ ಮನುಷ್ಯ ಕೂಡ ಬೇಸರದಿಂದ ಇದ್ದ.

ಅಷ್ಟರಲ್ಲಿ ವೆಯಿಟರ್ ಬಂದು ನಿಂತ. ಇಬ್ಬರು ಮೆನು ಕಾರ್ಡ್ ನೋಡುವ ತಂಟೆಗೆ ಹೋಗಿರಲಿಲ್ಲ.

"ತಿಂಡಿ, ಊಟ ಏನಾದ್ರೂ ಬೇಕಾ?" ಕೇಳಿದರು ಮಿತ್ರ.

ಅವಳೇ ಎರಡು ಆರೆಂಜ್ ಜ್ಯೂಸ್ ತರಲು ಹೇಳಿ "ನನ್ನ ನೀವು ಗಮನಿಸಿದ್ದೀರಾ? ಆ ಮಾತ್ರೆಗಳ್ನ ತಗೋಳೋಕೆ ಷುರು ಮಾಡಿದ್ಮೇಲೆ ಊಟ ತಿಂಡಿ ಏನು ಸೇರೋಲ್ಲ ಬರೀ ಸುಸ್ತು, ಸಂಕ್ಟ, ನಂಗೆ ಪಾಠ ಕೂಡ ಮಾಡೋಕೆ ಆಗ್ತಾ ಇಲ್ಲ" ಹೇಳಿದಳು. ಅವಳಿಗೆ ಎದೆಯೊತ್ತಿಕೊಂಡು ಬಂತು.

"ಕೆಲವನ್ನ ಸಹಿಸ್ಕೋಬೇಕಾಗುತ್ತೆ. ಇಷ್ಟನ್ನೆ ಸಹಿಸಿಕೊಳ್ಳದವಳು ನಾಳೆ ಡೆಲಿವರಿ ನೋವನ್ನು ಹೇಗೆ ಸಹಿಸ್ಕೋತೀಯಾ? ಸ್ವಲ್ಪ ಅಮ್ಮ ಹೇಳ್ದಂಗೆ ಕೇಳು. ಒಂಟಿಯಾಗಿದ್ದವಳು ನಿಂಗೆ ಮಗುವೆಂದರೆ ಹಿಂಸೆ ಅನ್ನಿಸ್ಬಹ್ದು. ಆದರೆ ನಮ್ಗೆಲ್ಲ ತುಂಬ ಇಷ್ಟ" ಎಂದರು ಮಿತ್ರ.

ಇನ್ನೇನು ಈ ಮನುಷ್ಯನ ಬಳಿ ಮಾತಾಡಿ ಪ್ರಯೋಜನವಿಲ್ಲವೆನಿಸಿತು. ನೇರವಾಗಿ ಎದ್ದು ಹೊರಗೆ ಹೋಗಿ ಆಟೋ ಹತ್ತಿದಳು. ಅವಳಿಗೆ ಈಗ ಒಂಟಿಯಾಗಿ ಕೂತು ಅಳಬೇಕೆನಿಸಿತಷ್ಟೆ.

ಕಾಲೇಜು ಮುಗಿಸಿಕೊಂಡು ಮನೆಗೆ ಬಂದಾಗ ಮಿತ್ರ ಪಂಚೆಯುಟ್ಟು ಒಂದು ಟವಲ್ಲೊದ್ದು ಶತ ಪಥ ಹಾಕುತ್ತಿದ್ದರು. ಮುಂದಿನ ಬಾಗಿಲಿನಿಂದ ಅವಳು ಒಳ ಹೋಗುವಂತಿರಲಿಲ್ಲ. ಹಿಂದುಗಡೆ ಹೋದಳು ಮನೆಯ ಒಂದು ಪಾರ್ಶ್ವವನ್ನು ಬಳಸಿಕೊಂಡು. ಬಾಗಿಲು ತೆರೆದಿರಲಿಲ್ಲ. ಒಳಗಿನಿಂದ ಚಿಲಕ ಹಾಕಲ್ಪಟ್ಟಿತ್ತು.

ವನಮಾಲ ಸುಮ್ಮನೇ ಅಲ್ಲೇ ಕೂತಳು. ಇದೆಲ್ಲ ಒಂದು ತರಹ ಹಿಂಸೆಯೆನಿಸಿತು. ಮನೆಯಲ್ಲಿ ಸದಾ ಇರುವ ಹೆಣ್ಣು ಇಂಥ ಮಡಿ ಮೈಲಿಗೆಗಳನ್ನು ಆಚರಿಸಿಕೊಳ್ಳಲಿ. ಹೊರಗೆ ಹೋಗುವ ಇವಳು ಪ್ರತಿಯೊಂದನ್ನು ಅತ್ತೆಯಿಂದ ಕೇಳಿ ಪಡೆಯಬೇಕಿತ್ತು. ಅದು ಮುಟ್ಟಬೇಡ, ಇದು ಮುಟ್ಟಬೇಡ. ಇಂಥ ಕಟ್ಟಲೆಗಳನ್ನು ಅನುಸರಿಸಬೇಕಿತ್ತು.

ಹತ್ತು ನಿಮಿಷಗಳ ತರುವಾಯ ಬಾಗಿಲು ತೆಗೆದ ಸದ್ದು. ಪಕ್ಕಕ್ಕೆ ಸರಿದು ಎದ್ದು ನಿಂತಳು.

"ಹಿಂಬಾಗಿಲು ತೆಗ್ದು ಇಟ್ಕಂಡಿರೋಕಾಗುತ್ತಾ? ಒಂದ್ಸಲ ಕೂಗಬೇಕಿತ್ತು." ಅತ್ತೆಯ ರಾಗಕ್ಕೆ ಮರು ನುಡಿಯಲಿಲ್ಲ. ಹೊಸದಾಗಿ ಮನೆಯಲ್ಲಿ ಕಾಲಿಟ್ಟಾಗ ತೋರುತ್ತಿದ್ದ ಆದರಣೆಗೂ ಇಂದಿನ ನಡವಳಿಕೆಗೂ ತುಂಬ ವ್ಯತ್ಯಾಸವಿದೆಯೆನಿಸಿದರು. ಅಂಥ ಮನಸತ್ವದಿಂದ ತೀರಾ ಅಸಹನೆಯೆಂದು ತೊಡೆದು ಹಾಕುತ್ತಿದ್ದಳು.

"ಸ್ವಲ್ಪ ನೀರು ಬೇಕಿತ್ತು" ಕೇಳಿದಳು.

ಒಂದು ಸ್ಟೀಲ್ ಚೊಂಬು, ಲೋಟ ತಿಂಗಳ ಮೂರು ದಿನದ ಜೊತೆಗಾತಿ. ಹತ್ತು ನಿಮಿಷದ ನಂತರವೆ ಚೆಂಬಿಗೆ ನೀರು ಬಿದ್ದಿದ್ದು. ಮುಖ ತೊಳೆದು ಬಂದು ಮೂಲೆಯಲ್ಲಿದ್ದ ಚಾಪೆಯನ್ನು ಸಣ್ಣಗೆ ಬಿಡಿಸಿಕೊಂಡು ಅದರ ಮೇಲೆ ಕೂತು ನಿರಾಳವಾಗಿ ಉಸಿರಾಡಿದಳು ವನಮಾಲ.

"ನೆಂಟರು ಬಂದಿದ್ರು. ಉಪ್ಪಿಟ್ಟು ಮಾಡಿದ್ದೀನಿ, ತರ್ಲಾ?" ಆಕೆ ಕೂಗಿ ಕೇಳಿದಾಗ "ಬೇಡ...." ಅಂದಳು. ಮಧ್ಯಾಹ್ನ ತೀರಾ ಬಲವಂತದಿಂದ ಕೊಲೀಗ್ ಜಯಮಾಲ ತಂದ ಡಬ್ಬಿಯಿಂದ ನಾಲ್ಕು ಸ್ಪೂನ್ ಬಿಸಿಬೇಳೆ ಬಾತ್ ತಿಂದಾಗಿನಿಂದ ಹೊಟ್ಟೆಯಲ್ಲಿ ಏನೋ ಓಡಾಡಿದಂತಾಗುತ್ತಿತ್ತು.

ವನಮಾಲ ಅತ್ತೆ ತಟ್ಟೆಯಲ್ಲಿ ಉಪ್ಪಿಟ್ಟು ಹಿಡಿದು ಬಂದೇ ಬಿಟ್ಟರು. "ತಟ್ಟೆ ತಗೋ,

ಸ್ವಲ್ಪ ಹೆಚ್ಚಿಗೆ ಮಾಡ್ಬಿಟ್ಟಿದ್ದೆ. ಬೆಳಿಗ್ಗೆ ಡಬ್ಬಿನೂ ತಂಗೊಂಡ್ಹೋಗಿರ್ಲಿಲ್ಲ" ಎಂದರು. ಅಷ್ಟು ದೂರದಲ್ಲಿ ನಿಂತು.

"ಬೇಡ ಅತ್ತೆ, ನನ್ಕೈಯಲ್ಲಿ ತಿನ್ನೋಕಾಗೊಲ್ಲ" ಎಂದಳು.

ತಟ್ಟೆಗೆ ಹಾಕಿಸಿಕೊಂಡು ಬೇಡವಾಗಿ ಇವರುಗಳ ಕಣ್ಣು ತಪ್ಪಿಸಿ ಹೊರಗೆ ಸುರಿಯುವುದು ತೀರಾ ಪ್ರಯಾಸವೆನಿಸಿತ್ತು.

"ಹೋಟೆಲಲ್ಲಿ ತಿಂದು ಬಂದೆಯೇನೋ! ಹೊರ್ಗೇ ದುಡಿಯೋ ಹೆಂಗಸರು ಮನೆ ಊಟ ತಿಂಡಿಗೆ ಎಲ್ಲಿ ಕಾಯ್ತಾರೆ. ಕಾಫಿ ಕೊಡಲೋ ಬೇಡವೋ! ವ್ಯಂಗ್ಯವಿತ್ತು ಅವರ ಸ್ವರದಲ್ಲಿ. ಮಾತೇ ಆಡಲಿಲ್ಲ ವನಮಾಲ. ಚಾಪೆ ಬಿಡಿಸಿಕೊಂಡು ಮಲಗಿದಳು.

ಮೂರು ದಿನ ಹಾಸಿಗೆ ಉಪಯೋಗಿಸುವಂತಿರಲಿಲ್ಲ. ತಲೆ ದಿಂಬಾಗಿ ಸಿಗುತ್ತಿತ್ತು ಒಂದು ಮರದ ಮಣೆ. ತಲೆ, ಕತ್ತು, ಎಲ್ಲಾ ನೋವಾಗುತ್ತಿತ್ತು. ಅವಳಿಗೆ ಇದೆಲ್ಲ ಅಭ್ಯಾಸವಿರಲಿಲ್ಲ. ಅವಳ ಮಟ್ಟಿಗೆ ಈ ಮೂರು ದಿನಗಳು ನರಕವೇ. ತಿಂಗಳು ತಿಂಗಳು ಬರುವ ಈ ಮೂರು ದಿನಕ್ಕೆ ಮನದಲ್ಲಿಯೇ ಶಾಪ ಹಾಕುತ್ತಿದ್ದರು ವನಮಾಲ.

ನಿದ್ದೆ ಹತ್ತಲಿಲ್ಲ. ಮೈ ಕೈಯೆಲ್ಲ ನಜ್ಜು ಗುಜ್ಜಾದ ಅನುಭವ. ಆ ಕಡೆಯಿಂದ ಈ ಕಡೆಗೆ, ಈ ಮಗ್ಗುಲ್ಲಿಂದ ಆ ಮಗ್ಗುಲಿಗೆ ಹೊರಳಾಡ ತೊಡಗಿದಳು. ಈ ಮೂರು ದಿನಗಳು ಯಾವುದಾದರೂ ಹೋಟೆಲಲ್ಲಿ ಯಾಕೆ ಉಳಿಯಬಾರದು? ಎಷ್ಟೋ ಸಲ ಇದು ಮನಸ್ಸಿಗೆ ಬಂದು ಮಾಯವಾಗಿತ್ತು. ಸಿಲುಕಿಕೊಂಡ ಈ ಬಂಧನದಲ್ಲಿಯೇ ಸುಖಿಯಾಗುವ ನಿರಂತರ ಪ್ರಯತ್ನದಲ್ಲಿ ಎಂದು ಸೋಲುವುದೋ

"ಕಾಫಿನಾದ್ರೂ ಕುಡೀ" ಮಿನಾಕ್ಷಿ ಹೇಳಿದರು. ಲೋಟದೊಂದಿಗೆ ಬಂದು "ನಂಗೇನ್ಬೇಡ ಅತ್ತೆ! ಯಾಕೋ ಮೈ ಕೈ ನೋವು" ಮಲಗಿದ್ದಯೇ ಹೇಳಿದ್ದು. ಗೊಣಗಿಕೊಂಡು ಹೋಗಿದ್ದು ಕೇಳಿಸಿತು. ಏನು ಗೊಣಗಿದ್ದೆಂದು ಸ್ಪಷ್ಟವಾಗಿ ಕೇಳಿಸಲಿಲ್ಲ. ಅದು ಇಷ್ಟವಿಲ್ಲ ಕೂಡ. ಎದ್ದು ಕೂತು ಸಾಕಾಗಿ ಲೈಟು ಹಾಕಿಕೊಂಡು ವ್ಯಾಗ್‌ರ್ಝೀನ್ ತಿರುವತೊಡಗಿದಳು.

"ಯಾಕೆ ತಿಂಡಿ, ಕಾಫಿ ಬೇಡ ಅಂದೆಯಂತೆ" ಬಾಗಿಲಲ್ಲಿ ನಿಂತು ಕೇಳಿದರು ಪತಿ ಮಹಾಶಯರು. "ಯಾಕೋ ಅನ್ನಿಸ್ತು. ಅದಕ್ಕೇನು ದೊಡ್ಡ ಕಾರಣವಿಲ್ಲ" ಎಂದಳು ತಲೆಯೆತ್ತದೆ.

"ಅಮ್ಮನಿಗೆ ಬೇಜಾರು ಮಾಡ್ಬೇಡ" ಅಷ್ಟು ನುಡಿದು ಮಿತ್ರ ಹೋದರು. ಇಂದು ಹೋಟೆಲಲ್ಲಿ ವೆಯಿಟರ್ ತಂದಿಟ್ಟ ಎರಡು ಗ್ಲಾಸ್ ಜ್ಯೂಸ್ ತಾವೊಬ್ಬರೇ ಕುಡಿದು ಬಿಲ್ ತೆತ್ತು ಬಂದಿದ್ದರು ಕೋಪದಿಂದ. ಅದನ್ನು ಅಪ್ಪ, ಅಮ್ಮನ ಮುಂದೆ ಪ್ರಸ್ತಾಪಿಸಲಾರರು. ವಂಶಕ್ಕೆ ಈ ಮಹಾಶಯನೊಬ್ಬನೇ ಗಂಡು ಸಂತಾನ, ಮಿಕ್ಕವರೆಲ್ಲಾ ಮಿತ್ರಗಿಂತ ಚಿಕ್ಕವರಾದ ಹೆಣ್ಣು ಮಕ್ಕಳು.

ಮೆಲ್ಲನೆ ಎದ್ದು ಕೂತಳು. ಅವಳಿಗೆ ಈ ಮನೆಯವರ ಮೇಲೇನು ಕೋಪವಿರಲಿಲ್ಲ. ಆದರೆ ಇವರುಗಳ ಕಂದಾಚಾರ ಕಂಡು ರೋಸಿ ಹೋಗಿದ್ದಳು. ಗಟ್ಟಿ ಮುಟ್ಟಾಗಿದ್ದ ಮೀನಾಕ್ಷಿಯವರು ಅಡಿಗೆ ಮನೆಯ ಕೆಲಸದಲ್ಲಿ ಸೊಸೆಯನ್ನು ಸಹಾಯಕ್ಕೆ ಕೂಡ ಕರೆಯುತ್ತಿರಲಿಲ್ಲ. ಎಲ್ಲಾ ಅವರೊಬ್ಬರೇ ಮಾಡುತ್ತಿದ್ದರು, ಜೊತೆಗೆ ಮಡಿಯುಟ್ಟ ಯಜಮಾನರ ಸಹಾಯ ಇದ್ದೇ ಇರುತ್ತಿತ್ತು. ಸರ್ಕಾರಿ ಕೆಲಸದಲ್ಲಿದ್ದು ಇತ್ತೀಚೆಗೆ ನಿವೃತ್ತಿ ಹೊಂದಿದ ಮಿತ್ರ ತಂದೆ ಹೆಂಡತಿಗೆ ಸಹಾಯಕರಾಗಿದ್ದರು. ಹೆಂಡತಿ ಹೇಳೋ ಪ್ರತಿಯೊಂದು ಮಾತು ಅವರಿಗೆ ಸಮ್ಮತವೇ. ಅದು ಯಾವುದೇ ವಿಷಯವಾಗಲೀ, ಕಡೆಗೆ ಹೆಣ್ಣು ಮಕ್ಕಳ ವಿಷಯದಲ್ಲೂ ಅಷ್ಟೇ. ಹೆಂಡತಿಯ ಮಾತುಗಳಲ್ಲಿ ಹಂಡ್ರೆಡ್ ಪರ್ಸೆಂಟ್ ಸತ್ಯ, ಜವಾಬ್ದಾರಿ, ಪ್ರಾಮಾಣಿಕತೆ ಇರುತ್ತದೆಯೆಂದು ಅವರ ನಂಬಿಕೆ. ಧರ್ಮಪತ್ನಿಯ ಮಾತಿನ ಪರವಾಗಿ ಒಗ್ಗರಣೆ ಹಾಕುತ್ತಿದ್ದರಷ್ಟೆ.

ಈ ಸಲದ ಪೀರಿಯಡ್ ಆದ ಮೇಲೆ ಮೀನಾಕ್ಷಿ "ಒಂಬತ್ತು ದಿನ ಲೀವ್ ಹಾಕ್ಕೋ. ಯಾಕೆ ಏನೂಂತ ಕೇಳ್ಬೇಡ" ಅಪ್ಪಣೆ ಇತ್ತರು. ಬೇಸರಪಡಿಸುವ ಇಚ್ಛೆ ಅವಳಿಗಿಲ್ಲದ ಕಾರಣ ಹ್ಞೂಗುಟ್ಟಿದಳು.

ರಜದ ಮೊದಲನೆ ದಿನವೇ ಊಟವಾದ ಕೂಡಲೇ ಅದೇ ಕರಿಯ ಮಾತ್ರೆಗಳ ಜೊತೆ ಒಂದು ಗ್ಲಾಸ್ ಹಾಲಿಡಿದು ನಿಂತಾಗ ಅವಳೆದೆ 'ಝುಗ' ಎಂದಿತು. ತೆಗೆದುಕೊಂಡ ಮಾತ್ರೆಗಳ ಉಪಟಳದಿಂದ ಇನ್ನ ಚೇತರಿಸಿಕೊಂಡಿರಲಿಲ್ಲ.

"ಅತ್ತೆ, ಈ ಮಾತ್ರೆ ನಂಗೆ ಆಗೊಲ್ಲ. ಹೊಟ್ಟೆಯಲ್ಲಿ ತುಂಬ ಹಿಂಸೆ ಆಗುತ್ತೆ" ಎಂದಳು. ಆದರೆ ಆಕೆಯ ಮೊಮ್ಮಗನನ್ನು ಕಾಣುವ ಇಚ್ಛೆ ಎಷ್ಟು ಪ್ರಬಲವಾಗಿತ್ತೆಂದರೆ, ಸೊಸೆಯ ಮೂಗಿಡಿದು ಕುಡಿಸುವಷ್ಟು ಇಚ್ಛಾ ಶಕ್ತಿ ಇತ್ತು. "ನಿಂಗೇನೋ ಮಗು ಬೇಡದೆ ಇರಬಹ್ದು. ಈ ವಂಶಕ್ಕೆ ಇವನೊಬ್ನೇ ಗಂಡು. ಇವ್ನಿಗೆ ಮಕ್ಳು ಆಗದಿದ್ದರೆ ಮುಂದೆ ಕರ್ಮ ಮಾಡೋರು ಯಾರು?" ಆಕೆಯ ಧಾಟಿಗೆ ಬೆವತುಬಿಟ್ಟಳು.

"ಬೇಕಾದ್ರೆ ನಾವಿಬ್ರೂ ಒಮ್ಮೆ ಹೋಗಿ ಡಾಕ್ಟ್ರನ ಕಂಡು ಬರ್ತೀವಿ" ಹೇಳಿದಳು.

ಮೀನಾಕ್ಷಿ ಒಪ್ಪಲಿಲ್ಲ. ತಾವೇ ಎದುರು ನಿಂತು ನುಂಗಿಸಿದ್ದರು. ಎರಡು ದಿನ, ದಿನಕ್ಕೆ ಮೂರು ಸಲ ಒಟ್ಟು ಒಂಬತ್ತು ಮಾತ್ರೆ ನುಂಗಿದಾಗ ಆಹಾರವನ್ನು ಕಂಡರೇ ಮುಖ ತಿರುಗಿಸುವಂತಾಯಿತು. ಮೂರನೇ ದಿನ ಮೇಲೇಳಲಾರದಷ್ಟು ತಲೆಸುತ್ತು, ಸಂಕಟ, ಸಮೀಪಿಸಲು ಬಂದ ಗಂಡನನ್ನು ಕೂಡ ದೂರ ತಳ್ಳಿದಳು. ಆದರೂ ಮಾತ್ರೆಗಳಿಂದ ತಪ್ಪಿಸಿಕೊಳ್ಳಲಾಗಲಿಲ್ಲ. ಎಂಟನೇ ದಿನ ಡ್ರಿಪ್ ಹಾಕಿ ನರ್ಸಿಂಗ್ ಹೋಂನಲ್ಲಿ ಅಡ್ಮಿಟ್ ಮಾಡಬೇಕಾಯಿತು. ನಂತರ ಚೇತರಿಸಿಕೊಳ್ಳಲು ಹದಿನೈದು ದಿನ ಬೇಕಾಯಿತು. ಡಯಟ್ ಎಕ್ಸರ್ಸೈಸ್ ಇಲ್ಲದೇನೆ ತೀರಾ ಸ್ಲಿಮ್ ಆಗಿದ್ದು ನೋಡಿ ದಢೂತಿ ಕೊಲೀಗ್ಸ್ ಎಲ್ಲಾ ಇವಳ ಸಲಹೆ ಕೇಳಿದಾಗ ಬಿದ್ದು ಬಿದ್ದು ನಗಬೇಕೆನಿಸಿತು ವನಮಾಲಗೆ.

ಮೀನಾಕ್ಷಿ ಸೊಸೆಯ ಬಳಿ ಮಾತಾಡುವುದು ಕಡಿಮೆ ಮಾಡಿದರೂ, ಗೊಣಗುವುದು ಕಡಿಮೆ ಮಾಡಲಿಲ್ಲ. ಗಂಡ, ಹೆಂಡತಿ ದೊಡ್ಡ ಸಂಕಟದಲ್ಲಿ ಬಿದ್ದಂತೆ ಪರಿತಪಿಸತೊಡಗಿದಾಗ ಗಂಡನ ಮುಂದೆ ವಿಷಯ ಪ್ರಸ್ತಾಪಿಸಿದಳು.

"ಒಮ್ಮೆ ಡಾಕ್ಟ್ರು ಹತ್ರ ಹೋಗ್ಬರೋಣ"

ಮೊದಲು ಮಿತ್ರ ಒಪ್ಪದಿದ್ದರೂ ನಂತರ ಸಮ್ಮತಿಸಿದರು. ನರ್ಸಿಂಗ್ ಹೋಂ ಅಲೆದಾಟ ಷುರುವಾಯಿತು. ಇಬ್ಬರು ನಾರ್ಮಲ್ಲಾಗಿದ್ದರು. ಆದರೂ ತಿಂಗಳಿಗೊಮ್ಮೆ ಹೊರಗೆ ಕೂಡುವುದು ವನಮಾಲಗೆ ತಪ್ಪಲಿಲ್ಲ.

ಕಾಲೇಜಿನಿಂದ ಅಂದು ಮನೆಗೆ ಬರುವ ವೇಳೆಗೆ ದಂಪತಿಗಳು ತಮ್ಮ ಮಗಳೊಂದಿಗೆ ಬಂದು ಕೂತಿದ್ದರು. ಜೊತೆಗೊಬ್ಬ ಜೋಯಿಸರು. ಇವಳ ಹುಬ್ಬೇರಿತು. ಅವರುಗಳ ಮಾತುಗಳಿಂದಲೇ ಅರ್ಥವಾಯಿತು ಹೆಣ್ಣು ತೋರಿಸಲು ಬಂದ ಜನವೆಂದು, ಯಾರಿಗೆ ಮದುವೆ? ಈ ಮನೆಗೆ ಮಿತ್ರ ಒಬ್ಬರೇ ಗಂಡು ಸಂತಾನ.

ರಾತ್ರಿ ಮಿತ್ರ ಇವಳ ಮುಂದೆ ಒಂದು ವಿಷಯ ಇಟ್ಟರು.

"ನಮ್ಮಿಬ್ಬರ ದಾಂಪತ್ಯಕ್ಕೆ ಸಂತಾನ ಭಾಗ್ಯವಿಲ್ವಂತೆ."

ಡ್ರೆಸಿಂಗ್ ಟೇಬಲ್ ಮುಂದೆ ಕೂತು ಮುಖಕ್ಕೆ ಕ್ರೀಮ್ ಹಚ್ಚುತ್ತಿದ್ದ ವನಮಾಲ ತಟ್ಟನೇ ಹಿಂದಕ್ಕೆ ತಿರುಗಿ "ಯಾರ್ಹೇಳಿದ್ದು? ವಿವಾಹಕ್ಕೆ ಮುನ್ನ ಕೂಡ ನನ್ನ ಜಾತ್ಕ ಕೊಟ್ಟಿದ್ನಲ್ಲ" ಎಂದಳು, ಹಾರುವ ಎದೆಯ ಮೇಲೆ ಕೈಯಿಟ್ಟುಕೊಂಡು.

ಪ್ರೀತಿಯಿಂದ ಮಿತ್ರ ಅವಳ ಕೈ ಹಿಡಿದುಕೊಂಡು ಸದ್ಯದ ಪರಿಸ್ಥಿತಿಯಲ್ಲಿ ತಾನು ಮದುವೆಯಾಗುವುದು ಅನಿವಾರ್ಯವೆಂದು ಮನದಟ್ಟು ಮಾಡಿಕೊಡಲು ತುಂಬ ಪ್ರಯತ್ನಿಸಿದ. ವನಮಾಲ ಕೂಗಾಡಿದಳು, ಅತ್ತಳು. ಮಿತ್ರ ಕಲ್ಲಾಗಿದ್ದ. ಸಂತಾನ ಪಡೆಯಲೇ ಬೇಕೆಂಬ ಅಪೇಕ್ಷೆ ಅಧಿಕವಾಗಿದ್ದುದರಿಂದ ಹಿಂದಕ್ಕೆ ಅಡಿಯಿಡಲು ಸಿದ್ದವಾಗಿರಲಿಲ್ಲ. ನಾಲ್ಕಾರು ನರ್ಸಿಂಗ್ ಹೋಂಗಳನ್ನು ಸುತ್ತಾಡಿದರೂ ಯಾವ ರಿಪೋರ್ಟ್‌ನಲ್ಲಿಯು ಮಕ್ಕಳಾಗುವುದಿಲ್ಲವೆಂದು ಹೇಳಲಿಲ್ಲ. ಮನೆಯಲ್ಲಿ ಮಾತ್ರ ಬಿಗಿ ವಾತಾವರಣ. ಅತ್ತೆ ಮಾವರೆನ್ನಿಸಿಕೊಂಡ ಜನ ಓಲೈಸಿ ಡೈವೋರ್ಸ್ ಪತ್ರಕ್ಕೆ ಸಹಿ ಪಡೆದುಕೊಂಡರು.

"ಇದೆಲ್ಲ, ಯಾರು ನಮ್ಕಡೆ ಬೆಟ್ಟು ಮಾಡಿ ತೋರಿದರೆ ಕೊಡಬಾರದೆಂದು" ಮಗುವಿಗೆ ಹೇಳುವಂತೆ ಹೇಳಿದರು. ಓದಿಕೊಂಡವಳು. ಕಾಲೇಜಿನಲ್ಲಿ ಉಪನ್ಯಾಸಕಿ. ಎಲ್ಲಕ್ಕೂ ಕೊರಡಾಗಿದ್ದಳು.

ಮದುವೆ ಎಂಟು ದಿನ ಇರೋವಾಗ ಮಿತ್ರ "ಏನು ತಿಳ್ಕೋಬೇಡ. ನಂಗೂ ಮನಸ್ಸಿಗೆ ತುಂಬ ಕಷ್ಟವಾಗಿದೆ. ಬೇರೊಂದು ಮನೆ ನೋಡಿ ಅಡ್ವಾನ್ಸ್ ಕೊಟ್ಟಿದ್ದೀನಿ. ಅಲ್ಲಿಗೆ ನಿನ್ನ ಲಗೇಜ್ ಷಿಫ್ಟ್ ಮಾಡ್ಬಿಡು. ಅದು ನಂದೇ ಮನೆ" ಎಂದಾಗ ನಿಂತ

ನೆಲ ಬಿರುಕು ಬಿಟ್ಟಂತಾಗಿತ್ತು. ಅವಳಿಗೆ ಒಂಟಿತನ ಇಷ್ಟವಿರಲಿಲ್ಲ. ಎಷ್ಟೋ ರೀತಿಯಲ್ಲಿ ಹೇಳಿಕೊಂಡಳು. ಇಬ್ಬರು ಪತ್ನಿಯರು ಒಂದೇ ಮನೆಯಲ್ಲಿರಲು ಒಪ್ಪಲಿಲ್ಲ ಮಿತ್ರ. ಅವನ ಅಮ್ಮನ ಅಭಿಲಾಷೆಯು ಅದೇ ಆಗಿತ್ತು.

ಸೋತು ಸೊರಗಿ ಹೊರ ಬಂದಳು. ಮದುವೆಗೂ ಇವಳನ್ನು ಯಾರು ಕರೆಯಲಿಲ್ಲ. ಇವಳಾಗಿ ಒಂದೆರಡು ಸಲ ಹೋದರೂ ಎಷ್ಟೋ ಅಷ್ಟು ಮಾತು. ಮಿತ್ರ ತಿಂಗಳೇನೂ ವರ್ಷ ಕಳೆದರೂ ಈ ಕಡೆ ಬರಲಿಲ್ಲ. ದಂಪತಿಗಳು ಬೇರೆ ಬೇರೆಯಾಗಿದ್ದರು. ಅದನ್ನು ಆ ಕುಟುಂಬದವರು ಉಪಾಯದಿಂದ ಸಾಧಿಸಿಕೊಂಡಿದ್ದರು.

ಅಂಥ ಜನರನ್ನು ಎಂದೋ ತನ್ನ ಮಸ್ತಿಷ್ಕದಿಂದ ತೆಗೆದು ಹೊರಗೆ ಎಸೆದಿದ್ದಳು. ಇಂದಿನ ಮಿತ್ರ ಪ್ರಪೋಸಲ್‌ನಿಂದ ಅಸಹ್ಯಿಸಿಕೊಂಡಿದ್ದಳು. ಅಂಥ ಬದುಕನ್ನು ಕನಸಿನಲ್ಲು ಕೂಡ ದ್ವೇಷಿಸುತ್ತಿದ್ದಳು.

* * *

ಅಂದು ಅರುಂಧತಿಗೆ ರಜ ಇದ್ದಿದ್ದರಿಂದ ಮನೆಯಲ್ಲಿಯೇ ಇದ್ದಿದ್ದು ಉಷಾಗೆ ಸಂತೋಷದ ವಿಷಯ. ತಾನೇ ತಾಯಿಯ ನೆತ್ತಿಗೆ ಎಣ್ಣೆಯನ್ನು ಹಚ್ಚಿ ತಟ್ಟ ತೊಡಗಿದಾಗ, ಹೆತ್ತ ಕರುಳಿಗೆ ಹಿತವೆನಿಸಿತು.

"ಏನಿದೆಲ್ಲ? ನಾನು ನಿಂಗೆ ಅಮ್ಮ" ಕೊಸರಿಕೊಂಡರು.

"ಇರ್ಲಿ‌ಬಿಡು, ಈಗ ಸ್ವಲ್ಪ ಹೊತ್ತು ಮಗ್ಳು ಅಂದ್ಕೋ ! ತಲೆ ನೋಡು ಎಷ್ಟೊಂದು ಬಿಸಿ ಇದೆ. ಆಗಾಗ ಎಣ್ಣೆ ನೀರು ಹಾಕ್ಕೋ ಬೇಕಮ್ಮ" ಎಂದು ಕೆನ್ನೆ ತಟ್ಟಿದಾಗ ಅರುಂಧತಿಯ ಕಣ್ಣಲ್ಲಿ ನೀರಾಡಿತು. ಅಂಥ ಸೌಭಾಗ್ಯವನ್ನು ಕಳೆದುಕೊಂಡು ಎಷ್ಟೋ ವರ್ಷಗಳು ಆಗಿ ಹೋಗಿತ್ತು. ಇದೇ ಮಾತನ್ನು ಅವಳಮ್ಮ, ಅಕ್ಕ ಹೇಳುತ್ತಿದ್ದರು, ಗದರುತ್ತಿದ್ದರು. ಇದೇ ರೀತಿ ಹತ್ತಿರ ಕೂಡಿಸಿಕೊಂಡು ಎಣ್ಣೆಯೊತ್ತುತ್ತಿದ್ದರು. ಅವೆಲ್ಲ ಎಂಥ ಸುಖದ ಕ್ಷಣಗಳು.

"ಸಾಕ್ಬಿಡು, ಉಷಾ! ನೀನ್ಯಾಕೆ ಕೈಯೆಲ್ಲ ಎಣ್ಣೇ ಮಾಡ್ಕೊಂಡೆ?" ಸ್ವಲ್ಪ ಗದರಿ ಕೈ ಹಿಡಿದು ಎಳೆದೊಯ್ದು ಬಾತ್ ರೂಂಗೆ ತಳ್ಳಿ "ಕೈ ತೊಳ್ಕೊಂಡ್ಬಾ. ಬಿಸಿಯಾಗಿ ಏನಾದ್ರೂ ಮಾಡಿಕೊಡ್ತೀನಿ" ಹೇಳಿ ಬಾಗಿಲು ಹಾಕಿಕೊಂಡು ಬಂದ ಅರುಂಧತಿ ಅಡಿಗೆ ಮನೆಯಲ್ಲಿ ಕೂತು ಗೋಡೆಗೆ ಕಣ್ಣೀರು ಸುರಿಸಿದರು. ಸದಾ ಕಾಡುತ್ತಿದ್ದುದು ಮಗಳ ಭವಿಷ್ಯದ ಬಗೆಗಿನ ಭಯ.

"ಅಮ್ಮ, ನಂಗೆ ಒಬ್ಬ ತಂದೆ ಇರಲೇ ಬೇಕಲ್ಲ. ಅವ್ರು ಯಾರು? ಈ ಪ್ರಶ್ನೆಗೆ ನಂಗೆ ಉತ್ತರ ಬೇಕೇ ಬೇಕಮ್ಮ." ಈ ಪ್ರಶ್ನೆಯನ್ನು ಹಲವಾರು ಸಲ ಕೇಳಿದ್ದಳು ಹಿಂದೆ. ಆದರೆ ವನಮಾಲ ಫ್ರೆಂಡ್ ಮನೆಯಲ್ಲಿ ಇದ್ದು ಬಂದ ನಂತರ ಮೊದಲಿನ ಉದ್ವೇಗ, ಕೋಪ ಎಲ್ಲ ಕಮ್ಮಿ ಆಗಿತ್ತು. ಸದಾ ನಗು ನಗುತ್ತ ಇರುತ್ತಿದ್ದಳು. ಅದು ಅತ್ಯಂತ ಸಮಾಧಾನದ ವಿಷಯ.

ಕೈ ತೊಳೆದು ಬಂದ ಉಷಾ ನೇರವಾಗಿ ಅಡಿಗೆ ಮನೆಗೆ ಬಂದು ಇಣಕಿದಳು. ದಿಕ್ಕೆಟ್ಟಂತೆ ಕೂತ ತಾಯಿಯನ್ನು ನೋಡಿ ಬೆಚ್ಚಲಿಲ್ಲ. ಬೇರೊಬ್ಬ ಪುರುಷನ ಸ್ನೇಹ ಬೆಳೆಸದ ತಾಯಿಯ ಬಗ್ಗೆ ಅತ್ಯಂತ ಪವಿತ್ರ ಭಾವವೇ. ಇಂದಿಗೂ ಅವಳಮ್ಮ ಚೆಲುವೆ. ಈ ಒಂಟಿತನದಲ್ಲಿ ಎಲ್ಲವನ್ನು ಮೀರಿ ಬದುಕಿದಳು?

"ಅಮ್ಮ ...." ಕೂಗಿದಳು.

ಮುಖದ ಮೇಲಿನ ಎಣ್ಣೆಯೊಂದಿಗೆ ಕಣ್ಣೀರು ಬೆರೆತಿದ್ದರಿಂದ ಮರೆಸಿಕೊಳ್ಳವುದಕ್ಕೆ ಅರುಂಧತಿಗೆ ಸುಲಭವಾಯಿತು. ನೋಡಿದರೂ ನೋಡದಂತಿರಲು ಇವಳಿಗೆ ಸಾಧ್ಯವಾಯಿತು.

"ನೆತ್ತಿಯೆಲ್ಲ ಜುಮ್ ಅನ್ನುತ್ತೆ. ಅದಕ್ಕೆ ನಿಂಗೆ ಪನೀಷ್‌ಮೆಂಟ್. ನೀನೇ ಏನಾದ್ರೂ ಮಾಡು" ಅರುಂಧತಿ ಮಗಳನ್ನು ಬಿಟ್ಟು ಹೊರಗೆ ಬರುವ ವೇಳಗೆ ವನಮಾಲ ಮನೆಯ ಕೆಲಸದವಳು ಡಬ್ಬಿಗಳನ್ನು ತಂದಿಟ್ಟು "ನೀವೇನು ಮಾಡ್ಬಾರ್ದಂತೆ. ಅಮ್ಮಾವ್ರು ಇನ್ನು ಹತ್ತು ನಿಮಿಷದಲ್ಲಿ ಬಂದ್ಬಿಡ್ತಾರೆ" ಹೇಳಿದಾಗ, ಅರುಂಧತಿ ಕಣ್ಣುಗಳಲ್ಲಿ ಕೃತಜ್ಞತೆಯ ಕಣ್ಣೀರು. ಸ್ನೇಹವೆಂದರೆ ಏನೂಂತ ತಿಳಿದಿದ್ದು ವನಮಾಲಳಿಂದ. ಈ ಫ್ಲಾಟ್ ಕೊಡಿಸಲು ನೆರವಾದ್ದುದು ಆಕೆಯೇ.

"ಉಷಾ ಏನು ಮಾಡೋದ್ಬೇಡ" ಕೂತಲ್ಲಿಂದಲೇ ಕೂಗಿ ಹೇಳಿದ ಅರುಂಧತಿ ಡಬ್ಬಿಗಳನ್ನು ಡೈನಿಂಗ್ ಟೇಬಲ್ ಮೇಲೆ ತಂದಿಟ್ಟು "ಉಷಾ, ನಾನು ಸ್ನಾನ ಮಾಡ್ಕೊಂಡ್ ಬಂದ್ಬಿಡ್ತೀನಿ. ಆಂಟೀ ಬಂದರೆ ಕೂತ್ಕೊಂತ ಹೇಳು" ಟವಲ್ಲಿಡಿದು ಹೋಗಿದ್ದು ಬಾತ್ ರೂಂಗೆ.

ಹಿಂದೆಯೇ ಬಂದ ವನಮಾಲ ಉಷಾನ ರೇಗಿಸಿದರು. "ನಿನ್ನ ಅಡ್ಗೆ, ತಿಂಡಿಯೆಲ್ಲ ಫೆಂಟಾಸ್ಟಿಕ್. ನಾನೆಷ್ಟು ಟ್ರೈ ಮಾಡಿದ್ರೂ ಅಂಥ ರುಚಿನೇ ಬರೋಲ್ಲ" ಛೇರ್ ಎಳೆದುಕೊಂಡು ಡೈನಿಂಗ್ ಟೇಬಲ್ ಮುಂದೆ ಕೂತಾಗ ಉಷಾ ಬಂದು ಎದುರು ಕೂತು "ಅದ್ಕೇ ಕಾರಣ ಹೇಳಲಾ? ನನ್ಮೇಲೆ ತುಂಬ ಪ್ರೀತಿ. ಹೇಗೆ ಮಾಡಿದ್ರೂ ಇಷ್ಟವಾಗ್ಬಿಡುತ್ತೆ. ಈಗ ನೋಡಿ ...." ಡಬ್ಬಿಗಳನ್ನು ತೆಗೆದು ಹಾಕಿದ ಅವಳು ಲೊಟ್ಟೆಯೊಡೆದಳು. "ಎಂಥ ವಾಸ್ನೆ! ತುಂಬ..... ತುಂಬ... ಥ್ಯಾಂಕ್ಸ್ ಇವೊತ್ತಿನ ಊಟ ತುಂಬ ಮಜವಾಗಿರುತ್ತೆ" ಲೊಟ್ಟೆಯೊಡೆದಳು.

ಸ್ವಲ್ಪ ಬಗ್ಗಿದ ವನಮಾಲ "ಏಯ್ ನಾಟಿ, ನಂಗೂ ನೀನು ಜಾವಗಲ್‌ಗೆ ಯಾಕೆ ಹೋದೇಂತ ಹೇಳಲೇ ಇಲ್ಲ" ಪಿಸುದನಿಯಲ್ಲಿ ಕೇಳಿದಾಗ ಗಂಭೀರವಾದಳು ಉಷಾ "ಜಸ್ಟ್ ಛೇಂಜ್ ಅಷ್ಟೇ. ಸಿಟಿಯಿಂದ ಬೇರೆ ಪರಿಸರದಲ್ಲಿ ಕೆಲವು ದಿನ ಇದ್ದು ಬರಬೇಕೆನಿಸಿತು. ತೀರಾ.... ಸಿಂಪಲ್" ಎಂದಳಷ್ಟೇ. ವನಮಾಲಾಗೂ ಬಲವಂತ ಮಾಡಬೇಕೆನಿಸಲಿಲ್ಲ.

"ಅಮ್ಮನಿಗೆ ಮಾತ್ರ ಏನು ಹೇಳ್ಬೇಡಿ" ಎಂದಳು ಮ್ಲಾನವದನಳಾಗಿ ಉಷಾ.

ಅವಳ ಕೈ ಮೇಲೆ ತಮ್ಮ ಕೈಯಿಟ್ಟ ವನಮಾಲ "ಓಕೇ, ಬೇಡ ಬಿಡು. ಒಂದೆರಡು ಸಲ ಕೇಳಿದ್ಲು. ನಾನು ಜಾರಿಬಿಟ್ಟೆ. ಇದು ಕಷ್ಟ ಅಲ್ವಾ? ಆ ಪ್ರದೇಶದ ಹೆಸರೂ ಕೂಡ ತಿಳಿಸ್ಲಿಲ್ಲಾಂದರೇ ಹೇಗೆ? ಅದೆಲ್ಲ ಬಿಡು, ಮುಂಬಯಿನಲ್ಲಿ ನನ್ನ ಫ್ರೆಂಡ್ ಜೊತೆ ಇದ್ಲು ಅಂದೇ. ವಿವರ ಕೇಳೋಂಥ ಮನೋಭಾವ ನಿನ್ನಮ್ಮನಿಗಿಲ್ಲ" ದನಿ ತಗ್ಗಿಸಿ ಹೇಳಿದರು.

ಸ್ನಾನ ಮುಗಿಸಿಕೊಂಡು ಅರುಂಧತಿ ಹೊರಗೆ ಬರುವ ವೇಳೆಗೆ ತರಕಾರಿ ಪಲಾವ್, ಮೊಸರಿನ ಟೊಮಾಟೋ ಬಜ್ಜಿ, ಬಿಸಿ ಬಿಸಿ ಈರುಳ್ಳಿ ಪಕೋಡ – ಇವೆಲ್ಲ ಅಪರೂಪವಲ್ಲ. ಯಾವುದೇ ಡಿಗ್ರಿ ಇಲ್ಲದ ಒಂದು ಸಾಮಾನ್ಯ ಪ್ರೈವೇಟ್ ಆಸ್ಪತ್ರೆಯಲ್ಲಿ ಅರುಂಧತಿ ಕೇವಲ ನರ್ಸ್. ಎಂ.ಎಸ್.ಸಿ. ಫಿಸಿಕ್ಸ್‌ನಲ್ಲಿ ಗೋಲ್ಡ್ ಮೆಡಲ್ ಪಡೆದುಕೊಂಡು ಕಾಲೇಜಿನಲ್ಲಿ ಪ್ರೊಫೆಸರ್ ಆದ ವನಮಾಲ ನಡುವಿನ ಗೆಳೆತನ ಎಲ್ಲಿಗೆ? ಶುದ್ಧ ಸ್ನೇಹಕ್ಕೆ ಯಾವುದೇ ಪರಿಧಿಗಳು ಅಡ್ಡ ಬರೋಲ್ಲ. ಬಂದರೂ ನಿಲ್ಲೊಲ್ಲ.

ಆರಾಮಾಗಿ ಮಾತಾಡುತ್ತ ಊಟ ಮಾಡಿದರು. ಮುಗಿಯುವ ವೇಳೆಗೆ ಫೋನ್ ಬಂತು "ಡಾಕ್ಟ್ರು ಬರ್‍ಥೇಳಿದ್ರು" ರಿಸೆಪ್ಷನಿಸ್ಟ್ ಅರುಣ ಹೇಳಿದಾಗ ಅರುಂಧತಿ ಕೂಡಲೇ ಹೊರಟಳು. "ಆಂಟೀ, ಸದ್ಯಕ್ಕೆ ನಿಮ್ಜೊತೆ ಇರ್ತಾರೆ."

"ಷೂರ್, ಹೊಟ್ಟೆಯಂತು ಭಾರವಾಗಿದೆ. ನನ್ನ ಫ್ಲಾಟ್‌ಗೆ ಹೋಗೋ ಸ್ಥಿತಿಯಲ್ಲಿಲ್ಲ. ನೀನ್ಹೋಗು....." ವನಮಾಲ ಸೋಫಾ ಮೇಲೆ ಉರುಳಿಕೊಂಡರು.

ಅಮ್ಮನ ಜೊತೆ ಕೆಳಗೆ ಬಂದ ಉಷಾ ಸನ್ನಿಯನ್ನು ತಾವೇ ತೆಗೆದು "ಅಮ್ಮ, ನಂಗೊಂದು ಕೆಲ್ಸ ಸಿಕ್ಕ ಕೂಡ್ಲೇ .... ನೀನು ರೆಸ್ಟ್ ತಗೊಂಡ್ ಬಿಡ್ಬೇಕು. ಆಗ ನಾನು ದುಡಿದು ನಿನ್ನ ಸಾಕ್ತೀನಿ" ಭಾವೋದ್ವೇಗದಿಂದ ಉಷಾ ಹೇಳಿದಳು. ಅರುಂಧತಿ ಮುಗುಳ್ನಗೆ ಚೆಲ್ಲಿದರು "ಬರೀ ಮಾಡಿ ತಿಂದು... ತಿಂದು ನಾನು ಸೋಮಾರಿಯಾಗ್ಬಿಡ್ಬೇಕಾ? ನೋ, ನನ್ನ ಉಷಾಗೆ ಮದ್ವೆಯಾಗಿ ಮುದ್ದಾದ ಮಗುವಿಗೆ ತಾಯಿಯಾಗ್ಬಿಟ್ಟರೆ, ಅದ್ನ ಆಡಿಸಿಕೊಂಡು ಆರಾಮಾಗಿದ್ಬಿಡ್ತೀನಿ" ಎಂದರು. ಬೆಕ್ಕಸ ಬೆರಗಾದಳು ಉಷಾ ಅಮ್ಮನ ಮಾತಿಗೆ. ಅವಳ ಪ್ರಕಾರ ಈಗಲೂ ಅರುಂಧತಿ ವಿವಾಹವಾಗುವಷ್ಟು ಚೆಂದವಾಗಿದ್ದರು. ಮಾತೇ ಆಡದೇ ಫ್ಲಾಟ್‌ಗೆ ಹಿಂದಿರುಗಿದಳು.

ಕಣ್ಮುಚ್ಚಿ ಮಲಗಿದ್ದ ವನಮಾಲ ಬಳಿ ಬಂದು ಕೂತಳು. ಆಕೆ ವಿವಾಹವಾಗ್ಬರ್‍ದಾ? ಕೇಳಿದಳು ಮೆಲ್ಲಗೆ. ಕಣ್ಣು ಬಿಟ್ಟ ವನಮಾಲ ಎದ್ದು ಕೂತರು. "ಅಂಥ ಇರಾದೆ ಅರುಂಧತಿಗೆ ಇಲ್ಲ. ನಿನ್ನಮ್ಮನಿಗೆ ಆಸರೆ ಕೊಟ್ಟ ಡಾ. ಮೇರಿಯಮ್ಮನ ಮಗ ಡಾ. ಜೋಸೆಫ್ ಒಮ್ಮೆ ಆಫರ್ ಕೊಟ್ಟಾಗ ನಿರಾಕರಿಸಿದ ವಿಷಯ ಬೇರೆಯವ್ರಿಂದ ನಂಗೆ ತಿಳೀತು. ಅಂದು ಒಪ್ಪಿಕೊಂಡಿದ್ದರೇ ಆ ಆಸ್ಪತ್ರೆಗೆ ಒಡತಿಯಾಗುತ್ತಿದ್ದಳೇ ವಿನಃ ಈಗಿನಂತೆ ನರ್ಸ್ ಆಗಿ ಹಗ್ಲು – ರಾತ್ರಿ ದುಡಿಯುತ್ತಿರಲಿಲ್ಲ. ನಿನ್ನಮ್ಮ ಅಪ್ಪಟ ಚಿನ್ನ. ಅವ್ಳು ಹೇಳಿದ್ದು ತೀರಾ ಕಡ್ಮೇ. ಅಪರಿಚಿತನ ಬಲಾತ್ಕಾರಕ್ಕೆ ಒಳಗಾದ ಹೆಣ್ಣು ಮಡಿಲಲ್ಲಿ ಮಗುವನೊತ್ತು ಎಲ್ಲರನ್ನು ತೊರೆದು ಬಂದ ವಿಚಾರ ಬಿಟ್ಟು ಮತ್ತೇನು ಹೇಳಿಲ್ಲ. ಗತ

ನೆನಪಿಸಿಕೊಳ್ಳುವುದು ಬೇಡ ಅರುಂಧತಿಗೆ. ನೀನೂ ಕೂಡ ಏನು ಕೇಳ್ಬಾರ್ದು" ಎಂದು ಎಚ್ಚರಿಸಿದವರು ಎದ್ದು ಕೂತರು.

"ಈಗ್ಹೇಳು, ಜಾವಗಲ್ ಹೇಗೆ ಅನ್ನಿಸಿತು?"

"ಎಲ್ಲಾ ಮಾಮೂಲು ಚಿಕ್ಕ ಊರುಗಳಂತಿದೆ. ಅಕ್ಷರಸ್ಥರು, ಅನಕ್ಷರಸ್ಥರು ಎಲ್ಲಾ ಫಿಫ್ಟಿ – ಫಿಫ್ಟಿ. ನಂಗೆ ಎಲ್ಲಕ್ಕಿಂತ ಆಶ್ಚರ್ಯ ದೇಶಮುಖ್, ಗ್ರೀಷ್ಮಾ ಅವ್ರ ಸರಳವಾದ ಜೀವನ. ದಿನ ಪೂರ್ತಿ ದುಡಿಯುವಿಕೆ. ಗಿಡ, ಮರಗಳನ್ನು ಮಕ್ಕಳಂತೆ ಕಾಣುವ ರೀತಿ. ಎಲ್ಲಾ..... ಎಲ್ಲಾ ... ಆಶ್ಚರ್ಯನೇ. ಆಂಟಿಯಾದ್ರೂ ಆಗಾಗ ಮಾತಾಡ್ತಾ ಇದ್ರು. ಅಂಕಲ್ ಎದುರಿಗೆ ಕೂತರು ಮಾತಾಡಿಸ್ತಾ ಇರ್ಲಿಲ್ಲ. ಅವ್ರ ಕೈನಾ ರೊಟ್ಟಿ ತುಂಬ ರುಚಿ. ನಂಗೆ ಹೆಚ್ಚು ಇಷ್ಟವಾದ್ರು. ಅವ್ರು ಅಮೇರಿಕಾದಿಂದ ಹಿಂದಿರುಗೋಕು, ಈ ತರಹ ಬದಲಾಗೋಕು ಏನಾದ್ರು ಕಾರಣ ಇರ್ಬೇಕು" ಅವಳು ಮಾತನ್ನು ಅಲ್ಲಿಗೆ ಎಳೆದೊಯ್ದಳು. ಕೆಲವು ಸತ್ಯಗಳನ್ನು ವನಮಾಲ ಮುಂದೆ ಕೂಡ ಬಿಚ್ಚಿಡಲು ಇಷ್ಟವಿಲ್ಲ.

"ನಂಗೂ ಅವ್ರ ಬಗ್ಗೆ ಏನು ಗೊತ್ತಿಲ್ಲ. ದೇಶ್‌ಮುಖ್ ನಮ್ಮಣ್ಣನಿಗೆ ಗೊತ್ತಿದ್ದವರೇ. ನಮ್ಮ ಅತ್ತಿಗೆಯ ಕಡೆಯ ಬಂಧು ಅಂತ ಕೂಡ ಹೇಳೋರು. ಪರಿಚಯವಾಗಿತ್ತು. ಒಮ್ಮೆ ಆ ದಂಪತಿಗಳನ್ನು ಕರೆಸಿ ಕಾಲೇಜಿನಲ್ಲಿ ಸೆಮಿನಾರ್ ನಡೆಸಿ ಅವ್ರನ್ನು ಸನ್ಮಾನಿಸಿದ್ದುಂಟು. ಇಬ್ರು ಮಹಾನ್ ಪ್ರತಿಭಾವಂತರು. ಅವ್ರ ಸೇವೆ ಇನ್ನ ಕಂಪ್ಯೂಟರ್ ಕ್ಷೇತ್ರಕ್ಕೆ ಅಗತ್ಯವಿತ್ತು. ಆದರೆ ಅವರುಗಳು ಎಲ್ಲದಕ್ಕಿಂತ ದೂರ ಸರಿದು ಪುಟ್ಟ ಊರಿನಲ್ಲಿ ಅಜ್ಞಾತವಾಸ ಅನುಭವಿಸುತ್ತಿದ್ದಾರೋ ಗೊತ್ತಿಲ್ಲ. ಅವ್ರುಗಳು ಅಲ್ಲಿರೋದು ಕೂಡ ಬೇರೆಯವ್ರಿಗೆ ತಿಳಿಯೋದು ಇಷ್ಟವಿಲ್ಲ" ಚಿಂತೆಗೊಳಗಾದರು.

ಇಂದು ಸಾಕಷ್ಟು ಮಾತಾಡಿದರು ವನಮಾಲ.

"ನಿನ್ನ ಡಿಗ್ರಿ ಮುಗ್ದ ಕೂಡಲೇ ನಿನ್ನಮ್ಮ ನಿನ್ನ ವಿವಾಹ ಮಾಡಿ ಬಿಡಬೇಕೆನ್ನೋ ತೀರ್ಮಾನಕ್ಕೆ ಬಂದಿದ್ದಾರೆ. ಒಂದು ರೀತಿಯ ಭಯ ಅವಳಿಗೆ" ವನಮಾಲ ನಕ್ಕರು.

ತಲೆಯ ಮೇಲೆ ಕೈಯಿಟ್ಟುಕೊಂಡು ಕೂತು ಬಿಟ್ಟಳು ಉಷಾ. ಕೆಲವೊಮ್ಮೆ ಬರುವ ಯೋಚನೆಗಳಲ್ಲಿ ಇದು ಒಂದಾಗಿರಬಹುದು. ಅರುಂಧತಿ ಏನಾದರೂ ಸುಳ್ಳು ಹೇಳಿ ಸಮಾಜನ ವಂಚಿಸಬಹುದಿತ್ತು. ವಂಚಿಸಲಿಲ್ಲ.

"ಸದ್ಯಕ್ಕೆ ನಂಗೆ ವಿವಾಹದ ಯೋಚನೇನೇ ಇಲ್ಲ ಆಂಟೀ. ಅಮ್ಮನಿಗೆ ತುಂಬಾ ಅನ್ಯಾಯವಾಗಿದೆ. ಎಲ್ಲನು ನಾನೇ ತುಂಬಿ ಕೊಡ್ಬೇಕು. ಅಪರಾಧಿ ನನ್ನ ಜನ್ಮಕ್ಕೆ ಕಾರಣವಾದ ವ್ಯಕ್ತಿ" ಎಂದಳು ಉದ್ವೇಗಗೊಳ್ಳದೇ.

ಅಷ್ಟರಲ್ಲಿ ವನಮಾಲ ಸ್ಟೂಡೆಂಟ್ಸ್ ಹುಡುಕಿಕೊಂಡು ಬಂದಿದ್ದರಿಂದ ಅವರುಗಳ ಜೊತೆ ತನ್ನ ಫ್ಲಾಟ್‌ಗೆ ಹಿಂದಿರುಗಿದರು.

ಉಷಾ ಮಂಚದ ಮೇಲೆ ಉರುಳಿಕೊಂಡಳು. ತಪ್ಪು ಯಾರದೇ ಇರಲೀ ದೀಕ್ಷಿತರ ಕುಟುಂಬ ಇಂದಿಗೂ ಕ್ಷಮಿಸಿರಲಿಲ್ಲ. ಆ ನತದೃಷ್ಟ ಹೆಣ್ಣನ್ನ. ಮುಂದೊಂದು ದಿನ ಅಂಥ ಕ್ಷಮೆ ಸಿಗಬಹುದೆಂಬ ಕನಸು ಕಾಣಲು ಸಿದ್ಧವಿರಲಿಲ್ಲ. ಎಂಥ ಕಟುಕರು.

ಅಲ್ಲಿಂದ ಹೊರಡುವಾಗ ಗೌಳಿ ಅವಳ ಎರಡು ಕೈಗಳನ್ನು ಹಿಡಿದು ಕಣ್ಣೀರು ಸುರಿಸಿ "ಯಾವಾಗ್ಲಾದ್ರೂ ರಜಕ್ಕೆ ಬನ್ನಿ" ಎಂದಾಗ ಉಷಾ ದೃಢವಾಗಿದ್ದಳು. "ಖಂಡಿತ ಬರೋಲ್ಲ. ಇಂಥ ಊರುಗಳು ಬೇಕಾದಷ್ಟಿದೆ."

ಈ ಮಾತುಗಳನ್ನು ಗ್ರೀಷ್ಮಾ ಹೇಳಿದರೂ ಏನು ಪ್ರತಿಕ್ರಿಯಿಸಲಿಲ್ಲ. ಅದು ತನಗೆ ಕೇಳಿಸಲೇ ಇಲ್ಲವೆನ್ನುವಂತೆ ನಡೆದುಕೊಂಡಿದ್ದರು.

ಗೌಳಿ ವಿದ್ಯೆ ಇಲ್ಲದ, ಐಶ್ವರ್ಯವಿಲ್ಲದ ಸಾಮಾನ್ಯ ಹೆಣ್ಣು. ಆದರೆ ಅವಳಲ್ಲಿ ಹೃದಯವಂತಿಕೆ ಇತ್ತು. ಸ್ಪಂದನವಿತ್ತು. ಆಗ ಅವಳಿಗೆ ನೆನಪಾಗಿದ್ದು ಅಮೇರಿಕಾದ ಅಧ್ಯಕ್ಷರಾಗಿದ್ದ ಅಬ್ರಹಾಂ ಲಿಂಕನ್. ಕರಿಯರ ದಾಸ್ಯ ನಿವಾರಣೆಗೆ ಹೋರಾಡಿದ ಮಾನವತಾವಾದಿ ಹೇಳಿದ ಮಾತುಗಳು. God must have loved common man_that's why he has created too many of them (ದೇವರಿಗೆ ಸಾಮಾನ್ಯ ಜನರನ್ನು ಕಂಡರೇ ಇಷ್ಟ – ಅದಕ್ಕೆ ಅವರನ್ನ ಅಷ್ಟು ಸಂಖ್ಯೆಯಲ್ಲಿ ಸೃಷ್ಟಿಸಿದ.) ಹೌದು ಜಗತ್ತಿನಲ್ಲಿ ಸಾಮಾನ್ಯರ ಸಂಖ್ಯೆಯೇ ಅಧಿಕ.

ಆದರೆ ಹೊರಡುವಾಗ ನಡೆದ ಘಟನೆ ಮಾತ್ರ ಆಘಾತಗೊಳಿಸಿತು. ದೇಶ್‌ಮುಖ್ ತಾವೇ ಅವಳ ಲಗೇಜ್‌ನ ಚೆಕ್ ಮಾಡಿ ಫಿಲ್ಂ ರೋಲ್‌ಗಳನ್ನು ತೆಗೆದು ಹಾಳು ಮಾಡಿದ್ದರು.

"ಇಲ್ಲಿನ ಫೋಟೋಗಳನ್ನು ಒಯ್ಯುವುದು ನಂಗಿಷ್ಟವಿಲ್ಲ" ಒಂದೇ ಮಾತಿನಲ್ಲಿ ಹೇಳಿದರು. ಸಮಸ್ತವನ್ನು ಕಳೆದುಕೊಂಡಂತಾಗಿತ್ತು ಉಷಾಗೆ. ದೇವಸ್ಥಾನ, ಅರ್ಚಕರು, ದೀಕ್ಷಿತರ ಮನೆಯವರ ಭಾವಚಿತ್ರಗಳನ್ನು ಕದ್ದು ಬಹಳ ಪ್ರಯಾಸದಿಂದ ತೆಗೆದು ಜೋಪಾನ ಮಾಡಿದ್ದಳು. ಎಂದಾದರೂ ಒಮ್ಮೆ ಅಮ್ಮನ ಮುಂದೆ ಈ ಭಾವಚಿತ್ರಗಳನ್ನು ಇಟ್ಟು ಬೆರಗುಗೊಳಿಸಬೇಕೆಂಬ ಆಕಾಂಕ್ಷೆ ಇತ್ತು. ಅದನ್ನ ದೇಶ್‌ಮುಖ್ ಧೂಳಿಪಟ ಮಾಡಿದ್ದರು.

ಕಣ್ತುಂಬಿ ಸಪ್ಪೆ ಮುಖ ಹೊತ್ತು ಗೇಟಿನ ಕಡೆ ಹೊರಟಾಗ ಗ್ರೀಷ್ಮಾ ಬಂದು ಅವಳ ಭುಜದ ಮೇಲೆ ಕೈಇಟ್ಟು "ನಂಗೆ ಅರ್ಥವಾಗಿದೆ ನಿನ್ನ ನೋವು. ಸಾಕಷ್ಟು ಪ್ರಖ್ಯಾತ ಅವಾರ್ಡ್‌ಗಳನ್ನುಗಳಿಸಿದ ದೇಶಮುಖ್‌ಗೆ ಹೊರ್‍ಗಿನ ಸಂಪರ್ಕ ಇಷ್ಟವಿಲ್ಲ. ಹಿಂದೆ ತೀರಾ ಆತ್ಮೀಯರಾಗಿದ್ದ ಸ್ನೇಹಿತರು ಬಂಧುಗಳಿಗೆ ಕೂಡ ತಮ್ಮ ಇರುವು ಗೊತ್ತಾಗುವುದು ಅವರಿಗೆ ಬೇಕಿಲ್ಲ. ನಿಂಗೆ ಈಗ ಅರ್ಥವಾಗಿರಬೇಕಲ್ಲ. ನೀನು ಬಂದಾಗ್ಲೂ ಅವ್ರ ವಿರೋಧ ಇತ್ತು. ಹೇಗೆ ಸಮ್ಮತಿ ನೀಡಿದರೋ ನಿಂಗೆ ಅಲ್ಲಿರೋಕೆ ನಂಗೆ ಗೊತ್ತಾಗ್ಲಿಲ್ಲ." ಸ್ವಾಂತನಿಸುವ ಇರಾದೆಯಿಂದೇನು ಹೇಳಿರಲಿಲ್ಲ. ಗ್ರೀಷ್ಮಾ

ದೇಶಮುಖ್ ತುಂಬ ಅಭಿಮಾನಿಸುತ್ತಿದ್ದ ಹೆಂಡತಿ ಅವರು.

ಕಣ್ಣೀರು ತೊಡೆದುಕೊಂಡು ದೇಶಮುಖ್ ಫಾರ್ಮ್‌ನಿಂದ ಹೊರಗೆ ಬಂದಾಗ ಶ್ರಾದ್ಧದ ದಿನ ದೀಕ್ಷಿತರ ಮನೆಯಲ್ಲಿ ಭೇಟಿಯಾಗಿದ್ದ ಶ್ರೀಪಾದಚಾರಿ ಬ್ಯಾಗನ್ನು ತಗುಲಿ ಹಾಕಿಕೊಂಡು ಹೊರಟವರು ಇವಳನ್ನು ನೋಡಿ ನಸು ನಗೆ ಬೀರಿದರು.

"ಇನ್ನು, ಇಲ್ಲೆ ಇದ್ದೀಯಾ? ಹೇಗಿದ್ದಾರೆ ದೇಶಮುಖ್ ದಂಪತಿಗಳು" ವಿಚಾರಿಸಿದರು. ಹಿಂದೆಯೇ "ಈ ಬೋರ್ಡು ನೋಡಿ ಅವ್ರ ಹೆಸರು ತಿಳಿದಿತ್ತು. ನೀನು ಮನಸ್ಸು ಮಾಡಿದ್ದರೇ ಒಮ್ಮೆ ಭೇಟಿ ಮಾಡ್ಸಬಹುದಿತ್ತು" ಎಂದರು.

ತಲೆ ಅಡ್ಡಡ್ಡ ಆಡಿಸಿದಳು. ಅದು ಅಸಾಧ್ಯವೆಂದು ಅವಳಿಗೆ ಗೊತ್ತು. "ಅವ್ರಿಗೆ ಇಷ್ಟವಾಗೋಲ್ಲ. ನಾನು ಊರಿಗೆ ಹೊರಟಿದ್ದೀನಿ. ದೀಕ್ಷಿತರ ಮನೆಯಿಂದ ಬಂದ್ರಾ?" ಕೇಳಿದಳು. ಇನ್ನೊಮ್ಮೆ ಅವರುಗಳನ್ನೆಲ್ಲ ನೋಡಬೇಕೆಂಬ ತುಮುಲ ಒಳಗೇ... ಆದರೆ ಹೊರ ನೋಟಕ್ಕೆ ಅವರುಗಳನ್ನು ದ್ವೇಷಿಸುತ್ತಿದ್ದಳು.

"ಮನೆಗೆ ಹೋಗ್ಲಿಲ್ಲ. ರಾತ್ರಿ ತೋಟದಲ್ಲಿದ್ದೆ. ಅಲ್ಲೆ ಸ್ನಾನ ಆಯ್ತು. ಪುರರ ಒಂದಿಷ್ಟು ತಿಂಡಿ ತಂದ್ಕೊಟ್ಟ. ನಾನು ಒಂದು ರೀತಿಯಲ್ಲಿ ನಿಯಮವೇ ಇಲ್ಲದ ಒಂಟಿ ಅಲೆಮಾರಿ. ಹಸಿವಾದಾಗ ಊಟ. ಸಿಕ್ಕಿದ್ದು ತಿನ್ನೋದು. ಹೀಗೆ ನಡೆದಿದೆ ನನ್ನ ಪ್ರಯಾಣ." ಹೇಳಿಕೊಂಡೇ ಅವಳೊಂದಿಗೆ ಹೆಜ್ಜೆ ಹಾಕಿದರು.

ರೈಲ್ವೇ ಸ್ಟೇಷನ್ ಸಮೀಪಿಸಿತು. ಅವಳನ್ನು ಯಾವುದೊಂದು ಕೇಳಲಿಲ್ಲ. ನೆನಪಾದ ಅನುಭವಗಳನ್ನು ಹೇಳಿಕೊಂಡರು. ಇಂದು ಕೂಡ ಮೋಡ ಮುಸುಕಿತ್ತು. ಯಾವ ಕ್ಷಣದಲ್ಲಿಯಾದರೂ ಮಳೆ ಬರಬಹುದಿತ್ತು.

ಆಕಾಶದತ ನೋಟ ಹರಿಸಿದ ಶ್ರೀಪಾದಚಾರಿ "ಇವತ್ತು ಮಳೆ ಬರುತ್ತೆ. ಅಂದು ರುಕ್ಮಿಣಿ ಶವ ಹೊಳೆಯಲ್ಲಿ ತೇಲಿ ಬಂದ ದಿನ ಬಂದ ಮಳೆಯ ಬಿರುಸು ಇಂದಿಗೂ ಕಂಡಿಲ್ಲ. ಎಂಥ ಚೆಂದದ ಹುಡ್ಗೀ. ಬೈತಲೆಗೆ ಬೊಟ್ಟು ಇಟ್ಟು, ಅಂಗೈಯಗಲದ ಕಲ್ಲಿನ ಬಿಲ್ಲೆ ನೆತ್ತಿಗೆ, ಮಾರುದ್ದ ಜಡೆಗೆ ಬಂಗಾರದ ಕುಚ್ಚು. ದಾವಣಿ ಹೊದ್ದು ರೇಶಿಮೆ ಲಂಗ ಚಿಮ್ಮುತ್ತ ಬರುತ್ತಿದ್ದರೇ, ಜಗತ್ತಿನ ಸೌಂದರ್ಯವೆಲ್ಲ ಹೆಣ್ಣಿನ ರೂಪದಲ್ಲಿ ನಡೀತಾ ಬರ್ತಾ ಇದೆ ಅನ್ನಿಸೋದು. ಅಂಥ ಸುಂದರ ಹುಡ್ಗೀ ಹೆಣನ ಗುರ್ತಿಸಲಾಗಲಿಲ್ಲ" ಎಂದರು ದುಃಖಿತರಾಗಿ. ಬಹುಶಃ ಅವರ ಪಾಲಿಗೆ ಇದೊಂದು ಆಘಾತ.

"ನೀವು ಅಲ್ಲೇ ಇದ್ರಾ?" ಕೇಳಿದಳು.

"ಇದ್ದೇ, ಗುರ್ತಿಸೋಕ್ಕಾಗ್ಲಿಲ್ಲ. ಅದ್ಕೆ ದೀಕ್ಷಿತ ಅವಕಾಶ ಮಾಡಿಕೊಡ್ಲಿಲ್ಲ. ಎಂತ ಮನುಷ್ಯ, ಮಗ್ಳಿಗಿಂತ ಅವ್ನಿಗೆ ಮಾನ ಮರ್ಯಾದೆಯೇ ಹೆಚ್ಚಾಯ್ತು" ಗೆಳೆಯನನ್ನು ಬಯ್ದುಕೊಂಡರು.

ಟಿಕೆಟ್ ತಗೊಂಡು ಟ್ರೈನ್ ಹತ್ತಿದ ನಂತರವೆ ಶ್ರೀಪಾದಚಾರಿಗಳು ಪಕ್ಕದ ಹಳ್ಳಿಯಲ್ಲಿ ಇಳಿಯತ್ತಾರೆಂದು ಗೊತ್ತಾಗಿದ್ದು. ಅದು ಕಮಲಾಪುರ. ಅಲ್ಲಿ ದೀಕ್ಷಿತರ ನೆಂಟರು

ಅಂದರೆ ಅಪ್ಪಯ್ಯ ದೀಕ್ಷಿತರ ಅಕ್ಕನ ಮಗಳು ಇದ್ದಳು. ಅವಳು ರುಕ್ಮಿಣಿಯ ಓರಗೆಯೇ. ಆಗಾಗ ಬಂದು ಹೋಗುವುದಿತ್ತು.

ಗೌಳಿ ಕಮಲಾಪುರದ ವಿಷಯ ತಿಳಿಸಿದ್ದಳು. ಆದರೆ ಅದು ಇಷ್ಟು ಹತ್ತಿರಲದಲ್ಲಿಯೆಂದು ತಿಳಿದಿರಲಿಲ್ಲ. ಒಮ್ಮೆ ನೋಡಿ ಬಿಡುವ ಎಂದುಕೊಂಡಳು.

"ನಂಗೂ ಕಮಲಾಪುರ ನೋಡೋ ಆಸೆ."

ಅವಳ ಮಾತಿಗೆ ಶ್ರೀಪಾದಚಾರಿಗಳು ನಕ್ಕರು. ನಂತರ ವಿಷಾದ ಇಣಕಿತು, ಅವರ ಮುಖದ ಮೇಲೆ. ಕಾಲ ಬದಲಾಗಿತ್ತು. ಹೆಣ್ಣು ಕೂಡ ಗಂಡಿನಂತೆ ಎಲ್ಲಾ ಕ್ಷೇತ್ರಗಳಲ್ಲೂ ದುಡಿಯಲು ಸಿದ್ಧತೆ ನಡೆಸಿದ್ದಳು. ಆದರೆ ಅವಳ ಮೇಲಾಗುವ ಅತ್ಯಾಚಾರಗಳು!

"ಪರಿಚಯವಿಲ್ಲದ ಊರುಗಳ್ನ ಸುತ್ತೋದು ಒಳ್ಳೆದಲ್ಲ. ನಿನ್ನ ಬಗ್ಗೆ ನಾನೇನು ಕೇಳ್ಲಿಲ್ಲ. ಇದೇ ಕಮಲಾಪುರಕ್ಕೆ ಬಂದ ರುಕ್ಮಿಣಿ ಒಬ್ಬ ಕಾಮುಕನ ಅತ್ಯಾಚಾರಕ್ಕೆ ಬಲಿಯಾಗಿ ಹೋದಳು. ಕನಸುಗಳನ್ನು ಬಾಚಿಕೊಳ್ಳುವ ವಯಸ್ಸಿನಲ್ಲಿ ಹೊಳೆಯಲ್ಲಿ ಹೆಣವಾಗಿ ತೇಲಿದ್ಲು. ಅಂಥ ಕೆಟ್ಟ ಧೈರ್ಯ ಮಾಡೋದ್ಬೇಡ" ಬುದ್ದಿ ಹೇಳಿದರು ಅಲೆಮಾರಿ ಶ್ರೀಪಾದಚಾರಿಗಳು.

"ಸಂಜೆ ರೈಲಿಗೆ ಹಿಂದಿರುಗಿ ಬಿಡಬಹುದಲ್ಲ!" ಕೇಳಿದಳು.

"ಬೇಡ, ಆರಾಮಾಗಿ ಊರಿಗೆ ಹೋಗು" ತಲೆ ಅಡ್ಡಡ್ಡ ಆಡಿಸಿ ಕಮಲಾಪುರ ಬಂದ ಕೂಡಲೇ ಇಳಿದು ಹೋದರು. ಅಲ್ಲೆ ಒಂದು ನಾಲ್ಕು ಜನ ಹತ್ತಿಕೊಂಡರು. ಸ್ವಲ್ಪ ವಾಚಾಳಿಗಳಾಗಿದ್ದರಿಂದ ಇವಳಿಗೆ ಉಪಯೋಗವೇ ಆಯಿತು.

ಸ್ವಲ್ಪ ಕೆದಕಿದಳು. ಅವರೇ ಪೂರ್ತಿ ಬಾಯಿ ಬಿಟ್ಟರು. ದೀಕ್ಷಿತರ ನೆಂಟರ ಮನೆಯ ಎದುರಿಗಿರುವ ಜಗುಲಿಯ ಮನೆಯೇ ಶಾಸ್ತ್ರಿಗಳದ್ದು. ಅವರ ಮಗ ಕಾಲೇಜು ಕಲಿಯುತ್ತಿದ್ದ. ರುಕ್ಮಿಣಿಗೂ ಪರಿಚಯವೇ. ಅವನ ಮನೆಯ ಹಿರಿಯರೆಲ್ಲ ಊರಿಗೆ ಹೋದಾಗ ಅವನ ಜೊತೆಗೂಡಿಕೊಂಡು ಕಾಲೇಜಿನಲ್ಲಿ ಕಲಿಯುತ್ತಿದ್ದ ಸಹಪಾಠಿ. ತುಂಬ ಶ್ರೀಮಂತಿಕೆಯ ವೇಷಭೂಷಣ ಧರಿಸುತ್ತಿದ್ದ ಅವನು ತೀರಾ ಶೋಕಿಲಾಲನಂತೆ ಕಂಡಿದ್ದ. ಎದುರು ಮನೆಗೆ ಬಂದಿದ್ದ ರುಕ್ಮಿಣಿಯ ಮೇಲೆ ಕಣ್ಣಿಟ್ಟ ಅವನ ಸಹಪಾಟಿ ಶಾಸ್ತ್ರಿ ತೋಟಕ್ಕೆ ಹೋಗಿದ್ದಾಗ ಒಂಟಿಯಾಗಿ ಹುಳಿಯ ಪಾತ್ರೆ ಹಿಡಿದು ಬಂದ ಅವಳ ಮೇಲೆ ಅತ್ಯಾಚಾರ ಮಾಡಿ ಹಿಂದೆಯೇ ಓಡಿ ಹೋಗಿದ್ದ, ಯಾವ ಸುಳಿವನ್ನು ಬಿಡದೇ.

ವಿಷಯ ತಿಳಿದು ಅವನನ್ನು ಬೆನ್ನಟ್ಟಿ ಮೋಟಾರ್ ಸೈಕಲ್‌ನಲ್ಲಿ ಹೋದವನು ಅಪಘಾತದಲ್ಲಿ ತೀರಿಕೊಂಡು ಇಡೀ ಪ್ರಕರಣವನ್ನು ಮುಚ್ಚಿ ಹಾಕಿದ್ದ.

ನೆನಪುಗಳು ಬಾಚಿಕೊಂಡಂತೆ ಅವಳೆದೆಯಲ್ಲಿ ಬೆಂಕಿ, ಯಾರು ಅವನು? ತನ್ನ ಕೈಗೆ ಸಿಕ್ಕರೇ, ಸುಟ್ಟು ಬಿಡಬೇಕು. ತನ್ನ ತಾಯಿಗೆ ಆದ ಅನ್ಯಾಯಕ್ಕೆ ಪ್ರತೀಕಾರ ತೀರಿಸಿಕೊಳ್ಳಬೇಕು. ಚಾಕು ಹಾಕಬಹುದು. ಸುಟ್ಟು ಬಿಡಬೇಕು. ಅವನ ಸಾವಿನೊಂದಿಗೆ

ಎಲ್ಲಾ ಪರಿಸಮಾಪ್ತಿಯಾಗಿ ಬಿಡಬಹುದಾ? ಇಲ್ಲ ಜೀವನದ ಕತೆಗೆ ಇನ್ನೊಂದು ಮಗ್ಗುಲಿನ ದರ್ಶನ. ಹೇಗೋ ಸಾಗಿ ಹೋಗುತ್ತಿದ್ದ ನಾವೇ ಡಿಕ್ಕಿ ಹೊಡೆಯುವುದು ಹಿಮಬಂಡೆಗೆ. ಅಲ್ಲಿ ತಾನು, ತನ್ನ ತಾಯಿ ಮುಳುಗಿದರೇ, ನಮ್ಮಗಳ ಜೀವನದ ಕತೆಗೆ ಮುಕ್ತಾಯ. ಅಂದಿನ ಯುವಕನಿಗೆ ಇದು ಮಧ್ಯ ವಯಸ್ಸು, ಅಂದರೇ ನಲವತ್ತರ ಒಳಗೆ ಅಥವಾ ಅದಕ್ಕಿಂತ ಸ್ವಲ್ಪ ಜಾಸ್ತಿ ಇರಬಹುದೇನೋ. ಹತ್ತೊಂಬತ್ತು ವರ್ಷಗಳ ನಂತರ ಹೇಗೆ ಗುರ್ತಿಸುವುದು?

ತಲೆ ಕೆಡಿಸಿಕೊಂಡು ಸಾಕಾದಳು. ಅವಳಲ್ಲಿ ಇನ್ನು ಒಂದು ಕನ್‌ಫ್ಯೂಷನ್ ಇತ್ತು. ಇವಳ ತಾಯಿಯ ಹೆಸರು ಅರುಂಧತಿ. ಅತ್ಯಾಚಾರಕ್ಕೆ ಒಳಗಾದ ರುಕ್ಮಿಣಿ ಹೊಳೆಯಲ್ಲಿ ಹೆಣವಾಗಿದ್ದಳು. ಇದಕ್ಕೆ ತನ್ನ ತಾಯಿಯಿಂದ ಉತ್ತರ ಸಿಗಬಹುದೇ.

"ಎಂದೂ, ಆ ಬಗ್ಗೆ ನಿನ್ನ ತಾಯಿನ ಪ್ರಶ್ನಿಸ್ಬೇಡ. ಈಗ ಅನುಭವಿಸಿರುವ ಶಿಕ್ಷೆ ಸಾಕು. ಮುಂದೆ ಚೆನ್ನಾಗಿ ನೋಡ್ಕೋ. ನಿನ್ನ ಹೆತ್ತದ್ದಕ್ಕಾಗಿ ಪಶ್ಚಾತಾಪ ಪಡುವುದು ಬೇಡ" ಈ ಮಾತುಗಳನ್ನು ಗ್ರೀಷ್ಮಾ ಹೇಳಿದ್ದರು.

ಕೋಟೆ ಜಾವಗಲ್‌ಗೆ ಒಯ್ದು ಬ್ಯಾಗನ್ನೆಲ್ಲ ತಡಕಿದಳು. ಅವಳು ಸಂಗ್ರಹಿಸಿದ ಫೋಟೋ ದಾಖಲೆಗಳನ್ನೆಲ್ಲ ಹಾಳುಗೆಡವಿದ್ದರು ದೇಶ್‌ಮುಖ್. ಅಂದು ಸಮಸ್ತವನ್ನು ಕಳೆದುಕೊಂಡಂತೆ ದುಃಖಿಸಿದ್ದಳು. ಎಲ್ಲಾ ಮರೆತು ಇಷ್ಟೇ ತನ್ನ ಬದುಕು ಎಂದು ತಿಳಿದಿರುವ ಅಮ್ಮನ ಮುಂದೆ ನೇಪಥ್ಯದಲ್ಲಿರುವವರನ್ನೆಲ್ಲ ಎಳೆದು ತಂದು ನಿಲ್ಲಿಸಿ ಮತ್ತಷ್ಟು ಕ್ಷೋಭೆಗೆ ಒಳಪಡಿಸುವುದು ಬೇಡವೆನಿಸಿದ ಮೇಲೆ ಅವಳ ಮನಸ್ಸು ನಿರಾಳವಾಯಿತು.

ಬೇಸರದಿಂದ ಎದ್ದು ಅಡಿಗೆ ಮನೆಗೆ ಬಂದ ಉಷಾ ಕಾಫಿ ಮಾಡಿಕೊಂಡು ಬಂದು ಕೂತವಳು, ಹಳೇ ನೋಟು ಪುಸ್ತಕದಲ್ಲಿ ಒಂದೊಂದೇ ಪುಟ ತಿರುವ ತೊಡಗಿದಳು. ಕೆಲವು ಕಡೆ ದೇವರನಾಮಗಳು ಮಾತ್ರ ಇದ್ದವು. ಅದು ಬಿಟ್ಟರೆ ದೀಕ್ಷಿತರ ಮನೆಯ ವಿಳಾಸ ಮಾತ್ರ ಕಾಣಬಹುದಿತ್ತು. ಎಷ್ಟು ಹುಡುಕಾಡಿದರೂ ರುಕ್ಮಿಣಿಯೆನ್ನುವ ಹೆಸರಾಗಲೀ ಅರುಂಧತಿಯೆನ್ನುವ ಹೆಸರನ್ನಾಗಲಿ ಕಾಣಲಿಲ್ಲ.

ಕಾಲೇಜಿಗೆ ಸಂಬಂಧಿಸಿದ ಪುಸ್ತಕಗಳನ್ನು ಹಿಡಿದು ಕೂತಳು. ಆಮೇಲೆ ಎಲ್ಲವನ್ನು ಎಸೆದಾಡುವ ವೇಳೆಗೆ ಫೋನ್ ಶಬ್ದ ಮಾಡಿತು.

"ಹಲೋ, ಉಷಾನ.... ಸಾರಿ ಕಣೋ. ಡಾಕ್ಟ್ರು ಒಂದು ಪೇಷಂಟ್ ಉಸ್ತುವಾರಿಯನ್ನು ನಂಗೆ ವಹಿಸಿದ್ದಾರೆ. ರಾತ್ರಿನು ಆಗುತ್ತೋ ಇಲ್ವೋ. ವನಮಾಲ ಆಂಟೀ ಫ್ಲಾಟ್‌ನಲ್ಲೆ ಹೋಗಿ ಮಲ್ಗು" ಅವಳಮ್ಮನ ದನಿ. ಉಷಾಳ ಮೈಯಲ್ಲಿ ಬೆಂಕಿ ಹರಿದಾಡಿದಂತಾಯಿತು. ಪರಿಸ್ಥಿತಿಯನ್ನು ಅರ್ಥ ಮಾಡಿಕೊಳ್ಳುವುದು ಕಷ್ಟವೇ. "ಆಯ್ತು, ರಾತ್ರಿ ನಾನೇ ಊಟ ತಗಂಡ್ ಬರ್ತೀನಿ"

"ಏಯ್ ಬೇಡ ಕಣೆ! ನಂಗೆ ಮನೆಗೂ, ಈ ನರ್ಸಿಂಗ್ ಹೋಂಗೂ ಏನು

ವ್ಯತ್ಯಾಸವಿಲ್ಲ. ಇಲ್ಲೆ ಏನಾದ್ರೂ ತಿಂದ್ಕೋತಿನಿ. ನೀನು ಖಂಡಿತ ಬರಲೇ ಬೇಡ. ಫ್ಲಾಟ್ ಬಾಗ್ಲು ಭದ್ರವಾಗಿ ಹಾಕ್ಕೋ" ಇನ್ನಷ್ಟು ಎಚ್ಚರಿಕೆಯ ನುಡಿಗಳು. ಉಷಾಳ ಕಣ್ಣು ರೆಪ್ಪೆಗಳು ಅಚಲವಾದವು. ಮಾತೇ ಹೊರಡಲಿಲ್ಲ. ಬೆಲೆ ಕಟ್ಟದ ಕೊಹಿನೂರ್‌ನಂತೆ ಅವಳನ್ನು ಭದ್ರಪಡಿಸಿ ಸಲುವಿದ ತಾಯ್ತನಕ್ಕೆ ಜಗತ್ತಿನಲ್ಲಿ ಯಾವುದೂ ಸಾಟಿ ಇಲ್ಲವೆನಿಸಿತು. "ಉಷಾ... ಉಷಾ... ಯಾಕೆ ಮಾತಾಡ್ತಾ ಇಲ್ಲ" ಅಮ್ಮನ ಅಮೃತ ಕರೆ.

"ಸುಮ್ನೇ ಬೇಜಾರಾಯ್ತು! ನಂಗೆ ಕೆಲ್ಸ ಸಿಕ್ಕಿದ ಕೂಡ್ಲೇ ನೀನ್ಕೆಲ್ಸಕ್ಕೆ ರಾಜಿನಾಮೆ ಕೊಟ್ಟು ಮೂರ್‍ಹೊತ್ತು ನನ್ಜೊತೆಯಲ್ಲೆ ಇರ್ಬೇಕು" ಗೊಗರೆದಳು.

"ನಾನು ಮನೆಯಲ್ಲಿ ಇರ್ತೀನಿ. ನೀನು ಹೊರ್ಗಡೆ ಹೋಗ್ತೀಯಾ ಅಷ್ಟೆ. ಫೋನ್ ಇಡ್ತೀನಿ. ರಾತ್ರಿ ಊಟ ಮಾಡೋದು ಮರೀಬೇಡ" ಮತ್ತೊಮ್ಮೆ ಹೇಳಿ ಫೋನಿಟ್ಟ ಸದ್ದು.

ಆಘಾತಕ್ಕೆ ಗುರಿಯಾಗಿದ್ದ ಅರುಂಧತಿ ತನ್ನ ಮಗಳ ರಕ್ಷಣೆಯಲ್ಲಿ ಎಷ್ಟು ಕೇರ್ ಫುಲ್ ಆಗಿದ್ದಳೆಂದರೆ ಕಾಲೇಜಿನ ಸಹಪಾಠಿಗಳೆಲ್ಲ ಟೈಟಾನಿಕ್ ಚಲನಚಿತ್ರದ ಬಗ್ಗೆ ಹೇಳಿದಾಗ, ಇವಳನ್ನು ಕಳುಹಿಸಲು ಒಪ್ಪದ ಅರುಂಧತಿ ಅಪರೂಪಕ್ಕೆ ಮಗಳೊಂದಿಗೆ ಥಿಯೇಟರ್‌ಗೆ ಹೋಗಿದ್ದಳು.

300 ಮಿಲಿಯನ್ ಡಾಲರ್‌ಗೂ ಹೆಚ್ಚಿಗೆ ಖರ್ಚು ಮಾಡಿ ತೆಗೆದ ಟೈಟಾನಿಕ್ ಒಂದು ದುರಂತ ಕತೆ. ಪ್ರೀತಿ, ಪ್ರೇಮ, ಅಡ್ವೆಂಚರ್ ಜೊತೆಗೆ ಅನುಪಮವಾದ ಸಂದೇಶದ ತೊರೆಯು ಅದರಲ್ಲಿ ಹರಿಯುತ್ತದೆ. ಟೈಟಾನಿಕ್ ಒಂದು ದೊಡ್ಡ ಹಡಗು. 1912ರ ಸುಮಾರಿಗೆ ಬ್ರಿಟನ್‌ನಿಂದ ಅಮೇರಿಕಾದತ್ತ ಹೊರಟ ಹಡಗು ಎರಡು ದಿನದ ನಂತರ ಬೃಹತ್ ಗಾತ್ರದ ಹಿಮಬಂಡೆ ಹಡಗಿನ ಒಂದು ತುದಿ ಸವರಿ ಬಿರುಕು ಉಂಟಾಗುತ್ತದೆ. ಅದರಲ್ಲಿ ಪ್ರಯಾಣಿಸುತ್ತಿದ್ದ ಸಾವಿರಾರು ಜನರು ಜಲ ಸಮಾಧಿ. ಇಂಥ ಒಂದು ಘಟನೆ ಚಿತ್ರಕಾವ್ಯವಾದ ಚಲನಚಿತ್ರ.

ಕಗ್ಗತ್ತಲ ರಾತ್ರಿಯಲ್ಲಿ ಟೈಟಾನಿಕ್ ಹಡಗು ಒಡೆದು ಇಂಚು ಇಂಚಾಗಿ ಸಾಗರದ ಒಡಲನ್ನು ಪ್ರವೇಶಿಸುತ್ತದೆ. ಪ್ರೇಮ, ಪ್ರಣಯ ತೆರೆಯ ಮೇಲಿನ ದೃಶ್ಯದಲ್ಲಿ ಒಂದಾಗಿ ಪ್ರೇಕ್ಷಕರು ಉಸಿರುಗಟ್ಟಿ ಕೂತಿರುವಾಗ ಅರುಂಧತಿ ಮಗಳ ಕೈಯನ್ನು ಭದ್ರವಾಗಿ ಹಿಡಿದಳು. ಬೆವೆತ ಅಂಗೈ ನಡುಗುತ್ತಿತ್ತು.

"ಉಷಾ, ಹೋಗೋಣ" ಎಂದರು ಅರುಂಧತಿ.

ಮಗಳೊಂದಿಗೆ ಹೊರ ಬಂದ ಮೇಲೆ ಸರಾಗವಾಗಿ ಉಸಿರಾಡಿದ್ದು. ಅಂದು ಶಾಸ್ತ್ರಿಗಳ ಮಗನಿಗೆ ಸಾರು, ಹುಳಿ ಕೊಡಲು ಹೋದಾಗ ಹಿಂಬದಿಯಿಂದ ಬಂದು ಬಳಸಿದ ವೇಗಕ್ಕೆ ಅರೆ ಪ್ರಜ್ಞಾವಸ್ಥೆಗೆ ಜಾರಿದ ಕ್ಷಣಗಳು. ಅವಳ ಕೋಮಲ ದೇಹದ ಮೇಲೆ ನಡೆದ ಆಕ್ರಮಣಕ್ಕೆ ಝರ್ಜರಿತಳಾಗಿದ್ದಳು. ಅಂದಿನ ಆಘಾತದಿಂದ

ಚೇತರಿಸಿಕೊಳ್ಳಬೇಕಾದರೇ ತಿಂಗಳಾನುಗಟ್ಟಲೇ ಬೇಕಾಗಿತ್ತು.

ತಣ್ಣನೆಯ ನೀರಿಡಿದು ಬಂದ ಉಷಾ "ಸ್ವಲ್ಪ ಕುಡಿಯಮ್ಮ, ಮತ್ತೆ ಒಳ್ಗೆ ಹೋಗೋದ್ಬೇಡ. ಮನೆಗೆ ಹೋಗೋಣ" ಎಂದು ಕರೆ ತಂದಿದ್ದಳು.

ಬಿಳುಚಿಕೊಂಡ ಅರುಂಧತಿಯ ಮುಖದ ಬಣ್ಣ ಮಾಮೂಲಿಗೆ ಬರಲು ಒಂದೆರಡು ದಿನಗಳೇ ಬೇಕಾಯಿತು.

* * *

ಉಷಾಗೆ ಪರೀಕ್ಷೆ ಮುಗಿದಿತ್ತು. ರಜ ಬಂದಾಗಲೆಲ್ಲ ನೆಂಟರುಗಳ ಮನೆಗೆ ಹಾರುವ ಸಹಪಾಠಿಗಳನ್ನು ಕಂಡಾಗ ಮಂಕಾಗುತ್ತಿದ್ದಳು. ಪುಟ್ಟವಳಿದ್ದಾಗ ತಾಯಿಯಲ್ಲಿ ಹಟ ಮಾಡುತ್ತಿದ್ದಳು "ನನ್ನು ಅಜ್ಜಿ ಮನೆಗೆ ಕಳ್ಸು, ಮಾವನ ಮನೆಗೆ ಕಳ್ಸು" ಕೆಲವೊಮ್ಮೆ ಈ ಹಟಕ್ಕಾಗಿ ಪೆಟ್ಟು ತಿಂದಿದ್ದಳು. ಈಗ ಅವಳಿಗೆ ಪೂರ್ಣವಾಗಿ ಅರ್ಥವಾಗಿದ್ದರು. ತಾಯಿಯ ಕಡೆಯ ತಂದೆಯ ಸ್ಥಾನ ತಗೊಂಡ ವ್ಯಕ್ತಿ ಬಂಧುಗಳು ರಕ್ತ ಸಂಬಂಧಿಗಳು ಇರಬಹುದು. ಅವರ ಪಾಲಿಗೆ ಇವರುಗಳು ಇಲ್ಲ. ಇವರುಗಳ ಪಾಲಿಗೆ ಅವರು ಇಲ್ಲ. ಇದು ಅತ್ಯಂತ ಸೂಕ್ಷ್ಮವಾದ ವಿಷಯ.

ಈಗ ಪೂರ್ತಿ ಮನೆಯ ಛಾರ್ಜ್ ವಹಿಸಿಕೊಂಡ ಉಷಾ ತಾಯಿಯನ್ನು ಒಂದು ಕೆಲಸಕ್ಕೂ ಬಿಡುತ್ತಿರಲಿಲ್ಲ. ಪ್ರತಿಯೊಂದು ಕೆಲಸವನ್ನು ತಾನೆ ಮಾಡುತ್ತಿದ್ದಳು. ಜೊತೆಗೆ ಇಲ್ಲಿಂದಲೇ ವನಮಾಲಗೆ ತಿಂಡಿ ಊಟವನ್ನು ಒಯ್ದು ಕೊಡುತ್ತಿದ್ದರು.

ಅಂದು ಕ್ಯಾರಿಯರ್ ಒಯ್ದಾಗ ಹಿಂದೆ ಕಂಡಿದ್ದ ವ್ಯಕ್ತಿ ಬಂದು ಕೂತಿದ್ದನ್ನು ನೋಡಿ ಹಿಂದೆಗೆದು ಬಾಗಿಲ ಬಳಿಯಲ್ಲೆ ನಿಂತಳು. ಸ್ವಲ್ಪ ಸೀರಿಯಸ್ಸಾಗಿ ಕಂಡ ವನಮಾಲ ಬರುವಂತೆ ಸೂಚಿಸಿದರು.

"ಉಷಾ, ಅಡಿಗೆ ಮನೆಯಲ್ಲಿ ಎಲ್ಲಾ ಅರ್ಥಂಬರ್ಥವಾಗಿದೆ, ಸ್ವಲ್ಪ ನೋಡು. ಇವ್ರನ್ನ ಕಳ್ಸಿ ಬೇಗ್ಬರ್ತೀನಿ. ಊಟ ಮಾಡೋಣ" ಎಂದರು.

ಒಮ್ಮೆ ಉಷಾ ಆ ವ್ಯಕ್ತಿಯತ್ತ ನೋಟ ಹರಿಸಿ ಮನದಟ್ಟು ಮಾಡಿಕೊಂಡಳು. ಕಾಲೇಜು ಡೇ ಸೆಲೆಬ್ರೇಷನ್ ಚೀಫ್ ಗೆಸ್ಟ್ ಆಗಿ ಬಂದ ಪ್ರೋಫೆಸರ್ ಮಿತ್ರವಿಂದ ಇವರೇ ಎಂದುಕೊಂಡಳು.

"ಯಾರು ಈ ಹುಡ್ಗಿ?" ಮಿತ್ರವಿಂದ ಕೇಳಿದರು.

"ನನ್ನ ಸ್ಟೂಡೆಂಟ್, ಇದೇ ಬಿಲ್ಡಿಂಗ್‌ನಲ್ಲಿದ್ದಾಳೆ. ಬರಿ ಹತ್ತು ನಿಮಿಷದಿಂದ ಸುಮ್ನೇ ಕೂತಿದ್ದೀರಾ! ಬಂದಿದ್ದೇನು? ನಾನು ಮರ್ತ್ತೀದ್ದೀನಿ. ಬರೀ ಸೌಜನ್ಯಕ್ಕಾಗಿ ಮಾತುಕತೆ. ಅದ್ಕೆ ಕನಸುಗಳ್ನ ಕಟ್ಟೋದ್ಬೇಡ." ಸ್ವಲ್ಪ ಕಟುವಾಗಿಯೇ ಹೇಳಿದ್ದು.

"ನೀನು ಈಗ್ಲೂ ತುಂಬ.... ತುಂಬ.... ಪ್ರೆಟಿಯಾಗಿ ಕಾಣ್ತೀಯಾ?"

ಮಿತ್ರ ಮಾತಿಗೆ ವನಮಾಲ ಮುಖ ಬಿಗಿದುಕೊಂಡಿತು. ಇಂಥ ಮಾತುಗಳಿಗೆ

ಬೆರಗಾಗುವ ವಯಸ್ಸಲ್ಲ. ಅಂಥ ಮನಸ್ಸು ಇಲ್ಲ. ಇಂಥ ವ್ಯಕ್ತಿಯನ್ನು ಪತಿಯಾಗಿ ಸ್ವೀಕರಿಸಿ ದಾಂಪತ್ಯ ಜೀವನ ಸಾಗಿಸಿದ್ದಕ್ಕೆ ಇಂದಿಗೂ ಪಶ್ಚಾತಾಪ ಪಡುತ್ತಿದ್ದರು.

"ನಿನ್ನ ಮೈ ಮಾಟ ಹದಿನಾರು ವರ್ಷದ ಹುಡ್ಗಿಯರಿಗೂ ಇಲ್ಲ" ಎಂದ ಕೂಡಲೇ ಸಿಡಿದು ಬಿದ್ದರು ವನಮಾಲ "ಷಟಪ್ ಅಂಡ್ ಗೇಟ್ ಲಾಸ್ಟ್. ಇನ್ನೊಂದು ಮಾತು ನಂಗಿಷ್ಟವಿಲ್ಲ" ಬಾಗಿಲ ಕಡೆ ಕೈ ತೋರಿದರು. ಕೋಪದಿಂದ ಮೂಗಿನ ಹೊಳ್ಳೆಗಳು ಅದರುತ್ತಿದ್ದವು.

ಕಿಚನ್ ಬಾಗಿಲಿಗೆ ಒರಗಿ ನಿಂತ ಉಷಾ ಹೊರಗಿನ ದೃಶ್ಯವನ್ನು ವೀಕ್ಷಿಸುತ್ತಿದ್ದುದು ಗಾಬರಿಯಿಂದ. ಅವರಿಬ್ಬರ ನಡುವೆ ಇಂಥದ್ದೇ ಸಂಬಂಧವಿರಬಹುದೆಂದು ಕೊಂಡಿದ್ದರೂ ಡೆಫಿನೆಟ್ಟಾಗಿರಲಿಲ್ಲ.

ಇಂದು ಮಿತ್ರ ಬಹಳ ಕೋಪದಿಂದ ತತ್ತರಿಸುತ್ತಿದ್ದರು. ಅಂತರಂಗದಲ್ಲಿ ವಿಪರೀತವಾದ ಹೊಯ್ದಾಟ, ಅರ್ಥವಾಗದ ಸೆಳೆತ ವನಮಾಲಳಲ್ಲಿ. ಅವಳಿಗಾಗಿ ತನ್ನ ಈಗಿನ ಹೆಂಡತಿ ಮಕ್ಕಳನ್ನು ಬಿಟ್ಟು ಬಿಡಬಲ್ಲೆನೆಂದು ಅವಸರದಲ್ಲಿ ತೀರ್ಮಾನಿಸುತ್ತಿದ್ದರು. ಅದಕ್ಕೆ ಯಾವ ಆಧಾರವು ಇರಲಿಲ್ಲ.

ನಿಧಾನವಾಗಿ ಮಿತ್ರ ಎದ್ದಾಗ ಕೈ ಜೋಡಿಸಿದ ವನಮಾಲ "ಇನ್ಮೇಲೆ ಇಲ್ಲಿಗೆ ಬರ್ಬೇಡಿ. ಸಮಾಜದ ಎದುರೇನು ಮಾನಸಿಕವಾಗಿ ಕೂಡ ನಮ್ಮಿಬ್ರ ನಡ್ವೇ ಯಾವ್ದೇ ಸಂಬಂಧವಿಲ್ಲ. ಇದ್ನ ಚೆನ್ನಾಗಿ ಅರ್ಥ ಮಾಡ್ಕೊಳ್ಳಿ" ಎಂದು ಉಸುರಿದರು. ಇಂದು ತೀರಾ ಬೇಸರಗೊಂಡಿದ್ದರು ಮಿತ್ರ ಬಗ್ಗೆ.

ತಲೆ ತಗ್ಗಿಸಿದ ವ್ಯಕ್ತಿ ನಿಧಾನವಾಗಿ ತಲೆಯೆತ್ತಿ ಕನ್ನಡಕ ತೆಗೆದು ಕಣ್ಣೊರೆಸಿಕೊಂಡು "ಬರ್ತೀನಿ, ಆದ್ರೆ ನಾನು ಇನ್ನು ಇಲ್ಲಿಗೆ ಬರೋಲ್ಲ. ನೀನೇ ನನ್ನ ಹುಡ್ಕಿಕೊಂಡು ಬರ್ತೀಯಾ" ಅಂದು ಹೊರಟ ಬಿಟ್ಟರು.

ಆಕೆಯ ಹೃದಯಾಂತರಾಳದಲ್ಲಿ ಎದ್ದದ್ದು ಉರುಳುವ ಭಾವ ತರಂಗಗಳ ಮಿಡಿತ ಹಂತ ಹಂತವಾಗಿ ಕಡಿಮೆಯಾಗಿ ಕೊನೆಗೆ ನಿಂತಿತು. ದಾಂಪತ್ಯದ ಪ್ರಣಯಾವೇಶ ಮೊದಲ ಹೆಜ್ಜೆಯಲ್ಲಿಯೇ ಮುಗಿದು ಹೋಗಿತ್ತು.

ಹತ್ತು ನಿಮಿಷಗಳ ತರುವಾಯ ಉಷಾ ಬಂದು ಅವರ ಮುಂದೆ ನಿಂತು "ನೀವು ಊಟ ಮಾಡ್ಬಿಡಿ. ನಾನು ಹೋಗ್ತೀನಿ" ಎಂದಳು.

ವನಮಾಲ ಕೈ ಹಿಡಿದು ಕೂಡಿಸಿಕೊಂಡವರು ಅವಳ ಕೈಯನ್ನು ಹಿಡಿದು ತಮ್ಮ ಎದೆಯ ಮೇಲಿಟ್ಟುಕೊಂಡು "ಇಲ್ಲೇ ಇರು. ಆಮೇಲೆ ಇಬ್ರು ಊಟ ಮಾಡೋಣ. ಈಗ ಬಂದಿದ್ದ ವ್ಯಕ್ತಿ ಪ್ರೊಫೆಸರ್ ಮಿತ್ರವಿಂದ ನನ್ನ ಮಾಜಿ ಪತಿ. ಕಾನೂನು ಪ್ರಕಾರ ನಮ್ಮ ವಿವಾಹ ರದ್ದಾಗಿದೆ. ನಂತರ ವಿವಾಹವಾದ ಅವ್ರಿಗೆ ಮೂರು ಜನ ಹೆಣ್ಣು ಮಕ್ಕಳು ಇದ್ದಾರೆ. ನಂಗೆ ಕಾಲಾವಕಾಶ ನೀಡದೆ ಮನೆಯಿಂದ ಹೊರದಬ್ಬಿದ ವ್ಯಕ್ತಿ ಇಂದು ಸ್ನೇಹಯಾಚಿಸಿ ಬಂದಿದ್ದಾನೆ. ಕಾನೂನು ಈ ವಿವಾಹವನ್ನು ರದ್ದು ಮಾಡಿದ

ಮಾತ್ರಕ್ಕೆ ಎಲ್ಲ ಮುಗಿಯಲಿಲ್ಲ ಅನ್ನೋ ಸತ್ಯ ನಂಗೆ ಮನದಟ್ಟು ಮಾಡಿಕೊಡೋಕೆ ಬಂದಿದ್ದಾರೆ. ಈಡಿಯಟ್....." ಎಗರಿಬಿದ್ದರು. ಉಷಾ ಅಲ್ಲಾಡದೆ ಗೊಂಬೆಯಂತೆ ನಿಂತಳು. ಆತ್ಮವಿಶ್ವಾಸದಿಂದ ನಗು ನಗುತ್ತಾ ಜೀವನ ಸ್ವೀಕರಿಸಿದ್ದ ವನಮಾಲ ಬದುಕಿನ ಹಿಂದೆ ಇಂಥ ದುರಂತವಿದೆಯೆಂದು ಭಾವಿಸಿರಲಿಲ್ಲ.

ಎಷ್ಟೋ ಹೇಳಿಕೊಂಡರು ಆಕೆ ಮನಬಿಚ್ಚಿ. ಆಗ ಅವಳ ವಯಸ್ಸು, ಅಪಕ್ವ ಮನಸ್ಸು, ದಾಂಪತ್ಯ ಅನುಭವವಿಲ್ಲದನ್ನು ಮರೆತು ವ್ಯಾಖ್ಯಾನಿಸಿದರು. ಬರಿ ಕೇಳಿದಳು ಉಷಾ.

"ಆಂಟೀ, ಇನ್ನು ಊಟ ಮಾಡೋಣ. ಕೆಲವು ನೆನಪುಗಳು ಮಾತುಗಳಿಂದ ಬರೀ ನೋವೇ. ಅದನ್ನು ಅನುಭವಿಸುವ ಗ್ರಹಚಾರ ನಿಮಗ್ಯಾಕೆ?"

ಉಷಾಳ ಹಾಸ್ಯ ಉಲ್ಲಾಸ ಭರಿತ ಮಾತುಗಳಿಂದ ವನಮಾಲ ಆರಾಮಾಗಿಯೇ ಊಟ ಮಾಡಿದವರು ಮಧ್ಯದಲ್ಲಿ "ಭವಿಷ್ಯದ ಬಗ್ಗೆ ಏನು ಯೋಜನೆ ಹಾಕಿಕೊಂಡರು ಅದು ಪರಿಪೂರ್ಣವಾಗದು. ಏಕೆಂದರೆ ಒಂದು ಅನಿರೀಕ್ಷಿತ ತಿರುವು ಇದ್ದೆ ಇರುತ್ತೆ. ಅದು ನಾವು ಯೋಚಿಸಿದಂತೆ ಯಾವ ಯೋಜನೆಯು ಆಗದಂತೆ ತಡೆಯುತ್ತೆ– ಇದೇ ಬದುಕಿನ ದೈವ ವಿಧಿತ ಲೆಕ್ಕಚಾರ" ಹೇಳಿ ಎದ್ದು ಹೋಗಿ ಕೈ ತೊಳೆದು ಬಂದರು.

ಅಷ್ಟರಲ್ಲಿ ಫೋನ್ ಸದ್ದು ಮಾಡಿತು. ವನಮಾಲಗೆ ಈಗ ಯಾರೊಂದಿಗೂ ಮಾತು ಬೇಕಿರಲಿಲ್ಲ. ತಾವೇ ಡಿಸ್‌ಕನೆಕ್ಟ್ ಮಾಡಿ ಬೆಡ್ ರೂಂನಲ್ಲಿ ಹೋಗಿ ಮಲಗಿದರು.

ಉಷಾ ಹೋಗಿ ಅವರ ಪಕ್ಕದಲ್ಲಿ ಕೂತಳು.

"ಆಂಟೀ, ಯಾವುದಾದ್ರೂ ಇಂಪಾರ್ಟೆಂಟ್ ಫೋನ್ ಏನೋ!" ಹೇಳಿದಾಗ ನಿರ್ಲಕ್ಷದಿಂದ "ಗೋ ಟು ಹೆಲ್, ಸುಮ್ನೇ ಮೈಂಡ್‌ನ ಡಿಸ್ಟರ್ಬ್ ಮಾಡುತ್ತೆ" ಎಂದವರು ಮನಸ್ಸು ಬದಲಾಯಿಸಿ ಕನೆಕ್ಟ್ ಮಾಡೂಂದರು. ಐದೇ ನಿಮಿಷದಲ್ಲಿ ರಿಂಗ್ ಆಗತೊಡಗಿತು. ತಾನೇ ಎತ್ತಿ "ಹಲೋ" ಎಂದಳು.

"ವನಮಾಲನಾ" ಹೆಣ್ಣಿನ ಸ್ವರ.

ಉಷಾ ಫೋನನ್ನು ವನಮಾಲ ಕೈಗೆ ಕೊಟ್ಟು ರೂಮಿನಿಂದ ಹೊರ ಹೋದವಳು ಬಾಲ್ಕನಿಯಲ್ಲಿ ನಿಂತಳು. ಇಲ್ಲೊಂದು ಸ್ವಂತ ಫ್ಲಾಟ್ ಕೊಳ್ಳಲು ಎಲ್ಲಾ ರೀತಿಯಲ್ಲು ಸಹಾಯ ಮಾಡಿದವರು ವನಮಾಲನೇ. ತಮ್ಮ ಫ್ಲಾಟ್ ಹೆಚ್ಚೂಂತ ಅನ್ನಿಸಿದ ಆಸನಗಳನ್ನು ತಂದು ಇವರ ಫ್ಲಾಟ್‌ಗೆ ಹಾಕಿ ಸಿಂಗರಿಸಿದ್ದರು. "ಇವೆಲ್ಲ ಇಲ್ಲೆ ಇದ್ಕೊಳ್ಳಿ. ಅನಾವಶ್ಯಕವಾಗಿ ಅದೂ ಇದೂ ಕೊಂಡು ತಂದು ಹಣ ಖರ್ಚು ಮಾಡ್ಬೇಡ. ಅದ್ರ ಅಗತ್ಯ ನಿಂಗೆ ತುಂಬ ಇದೆ" ಬುದ್ಧಿಯ ಮಾತನ್ನು ಹೇಳಿದ್ದರು ಅರುಂಧತಿಗೆ.

ಫೋನ್ ಮಾಡಿದ್ದು ವನಮಾಲ ಮಾಜಿ ಅತ್ತೆ. ಮಿತ್ರ ತಾಯಿ ಮೀನಾಕ್ಷಿ "ಮಿತ್ರ ಅಲ್ಲಿಂದ ಬಂದವನೇ ಮಂಕಾಗಿ ಮಲ್ಗಿಬಿಟ್ಟ. ಅಲ್ಲೇನಾದ್ರೂ ಜಗ್ಳ ಆಯ್ತ? ಹಿಂದೆ ನಡೆದಿದ್ದು ದೈವ ನಿಯಮಿತ. ಹಾಗೆಂದು ಸಪ್ತಪದಿ ತುಳಿದ ಜೋಡಿ ಸಂಬಂಧ ಮುರ್ದು ಹಾಕಿಕೊಳ್ಳೋಕೆ ಸಾಧ್ಯನೇ? ಇನ್ಮೇಲೆ ಬಂದು ಹೋಗಿ ಮಾಡು. ಮಿತ್ರ ಸಂತಾನ ನಿಂಗೂ ಮಕ್ಳೇ ಅಲ್ವಾ? ಅವರಲ್ಲೆ ತಾಯ್ತನ ಕಾಣು. ಮಿತ್ರ ಕೂಡ ಆಗಾಗ್ಬಂದ್ ಅಲ್ಲಿ ಉಳ್ಕೋತಾನೆ" ನಯವಾದ ದನಿಯಲ್ಲಿ ಬಿಕ್ಷೆ ಎತ್ತಿದ್ದರು.

"ನೀವ್ಯಾರು?" ಮುಖ ಗಂಟಿಕ್ಕಿ ಕೇಳಿದರು.

"ಏನು ಹಾಗಂದರೇ ಅರ್ಥ? ನಾನು ಮಿತ್ರ ಅಮ್ಮ, ನಿನ್ನ ಅತ್ತೆ ಕಣೇ. ಇಷ್ಟು ಬೇಗ ಮರೆತಂತೆ ಮಾತಾಡ್ತೀಯಲ್ಲ. ಭಾನುವಾರ ಇಲ್ಲಿಗೆ ಊಟಕ್ಕೆ ಬಾ" ಅಧಿಕಾರದ ದನಿಯಲ್ಲಿ ಉಸುರಿದರು. ಅಂದು ದಿಕ್ಕು ತೋಚದೇ ಕಣ್ಣೀರು ತುಂಬಿ ಆ ತಾಯಿಯ ಮುಂದೆ ನಿಂತಾಗ ನಿರ್ದಾಕ್ಷಿಣ್ಯವಾಗಿ "ಆ ಹೆಣ್ಣು ಸರ್ಯಾಗಿ ಹೊಂದ್ಕೋ ಬೇಕಾದರೆ ನೀನು ಇಲ್ಲಿ ಇರೋದು ಸರಿಯಲ್ಲ" ಎಂದಿದ್ದರು. ಇಂದಿನ ಬದಲಾವಣೆಗೆ ಕಾರಣವೇನು?

"ಮಾತಾಡೇ ವನಮಾಲ" ಆ ಕಡೆಯಿಂದ ಸ್ವರ ಕೇಳಿಸಿತು.

"ಯಾರ್ರಿ, ನೀವು? ಯಾವ ಮಿತ್ರ ..... ಸ್ಟುಪಿಡ್. ರಾಂಗ್ ಕಾಲ್‌ಗಳಿಗೆ ಫೋನ್ ಮಾಡಿ ಬಡಬಡಿಸ್ಬೇಡಿ" ಗದರಿ ಫೋನಿಟ್ಟಳು. ಆ ಹೆಣ್ಣಿನ ಮುಖದ ಬೆವರಿನ ಹನಿಗಳು ಅವರ ಇಡೀ ಮನೆಯನ್ನೇ ತೋಯಿಸಿದಂತಾಯಿತು.

"ಬಂದಿದ್ದರಲ್ಲ, ಪ್ರೊಫೆಸರ್ ಮಿತ್ರ ಅವ್ರ ಮಾತೃಶ್ರೀಯವರು. ಮೊಮ್ಮಕ್ಕಳ ಸಂಭ್ರಮ ಮುಗಿದ್ಮೇಲೆ, ಈ ಹೆಣ್ಣಿನ ಜ್ಞಾಪಕ ಬಂತೇನೊ" ಹಲ್ಮುಡಿ ಕಚ್ಚಿಡಿದರು.

ಪ್ರಯತ್ನ ಪೂರ್ವಕವಾಗಿ ಆ ಮೂಡ್‌ನಿಂದ ಹೊರ ತಂದಿದ್ದಳು ಅವರನ್ನು ಮತ್ತೆ ಅದೇ ಆಂದೋಲನಕ್ಕೆ ವಾಪಸ್ಸು.

"ಆಂಟೀ, ಮನೆಗೊಂದಿಷ್ಟು ಸಾಮಾನು ತರೋದಿದೆ. ಷಾಪಿಂಗ್‌ಗೆ ಹೋಗೋಣ್ವಾ?" ಹತ್ತಿರ ಕೂತು ಪುಸಲಾಯಿಸಿದಾಗ ಅವಳತ್ತ ತಿರುಗಿ ನಸು ನಗೆ ಬೀರಿ "ಈ ಒಂಟಿತನ, ಮೌನ ಎಲ್ಲಾ ನಂಗೆ ಅಭ್ಯಾಸವಾಗಿದೆ. ಮತ್ತೆ ಆ ಪ್ರಪಂಚಕ್ಕೆ ಮರು ಪ್ರವೇಶ ಎಂದಿಗೂ ಸಾಧ್ಯವಿಲ್ಲ. ಅವ್ರಿಗೆ ಒಂದು ರೀತಿಯ ಹುಚ್ಚು. ಈಗ ಹೋಗಿ ಒಂದ್ಲೋಟ ನೀರು ತಗೊಂಡ್ಬಾ" ಎಂದು ತರಿಸಿಕೊಂಡು ಒಂದು ಮಾತ್ರೆ ತಗೊಂಡು ಸೋಫಾ ಮೇಲೆ ಅಡ್ಡಾದರು. ಆಕೆಯ ಕಣ್ಣಲ್ಲಿ ನೀರಿತ್ತು "ಉಷಾ ನಿನ್ನ ನೋಡಿದಾಗಿನಿಂದ ನಂಗೊಬ್ಬ ಮಗ್ಳು ಇರ್ಬೇಕಾಗಿತ್ತು ಅನ್ನಿಸುತ್ತೆ. ನನ್ನ ಮಾತೃ ಭಾಗ್ಯ ಕಿತ್ಕೊಂಡು ನನ್ನ ಹೊರ್ಗೆ ಹಾಕಿದ್ರು. ಅದ್ರೂ ಯಾವ್ದೋ ರೂಪದಲ್ಲಿ ದೇವರು ನಂಗೆ ಆ ಸುಖ ಕರುಣಿಸಿದ್ರು" ಗದ್ಗದಿತರಾಗಿ ಹೇಳಿದರು.

ಮೌನವಾಗಿ ಹೊರಗೆ ಬಂದ ಉಷಾ ಕಾರಿಡಾರ್‌ನಲ್ಲಿ ನಿಂತಳು. ಜೀವನದಲ್ಲಿ

ಕಷ್ಟ ಸುಖ ಬೆರೆತೆ ಇರುತ್ತೆ. ಕೆಲವರಲ್ಲಿ ಒಂದು ಸ್ವಲ್ಪ ಹೆಚ್ಚಾಗಿ ಮತ್ತೊಂದು ಕಡಿಮೆಯಾಗಬಹುದು ಅಷ್ಟೆ.

ಸಂಜೆ ವನಮಾಲ, ಅವಳು ಕೂಡಿಯೇ ಷಾಪಿಂಗ್ ಹೋದರು. ಮೊದಲು ಹೋಗಿದ್ದು ಡ್ರೆಸ್ಸಿಂಗ್ ಸೆಂಟರ್‌ಗೆ. ಇಂದು ವನಮಾಲ ಉಷಾಳಿಗಾಗಿಯೇ ಡ್ರೆಸ್‌ಗಳನ್ನು ಖರೀದಿಸಿದರು. ಮುಂದಿನ ಬದುಕನ್ನು ಕಟುವಾಗಿಸದೇ ಹೆಚ್ಚು ನಾಜುಕಾಗಿಸದೇ, ಆರಾಮಾಗಿ ಕಳೆಯಬೇಕೆನಿಸಿತು, ಇಂದಿನ ಘಟನೆಯಿಂದ ವನಮಾಲಗೆ.

ಸ್ಯಾರಿ ಹೌಸ್‌ನಲ್ಲಿ ಒಬ್ಬ ವಿದ್ಯಾರ್ಥಿನಿಯ ತಾಯಿ ಪರ್ಸನಲ್ಲಾಗಿ ವನಮಾಲರೊಂದಿಗೆ ಮಾತಾಡಬೇಕೆಂದಾಗ ಉಷಾ "ಆಂಟೀ, ನೀವು ಮಾತಾಡ್ತ ಇರೀ. ನಾನೊಂದಿಷ್ಟು ವೆಜಿಟೇಬಲ್ಸ್ ಕೊಂಡು ಬಂದ್ಬಿಡ್ತೀನಿ" ಎಂದು ಹೊರಟಳು. ಅವಳು ಹೋದತ್ತಲೆ ನೋಡಿದ ವನಮಾಲ ತನಗೂ ಇಂಥ ಒಬ್ಬ ಮಗ್ಳು ಇರ್ಬೇಕಿತ್ತು. ನಾಲಿಗೆಯವರೆಗೂ ಬಂದ ಮಾತುಗಳು ಅಲ್ಲೆ ಉಳಿದವು. ಮನಸ್ಸಿಗೆ ಬಂದಿದ್ದೆಲ್ಲ ಹೇಳುವುದು ಅಸಂಬದ್ಧವೇ.

ತರಕಾರಿ ಖರೀದಿಸಿ ಪಕ್ಕಕ್ಕೆ ತಿರುಗಿದಾಗ ಅವಳು ಕಂಡಿದ್ದು ದೇಶ್‌ಮುಖ್. ಅದೇ ಟ್ರಿಮ್ ಆಗಿರುತ್ತಿದ್ದ ಗಡ್ಡ ಮೀಸೆ ಸ್ವಲ್ಪ ಅಸ್ತವ್ಯಸ್ತವಾಗಿತ್ತು. ಕ್ರಾಫ್ ಕೂಡ ಅಚ್ಚುಕಟ್ಟಾಗಿರಲಿಲ್ಲ. "ಅಂಕಲ್..." ಇವಳು ಕೂಗುವ ವೇಳೆಗೆ ದೇಶಮುಖ್ ರೋಡು ದಾಟಿ ಆ ಕಡೆ ಹೋಗಿ ಆಗಿತ್ತು. ರೆಡ್ ಆರಿದ್ದರಿಂದ ನಿಂತಿದ್ದ ವೆಹಿಕಲ್‌ಗಳೆಲ್ಲಾ ಪ್ರವಾಹದಂತೆ ನುಗ್ಗಿದ್ದರಿಂದ ಮರೆಯಾದರು. ಹಣೆಗೆ ಕೈಯೊತ್ತಿ 'ಉಸ್' ಎಂದಳು. 28 ದಿನಗಳು ಅವರ ಫಾರ್ಮ್‌ನಲ್ಲಿ ಇರಲು ಅವಕಾಶ ಕೊಟ್ಟವರನ್ನು ಮನೆಗೆ ಕರೆಯದಿದ್ದರು ಒಂದಿಷ್ಟು ಮಾತಾಡಿಸಬೇಕೆಂಬ ಒತ್ತಡ ಅವಳಲ್ಲಿ. ಬೇಸರಗೊಂಡಳು. ಆದರೂ ಪಟ್ಟು ಹಿಡಿಯುವುದು ಅವಳ ಜಾಯಮಾನ.

ಅಂತು ರೋಡು ದಾಟಿ ಆ ಕಡೆ ಹೋದವಳು ಪ್ರತಿ ಅಂಗಡಿಯಲ್ಲೂ ಇಣಕಿ ನೋಡಿದಳು. ಐಸ್‌ಕ್ರೀಮ್ ಪಾರ್ಲರ್‌ನಲ್ಲಿ ಜ್ಯೂಸ್ ಕುಡಿಯುತ್ತಿದ್ದ ವ್ಯಕ್ತಿಯನ್ನು ನೋಡಿ ವಿಸ್ಮಿತಳಾದಳು. ದುಂಡಗಿದ್ದ ಕೆನ್ನೆಗಳು ಆಳಕ್ಕೆ ಇಳಿದಿದ್ದವು. ಕಣ್ಣುಗಳಲ್ಲಿ ಮೊದಲಿನ ತೇಜಸ್ಸು ಇರಲಿಲ್ಲ. ಹೌದೋ ಅಲ್ಲವೋ? ಎಂದು ಅನುಮಾನಿಸಿದಳು.

ಅವರಾದರೂ ತನ್ನನ್ನು ಗುರುತು ಹಿಡಿಯಲೆಂದು ಅವರ ಎದುರಿನ ಟೇಬಲ್‌ನಲ್ಲಿ ಕುಳಿತು ಐಸ್ ಕ್ರೀಮ್ ತರಿಸಿಕೊಂಡು ತಿಂದಳು. ವಾರೆ ನೋಟದಿಂದ ಗಮನಿಸುತ್ತ ಆ ಮನುಷ್ಯ ಈ ಕಡೆ ದೃಷ್ಟಿ ಹರಿಸಲಿಲ್ಲ, ತನ್ನ ಪಾಡಿಗೆ ತಾನು ಜ್ಯೂಸ್ ಕುಡಿಯುತ್ತಿದ್ದ. ತುಂಬ......ತುಂಬನೇ ಮುಖ ನಿಸ್ತೇಜವಾಗಿತ್ತು. ಕೆಮ್ಮಿದಳು ಗಮನ ಸೆಳೆಯಲೆಂದು.

ಕೊನೆಗೆ ತಾನೆ ಎದ್ದು ಅವರನನ್ನು ಸಮೀಪಿಸಿ "ಎಕ್ಸ್‌ಕ್ಯೂಸ್ ಮಿ...." ಎಂದಳು, ಉಗುಳು ನುಂಗುತ್ತ. ಏನು ಅನ್ನುವಂತೆ ಆತ ನೋಡಿದ. ಕನಿಷ್ಠ ಪರಿಚಯದ ಛಾಯವು ಮುಖದ ಮೇಲೆ ಮಿನುಗಲಿಲ್ಲ. ಸ್ವಲ್ಪ ಹಿಂಜರಿಕೆಯುಂಟಾಯಿತು ಉಷಾಗೆ "ಎಕ್ಸ್ ಕ್ಯೂಸ್ ಮಿ..." ಮತ್ತೆ ಷುರು ಮಾಡುವ ವೇಳೆಗೆ ಆತ ಬಿಲ್ ತೆತ್ತು ಎದ್ದು ಹೋದ.

ಐಸ್ ಕ್ರೀಮ್ ಪಾರ್ಲರ್‌ನಿಂದ ಹೊರಬಂದ ಉಷಾ ಹೋಗುತ್ತಿದ್ದವರನ್ನು ದಿಟ್ಟಿಸಿ ನೋಡಿದಳು. ಅದೇ ಎತ್ತರ, ಅದೇ ತೂಕವಾದ ನಡಿಗೆ. 'ಪೆದ್ದು' ತಲೆಯ ಮೇಲೊಂದು ಮೊಟಕಿಕೊಂಡು ತರಕಾರಿ ಬ್ಯಾಗ್ ಹಿಡಿದು ಸ್ಯಾರಿ ಹೌಸ್‌ಗೆ ಬರುವ ವೇಳೆಗೆ ವನಮಾಲ ಅವಳಿಗಾಗಿ ಕಾದಿದ್ದಳು.

"ಯಾಕೆ, ಇಷ್ಟು ಲೇಟು? ನಂಗಂತು ಭಯವಾಗಿತ್ತು" ಎಂದರು ನಗುತ್ತ. ಇಂದು ಮಾತ್ರ ಯಾವುದಾದರೂ ಅತ್ಯಾಚಾರ ಪ್ರಸಂಗ ಪೇಪರ್‌ನಲ್ಲಿ ಓದಿದರೇ ಅರುಂಧತಿ ನಡುಗಿ ಹೋಗುತ್ತಿದ್ದರು "ನಂಗೆ ತುಂಬ ಭಯ ವನಮಾಲ. ಬೇಗ ಉಷಾಗೊಂದು ಮದ್ವೆ ಮಾಡ್ಬೇಕು" ನಡುಗುವ ದನಿಯಲ್ಲಿ ಉಸುರುತ್ತಿದ್ದರು.

"ಯಾವುದೋ ಭಯಕ್ಕೆ ತಪ್ಪು ಮಾಡೋದ್ಬೇಡ. ಮೊದ್ಲು ಅವ್ಳ ಎಜುಕೇಷನ್ ಮುಗೀಲಿ. ಆಮೇಲೆ ಮಿಕ್ಕಿದ್ದೆಲ್ಲ. ಅವ್ಳಿಗೆ ಎಂ.ಬಿ.ಎ ಮಾಡಿ ಉದ್ಯೋಗ ಮಾಡೋ ಆಸೆ. ಅದು ನಿನ್ನ ಗಮನದಲ್ಲಿ ಇರ್ಲಿ" ಎಚ್ಚರಿಸುತ್ತಿದ್ದರು ವನಮಾಲ.

"ನಾನೇನು ಮಗುನಾ ಆಂಟೀ?" ಎಲ್ಹೋದ್ರು ... ಆಕೆ? ಉಷಾ ಮುಖದ ತುಂಬ ನಗುವನ್ನು ತುಳುಕಿಸಿದಳು. "ಯೂ ನಾಟಿ!" ಪ್ರೀತಿಯಿಂದ ಒಂದು ಮೊಟಕಿದರು.

ಇಬ್ಬರು ಕೊಂಡ ವಸ್ತುಗಳನ್ನು ಕಾರಿನ ಹಿಂದಿನ ಸೀಟುನಲ್ಲಿಟ್ಟು ಹತ್ತಿದರು. ವಿಂಡ್ ಪೂರ್ತಿ ದೇಶ್‌ಮುಖ್ ಅಂದರೆ ತಾನು ಮೊದಲು ಕಂಡ ವ್ಯಕ್ತಿ ಕಾಣುತ್ತಾರೇನೋ ಎಂದು ನಡೆಯುತ್ತಿದ್ದವರನ್ನೆಲ್ಲ ನೋಡುತ್ತಿದ್ದಳು.

"ತರಕಾರಿ ರೇಟು ಹೇಗಿದೆ?" ವನಮಾಲ ಪ್ರಶ್ನಿಸಿದರು.

"ತುಂಬ... ತುಂಬಾನೇ ಚೆನ್ನಾಗಿದೆ" ಎಂದಳು ಉಷಾ.

ಅವಳ ಗಮನ ಬೇರೆಡೆಯಿದೆಯೆಂದು ಅರಿತುಕೊಂಡ ವನಮಾಲ ಸುಮ್ಮನಾದರು. ಇವರ ವಿದ್ಯಾರ್ಥಿನಿಯ ತಾಯಿ ಮಗಳ ಲವ್ ಅಫೇರ್ಸ್ ಬಗ್ಗೆ ಹೇಳಿಕೊಂಡು ಕಣ್ಣೀರು ಹಾಕಿಕೊಂಡಿದ್ದರು. ಎಲ್ಲ ವಿಚಿತ್ರವೆನಿಸಿತು. ರಿಸ್ಕ್ ಇಲ್ಲದೆ ಮಗಳು ಇಷ್ಟಪಟ್ಟವನೊಂದಿಗೆ ಅವಳ ವಿವಾಹ ಮಾಡಿ ಮುಗಿಸುವುದಕ್ಕೆ ಇವರಿಗೇನು ದಾಢಿ? ಇಂಥ ಒಂದು ಭಾವ ವನಮಾಲ ಮಸ್ತಿಷ್ಕದಲ್ಲಿ ಸುಳಿದು ಮರೆಯಾಯಿತು.

ತರಕಾರಿಯನ್ನು ತಮ್ಮ ಫ್ಲಾಟ್‌ನಲ್ಲಿ ಇಟ್ಟು ಬಂದ ಉಷಾ ಕಾಫಿ ಮಾಡಿಕೊಂಡು ಬಂದು ಆಕೆಯ ಮುಂದೆ ಕೂತು ತನ್ನ ಅನುಮಾನವನ್ನು ಪ್ರಕಟಿಸಿದಳು.

"ಆಂಟೀ, ಇಂದು ದೇಶಮುಖ್ ಅಂಕಲ್‌ನ ನೋಡ್ದೇ. ಟೋಟಲಿ ತುಂಬ ತೂಕ ಕಳೆದುಕೊಂಡಂತೆ ಕೃಶವಾಗಿದ್ರು. ಆದರೆ ಅವ್ರು ನನ್ನ ಗುರುತಿಸಲೇ ಇಲ್ಲ. ಅಕಸ್ಮಾತ್ ಅವರ ರೀತಿಯಲ್ಲಿದ್ದ ಬೇರೊಬ್ಬ ವ್ಯಕ್ತಿನೋ! ಬರೀ ಕನ್‌ಫ್ಯೂಷನ್ .... ತೋಡಿಕೊಂಡಳು. ಈ ಮಾತುಗಳನ್ನು ಅಮ್ಮನ ಮುಂದೆ ಆಡುವಂತಿರಲಿಲ್ಲ.

ಕಪ್ ಕೈಗೆತ್ತಿಕೊಂಡ ವನಮಾಲ "ಅವ್ರನ್ನ ಒಂಟಿಯಾಗಿ ನೋಡಿದ್ಯ?" ಗ್ರೀಷ್ಮಾ

ಬಂದಿದ್ದರೆ ಕನಿಷ್ಠ ಫೋನಾದ್ರು ಮಾಡುವ ಸಾಧ್ಯತೆ ಇತ್ತು. ಅದ್ನ ಕೂಡ ಫಿಪ್ಟಿ ಪರ್ಸೆಂಟ್ ಅಂದ್ಕೋಬಹ್ದು. ಜನರ ಸಂಪರ್ಕದಿಂದ್ಲೇ ರೋಸಿ ಹೋಗಿದ್ದಾರೆ.

"ಈಗೇನ್ಮಾಡೋದು?" ಉಷಾ ಒಂದು ಪ್ರಶ್ನೆಯನ್ನು ಆಕೆಯ ಮುಂದಿಟ್ಟಳು. ಒಮ್ಮೆ ಸಿಪ್ ಮಾಡಿದ ನಂತರ ವನಮಾಲ "ಸುಮ್ನೆ ಇದ್ಬಿಡು. ನಿಂಗೆ ಅವ್ರ ಸ್ವಭಾವಗಳು ಅರ್ಥವಾಗಿರಬಹ್ದು. ಒಮ್ಮೆ ಒಂದೇ ಒಂದು ಸಲ ಗೀಷ್ಮಾನ ಇದೇ ಸಿಟಿಯಲ್ಲಿ ಭೇಟಿ ಮಾಡಿದ್ದೆ. ಅವ್ರ ಫಾರ್ಮ್‌ನ ವಿಳಾಸ ಕಾಡಿ ಬೇಡಿ ಪಡೆದಿದ್ದು. ಆಹ್ವಾನದ ವಿಷಯ ಬೇಡ ನಾನೆ ಒಮ್ಮೆ ಬರ್ತಿನಿ ಅಂದಾಗ ದಂಪತಿಗಳು ಬೇಡ ಅಂದಿದ್ದರು. ಅಲ್ಲಿಗೆ ಕಳ್ಸೋವಾಗ್ಲು ಸಾಕಷ್ಟು ಸಲ ಯೋಚ್ಸಿದ್ದೆ" ಎಂದವರೆ ಕಾಫಿ ಕುಡಿಯತೊಡಗಿದರು.

"ಆದ್ರೂ, ನಂಗೆ ಒಂದು ತರಹ ಆಗ್ತಾ ಇದೆ, ಆಂಟೀ, 28 ದಿನ ಅವ್ರ ಫಾರ್ಮ್‌ನಲ್ಲಿ ಅತಿಥಿಯಂತೆ ಇದ್ದೆ. ಚೆನ್ನಾಗಿ ನೋಡ್ಕೊಂಡು ಇಲ್ಲಿಗ್ಬಂದ್ ನೋಡಿದ್ಮೇಲು ಮಾತಾಡಿಸೋದು ನನ್ನ ಕರ್ತವ್ಯ ಅಲ್ವಾ?" ನ್ಯಾಯ ವನಮಾಲ ಮುಂದಿಟ್ಟಳು.

ಕಪ್‌ನ ಕೆಳಗಿಟ್ಟು ಭುಜ "ಜಸ್ಟ್ ಛೇಂಜ್ ಅಂತ ಹೋಗ್ಬಂದೆ. ಸುಮ್ನೇ ಇದೆ ಮಾತುಗಳನ್ನಾಡಿ ತಲೆ ಕೆಡಿಸ್ಕೊಬೇಡ. ಬೌದ್ಧಿಕವಾಗಿ ಬೆಳೆಯೊತ್ತ ಗಮನ ಕೊಡು. ಆ ಡ್ರೆಸ್‌ಗಳೆಲ್ಲ ನಿಂಗಾಗಿ ತಂದಿರೋದು, ತಗೊಂಡ್ಹೋಗು" ಅಷ್ಟು ಹೇಳಿ ರೂಮಿಗೆ ಹೋದರು.

ಆದರೂ ಉಷಾಗೆ ದೇಶಮುಖ್ ಮೂಡ್‌ನಿಂದ ಹೊರ ಬರುವುದು ಸಾಧ್ಯವಿಲ್ಲದೆ ಹೋಯಿತು. ಹೆಚ್ಚು ವಿದ್ಯಾವಂತನಾದ ವ್ಯಕ್ತಿ ವಿಭಿನ್ನವಾದ ಸರಳವಾದ ಜೀವನ ಅಪ್ಪಿಕೊಂಡು ಗಿಡ, ಮರ, ಪಕ್ಷಿ ಸಮೂಹಕ್ಕೆ ಬಂಧುವಿನಂತಿರುವುದು ಅವಳಿಗೆ ಇಷ್ಟವಾಗಿತ್ತು.

ಅಂದಿನಿಂದ ಒಂದು ವಾರದವರೆಗೂ ಒಂದಲ್ಲ ಒಂದು ಕಾರಣ ಮಾರ್ಕೆಟ್ ಸೆಂಟರ್ ಮಾತ್ರವಲ್ಲ ಮುಂತಾದವುಗಳ ಕಡೆ ಓಡಾಡಿ ದೇಶಮುಖ್‌ಗಾಗಿ ಹುಡುಕಾಡಿದ್ದೊಂದೇ ಬಂತು. ಆ ವ್ಯಕ್ತಿ ಕಾಣ ಸಿಗಲಿಲ್ಲ.

ಸೋಮವಾರ ತಾಯಿಗೆ ಊಟ ಕೊಡಲು ಆಸ್ಪತ್ರೆಗೆ ಹೋಗಿ ಹಿಂದಿರುಗುತ್ತಿದ್ದಾಗ ಒಬ್ಬ ವ್ಯಕ್ತಿಯನ್ನು ಹಿಂಬಾಲಿಸಿದಳು. ಒಂದು ವಿಶಾಲವಾದ ಗಾರ್ಡನ್ ರೆಸ್ಟೋರೆಂಟ್‌ನ ಮೂಲೆ ಛೇರ್ ಆರಿಸಿಕೊಂಡು ಕೂತರು. ಕಮಾನುಗಳನ್ನು ನೆಡಿಸಿ ಬಳ್ಳಿಗಳನ್ನು ಹಬ್ಬಿಸಿದ್ದರು ದಟ್ಟವಾಗಿ. ಬಿಸಿಲಿನ ಕಿರಣಗಳು ದಟ್ಟವಾದ ಬಳ್ಳಿಗಳ ನಡುವಿನ ಪುಟ್ಟ ರಂಧ್ರಗಳಿಂದ ಒಳಗೆ ಪ್ರವೇಶಿಸಲು ನಿರಂತರ ಹೋರಾಟ ನಡೆಸಿ ಕೆಲವು ಕಡೆ ಮಾತ್ರ ಸಫಲವಾಗಿದ್ದವು. ಹೊರಗೆ ಉರಿಯುವ ಬಿಸಿಲಿದ್ದರು ಅಲ್ಲಿ ತಂಪಿನ ವಾತಾವರಣ ಹಿತವೆನ್ನುವಂತಿತ್ತು.

ಅದೇ ಟೇಬಲ್‌ಗೆ ಹೋಗಿ ಕೂತು "ಎಕ್ಸ್‌ಕ್ಯೂಜ್ ಮಿ, ಸರ್. ನಾನು ಇಲ್ಲಿ

ಕೂತ್ಕೋಬಹುದಾ?" ನಯವಾಗಿ ಕೇಳಿದಳು. ಆ ವ್ಯಕ್ತಿ ಒಮ್ಮೆ ಅವಳತ್ತ ತೀಕ್ಷ್ಣವಾಗಿ ನೋಡಿದನೇ ಹೊರತು ಪ್ರತಿಕ್ರಿಯಿಸಲಿಲ್ಲ. ಮುಖ ತಿರುವಿದ.

"ಆರ್ ಯು ದೇಶಮುಖ್ ಸರ್?" ಇಂಗ್ಲೀಷ್‌ನಲ್ಲಿ ಕೇಳಿದಳು.

"ಸಿಲ್ಲೀ ಗರ್ಲ್....." ಮುಖ ಗಂಟಿಕ್ಕಿ ಹೇಳಿದ್ದು.

ಉಷಾ ತೆಪ್ಪಗಾದಳು. ತಪ್ಪಿನ ಅರಿವಾಗಿ ಕಣ್ಣಲ್ಲಿ ನೀರೆ ಬಂತು. ಬಂದ ವೆಯಿಟರ್‌ಗೆ ಎರಡು ಜ್ಯೂಸ್ ಆರ್ಡರ್ ಮಾಡಿದ ವ್ಯಕ್ತಿ ಎದ್ದ. ಅವಳನ್ನು ಸನ್ನೆಯಿಂದ ಕುಡಿದು ಹೋಗುವಂತೆ ಹೇಳಿದ.

"ಎಕ್ಸ್ ಕ್ಯೂಜ್ ಮಿ, ಸರ್" ಎದ್ದು ಹೊರ ಬಂದೇ ಬಿಟ್ಟಳು.

ತನಗ್ಯಾಕೆ, ದೇಶ್‌ಮುಖ್ ಆದರೇನು, ಬೇರೆಯವರಾದರೇನು? ಮುಖ ದಪ್ಪಗೆ ಮಾಡಿಕೊಂಡು ಫ್ಲಾಟ್‌ಗೆ ಹಿಂದಿರುಗುವ ವೇಳೆ ವನಮಾಲ ಅಲ್ಲೆ ಇದ್ದರು.

"ನಿಂಗೆ ಅಡ್ವೆಂಚರ್ ಅಂದರೆ ಇಷ್ಟ ಇರ್ಬಹ್ದು. ಆದರೆ ನಿನ್ನಮ್ಮ ಅಲ್ಲಿವರ್‍ಗೂ ಬಿಡೋಲ್ಲ. ಮೈಂಡ್ ಇಟ್" ನಗೆಯಾಡಿದರು. ಇವಳು ದೇಶ್‌ಮುಖ್‌ಗಾಗಿ ಹುಡುಕಾಡುತ್ತಿದ್ದಾಳೆನ್ನುವ ಅರಿವಾಗಿತ್ತು. ಅದೇನು ವಿಪರೀತವಲ್ಲ, ಸಹಜವೇ.

ವನಮಾಲ ಎದುರಿಗೆ ಕೂತು ಮುಖ ಒಂದು ತರಹ ಮಾಡಿ "ನಂಗೇನೋ ಅನುಮಾನ ಆಂಟೀ! ದೇಶ್‌ಮುಖ್‌ಗೆ ಅವಳಿ ಸೋದರ, ತಮ್ಮ, ಅಣ್ಣ ಅಂತ ಯಾರಾದ್ರೂ ಇದ್ದಾರಾ? ಛೇ, ಯಾಕಾದ್ರೂ ಅವ್ರನ್ನ ನೋಡಿದ್ನೋ? ಎಲ್ಲಕ್ಕಿಂತ ನಿಮ್ಮ ಜೊತೆ ಮಾತಾಡ್ಬೇಕೂಂದರಲ್ಲ, ನಿಮ್ಮ ಸ್ಟೂಡೆಂಟ್ ತಾಯಿ. ಅವರದ್ದೇ ಎಲ್ಲಾ ತಪ್ಪು. ಇಲ್ಲದಿದ್ದರೆ ನಾನು ತರಕಾರಿ ತರೋಕೆ ಹೋಗ್ತಾ ಇರ್ಲಿಲ್ಲ. ಅವ್ರನ್ನ ನೋಡ್ತಾ ಇರ್ಲಿಲ್ಲ. ಈ ಯಾವ ತಲೆನೋವುಗಳು ಇರ್ತಾ ಇರ್ಲಿಲ್ಲ" ಮುಖ ದಪ್ಪಗೆ ಮಾಡಿದಳು.

"ಪಾಸ್ಟ್ ಈಜ್ ಪಾಸ್ಟ್. ಅವ್ರು ದೇಶಮುಖ್ ಆಗಿದ್ದರೇ ಕನಿಷ್ಠ ಮಾತಾದ್ರೂ ಆಡಿಸ್ತಾ ಇದ್ರು. ಅವ್ರು ಬೇರೆ ಯಾರೋ ಇರ್ಬೇಕು. ಸುಮ್ನೆ ನೀನ್ಯಾಕೆ ತಲೆ ಕೆಡಿಸ್ಕೊತಿಯಾ? ಇಷ್ಟವಿಲ್ಲದವರೊಂದಿಗೆ ಮಾತಾಡೋಕೆ ಹೋಗೋದು ಮುರ್ಖತನ. ನಾನ್ಬಂದ್ ಒಂದ್ಗಂಟೆ ಆಯ್ತು. ನೀನು ದೇಶಮುಖ್ ಅನ್ವೇಷಣೆಗೆ ಹೋಗಿದ್ಯಾ? ನಿನ್ನ ಅಮ್ಮನಿಗೆ ಗೊತ್ತಾದ್ರೆ.... ತಡೆದುಕೊಳ್ಳಲಾರ್ದೇ ಸ್ಲೀಪಿಂಗ್ ಟ್ಯಾಬ್ಲೆಟ್ಸ್ ತಂಗಡ್ ಬಿಡ್ತಾಳೆ. ಒಂದು ಕಪ್ ಒಳ್ಳೆ ಕಾಫಿ ಮಾಡ್ಕೊಂಡ್ ಬಾ" ಕಳಿಸಿದರು.

ಈಗ ಅನ್ನಿಸಿತು ವನಮಾಲಗೆ ತಾನು ಈ ಹುಡುಗಿಯನ್ನು ಕಳುಹಿಸಿಕೊಟ್ಟು ತಪ್ಪು ಮಾಡಿದೆನೇನೋಂತ. ಜಾವಗಲ್ ವಿಷಯ ಎತ್ತಿದಾಗಲೆ ದೇಶ್‌ಮುಖ್ ದಂಪತಿಗಳು ನೆನಪಾಗಿದ್ದು.

ಕಾಫಿಯ ಜೊತೆಗೆ ಬಿಸ್ಕತ್ ಪ್ಲೇಟ್ ಸುರಿದುಕೊಂಡು ಬಂದು ಅವರ ಮುಂದಿಟ್ಟು ಕೂತಳು.

"ಪ್ಲೀಸ್, ಇದೆಲ್ಲ ಅಮ್ಮನಿಗೆ ಹೇಳ್ಬೇಡಿ" ಗೋಗರೆದಳು

"ಹೇಳಿದರೇ ಮೊದಲ ಅಪರಾಧಿ ನಾನಾಗ್ತೀನಿ. ಹೇಗೂ ಒಂದು ತರಹ ಪೇಷಂಟ್ ನಾನು. ನಿನ್ನಮ್ಮನದೇ ನಂಗೆ ಧೈರ್ಯ. ಅವ್ಳ ಸ್ನೇಹನು ಕಳೆದುಕೊಳ್ಳಲಾ? ಖಂಡಿತ ಇಲ್ಲ. ನೀನು ಕೂಡ ಎಂದೂ ನನ್ನ ಇಕ್ಕಟ್ಟಿಗೆ ಸಿಕ್ಕಿಸಬಾರ್ದು" ಎಚ್ಚರಿಕೆ ನೀಡಿದರು ವನಮಾಲ.

"ಹೋಗ್ಲಿಬಿಡಿ, ನಾನು ಮೆಡಿಸನ್ ಓದಿಬಿಡ್ಬೇಕಾಗಿತ್ತು, ಆಗ ಅಮ್ಮನಿಗಿಂತ ನಂಗೆ ಹೆಚ್ಚಿಗೆ ಪ್ರಾಶಸ್ತ್ಯ ಕೋಡ್ತಾ ಇದ್ರಿ. ನಂಗೆ ಒಂಥರ ಅಸೂಯೆ" ಹಂಗಿಸಿದಳು.

ವನಮಾಲ ನಕ್ಕು ತಲೆಯ ಮೇಲೆ ಮೊಟಕಿದರು. ಆದರೂ ದೇಶ್‌ಮುಖ್ ನೆನಪಿನಿಂದ ಮುಕ್ತಳಾಗಿರಲಿಲ್ಲ.

"ಪ್ಲೀಸ್ ಏನು ತಿಳ್ಕೋಬೇಡಿ. ಜಸ್ಟ್ ಕ್ಯೂರಿಯಾಸಿಟಿ ಅಷ್ಟೆ. ದೇಶಮುಖ್ ದಂಪತಿಗಳ ಬಗ್ಗೆ ನಿಮಗೆಷ್ಟು ಗೊತ್ತು? ಅಮೇರಿಕಾದಂಥ ದೇಶದಲ್ಲಿ ಸಿಟಿಜನ್ ಷಿಪ್ ಪಡೆದು ಒಳ್ಳೆ ಉದ್ಯೋಗದಲ್ಲಿದ್ದ ವ್ಯಕ್ತಿಗಳು ಇಲ್ಲಿಗ್ಬಂದ್ ಜಾವಗಲ್ ಅಂಥ ಪುಟ್ಟ ಊರಿನ ಹೊರಾಂಗಣದ ಫಾರ್ಮ್‌ನಲ್ಲಿ ಇರಲು ಕಾರಣ ಏನು?

ಉಷಾ ಮಾತುಗಳಿಗೆ ರೇಗಿತು.

"ಷಟಪ್, ನಿಂಗ್ಯಾಕೆ ಅದೆಲ್ಲ? ಅನಗತ್ಯವಾಗಿ ಬೇರೆಯವ್ರ ಬಗ್ಗೆ ವಿಪರೀತ ಪ್ರಶ್ನೆಗಳನ್ನು ಹಾಕಿಕೊಳ್ಳೋದು, ಕುತೂಹಲ ಬೆಳ್ಸಿಕೊಳ್ಳೋದು ತುಂಬ ತಪ್ಪು. ಅಂಥ ಒಂದು ಸಂದಿಗ್ಧದಲ್ಲಿ ನೀನೇ ಇದ್ದೀಯಾ?" ಸ್ವಲ್ಪ ಕಟುವಾಗಿಯೇ ನುಡಿದರು. ದೇಶಮುಖ್ ಬಗ್ಗೆ ಮಾತ್ರವಲ್ಲ, ಬೇರೆಯವರ ಬಗ್ಗೆಯೂ ಅಗತ್ಯಕ್ಕಿಂತ ಜಾಸ್ತಿ ತಿಳಿಯಲಿಚ್ಛಿಸುವುದು ಇಷ್ಟವಾಗದು.

ತಪ್ಪು ಅರಿವಾದಾಗ ಉಷಾ ತೀರಾ ತೆಪ್ಪಗಾದಳು. 'ಹೌದು' ಅವರು ಹೇಳಿದ್ದರಲ್ಲಿ ಸತ್ಯವಿತ್ತು. ಕನಿಷ್ಠ ಅವಳ ತಂದೆಯ ಬಗ್ಗೆ ಯಾರಾದರೂ ಪ್ರಶ್ನಿಸಿದರೆ ತಲೆ ಚಚ್ಚಿಕೊಳ್ಳಬೇಕೆನಿಸುವುದು ಮಾತ್ರವಲ್ಲ, ಕೇಳಿದವರ ತಲೆಗಳನ್ನು ಹೊಡೆದು ಬಿಡಬೇಕೆನಿಸುತ್ತಿತ್ತು.

"ಸಾರಿ ಆಂಟೀ, ನಾನು ತುಂಬ ದೊಡ್ಡ ತಪ್ಪೇ ಮಾಡ್ದೇ" ಎದ್ದು ಹೋದಳು. ವನಮಾಲ ಕೂಡ ಸುಮ್ಮನಾದರು. ಇಂದಿಗೂ ಉಷಾನ ಎಲ್ಲಿಗೆ ಕಳಿಸಿದ್ದೆಂದು ಅರುಂಧತಿಗೆ ಹೇಳಿರಲಿಲ್ಲ. ಅದೊಂದು ದೊಡ್ಡ ತಪ್ಪೇ! ಮತ್ತೆ ಅದಕ್ಕೆ ಸೇರ್ಪಡೆಯಾಗುವುದು ಇಷ್ಟವಾಗದು.

ಮಾರನೇ ದಿನ ಒಬ್ಬ ಗೆಳತಿಯನ್ನು ಕಾಣಲು ಹೋಗಿ ಹಿಂದಿರುಗುತ್ತಿದ್ದಾಗ ಪಾರ್ಕ್ ಸನಿಹ ವಿಶಾಲವಾದ ಮರದ ನೆರಳಿನ ಕೆಳಗೆ ಹಾಕಿದ್ದ ಕಲ್ಲಿನ ಬೆಂಚಿನ ಮೇಲೆ ಕೂತಿದ್ದರು. ಅವಳ ಪ್ರಕಾರ ದೇಶ್‌ಮುಖ್ ಎನ್ನುವ ವ್ಯಕ್ತಿ. ಇಂದಂತು ತೀರಾ

ವ್ಯಥಿತರಾದಂತೆ ಕಂಡರು. ಮತ್ತೆ ಮಾತಾಡಿಸಿ ಅವಮಾನಿತಳಾಗುವುದು ಬೇಡವೆನಿಸಿ ಹಿಂದಕ್ಕೆ ನಡೆಯತೊಡಗಿದಳು.

"ಉಷಾ" .... ಕೂಗು ಬಂದು ಅವಳನ್ನು ಅಪ್ಪಳಿಸಿದಾಗ ಸರಕ್ ಎಂದು ಹಿಂದಕ್ಕೆ ತಿರುಗಿದಾಗ ದೇಶ್‌ಮುಖ್ ಎನ್ನು ವ್ಯಕ್ತಿ ಅಲ್ಲಿಯೇ ಕೂತಿದ್ದರು. 'ನನ್ನನ್ನು ಎನ್ನುವಂತೆ ಎದೆಯ ಮೇಲೆ ಕೈಯಿಟ್ಟುಕೊಂಡು ಸನ್ನೆಯಿಂದಲೇ ಕೇಳಿದಾಗ 'ಹೌದೆನ್ನು'ವಂತೆ ತಲೆಯಾಡಿಸಿದರು. ಶ್ರಮ ಸಾರ್ಥಕವಾಗಿತ್ತು. ಅನುಮಾನ ನಿಜವಾಗಿತ್ತು. ಅದರೂ ಒಂದು ರೀತಿಯ ಭಯ ಅವಳನ್ನು ಆವರಿಸಿತು. ಹೆಜ್ಜೆಯ ಮೇಲೆ ಹೆಜ್ಜೆಯನ್ನಿಟ್ಟು ಅವರನ್ನು ಸಮೀಪಿಸಿದಳು. ಜೇಬಿನಿಂದ ಒಂದು ಕಾರ್ಡ್ ತೆಗೆದು ಅವಳಿಗೆ ಕೊಟ್ಟು "ನಾಳೆಯೊಂದು ದಿನ ಇಲ್ಲಿರುತ್ತೀನಿ. ಯಾರ್ಗೂ ಹೇಳೋದ್ಬೇಡ" ಎದ್ದು ಹೊರಟೇ ಹೋದರು. ಅವಳು ಕಂಡಾಗಲೆಲ್ಲ ಒಂಟಿಯಾಗಿಯೆ ಇರುತ್ತಿದ್ದರಿಂದ, ಗ್ರೀಷ್ಮಾ ಅವರೊಂದಿಗೆ ಬಂದಿಲ್ಲವೆಂದುಕೊಂಡಳು.

ಕಾರ್ಡ್‌ನ ಒಂದಲ್ಲ ನಾಲ್ಕು ಸಲ ತಿರುಗಿಸಿ ನೋಡಿ, ಬ್ಯಾಗ್‌ನಲ್ಲಿರಿಸಿ ಹಿಂದಕ್ಕೆ ಹೆಜ್ಜೆ ಹಾಕಿದಳು. ಫ್ಲಾಟ್‌ಗೆ ಹಿಂದಿರುಗಿದ ಮೇಲು ಕೂಡ ಉಷಾ ನಾಲ್ಕು ಸಲವಾದರು ವಿಳಾಸದ ಕಾರ್ಡ್ ತೆಗೆದು ನೋಡಿ ಭದ್ರವಾಗಿ ತೆಗೆದಿಟ್ಟುಕೊಂಡ ಉಷಾ ಒಂದು ಕಡೆ ಕೂತು ಚಿಂತಿಸತೊಡಗಿದರು. ಹೋಗಿ ಅವರನ್ನು ಭೇಟಿ ಮಾಡುವುದೋ ಬೇಡವೋ! ಹೋಗದಿದ್ದರೆ ದೇಶ್‌ಮುಖ್ ನಷ್ಟವೆಂದು ಭಾವಿಸಲಾರರು.

ಡ್ಯೂಟಿ ಮುಗಿಸಿಕೊಂಡು ಮನೆಗೆ ಬಂದಿದ್ದ ಅರುಂಧತಿ ಮಗಳ ಅನ್ಯಮನಸ್ಕತೆಯನ್ನು ಗಮನಿಸಿ ಅಡಿಗೆ ಮಾಡಿ ಮುಗಿಸಿದ ನಂತರ ಅವಳ ಎದುರಿಗೆ ಬಂದು ಕೂತರು.

"ಯಾಕೆ ಒಂದು ತರಹ ಇದ್ದೀ?" ಕೇಳಿದರು. ಅವರೆದೆಯ ಬಡಿತ ಒಂದಿಷ್ಟು ತಾಳ ತಪ್ಪಿತು. 'ನನ್ನ ಅಜ್ಜಿ ಮನೆಗೆ ಕಳ್ಸು, ಅತ್ತೆ ಮನೆಗೆ ಕಳ್ಸು' ಎಂದು ಪುಟ್ಟ ಉಷಾ ಹಟ ಮಾಡುತ್ತಿದ್ದಾಗ, ಅವಳನ್ನು ಸುಮ್ಮನಾಗಿಸಲು ನಾನಾ ಪ್ರಯತ್ನಗಳನ್ನು ಮಾಡಿಯೇ ಬೆಳೆಸಿದ್ದು. ಈಗ ಹಟ ಇಲ್ಲದೇ ಇರಬಹುದು ಅವಳ ಮುಂದೆ ತಾನು ಅಪರಾಧಿ.

ತಾಯಿಯ ಕಣ್ಣುಗಳಲ್ಲಿ ಇದನ್ನು ಗುರ್ತಿಸಿದ ಉಷಾ ಹಿಂದಿನಿಂದ ಬಂದು ಕೊರಳನ್ನು ತಬ್ಬಿ "ನಾವಿಬ್ರೇ ಎಲ್ಲಾದ್ರೂ ಯಾಕೆ ಹೋಗ್ಬಾರ್ದು?" ಪ್ರಶ್ನಿಸಿದಳು. ಸುಖ, ಸ್ವಾರ್ಥ ಒಂದನ್ನು ಚಿಂತಿಸದ ಮನಸ್ಸು ಅರುಂಧತಿಯದು.

"ಇಲ್ಲಿ ನೀನು ಕಳ್ದುಕೊಂಡಿದ್ದನ್ನೆಲ್ಲ ನಿನ್ನ ಗಂಡನಿಂದ ಪಡ್ಕೋಬೇಡು. ಅಂಥ ಗಂಡಿನ ಅನ್ವೇಷಣೆಯಲ್ಲಿ ಇದ್ದೀನಿ. ಇದರಲ್ಲಿ ಸಫಲವಾಗೋಕೆ ದೈವ ಕೃಪೆ ಬೇಕು" ಎಂದರು ಗಂಭೀರವಾಗಿ.

ತಕ್ಷಣ ಬಂದು ಅರುಂಧತಿಯ ಎದುರು ಕೂತು " ಈ ವಿಷ್ಯದಲ್ಲಿ ನಿನ್ಮಾತು ನಾನು ಕೇಳೋಲ್ಲ. ನಂಗೆ ಖಂಡಿತ ಮದ್ವೆ ಬೇಡ. ನಿನ್ನೊತೆ ಇದ್ಬಿಡ್ತೀನಿ" ಬಡಬಡಿಸಿದ

ಮಗಳು ತೀರಾ ಮುದ್ದಾಗಿ ಕಂಡಳು. 'ನಿನ್ನ ಹೋಲಿಕೆ ಒಂದಿಷ್ಟು ಕೂಡ ಇಲ್ಲ, ನಿನ್ಮಗುಗೆ' ಡಾ. ಮೇರಿನೇ ಅಲ್ಲ ಎಷ್ಟೋ ಜನ ಈ ಮಾತು ಹೇಳಿದ್ದರು. ಅವಳ ಬದುಕನ್ನು ಹಾಳು ಮಾಡಿದ ವ್ಯಕ್ತಿಯ ರಕ್ತ ಮಾತ್ರವಲ್ಲ ಅವನ ಬಣ್ಣ, ಹೊಳಪು ಕಣ್ಣುಗಳು ಎಲ್ಲವನ್ನು ಬಳುವಳಿಯಾಗಿ ಪಡೆದಿದ್ದಳು. ಕೆಲವೊಮ್ಮೆ ಅಸಹ್ಯಿಸಿಕೊಂಡಿದ್ದುಂಟು ಮಗುವಾಗಿದ್ದಾಗ, ಆದರೆ ಇವಳ ರಕ್ತ, ಮಾಂಸಗಳನ್ನು ಪಡೆದು ಬೆಳೆದ ಕರುಳಿನ ಬಳ್ಳಿಯನ್ನು ದ್ವೇಷಿಸಲು ಸಾಧ್ಯವೇ? ಅಸಹ್ಯ ಕೆಲವೇ ಕ್ಷಣಗಳಲ್ಲಿ ಹಾರಿ ಹೋಗುತ್ತಿತ್ತು. ಎದೆಗಪ್ಪಿ ಮುದ್ದಿಸುವ ಮಮತಾಮಯಿ ತಾಯಿಯಾಗಿ ಬಿಡುತ್ತಿದ್ದುದುಂಟು.

"ಯಾಕೆ, ಸುಮ್ಮನಾದೆ? ಸದ್ಯಕ್ಕೆ ಎಲ್ಲಿಗೂ ಹೋಗೋದ್ಬೇಡ. ಈಗ ಬಂದೆ ಇರು" ಅರುಂಧತಿಯನ್ನು ಬಿಟ್ಟು ಎದ್ದು ಹೋದಳು ಉಷಾ. ಅವಳು ನೇರವಾಗಿ ಬಂದಿದ್ದು ವನಮಾಲ ಫ್ಲಾಟ್‌ಗೆ.

"ಸಾರಿ ಆಂಟೀ....." ಎಂದು ನಾಲಿಗೆ ತುದಿಯವರೆಗೂ ಬಂದ ಮಾತನ್ನು ನುಂಗಿ ಅವರ ಮುಖವನ್ನೇ ನೋಡುತ್ತಾ ಕೂತಳು. "ಸ್ಯಾರಿ ಸೆಂಟರ್‌ನಲ್ಲಿ ನನ್ನೊಂದಿಗೆ ಮಾತಾಡಿದ ಪುಷ್ಪರಾಜ್ ಮಗಳು ಸ್ನೇಹ ಆತ್ಮಹತ್ಯೆ ಮಾಡಿಕೊಂಡಳಂತೆ ಅಂದರು ವನಮಾಲ. ಬೆಚ್ಚಿದಳು ಉಷಾ. ಸದಾ ಮಾಡ್ ಉಡುಪುಗಳನ್ನು ಧರಿಸಿ ಎಗ್ಗಿಲ್ಲದೆ ಓಡಾಡುತ್ತಿದ್ದ ಧೈರ್ಯವಂತ ಹುಡ್ಗಿ ಸ್ನೇಹ ಸೂಯಿಸೈಡ್ ಮಾಡಿಕೊಂಡಳೆಂದರೆ ಅವಳಿಂದ ನಂಬಲಾಗಲಿಲ್ಲ.

"ಈಗ ಅವ್ರ ಮನೆಯಿಂದ ಫೋನ್ ಮಾಡಿದ್ರು. ತೀರಾ ಕೆಟ್ಟದಾಗಿ ಸತ್ತಿದ್ದಾಳೆ. ಸಿಲಿಂಡರಿನಲ್ಲಿ ಗ್ಯಾಸ್ ಬಿಟ್ಟುಕೊಂಡು ಬೆಂದು ಹೋಗಿದ್ದಾಳೆ" ಎಂದರು ವನಮಾಲ ದಃಖದಿಂದ.

ಉಷಾಳ ಬಾಯಿಂದ ಮಾತೇ ಬರಲಿಲ್ಲ. ತುಂಬ ಮುಂದುವರಿದ ಫ್ಯಾಮಿಲಿಯ ಸ್ನೇಹ ದಿಟ್ಟೆ ಆತ್ಮಹತ್ಯೆ ಮಾಡಿಕೊಳ್ಳುವುದೆಂದರೆ, ನಡುಗಿ ಹೋದಳು. ಬೆಂದು ವಿಕಾರಗೊಂಡ ಅವಳ ಶರೀರ ಎದುರಿಗೆ ಬಂದು ನಡುಗಿಸಿದಂತಾಯಿತು. ಚೇತರಿಸಿಕೊಳ್ಳಲು ಸಾಕಷ್ಟು ಸಮಯವೇ ಬೇಕಾಯಿತು.

"ಅವ್ಳು ಸೂಯಿಸೈಡ್ ಮಾಡಿಕೊಂಡಿದ್ದಕ್ಕೆ ಕಾರಣ?" ನಾಲಿಗೆಗೆ ಜೀವನ ಬರೆಸಿದ್ದು ಪ್ರಯಾಸದಿಂದಲೇ. ವನಮಾಲ ಅವಳತ್ತ ನೋಡಿದರು. ಕಣ್ಣುಗಳು ತೀರಾ ಕಿರಿದಾದವು. ಹೇಳುವುದೋ ಬೇಡವೋ ಎನ್ನುವ ಗೊಂದಲದ ನಡುವೆ ತಿಳಿಸುವುದು ಸೂಕ್ತವೆನಿಸಿತು. "ವಾರದ ಹಿಂದೆ ನಾಲ್ಕು ಜನದ ಪಟಾಲಂ ಅವ್ಳ ಮೇಲೆ ಅತ್ಯಾಚಾರವೆಸಗಿದ್ದಾರೆ. ಅದ್ನ ಹೊರ ಬರದಂತೆ ನೋಡಿಕೊಳ್ಳಲು ಅವಳಪ್ಪ, ಅಮ್ಮ ಹಣದ ಜೊತೆ ಸಂಬಂಧಪಟ್ಟವರ ಕೈಕಾಲು ಹಿಡಿದಿದ್ದಾರೆ. ಇದೆಂಥ ವಿಪರ್ಯಾಸ ನೋಡು" ಎಂದವರು ಒಂದು ಸಂಪೂರ್ಣ ಚಿತ್ರಣವನ್ನೆ ಉಷಾಳ ಮುಂದಿಟ್ಟಾಗ ರೆಪ್ಪೆ ಮಿಟುಕಿಸದೆ ಕೂತಳು.

ವಿದ್ಯಾವಂತ, ಸಿರಿವಂತರ ಮನೆಯ ಕಾಲೇಜಿನಲ್ಲಿ ಕಲಿಯುತ್ತಿರುವ ಯುವತಿ!

"ಇದೆಲ್ಲ ಸರಿಯೆನಿಸುತ್ತಾ?" ಕಂಪಿಸಿತು ಅವಳ ದನಿ.

"ಯಾವ್ದು ತಪ್ಪು? ಇಂಥ ಸ್ಥಿತಿಯಲ್ಲಿ ನಮ್ಮ ಪ್ರಜ್ಞಾವಂತ ಸಮಾಜ ಹೇಗೆ ನಡೆದುಕೊಳ್ಳುತ್ತೆ, ಗೊತ್ತಾ, ಇದಕ್ಕೆ ಬಹು ಮಟ್ಟಿಗೆ ಅವಳನ್ನ ಜವಾಬ್ದಾರಳನ್ನಾಗಿಸುತ್ತೆ. ಸ್ವೇಚ್ಛೆ ನಡವಳಿಕೆ ಕಾರಣ ಅಂತ ಎಷ್ಟೋ ಮಾತುಗಳನ್ನಾಡುತ್ತಾರೆ. ಸ್ನೇಹ ಮಾಡ್ ಡ್ರೆಸ್ ಹಾಕಬಹ್ದು, ಎಗ್ಗಿಲ್ಲದೆ ಯುವಕರೊಂದಿಗೆ ಮಾತಾಡ್ಬಹುದು. ಆದರೆ ಒಳ್ಳೆ ಹುಡ್ಗಿ." ಅವಳ ಸ್ವಭಾವವನ್ನು ನೆನೆಸಿಕೊಂಡರು.

ಆಮೇಲೆ ವನಮಾಲ ಒಂದು ಸಣ್ಣ ಉಪನ್ಯಾಸವನ್ನೇ ಕೊಟ್ಟರು.

ಅತ್ಯಾಚಾರ ಪ್ರಕರಣಗಳಲ್ಲಿ ಅತ್ಯಾಚಾರಿಗಳನ್ನು ಮಾತ್ರ ನಿಂದಿಸಿದರೇ ಸಾಲದು. ಆದರೆ ಆ ಹೀನ ಕೃತ್ಯ ಎಸಗಲು ಕಾರಣವೇನೆಂದು ವಿಮರ್ಶಿಸಬೇಕು. ಎಷ್ಟೋ ಅತ್ಯಾಚಾರಿಗಳು ಹದಿಹರೆಯದವರು. ಹೆಣ್ಣು ಮಕ್ಕಳ ವೇಷಭೂಷಣಗಳಿಂದ ಉದ್ರೇಕಕ್ಕೊಳಗಾದವರು. ಸರಿಯಾದ ಮಾರ್ಗದರ್ಶನದಿಂದ ವಂಚಿತರಾದವರು. ಟಿ.ವಿ. ಸಿನಿಮಾಗಳಿಂದ ಪ್ರಭಾವಿತರಾದವರು. ಈಗ ನಡೆಯುತ್ತಿರುವ ಲೈಂಗಿಕ ಕಿರುಕುಳ ತಡೆಗಟ್ಟ ಬೇಕಾದರೆ ಕೆಟ್ಟ ಪ್ರಭಾವ ಬೀರುವ ವಿವಿಧ ಮಾಧ್ಯಮಗಳಿಗೆ ಕಡಿವಾಣ ಹಾಕಬೇಕು.

"ಆಂಟೀ ನಾನು ಸ್ನೇಹಗೆ ತಂಬ ಗಟ್ಸ್ ಇದೇಂತ ತಿಳ್ಕೊಂಡಿದ್ದೆ. ಹಾಗೆ ನೋಡಿದರೆ ನನ್ನಮ್ಮ ಅರುಂಧತಿಯೇ ಧೈರ್ಯಸ್ಥೆ" ಇವು ಮೆಚ್ಚಿಗೆಯ ಮಾತುಗಳು. ವನಮಾಲ ಗಂಭೀರವಾದರು. ಆ ಬಗ್ಗೆ ಅವರ ಚಿಂತನೆ ನಡೆದಿತ್ತು "ಅಲ್ಲಿ ಅರುಂಧತಿ ಮೇಲೆ ನಡೆದ ಅತ್ಯಾಚಾರಕ್ಕೂ, ಸ್ನೇಹಳ ಮೇಲೆ ನಡೆದ ಆಕ್ರಮಣಕ್ಕೆ ವ್ಯತ್ಯಾಸವಿದೆ. ಅವನು ಒಂಟಿ. ಮೃಗವಾಗಿ ವರ್ತಿಸಲಾರ. ಹೂವಿನ ಸೌಂದರ್ಯದ ಸಹಜ ಆಕರ್ಷಣೆಗೆ ಮಾರು ಹೋದ ದುಂಬಿ ಅದು. ಆದರೆ ಇಲ್ಲಿ ಸ್ನೇಹ ನಾಲ್ಕು ಮೃಗಗಳ ನಡ್ವೇ ಸೆಣಸಾಡಿ ಸೋತು ಹೋಗಿದ್ದಳು. ತೀವ್ರವಾದ ದೈಹಿಕ ಹಿಂಸೆಯ ಜೊತೆ ಮಾನಸಿಕವಾಗಿಯು ಛಿದ್ರವಾಗಿ ಹೋಗಿದ್ದಾಳೆ. ಬರ್ಬರತೆ ತಾಳಲಾರದೇ ಆತ್ಮಹತ್ಯೆ ಮಾಡಿಕೊಂಡಿದ್ದಾಳೆ. ಇದ್ಕೆ ಸ್ವಲ್ಪ ಮಟ್ಟಿಗೆ ಅವ್ಳ ತಾಯ್ತಂದೆ ಕೂಡ ಕಾರಣ" ವಿವರಿಸಿದರು.

"ಆಂಟೀ ನಾವು ಸ್ನೇಹನ ಹೋಗಿ ನೋಡ್ಬರೋಣ್ವಾ?" ಕೇಳಿದಳು.

"ಬೇಡ, ಸಾಕಿನ್ನು ಆ ವಿಷ್ಯ. ಇಂಥ ಎಷ್ಟೋ ವಿಷ್ಯಗಳು ಬಹಿರಂಗವಾಗ್ದೇ ಮುಚ್ಚಿಹೋಗುತ್ತೆ" ಎಂದರು ನಿಟ್ಟುಸಿರೊಂದಿಗೆ.

ಇವಳು ಹೊರಟಾಗ " ಈ ವಿಷ್ಯ ಅರುಂಧತಿ ಮುಂದೆ ಹೇಳ್ಬೇಡ. ಅಂದಿನ ಮುಗ್ಧಳಲ್ಲ. ಇಂಥ ಎಷ್ಟೋ ಕೇಸ್‌ಗಳನ್ನು ಉಪಚರಿಸಿದ್ದಾಳೆ. ಆದ್ರೂ ತಿಳಿಸೋದ್ಬೇಡ, ನಿನ್ನ ಕಾಲೇಜಿಗೆ ಸಂಚಕಾರ ಬೀಳುತ್ತೆ" ಹೆದರಿಸಿದರು.

ಗೆಲುವಾಗಿ ಬಂದ ಮಗಳನ್ನು ನೋಡಿ ನಿರಾತಕಗೊಂಡರು ಅರುಂಧತಿ.

"ಆಂಟೀ, ಇದ್ದಾರ?" ವಿಚಾರಿಸಿದರು.

"ಇದ್ರೂ. ಈಗ ಎಲ್ಲೋ ಹೊರಟರು" ಎಂದಳು.

ಈಗ ಅಮ್ಮ ಅಲ್ಲಿಗೆ ಹೋಗುವುದು ಬೇಕಿರಲಿಲ್ಲ. ಈಗ ಅವಳನ್ನು ಕಾಡುತ್ತಿದ್ದುದು ದೇಶ್‌ಮುಖ್. ಆರಾಮವಾಗಿ ಹೋಗಿ ಹಾಸಿಗೆಯ ಮೇಲೆ ಉರುಳಿಕೊಂಡಳು.

"ಇಲ್ನೋಡು..." ಒಂದು ಪುಟ್ಟ ಬಾಕ್ಸ್ ಹಿಡಿದು ಬಂದ ಅರುಂಧತಿ ಮಗಳ ಮುಂದಿಡಿದಳು "ತುಂಬಾನೇ ಕಾಂಪ್ಲಿಕೇಟೆಡ್ ಡೆಲಿವರೀ. ಮೊದಲ ಹೆರಿಗೆಯ ಎರಡು ಮಕ್ಳು ಸತ್ತಿದ್ವು, ಈ ಸಲ ಮಗು ಉಳೀತು. ಇದ್ನ ಪ್ರೆಸೆಂಟ್ಟಾಗಿ ಕೊಟ್ಟಿದ್ದಾರೆ." ಅದರಲ್ಲಿನ ಉಂಗುರ ತೆಗೆದು ಉಷಾ ಬೆರಳಿಗೆ ತೊಡಿಸಿದರು.

ಪ್ರತಿಯೊಂದು ಮಗಳಿಗಾಗಿ ಎನ್ನುವಂತೆ ಪರದಾಡುತ್ತಿದ್ದ ಅಮ್ಮ ದೇವತೆಯಂತೆ ಕಂಡಳು. ದೇವತೆಗಳಲ್ಲಿ ಸ್ವಾರ್ಥ ಕಲ್ಮಷ ಅಂಥದ್ದು ಇರುವದಿಲ್ಲವೆಂದು ಎಲ್ಲೋ ಕೇಳಿದ್ದಳು. ಇದನ್ನೆಲ್ಲ ಅರುಂಧತಿಯೇ ಹೇಳಿರಬೇಕು.

"ಅಮ್ಮ, ನಾನು ಹೆಸರು ಬದಲಾಯ್ಸಿ ಕೊಳ್ಳಲಾ?" ಉಂಗುರವನ್ನು ನೋಡುತ್ತಾ ಕೇಳಿದಳು. ಮಗಳ ಮುಂಗುರುಳು ತಡವಿ "ಈಗ ಇರೋ ಹೆಸರು ಏನಾಗಿದೆ? ಉಷಾ ಪುಟ್ಟದಾದ ಮುದ್ದಾದ ಹೆಸರು. ಕರೆಯಲು ಕೂಡ ಆರಾಮ್. ನಿಂಗ್ಯಾಕೆ ಬಂತು ಹೆಸರು ಬದಲಾಯ್ಸಿಕೊಳ್ಳೊ ಯೋಚ್ನೆ?" ಎಂದರು ನಗುತ್ತ.

"ರುಕ್ಮಿಣಿ ಅನ್ನೋ ಹೆಸರು ಎಷ್ಟೊಂದು ಚೆನ್ನಾಗಿದೆ...." ಅಂದ ಕೂಡಲೇ ಅರುಂಧತಿ ಮೇಲೆದ್ದು "ಇದು ಹೇಗೆ ನಿನ್ನ ತಲೆಗೆ ಬಂತು? ನಂಗಂತು ಉಷಾನೆ ಇಷ್ಟ. ರೇಗಿ ಎದ್ದು ಹೋದ ಕೂಡಲೇ ಅವಳಿಗೆ ಚಪ್ಪಾಳೆಯೊಡೆಯಬೇಕೆನಿಸಿತು.

ಇಂಥ ಒಂದು ಪ್ರತಿಕ್ರಿಯೆಗಾಗಿ ಬಹಳ ದಿನಗಳಿಂದ ಕಾದಿದ್ದಳು. ಅರುಂಧತಿ, ರುಕ್ಮಿಣಿ ಇಬ್ಬರು ಒಂದೇ! ಇಂಥ ಒಂದು ನಿರ್ಧಾರಕ್ಕೆ ಬರಲು ಒಂದಿಷ್ಟು ಎವಿಡೆನ್ಸ್ ಬೇಕಿತ್ತು ಆ ದಿಸೆಯಲ್ಲಿ.

ಮರುದಿನ ಅರುಂಧತಿ ಡ್ಯೂಟಿಗೆ ಹೋದ ಮೇಲೆ ಮೆಲ್ಲಗೆ ವನಮಾಲ ಫ್ಲಾಟಿಗೆ ಬಂದಾಗ, ಆಕೆ ಎಲ್ಲೋ ಹೊರಡಲು ರೆಡಿಯಾಗಿದ್ದರು. "ನಾನೇ ಬರೋಣಾಂತ ಇದ್ದೆ. ನನ್ನ ಕೊಲೀಗ್ ಕಸಿನ್ ವಿವಾಹ. ಬೇಗ ರೆಡಿಯಾಗಿ ಬಂದ್ಬಿಡು" ಎಂದಾಗ ಅವರ ಎದುರು ಕೂತು ಹಣೆಯನ್ನೊತ್ತಿಕೊಂಡು "ತುಂಬ...ತುಂಬಾನೆ ತಲೆನೋವಿದೆ. ನರಗಳೆಲ್ಲ ಪಟ ಪಟ ಅಂತ ಇದೆ. ಎರ್ಡು ಗುಳಿಗೆ ನುಂಗಿದೆ. ಅಮೃತಾಂಜನ್ ಎಷ್ಟೊಂದು ಹಚ್ಕೊಂಡಿದ್ದೀನಿ. ಆರಾಮಾಗಿ ಮಲ್ಗಿ ಬಿಡೋಣಾಂತ ಅಂದ್ಕೊಂಡಿದ್ದೀನಿ. ನೀವು ಬಾ ಅಂದರೆ... ಬರ್ತೀನಿ" ರಾಗವಾಗಿ ಬಡಬಡಿಸಿದಾಗ ಹತ್ತಿರಕ್ಕೆ ಬಂದ ವನಮಾಲ ಅವಳ ಹಣೆಯ ಮೇಲೆ ಕೈಯಿಡಲು ಹೋದಾಗ ಹಿಂದಕ್ಕೆ ಸರಿದು

"ಬೇಡ ಆಂಟೀ, ಬರೀ ಅಮೃತಾಂಜನ್ ವಾಸ್ನೆಯಾಗ್ಬಿಡುತ್ತೆ.. ಸೆಂಟ್ ಬದ್ಲು ಅಮೃತಾಂಜನ ಸಿಂಪಡಿಸಿಕೊಂಡಂತೆ ಇರುತ್ತೆ. ರೆಡಿಯಾಗಿ ಬರ್ಲಾ?" ಕೇಳಿದಳು.

"ಮತ್ತಷ್ಟು ತಲೆನೋವು ಜಾಸ್ತಿಯಾಗ್ಬಿಡುತ್ತೆ. ಆರಾಮಾಗಿ ಮಲ್ಗಿ ರೆಸ್ಟ್ ತಗೋ, ಹೇಗೂ ಅರುಂಧತಿ ಸಂಜೆ ಬರೋದು. ನಂಗೂ ಆ ಕಡೆ ಹೋಗೋದಿದೆ. ಜೊತೆಯಲ್ಲೇ ಬರ್ತೀವಿ" ಅಂದಾಗ ವನಮಾಲ ಅವಳ ಎದೆಯಲ್ಲಿನ ಭಾರ ಎಷ್ಟೋ ಕಡಿಮೆಯಾಯಿತು. ಎದೆಯ ಮೇಲೆ ಹೊರಟ ಕೈಯನ್ನು ಪ್ರಯತ್ನಪೂರ್ವಕವಾಗಿ ಹಿಂದಕ್ಕೆ ತಗೊಂಡಳು.

ವನಮಾಲನ ಕಾರಿನವರೆಗೂ ಹೋಗಿ ಕಳುಹಿಸಿ ಬಂದವಳೇ ಚುಮ ಚುಮ ಎನ್ನುತ್ತಿದ್ದ ಹಣೆಯನ್ನು ಒಂದಲ್ಲ ನಾಲ್ಕು ಸಲ ತೊಳೆದರು. ಕಣ್ಣುಗಳಲ್ಲಿ ಉರಿಯ ಜೊತೆ ನೀರು ಸೋರಲು ಷುರುವಾಯಿತು. ಬೇಕೆಂದೇ ಅಮೃತಾಂಜನ ಹಚ್ಚಿಕೊಂಡಿದ್ದು.

ಅಂತು ಇನ್ನೆರಡು ಸಲ ಮುಖವನ್ನು ಅಚ್ಚುಗಟ್ಟಾಗಿ ತೊಳೆದು ಡ್ರೆಸ್ ಬದಲಾಯಿಸಿಕೊಂಡು ಆರಾಮಾಗಿ ಜರಿಯ ಬಾರ್ಡರ್ ಇದ್ದ ಹಸಿರು ಕಂಚಿ ಕಾಟನ್ ಸೀರೆಯುಟ್ಟು ಕೂದಲನ್ನು ಬಾಚಿ ಒಂದು ಕ್ಲಿಪ್ ಹಾಕಿಕೊಂಡು ಇನ್ನೊಂದು ಸಲ ಹೋಟೆಲ್‌ನ ಅಡ್ರೆಸ್ ಮತ್ತು ಫೋನ್ ನಂಬರ್ ಅಂಗೈ ಮೇಲೆ ಡಾಟ್ ಪೆನ್‌ನಿಂದ ಬರೆದುಕೊಂಡಿದ್ದಕ್ಕೆ ಕಾರಣ, ಒಮ್ಮೆ ಅವಳ ಹ್ಯಾಂಡ್ಬ್ಯಾಗ್ ಸಿಟಿ ಬಸ್ಸಿನಲ್ಲಿ ಕಳೆದು ಹೋಗಿತ್ತು. ಅದಕ್ಕಾಗಿ ಈ ಮುಂಜಾಗರೂಕತೆ ಕ್ರಮ.

ಬೀಗ ಹಾಕಿ ಕೆಳಗಿಳಿದು ಬಂದವಳು ಮತ್ತೆ ಹಿಂದಕ್ಕೆ ಹೋಗಿ ಟೆಲಿಫೋನ್ ಕನೆಕ್ಷನ್ ತೆಗೆದು ಹಾಕಿದಳು. ಒಂದೆರಡು ಸಲ ಅರುಂಧತಿ ಮನೆಗೆ ಫೋನ್ ಮಾಡಿ ಮಗಳನ್ನು ಮಾತಾಡಿಸುವ ಪದ್ಧತಿ. ಹಾಗೇ ಫೋನ್ ಮಾಡಿ ತಾನು ತೆಗೆಯದಿದ್ದರೆ ಗಾಬರಿಯಾಗಿ ಬಂದರೂ ಹೆಚ್ಚಲ್ಲವೆಂದು ಈ ಪ್ಲಾನ್.

ಆಟೋ ಹಿಡಿದು ಹೋಟೆಲ್ ಮುಂದೆ ಇಳಿದಳು. ಅದೊಂದು ವಿಭಿನ್ನ ರೀತಿಯ ರೆಸ್ಟೋರೆಂಟ್ ಕಮ್ ಲಾಡ್ಜ್. ಅತ್ಯಂತ ಶಾಂತವು, ಸರಳವು ಆದ ಪರಿಸರ. ಅವರ ಆಯ್ಕೆ ಚೆನ್ನಾಗಿದೆಯೆನಿಸಿತು.

ರಿಸೆಪ್ಷನಿಸ್ಟ್ ಕೌಂಟರ್‌ನಲ್ಲಿ ವಿಚಾರಿಸಿದಾಗ ದೇಶಮುಖ್ ರೂಮಿನಲ್ಲೇ ಇರುವ ವಿಷಯ ತಿಳಿಯಿತು. ಇದ್ದಿದ್ದೆ ಅಲ್ಲಿ ಫಸ್ಟ್ ಅಂಡ್ ಸೆಕೆಂಡ್ ಫ್ಲೋರ್. ಎರಡನೇ ಫ್ಲೋರ್‌ನ ಕೊನೆಯ ಎ.ಸಿ. ಸೂಟ್ 42. ಮೆಲ್ಲಗೆ ಬೆರಳಿನಿಂದ ಸದ್ದು ಮಾಡಿದಳು. ಚಿಲಕ ತೆಗೆದ ಸದ್ದಾಯಿತು. ಸ್ವಲ್ಪ ಹಿಂದಕ್ಕೆ ಸರಿದು ನಿಂತಳು.

"ಬಾ..." ಎಂದು ಹಿಂದಕ್ಕೆ ಹೋದರು.

ಅವಳೆದೆಯ ಬಡಿತ ಏರಿತು. ದೇಶ್‌ಮುಖ್‌ದು ಐವತ್ತರ ನಡುವಿನ ವಯಸ್ಸು. ತಾನು ಒಂಟಿಯಾಗಿ ಬಂದಿದ್ದು ದೊಡ್ಡ ತಪ್ಪೆನಿಸಿತು. ಹಿಂದಿರುಗಿ ಬಿಡಲೆ? ಬೆನ್ನಟ್ಟಿ ಬಂದು ಹಿಡಿದರೇ. ಈಗಲೇ ತರಹ ತಹಿಸುತ್ತಿರುವ ಅಮ್ಮ ಭೂಮಿಗಿಳಿದು ಹೋಗುತ್ತಾಳೆ.

ಮೆಲ್ಲಗೆ ಸುತ್ತಲೂ ನೋಟವರಿಸಿದಳು. ಎ.ಸಿ. ರೂಮ್‌ನ್ನು ತಣ್ಣಗೆ ಇಟ್ಟಿತ್ತು. ಎಷ್ಟೋ ಅತ್ಯಾಚಾರ ಪ್ರಕರಣಗಳನ್ನು ಪೇಪರಿನಲ್ಲಿ ಓದಿದ್ದಳು. ಎಲ್ಲಾ ವಿಲಕ್ಷಣವಾಗಿ, ವಿಕೃತವಾಗಿ ಕಾಣುತ್ತಿತ್ತು. ಐದು ವರ್ಷ ಪುಟ್ಟ ಹುಡುಗಿಯ ಮೇಲೆ ಐವತ್ತರ ವಯಸ್ಸಿನ ವ್ಯಕ್ತಿಯ ಅತ್ಯಾಚಾರ.

ಉಷಾ ಸಣ್ಣಗೆ ಬೆವತಳು.

"ಕೂತ್ಕೊ...." ಹೇಳಿದರು ದೇಶ್‌ಮುಖ್.

ಸರಳವಾಗಿ ಜುಬ್ಬಾ, ಪೈಜಾಮ ಧರಿಸಿದ್ದರು. ಅಚ್ಚ ಬಿಳಿಯ ಉಡುಪಿನಿಂದಲೇ ಏನೋ ಅವರ ಮುಖದಲ್ಲಿ ವಿಷಾದ ಬೆರೆತ ಶಾಂತತೆ ಇದ್ದರೂ ಕಣ್ಣುಗಳಲ್ಲಿ ಅನನ್ಯ ವರ್ಚಸ್ಸಿತ್ತು.

ಅಲ್ಲಾಡದೇ ಉಷಾ ನಿಂತೇ ಇದ್ದಳು. ಎಷ್ಟರ ಮಟ್ಟಿಗೆ ಭಯಗ್ರಸ್ಥಳಾಗಿದ್ದಳೆಂದರೆ ಸಣ್ಣಗೆ ಕಂಪಿಸುತ್ತಿತ್ತು ಅವರ ದೇಹ.

"ಕೂತ್ಕೋ..." ಸ್ವಲ್ಪ ಒರಟಾಗಿಯೇ ಹೇಳಿದ್ದು.

ಉಷಾ ಕೂತು ಸುತ್ತಲೂ ನೋಟ ಹರಿಸಿದಳು ಮೆಲ್ಲಗೆ. ತುಂಬ ಚೆನ್ನಾಗಿ ಡೆಕೊರೇಟ್ ಮಾಡಿದ ವಿಶಾಲವಾದ ರೂಮ್. ಅದರಲ್ಲಿಯೇ ಬೆಡ್ ರೂಂ ಪ್ರತ್ಯೇಕಿಸಿದ್ದರು. ಅಚ್ಚ ಹಸುರಿನ ಪ್ಲಾಂಟ್‌ಗಳು ಫಳ ಫಳ ಹೊಳೆಯುವ ಹಿತ್ತಾಳೆ ಪಾತ್ರೆಗಳನ್ನು ಅಲಂಕರಿಸಿತ್ತು.

"ಏನು ತಗೋತೀಯಾ?" ಎಂದು ಎದ್ದು ಹೋದವರು ಕೋಕಾಕೋಲ ಬಾಟಲು ತಂದು ಓಪನ್ ಮಾಡಿ ಕೊಟ್ಟರು. "ನೆನಪಾಗಿದ್ದಕ್ಕೆ ಕಾರ್ಡ್ ಕೊಟ್ಟೆ. ಗ್ರೀಷ್ಮಾ ನಿಂಗೋಸ್ಕರ ಕೆಲವು ವಸ್ತುಗಳನ್ನು ತೆಗೆದಿರಿಸಿದ್ದಾಳೆ. ಯಾವಾಗ್ಲದ್ರೂ ಬಂದು ತಗೊಂಡ್ಹೋಗು" ಅಷ್ಟೇ ಹೇಳಿದ್ದು.

ಸ್ವಲ್ಪ ಧೈರ್ಯ ಬಂತು ಉಷಾಗೆ. ಮುಖದ ಮೇಲಿನ ಬೆವರನ್ನು ಕರ್ಚೀಫ್‌ನಿಂದೊತ್ತಿಕೊಂಡು "ಅಂಕಲ್ ಆಂಟೀ ಬಂದಿಲ್ವಾ?" ಕೇಳಿದಳು.

"ಮೊದ್ಲು ಕುಡೀ" ಎಂದು ಎದ್ದು ಹೋದ ದೇಶಮುಖ್ ಹತ್ತು ನಿಮಿಷಗಳ ತರುವಾಯ ಬಂದಿದ್ದು "ಅವ್ಳು ಹೋಗಿ ಆಯ್ತು" ಎಂದು ಅವಳ ಎದುರಿನಲ್ಲಿಯೇ ಕೂತರು.

"ಅಮೇರಿಕಾಗೆ ಹೋಗಿದ್ದಾರಾ? ಮತ್ತೆ ಯಾವಾಗ್ಬರ್ತಾರೆ? ನೀವು ಕೂಡ ಹೊರಟಿದ್ದೀರಾ?" ಮೂರು ಪ್ರಶ್ನೆಗಳಿಗೆ ಉತ್ತರ ಅಪೇಕ್ಷಿಸಿದಳು. ದೇಶ್‌ಮುಖ್ ನೋಟ ಕೆಲವು ಸೆಕೆಂಡ್‌ಗಳು ನೆಲದಲ್ಲಿ ನಂತರ ಉಷಾಳ ಮೇಲೆ ಹರಿಯಿತು. "ಅಮೇರಿಕಾಗೆ ಹೋಗಿದ್ದರೇ ಮತ್ತೆ ಹಿಂದಕ್ಕೆ ಬರುವ ಸಾಧ್ಯತೆ ಇತ್ತು. ನಾನು ಯಾವಾಗ ಹೋಗ್ತೀನೋ ಗೊತ್ತಿಲ್ಲ. ಅಲ್ಲಿ ಅವ್ಳು ಇರ್ತಾಳೆ ಅನ್ನೋ ನಂಬಿಕೆ ಕೂಡ ಇಲ್ಲ."

ತಕ್ಷಣಕ್ಕೆ ಅವಳಿಗೆ ಏನೇನು ಅರ್ಥವಾಗಲಿಲ್ಲ. ಗ್ರೀಷ್ಮಾ ಅಮೇರಿಕಾಗೆ ಹೋಗಿಲ್ಲ ಮತ್ತೆಲ್ಲಿಗೆ ಹೋಗಿದ್ದಾರೆ? ಇವರು ಹೋದರೂ ಭೇಟಿ ಮಾಡುವ ಸಾಧ್ಯತೆ ಇಲ್ಲವೆನ್ನುತ್ತಿದ್ದಾರೆ. ಗೋಜಲು ಗೋಜಲೆನಿಸಿತು.

"ಹೋಗ್ಲೀ, ನಂಗೆ ವಿಳಾಸ ಕೊಡಿ. ಪತ್ರ ಬರಿತೀನಿ. ನಂಗಂತೂ ಅವ್ರನ್ನ ಭೇಟಿ ಮಾಡೋ ಇರಾದೆ ಇದೆ. ಹೇಗೋ ಪ್ರಯತ್ನ ಮಾಡ್ತೀನಿ" ಎಂದಳು ಮೆಲ್ಲಗೆ.

"ಷಟಪ್, ಈಗಾಗ್ಲೇ ನಿಂಗೆ ಹೋಗೋ ಆತುರ." ರೇಗಿದರು ಉದ್ವಿಗ್ನರಾಗಿ. ಅವಳು ತಟಸ್ಥಳಾದಳು. ಮಾತೇ ಆಡಲಿಲ್ಲ "ಗ್ರೀಷ್ಮಾ ಇಲ್ಲ ಉಷಾ. ಮತ್ತೆ ನೀನು ನಾನು ಅವಳ್ನ ನೋಡೋಕ್ಕಾಗೋಲ್ಲ" ಎಂದರು ಒಂದಿಷ್ಟು ಶಾಂತರಾಗಿ.

'ಗ್ರೀಷ್ಮಾ ಇಲ್ಲ' ಎನ್ನುವ ಪದವೇ ಅವಳನ್ನು ತಬ್ಬಿಬ್ಬು ಮಾಡಿತು. ಹೃದಯಲ್ಲಿ ವಿಚಿತ್ರವಾದ ವೇದನೆ, ಸಂಕಟ. ಅವೆರಡು ಕಣ್ಣಿನಲ್ಲಿ ಕಾಣಿಸಿಕೊಂಡು ಧಾರೆಯಾದಾಗ ಉಷಾಳಿಂದ ತಡೆಯಲಾಗಲಿಲ್ಲ. ಮುಖವನ್ನು ಕೈಗಳಿಂದ ಮುಚ್ಚಿಕೊಂಡು ಬಿಕ್ಕಳಿಸತೊಡಗಿದಳು.

ದೇಶ್‌ಮುಖ್ ಮಾತೇ ಆಡಲಿಲ್ಲ, ಕೆಲವು ನಿಮಿಷಗಳ ಕಾಲ. ನಂತರ ತುಂಬ ಪ್ರಶಾಂತವಾಗಿ "ಸಾಕು, ನಿನ್ನ ಅಳುವಿನಿಂದ ಅವ್ಳಿಗೇನು ಪ್ರಯೋಜನವಿಲ್ಲ. ನಿಂಗೋಸ್ಕರ ಕೆಲವು ಸಾಮಾನುಗಳನ್ನು ತೆಗೆದಿಟ್ಟಿದ್ದಾಳೆ. ನಿಂಗೆ ಆಸಕ್ತಿ ಇದ್ದರೇ ಅಗತ್ಯವೆನಿಸಿದರೇ ಯಾವಾಗ್ಲಾದ್ರೂ ಬಂದು ತಗೋ ಬಹ್ದು. ಸಿಂಕ್‌ನಲ್ಲಿ ಮುಖ ತೊಳ್ಕೊಂಡ್ ಹೋಗು. ಸಂಜೆ ನಾನು ರೂಮು ಖಾಲಿ ಮಾಡ್ತಾ ಇದ್ದೀನಿ. ಮತ್ತೆ ಬರ್ಬೇಡ" ಹೇಳಿ ಎದ್ದರು.

ಮತ್ತೆ ಒಂದು ಮಾತು ಕೂಡ ಆಡದ ಉಷಾ ಸಿಂಕ್ನಲ್ಲಿ ಮುಖ ತೊಳೆದುಕೊಂಡು ಬಂದು ಹೊರಟಾಗ ದೇಶ್‌ಮುಖ್ ಬೆಡ್ ರೂಮಿಗೆ ಹೋಗಿ ಬಿಟ್ಟಿದ್ದರು. ಮತ್ತೇನು ಮಾತು ಬೇಕಿರಲಿಲ್ಲ ಅವರಿಗೆ.

ಉಷಾಗೆ ಅಳು ತಡೆಯದಾಯಿತು. ಆಟೋ ಹಿಡಿದು ನೇರವಾಗಿ ಫ್ಲಾಟ್‌ಗೆ ಬಂದವಳೇ ಹಾಸಿಗೆಯ ಮೇಲೆ ಬಿದ್ದುಕೊಂಡು ಸಾಕಷ್ಟು ಅತ್ತು ಸಮಾಧಾನವಾದಳು. ಗೀಷ್ಮಾ ಇಲ್ಲ ಎಂದು ಕೊಳ್ಳುವುದೇ ಅವಳಿಗೆ ಕಷ್ಟ. ಅರುಂಧತಿ, ವನಮಾಲ ನಂತರ ಆತ್ಮೀಯ ವ್ಯಕ್ತಿಯೆಂದರೆ ಅವರೊಬ್ಬರೇ. ಹೇಗೆ ಸತ್ತರು? ಯಾಕೆ ಸಾಯಬೇಕಿತ್ತು? ಮುಗ್ಧವಾಗಿ ಯೋಚಿಸಿದಳು. ಹುಟ್ಟು ಆಕಸ್ಮಿಕವಾದರೂ ಸಾವು ಸಹಜ. ಮುಪ್ಪಡರಿಂದ ನಂತರ ಸಾಯಬೇಕೆಂಬ ತರ್ಕ ಅದಕ್ಕೆ ಇದ್ದಂಗೆ ಕಾಣಲಿಲ್ಲ.

ಅಷ್ಟಿಷ್ಟು ಚೇತರಿಸಿಕೊಳ್ಳಲು ಸಂಜೆಯೇ ಆಯಿತು. ಮನದ ದುಗುಡ ಕಮ್ಮಿಯಾಗಲು ಯಾರೊಂದಿಗಾದರೂ ಹೇಳಿಕೊಳ್ಳಬೇಕು. ಯಾರೊಂದಿಗೆ? ವನಮಾಲ ಒಬ್ಬರಿಗೆ ಹೇಳಿಕೊಳ್ಳಬಹುದೇನೋ! ಊಟ ಕೂಡ ಬೇಕೆನಿಸಲಿಲ್ಲ. ಟೆಲಿಫೋನ್ ಕನೆಕ್ಷನ್ ಕೊಟ್ಟು ತಾನೇ ನರ್ಸಿಂಗ್ ಹೋಂಗೆ ಫೋನಾಯಿಸಿದಳು.

"ನಾನು ಉಷಾ, ನನ್ನ ಮಮ್ಮಿ ಅರುಂಧತಿಗೆ ಹೇಳಿ. ಫೋನ್ ಡೆಡ್ ಆಗಿತ್ತು.

ಈಗ ಸರಿ ಹೋಗಿದೆ" ರಿಸೆಪ್ಷನ್ ಕೌಂಟರ್‌ನಲ್ಲಿ ತಿಳಿಸಿ ಫೋನಿಟ್ಟಳು. ಸದ್ಯದ ಕೆಲಸ ಮುಗಿದಂತಾಯಿತು.

ಏನು ಓದಲು ಮನಸ್ಸಾಗಲಿಲ್ಲ, ಫ್ರಿಜ್‌ನಲ್ಲಿ ಉಳಿದಿದ್ದ ಅಡಿಗೆಯನ್ನೆಲ್ಲ ಹೊರ ತೆಗೆದು ಪಕ್ಕದ ಫ್ಲಾಟ್‌ನ ಕೆಲಸದವಳಿಗೆ ಕೊಟ್ಟು ಆರಾಮಾಗಿ ತರಕಾರಿ ಹೆಚ್ಚಿ ಹೊಸ ಅಡಿಗೆ ಪ್ರಾರಂಭಿಸಿದಳು. ಕಾಲೇಜು ಬಾಗಿಲು ತೆರೆಯಲು ಸಮಯವಿತ್ತು. ತಾನು ಯಾವುದಾದರೂ ಒಂದು ಟೆಂಪರರಿ ಕೆಲಸಕ್ಕೇ ಪ್ರಯತ್ನಿಸಬಾರದು. ತಕ್ಷಣ ಕಂಪ್ಯೂಟರ್ ಕ್ಲಾಸ್‌ಗಳಿಗೆ ಟ್ಯೂಟರ್ ಆಗಿದ್ದ ರೂಪನ ಸಂಪರ್ಕಿಸಿದಳು.

"ಕಾಲೇಜು ತರೆಯೋವರ್‍ಗೂ ಬೋರ್. ಅದರವರ್ಗೂ ನಂಗೊಂದು ಕೆಲ್ಸ ಕೊಡಿಸೋಕೆ ಸಾಧ್ಯನಾ?" ಕೇಳಿದಳು.

"ನಿಂಗೆ ಅಂಥ ಅಗತ್ಯವಿಲ್ಲ. ಬೇಕಾದರೆ ಕಂಪ್ಯೂಟರ್ ಕಲೀ. ನಿನ್ನಮ್ಮ ಕೆಲ್ಸ ಮಾಡೋ ಆಸ್ಪತ್ರೆ ಸಿಟಿಯಲ್ಲೇ ಹೆಸರಾಂತ ನರ್ಸಿಂಗ್ ಹೋಂ. ಕೈ ತುಂಬಾ ಸಂಬ್ಳ. ಒಬ್ಳೇ .... ಮಗ್ಳು. ವೆಕೇಷನ್‌ನ ಹಾಯಾಗಿ ಎಂಜಾಯ್ ಮಾಡು. ಫೋನಿಟ್ಟೇ ಬಿಟ್ಟಳು. ಈ ಅಭಿಪ್ರಾಯ ಅವಳಮ್ಮನದು ಕೂಡ. 'ಸದ್ಯಕ್ಕೆ ನಿಂಗೆ ಕೆಲ್ಸ ಬೇಡ. ಮೊದ್ಲು ಓದು ಮುಗೀಲಿ.'

ವನಮಾಲ ಫ್ಲಾಟ್‌ವರೆಗೂ ಹೋಗಿ ಬಂದಳು. ಬೀಗ ಹಾಕಿದ್ದರು. ಇನ್ನೊಂದು ಡೂಪ್ಲಿಕೇಟ್ ಕೀಯಿಂದ ತೆಗೆದು ಫ್ರಿಜ್, ಅಡಿಗೆ ಮನೆಯನ್ನು ಅಚ್ಚುಕಟ್ಟು ಮಾಡಿ ಹೊರ ಬರುವ ವೇಳೆಗೆ ಸುಮಾರು ವಯಸ್ಸಿನ ಮುತ್ತೈದೆ ಮೂವರು ಹೆಣ್ಣು ಮಕ್ಕಳೊಂದಿಗೆ ಪ್ರವೇಶಿಸಿದಳು.

"ಯಾರು....ನೀವು?" ಕೇಳಿದಳು.

"ವನಮಾಲ ಇಲ್ವ?" ಕೂತೇ ಬಿಟ್ಟರು.

"ಇಲ್ಲ, ನೀವುಗಳು ಯಾರು?" ಎಂದಳು.

ಉಷಾನ ಮೇಲಿನಿಂದ ಕೆಳಗಿನವರೆಗೂ ನೋಡಿ "ನೀನು ಅದೇ ಹುಡ್ಗಿನಾ?" ರಾಗ ತೆಗೆದರು. ಪರಿಸ್ಥಿತಿಯ ಅರಿವಾಯಿತು ಅವಳಿಗೆ "ನೀವು ಪ್ರೊಫೆಸರ್ ಮಿತ್ರವಿಂದ ತಾಯಿನಾ? ಏನು ಇಲ್ಲಿಯವರೆಗೂ ದಯ ಮಾಡಿಸಿದ್ದು? ನಿಮ್ಮ ತಂದೆನಾ, ನನ್ತಂದೆ ಭೇಟಿ ಮಾಡಿದ್ರಂತೆ" ಬಡ ಬಡ ಮಾತಾಡಿದಳು.

ಅವಳ ಧೈರ್ಯಕ್ಕೆ ಬೆರಗಾದರು. 'ಅವ್ಳಿಗೆ ತಂದೆ ಯಾರೂಂತ ಗೊತ್ತಿಲ್ಲ' ಮಿತ್ರವಿಂದ ತಾಯಿಗೆ ಹೇಳಿದ ಸತ್ಯ ಇದು.

"ನೀನು ಯಾರು?" ಕೇಳಿದರು ಆಕೆ.

ಬಂದು ಅವರುಗಳ ಎದುರಿನಲ್ಲೆ ಕೂತ ಉಷಾ "ಏನ್ರೀ, ಇದು? ಹೊರ್ಗಿನಿಂದ ಬಂದ ನೀವು ಪ್ರಶ್ನಿಸೋ ರೀತಿನಾ ಇದು? ನೀವುಗಳು ಯಾರು? ಬಂದಿದ್ದು ಯಾಕೆ?

ಮಿತ್ರವಿಂದ ತಾಯಿಯಾದ ಮಾತ್ರಕ್ಕೆ ಅಪರಿಚಿತರ ಮನೆಗೆ ನುಗ್ಗಿಬಿಡೋದಾ? ಇವರುಗಳು ನಿಮ್ಮ ವಂಶದ ರೆಂಬೆ, ಕೊಂಬೆಗಳ. ಎಂಥಾ ಜನರೀ ... ನೀವು?" ತಿರುಗಿ ಬಿದ್ದಳು.

ಆಕೆ ಪೂರ್ತಿ ತಬ್ಬಿಬ್ಬು. ಉಷಾ ಮಾತು ನಿಲ್ಲಿಸಲೇ ಇಲ್ಲ. ತುಂಬ ಗಟ್ಟಿ ಹೆಣ್ಣಾದ ಪ್ರೊಫೆಸರ್ ಮಿತ್ರವಿಂದ ತಾಯಿ ಮೊಮ್ಮಕ್ಕಳನ್ನ ಎಬ್ಬಿಸಿಕೊಂಡು ಹೊರಟುಬಿಟ್ಟಾಗ ಬೀಗ ಹಾಕಿಕೊಂಡು ತನ್ನ ಫ್ಲಾಟ್‌ಗೆ ಹಿಂದಿರುಗಿದಳು. ಇವರ ಪಕ್ಕದ ಫ್ಲಾಟ್ ಬಹಳ ದಿನಗಳಿಂದ ಖಾಲಿ ಇತ್ತು. ಅದು ಇಂದು ತೆರೆದಿತ್ತು. ಒಂದಿಷ್ಟು ಲಗೇಜ್ ಕೂಡ ಹೊರಗಡೆ ಇತ್ತು.

ನಿಜವಾಗಿಯೂ ಆ ಫ್ಲಾಟ್‌ಗೆ ಯಾರು ಬರುವುದು ಉಷಾಗೆ ಇಷ್ಟವಿರಲಿಲ್ಲ. ಅದೇ ಈ ಬಿಲ್ಡಿಂಗ್‌ನ ಎಡ ಮಗ್ಗುಲಿಗೆ ಕೊನೆಯ ಫ್ಲಾಟ್. ಕೆಲವೊಮ್ಮೆ ಅವಳಿಗೆ ಜನ ಸಂಪರ್ಕ ಇಷ್ಟವಾಗುತ್ತಿರಲಿಲ್ಲ. ನಿಶ್ಯಬ್ದ, ಮೌನ ಎಲ್ಲಾ ಇಷ್ಟವೇ.

ಬೀಗ ತೆಗೆಯುತ್ತಿದ್ದಾಗ "ಹಲೋ....." ಎಂದಿದನ್ನು ನೋಡಿ ಹಿಂದಕ್ಕೆ ತಿರುಗಿದಳು. ಒಬ್ಬ ಯುವಕ ನಿಂತಿದ್ದ "ಐ ನೀಡ್ ಯುವರ್ ಹೆಲ್ಪ್" ಎಂದ ಸಂಕೋಚದ ದನಿಯಲ್ಲಿ.

"ಏನಾಗ್ಬೇಕಿತ್ತು?" ಕನ್ನಡದಲ್ಲೇ ಕೇಳಿದಳು.

"ಥ್ಯಾಂಕ್ಯೂ ವೆರಿಮಚ್, ಇಲ್ಲಿ ಪ್ರತಿಯೊಬ್ರು ಅರೆ ಬರೆ ಇಂಗ್ಲೀಷ್‌ನಲ್ಲಿ ಮಾತಾಡಿದ್ದರಿಂದ ..... ಕನ್ನಡ ಗೊತ್ತೇ ಇಲ್ಲ ಅಂದ್ಕೊಂಡಿದ್ದೆ. ದಯವಿಟ್ಟು ಸ್ವಲ್ಪ ಒಳಗಡೆ ಬನ್ನಿ" ಫ್ಲಾಟ್‌ನೊಳಕ್ಕೆ ಕರೆದೊಯ್ದ.

ತಂದ ಲಗೇಜ್‌ಗಳೆಲ್ಲ ಹಾಗೆಯೇ ಬಿದ್ದಿತ್ತು. ನೇರವಾಗಿ ಅಡಿಗೆ ಮನೆಗೆ ಕರೆದೊಯ್ದ. ಒಂದು ಬ್ಯಾಗ್ ಇತ್ತು. ಅದರೊಳಗಿಂದ ಒಂದೊಂದೇ ಸಾಮಾನು ತೆಗೆದಿಟ್ಟ. ಅರಿಶಿನ ಕುಂಕುಮದ ಎರಡು ಬೆಳ್ಳಿ ಬಟ್ಟಲು ಒಂದು ಪುಟ್ಟ ತಟ್ಟೆ ಒಂದು ಹಿತ್ತಾಳೆಯ ಗಂಟೆ ಜೊತೆ ಒಂದು ಲಕ್ಷ್ಮಿ, ಸರಸ್ವತಿ ಗಣಪತಿಯ ಫೋಟೋ ಜೊತೆ ಊದುಬತ್ತಿ, ಹೂವನ್ನು ಕೂಡ ತೆಗೆದಿಟ್ಟ.

"ಹೆಣ್ಣು ಮಕ್ಳು ಮೊದ್ಲು ಪೂಜೆ ಮಾಡಿದರೇ ಒಳ್ಳೆಯದು ಅಂದಿದ್ರು ನಮ್ಮ ಅಜ್ಜಿ. ದಯವಿಟ್ಟು ತಪ್ಪು ತಿಳಿದುಕೊಳ್ಳದಿದ್ದರೆ, ನೀವೆ ಇಟ್ಟು ಒಂದಿಷ್ಟು ಪೂಜೆ ಮಾಡ್ಬಿಡಿ" ರಿಕ್ವೆಸ್ಟ್ ಮಾಡಿಕೊಂಡ.

ಉಷಾಗೆ ಅದೇನು ಕಷ್ಟವೆನಿಸಲಿಲ್ಲ. ಅರುಂಧತಿಗೆ ದೇವರಲ್ಲಿ ತುಂಬ ನಂಬಿಕೆ ಇದ್ದುದರಿಂದ ದಿನ ಪೂಜೆ ಮಾಡುತ್ತಿದ್ದಳು. ಅಡಿಗೆ ಮನೆಯ ಇನ್ನೊಂದು ಪಾರ್ಶ್ವದಲ್ಲಿದ್ದ ದೇವರ ಮನೆಗೆ ಅದನ್ನೆಲ್ಲ ಒಯ್ದು ಇಟ್ಟು ಹೊರ ಬಂದಳು.

"ಒಂದಿಷ್ಟು ಬಂದೇ" ಎಂದು ಫ್ಲಾಟ್‌ಗೆ ಹೋಗಿ ನೀರು, ಬಟ್ಟೆ ಹಿಡಿದು ಬಂದು

ದೇವರ ಮನೆ ಶುಭ್ರ ಮಾಡಿ ಫೋಟೋ ಇಟ್ಟು ತಾನೇ ಎರಡು ದೀಪಕ್ಕೆ ಎಣ್ಣೆಬತ್ತಿ ಹಾಕಿಕೊಂಡು ಬಂದು ಫೋಟೋ ಮುಂದೆ ಹಚ್ಚಿಟ್ಟು ತಟ್ಟೆಯೊಳಗೆ ಅರಿಶಿನ, ಕುಂಕುಮದ ಬಟ್ಟಲುಗಳನ್ನ ಇಟ್ಟು, ಫೋಟೋಗೆ ಹೂವೇರಿಸಿ ಊದುಬತ್ತಿ ಹಚ್ಚಿ ನಮಸ್ಕರಿಸಿ ಅವನತ್ತ ತಿರುಗಿ "ನಂಗೆ ಇಷ್ಟಕ್ಕಿಂತ ದೊಡ್ಡ ಪೂಜೆಯನೇನು ಬರೋಲ್ಲ. ಮನಸ್ಸಿನಲ್ಲಿಯೇ ಶ್ಲೋಕಗಳನ್ನು ಹೇಳಿಕೊಂಡು ಪೂಜೆ ಮಾಡಿದ್ದೀನಿ. ಅಷ್ಟು ಸಾಕಲ್ಲ" ಕೇಳಿದಳು.

"ಬೇಕಾದಷ್ಟಾಯಿತು! ಒಂದ್ನಿಮ್ಷ ಇರೀ. ಹಾಲು ಉಕ್ಕಿಸಿ ಸಕ್ಕರೆ ಬೆರ್ಸಿ ನಿಮ್ಗೇ ಒಂದ್ಲೋಟ ಹಾಲು ಕೊಡ್ತೀನಿ" ಎಂದು ಅಡಿಗೆ ಮನೆಯತ್ತ ಹೊರಟಾಗ ತಡೆದು "ಸ್ವಲ್ಪ ಇರೀ, ಅದ್ನ ಕೂಡ ಹೆಣ್ಣು ಮಕ್ಳೇ ಮಾಡ್ಬೇಕು" ತಾನೆ ಹೋಗಿ ಹಾಲು ಉಕ್ಕಿಸಿ ಸಕ್ಕರೆ ಬೆರೆಸಿ ಲೋಟಗಳಿಗಾಗಿ ಅತ್ತಿತ್ತ ನೋಡಿ ಪಾತ್ರೆಯೊಂದಿಗೆ ಹೊರಗೆ ಬಂದಳು. ಬಟ್ಟೆಯಲ್ಲಿ ಪಾತ್ರ ಹಿಡಿದಿದ್ದರೂ ಬೆರಳುಗಳಿಗೆ ಬಿಸಿ ಮುಟ್ಟಿ ಚುರು ಚುರು ಎನ್ನುತ್ತಿತ್ತು.

"ಬಂದೇ..." ತಮ್ಮ ಫ್ಲಾಟಿಗೆ ಹೋಗಿ ನಲ್ಲಿಯ ಕೆಳಗೆ ಬೆರಳನ್ನಿಟ್ಟು, ನಂತರ ತಾನೆ ಲೋಟಗಳನ್ನು ಹಿಡಿದು ಬರುವ ವೇಳೆಗೆ ಇನ್ನೊಂದು ಬ್ಯಾಗ್‌ನಲ್ಲಿದ್ದ ಲೋಟಗಳನ್ನು ಒಂದೆರಡು ಪಾತ್ರೆಗಳನ್ನು ತೆಗೆದಿಡುತ್ತಿದ್ದ "ಸಾರಿ.... ರಿಯಲೀ ಸಾರಿ ... ತುಂಬ ತೊಂದರೆ ಕೊಟ್ಟೆ" ಕ್ಷಮೆಯಾಚಿಸಿದಾಗ ಅವಳಿಗೆ ಎನು ಹೇಳಬೇಕೋ ಗೊತ್ತಾಗಲಿಲ್ಲ.

ತಾನೇ ಹಾಲನ್ನು ಒಂದು ಲೋಟಕ್ಕೆ ಬಗ್ಗಿಸಿ ಅವನಿಗೆ ಕೊಟ್ಟು "ನಾನು ಹಾಲು ಕುಡ್ಯೊಲ್ಲ. ನೀವು ಕುಡಿತಿದ್ದೀರಲ್ಲ ಸಾಕು" ಎಂದಾಗ ಅವನು ಕೇಳಲಿಲ್ಲ. ಹೆಚ್ಚು ಬಲವಂತ ಮಾಡಿಸಿಕೊಳ್ಳದೆ ನಿಂತೇ ಕುಡಿದಳು. "ಅಂತು, ನಿಮ್ಮಂಥ ಒಬ್ಬ ನೈಬರ್ ಸಿಕ್ಕಿದ್ದು ನನ್ನ ಅದೃಷ್ಟ. ನಂಗಂತೂ ತುಂಬ ಭಯವಾಗಿತ್ತು. ಓ ಮರ್‍ತೆಬಿಟ್ಟೆ" ಎಂದು ಇನ್ನೊಂದು ಬ್ಯಾಗ್‌ಗಾಗಿ ಹುಡುಕಾಡಿ ಹಣ್ಣು ಕಾಯಿಯನ್ನು ತೆಗೆದಿಟ್ಟು "ಇದ್ನ ದೇವರ ಮುಂದಿಡ್ಬೇಕೂಂತ ಹೇಳಿದ್ರೂ" ಕ್ರಾಪ್‌ನಲ್ಲಿ ಕೈಯಾಡಿಸಿದ.

"ಈಗ್ಲೂ ತೊಂದರೆ ಇಲ್ಲ, ನೀವು ಮರೆತಿರೋ ಸಿಂಪಲ್ ವಿಷ್ಯ ದೇವ್ರಿಗೆ ಗೊತ್ತಿರೋದ್ರಿಂದ ಖಂಡಿತ ಕೋಪ ಮಾಡಿಕೊಳ್ಳೊಲ್ಲ" ಎನ್ನುತ್ತ ಉಷಾ ಹಣ್ಣುಗಳನ್ನು ಒಯ್ದು ದೇವರ ಮುಂದಿಟ್ಟು ಕೆನ್ನೆ ತಟ್ಟಿಕೊಂಡು "ನಿಮ್ಗೇ ತಪ್ಪುಂತ ಅನ್ನಿಸಿರೋದ್ರಿಂದ ಕೆನ್ನೆಗೆ ಹಾಕ್ಕೊಳಿ. ನಾನು ಬರ್‍ತೀನಿ. ದೇವ್ರ ಮುಂದೆ ಉರಿಯೋ ದೀಪಾನ ಆರಿಸ್ಬೇಡಿ. ನಮ್ಗೆ ತೀರಾ ಅಗತ್ಯವೇನಿಲ್ಲ. ನಮ್ಮ ದೇವ್ರ ಮುಂದೆ ಇನ್ನೊಂದು ಜೊತೆ ದೀಪಗಳು ಇರೋದ್ರಿಂದ .... ಖಂಡಿತ ನಿಷ್ಠುರ ಮಾಡೋಲ್ಲ. ಯಾವಾಗ್ಲಾದ್ರೂ ಕೊಡ್ಬಹ್ದು" ಧಾರಾಳವಾಗಿ ಹೇಳಿ ಹೊರಟಾಗ "ಒಂದೇ ಒಂದು ನಿಮಿಷ. ಇನ್ನೊಂದು ವಿಧಿ ಬಾಕಿ ಇದೆ." ಎಂದು ದೇವರ ಮುಂದಿನ ತಟ್ಟೆಯಲ್ಲಿದ್ದ ಅರಿಶಿನ, ಕುಂಕುಮ ಬಟ್ಟಲುಗಳ ಸಮೇತ ಹಣ್ಣುಗಳನ್ನು ಇಟ್ಟುಕೊಂಡು ಬಂದು "ದಕ್ಷಿಣೆ ಇಡ್ಬೇಕು. ಎಷ್ಟೂಂತ ಗೊತ್ತಿಲ್ಲ. ನಿಮ್ಗೆ ಗೊತ್ತಿದ್ದರೇ ಹೇಳಿ" ಷರಟಿನ ಜೇಬಿಗೆ ಕೈ ಇಟ್ಟ.

ಉಷಾ ಸುಸ್ತಾದಳು. ದಕ್ಷಿಣೆ, ಹಣ್ಣು ಯಾವುದು ಬೇಡವೆನಿಸಿತು.

"ಅದೆಲ್ಲ ಏನು ಬೇಡಿ. ತೀರಾ ಶಾಸ್ತ್ರೋಕ್ತವಾಗಿ ಪೂಜೆ ನಡೆದಾಗ ಅದೆಲ್ಲ ಕೊಡ್ಬೇಕಷ್ಟೆ. ನಾನು ತಗೊಳ್ಳೋದು ಸರಿಯಲ್ಲ" ನಿರಾಕರಿಸಿದಳು.

ಹೊರಟವಳಿಗೆ ಕೈ ಅಡ್ಡ ಹಿಡಿದು "ನನ್ನ ದಯವಿಟ್ಟು ಸಿಕ್ಕಿಸ್ಬೇಡಿ. ಪೂಜೆ ಅಂದ್ಮೇಲೆ ಹೇಗೆ ಮಾಡಿದ್ರೂ ಪೂಜೆನೇ. ನೀವು ಖಂಡಿತ ತಗೊಳ್ಳಲೇ ಬೇಕು" ಪಟ್ಟು ಹಿಡಿದ.

ಜೇಬಿನಿಂದ ನೋಟುಗಳ ಜೊತೆಗೆ ಚಿಲ್ಲರೆ ತೆಗೆದಾಗ ಒಂದು ರೂಪಾಯಿನ ನಾಣ್ಯವನ್ನು ಹಣ್ಣುಗಳ ಮೇಲಿಟ್ಟು ಅವಳೇ "ನಿಮ್ಮ ಸಮಾಧಾನಕ್ಕೆ ತಗೋತಾ ಇದ್ದೀನಿ. ಇದು ಬಹಳ ಒಳ್ಳೆ ಪ್ರೊಫೆಷನ್ ಕಣ್ರಿ. ಒಳ್ಳೆ ಲಾಭ ಇದೆ" ಎನ್ನುತ್ತ ಹಣ್ಣುನೊಂದಿಗೆ ತನ್ನ ಫ್ಲಾಟ್‌ಗೆ ಬಂದು ಕೂತಳು. ಈಗ ಸ್ವಲ್ಪ ಬದಲಾವಣೆ, ಹೊಸ ವ್ಯಕ್ತಿ, ಅವಳ ದುಗುಡ ಅರ್ಧದಷ್ಟು ಕಮ್ಮಿ ಮಾಡಿತ್ತು ತಾತ್ಕಾಲಿಕವಾಗಿಯಾದರು.

ಅರುಂಧತಿ ಬಂದಾಗ ಆರಾಮಾಗಿ ಟಿ.ವಿ. ನೋಡುತ್ತಿದ್ದಳು.

"ಪಕ್ಕದ ಫ್ಲಾಟ್‌ನಲ್ಲಿ ಲೈಟು ಉರೀತಾ ಇದೆ?" ಕೇಳಿದರು.

"ಯಾರೋ ವಾಸಕ್ಕೆ ಬಂದಿದ್ದಾರೆ. ಮಮ್ಮಿ, ನಿಂಗೆ ಎಷ್ಟು ಅವರ ಕೆಲ್ಸ. ಬೆಳಿಗ್ಗೆ ಹೋದರೆ ಸಂಜೆ, ರಾತ್ರಿಯವರ್ಗೂ ಅಲ್ಲೇ ಇರೋದು. ನಿಮ್ಮ ನರ್ಸಿಂಗ್ ಹೋಂ ಮುಂದೆ ನಾನೊಂದು ಸತ್ಯಾಗ್ರಹ ಹೂಡ್ಬೇಕೂಂತ ಇದ್ದೀನಿ." ಮಗಳ ಮಾತಿಗೆ ಆಕೆ ನಕ್ಕು ಬಿಟ್ಟರು. ಇಲ್ಲಿಗೆ ಬಂದಾಗ ಆಸ್ಪತ್ರೆಯ ಒಂದು ಕೊಠಡಿಯಲ್ಲಿ ಇದ್ದದ್ದು. ನಂತರ ಒಂದೆರಡು ವರ್ಷಗಳ ತರುವಾಯ ಹತ್ತಿರದಲ್ಲಿಯೇ ಒಂದು ಕ್ವಾರ್ಟಸ್ ಕೊಟ್ಟಿದ್ದರು. ಆಮೇಲೆ ಬಹಳ ವರ್ಷಗಳ ನಂತರ ಈ ಫ್ಲಾಟ್‌ಗೆ ಬಂದಿದ್ದು.

"ಮಮ್ಮಿ... ಕಾಫಿ ತರ್ತೀನಿ" ಎದ್ದು ಹೋದಳು.

ಬಾತ್ ರೂಮಿಗೆ ಹೋಗಿ ಬಂದು ಡ್ರೆಸ್ ಛೇಂಜ್ ಮಾಡಿ ಬಂದು ಅಲ್ಲೆ ಕೂತರು. ಸುಸ್ತೆನಿಸಿತು. ನರ್ಸಿಂಗ್ ಹೋಂ ಇತಿಹಾಸದಲ್ಲಿ ರೆಕಾರ್ಡ್ ಆಗುವಷ್ಟು ಇಂದು ಡೆಲಿವರಿಗಳು ಆಗಿತ್ತು. ಎಲ್ಲಾ ಹೆರಿಗೆಗಳು ನಾರ್ಮಲ್. ಹುಟ್ಟಿದ ಮಕ್ಕಳೆಲ್ಲ ಆರೋಗ್ಯವಾಗಿದ್ದರು. ಒಂದು ನಿಮಿಷ ಕೂಡ ಪುರಸತ್ತು ಇಲ್ಲದ ಅರುಂಧತಿ ತೀರಾ ದಣಿದು ಹೋಗಿದ್ದರು.

ಕಾಫಿ ತಂದು ಕೊಟ್ಟವಳು ಎದುರಿನಲ್ಲೆ ಕೂತು "ಇಡೀ ದಿನ ಬೋರ್. ನಾಳೆಯಿಂದ ನಾನು ನಿನ್ಜೊತೆ ನರ್ಸಿಂಗ್ ಹೋಂಗೆ ಬಂದ್ಬಿಡ್ತೀನಿ, ನಂಗೂ ಟೈಮ್ ಪಾಸಾಗುತ್ತೆ" ಮುಖ ದಪ್ಪಗೆ ಮಾಡಿ ಹೇಳಿದಳು.

ಒಮ್ಮೆ ಗುಟುಕರಿಸಿದ ಅರುಂಧತಿ "ಫೆಂಟಾಸ್ಟಿಕ್, ನಿನ್ನ ಕೈನ ಕಾಫಿ ರುಚಿಗೆ ಯಾವ್ದು ಸಾಟಿ ಇಲ್ಲ." ಇಂಥ ಹೊಗಳಿಕೆ ಮಗಳ ಬಗ್ಗೆ ಸದಾ ಇರುತ್ತಿತ್ತು. ಅಗತ್ಯವೆನಿಸಿದಾಗ ಅನುನಯವಾಗಿ ತಿದ್ದುತ್ತಿದ್ದರೆ ವಿನಃ ಟೀಕೆ ಮಾಡುತ್ತಿರಲಿಲ್ಲ.

"ಹಾಗಾದರೆ ನಾಳೆ ಒಂದು ದರ್ಶಿನಿ ತೆಗ್ದು ಬಿಟ್ಟರೆ, ಬೊಂಬಾಟ್ ವ್ಯಾಪಾರವಾಗುತ್ತೆ." ಪುಟ್ಟ ಹುಡುಗಿಯಂತೆ ಚಪ್ಪಾಳೆ ತಟ್ಟಿದಾಗ ಅವಳನ್ನು ಎಳೆದು ಕೂಡಿಸಿಕೊಂಡು "ಪಕ್ಕದ ಫ್ಲಾಟ್‌ಗೆ ಬಂದ ಜನನಾ ನೋಡಿದ್ಯಾ? ತುಂಬ ಜನ ಇದ್ದಾರ?" ಇಡೀ ಬಿಲ್ಡಿಂಗ್‌ಗೆ ಮೂಲೆಯ ಕೊನೆಯ ಫ್ಲಾಟ್. ಅದು ಇವರ ಫ್ಲಾಟ್ ಪಕ್ಕದಲ್ಲಿತ್ತು.

"ಗೊತ್ತಿಲ್ಲ, ಒಂದಿಷ್ಟು ಲಗೇಜ್ ಜೊತೆ ಒಬ್ಬ ಯುವಕ ಇದ್ದ. ನಾನೇ ಪೂಜೆ ಮಾಡ್ದೇ. ಹಣ್ಣಿನೊಂದಿಗೆ ಒಂದ್ರೂಪಾಯಿ ದಕ್ಷಿಣೆ." ರೂಪಾಯಿ ನಾಣ್ಯವನ್ನು ಅಮ್ಮನ ಮುಂದಿಡಿದಳು "ನಾನು ಮಾಡ್ದ ಪೂಜೆಗೆ ಇಷ್ಟು ದಕ್ಷಿಣೆ ಸಾಕೂಂತ ಅಂದ್ಕೊಂಡೇ."

ಉಷಾ ಕೆನ್ನೆ ತಟ್ಟಿದ ಅರುಂಧತಿ ಕಪ್ ತೆಗೆದಿಟ್ಟು ಹೋಗಿ ಹಾಸಿಗೆಯ ಮೇಲೆ ಉರುಳಿಕೊಂಡರು. ವಿಪರೀತ ಸುಸ್ತು. ಮಧ್ಯಾಹ್ನ ಏನು ತಿಂದಿರಲಿಲ್ಲ. ಈಗ ಹೊಟ್ಟೆಯಲ್ಲಿ ಹಸಿವಿದ್ದರೂ ಕಣ್ಣೆಳೆದುಕೊಂಡು ಹೋಗುತ್ತಿತ್ತು.

ರೂಮಿಗೆ ಬಂದ ಉಷಾ ಅಮ್ಮನನ್ನು ನೋಡಿ ಹತ್ತಿರಕ್ಕೆ ಹೋಗಿ ಹಾಸಿಗೆಯ ಮೇಲೆ ಕೈಯಿಟ್ಟಳು "ತೀರಾ ಸುಸ್ತು, ನೀನು ಊಟ ಮಾಡ್ಬಿಡು" ತೊದಲಿದಂತೆ ಹೇಳಿದರು ಕಣ್ಮುಚ್ಚಿಕೊಂಡು. ಬಗ್ಗಿ ಅರುಂಧತಿಯ ಹಣೆಗೆ ಚುಂಬಿಸಿ ಹೊದಿಕೆಯನ್ನು ಕತ್ತಿನವರೆಗೂ ಹೊದ್ದಿಸಿ ರೂಮಿನ ಬಾಗಿಲನ್ನು ಮುಂದೆ ಮಾಡಿಕೊಂಡು ಬಂದು ಟಿ.ವಿ.ಯ ಮುಂದೆ ಕೂತವಳು ಹತ್ತು ನಿಮಿಷಗಳಲ್ಲಿ ಆಫ್ ಮಾಡಿ ಪೇಪರಿಡಿದಳು.

ಬಾಗಿಲ ಮೇಲೆ ಸಣ್ಣಗೆ ಸದ್ದು. ಕತ್ತಲಾದ ಮೇಲೆ ಬಾಗಿಲು ತೆರೆಯ ಬಾರದೆನ್ನುವುದನ್ನು ಅವಳು ಪಾಲಿಸಲೇ ಬೇಕಿತ್ತು. ಕಿಂಡಿಯಲ್ಲಿ ನೋಡಿದಳು. ಅದೇ ಪಕ್ಕದ ಫ್ಲಾಟ್ ಮಹಾರಾಷ್ಟ್ರದ ಯುವವಕ. ಅಮ್ಮನನ್ನು ಕೇಳಲೇ? ರೂಮಿಗೆ ಬಂದವಳು ಆರಾಮಾಗಿ ನಿದ್ರಿಸುತ್ತಿದ್ದ ಅರುಂಧತಿಯನ್ನು ನೋಡಿ ಹಿಂದಕ್ಕೆ ಬಂದಳು. 'ಅಪರಿಚಿತರಿಗೆ ಬಾಗಿಲು ತೆರೆಯಬೇಡಿ' ಪೋಲೀಸ್ ಕಮಿಷನರ್ ಕಿವಿ ಮಾತು ಸಾರ್ವಜನಿಕರಿಗೆ.

ಮತ್ತೆ ಮೊದಲಿನಂತೆ ಬಂದು ಕೂತಳು. ಅದೇ ಸ್ಥಳದಲ್ಲಿ ಪುನಃ ಸಣ್ಣಗೆ ಸದ್ದು. ಕಿಚನ್‌ಗೆ ಹೋಗಿ ಮೆಣಸಿನಪುಡಿಯ ಡಬ್ಬ ತಂದಿಟ್ಟು, ಜೊತೆಗೆ ಒಂದು ದೊಣ್ಣೆಯನ್ನು ಹಿಡಿದು ಬಂದು ಮೆಲ್ಲಗೆ ಬಾಗಿಲು ತೆಗೆದು ಪಕ್ಕಕ್ಕೆ ಸರಿದಳು.

ಆ ಯುವಕ ಒಳಗೆ ಬರಲಿಲ್ಲ. ಡಬ್ಬಿಯನ್ನು ಅವಳತ್ತ ಚಾಚಿ "ಇದ್ನ ನನ್ನ ಅಜ್ಜಿ ಕಳ್ಸಿ ಕೊಟ್ಟಿದ್ದಾರೆ. ಫ್ರಿಜ್ ನಾಳೆ ಬರುತ್ತೆ. ಹೊರಗ್ಡೆ ಇದ್ದರೇ ಕೆಟ್ಟು ಹೋಗುತ್ತೆ. ದಯವಿಟ್ಟು ನಿಮ್ಮ ಫ್ರಿಜ್‌ನಲ್ಲಿ ಇಟ್ಟಿರಿ. ನಾಳೆ ಇಸ್ಕೋತಿನಿ" ಎಂದ ಇಡಿಯಾಗಿ ನೋಡಿದಳು. 'ಪಾಕಡಾ' ಅಂದುಕೊಂಡರೂ ಡಬ್ಬಿಗೆ ಕೈ ಚಾಚಬೇಕಾಯಿತು. "ಆಯ್ತು, ಗುಡ್ ನೈಟ್" ಅಂದಳು.

"ಥ್ಯಾಂಕ್ಯೂ ವೆರಿ ಮಚ್, ಗುಡ್ ನೈಟ್" ಹೊರಟ ಆಸಾಮಿಯನ್ನು ನೋಡುತ್ತ 'ಸದ್ಯ ಈ ರಾತ್ರಿ ಹಾಕೀಂತ ಕೇಳಲಿಲ್ವಲ್ಲ' ಎಂದು ಕೊಳ್ಳುತ್ತ ಬಾಗಿಲು ಹಾಕಿ ಅದನ್ನು ಫ್ರಿಜ್‌ನಲ್ಲಿಟ್ಟು ಹೋಗಿ ತಾಯಿಯ ಪಕ್ಕ ಉರುಳಿಕೊಂಡಳು.

ಇಂದು ಅರುಂಧತಿ ತೀರಾ ದಣಿದಿದ್ದರಿಂದ ಎಚ್ಚರವಿಲ್ಲದೆ ನಿದ್ರಿಸುತ್ತಿದ್ದರು. ಆಮೇಲೆ ವನಮಾಲ ಫೋನ್ ಬಂತು.

"ಅಮ್ಮ ಟಯರ್ಡ್ ಆಗಿ ಮಲ್ಗಿ ಬಿಟ್ಟಿದ್ದಾಳೆ. ನಾನು ಫ್ಲಾಟ್‌ಗೆ ಬಂದಿದ್ದೆ. ಪ್ರೊಫೆಸರ್ ಮಿತ್ರವಿಂದ ಮಾತಾಶ್ರೀಯವ್ರು ತಮ್ಮ ಮೊಮ್ಮಕ್ಕಳ ಸಮೇತ ಬಂದಿದ್ರು. ನಾನೆ ರೇಗ್ಸಿಬಿಟ್ಟೆ, ಇಲ್ಲದಿದ್ದರೆ ನೀವುಗಳು ಬರೋವರ್ಗೂ ಠಿಕಾಣಿ ಹಾಕುತ್ತಿದ್ದರೋ ಏನೋ." ಘೊಳ್ಳೆಂದು ನಕ್ಕು ಬಾಯಿ ಮುಚ್ಚಿಕೊಂಡಳು.

"ಅಡ್ಗೆ ಇದ್ಯಾ? ಯಾರು ಯಾರೋ ಕೊಲೀಗ್ಸ್ ಸಿಕ್ಕಿ ಬೋರೊಡ್ಸಿ ಬಿಟ್ರು. ಊಟ ಕೂಡ ಸರಿ ಹೋಗಿಲ್ಲ" ಎಂದರು ಬೇಸರದಿಂದ. "ಮೈ ಗಾಡ್, ನಾನು ನಿಮ್ಜೊತೆ ಬರಲಿಲ್ವಲ್ಲ ಪುಣ್ಯ. ಬ್ರಹ್ಮಾಂಡವಾದ ಅಡ್ಗೆ ಮಾಡಿದ್ದೀನಿ. ನೀವು ಬರ್ತಿರಾ? ನಾನು ಕ್ಯಾರಿಯರ್ ಅಲ್ಲಿಗೆ ತರ್ಲಾ?" ಉತ್ಸಾಹದಿಂದ ಹೇಳಿದಳು.

"ಬೇಡ, ನಾನೇ .... ಬರ್ತೀನಿ" ಎಂದು ಫೋನಿಟ್ಟರು.

ಹತ್ತು ನಿಮಿಷದಲ್ಲಿ ವನಮಾಲ ಬರುವ ವೇಳೆಗೆ ಟೇಬಲ್ಲು ಮೇಲೆ ತಟ್ಟೆ ಹಾಕಿ ಅನ್ನ, ಸಾರು ಬಿಸಿ ಮಾಡಿಕೊಂಡು ಬಂದು ಇಟ್ಟು ಕಾದಿದ್ದಳು.

ಇಂದು ವನಮಾಲ ಕೂಡ ತೀರಾ ಸುಸ್ತಾದವರಂತೆ ಬಂದು ತಟ್ಟೆಯ ಮುಂದೆ ಕೂತೇ "ಮಿತ್ರ, ಅಮ್ಮ ಬಂದ್ರಿದ್ರಾ?" ಕೇಳುತ್ತಲೆ ಅನ್ನ ಕಲಸಿದ್ದು. ನಗು ನಗುತ್ತ ಎಲ್ಲವನ್ನು ಹೇಳಿ ಮುಗಿಸಿದಳು.

"ಒಳ್ಳೆ ಕೆಲ್ಸ ಮಾಡ್ದೇ ಬಿಡು. ಸೊಸೆಯನ್ನು ಮನೆಯಿಂದ ಹೊರ್ಗೆ ಕಳಿಸಿದ ನಂತರ ಮೊದಲ ಸಲ ನೋಡೋಕೆ ಬಂದಿದ್ದಾರೆ. ಎಷ್ಟೊಂದು ನಿರ್ದಾಕ್ಷಿಣ್ಯವಾಗಿ ನನ್ನನ್ನು ಮನೆಯಿಂದ ಅಟ್ಟಿದರೆಂದರೆ ..... ನಂಗೊಂದು ಕೆಲ್ಸವಿಲ್ಲದಿದ್ದರೆ ಬೀದಿ ಪಾಲು ಆಗ್ತಾ ಇದ್ದೆ. ಅಥ್ವಾ ಆತ್ಮಹತ್ಯೆ ಮಾಡ್ಕೋತಾ ಇದ್ದೆ" ದುಗುಡದಿಂದ ಅಂದರು.

ಅಲ್ಲಿಗೆ ಆ ಮಾತನ್ನು ಮುಗಿಸಿದ ಉಷಾ ಪಕ್ಕದ ಫ್ಲಾಟ್‌ಗೆ ಬಂದಿರುವ ಒಂಟಿ ಯುವಕ, ತಾನು ಪೂಜೆ ಮಾಡಿದ್ದು ಎಲ್ಲಾ ಹೇಳಿಕೊಂಡು ಹಣ್ಣಿನ ಜೊತೆ ಒಂದು ರೂಪಾಯಿನ ನಾಣ್ಯವನ್ನು ಕೂಡ ತೋರಿಸಿದಳು.

"ಒಳ್ಳೆದೇ ಆಯ್ತು! ತೀರಾ ಫ್ಲಾಟ್ ಖಾಲಿ ಬಿದ್ದಿರೋ ಬದ್ಲು ಯಾರಾದ್ರೂ ಬಂದ್ ಲೈಟ್ ಹಾಕ್ಕೊಂಡಿದ್ದರೇ ಧೈರ್ಯ" ಎಂದು ಕೈ ತೊಳೆದು ಎದ್ದಾಗ ನ್ಯಾಪ್‌ಕಿನ್ ಕೊಟ್ಟು "ಆಂಟೀ, ತುಂಬ ಟಯರ್ಡ್ ಆಗಿ ಕಾಣ್ತೀರಾ. ಇಲ್ಲೆ ಮಲ್ಗಿ ಬಿಡಿ" ಬಲವಂತ ಮಾಡಿದಳು. ಅಷ್ಟು ಸಾಕಿತ್ತು ಆಕೆಗೆ. ಉಷಾ ರೂಮಿಗೆ ಹೋಗಿ ಮಲಗಿದರು.

ಡಬ್ಬಿಯಲ್ಲಿ ಏನಿದೆಯೆನ್ನುವ ಕುತೂಹಲ ಉಷಾಗೆ. ಒಮ್ಮೆ ಯಾಕೆ ನೋಡಬಾರ ದೆನಿಸಿತು. ಎದ್ದು ಫ್ರಿಜ್‌ನವರೆಗೂ ಹೋದವಳು ಹಿಂದಕ್ಕೆ ಬಂದು ಮಲಗಿದಳು.

ಇವಳಿಗೆ ಎಚ್ಚರವಾಗುವ ವೇಳೆಗೆ ವನಮಾಲ, ಅರುಂಧತಿ ಮಾತಾಡುತ್ತಿದ್ದರು.

ಟೈಮ್ ನೋಡಿ ಗಾಬರಿಯಿಂದ ಎದ್ದು ಬಾತ್‌ರೂಂಗೆ ನುಗ್ಗಿದಳು.

ಇವಳು ಹೊರ ಬರುವ ವೇಳೆಗೆ ರಾತ್ರಿಯ ಸದ್ದೇ ಬಾಗಿಲ ಮೇಲೆ. ಆ ಆಸಾಮಿಯೇ ಎಂದು ಕೊಂಡಳು. ಅರುಂಧತಿ ಕೆಲವನ್ನು ಪರೋಕ್ಷವಾಗಿ ವಿರೋಧಿಸುತ್ತಿದ್ದರು. 'ಯುವಕರಲ್ಲಿ ಹೆಚ್ಚಿನ ಸ್ನೇಹ ಬೇಡ' ಎನ್ನುವುದು ಆಕೆಯ ಅಭಿಪ್ರಾಯ.

ಮೆಲ್ಲಗೆ ಬಾಗಿಲು ತೆಗೆಯುವ ವೇಳೆಗೆ ಅರುಂಧತಿಯು ಟವಲ್ಲಿಗೆ ಕೈಯೊತ್ತುತ್ತ ಬಂದವರು ಆಶ್ಚರ್ಯದಿಂದ ಕಣ್ಣರಳಿಸಿದರು. ತಾಯಿಯ ಮುಖವನ್ನು ಓದಿಕೊಂಡ ಉಷಾ "ಪಕ್ಕದ ಫ್ಲಾಟ್‌ಗೆ ಬಂದಿರೋರು, ಫ್ರಿಜ್‌ನಲ್ಲಿಡೋಕೆ ಸ್ವೀಟ್ಸ್ ಡಬ್ಬಿ ಕೊಟ್ಟಿದ್ರು. ಅದ್ನ ಹಿಂದಕ್ಕೆ ಪಡ್ಯೋಕೆ ಬಂದಿರಬೇಕು" ಹೇಳಿದ್ದನ್ನು ಆ ಯುವಕ ತಿದ್ದಿದ "ಇಲ್ಲ ನಾನು ಬರೋದು ಸಂಜೆ. ಆಗ ಹಾಲು ಸಿಕ್ಕುತ್ತೋ ಇಲ್ವೋ ಸ್ವಲ್ಪ ಫ್ರೀಜ್ ಮಾಡಿಡಿ. ತುಂಬ ತೊಂದರೆ ಕೊಡ್ತಾ ಇದ್ದೀನಿ" ಹೇಳಿದ.

ಮೆಲ್ಲಗೆ ತಾಯಿಯ ಕಡೆ ನೋಟ ಹರಿಸಿದಳು.

"ತಗೊಂಡ್ ಇಡು, ಸಂಜೆ ತಗೋತಾರೆ" ಅಮ್ಮನ ಆರ್ಡರ್ ಆದ ಮೇಲೆ ಹಾಲಿನ ಪ್ಯಾಕೆಟ್‌ಗಳನ್ನು ಇಸಿಕೊಂಡಳು. "ಬನ್ನಿ..... ಒಳ್ಗೇ" ಅರುಂಧತಿ ಕರೆದರು. ಕರೆಯುವ ಉದ್ದೇಶವಿಲ್ಲದಿದ್ದರೂ ಸೌಜನ್ಯದ ಸ್ವಭಾವ. ಕೆಲವು ಹುಟ್ಟು ಗುಣಗಳನ್ನು ಅನುಭವಗಳು ಕೂಡ ಬದಲಾಯಿಸಲಾರವು.

"ಕಾಲೇಜುಗೆ ಹೊತ್ತಾಗುತ್ತೆ. ಪಕ್ಕದಲ್ಲಿ ಇರ್ತೀನಲ್ಲ" ಎಂದು ಹೊರಟವನು ನಿಂತು "ನನ್ನ ಹೆಸರು ಸತೀಶ್" ಹೇಳಿ ಹೋದ. ಕೂತ ಉಷಾ ಹಣೆಗೆ ಕೈಯೊತ್ತಿಕೊಂಡು "ಅಂತು ಪಕ್ಕದ ಫ್ಲಾಟ್‌ಗೆ ಒಳ್ಳೆ ಆಸಾಮಿನೆ ಬಂದ. ಇವತ್ತು ಹಾಲು ಫ್ರಿಜ್‌ನಲ್ಲಿಡಿ ಅಂದ. ನಾಳೆ ಒಂದಿಷ್ಟು ಸಾರು, ಹುಳಿ ಕೊಡೀಂತ ಕೇಳ್ಬಹ್ದು."

ಮಗಳ ಮಾತುಗಳು ಅರುಂಧತಿಯ ಕಿವಿಗೆ ಬೀಳಲಿಲ್ಲ. ಬಿಳಿಯ ಕೋಟುನ ಕೈ ಮೇಲೆ ಹಾಕಿಕೊಂಡು ಹೋಗುತ್ತಿದ್ದನ್ನು ನೋಡಿದ್ದರಿಂದ ಮೆಡಿಕಲ್ ಸ್ಟೂಡೆಂಟ್ ಎಂದು ಗೊತ್ತಾಗಿತ್ತು. ಇಡೀ ಕುಟುಂಬದ ಜೊತೆ ಆ ಹುಡುಗ ಇದ್ದಿದ್ದರೆ ಯಾವ ಅಭ್ಯಂತರವು ಇರುತ್ತಿರಲಿಲ್ಲ. ಆದರೆ ಒಂಟಿ ಯುವಕ ಫ್ಲಾಟ್‌ನಲ್ಲಿ. ಹಿಂದಿನಿಂದ ಯಾರೋ ಅಪ್ಪಿದಂತಾಗಿ ಬೆವತು ಬಿಟ್ರು. ಶಾಸ್ತ್ರೀಗಳ ಮಗನ ಫ್ರೆಂಡ್ ಬಂದಿದ್ದಾನೆಂದು ಗೊತ್ತಿತ್ತೆ ವಿನಃ ಆ ಯುವಕನನ್ನು ಕೂಡ ನೋಡಿರಲಿಲ್ಲ. ಆದರೆ ನಡೆದು ಹೋದುದ್ದೇ ಬೇರೆ. ಸಪ್ತಪದಿಗಳು ತುಳಿದ ಪತಿಯೊಂದಿಗೆ ಅನುಭವಿಸಬೇಕಾದ ಮಧುರ ಅನುಭವವನ್ನು ಸೂರೆಗೊಂಡು ಬಿಟ್ಟಿದ್ದ. ಅದು ತಾಯ್ತನಕ್ಕೆ ಬಳುವಳಿಯಾಗಿದ್ದು ವಿಧಿಯ ಸಂಚು ಇರಬಹುದು.

"ಮಮ್ಮಿ, ..." ತಾಯಿ ಭುಜದ ಮೇಲೆ ಕೈ ಇಟ್ಟಳು. ಕೆಲವೊಮ್ಮೆ ಅಮ್ಮ ಎನ್ನುವ ಸಂಬೋಧನೆ 'ಮಮ್ಮಿ' ಎನ್ನುವುದಕ್ಕೆ ತಿರುಗುತ್ತಿದ್ದುದ್ದು ಅಪರೂಪವೆ. "ಆಂಟೀ, ಏನ್ಮಾಡ್ತಾ ಇದ್ದಾರೆ ನೋಡು" ಎಂದು ಕಿಚನ್‌ಗೆ ಹೋದರು. ತನ್ನ ಮುಖದ

ಪೆಚ್ಚುತನ, ಭಯ ಮಗಳಿಗೆ ತಿಳಿಯಬಾರದೆನ್ನುವ ಉದ್ದೇಶ ಆಕೆಯದು.

ಮಧ್ಯಾಹ್ನ ಒಂಟಿಯಾಗಿಯೇ ಇದ್ದದ್ದು ಉಷಾ ಫ್ಲಾಟ್‌ನಲ್ಲಿ. ನಾಲ್ಕಾರು ಜನ ಮಾತಾಡುವ ಸದ್ದು ಕೇಳಿಸಿದಾಗ ಕಿಂಡಿಯಲ್ಲಿ ಇಣಕಿದಳು. ಫ್ರಿಜ್ ಪುಟ್ಟ ವಾಷಿಂಗ್ ಮೆಷಿನ್ ಜೊತೆ ಇನ್ನಷ್ಟು ಬಾಕ್ಸ್‌ಗಳನ್ನು ಇಳಿಸಿದ್ದರು.

ಒಂದಲ್ಲ ನಾಲ್ಕು ಸಲ ಬೆಲ್ ಸದ್ದಾದ ಮೇಲೆ ಬಾಗಿಲು ತೆಗೆದಳು. "ನೋಡಿ ಮೇಡಮ್, ಈ ಐಟಮ್‌ಗಳು ಒಂದ್ಸಲ ನೋಡಿ ಇದಕ್ಕೊಂದು ಸಹಿ ಹಾಕಿ ಕೊಟ್ಬಿಡಿ" ಅವಳ ಮುಂದಿಡಿದ ಒಬ್ಬ.

ಉಷಾಳ ಮುಖ ಕೋಪದಿಂದ ಕೆಂಪಾಯಿತು.

"ನಾವೇನು ಆರ್ಡರ್ ಮಾಡಿಲ್ಲ. ನಮ್ಗೇನು ಗೊತ್ತಿಲ್ಲ. ಎಲ್ಲಾ ತಗೊಂಡ್ಹೋಗ್ಬಿಡಿ" ಹೇಳಿ ರಪ್ಪೆಂದು ಬಾಗಿಲು ಹಾಕಿಕೊಂಡಳು. ಇದೆಲ್ಲಿಯ ತಾಪತ್ರಯ? ಅವಳ ತಲೆ ಬಿಸಿಯಾಯಿತು.

ಫೋನ್ ಸದ್ದು ಮಾಡಿತು. ಅರುಂಧತಿ ಕುಶಲೋಪರಿ ವಿಚಾರಿಸಿಕೊಂಡರು. ನಂತರ ಮತ್ತೊಮ್ಮೆ ರಿಂಗ್ ಆಯಿತು. "ಹಲೋ...." ಎಂದ ಅದೇ ಪುಣ್ಯಾತ್ಮ. ಟಪ್ಪೆಂದು ಫೋನಿಟ್ಟಳು. ಮತ್ತೆ ಅದೇ ಫೋನ್ ರಿಂಗಾಯಿತು. "ಪ್ಲೀಸ್ ಡೋಂಟ್ ಡಿಸ್ಟರ್ಬ್" ಸ್ವಲ್ಪ ಕಟುವಾಗಿಯೇ ನುಡಿದಳು.

"ಫೋನ್ ಇಡ್ಬೇಡಿ ಫ್ರಿಜ್, ವಾಷಿಂಗ್ ಮೆಷಿನ್ ಬಂದಿದ್ಯಾ?" ಕೇಳಿದ್ದು ಸತೀಶ್ "ಗೊತ್ತಿಲ್ಲ, ಇನ್ನೊಮ್ಮೆ ಈ ವಿಷ್ಯವಾಗಿ ಫೋನ್ ಮಾಡ್ಬೇಡಿ" ಇಟ್ಟೆ ಬಿಟ್ಟಳು.

ತಂದವರು ಹಿಂದಿರುಗಿ ಹೋಗಲಿಲ್ಲ. ಕಾರಿಡಾರ್‌ನಲ್ಲಿ ನಿಂತು ಆರಾಮಾಗಿ ಹರಟೆಯೊಡೆಯ ತೊಡಗಿದರು. ಇವಳಿಗೆ ಒಳಗೆ ಒಂದೇ ಟೆನ್ಷನ್. ಅವರುಗಳೆಲ್ಲ ಖಾಲಿಯಾಗಲು ಒಂದೆರಡು ಗಂಟೆಗಳೇ ಬೇಕಾಯಿತು. ಸತೀಶ್ ಬಂದು ಅವನ್ನೆಲ್ಲ ಒಳಗೆ ಇಡಿಸಿರಬೇಕು. ಅಂತು ಒಂದು ಪ್ರಾಬ್ಲಮ್ ಸಾಲ್ವ್ ಆದಂತಾಯಿತು ಅವಳ ಪಾಲಿಗೆ.

ಬಾಗಿಲ ಮೇಲೆ ಸಣ್ಣಗೆ ಸದ್ದು ಷುರುವಾದರೂ ಅವಳೆದ್ದು ಹೋಗಲಿಲ್ಲ. ಆಮೇಲೆ ಬೆಲ್ಲಾದಾಗ ಮುಖ ದಪ್ಪಗೆ ಮಾಡಿಕೊಂಡು ಹೋಗಿ ಬಾಗಿಲು ತೆಗೆದಳು.

"ಏನು ವಿಷ್ಯ?" ಕೇಳಿದಳು.

"ನಾನು ಫೋನ್ ಮಾಡಿದ್ದೆ!" ಹೇಳಿದ.

"ಹೌದಾ, ಈಚೆಗೆ ಬರೀ ರಾಂಗ್ ನಂಬರ್‌ಗಳೇ ಬರುತ್ತೆ, ಸ್ಟುಪಿಡ್ .... ಫೆಲೋಸ್" ಸಿಡುಕಿದಳು. ಅತ್ತಿತ್ತ ನೋಡಿದ ಸತೀಶ್ "ಯಾರು ಸ್ಟುಪಿಡ್ ? ನಾನು ಕೂಡ ಒಂದ್ಸಲ ಫೋನ್ ಮಾಡಿದ್ದೆ" ಎಂದ.

"ಹೋಗ್ಲಿ ಬಿಡಿ, ಈಗ ಕಾಲಿಂಗ್ ಬೆಲ್ ಒತ್ತಿದ್ದಕ್ಕೆ ಕಾರಣ?" ಸ್ವಲ್ಪ ಬಿಗುವಾಗಿಯೇ

ಕೇಳಿದಳು. ಹಣೆಗೊತ್ತಿಕೊಂಡವನು "ನಿಮ್ಮಿಂದ ನಂಗೆ ಒಂದಿಷ್ಟು ಸಹಾಯವಾಗ್ಬೇಕಿದೆ. ಹೊಸ್ದಾಗಿ ಕೆಲವು ಸಾಮಾನುಗಳನ್ನು ಕೊಂಡು ತಂದಿದ್ದೀನಿ. ಪೂಜೆಯಾದ್ಮೇಲೆ ಉಪಯೋಗಿಸ್ಬೇಕೂಂತ ನಮ್ಮಜ್ಜಿ ಆರ್ಡರ್. ನಂಗೆ ನಂಬ್ಕೆ ಇರಲಿ ಬಿಡಲೀ, ಈ ಹಣವೆಲ್ಲ ಅವ್ರದ್ದೇ ಆಗಿರೋದ್ರಿಂದ.... ನೀವು ಬಂದು ಒಂದಿಷ್ಟು ಪೂಜೆ ಮಾಡ್ಬೇಕು" ಅಂದಾಗ ಕೈಯೊತ್ತಳು. ಇದರ ಹಿಂದೆ ಏನಾದರೂ ಪ್ಲಾನ್ ಇದೆಯಾಂತ ಸತೀಶ್‌ನ ದಿಟ್ಟಿಸಿದಳು. ಹಾಗೇನು ಕಾಣಲಿಲ್ಲ.

"ಈ ಬಿಲ್ಡಿಂಗ್‌ನ ಗೇಟುನಿಂದ ಹೊರ್ಗೆ ಹೋಗಿ ಬಲಗಡೆಯ ರಸ್ತೆಯಲ್ಲಿ ಅರ್ಧ ಕಿಲೋಮೀಟರ್ ದೂರ ನಡೆದು ಎಡಕ್ಕೆ ತಿರುಗಿಕೊಂಡು ನಾಲ್ಕಕು ಮನೆ ದಾಟಿ ಐದನೆ ಮನೆ ಗೇಟು ಮೇಲೆ ದೊಡ್ಡ ದೊಡ್ಡ ಬಿರುದುಗಳ ಮೂರು ಸಲ ಶ್ರೀ ಶ್ರೀ ಶ್ರೀ ಎಂದಿರುವ ದೊಡ್ಡ ಬೋರ್ಡ್ ಇದೆ. ಆ ಮನ್ರೆವರು ಅರ್ಚಕ ವೃತ್ತಿಯ ಜನ. ನಾವು ಈ ಫ್ಲಾಟ್‌ಗೆ ಬಂದಾಗ಼್ೂ ಅವ್ರೆ ಪೂಜೆ ಮಾಡಿದ್ದು. ನೀವ್ಹೋಗಿ ಅವ್ರನ್ನ ಕರ್ಕಡ್ ಬನ್ನಿ. ಒಂದಿಷ್ಟು ದಕ್ಷಿಣೆ ಜಾಸ್ತಿ ತಗೊಂಡ್ರು ಅಚ್ಚುಕಟ್ಟಾಗಿ ಪೂಜೆ ಮಾಡ್ತಾರೆ" ಸೂಕ್ತವಾದ ಮಾರ್ಗ ತೋರಿಸಿದಳು.

ಸತೀಶ್ ಅಲ್ಲಾಡಲಿಲ್ಲ. ಹೆಣ್ಣು ಮಕ್ಕಳು ಪೂಜೆ ಮಾಡುವುದರಿಂದ ಒಳ್ಳೆಯದಾಗುತ್ತೆ. ಅವನ ಎಂ.ಬಿ.ಬಿ.ಎಸ್. ಕಂಪ್ಲೀಟ್ ಆಗುವುದರ ಜೊತೆಗೆ ಅದು ಮುಗಿಯುವವರೆಗೂ ಈ ಫ್ಲಾಟ್‌ನಲ್ಲೆ ಇರಬಹುದೆಂಬ ನಂಬಿಕೆ. ಅವನಿಗೆ ಬುದ್ಧಿ ಬಂದಾಗಿನಿಂದ ಬೆಳೆದದ್ದು ಅಜ್ಜಿಯ ಬಳಿಯೇ.

"ಅಷ್ಟೆಲ್ಲ ಬೇಡ, ನೀವೇ ಬಂದ್ ಪೂಜೆ ಮಾಡ್ಬಿಡಿ. ನೀವು ರಿಸ್ಕ್ ಅಂದ್ಕೊಂಡ್ರು ಪರ್‍ವಾಗಿಲ್ಲ, ಬೇರೆ ದಾರಿ ಇಲ್ಲ. ಸದ್ಯಕ್ಕೆ ಒಂದ್ವಾರ ನಿಶ್ಚಿಂತೆ. ಆಮೇಲೆ ಏನಾದ್ರೂ ಸಾಮಾನುಗಳನ್ನು ಕೊಳ್ಳೋದು" ಎಂದ ಭೂಪ.

ಉಷಾಗೆ ಬೇರೆ ದಾರಿ ಕಾಣಲಿಲ್ಲ. ಫ್ರಿಜ್ ಪೂಜೆ ಮಾಡದೇ ಉಪಯೋಗಿಸೋಲ್ಲ. ಹಾಲು, ಸ್ವೀಟ್ಸ್ ಡಬ್ಬಿ ನಮ್ಮಲ್ಲೆ ಇರಬೇಕಾಗುತ್ತೆ. ಅದಕ್ಕಿಂತ ಪೂಜೆ ಮಾಡಿ ತಪ್ಪಿಸಿಕೊಳ್ಳುವುದೇ ಸರಿಯೆನಿಸಿತು.

"ನಡೀರಿ, ಮತ್ತೆ ಕರಿಬೇಡಿ" ಎಂದು ಒಂದು ಮಾತು ಸೇರಿಸಿಯೇ ಪಕ್ಕದ ಫ್ಲಾಟ್‌ಗೆ ಹೋಗಿದ್ದು. ಫೋನ್ ಕುಕ್ಕರ್‌ನಿಂದ ಹಿಡಿದು ವಾಟರ್ ಫಿಲ್ಟರ್, ಮಿಕ್ಸಿಯವರೆಗೂ ಇತ್ತು. ಇದು ಸಂತೋಷ ತಂದಿತು ಕೂಡ. ಒಂದ ಪೂರ್ಣ ಸಂಸಾರ ಬಂದು ಇಲ್ಲಿ ನೆಲೆಗೊಳ್ಳಬಹುದು.

ಸತೀಶ್ ತೋರಿಸಿದ ಎಲ್ಲಾ ವಸ್ತುಗಳಿಗೂ ಅರಿಶಿನ, ಕುಂಕುಮ, ಹೂವಿಟ್ಟು, ಊದುಬತ್ತಿಯಿಂದ ಆರತಿ ಬೆಳಗಿಸಿದಾಗ ಹಣ್ಣು, ಕಾಯಿ ತಂದಿತ್ತ, ಅವಳಿಗೆ ಅಳು ಬಂತು. ಆದರೂ ಎಲ್ಲಕ್ಕೂ ನೈವೇದ್ಯ ಮಾಡಿ ಹಚ್ಚಿಕೊಟ್ಟ ಕರ್ಪೂರದಿಂದ ಎಲ್ಲಾಕ್ಕೂ ಆರತಿ ಬೆಳಗಿ ಅವನ ಮುಂದಿಡಿದಳು. ಇದು ಬಹಳ ಪ್ರಯಾಸವಾದ ಕೆಲಸವೆನಿಸಿತು.

"ಆಯ್ತು, ಬರ್ತೀನಿ" ಹೊರಟಾಗ ತಡೆದು ಹಣ್ಣು ಕಾಯಿಯ ಜೊತೆ ನೂರೊಂದು ರೂಪಾಯಿಗಳ ನಾಣ್ಯಗಳನ್ನು ತಂದು ಅವಳ ಮುಂದಿಡಿದ "ತಗೋ ಬೇಕು ದಕ್ಷಿಣೆ ಬಗ್ಗೆ ನಮ್ಮಜ್ಜಿನ ಫೋನ್‌ನಲ್ಲಿ ವಿಚಾರಿಸ್ದೆ" ಎಂದ. ಬೆರಗು ಮೂಡಿತು ಕಣ್ಣುಗಳಲ್ಲಿ. ಆದರೆ ಮತ್ತೆ ರಿಪೀಟ್ ಆಗುವುದು ಅವಳಿಗೆ ಬೇಕಿರಲಿಲ್ಲ. "ನೀವ್ಹೋಗಿ ಅರ್ಚಕರ ಮನೆಯವ್ರನ್ನ ಪರಿಚಯ ಮಾಡ್ಕೊಂಡ್ ಬಿಡಿ. ಆಗಾಗ್ಬಂದ್ ಅವ್ರೆ ವಿಚಾರಿಸಿಕೊಂಡ್ಹೋಗ್ತಾರೆ. ಬಂದಾಗಲೆಲ್ಲ ದಕ್ಷಿಣೆ ಕೊಟ್ಟರೆ ಸಾಕು" ಉಸುರಿದಳು.

"ಬೇಡ ಬಿಡಿ, ಹೇಗೂ ಪಕ್ಕದಲ್ಲೆ ಇದ್ದೀರಾ. ಬಹಳ ಭಕ್ತಿಯಿಂದ ಚೆನ್ನಾಗಿ ಪೂಜೆ ಮಾಡ್ತೀರಾ! ದಕ್ಷಿಣೆ ಬಗ್ಗೇನು ತಕರಾರಿಲ್ಲ. ನಿಮ್ಮನ್ನೆ ಕರೆದರಾಗುತ್ತೆ" ಎಂದ ಧಾರಾಳವಾಗಿ.

ಕೊಟ್ಟದ್ದನ್ನು ಇಸುಕೊಂಡು ಬಂದು, ಹಾಲು ಸ್ವೀಟ್ಸ್ ಬಾಕ್ಸ್‌ನ್ನು ಒಯ್ದು ಕೊಟ್ಟು ಬಂದು ಬಾಗಿಲು ಹಾಕಿಕೊಂಡು ಕೂಡುವ ವೇಳೆಗೆ ಕಾಲಿಂಗ್ ಬೆಲ್ ಸದ್ದು. ಮುಷ್ಟಿ ಹಿಡಿದು ಮುಖದ ಮೇಲೆ ಗುದ್ದಿಬಿಡಬೇಕೆನಿಸಿತು.

"ಸ್ವೀಟ್ಸ್ ತಗೊಳ್ಳಿ" ಡಬ್ಬಿ ತೆಗೆದು ಉಷಾ ಮುಂದಿಡಿದ.

"ನಂಗೆ ಸೇರೋಲ್ಲ!" ಎಂದಳು ಇದು ಬೆಳೆಯುವುದು ಬೇಡವೆಂದು.

"ಯಾಕೆ ಸೇರೋಲ್ಲ? ಒಳ್ಳೆ ಮನಸ್ಸು ಇಲ್ಲಾಂತ ಅಂದ್ಕೊಳ್ಳಿ" ತುಸು ಮುನಿಸಿಕೊಂಡಳು "ನಂಗೆ ಹಾಗೇ ಅನ್ನಿಸೊಲ್ಲ. ನಿಮ್ಗೆ ತುಂಬ ಒಳ್ಳೆ ಮನಸ್ಸು ಇದೆ. ನಂಗೆ ಫೇಸ್ ರೀಡಿಂಗ್ ಗೊತ್ತು. ಮನಸ್ಸಿನ ಕನ್ನಡಿಯೇ ಮುಖ" ಒತ್ತಿ ಹೇಳಿದ. ಬಹಳ ಜಿಗಟು ಆಸಾಮಿಯೆಂದು ಕೊಂಡವಳು, ಒಂದ್ಸಲ ಒಂದು ಬರ್ಫಿ ಎತ್ತಿಕೊಂಡು "ತುಂಬ ಥ್ಯಾಂಕ್ಸ್, ಇದ್ನ ಮಾಡಿ ಕಳ್ಸಿಕೊಟ್ಟ ನಿಮ್ಮಜ್ಜಿಗೂ ಫೋನ್‌ನಲ್ಲೆ ಥ್ಯಾಂಕ್ಸ್ ಹೇಳಿ. ಬೈ...." ಎಂದು ಬಾಗಿಲು ಮುಚ್ಚಲು ಹೋದಾಗ ತಡೆದು "ನಿಮ್ಮ ಮಮ್ಮಿ, ಆಂಟೀ ..... ಮಿಕ್ಕವರೆಲ್ಲ ಇಲ್ವಾ? ಅವ್ರಿಗೂ ತಂಗೊಂಡ್ಬಿಡಿ" ಅಂದ. ತುಂಬ ಐಲ್-ಪ್ಯೆಯಿಲ್ ಗಿರಾಕಿಯಾಗಿ ಕಂಡಿದ್ದರಿಂದ ಡಬ್ಬಿಯೇ ಕಿತ್ತುಕೊಂಡು ಒಂದು ಬರ್ಫಿ ಮಾತ್ರ ಅವನ ಕೈಗೆ ಕೊಟ್ಟು "ಇದ್ನ ನೀವು ತಿಂದ್ಕೊಳ್ಳಿ. ಮಿಕ್ಕದ್ದನ್ನೆಲ್ಲ ನಾನು ತಿಂದು ಶುಭ ಹಾರೈಸ್ತೀನಿ ... ಬೈ ..." ಬಾಗಿಲು ಹಾಕಿಕೊಂಡಳು.

ಟಿ.ವಿ. ಆನ್ ಮಾಡಿದವಳು ಅಂದ ಪ್ರಕಾರ ಬಾದಾಮಿ ಬರ್ಫಿಯನ್ನು ಪೂರ್ತಿ ಖಾಲಿ ಮಾಡಿ ಬಿಟ್ಟಳು. ಡಬ್ಬಿಯನ್ನು ತೊಳೆದು ಪಕ್ಕದ ಫ್ಲಾಟ್‌ನ ಬಾಗಿಲ ಬಳಿ ಇಟ್ಟು ನಿಟ್ಟುಸಿರು ದಬ್ಬಿದಳು.

"ಕಂಪ್ಯೂಟರ್ ಕಲಿ. ನಿಂಗೆ ತೀರಾ ಅಗತ್ಯ" ವನಮಾಲ ಹೇಳಿದ್ದರು. ಅದಕ್ಕೆ ಅರುಂಧತಿಯ ಒಪ್ಪಿಗೆ ಕೂಡ ಇತ್ತು. ಇಂದು ಕಂಪ್ಯೂಟರ್ ಕ್ಲಾಸ್‌ಗೆ ಸೇರಿಕೊಳ್ಳಲು ನಿರ್ಧರಿಸಿಯಾಗಿದ್ದರಿಂದ ಒಮ್ಮೆ ಅರುಂಧತಿಗೆ ಫೋನ್ ಮಾಡಿ ಫ್ಲಾಟ್‌ಗೆ ಬೀಗ ಹಾಕಿಕೊಂಡು ಕೆಳಗಿಳಿದು ಬಂದಳು.

ಅಷ್ಟು ದೂರ ಹೋದವಳು ಹಿಂದಕ್ಕೆ ಬಂದಳು. ಒಮ್ಮೆ ಕೋಟೆ ಜಾವಗಲ್‌ಗೆ

ಹೋಗಿ ಗ್ರೀಷ್ಮಾ ತನಗಾಗಿ ಏನು ತೆಗೆದಿಟ್ಟಿರಬಹುದೆಂದು ನೋಡಿ ಬರಬೇಕೆಂದುಕೊಂಡಳು. ಅದಕ್ಕೆ ವನಮಾಲ ನೆರವು ಪೂರ್ತಿ ಬೇಕಿತ್ತು.

ಅವರ ಫ್ಲಾಟ್ ಬೀಗ ತೆಗೆದು ಅಲ್ಲೆ ಉಳಿದು ಬಿಸಿ ಬಿಸಿಯಾದ ಉಪ್ಪಿಟ್ಟು ಮಾಡಿ ಕಾಫಿ ಡಿಕಾಕ್ಷನ್ ಹಾಕುವ ವೇಳೆಗೆ ಆಕೆಯೇ ಬಂದರು.

"ಥ್ಯಾಂಕ್ಯೂ ..... ಥ್ಯಾಂಕ್ಯೂ ವೆರಿಮಚ್! ಫ್ಲಾಟ್ ಬೀಗ ನಾನೆ ತೆಗ್ದು ಒಳ್ಗೆ ಬಂದು ಏನಾದ್ರೂ ಮಾಡ್ಕೊಂಡ ತಿನ್ನೋ ಬದ್ಲು, ನಿನ್ನಂಥ ಮಗ್ಳು ಈ ತರಹ ನಗು ನಗುತ್ತಾ ಎದುರಾದರೇ ಎಷ್ಟೊಂದು ಚೆನ್ನ. ನಾನು ಅನ್‌ಲಕ್ಕಿ ..... ಎಂದವರು ತಟ್ಟನೇ ತಮ್ಮ ಧಾಟಿ ಬದಲಾಯಿಸಿಕೊಂಡು "ನಂಗೆ ಉಷಾ ಸಿಕ್ಕಿದ್ದಾಳೆ, ಅಷ್ಟೇ ಸಾಕು" ಹರ್ಷದಿಂದ ನುಡಿದರು.

ಉಪ್ಪಿಟ್ಟು, ಕಾಫಿ ಎಲ್ಲಾ ಆದ ಮೇಲೆ ವಿಷಾದದಿಂದ "ಆಂಟೀ, ನಾನೊಂದು ಸ್ಯಾಡ್ ನ್ಯೂಸ್ ಹೇಳ್ತಾ ಇದ್ದೀನಿ. ಗ್ರೀಷ್ಮಾ ಇಲ್ವಂತೆ" ಅತ್ತೆ ಬಿಟ್ಟಳು.

ವನಮಾಲಗೆ ಅರ್ಥವಾಗಲಿಲ್ಲ.

"ದೇಶ್‌ಮುಖ್ ಸಿಕ್ಕಿದ್ರಾ? ಗೀಷ್ಮಾ ಎಲ್ಲಿಗೆ ಹೋದ್ರಂತೆ?" ಆತಂಕದಿಂದ ಕೇಳಿದಾಗ ಅವರ ಮಡಿಲಲ್ಲಿ ಮುಖವಿಟ್ಟು "ಸತ್ತು ಹೋದ್ರಂತೆ" ಭೋರೆಂದಳು. ವನಮಾಲ ಸ್ತಬ್ಧರಾದರು. ಸಾಯುವಂಥ ವಯಸ್ಸೇನು ಅಲ್ಲ. ಸಾವಿಗೂ ವಯಸ್ಸಿಗೂ ಎಲ್ಲಿಂದ .... ಎಲ್ಲಿಯ ಸಂಬಂಧ? ಆಕೆಯ ಬಾಯಿಂದ ಮಾತೇ ಹೊರಡಲಿಲ್ಲ. ಉಷಾ ತಾನಾಗಿ ಸಮಾಧಾನವಾದ ಮೇಲೆ ದೇಶಮುಖ್ ಸಿಕ್ಕ ವಿಷಯ ತಾನು ಲಾಡ್ಜ್‌ಗೆ ಹೋಗಿದ್ದು, ಅವರು ಹೇಳಿದ್ದು – ಎಲ್ಲವನ್ನು ಉಸುರಿದ ಮೇಲೆ ಸ್ವಲ್ಪ ಸಮಾಧಾನಗೊಂಡಳು.

"ಒಂದ್ಸಲ ನಾನು ಜಾವಗಲ್‌ಗೆ ಹೋಗ್ಬೇಕು. ನೀವೇ ಹೇಗಾದ್ರೂ ಮಮ್ಮಿಗೆ ಕನ್ವಿನ್ಸ್ ಮಾಡಿ ಕಳ್ಸಿ ಕೊಡ್ಬೇಕು" ಒತ್ತಾಯವಿತ್ತು ಅವಳ ಸ್ವರದಲ್ಲಿ.

ಗ್ರೀಷ್ಮಾ ಬಹಳ ಒಳ್ಳೆಯ ಹೆಣ್ಣು ಮಾತ್ರವಲ್ಲ. ತುಂಬ ..... ತುಂಬ ಬುದ್ಧಿವಂತಳು. ಕಂಪ್ಯೂಟರ್ ಬಗ್ಗೆ ಅವರ ಜ್ಞಾನ ಅಪಾರ. ಎಷ್ಟೋ ಸೆಮಿನಾರ್‌ಗಳಲ್ಲಿ ಪ್ರಬಂಧಗಳನ್ನು ಮಂಡಿಸಿ ಖ್ಯಾತರಾಗಿದ್ದರು.

"ನಂಗೆ ಗ್ರೀಷ್ಮಾ, ದೇಶಮುಖ್‌ನ ಹೊರ್ಗಿನ ಬದ್ಕು ಮಾತ್ರ ಗೊತ್ತಷ್ಟೆ. ವೈಯಕ್ತಿಕವಾದುದ್ದೇನು ತಿಳೀದು. ಆಕೆ ನಿಂಗೇನು ಕೊಟ್ಟಿರುತ್ತಾರೋ, ಅದು ತೀರಾ ಅಮೂಲ್ಯವಾಗಿಯೇ ಇರುತ್ತೆ. ಎರ್ಡು ದಿನ ನಾನು ಚೆನ್ನೈಗೆ ಮದ್ವೆಗೆ ಹೋಗೋದಿದೆ. ನಾನು ಆಗ ಜೊತೆಯಲ್ಲಿ ನಿನ್ನ ಕರ್ಕಂಡ್ ಹೋಗ್ತೀನೀಂತ ಅರುಂಧತಿಗೆ ತಿಳಿಸ್ತೀನಿ. ಆಗ ಹೋಗಿ ಬಂದ್ಬಿಡು" ಪರಿಹಾರ ಸೂಚಿಸಿದರು.

ಅರುಂಧತಿ ಬರುವವರೆಗೂ ವನಮಾಲ ಫ್ಲಾಟ್‌ನಲ್ಲಿಯೇ ಇದ್ದಳು.

* * *

ಇಂದು ಜಾವಗಲ್ ರೈಲ್ವೆ ಸ್ಟೇಷನ್‌ನಲ್ಲಿ ಇಳಿದಾಗ ಅದು ಅಂದಿನ ಹಾಗೆ ಹೊಸದಾಗಿ ಕಾಣಲಿಲ್ಲ. ಅಲ್ಲಿನ ಅಷ್ಟಿಷ್ಟು ಜನರ ಪರಿಚಯವು ಇತ್ತು. ಅವಳಿಗೆ ಎಂದೂ ಮತ್ತೆ ಜಾವಗಲ್‌ಗೆ ಬರಬೇಕಾಗುತ್ತದೆಯೆಂದು ಕೊಂಡಿರಲಿಲ್ಲ. ಯಾವುದೋ ನಂಟು ಮತ್ತೆ ಇಲ್ಲಿಯವರೆಗೂ ಎಳೆದುಕೊಂಡು ಬಂದಿತ್ತು.

ಕೆಲವು ದಿನಗಳ ಹಿಂದೆ ಬೀರುನಲ್ಲಿದ್ದ ಲಾಕರ್‌ನಲ್ಲಿ ಏನನ್ನೋ ತಡಕಾಡುತ್ತಿದ್ದಾಗ ಒಂದು ಪುಟ್ಟ ತೀರಾ ಸಾಮಾನ್ಯವಾದ ಪರ್ಸ್ ಅವಳ ಕಣ್ಣಿಗೆ ಬಿದ್ದಿದ್ದನ್ನು ಪಕ್ಕಕ್ಕೆ ಸರಿಸಿ ಕೊನೆಯಲ್ಲಿ ತೆರೆದು ನೋಡಿದಳು. ಬಂಗಾರದ ಚೈನ್‌ನಲ್ಲಿ ಒಂದು ಲಾಕೆಟ್ ಇತ್ತು. ತುಂಬ ಹಳೆಯದಿರಬಹುದು. ಅವಳಮ್ಮ ಎಂದೂ ಧರಿಸಿದ್ದನ್ನು ಕಂಡಿರಲಿಲ್ಲ. ಅವಳಿಗೂ ಎಂದೂ ಕೊಟ್ಟಿರಲಿಲ್ಲ. ಆಶ್ಚರ್ಯದಿಂದ ತಿರುಗಿಸಿ ತಿರುಗಿಸಿ ನೋಡಿದಾಗ 'ರುಕ್ಮಿಣಿ' ಎಂದು ಸಣ್ಣಗೆ ಕೊರೆದ ಅಕ್ಷರಗಳು ಸ್ಪಷ್ಟವಾದಾಗ ಅವಳಿಗೆ ಕುಣಿದಾಡುವಷ್ಟು ಸಂಭ್ರಮವಾಗಿತ್ತು. ಸತ್ತ ಮಗಳನ್ನು ದೀಕ್ಷಿತರು ಮತ್ತು ಅವರ ಮನೆಯವರು ಎಂದೋ ತಮ್ಮ ಮನಗಳಿಂದಲೇ ಹೊರಗೆ ಇಟ್ಟಿದ್ದರು. ಅಂಥದ್ದರಲ್ಲಿ ಮರೆತು ಹಾಯಾಗಿರುವ ಅಮ್ಮನ ಜೀವನದಲ್ಲಿ ಬಿರುಗಾಳಿಯೆಬ್ಬಿಸಲು ಅವಳಿಗಿಷ್ಟವಿಲ್ಲ. ಮತ್ತೆ ಸರವನ್ನು ಪರ್ಸ್‌ನಲ್ಲಿ ಹಾಕಿ ಹಿಂದಕ್ಕೆ ತಳ್ಳಿದಳು.

ಇಂದೂ ಕೂಡ ಮನಸ್ಸಿನಲ್ಲಿ ಆಂದೋಲನವಿದ್ದರೂ ಹೋಗಿ ದೀಕ್ಷಿತರ ಮನೆಯವರನ್ನು ಕಾಣಲು ಅವಳಿಗಿಷ್ಟವಿಲ್ಲ. ದೇಶ್‌ಮುಖ್ ಫಾರ್ಮ್ ಗೇಟು ಬಳಿ ನಿಂತು ಚಿಲಕ ಸದ್ದು ಮಾಡಿದಳು. ಇಂದು ಗೌಳಿಯ ಮಗ ಬಂದವರು ಯಾರೂಂತ ಮನದಟ್ಟು ಮಾಡಿಕೊಂಡ ನಂತರ ತೆಗೆದವನು ಕಣ್ಣೊರೆಸಿಕೊಂಡವನು,

"ಮೇಡಮ್ಮ ನೋರು ..... ಹೋಗ್ಬಿಟ್ರು" ಹೇಳಿದ.

ಅವನ ಕೆನ್ನೆ ತಟ್ಟಿ ಮುಂದಕ್ಕೆ ಹೋದಾಗ ಒಣಗಿದ ಎಲೆಗಳನ್ನು ಮಂಕರಿಗೆ ತುಂಬುತ್ತಿದ್ದ ಗೌಳಿ ಓಡಿ ಬಂದಳು. "ಈಗ್ಬಂದ್ರಾ, ಮೇಡಮ್ನೋರು ..... ಹೋಗ್ಬಿಟ್ರು! ಎಂಥ ಕೆಲ್ಸವಾಗಿ ಹೋಯ್ತು" ಚಪ್ಪಾಳೆ ತಟ್ಟಿಕೊಂಡು ಎದೆ ಎದೆ ಬಡಿದುಕೊಂಡಳು ಅವಳ ದುಃಖ ಇನ್ನು ಕಡಿಮೆಯಾಗಿಲ್ಲವೆಂದು ತಿಳಿಯಿತು. "ಸಮಾಧಾನ ಮಾಡ್ಕೋ ಗೌಳಿ" ಸಂತೈಸಿದಷ್ಟು ಅವಳ ಅಳು ಜೋರಾಗಿ ಗಪ್ ಚಿಪ್ ಆದಳು.

"ಸಾರ್ ..... ಇದ್ದಾರೆ" ಹೇಳಿ ಕಣ್ಣೊರೆಸಿಕೊಂಡು ತನ್ನ ಕೆಲಸದ ಕಡೆ ಹೊರಟವಳು ನಿಂತು "ಮಾತಾಡೋದಿದೆ, ಹೋಗೋಕೆ ಮುನ್ನ ಒಮ್ಮೆ ನನ್ನ ಮನೆಯವರ್ಗೂ ಬಂದ್ಹೋಗಿ" ಮುಗ್ಧ ಆಹ್ವಾನ ಅವಳದು. 'ಸರಿ'ಯೆನ್ನುವಂತೆ ತಲೆಯಾಡಿಸಿ ಕುಟೀರದತ್ತ ಹೋದಳು. ಅದೊಂದು ಋಷಿಗಳ ಆಶ್ರಮವೇ.

ಒಳಗೆ ಹೋಗಿ ಎಲ್ಲಾ ಕಡೆ ನಿರುಕಿಸಿದಳು. ಪ್ರತಿಯೊಂದು ಯಥಾಸ್ಥಿತಿಯಲ್ಲಿಯೇ! ಆದರೆ ಎಲ್ಲಾ ಖಾಲಿ ಖಾಲಿಯೆನಿಸಿತು. ಎಲ್ಲೆಡೆ ಬರೀ ಶೂನ್ಯ. ಒಂದು ಸುತ್ತು ಹಾಕಿಕೊಂಡು ಬಂದು ಮಣ್ಣಿನ ಹೂಜಿಯಲ್ಲಿದ್ದ ನೀರನ್ನು ಬಗ್ಗಿಸಿಕೊಂಡು ಕುಡಿದು

ಹೊರ ಬಂದು ದೇಶ್‌ಮುಖ್‌ನ ಅರಸಿಕೊಂಡು ಹೊರಟಳು.

ಮರದ ಕೆಳಗೆ ಪಾರಿವಾಳಗಳಿಗೆ ಕಾಳು ಚೆಲ್ಲುತ್ತ ಕೂತಿದ್ದರು. ಅವರ ಪಕ್ಕದಲ್ಲಿ ಒಂದು ಕೋತಿ ಸೀಬೆಕಾಯಿ ಕಚ್ಚುತ್ತಿತ್ತು. ಇದೊಂದು ಮನೋಹರವಾದ ದೃಶ್ಯವೆ. ಅವರ ಒಂಟಿತನವನ್ನು ಇವುಗಳೇ ನೀಗುತ್ತಿರಬಹುದೆಂದುಕೊಳ್ಳುವ ವೇಳೆಗೆ ಕೋತಿ ಇವಳನ್ನು ನೋಡುತ್ತ 'ಗೊರ್ ಗೊರ್' ಎನ್ನಲು ಷುರುವಾದಾಗಲೇ ದೇಶ್‌ಮುಖ್ ಗಮನಿಸಿದ್ದು.

"ನೀನ್ಹೋಗು ....." ಕೋತಿಯ ತಲೆಯನ್ನು ಸವರಿದರು. ಅದು ಮರ ಏರಿ ಮರೆಯಾಯಿತು. "ಬಾ, ಬೈ ದಿ ಬೈ ... ನಿನ್ನ ಹೆಸರೇ ಮರ್ರು ಹೋಗಿದೆ" ಎಂದವರು ಕೈಯಲ್ಲಿನ ಕಾಳುಗಳನ್ನು ಪಾರಿವಾಳದ ಮುಂದೆ ಚೆಲ್ಲುತ್ತ.

"ಉಷಾ..." ಎಂದು ಅವರ ಸನಿಹದಲ್ಲಿಯೇ ಕೂತಳು.

"ಯೆಸ್, ನಾನು ಮರ್ತೆ ಬಿಟ್ಟಿದ್ದೆ. ಮೊದಲ ಸಲ ಸಿಟಿನಲ್ಲಿ ನೋಡಿದಾಗ ಪರಿಚಿತ ಮುಖವಾದ್ರೂ ... ನೀನೆ ಅಂತ ಐಡೆಂಟಿಫೈ ಮಾಡೋಕ್ಕಾಗ್ಲಿಲ್ಲ ಅಂತು... ಬಂದೆ" ಅಷ್ಟೆ ಅಂದಿದ್ದು.

ಆಮೇಲೆ ಅರ್ಧ ಗಂಟೆ ಕಳೆದರೂ ಇವಳತ್ತ ತಿರುಗಲಿಲ್ಲ, ಮಾತಾಡಿಸಲಿಲ್ಲ. ಕಾಳು ಚೆಲ್ಲುತ್ತ ಪಾರಿವಾಳಗಳ ಮಾತು ಆಲಿಸುವಂತೆ ಕೂತಿದ್ದರು. ಆಮೇಲೆ ಎದ್ದವರು ಕುಟೀರದ ಕಡೆ ಹೊರಟರು. ಹಿಂಬಾಲಿಸಿದಳು. ದೇಶ್‌ಮುಖ್ ಒಳಗೆ ಹೋದ ನಂತರ ಕಾಲುವೆ ಬಳಿ ಹೋಗಿ ಮುಖ ತೊಳೆದು ಹಿಂದಿರುಗಿದಾಗ ಕುಕ್ಕರುಗಾಲಿನಲ್ಲಿ ಕೂತು ತರಕಾರಿ ಹೆಚ್ಚುತ್ತಿದ್ದರು ಅನ್ಯಮನಸ್ಕತೆಯಿಂದ.

"ಅಂಕಲ್ ಏನು ತಿಳ್ಕೊಬೇಡಿ, ಇವತ್ತೊಂದು ದಿನ ನನ್ನ ಸ್ಟೈಲ್‌ನಲ್ಲಿ ಅಡ್ಗೆ ಮಾಡ್ಲಾ?" ಕೇಳಿದಳು ಹತ್ತಿರದಲ್ಲಿ ಕೂತು. ತಲೆಯೆತ್ತಿ ಅವಳನ್ನೊಮ್ಮೆ ನೋಡಿ ಮುಗುಳ್ನಗೆ ಬೀರಿದರು ಬಲವಂತದಿಂದ "ನನ್ನ ಅಡ್ಗೆ ಅಷ್ಟೊಂದು ಕೆಟ್ಟದಾಗಿರುತ್ತೆ ಅಂತಾನಾ?" ಎಂದು ಚಾಕನ್ನು ಕೆಳಗಿಟ್ಟರು.

"ಅಲ್ಲ ಅಂಕಲ್, ನಿಮ್ಗಿಂತ ಕೆಟ್ಟದಾಗಿ ಅಡ್ಗೇ ಮಾಡ್ಬಲ್ಲೇಂತ ತೋರಿಸೋಕೆ" ಅಂದವಳು ತರಕಾರಿಯನ್ನು ಹೆಚ್ಚಿ ಡಬರಿಯಲ್ಲಿ ತುಂಬಿಕೊಂಡು ಕಿಚನ್‌ಗೆ ಹೋದಳು. ಬೆಳಗಿನಿಂದ ಏನು ಮಾಡಿದ ಸುಳಿವಿರಲಿಲ್ಲ. ಆದರೂ ಊಟದ ನಂತರ ಏನೇ ಮಿಕ್ಕರೂ ಫಾರ್ಮ್‌ನಲ್ಲಿರುವ ಯಾವುದಾದರೂ ಪ್ರಾಣಿಯ ಪಾಲು ಆಗುತ್ತಿತ್ತು. ಇಲ್ಲ ಗೌಳಿಗೆ ಕೊಡುತ್ತಿದ್ದರು. ಒಂದಿಷ್ಟು ಎಂದೂ ಉಳಿಸಿಡುವ ಪದ್ಧತಿ ಇಲ್ಲವೆಂದು ಗೊತ್ತು ಉಷಾಗೆ.

ಅದನ್ನು ತೊಳೆದು ಬೇಯಲಿಟ್ಟು ಡಬ್ಬಗಳಲ್ಲಿ ಹುಡುಕಾಡಿದಳು ಮಸಾಲೆ ಪುಡಿ, ಗೋಧಿ ಹಿಟ್ಟು, ಅಕ್ಕಿ ಎಲ್ಲಾ ಇತ್ತು. ಅನ್ನ ಮಾಡುತ್ತಿದ್ದುದ್ದು ಕಡಿಮೆಯೇ. ಇಂದು ತರಕಾರಿಯ ಜೊತೆ ಬೇಳ ಕೂಡ ಹಾಕಿ ಕೂಟು ತರಹ ಅನ್ನ ಮಾಡಿ ತನ್ನ

ಬ್ಯಾಗ್‌ನಲ್ಲಿದ್ದ ಉಪ್ಪಿನಕಾಯಿ, ಚಟ್ನಿ ಪುಡಿಯ ಸೀಸೆಗಳ ಜೊತೆ ಹಪ್ಪಳ ಸಂಡಿಗೆಯನ್ನು ತೆಗೆದು ತುಪ್ಪದಲ್ಲಿ ತೇಲಿಸಿ ಸೊಂಟಕ್ಕೆ ಸೆರಗು ಬಿಗಿದು ಮುಖದ ಬೆವರನ್ನೊರೆಸಿಕೊಳ್ಳುತ್ತ ಬಂದು ಅವರ ಮುಂದೆ ನಿಂತಳು.

"ಅಂಕಲ್, ಊಟ ಮಾಡೋಣ" ಅನ್ನುವ ವೇಳೆಗೆ ಅವಳ ಕಣ್ತುಂಬಿದರೂ ಪಕ್ಕಕ್ಕೆ ತಿರುಗಿ ಒರೆಸಿಕೊಂಡು "ನಂಗಂತೂ ತುಂಬಾನೇ ಹಸಿವು" ಹೇಳಿದಳು.

"ನಂಗೂ ನಿನ್ನ ವಯಸ್ಸಿನಲ್ಲಿ ತುಂಬ ಹಸಿವು, ಬಯಕೆಗಳು ಎಲ್ಲಾ ಇತ್ತು. ಈಗ ಅವೆಲ್ಲದರ ಬಗ್ಗೆ ಅನುಮಾನ, ಅರ್ಥಹೀನ ಅನ್ನುವ ವ್ಯಾಖ್ಯಾನ" ಎತ್ತಲೋ ನೋಡುತ್ತ ಉಸುರಿದರು. ಅವರ ಮನಸ್ಸನ್ನು ಶೂನ್ಯ ಆವರಿಸಿದೆಯೆನಿಸಿತು. ಅಲ್ಲಿಂದ ಹೊರಬಂದರೇ ತೃಪ್ತಿಯಾಗಿ ನಾಲ್ಕು ತುತ್ತು ಊಟ ಮಾಡಬಲ್ಲರೆಂದು ಕೊಂಡಳು. "ನಿಮಗೊಂದು ಸರ್‌ಪ್ರೈಸ್" ಎಂದು ಸಲಿಗೆಯಿಂದ ಕೈ ಹಿಡಿದು ಎಬ್ಬಿಸಿದ್ದು ಅವರ ಮೇಲಿನ ಕರುಣೆಯಿಂದಲ್ಲ, ಅವ್ಯಕ್ತವಾದ ಅವರ್ಣೀಯವಾದ ಸೆಳೆತದಿಂದ. ಅದು ಯಾವುದು? ಇಪ್ಪತ್ತೆಂಟು ದಿನ ತನ್ನನ್ನು ಇಲ್ಲಿರಿಸಿಕೊಂಡಿದ್ದಕ್ಕೆ ಕೃತಜ್ಞತೆ ಇರಬಹುದು.

ನಿಧಾನವಾಗಿ ಬಡಿಸಿದಳು. ಅವರಿಗೆ ವೆರೈಟಿಯ ಬಗ್ಗೆಯಾಗಲೀ ರುಚಿಯ ಬಗ್ಗೆಯಾಗಲೀ ಗಮನವಿದ್ದಂಗೆ ಕಾಣಲಿಲ್ಲ. ತಿಂದಿದ್ದು ಬಹಳ ಕಡಿಮೆ. ಕೈ ತೊಳೆದು ಬಂದು ಅಲ್ಲೇ ಇದ್ದ ಮಂಚದ ಮೇಲೆ ನಿದ್ರಿಸಿದಾಗ ಅಡಿಗೆಯನ್ನು ಮುಚ್ಚಿಟ್ಟು ಗೌಳಿಯನ್ನರಿಸಿಕೊಂಡು ಬಂದಾಗ ತಾಯಿ, ಮಗ ಇಬ್ಬರು ಗಿಡಗಳಿಗೆ ಪಾತಿ ಮಾಡುತ್ತಿದ್ದರು. ಇಲ್ಲಿ ಪ್ರಕೃತಿ ನರ್ತನವಾಡಿದಂತಿತ್ತು. ಜಗತ್ತಿನ ಚೆಲುವೆಲ್ಲ ತುಂಬಿಕೊಂಡಂತೆ ಗಿಡ, ಮರ, ಹೂ ಹಣ್ಣು ಕಾಯಿಗಳು ನಳನಳಿಸುತ್ತಿತ್ತು. ಪ್ರತಿದಿನವು ಮಳೆಯಂತೆ ಮರಗಳಿಗೂ ನೀರಿನ ಸಿಂಪಡಣೆಯಾಗುತ್ತಿತ್ತು. ಮಕ್ಕಳನ್ನು ಸಲವುವಂತೆ ಅವನ್ನ ನೋಡಿಕೊಳ್ಳುತ್ತಿದ್ದರಿಂದ ಆರೋಗ್ಯವಾಗಿ ಬೆಳೆದಿದ್ದವು.

"ಗೌಳಿ, ಮಿಕ್ಕ ಅಡಿಗೆಯನ್ನು ಮುಚ್ಚಿಟ್ಟಿದ್ದೀನಿ. ಹೋಗಿ ತಂಗೊಂಡ್ಬಂದು ನೀವಿಬ್ರೂ ಊಟ ಮಾಡ್ಕೊಳ್ಳಿ" ಅಲ್ಲೆ ಮರದ ಕೆಳಗೆ ಕೂತಳು. ಇಲ್ಲಿನ ಮರ ಗಿಡದ ಜೊತೆ ಗೀಷ್ಮಾ ಉಪಯೋಗಿಸುತ್ತಿದ್ದ ಎಲ್ಲಾ ವಸ್ತುಗಳು ಇದ್ದವು. ಆದರೆ ಗೀಷ್ಮಾ ಇಲ್ಲ. ಇದೆಂಥ ವಿಪರ್ಯಾಸ!

ಕೈ ಕಾಲು ತೊಳೆದು ಬಂದಾಗ ಉಷಾ "ನನ್ನ ಸ್ವಲ್ಪ ಮಾತಾಡಿಸ್ಬೇಡ. ಮೊದ್ಲು ನೀವಿಬ್ರೂ ಹೋಗಿ ಊಟ ಮಾಡ್ಕಳಿ" ಕಳಿಸಿ ನೋಟವೆತ್ತಿ ಆಕಾಶದ ಕಡೆ ನೋಡಿದಳು. ಅದೇ ಆಕಾಶ, ಅದೇ ಭೂಮಿ – ಇವಕ್ಕೆಲ್ಲ ಅಂತ್ಯವಿಲ್ಲ. ಆದರೆ ಇಷ್ಟೊಂದು ಬುದ್ಧಿವಂತನಾದ ಮನುಷ್ಯ ಹೇಗೆ ಸಾಯುತ್ತಾನೆ? ಜಗತ್ತನ್ನೆ ತಮ್ಮ ಕಿರು ಬೆರಳಿನಲ್ಲಿ ಕುಣಿಸಬಲ್ಲವೆಂದು ಬೀಗುವ ದೇಶಗಳು, ವಿಜ್ಞಾನಿಗಳು ಈ ಕಡೆ ಗಮನಹರಿಸಲಿಲ್ಲ. ಅಕಸ್ಮಾತ್ ಗಮನಹರಿಸಿದರು ಪ್ರಯೋಜನವೇನು? ಸಾವಿಲ್ಲದಿದ್ದರೆ ಸೃಷ್ಟಿಯ ಮೂಲ ಉದ್ದೇಶವೇ ಏರುಪೇರಾಗಬಹುದು – ಅವಳ ಚಿಂತನೆ ಎಲ್ಲೆಲ್ಲೋ ಸಾಗಿತು. ಆದರೆ

ಗ್ರೀಷ್ಮಾ ಇಲ್ಲದ್ದು ತಟ್ಟಿಕೊಳ್ಳಲಾಗಲಿಲ್ಲ ಉಷಾಗೆ. ಒಂದೇ ಸಮ ಅತ್ತಳು. ತೆಳು ದೇಹದ ಬಿಳುಪು ವರ್ಣದ ಸುಂದರಿ ಗ್ರೀಷ್ಮಾ ಎಷ್ಟೊಂದು ಬುದ್ಧಿವಂತರು. ಸೌಂದರ್ಯ, ಬಣ್ಣ, ಬುದ್ಧಿ ಇದ್ದು ಕೂಡ ಸಾವಿನಿಂದ ತಪ್ಪಿಸಿಕೊಳ್ಳಲಾಗಲಿಲ್ಲ.

ಊಟ ಮುಗಿಸಿ ಬಂದ ಗೌಳಿ ಮೊಣಕಾಲುಗಳವರೆಗೆ ಸೀರೆಯನ್ನು ಎತ್ತಿ ಕಟ್ಟಿ ಕುಕ್ಕರುಗಾಲುನಲ್ಲಿ ಅವಳ ಮುಂದೆ ಕೂತು ಕಿವಿಯನ್ನು ತೋರಿಸಿದಳು. "ಇದ್ನ ಮೇಡಮ್‌ನೋರೇ ಕೊಟ್ಟಿದ್ದು" ಹರಳಿನ ಚಿನ್ನದ ಓಲೆ ಫಳ ಫಳ ಎನ್ನುತ್ತಿತ್ತು. ಉಷಾ ಕೂಡ ಆಕೆ ಚಿನ್ನ ಧರಿಸಿದ್ದನ್ನು ನೋಡಿರಲಿಲ್ಲ.

"ಎಷ್ಟೆಷ್ಟೋ ಕೊಟ್ರು. ಒಂದು ಹಳೆ ಸೀರೆ ಕೊಡೂಂದರೇ ಜನ ಹಿಂದು ಮುಂದು ನೋಡುತ್ತಾರೆ. ಮೇಡಮ್‌ನೋರಿಗೆ ಎಂಥ ಧಾರಾಳ. ಅಂಥ ಅಮ್ಮನಿಗೆ ಬಂತು ಸಾವು" ಮತ್ತೆ ಅಳೋಕೆ ಷುರು ಮಾಡಿದಳು. ಇದು ತೋರಿಕೆಯದಲ್ಲ. ಗ್ರೀಷ್ಮಾನ ಅವಳು ತುಂಬ ಗೌರವಿಸುತ್ತಿದ್ದಳು.

ಆಮೇಲೆ ಅವಳೇ ಹೇಳಿಕೊಂಡಿದ್ದು. ಆರೋಗ್ಯವಾಗಿದ್ದ ಆಕೆ ಒಮ್ಮೆಲೆ ಬಾವಿ ಬಳಿ ತಲೆ ತಿರುಗಿ ಬಿದ್ದಾಗ ಇವಳು ಅಲ್ಲೇ ಇದ್ದಳು. ದೇಶ್‌ಮುಖ್ ತಕ್ಷಣ ಹೋಗಿ ಸರ್ಕಾರಿ ಆಸ್ಪತ್ರೆಯ ಡಾಕ್ಟರನ್ನು ಕರೆತರುವ ವೇಳೆಗೆ ಆಕೆ ಪ್ರಾಣ ಹೊರಟು ಹೋಗಿತ್ತು. ದೇಶ್‌ಮುಖ್ ಮತ್ತಷ್ಟು ಗಂಭೀರವಾದರೇ ವಿನಃ ಒಂದು ತೊಟ್ಟು ಕಂಬನಿ ಸುರಿಸಲಿಲ್ಲ. ಗೌಳಿ ಅವಳ ಮಗನ ಸಹಾಯದಿಂದ ಅಲ್ಲೆ ದಹನ ಸಂಸ್ಕಾರ ಮಾಡಿ, ನಂತರ ಅದನ್ನೆಲ್ಲ ತುಂಬಿಕೊಂಡು ಸಣ್ಣಗೆ ಹರಿಯುತ್ತಿದ್ದ ಹೊಳೆಯಲ್ಲಿ ಕದಡಿ ಬಂದವರು, ಅಲ್ಲಿನ ಸ್ಕೂಲ್‌ಗಳಿಗೆ ಹೋಗಿ ಬಡ ವಿದ್ಯಾರ್ಥಿಗಳಿಗೆ ಪುಸ್ತಕ, ಪೆನ್ನು ಕೊಡಿಸಿದರು. ವರ್ಷ ವರ್ಷ ಪ್ರತಿಭಾವಂತ ವಿದ್ಯಾರ್ಥಿಗಳಿಗೆ ಸ್ಕಾಲರ್ ಷಿಪ್ ಕೊಡಲು ಹಣವನ್ನು ಇಡುಗಂಟಾಗಿರಿಸಿದರು. ಇವೆಲ್ಲ ಹೆಂಡತಿಗಾಗಿ ಮಾಡಿದ್ದು ಇರಬಹುದು. ಅಷ್ಟು ಬಿಟ್ಟು ಕರ್ಮಾಂತರ ಅಂತಹ ವಿಧಿಗಳನ್ನೇನು ಮಾಡಿರಲಿಲ್ಲ.

"ಗ್ರೀಷ್ಮಾ ಆಂಟೀ ಸತ್ತಾಗ ಯಾರಾದ್ರೂ ಬಂದಿದ್ರಾ?" ಕೇಳಿದಳು.

"ಇಲ್ಲ, ನಾನು ನನ್ಮಗ ಮಾತ್ರ ಇದ್ವಿ. ವಿಷ್ಯ ಹೊರ್ಗೆ ತಿಳಿಯೋ ವೇಳೆಗೆ ಆಕೀ ಬೂದಿಯಾಗಿ ಹೋಗಿದ್ರು. ಕೆಲವರು ಬಲವಂತವಾಗಿಯಾದ್ರೂ......ಬಂದ್ರು ಸಾರ್, ಯಾರ್ಹತ್ರನು ಮಾತಾಡ್ಲಿಲ್ಲ."

ಗೌಳಿ ಇರದಿದ್ದರೇ ಈ ವಿಷಯಗಳು ಕೂಡ ಅವಳಿಗೆ ತಿಳಿಯುತ್ತಿರಲಿಲ್ಲ. ದೇಶ್‌ಮುಖ್ ಸ್ವತಃ ಯಾರೊಂದಿಗೂ ಇದನ್ನೆಲ್ಲ ಹೇಳಿಕೊಳ್ಳಲಾರರು. ದುಃಖವನ್ನು ಒಳಗೆ ನುಂಗಿಕೊಳ್ಳುವಷ್ಟು ಪರಿಪಕ್ವವಾಗಿತ್ತು ಅವರ ಮನಸ್ಸು.

ಹೊರಡುವ ಮುಂದೆ ಗೌಳಿ "ಒಂದ್ಮಾತು ಕೇಳ್ಲಾ? ನೀವು ಸಾರ್‌ಗೆ ಏನಾಗ್ಬೇಕು? ಯಾರು ನೆಂಟರು ಇಷ್ಟರು ಅನ್ನೋ ಜನ ಇಲ್ವಾ? ಯಾರೊಂದಿಗೂ ಸೇರೋಲ್ಲ. ಈಚೆಗಂತು ಎಷ್ಟೋ ಜನ ತಿನ್ನೋಕೆ ಕೂಡ ಏನು ಮಾಡಿಕೊಳ್ಳೋಲ್ಲ. ಅವ್ರನ

ಮಾತಾಡಿಸೋಕೆ ಭಯ" ಹೇಳಿಕೊಂಡ.

ಉಷಾ ಮೌನವಹಿಸಿದಳು. ಅವಳಿಗೆ ದೇಶ್‌ಮುಖ್ ಬಗ್ಗೆ ಏನು ಗೊತ್ತಿಲ್ಲ.

"ನೀನು ಈಗ ಹೋಗು" ಅಷ್ಟೆ ಹೇಳಿದ್ದು.

ಗೌಳಿ ಹೋದ ಮೇಲೆ ಗೇಟುಗೆ ಬೀಗ ಹಾಕಿಕೊಂಡು ಬಂದಾಗ ದೇಶ್‌ಮುಖ್ ಗಿಡಗಳಿಗೆ ನೀರು ಹಾಯಿಸುತ್ತಿದ್ದರು. ಈಗ ಮುಖ ಸೌಮ್ಯವಾಗಿ ಗಂಭೀರವಾಗಿಯು ಇತ್ತು. ಆ ಮನುಷ್ಯ ಒಬ್ಬ ಕರ್ಮಯೋಗಿಯಂತೆ ಕಂಡರ್ನೇ ವಿನಹಃ ದುಃಖಿಯಂತೆ ಕಾಣಲಿಲ್ಲ.

ಇಡೀ ಫಾರ್ಮ್ ಎಲ್ಲಾ ಓಡಾಡಿ ಬಂದ ಮೇಲೆ ಜುಳು ಜುಳು ಹರಿಯುತ್ತಿದ್ದ ನೀರನ್ನು ನೋಡುತ್ತ ಕೂತಳು. ಗ್ರೀಷ್ಮಾ ಫಾರ್ಮ್‌ನ ಸಸ್ಯ ಶಾಮಲೆಯೊಂದಿಗೆ ಬೆರೆತು ಹೋಗಿದ್ದಾಳೆನಿಸಿತು.

ಫ್ಲಾಸ್ಕ್ ಕಪ್‌ಗಳನ್ನು ಹಿಡಿದು ಬಂದು ದೇಶಮುಖ್ ಅಲ್ಲೆ ಕೂತು ಎರಡು ಕಪ್‌ಗೆ ಟೀಯನ್ನು ಬಗ್ಗಿಸಿ "ತಗೋ, ಗೌಳಿ ಹೋದಳಾ?" ಕೇಳಿದರು. 'ಹ್ಞೂ' ಎನ್ನುತ್ತ ಟೀ ಕಪ್ ಇಸುಕೊಂಡವಳು "ಅಂಕಲ್, ನೀವು ಸ್ವಲ್ಪ ದಿನ ನಮ್ಮೊಂದಿಗೆ ಬಂದು ಇರ್ಬಹ್ದು. ಮನೆಯಲ್ಲಿ ನಾನು, ನನ್ನ ಮಮ್ಮಿ ಇಬ್ರೇ ಇರೋದು. ಸ್ವಲ್ಪ ಸ್ಥಳ ಬದಲಾವಣೆಯಾದರೇ ಬೇಗ ಚೇತರಿಸ್ಕೋತಿರಾ" ಒಂದು ಆಫರ್ ಅವರ ಮುಂದಿಟ್ಟಳು. ದೇಶಮುಖ್ ಮಾತಾಡಲಿಲ್ಲ. ಅವರ ಮನಸ್ಥಿತಿ ಇಲ್ಲಗೆ ಹೊಂದಿಕೊಂಡಿತ್ತು!

ನಿಧಾನವಾಗಿ ಕ್ಷಣಗಳು ಜಾರಿ ಗಂಟೆಯಾಗಿ ಸೂರ್ಯ ಮರೆಯಾಗಿ ಪೂರ್ತಿ ಕತ್ತಲು ಮುಸುಕಿತು. ಹಿಂದೆ ಒಂದು ಸಲ ಅಂದರೆ ಉಷಾ ಇಲ್ಲಿಗೆ ಬಂದಿದ್ದಾಗ ಇದೇ ಸ್ಥಳದಲ್ಲಿ ಮೂವರು ಕೂತಿದ್ದರು. ಇಂದು ಇಬ್ಬರೇ. ಗ್ರೀಷ್ಮಾ ಇರಲಿಲ್ಲ. ಇಂದು ಬಹಳ ಗಂಭೀರವಾಗಿ ಯೋಚಿಸುತ್ತಿದ್ದಳು. ಆಕೆ ಹೋಗಿದ್ದು ಎಲ್ಲಿಗೆ? ಆತ್ಮ, ಪರಮಾತ್ಮ, ಪ್ರೇತಾತ್ಮ ಅಂಥದ್ದೆಲ್ಲ ಅವಳಿಗೆ ಗೊತ್ತಿಲ್ಲ. ಈಗ ಗ್ರೀಷ್ಮಾನ ಒಮ್ಮೆ ನೋಡುವಂಥಾದರೇ? ಹುಚ್ಚು ಯೋಚನೆಯೆನಿಸಿದರೂ ಅಂಥ ಅವ್ಯಕ್ತವಾದ ಬಯಕೆ.

"ಅಂಕಲ್, ನಂಗೆ ಗ್ರೀಷ್ಮಾ ಆಂಟೀನ ನೋಡ್ಬೇಕೂಂತ ಅನ್ನಿಸಿದೆ" ಪುಟ್ಟ ಮಗುವಿನಂತೆ ಹೇಳಿದಾಗ, ಅವರ ಕಣ್ಣುಗಳು ಗತವನ್ನು ಮೆಲಕು ಹಾಕಿತು. "ಒಂದ್ಸಲ ಗ್ರೀಷ್ಮಾ ಕೂಡ ಸತ್ತ ಋತುನ ನೋಡ್ಬೇಕೂಂತ ಹಟ ಮಾಡಿದ್ಲು. ಅವ್ಳು ಮುಗ್ಧಳಲ್ಲ ಮಗುವಲ್ಲ, ಚೆನ್ನಾಗಿ ತಿಳಿದವಳು, ಹೆಚ್ಚು ಓದಿಕೊಂಡವಳು. ಆದ್ರೂ ಹುಚ್ಚಿಯಾಗಿದ್ಲೂ" ಸ್ವಲ್ಪ ದೀರ್ಘವಾಗಿ ಅಂದರು.

"ಋತು ಯಾರು?" ಚುರುಕಾಗಿ ಕೇಳಿದಳು. ಆ ಕ್ಷಣ ಉಷಾಳ ಕಣ್ಣುಗಳಲ್ಲಿನ ಕಂಬನಿಯ ಬಿಂದುಗಳು ಅಲ್ಲೆ ನಿಂತವು. "ನನ್ನ ಗ್ರೀಷ್ಮಾಳ ಮಗು. ನಾವು ಅಮೇರಿಕಾದಿಂದ ಹಿಂದಿರುಗುವ ಆರು ತಿಂಗ್ಳ ಹಿಂದೆ ತೀರಿಕೊಂಡ್ಳು. ಅವ್ಳ ಸಾವು ನಮ್ಮನ್ನು ಎಲ್ಲಿಂದ ಎಲ್ಲಿಗೋ ಎಸೆಯಿತು. ಡಾಲರ್‌ಗಟ್ಟಲೇ ಹಣನ ಬ್ಯಾಂಕ್‌ನಲ್ಲಿ

ಜಮಾ ಮಾಡಿದ್ದೆ. ಉನ್ನತ ವಿದ್ಯೆ, ಅಧಿಕಾರ, ಅಂತಸ್ತು ಯಾವ್ದೂ ನಮ್ಮ ಮಗುನ ಉಳ್ಸಿ ಕೊಡ್ಲಿಲ್ಲ. ಸಮಯದಲ್ಲಿ ಪ್ರಯೋಜನಕ್ಕೆ ಬರದ ಅವೆಲ್ಲದರ ಮೇಲು ವಿರಕ್ತಿ ಬಂತು" ಎಂದು ನಿಟ್ಟುಸಿರು ದಬ್ಬಿದರು.

ಅಮೇರಿಕಾದಿಂದ ಹಿಂದಿರುಗಿದ್ದಕ್ಕೆ ಒಂದು ಕಾರಣ ಸಿಕ್ಕಂತಾಯಿತು. ಜಗತ್ತಿನಲ್ಲಿ ಎಲ್ಲರೂ ತಮ್ಮ ಪ್ರೀತಿ ಪಾತ್ರರನ್ನು ಕಳ್ದುಕೊಂಡಾಗ ಇಂಥ ವಿರಕ್ತ ಭಾವ ಉಂಟಾದರೇ, ಸಾಧ್ಯವಿಲ್ಲವೆನಿಸಿತು. ಒಬ್ಬ ವ್ಯಕ್ತಿ ಮಾತ್ರ ಜಗತ್ತನ್ನು ಕಂಡು ಬದಲಾಗಿ ದೈವತ್ವಕ್ಕೇರಿ ಗೌತಮ ಬುದ್ಧನಾದ. ಅದಾದ ನಂತರ ಎಷ್ಟು ಮಂದಿ ಗೌತಮ ಬುದ್ಧರಾದರು?

ಎಷ್ಟೋ ಹೊತ್ತು ಮೌನವಾಗಿ ಹಾಗೆಯೇ ಕೂತಿದ್ದರು. ಚುಮು ಚುಮು ಚಳಿ ಷುರುವಾದಾಗಲೇ ಎದ್ದಿದ್ದು.

ದೇಶಮುಖ್ ತಾವೇ ಪರೋಟ ಮಾಡಿ ವೆಜಿಟೆಬಲ್ ಸಾಸ್ ಮಾಡಿ ಬಡಿಸಿದರು "ರಾತ್ರಿ ಹೊತ್ತು ಏನಾದ್ರೂ ತಿನ್ನೋದ್ಬಿಟ್ಟು ಸಾಕಷ್ಟು ದಿನ ಆಯ್ತು. ನೀನು ತಗೋ" ಬಲವಂತ ಮಾಡಿದರು.

"ಇಲ್ಲ ಅಂಕಲ್, ನೀವು ತಿನ್ದೇ ನನ್ನ ಗಂಟಲಲ್ಲಿ ಏನು ಉಳಿಯೋಲ್ಲ" ಹಟ ಮಾಡಿ ಅವರು ರೇಗುವಂತೆ ಮಾಡಿದರೂ ಹಿಂದಕ್ಕೆ ಅಡಿ ಇಡಲಿಲ್ಲ. ತಾನೇ ಒಂದು ಪರೋಟ ಹಾಕಿ ತಂದು ಅವರ ಮುಂದಿಟ್ಟಳು.

ಬೇಕೋ, ಬೇಡವೋ ಎನ್ನುವಂತೆ ತಿಂದರು ದೇಶ್‌ಮುಖ್. ಇಂದು ಅವರ ಮನಸ್ಸು ಸ್ವಲ್ಪ ಸಮಾಧಾನವಾಗಿತ್ತು. ಗ್ರೀಷ್ಮಾ ಸತ್ತ ನಂತರ ಕೆಲವೊಮ್ಮೆ ಎಷ್ಟೋ ದಿನಗಳು ಮಾತೇ ಆಡದಂತೆ ಕಳೆದಿದ್ದರು. ಇಂದೇ ಇವಳೊಂದಿಗೆ ನಾಲ್ಕು ಮಾತು ಆಡಿದ್ದು.

"ಗ್ರೀಷ್ಮಾ, ನೀನು ಹೋದ್ಮೇಲೆ ಕೆಲವೊಮ್ಮೆ ನನ್ನ ಋತು ಹೋಲಿಕೆ ಇದೇ ಉಷಾಳಲ್ಲಿ ಅಂತ ಇದ್ಲು. ಅಂತ ಒಂದು ಭಾವನೆ ನಿನ್ನಲ್ಲಿ ಬೆಳ್ಸಿ ಕೊಂಡಿದ್ಲೂಂತ ಕಾಣುತ್ತೆ. ನೀನೋದ್ಮೇಲೆ ಕೆಲವು ದಿನ ತೀರಾ ಮಂಕಾಗಿದ್ಲು. ಆಗಾಗ ನಿನ್ನ ಮಾತ್ರ ನೆನಪು ಮಾಡಿಕೊಳ್ಳೋಳು. ಒಂದು ದಿನ "ಎಂದಾದ್ರೂ ಉಷಾ ಬಂದರೇ ನನ್ನ ಹಳದಿ ಬ್ಯಾಗ್‌ನ ಕೊಟ್ಬಿಡಿ' ಅಂದಾಗ ನಂಗೆ ನಗು ಬಂದಿತ್ತು. ಬಹುಶಃ ಎಂದಾದ್ರೂ ನಿನ್ನ ನೋಡ್ಬೇಕೆಂಬ ಸಾಮಾನ್ಯ ಕಲ್ಪನೆ ಕೂಡ ನಂಗಿರ್ಲಿಲ್ಲ. ನಿನ್ನ ನೋಡಿದೊಂದು ಆಕಸ್ಮಿಕ ಅಷ್ಟೆ. ಹೇಗೂ, ಹೇಳಿದ್ದಕ್ಕೆ ಬಂದಿದ್ದೀಯ. ಆ ಬ್ಯಾಗ್‌ನ ನಿನ್ನೊಂದಿಗೆ ಒಯ್ಯಿ" ಮೂಲೆಯಲ್ಲಿ ಒಂದೆಡೆ ಇರಿಸಿದ ಬ್ಯಾಗನ್ನು ತೋರಿಸಿದರು. ಹೆಂಡತಿ ಹೇಳಿದ ಒಂದು ಕೆಲಸ ಮಾಡಿದ ತೃಪ್ತಿ ಇವರಿಗೆ. ಬಹುಶಃ ಉಷಾ ಬರದಿದ್ದರೂ ಅವರೇನು ತಲೆ ಕೆಡಿಸಿಕೊಳ್ಳುತ್ತಿರಲಿಲ್ಲ. ಎಂದಾದರೂ ಆ ಬ್ಯಾಗ್ ತೊಡಕೆನಿಸಿದಾಗ ತೆಗೆಯದೆಯೇ ಗೌಳಿಗೆ 'ತಗೊಂಡ್ಹೋಗು' ಎಂದು ಬಿಡುತ್ತಿದ್ದರು.

ಬಹಳ ಹೊತ್ತು ಕೂತಿದ್ದಾಗ "ಹೋಗಿ ಮಲಕ್ಕೋ, ಉಷಾ" ಎಂದವರು ತಾವೇ

ಮೊದಲು ಎದ್ದು ಮಂಚದ ಮೇಲೆ ಉರುಳಿಕೊಂಡರು. "ನಮ್ಮಜ್ಜಿ, ನಾನು ಚಿಕ್ಕವನಿದ್ದಾಗ ನನ್ನ ತಂದೆಯ ಬಗ್ಗೆ ಕೇಳಿದಾಗ, ಆಕಾಶದ ಕಡೆ ತೋರಿಸುತ್ತಿದ್ದರು. ಬಹುಶಃ ಸತ್ತ ಪ್ರತಿಯೊಬ್ಬ ವ್ಯಕ್ತಿಯು ನಕ್ಷತ್ರವಾಗುತ್ತಾನೆಂಬ ಭ್ರಮೆಯೋ ಏನೋ ಬೌದ್ಧಿಕವಾಗಿ ಬೆಳ್ದ ಮೇಲೆ ಅವ್ರನ್ನ ಹಾಸ್ಯ ಮಾಡುತ್ತಿದ್ದೆ. ಈಗ ಆ ನಂಬಿಕೆ ಎಷ್ಟು ಅರ್ಥಪೂರ್ಣ, ಎಷ್ಟು ಸಮಾಧಾನ ಕೊಡುತ್ತದೆಯೆನಿಸುತ್ತೆ" ಎಂದರು. ಇಂದು ಸ್ವಲ್ಪ ಹೆಚ್ಚಿಗೆ ಮಾತಾಡಿದರು, ಇಷ್ಟು ದಿನದ ಉಳಿಕೆಯನ್ನುವಂತೆ.

"ಗುಡ್ ನೈಟ್, ಅಂಕಲ್" ಎಂದು ಹೇಳಿ ತಾನು ಹಿಂದೆ ಮಲಗುತ್ತಿದ್ದ ಬಿದಿರಿನ ಮಂಚದ ಮೇಲೆ ಮಲಗಿದಳು. ಇಲ್ಲಿಗೆ ಕಳಿಸುವ ಮುನ್ನ ಒಂದು ಸಾವಿರ ಸಲವಾದರೂ ಯೋಚಿಸಿದ್ದರು ವನಮಾಲ "ದೇಶ್‌ಮುಖ್ ಹೇಗೆ? ಅವರೊಬ್ಬರೇ ಇಡೀ ಫಾರಂನಲ್ಲಿ ಇರ್ತಾರಾ? ಒಂಟಿ ಗಂಡನ್ನ ನಂಬೋದು ಕಷ್ಟ. ನಾನು ನಿನ್ನ ಜೊತೆಗೆ ಬರಬಹುದಿತ್ತು" ಪೇಚಾಡಿಕೊಂಡಿದ್ದರು.

ಉಷಾಗೆ ಅರ್ಥವಾದಾಗ ಗಾಬರಿ, ಆತಂಕದ ಜೊತೆ ನೋವು ಕೂಡ. ಸೆಕ್ಸ್ ಇಷ್ಟೊಂದು ಭಯಂಕರ, ನೀಚವಾದ್ದುದ್ದೇ? ಮನುಷ್ಯ ಪ್ರಾಣಿಯ ಹಾಗೆ ನಡೆದುಕೊಂಡರೇ ದೇವರು ಅವನಿಗೆ ವಿಶೇಷವಾದ್ದನ್ನ ನೀಡಿ ಪ್ರಯೋಜನವೇನು?

ವನಮಾಲ ಕೈ ಹಿಡಿದುಕೊಂಡು "ಡೋಂಟ್ ವರೀ, ಆಂಟಿ ಗ್ರೀಷ್ಮಾ, ದೇಶ್‌ಮುಖ್ ಅಂಕಲ್ ಮೇಡ್ ಫಾರ್ ಈಚ್ ಅದರ್ ಆದಿ ದಂಪತಿಗಳು ಅಂತಾರಲ್ಲ, ಹಾಗೇ ಋಷಿ ಸದೃಶ ಬದ್ಕು ಅವರದ್ದು. ಧೈರ್ಯ ನೀಡಿದ ನಂತರವೇ ಅವರು ಕಳುಹಿಸಿ ಕೊಟ್ಟಿದ್ದು.

ಪಕ್ಕಕ್ಕೆ ತಿರುಗಿ ಮಲಗಿಕೊಂಡಾಗ ಸದ್ದಾಯಿತು ಬಲವಾಗಿ ಕಣ್ಮುಚ್ಚಿಕೊಂಡಳು. ಒಂದು ದೊಡ್ಡ ಶಾಲು ತಂದು ದೇಶ್‌ಮುಖ್ ಉಷಾಗೆ ಹೊದ್ದಿಸಿ ಹೋದರು. ಬೆಳಗಿನವರೆಗೂ ಹಾಯಾಗಿ ನಿದ್ರಿಸಿದಳು. ತಾಯ ಗರ್ಭದಲ್ಲಿ ನಿಶ್ಚಿಂತೆಯಿಂದ ಮಗು ನಿದ್ರಿಸುವಂಥ ಸ್ಥಿತಿ.

ಬೆಳಿಗ್ಗೆ ಎಳುವ ವೇಳೆಗೆ ಟೀ ವಾಸನೆ ಮೂಗಿಗೆ ಬಡಿಯಿತು ಉಷಾಗೆ. ಹೊರ ಬಂದಾಗ ದೇಶ್‌ಮುಖ್ ಒಂದು ಸಡಿಲವಾದ ಕಂದು ನೀಲಿಯ ಬಣ್ಣದ ಪ್ಯಾಂಟು ತೊಟ್ಟು, ಮೇಲೆ ಕೊಂಚ ಮೃದುವಾದ ಹತ್ತಿಯ ಅದೇ ಬಣ್ಣದ ಟೀ ಷರ್ಟ್ ಧರಿಸಿ ಪ್ರತಿಯೊಂದು ಗಿಡವನ್ನು ಪರಿಶೀಲಿಸಿ ರೋಗಗ್ರಸ್ತವಾದ ತುಸು ವಯಸ್ಸಾದ ಎಲೆಗಳನ್ನು ಕಿತ್ತು ಮಂಕರಿಗೆ ಹಾಕುತ್ತಿದ್ದರು.

"ಗುಡ್ ಮಾರ್ನಿಂಗ್ ಅಂಕಲ್" ಎಂದಳು.

"ಗುಡ್ ಮಾರ್ನಿಂಗ್, ಫಾಸ್ಕ್‌ನಲ್ಲಿದೆ ಟೀ, ತಗೋ? ನಿದ್ದೆ ಚೆನ್ನಾಗಿ ಬಂತಾ?" ವಿಚಾರಿಸಿದರು ಸ್ವಲ್ಪ ಪ್ರಸನ್ನವಾಗಿ. " ಈಗ ತಗೋತೀನಿ" ಒಳಗೆ ಹೋಗಿ ಫ್ಲಾಸ್ಕ್‌ನಲ್ಲಿದ್ದ ಟೀಯನ್ನು ಎರಡು ಕಪ್‌ಗೆ ಬಗ್ಗಿಸಿಕೊಂಡು ಬಂದು "ಅಂಕಲ್ ನನ್ನೊತೆ ಇವೊತ್ತೊಂದು

ದಿನ ಕುಡೀರಿ" ಬಲವಂತ ಮಾಡಿದಳು ಸಲಿಗೆಯಿಂದ.

ಕೆಲವು ನಿಯಮಗಳನ್ನು ಮೀರದಂತೆ ಪಾಲಿಸುವ ದೇಶ್‌ಮುಖ್ ಕೂಡ ಮೆದುವಾದರು. ಕೈ ತೊಳೆದು ಬಂದು ಟೀ ಕುಡಿದರು.

"ಅಂಕಲ್, ನಂಗೆ ಎರ್ಡು ಗಂಟೆಗೆ ಟ್ರೈನ್. ಒಮ್ಮೆ ಜಾವಗಲ್‌ನ ಒಳ ಪ್ರಪಂಚ ದರ್ಶಿಸಿ ಬೇಗ್ಬಂದ್ ಅಡ್ಗೆ ಮಾಡ್ತೀನಿ" ಎಂದಳು. ಅವರೇನು ಹೇಳಲಿಲ್ಲ.

ಅಷ್ಟರಲ್ಲಿ ಗೌಳಿ ಬಂದಿದ್ದರಿಂದ ಬಿಸಿ ನೀರು ಕಾಯಿಸಿಕೊಂಡು ಬಂದು ಬಾತ್ ರೂಂನಲ್ಲಿಟ್ಟಾಗ ಬೇಗ ಬೇಗ ಸ್ನಾನ ಮುಗಿಸಿ ಕಡು ಆಕಾಶ ಬಣ್ಣದ ಪುಟ್ಟ ಜರಿಯಂಚು ಇದ್ದ ಬಿನ್ನಿ ಜಾರ್ಜೆಟ್ ಸೀರೆಯುಟ್ಟು, ಅದೇ ಕಲರ್‌ನ ಬ್ಲೌಸ್ ತೊಟ್ಟು, ಬಿಚ್ಚು ಗೂದಲಿಗೆ ಒಂದು ಕ್ಲಿಪ್ ಹಾಕಿಕೊಂಡಳು.

"ಬಿಚ್ಚುಗೂದಲು ನಂಗಿಷ್ಟವಿಲ್ಲ" ಒಮ್ಮೆ ಅರುಂಧತಿ ಹೇಳಿದ ಮೇಲೆ ಆ ಸಾಹಸಕ್ಕೆ ಕೈ ಹಾಕಲಿಲ್ಲ.

ಗೌಳಿಯ ಮಗ ಒಳಗೆ ಉಳಿದಾಗ ಉಷಾ, ಗೌಳಿ ಫಾರ್ಮ್‌ದಿಂದ ಬಂದು ಊರಿನತ್ತ ನಡೆದರು. ಏನೋ ಒತ್ತಡ, ವ್ಯಾಕುಲ ಜೊತೆಗೆ ಕೋಪ, ನಿರಾಸೆ ಕಡೆಗೆ ತಡೆಯಲಾರದೆ ಕೇಳಿದಳು.

"ಗೌಳಿ, ದೀಕ್ಷಿತರು ಹೇಗಿದ್ದಾರೆ?"

"ಹಾಗೆಯೇ ಇದ್ದಾರೆ. ಮೊಮ್ಮಗನಿಗೆ ಹೆಣ್ಣಿನ ಹುಡುಕಾಟ ಆರಂಭಿಸಿದ್ದಾರೆ. ಇಷ್ಟರಲ್ಲೆ ವಿವಾಹ ಮಾಡ್ತಾರೆ" ಹೇಳಿದಳು ಗೌಳಿ.

ಇಬ್ಬರು ಕೂಡಿಯೇ ದೇವಸ್ಥಾನಕ್ಕೆ ಹೋಗಿದ್ದು. ಉಷಾಳ ಎದೆ ದಸಕ್ಕೆಂದಿತು. ಅಂದು ಫೋಟೋ ತೆಗೆದಾಗ ಏನೆಲ್ಲ ಹೇಳಿದ್ದಳು, ಅವರಿಂದು ಕೇಳಿದರೆ? ನಾಲಿಗೆ ಒಣಗಿತು. ಆದರೆ ಇದ್ದಿದ್ದು ಒಬ್ಬ ಹುಡುಗ. ಮಂಗಳಾರತಿ ಮಾಡಿ ಇವರ ಮುಂದೆ ತಟ್ಟೆ ಹಿಡಿದ ಅಷ್ಟೆ.

ಇವಳನ್ನು ಹಿಂದೆ ನೋಡಿದ್ದವರು, ಮಾತಾಡಿಸಿದ್ದವರು ಎಷ್ಟೋ ಜನ ಎದುರಾದರು–ಅವರದು ಒಂದೇ ಮಾತು "ಫಾರಂ ಹೌಸ್ ಒಡತಿ ಹೋಗ್ಬಿಟ್ರಂತಲ್ಲ. ನಾವು ನೋಡೇ ಇರ್ಲಿಲ್ಲ. ಎಷ್ಟೊಂದು ಅನ್ಯಾಯವಾಯ್ತು! ಈಗ ಆ ಮನುಷ್ಯ ಒಂಟಿಯಾಗಿ ಇರೋದು" ಇವಳದು ಎಲ್ಲರಿಗೂ ಮೌನದ ಉತ್ತರವೇ.

ದೀಕ್ಷಿತರ ಮನೆಯ ಮುಂದೆ ನಡೆದು ಹೋಗುವಾಗ ಅವಳ ಪಾದಗಳು ಸ್ತಬ್ಧವಾದವು. ಬಾಗಿಲಲ್ಲಿ ನಿಂತಿದ್ದ ಅಚ್ಚಮ್ಮ ಇವಳನ್ನು ನೋಡಿ ಎರಡು ಮೆಟ್ಟಲು ಕೆಳಗಿಳಿದು ಬಂದಳು. ಆಕೆ ಸಾಕ್ಷಾತ್ ಅವಳ ಅಜ್ಜಿ. ಅಂದರೆ ಅವಳಮ್ಮನನ್ನು ಹೆತ್ತ ತಾಯಿ. ಎದೆಯಲ್ಲಿ ಒಂದು ರೀತಿ ತಳಮಳ ಉಷಾಗೆ.

"ಉಷಾ ಅಲ್ವಾ, ಬಾ" ಕರೆದರು.

ಉಷಾ ಗೌಳಿಯತ್ತ ತಿರುಗಿ "ನಾನು ಟ್ರೈನ್‌ಗೆ ಹೋಗ್ಬೇಕೆ ಗೌಳಿ, ಏನೋ ವಿಚಾರ್ಸಿಕೊಂಡ್ಬಾ ಹೋಗು" ಅಂದವಳು ಮುಂದಕ್ಕೆ ಹೆಜ್ಜೆ ಹಾಕಿದಳು. ಇಂದು ಅವಳ ತಾಯಿ ಬದುಕಿರುವುದು ಅಂದರೆ ಅವರ ಮಗಳು ರುಕ್ಮಿಣಿ ಬದುಕಿದ್ದಾಳೆಂದು ತಿಳಿದರೂ ಅವರಿಗೆ ಸಂತೋಷವಾಗದು. 'ಈ ಮನೆಯ ಜನರೇ ಕಟುಕರು' ಎಂದು ಬೈಯ್ದುಕೊಂಡಳು.

ಹಿಂದಕ್ಕೆ ಬಂದ ಗೌರಿ "ದೊಡ್ಡಮ್ಮಾವ್ರು ಕರೀತಾ ಇದ್ದಾರೆ. ಒಂದ್ಸಲ ಬಂದ್ಹೋಗಬಹುದಲ್ಲ ಅಂದ್ರು" ಇವಳು ಮಾತೇ ಆಡಲಿಲ್ಲ.

ತನ್ನ ಮನೆಗೆ ಕರೆದೊಯ್ದು ಗೌಳಿ ಹಸಿವಿನ ಗಟ್ಟಿ ಹಾಲನ್ನು ಕಾಯಿಸಿ ಸಕ್ಕರೆ ಹಾಕಿ ಕೊಟ್ಟಳು. ಇವಳು ಸ್ವಚ್ಛ ಮಾಡಿ ಕೊಟ್ಟ ಭಾವಚಿತ್ರದಲ್ಲಿನ ವ್ಯಕ್ತಿಗಳನ್ನು ಗುರುತಿಸಬಹುದಿತ್ತು. ಭಾವಚಿತ್ರವನ್ನು ಮುಖದ ಮುಂದಿಡಿದು ನೋಡಿದಳು. ಹತ್ತಿರ ಒಳಗಿನ ರುಕ್ಮಿಣಿ ಬಲಭಾಗದ ಕೊನೆಯಲ್ಲಿದ್ದಳು. 'ತನ್ನ ಅಮ್ಮ ನೆನಪುಗಳ ಅಗ್ನಿಕುಂಡವನ್ನು ತನ್ನ ಎದೆಯಲ್ಲಿ ಬಚ್ಚಿಟ್ಟು ತನಗಾಗಿ ಬದುಕುತ್ತಿದ್ದಾಳೆ'–ಆ ಭಾವನೆ ಕಂಬನಿಯನ್ನು ತರಿಸಿತು.

"ಗೌಳಿ, ಏನೋ ಮಾತಾಡ್ಬೇಕೂಂತ ಅಂದೆಯಲ್ಲ?" ಕೇಳಿದಳು.

ಮಂಕಾಗಿ ಅವಳ ಎದುರಿನಲ್ಲಿ ಕೂತು "ಸಾರ್‌ಗೆ ಮಕ್ಳು ಇಲ್ವಾ?" ಅವಳ ಪ್ರಶ್ನೆಗೆ ನಗುವೇನು ಬರಲಿಲ್ಲ "ಯಾಕೆ, ಎಲ್ಲಾ ಇದ್ದೆ ಇರ್ತಾರೆ" ತೇಲಿಸಿದಳು. ಇದ್ದ ಏಕೈಕ ಸಂತಾನ ಋತು ಸಾವನ್ನು ಅಪ್ಪಿದ್ದನ್ನು ಅವರೇ ತಿಳಿಸಿದ್ದರು. ಈಗ ಅವರೊಬ್ಬ ಹೆಂಡತಿಯನ್ನು ಕಳೆದುಕೊಂಡ ಮಕ್ಕಳಿಲ್ಲದ ತಂದೆ.

ಮತ್ತಷ್ಟು ನಿಡಿದಾಗ ಕಾಲು ಚಾಚಿಕೊಂಡ ಗೌಳಿ "ಎಂದೂ ಮಾತಾಡೋದೆ ಇಲ್ಲ. ಅಡ್ಗೆ ತಿಂಡಿ ಅಂಥದ್ನ ಏನು ಮಾಡಿಕೊಳ್ಳೊಲ್ಲ. ಕೆಲವೊಮ್ಮೆ ಬರಿ ತರಕಾರಿ ಬೇಯ್ಸಿಕೊಂಡು ತಿಂದಿರುತ್ತಾರೆ. ಕೆಲವೊಮ್ಮೆ ಕ್ಯಾರೆಟ್, ಸೌತೆಕಾಯಿ, ಹಾಲು ಕುಡಿದೇ ಕತೆ ಹಾಕ್ತಾರೆ. ಹೇಳೋರು, ಕೇಳೋರು ಯಾರಿಲ್ಲ. ಅವ್ರಿಗೆ ತಾನೆ ಎಷ್ಟು ಮಹಾ ವಯಸ್ಸಾಗಿದೆ. ಇನ್ನೊಂದ್ಮದ್ವೆ ಆಗೋಕ್ಹೇಳಿ" ಎಂದಳು ನಗುತ್ತಾ.

ಉಷಾ ಅವಳನ್ನೆ ದಿಟ್ಟಿಸಿದಳು. ಅದು ಧೈರ್ಯವಲ್ಲ, ಗೌರವ ಬೆರೆತ ಮರುಕ.

"ನೀನೆ ಇಂಥದೊಂದು ಸಲಹೆ ಕೊಡು" ಎಂದಳು ನಗುತ್ತ.

"ಅಬ್ಬ.... ಅಬ್ಬ..." ಎರಡು ಕೈಯಲ್ಲು ಬಾಯಿ ಮುಚ್ಚಿಕೊಂಡಳು.

ಅವಳ ಕಣ್ಣಲ್ಲಿ ಭಯ "ಅಯ್ಯೋ ನನ್ನ ತಾಯಿ ! ಇಷ್ಟೆಲ್ಲ ಸಾರ್ ಮುಂದೆ ಮಾತಾಡೋ ಸತ್ವವಿದ್ಯಾ ನನ್ನಲ್ಲಿ, ಕಡಿದು ಗೊಬ್ಬರಕ್ಕೆ ಹಾಕ್ಬಿಡ್ತಾರಷ್ಟೆ" ನಡುಗಿ ಹೋದಳು.

"ನಂಗೂ ಅಂಥ ಧೈರ್ಯವಿಲ್ಲ, ಬಿಡು. ಅಕಸ್ಮಾತ್ ಇಂಥ ಸಲಹೆ ಕೊಟ್ರೂ..... ಏನು ಪ್ರಯೋಜನವಾಗೋಲ್ಲ. ನನ್ನ ಪ್ರಕಾರ ಹುಡುಕಿದ್ರು ಸಿಕ್ಕಿದ ಹೆಣ್ಣು ಗ್ರೀಷ್ಮಾ ಇಷ್ಟೆ ತಾನೆ ! ನಾನು ಹೊರಟೆ" ಮೇಲೆದ್ದಳು.

ಗೌಳಿ ಅಲ್ಲೆ ಉಳಿದಾಗ ಇವಳೊಬ್ಬಳೆ ಹೆಜ್ಜೆ ಹಾಕಿದ್ದು. ದೀಕ್ಷಿತರ ಮನೆಯ ಜಗುಲಿಯ ಮೇಲೆ ಮೂವರು ಹೆಂಗಸರು ಇದ್ದರು. ಅವರು ಯಾರೆಂದು ಅವಳಿಗೆ ಗೊತ್ತು. ರಕ್ತ ಸಂಬಂಧದಲ್ಲಿ ತೀರಾ ಹತ್ತಿರದವರೇ. ಮನಸ್ಸು, ಹೃದಯಗಳಿಗೆ ಮಾತ್ರ ಬಹಳ ದೂರ.

ಜಗುಲಿಯ ಮಧ್ಯದ ತಲೆ ಬಾಗಿಲಿನ ಮೆಟ್ಟಿಲುಗಳನ್ನು ಇಳಿದು ಕೆಳಗೆ ಬಂದ ಪುರಂದರ ನಸುನಗೆ ಬೀರಿ ಕೈ ಬೀಸಿದ.

"ಹಲೋ, ಹೇಗಿದ್ದೀರಾ? ಯಾವಾಗ್ಬಂದಿದ್ದು? ಸುಳಿವಿಲ್ಲದೆ ಪ್ರತ್ಯಕ್ಷವಾಗಿ ಬಿಟ್ಟಿದ್ದೀರಾ ! ಆತ್ಮೀಯತೆ ಬೆರೆಸಿ ಹೇಳಿದ. ಬರೀ ಮುಗಳ್ನಗೆ ಬೀರಿ "ನೆನ್ನೆ ಬಂದಿದ್ದು, ಮಧ್ಯಾಹ್ನದ ರೈಲಿಗೆ ಹೊರಟಿದ್ದೀನಿ" ಅಂದಳು ಜಗುಲಿಯಲ್ಲಿದ್ದವರನ್ನು ನೋಡದಂತೆ.

"ಯಾಕೆ, ಜಾವಗಲ್ ಅಷ್ಟೊಂದು ಬೇಜಾರಾ? ಇನ್ನೆರಡು ದಿನ ಇರೀ" ಒತ್ತಾಯಿಸಿದ ಸ್ನೇಹದಿಂದ. "ಇಲ್ಲಪ್ಪ, ಕಂಪ್ಯೂಟರ್ ಕ್ಲಾಸ್‌ಗೆ ಸೇರ್ಕೋಬೇಕು. ನೆಕ್ಸ್ಟ್ ಇಯರ್ ಫೈನಲ್. ಸ್ವಲ್ಪ ಸೀರಿಯಸ್ಸಾಗಿ ಕೂತು ಓದ್ಬೇಕು. ಸಮಯ ಪೋಲಾಗ್ಬಾರ್ದು." ಒಂದಾದ ಮೇಲೊಂದರಂತೆ ಪದಗಳನ್ನು ಉರುಳಿಸಿದಳು. ಪುರಂದರನ ತುಟಿಗಳ ಮೇಲೆ ತೆಳುವಾದ ನಗೆ ತೇಲಿತು.

"ಬನ್ನಿ ಅಜ್ಜಿ ಕರೀತಾರೆ. ಊಟ ಮುಗ್ಸಿಕೊಂಡ್ಹೋಗ್ಬಹ್ದು" ಆಹ್ವಾನವಿತ್ತ ಪುರಂದರ. ಮನದ ಆಂದೋಲನ ಮೆಟ್ಟಿ ನಿರಾಕರಿಸಿದಳು "ಸಾರಿ, ಇವತ್ತು ಅಂಕಲ್‌ಗೆ ನಾನೇ ಅಡ್ಗೆ ಮಾಡ್ತೀನೀಂತ ಹೇಳಿದ್ದೀನಿ" ಎಂದವಳು ದೇಶ್‌ಮುಖ್ ಫಾರ್ಮ್ ಕಡೆ ತಿರುಗಿ ಕೊಂಡಳು. ದೌರ್ಬಲ್ಯ ಪ್ರವಾಹವಾಗಿ ಹರಿಯುವುದು ಬೇಡವಾಗಿತ್ತು.

ಇವಳು ಬಂದಾಗ ರೊಟ್ಟಿ ಹಿಟ್ಟನ್ನು ಕಲಸುತ್ತಿದ್ದರು ದೇಶ್‌ಮುಖ್, ಕೆಂಪು ಬೆರೆತ ಬಿಳಿಯ ಮುಖಕ್ಕೆ ಗಡ್ಡ ಮೀಸೆಗಳು ಅಲಂಕಾರ ಪ್ರಾಯವಾಗಿತ್ತು.

"ಸ್ವಲ್ಪ ಲೇಟಾಯ್ತು" ತಾನೆ ಸೀರೆಯ ಸೆರಗನ್ನು ಸೊಂಟಕ್ಕೆ ಸಿಕ್ಕಿಸಿ ಕಿಚನ್‌ಗೆ ನುಗ್ಗಿದಳು. ತರಕಾರಿ ಜೊತೆ ಕಾಳುಗಳು ಕೂಡ ಬೇಯುತ್ತಿತ್ತು. ಅಲ್ಲೆ ಅಕ್ಕಿ ಇಟ್ಟಿದ್ದರಿಂದ ತರಕಾರಿಯ ಕಿಚಡಿ ಹದಿನೈದು ನಿಮಿಷದಲ್ಲಿ ರೆಡಿಯಾಯಿತು. ನಂತರ ಹತ್ತು ನಿಮಿಷಕ್ಕೆ ಊಟ ಆಯಿತು.

"ಅಂಕಲ್, ವನಮಾಲ ಆಂಟೀ ..." ಮುಂದೆ ಮಾತಾಡಲಾಗಲಿಲ್ಲ.

"ಚೆನ್ನಾಗಿದ್ದಾಳ?" ಕೇಳಿದರಷ್ಟೆ. ಉತ್ತರವನ್ನು ಕೂಡ ನಿರೀಕ್ಷಿಸಲಿಲ್ಲ.

ಸೌತೆಕಾಯಿ, ಕ್ಯಾರೇಟ್ ಅಂಥ ತರಕಾರಿಯನ್ನು ಕಿತ್ತು ಒಂದು ಬುಟ್ಟಿ ರೆಡಿ ಮಾಡಿಟ್ಟಿದ್ದ ಗೌಳಿಯು 'ನಿಮಗಾಗಿ' ಎನ್ನುವಂತೆ ಕಣ್ಣುಗಳಲ್ಲಿಯೇ ತೋರಿಸಿದಾಗ ಅವಳಿಗೆ ಆಶ್ಚರ್ಯ. ಗ್ರೀಷ್ಮಾ ಸಾವು ಅವರನ್ನು ಸ್ವಲ್ಪ ಮೆತ್ತಗೆ ಮಾಡಿದೆಯೆನಿಸಿತು.

"ಉಷಾ ಬೇಗ ಹೊರಡು, ಸಂಜೆಯ ಟ್ರೈನ್ ಕ್ಷೇಮವಲ್ಲ" ಎಂದರು ದೇಶ್‌ಮುಖ್.

ಇಂಥ ಮುತುವರ್ಜಿಯನ್ನು ಅವಳೆಂದು ಕಂಡಿರಲಿಲ್ಲ. ಇಲ್ಲಿ ಇಪ್ಪತ್ತೆಂಟು ದಿನ ಉಳಿದು ಹೊರಟ ದಿನ ಕೂಡ ದೇಶ್‌ಮುಖ್ ಮಾತಾಡಿರಲಿಲ್ಲ.

ತನ್ನ ಬ್ಯಾಗ್ ಎತ್ತಿಕೊಂಡಾಗ ಉಷಾಳ ಕಣ್ಣಲ್ಲಿ ನೀರಾಡಿತು "ಅಂಕಲ್, ನೀವೊಮ್ಮೆ ನಮ್ಮಲ್ಲಿಗೆ ಬನ್ನಿ" ಹೇಳಿದಳು.

ಅವರೇನು ಪ್ರತಿಕ್ರಿಯಿಸಲಿಲ್ಲ. ಗೌಳಿಯ ಮಗ ತರಕಾರಿ ಬುಟ್ಟಿಯನ್ನು ತಲೆಯ ಮೇಲೊತ್ತುಕೊಂಡಾಗ ಹಳದಿಯ ಬ್ಯಾಗನ್ನು ತಂದು ಅವಳ ಭುಜಕ್ಕೆ ನೇತುಹಾಕಿದ್ದು ದೇಶ್‌ಮುಖ್.

"ಆ ಬ್ಯಾಗ್‌ನಲ್ಲಿ ಏನಿದೆಯೋ, ಏನೋ ನಂಗೆ ಗೊತ್ತಿಲ್ಲ. ಋತುಳ ಹೋಲಿಕೆಗಳ್ನ ನಿನ್ನಲ್ಲಿ ಕಂಡು ತಾಯಿಯ ಸ್ಥಾನದಲ್ಲಿ ನಿಂತು ಬಳುವಳಿಯಾಗಿ ಕೊಟ್ಟಿದ್ದಾಳೆ. ಉಪಯಕ್ತವಾಗಿ ಉಪಯೋಗಿಸ್ಕೋ" ಅಷ್ಟೆ ಅಂದಿದ್ದು. ಅವರಿಗೆ ಪತ್ನಿಯ ಮೇಲೆ ಬರೀ ಪ್ರೀತಿ ಮಾತ್ರವಲ್ಲ, ಗೌರವ ಅಭಿಮಾನ ಎಲ್ಲಾ ಇತ್ತು. ಭೌದ್ಧಿಕ ಸಾಹಚರ್ಯ ಬಹಳ ಮಟ್ಟಿಗೆ ಪಾಲು ನೀಡಿದ ಅಪೂರ್ವ ಹೆಣ್ಣು.

ಇಂದು ತಾವೇ ಟ್ರೈನ್‌ವರೆಗೂ ಬಂದು ಬೀಳ್ಕೊಟ್ಟರು.

* * *

ಅರುಂಧತಿ ವಾರದಿಂದಲೂ ನೋಡುತ್ತಿದ್ದಳು. ಒಂದು ಹಳದಿ ಬ್ಯಾಗು ಉಷಾಳ ರೂಮಿನಲ್ಲಿ ಟೇಬಲು ಮೇಲಿತ್ತು. 'ಯಾರದ್ದು?' ಎಂದು ಕೇಳಿದಾಗ ಉಷಾ ಮಾತಾಡಿರಲಿಲ್ಲ. ಜೊತೆಯಲ್ಲಿ ಕರೆದೊಯ್ದ ವನಮಾಲ ಕೊಡಿಸಿರಬಹುದು, ಇಲ್ಲ ಆಕೆಯದೇ ಇರಬಹುದೆಂದುಕೊಂಡರು. ಆದರೆ ಬಂದಾಗಿನಿಂದ ಮಗಳು ತೀರಾ ಅನ್ಯಮನಸ್ಕಳಾಗಿರುವುದನ್ನು ಅವಳ ಕಣ್ಣುಗಳು ಗುರ್ತಿಸಿತ್ತು.

ಅಂದು ವೀಕ್ಲಿ ಆಫ್ ಇದ್ದಿದ್ದರಿಂದ ಮನೆಯಲ್ಲೆ ಇದ್ದ ಅರುಂಧತಿ ಅಡಿಗೆ ಮಾಡುತ್ತಿದ್ದ ಮಗಳ ಬಳಿಗೆ ಬಂದು "ಯಾಕೆ, ಒಂದು ತರಹ ಇದ್ದೀ?" ಕೇಳಿದರು.

ಅಷ್ಟರಲ್ಲಿ ಕಾಲಿಂಗ್ ಬೆಲ್ ಸದ್ದಾದ್ದರಿಂದ ಅರುಂಧತಿ ಹೊರಗೆ ಹೋದರು. ಸತೀಶ್ ದೊಡ್ಡ ಸ್ವೀಟ್ಸ್ ಬಾಕ್ಸ್ ಹಿಡಿದು ನಿಂತಿದ್ದ "ಇದ್ನೆಲ್ಲ ಅಜ್ಜಿ ಮಾಡಿ ಕಳ್ಸಿದ್ರು, ನಿಮಗೋಸ್ಕರ" ಎಂದಾಗ ಏನೇನು ಅರ್ಥವಾಗಲಿಲ್ಲ ಅರುಂಧತಿಗೆ. ಎಂದೂ ನೋಡಿರದ ಅಜ್ಜಿ ಮಾಡಿ ಕಳಿಸುವುದೆಂದರೇನು?

"ನೀವು ಮೊದ್ಲು ತಗೊಳ್ಳಿ ಆಂಟೀ" ಒತ್ತಾಯಿಸಿ ಬಾಕ್ಸ್ ಕೊಟ್ಟು ಹೋದ ಸತೀಶ್. ಅದನ್ನಿಡಿದು ಬಂದು ಮಗಳ ಮುಂದಿಟ್ಟರು. "ಪಕ್ಕದ ಫ್ಲಾಟ್‌ನ ಸತೀಶ್ ಕೊಟ್ಟೋದ್ರು."

ಕೊತ್ತಂಬರಿ ಸೊಪ್ಪು ಹೆಚ್ಚಿ ಕೋಸುಂಬರಿಗೆ ಬೆರೆಸುತ್ತಿದ್ದವಳು "ನಂಗೊಂದು ಅನುಮಾನ! ಅವ್ರ ಅಜ್ಜಿ ಎಲ್ಲೋ ಸ್ವೀಟ್ ಮೀಟ್ ಸ್ಟಾಲ್ ಇಟ್ಟಿರಬೇಕು. ಅದ್ಕೆ ಕೊಟ್ಟು ಕಳ್ಸಿದ್ದಾರೆ."

"ಅಂಗ್ಡಿ ಇಟ್ಟವ್ರಿಗೆ ಅದ್ರ ಬೆಲೆ ಚೆನ್ನಾಗಿ ಗೊತ್ತಿರುತ್ತೆ. ಅಂಥದ್ದರಲ್ಲಿ ಒಂದು ಬಾಕ್ಸ್ ಸ್ವೀಟ್ಸ್ ನಮ್ಗೆ ಯಾಕೆ ಕಳ್ಸೀ ಕೊಡ್ತಾರೆ? ಇದೆಲ್ಲ ಬೇಡಾಂತ ಅನ್ನಿಸುತ್ತೆ' ಆಕೆ ಚಿಂತಿತರಾದರು.

ಉಷಾ ಒಂದಷ್ಟು ಫೇಡಾ, ಬರ್ಫಿಗಳನ್ನು ಇನ್ನೊಂದು ಡಬ್ಬಿಗೆ ಹಾಕಿ "ಹೋಗಿ ಕೊಟ್ಟು, ವನಮಾಲ ಆಂಟೀನ ಮಾತಾಡ್ಸಿಕೊಂಡು ಜೊತೆಯಲ್ಲೆ ಊಟಕ್ಕೂ ಕರ್ಕಂಡ್ ಬಾ" ಕಳಿಸಿ ಬಾಗಿಲು ಹಾಕಿ ಬ್ಯಾಗ್ ಬಳಿ ಬಂದು ಕೂತು ಕಣ್ಣೀರು ಸುರಿಸಿದರು. ಗ್ರೀಷ್ಮಾರ ವ್ಯಕ್ತಿತ್ವ ಅವಳಿಗೆ ತುಂಬ ಇಷ್ಟವಾಗಿತ್ತು. ಬರೀ ಇಪ್ಪತ್ತೆಂಟು ದಿನಗಳ ಒಡನಾಟ ಎಷ್ಟು ವರ್ಷದ್ದು ಅನ್ನಿಸಿತ್ತು.

ಅಲ್ಲಿಂದ ಬಂದ ಕೂಡಲೇ ವನಮಾಲಗೆ ತೆಕ್ಕೆ ಬಿದ್ದು ಕಣ್ಣೀರು ಸುರಿಸಿದ್ದಳು ಮೌನವಾಗಿ. "ಬ್ಯಾಗು ನಿನ್ನ ರೂಮಿನಲ್ಲೆ ಇಟ್ಕೋ. ಮಿಕ್ಕಿದ್ದೆಲ್ಲ ನಂಗಿರ್ಲೀ" ಎಲ್ಲ ಕೇಳಿದ ಮೇಲೆ ಆ ಜವಾಬ್ದಾರಿಯನ್ನು ವಹಿಸಿಕೊಂಡವರು ಸೂಕ್ತ ಸಮಯಕ್ಕಾಗಿ ಕಾಯುತ್ತಿದ್ದರು. ಅದು ಈಗ ಕೂಡಿ ಬಂತೇನೋ !

"ವನಮಾಲ, ಪಕ್ಕದ ಫ್ಲಾಟ್‌ನಲ್ಲಿರೋ ಸತೀಶ್ ತಂದು ಕೊಟ್ಟ, ಈ ಬೆಳವಣಿಗೆ ಎಲ್ಲಿಗೆ ಮುಟ್ಟುತ್ತೋ ! ನಂಗೆ ಬರೀ ಭಯ" ಡಬ್ಬಿ ಕೊಟ್ಟು ಹೇಳಿದಾಗ ವನಮಾಲ ನಕ್ಕರು "ನಿನ್ನದೆಲ್ಲ ಹುಚ್ಚು ಯೋಚ್ನೆಗಳು. ಅಕ್ಕಪಕ್ಕ ಫ್ಲಾಟ್‌ನಲ್ಲಿರೋದ್ರಿಂದ ಕೊಟ್ಟು ತಗೋಳೋದು ಸಹಜ. ಅದು ಸಂತೋಷ ಕೂಡ. ಅನುಭವದಲ್ಲಿ ಒಂದು ಕಾರು ಆಕ್ಸಿಡೆಂಟಾಯಿತೆಂದು ಜಗತ್ತಿನಲ್ಲಿರೋ ಕಾರುಗಳ ಬಗ್ಗೆ ಭಯ ಪಡೋದು.....ತೀರಾ ಮೂರ್ಖತನ. ಹೆದರೋದು ಬಿಡು. ನಾನೇ ನಿನ್ನ ಹತ್ರ ಮಾತಾಡ್ಬೇಕೂಂತ ಇದ್ದೆ. ನಿನ್ನ ಮಗ್ಳು ಉಷಾ ಹೋಗಿ ಇಪ್ಪತ್ತೆಂಟು ದಿನ ಇದ್ದು ಬಂದ ನನ್ನ ಫ್ರೆಂಡ್ ಗ್ರೀಷ್ಮಾ ಇತ್ತೀಚೆಗೆ ತೀರಿಕೊಂಡ್ಲು. ಅವ್ಳಿಗೆ ಒಬ್ಬ ಮಗ್ಳು ಇದ್ಲು. ಒಂದೆರಡ್ವರ್ಷದ ಹಿಂದೆ ತೀರಿಕೊಂಡಿದ್ಲು." ವಿಷಯಕ್ಕೆ ಮುನ್ನ ಪೀಠಿಕೆ ಹಾಕಿದರು. ಅವರಿಗೂ ಕೂಡ ಹಳದಿ ಬ್ಯಾಗ್‌ನಲ್ಲಿ ಏನಿದೆಯೆಂದು ಗೊತ್ತಿರಲಿಲ್ಲ.

ಇದು ಯಾವ ವಿಷಯ ಗೊತ್ತಿಲ್ಲದ ಅರುಂಧತಿ ಸ್ಥಬ್ಧರಾದರು. ವನಮಾಲ ಬಗ್ಗೆ ಅಪಾರವಾದ ವಿಶ್ವಾಸ.

"ಛೆ, ಇದೆಲ್ಲ ಹೇಗಾಯ್ತು?" ಅಯೋಮಯವಾಗಿ ಕೇಳಿದರು ಅರುಂಧತಿ.

"ಅರೇ, ಇದೇನಿದು ಅರುಂಧತಿ? ಗೀಷ್ಮಾ ಸಾವು ಸಹಜವೇ. ಹಾರ್ಟ್ ಅಟ್ಯಾಕ್‌ನಿಂದ ತೀರಿಕೊಂಡಿದ್ದು. ಇದ್ದ ಇಪ್ಪತ್ತೆಂಟು ದಿನಗಳು ಅವ್ಳಿಗೆ ನಿನ್ನ ಮಗ್ಳು ತೀರಾ ಇಷ್ಟವಾಗಿದ್ಲು. ಅವ್ಳ ಮಗ್ಳುನ ಉಷಾಳಲ್ಲಿ ನೋಡ್ತಾ ಇದ್ದಳಂತೆ. ಅದ್ಕೆ, ಸಾಯೋಕೆ ಕೆಲವು ದಿನಗಳು ಮೊದಲು ಹಳದಿ ಬ್ಯಾಗ್‌ನ ಗಂಡನ ವಶಕ್ಕೆ ಕೊಟ್ಟು ಉಷಾಗೆ ಕೊಡೋಕೆ ಹೇಳಿದ್ಲಂತೆ. ಹೋದಾಗ ..... ಕೊಟ್ರು" ವೇದನೆಯಿಂದ ಉಸುರಿದ ವನಮಾಲ ಅರುಂಧತಿಯ ಭುಜದ ಮೇಲೆ ಗದ್ದವನ್ನೂರಿ "ಸಾವು ಅನ್ನೋದು ಇಲ್ಲದಿದ್ದರೇ ಮನುಷ್ಯ ರಾಕ್ಷಸನಾಗಿ

ಬಿಡ್ತಾ ಇದ್ದನೇನೋ! ಗ್ರೀಷ್ಮಾ ತುಂಬ ಒಳ್ಳೆ ಹೆಣ್ಣು ಮಗ್ಳು. ಬೌದ್ಧಿಕವಾಗಿ ಬೆಳೆದಂಥ ವ್ಯಕ್ತಿ. ಶಿಕ್ಷಣ ಕ್ಷೇತ್ರಕ್ಕೆ, ತಾಂತ್ರಿಕ ಜಗತ್ತಿಗೆ ಎಷ್ಟೋ ಸಹಾಯವಾಗಿದೆ. ಅಂಥವರ ಇರುವು ಅಗತ್ಯ" ಕಣ್ಣೀರು ಮಿಡಿದರು.

ಬ್ಯಾಗುನದು ಒಟ್ಟಾರೆ ಸಮಸ್ಯೆಯಾಗಲಿಲ್ಲ. ಅರುಂಧತಿಗೆ ಒಂಟಿ ಯುವಕ ಫ್ಲಾಟ್‌ಗೆ ಬಂದಿದ್ದು ದೊಡ್ಡ ಗಂಡಾಂತರವಾಗಿ ಕಂಡಿತು. ನೈಟ್ ಡ್ಯೂಟಿ ಇರುತ್ತಿತ್ತು. ಅಂಥ ಸಮಯದಲ್ಲಿ ಉಷಾ ಒಬ್ಬಳೆ ಫ್ಲಾಟ್‌ನಲ್ಲಿ ಇರಬೇಕಿತ್ತು. ಅಂದಿನ ಆಘಾತ ಇಂದಿಗೂ ಮಿದುಳಿನ ಮೇಲೆ ಪ್ರಹಾರ ಮಾಡುತ್ತಲೆ ಇತ್ತು.

"ನಂಗ್ಯಾಕೋ.... ಭಯ !" ಅರುಂಧತಿ ತಲೆದೂಗಿದರು.

"ಅಂದಿನ ದುರ್ಘಟನೆಯ ನಂತರ ಎಲ್ಲಾ ವಯಸ್ಸಿನ ಪುರುಷರನ್ನು ನೋಡಿದ್ದೀಯಾ! ಇಲ್ಲಿಗೆ ಬಂದಾಗ ಹದಿಹರೆಯದ ವಯಸ್ಸು. ಅಪರಿಚಿತ ತಾಣ. ಮೇಲಾಗಿ ಒಂಟಿ. ಅಂಥ ಸ್ಥಿತಿಯಲ್ಲು ನೀನು ಬದ್ಕಿದೆ. ಅಂಥದರಲ್ಲಿ ತಾಯಿಯಾಗಿ ನೀನಿದ್ದೀಯ. ಅಂದು ನೀನು ಮಗ್ಧೆ. ಇಂದಿನ ಉಷಾಗೆ ಎಲ್ಲಾ ತಿಳಿದಿದೆ. ಅನಗತ್ಯವಾಗಿ ಭಯಪಟ್ಟು ಅವ್ಳ ಭವಿಷ್ಯನ ಹಾಳು ಮಾಡ್ಬೇಡ" ವನಮಾಲ ರೇಗಿಕೊಂಡರು. ಜೊತೆಯಲ್ಲಿ ಓದಿದವರು, ಸಹದ್ಯೋಗಿಗಳು ಎಷ್ಟೆ ಇದ್ದರು ಅರುಂಧತಿಯೊಬ್ಬರೇ ಆತ್ಮೀಯ ಗೆಳತಿ.

ಗೆಳತಿಯ ಮಾತಿಗೆ ಅರುಂಧತಿ ತಲೆದೂಗಿದರು. ಮಗಳನ್ನು ಭಯದ ಮುದ್ದೆಯಾಗಿ ನೋಡದೇ, ದಿಟ್ಟೆಯೆನಿಸುವುದೇ ಸರಿಯೆನಿಸಿತು.

"ನಾನು ಎರ್ಡು ಸಲ ಸತೀಶ್‌ನ ನೋಡ್ದೆ. ಒಳ್ಳೆ ಯುವಕನಾಗಿ ಕಾಣ್ತಾನೆ. ಉಷಾ, ಅವ್ನ ನಡ್ವೆ ಪ್ರೇಮ ಪ್ರಾರಂಭವಾದರೇ ಸಂತೋಷವೇ. ನಾವು ಹುಡ್ಕಿ ತೆಗೆಯುವಾಗ ಹೆಚ್ಚು ಕಸ ಕಡ್ಡಿನೇ ಸಿಕ್ಕುತ್ತೆ, ನನ್ನ ವರಾನ್ವೇಷಣೆ ನಂಗೆ ಸಾಕಷ್ಟು ಕಹಿಯನ್ನೆ ಉಣಿಸಿದೆ. ಅವ್ರುಗಳು ಕೇಳೋ ಪ್ರಶ್ನೆಗಳಿಗೆ ಉತ್ತರಿಸಿ ಬೇಸತ್ತು ಹೋಗಿದ್ದೆ. ಪ್ರತಿಯೊಂದಕ್ಕೂ ಓರಿಜಿನಲ್ ಸರ್ಟಿಫಿಕೇಟ್ಸ್ ಕೇಳೋರು" ಅರ್ಥಗರ್ಭಿತವಾಗಿ ಹೇಳಿದರು ವನಮಾಲ.

ಕಾದು ಕಾದು ಫೋನ್ ಡೆಡ್ ಆದುದ್ದರಿಂದ ಉಷಾನೇ ಕ್ಯಾರಿಯರ್‌ನಲ್ಲಿ ಅಡಿಗೆ ತುಂಬಿಕೊಂಡು ಬಂದಳು.

"ಆಂಟೀ, ಫ್ರೆಂಡ್ಸ್ ಮಾತುನ ಮಧ್ಯೆ ನನ್ನ ಮರ್ತು ಬಿಟ್ರಿ." ಅವರಿಬ್ಬರ ಮಧ್ಯದ ಟೀಪಾಯಿ ಮೇಲೆ ಕ್ಯಾರಿಯರ್ ಇಟ್ಟಳು. ವನಮಾಲ ಮುಗುಳ್ನಗೆ ಬೀರಿ " ಆ ಮಾತುಗಳೆಲ್ಲ ನಿನ್ನ ಬಗ್ಗೆನೇ ! ನಿನ್ನಮ್ಮನಿಗೆ ನಿಂಗೆ ಬೇಗ ಮದ್ವೆ ಮಾಡ್ಬಿಡೋ ಆಸೆ ಹೇಳಿದರು.

"ಇನ್ನು ನಮ್ಮಮ್ಮನಿಗೆ ವಿವಾಹವಾಗಿಲ್ಲ. ಅಂಥದ್ದರಲ್ಲಿ ನನ್ನ ವಿವಾಹದ ಯೋಚ್ನೆನಾ? ಮೊದ್ಲು ನನ್ನ ಮಮ್ಮಿ ವಿವಾಹ ಮಾಡ್ತೀನಿ" ಅತ್ಯಂತ ಸ್ಪಷ್ಟವಾಗಿ ಉಷಾ ಹೇಳಿದಾಗ ಅವರಿಬ್ಬರು ಅಚ್ಚರಿಯಿಂದ ಅವಳ ಮುಖವನ್ನೆ ನೋಡಿದರು. ಅಲ್ಲಿ ಹಾಸ್ಯವಾಗಲೀ,

ವ್ಯಂಗ್ಯವಾಗಲೀ ಇರಲಿಲ್ಲ, ಭದ್ರವಾದ ದೃಢತೆ ಇತ್ತು.

ಅರುಂಧತಿ ಹಣೆಯೊತ್ತಿಕೊಂಡರು.

"ಇಂಥ ವಿಷ್ಯಗಳ ಬಗ್ಗೆ ಹಾಸ್ಯ ಸರಿ ಹೋಗೋಲ್ಲ. ಊಟ ಮಾಡೋಣ ನಡೀ" ಕ್ಯಾರಿಯರ್‌ನೊಯ್ದರು ಡೈನಿಂಗ್ ಹಾಲ್‌ಗೆ ಅರುಂಧತಿ. ವನಮಾಲ ಉಷಾ ಕಿವಿ ಹಿಂಡಿದಾಗ "ಶೂರ್ ಆಂಟೀ, ನಾನು ಅಮ್ಮನಿಗೆ ವಿವಾಹ ಮಾಡ್ಬೇಕೂಂತ ತೀರ್ಮಾನ ಮಾಡಿದ್ದೀನಿ. ಐ ನೀಡ್ ಯುವರ್ ಕೋ ಆಪರೇಷನ್" ಕಡೆ ಮಾತನ್ನು ಇಂಗ್ಲೀಷ್‌ನಲ್ಲಿ ಹೇಳಿದಳು.

ವನಮಾಲ ಮಾತಾಡಲು ಅನುಮಾನಿಸಿ ತಲೆಯಾಡಿಸಿದ ನಂತರ "ಡಾ. ಮೇರಿಯಮ್ಮ ಇಂಥ ಪ್ರಯತ್ನ ಮಾಡಿದ್ರು. ಕೆಲವರು ಅರುಂಧತಿಯ ಎದುರು ಕೂಡ ಇಂಥ ಬಯಕೆಯನ್ನು ವ್ಯಕ್ತಪಡಿಸಿದ ವಿಷ್ಯ ಕೂಡ ನಂಗೆ ಹೊತ್ತು. ಆ ಬಗ್ಗೆ ಅವ್ಳಿಗೆ ಆಸಕ್ತಿ ಇಲ್ಲ. ಅನಾವಶ್ಯಕವಾಗಿ ಅವಳ್ನ ನೋಯಿಸ್ಬೇಡ" ತಿಳಿ ಹೇಳಿದರು.

ಇಂಥ ಅಡ್ಡಿ, ಆತಂಕಗಳೇನು, ಬಹಳಷ್ಟು ಸಮಸ್ಯೆಗಳನ್ನು ಎದುರಿಸಬೇಕೆಂದು ಅವಳಿಗೆ ಗೊತ್ತು. ಅದಕ್ಕೆ ಉಷಾ ಸಿದ್ಧವಾಗಿಯೇ ಇದ್ದಳು.

"ಈಗ ಊಟ ಮಾಡೋಣ" ಅಲ್ಲಿಗೆ ಆ ಮಾತುಗಳಿಗೆ ದೀರ್ಘ ವಿರಾಮವಿಟ್ಟಳು. ಇವಳ ಮನಸ್ಸಿನಲ್ಲಿ ಏನೋ ಪ್ಲಾನ್ ಇದೆಯೆಂದು ವನಮಾಲಗೆ ಅನ್ನಿಸಿದರೂ ಬಾಯಿ ಬಿಟ್ಟು ಏನು ಹೇಳಲಿಲ್ಲ.

ಊಟ ಮುಗಿದ ನಂತರ ಮೂವರು ಡೈನಿಂಗ್ ಹಾಲ್ ಬಿಟ್ಟು ಹಾಲ್‌ಗೆ ಬಂದು ಕೂತರು. 'ನಮ್ಗೆ ವನಮಾಲ ಆಂಟೀ ಕೂಡ ಇಲ್ಲದಿದ್ದರೆ ಗತಿಯೇನು?' ಎಂದು ಎಷ್ಟೋ ಸಲ ಯೋಚಿಸಿದ್ದಳು ಉಷಾ.

"ಹೇಗಿತ್ತು ನನ್ನ ಅಡ್ಗೇ?" ಕೇಳಿದಳು.

"ಫೆಂಟಾಸ್ಟಿಕ್, ನಾನು ಒಂದು ನಿರ್ಣಯಕ್ಕೆ ಬಂದಿದ್ದೀನಿ. ಯಾಕೆ ಎರ್ಡು ಕಡೆ ಅಡ್ಗೆ? ನೀನೆ ಒಂದು ತುತ್ತು ಊಟ ಹಾಕ್ಬಿಡು, ನಂಗೆ ಎಷ್ಟೋ ತಾಪತ್ರಯ ಕಡ್ಮೆ ಆಗುತ್ತೆ" ಎಂದರು ವನಮಾಲ.

"ಕರೆಕ್ಟ್ ಆಂಟಿ, ಇನ್ಮೇಲೆ ಇಲ್ಲಿ ಅಡಿಗೆ, ಊಟ, ತಿಂಡಿ ಎಲ್ಲಾ ಬಂದ್. ನನ್ನ ಕೈ ರಸಗವಳಕ್ಕೆ ಇನ್ನೊಂದು ಸುತ್ತು ಎಲ್ಲಿ ದಪ್ಪಗಾಗಿ ಬಿಡ್ತೀರೋಂತ ನಂಗೆ ಭಯ" ಹಂಗಿಸಿದಳು.

"ಯೂ ನಾಟಿ !" ವನಮಾಲ ಮೃದುವಾಗಿ ಒಂದು ಪ್ರೀತಿಯ ಹೊಡೆತ ಕೊಟ್ಟರು. "ನಮ್ಮ ನಿರೀಕ್ಷೆಗೆ ಮೀರಿ ಬೆಳೆದುಬಿಟ್ಟೆ." ಮೆಚ್ಚಿಗೆಯಾಡಿದರು. ಅವರ ಜೀವನದಲ್ಲಿ ಅರುಂಧತಿ, ಉಷಾಳ ಬರುವು ಎಷ್ಟೋ ನೆಮ್ಮದಿಯನ್ನು ನೀಡಿತ್ತು.

ತಾಯಿಯ ಪಕ್ಕದಲ್ಲಿ ಕೂತಿದ್ದ ಉಷಾ ಅಮ್ಮನ ಕೈಯನ್ನು ತನ್ನ ಕೈಯೊಳಗೆ

ತಗೊಂಡು "ಅಮ್ಮ ಬಿ ಕಾಮ್, ಯಾವ್ದೇ ಕಾರಣಕ್ಕೆ ಎಕ್ಸೈಟ್ ಆಗ್ಬಾರ್ದು, ಎದ್ದು ಹೋಗ್ಬಾರ್ದು" ಅಂದ ಕೂಡಲೇ ಅರುಂಧತಿ ಮೇಲೆದ್ದರು "ನಂಗೆ, ಒಂದಿಷ್ಟು ನರ್ಸಿಂಗ್ ಹೋಂಗೆ ಹೋಗೋದಿದೆ."

"ಖಂಡಿತ ಇಲ್ಲ. ಸುಮ್ಸುಮ್ನೆ ಎದ್ದೋದರೆ ನಾನು ಬಿಡೋಲ್ಲ! ನಂಗೋಸ್ಕರ ಒಂದರ್ಧ ಗಂಟೆ ಯಾಕೆ ವಿನಿಯೋಗಿಸ್ಬಾರ್ದು ?" ಬಲವಂತದಿಂದ ಕೂಡಿಸಿದರು. ವನಮಾಲ ಒಳಗೊಳಗೆ ನಕ್ಕರು. ಒಂದು ರೀತಿಯಲ್ಲಿ ಉಷಾಳ ನಿರ್ಧಾರ ಸರಿಯೆನಿಸಿತ್ತು. "ಕೂತ್ಕೋ ಅರುಂಧತಿ, ಮಕ್ಳ ಬೌದ್ಧಿಕ ಬೆಳವಣಿಗೆಗೆ ನಮ್ಮ ಸಹಕಾರ ಇರ್ಬೇಕು" ತಾವೊಂದು ಮಾತಾಡಿದರು.

"ಆಂಟೀ, ನೀವು ಮಹಾಭಾರತ ಓದಿದ್ದೀರಲ್ಲ. ಅಮ್ಮಂಗೆ ಕೂಡ ಅದು ಪಾಠವಾಗಿರುತ್ತೆ. ಸತ್ಯವತಿಯ ವಿವಾಹಪೂರ್ವದಲ್ಲಿ ಮತ್ಸ್ಯಗಂಧಿ, ಯೋಜನಾಗಂಧಿ ಅಂತ ಕರೀತಾ ಇದ್ದರು. ಈಕೆ ಪರಾಶರ ಮಹರ್ಷಿಯಿಂದ ಕನ್ಯತ್ವ ಕಳೆದುಕೊಂಡರೂ ಶಂತನು ಮಹಾರಾಜನು ಅವಳನ್ನು ವಿವಾಹವಾದ. ಇದು ಮೊದಲ ಉದಾಹರಣೆ. ಎರಡನೆಯದಾಗಿ ಕುಂತಿ ವಿವಾಹಕ್ಕೆ ಮುನ್ನ ಕರ್ಣನನ್ನು ಪಡೆದರೂ ಆಮೇಲೆ ಪಾಂಡುರಾಜನ್ನ ಮದುವೆಯಾಗಿ ಗೃಹಿಣಿಯಾದಳು. ಅವರದು ಯಶಸ್ವಿ ದಾಂಪತ್ಯ ಜೀವನ. ಅಂಥದ್ದರಲ್ಲಿ ಯಾರ್ದೋ ತಪ್ಪಿಗೆ ಸಲ್ಲದ ಸಂಪ್ರದಾಯಗಳನ್ನು ಕಟ್ಟಿಕೊಂಡು ಜೀವನ ಪೂರ್ತಿ ಒಂಟಿಯಾಗಿರೋದ್ರಲ್ಲಿ ಯಾವ ಅರ್ಥವಿದೆ? ನಮ್ಮಮ್ಮ ಯಾಕೆ ವಿವಾಹವಾಗ್ಲಿಲ್ಲ. ಹಿರಿಯರು ಮೂರ್ಖರಾಗಿರ್ಬಹ್ದು. ನಾನು ಕಿರಿಯಳು ಮೂರ್ಖಳಲ್ಲ. ಅಮ್ಮ ಇನ್ನೊಂದು ವಿವಾಹವಾಗ್ಲಿ" ಅತ್ಯಂತ ಖಚಿತವಾಗಿ ಹೇಳಿದಾಗ ಅರುಂದತಿ ಬೆವತು ಬಿಟ್ಟರು. ವಿವಾಹದ ಬಗ್ಗೆ ಹಿರಿಯರು ಮಾತಾಡ ಬೇಕಾದುದ್ದನ್ನು ಮಗಳು ಮಾತಾಡುತ್ತಿರುವುದಕ್ಕೆ ಸಂತೋಷವು ಆಯಿತು.

"ಏನೇನೋ ಮಾತಾಡ್ಬೇಡ, ಉಷಾ!" ಸಹನೆ ಕಳೆದುಕೊಂಡರು ಅರುಂಧತಿ.

"ನಾನು ಖಂಡಿತ ಏನೇನೋ ಮಾತಾಡ್ತಾ ಇಲ್ಲ. ನಂಗೂ ಒಬ್ಬ ತಂದೆ ಬೇಕು? ಅದೆಂಥ ಕೊರತೇಂತ ಅನುಭವಿಸಿದ ನಂಗೆ ಗೊತ್ತು. ಮಮ್ಮಿ ನಿಂಗೆ ಪತಿಯ ಅಗತ್ಯವಿಲ್ದೇ ಇರ್ಬಹ್ದು, ನಂಗೆ ತಂದೆಯ ಅಗತ್ಯವಿದೆ. ಅದ್ನೆ ನೀವು ತುಂಬಿ ಕೊಡ್ಬೇಕು. ಸಾಂಪ್ರದಾಯಿಕ ವಿವಾಹಗಳಲ್ಲಿ ಕೂಡ ಹೆಣ್ಣು 'ಕಾಯಾ ವಾಚ ಮನಸಾ ನಾತಿ ಚರಾಮಿ' ಎಂದು ಮಂತ್ರದ ಮೂಲಕ ಭವಿಷ್ಯದ ಬಗ್ಗೆ ವಚನೆ ಕೊಡುತ್ತಾಳೆಯೇ ಹೊರತು ಭೂತ ಕಾಲದ ತನ್ನ ಪಾವಿತ್ರ್ಯದ ಬಗ್ಗೆಯೇನು ಕೊಡೋಲ್ವಲ್ಲ" ಅವಳು ಲಾಜಿಕ್‌ಕ್ಕಾಗಿ ಹೇಳಿದಳು.

ಅರುಂಧತಿಗೆ ಏನು ಮಾಡಬೇಕೋ ಅವಳ ಮಾತುಗಳಿಗೆ ಹೇಗೆ ಉತ್ತರಿಸಬೇಕೋ ತಿಳಿಯದಾಯಿತು. ಮುಖ ಬೇರೆಡೆ ತಿರುಗಿಸಿಕೊಂಡರು. ವನಮಾಲಗೆ ಪರಿಸ್ಥಿತಿಯ ಗಾಂಭೀರ್ಯ ಅರ್ಥವಾಯಿತು.

"ಭೇಷ್, ನಿನ್ನ ವಾದ ವೈಖರಿಗೆ ಮೆಚ್ಚಿದೆ. ಇದು ತೀರಾ ಮನಸ್ಸಿಗೆ ಸಂಬಂಧ ಪಟ್ಟ ವಿಷ್ಯ, ಒಂದೇ ಸಲ ತೀರ್ಮಾನವಾಗುವಂಥದ್ದಲ್ಲ. ಇಂದಿಗೆ ಸಾಕು. ಉಷಾ ಹೋಗಿ ಒಂದಿಷ್ಟು ಜ್ಯೂಸ್ ಮಾಡ್ಕೊಂಡ್ಬಾ" ಅವಳನ್ನು ಕಳಿಸಿ ಗೆಳತಿಯತ್ತ ತಿರುಗಿ "ಅವ್ಳ ವಾದದಲ್ಲಿ ಹುರುಳಿದೆ, ನಿನ್ನ ಹಿರಿಯರು ಸ್ವಲ್ಪ ವಿಶಾಲ ಹೃದಯಿಗಳಾಗಿ ವರ್ತಿಸಿದ್ದರೇ, ಇಂದು ನೀನು ಈ ಒಂಟಿತನ ಅನುಭವಿಸಬೇಕಿರಲಿಲ್ಲ" ಸೂಕ್ತತೆಯನ್ನು ಉಸುರಿದರು ವನಮಾಲ.

ಅರುಂಧತಿ ಮಾತೇ ಆಡಲಿಲ್ಲ. ತಪ್ಪಿನ ಅರಿವಿತ್ತು. ಹುಟ್ಟಿದ ಮಗುವನ್ನು ಮಡಿಲಲ್ಲಿಟ್ಟುಕೊಂಡು ಜನ್ಮಕ್ಕೆ ಕಾರಣನಾದ ವ್ಯಕ್ತಿಯಾದ ತಂದೆಯನ್ನು ತೋರಿಸಬೇಕಾದ್ದು ತಾಯಿಯ ಕರ್ತವ್ಯ.

ಎದ್ದು ಹೋಗಿ ಅರುಂಧತಿ ಕಿಟಕಿಯ ಬಳಿ ಕಣ್ಣೀರು ಸುರಿಸಿದಾಗ ವನಮಾಲ ಸಂತೈಯಿಸಲಿಲ್ಲ. ಅಂಥ ಸಮಯದಲ್ಲಿ ಅವರಿಗೆ ಅವರೇ ಸಮಾಧಾನ ಹೇಳಿಕೊಳ್ಳಬೇಕು.

"ಅಮ್ಮ ಜ್ಯೂಸ್....." ಎನ್ನುವ ದನಿ ಕೇಳಿದಾಗ ಕಣ್ಣೀರು ತೊಡೆದುಕೊಂಡು ಹಿಂದಕ್ಕೆ ತಿರುಗಿದರು. ಎಲ್ಲಾ ರೀತಿಯಿಂದಲೂ ತನ್ನನ್ನ ಮೀರಿಸಿ ಬೆಳೆದ ಮಗಳ ಬಗ್ಗೆ ಹೆಮ್ಮೆಯೇ "ನಾನು ಹೆದರಿದ್ದೆ ! ನೀನು ಕಾಂಪ್ಲೆಕ್ಸ್ ಮೀರಿ ಬೆಳೆದಿದ್ದಿ. ಮುಂದೆ ಬರುವ ಪರಿಸ್ಥಿತಿಗಳನ್ನು ಲೀಲಾಜಾಲವಾಗಿ ಎದುರಿಸಬಲ್ಲೆ. ಐಯಾಮ್ ಪ್ರೌಡ್ ಆಫ್ ಯು" ಎಂದಾಗ ಆಕೆ ಕಣ್ಣುಗಳಲ್ಲಿ ಮಿನುಗುತ್ತಿತ್ತು.

ಉಷಾ ತೀರಾ ಮೃದುವಾಗಿ ಹೋದಳು. ಇಂದು ದನಿಯೇರಿಸಿ ವಾದಿಸಿದ್ದಕ್ಕೆ ಪಶ್ಚಾತಾಪವಾಗದಿದ್ದರೂ ನೊಂದುಕೊಂಡಳು.

"ಅಲ್ಲಿಡು ಬಂದೇ" ಬಾತ್‌ರೂಮಿಗೆ ಹೋದರು ಅರುಂಧತಿ.

ಒಂದು ಜ್ಯೂಸ್ ಗ್ಲಾಸ್‌ಗಳನ್ನು ಟೀಪಾಯಿ ಮೇಲಿಟ್ಟು ವನಮಾಲ ಪಕ್ಕ ಕೂತು "ಆಂಟಿ ನನ್ನಿಂದ ತಪ್ಪಾಯ್ತ?" ಕೇಳಿದಳು.

"ಇಲ್ಲ, ಆದ್ರೂ ಅರುಂಧತಿ ಮನಸಿಗೆ ತುಂಬಾ ನೋವಾಗಿದೆ. ಸದ್ಯಕ್ಕೆ ಕೆಲವು ದಿನಗಳಾದ್ರೂ ಈ ಪ್ರಸ್ತಾಪ ಬಿಡು. ನಿನ್ನ ಮಮ್ಮಿಗೆ ಗಂಡು ತಲಾಷ್ ಮಾಡಿದ್ದೀಯಾ?" ನಗು ತುಂಬಿ ಕೇಳಿದರು.

ಈಗಾಗಲೇ ಒಬ್ಬ ಸೂಕ್ತ ಗಂಡನ್ನ ತಲಾಷ್ ಮಾಡಿದ್ಲು. ಅದು ಬರೀ ಇವಳ ಆಯ್ಕೆಯಷ್ಟೆ. ಅದು ಸಫಲವಾಗುತ್ತದೆಯೆನ್ನುವ ನಂಬಿಕೆ ಇಲ್ಲದಿದ್ದರೂ ನಿರಂತರ ಪ್ರಯತ್ನ ಮಾಡಲು ಅವಳು ಸಿದ್ಧಳಿದ್ದಳು.

"ಮನಸ್ಸಿನಲ್ಲಿ ಒಂದು ಗಂಡು ಇದೆ. ಅಮ್ಮನ್ನ ಮಗಳೆಂಬ ಸೆಂಟಿಮೆಂಟ್ಸ್‌ನಿಂದ 'ಧಮಕಿ' ಹಾಕಿಯಾದ್ರೂ ಒಪ್ಪಿಸ್ಬಹ್ದು. ಆದರೆ ಆ ಮನುಷ್ಯನನ್ನ ಒಪ್ಪಿಸೋದು ಅಷ್ಟು ಸುಲಭವಲ್ಲ." ಆ ವ್ಯಕ್ತಿಯ ಮುಂದೆ ಪ್ರಸ್ತಾಪಿಸುವಷ್ಟು ಸಮರ್ಥಳೇ ತಾನು ಎನ್ನುವ ಪ್ರಶ್ನೆ ಅವಳದು.

ಅಷ್ಟರಲ್ಲಿ ಬಂದಿದ್ದರಿಂದ ಮಾತುಗಳು ನಿಂತವು.

ಜ್ಯೂಸ್ ಕುಡಿದಾದ ಮೇಲೆ ತಾಯಿ, ಫ್ಲಾಟ್‌ಗೆ ಹಿಂದಿರುಗಿದರು. ಕಂಪ್ಯೂಟರ್ ಕ್ಲಾಸ್‌ಗೆ ಸೇರಿಕೊಂಡಿದ್ದರಿಂದ ಸಂಜೆ ವೇಳೆಗೆ ಅಲ್ಲಿಗೆ ಹೋಗುತ್ತಿದ್ದರು. ಒಂದು ವಾರದಲ್ಲಿ ಕಾಲೇಜಿನ ಬಾಗಿಲು ತೆಗೆಯುತ್ತೆ. ಆಮೇಲೆ ಪೂರ್ತಿ ಬಿಜಿಯೆ. ಕಡೆಯ ವರ್ಷದ ಬಿ.ಬಿ.ಎಂ. ನಂತರ ಎಂ.ಬಿ.ಎ ಮಾಡುವ ಉದ್ದೇಶ ಅವಳದು. ಅವಳೇನು ಓದಿನ ಬಗ್ಗೆ ಮಹತ್ವಾಕಾಂಕ್ಷಿಯಲ್ಲ. ಮೆಡಿಕಲ್ ಇಂಜಿನಿಯರಿಂಗ್ ಕೋರ್ಸುಗಳಿಗೆ ಹಣ, ಸಮಯ ಎರಡು ಬೇಕು. ಆಮೇಲಿನದು ಬಹಳ ರಿಸ್ಕ್. ಕೋರ್ಸು ಮುಗಿದ ಕೂಡಲೇ ಕೆಲಸ ಸಿಕ್ಕರೂ ಎಂ.ಬಿ.ಎ. ಕ್ಯಾನ್ಸಲ್ ಮಾಡಿ ಆರಾಮಾಗಿ ಜಾಬ್‌ಗೆ ಜಾಯಿನ್ ಆಗಿ ಬಿಡುವವಳೇ.

ಕಂಪ್ಯೂಟರ್ ಕ್ಲಾಸ್‌ಗೆ ಹೋಗುವಾಗ "ಅಮ್ಮ, ನೀನು ಬೀಗ ಹಾಕ್ಕೊಂಡ್ಹೋಗು. ನನ್ಹತ್ರ ಡುಪ್ಲಿಕೇಟ್ ಕೀ ಇದೆ" ಹೇಳಿ ಕೆಳಗಿಳಿದು ಬರುವ ವೇಳೆಗೆ ಇನ್ನೊಬ್ಬ ಯುವಕನೊಂದಿಗೆ ಮಾತಾಡುತ್ತಿದ್ದ ಸತೀಶ್ ಅವನನ್ನು ಕಳಿಸಿ "ಹಲೋ" ಎಂದು ಇವಳತ್ತ ನಡದೇ ಬಂದ.

"ಹಲೋ, ಯಾಕೆ ನಡಕೊಂಡು ಬರ್ತಾ ಇದ್ದೀರಾ?" ಕೇಳಿದಳು. ಅವನೊಂದಿಗೆ ದಿಬ್ಬಣ ಬೇಡವಾಗಿತ್ತು. 'ಅವ್ನ ಅಪ್ಪ ಯಾರೂಂತ ಉಷಾಗೆ ಗೊತ್ತಿಲ್ಲ. ಮುಂದೆ ಅವ್ಳ ಮಗುಗೂ ಅಪ್ಪ ಇರೋಲ್ಲ.' ಒಬ್ಬ ಪೋಲಿ ಆಡಿದ ಮಾತುಗಳು ಇವು.

"ಸ್ಕೂಟರ್ ಮಾರ್‍ಬಿಟ್ಟೆ" ಅಂದ.

"ಬಹಳ ಒಳ್ಳೆದಾಯ್ತು" ಎಂದಳು ತಕ್ಷಣ. ಸಹಜವಾಗಿ ಬಂದ ಮಾತಷ್ಟೆ. "ಯೂ ಆರ್ ಕರೆಕ್ಟ್, ನೀವು ಹಾಗೆ ಹೇಳ್ತೀರಾಂತ ನಂಗೆ ಗೊತ್ತು, ನೀವು ತುಂಬ ಲಕ್ಕೀರಿ. ಈ ಫ್ಲಾಟ್‌ಗೆ ಬಂದೆ ನೀವು ಬಂದ್ ಪೂಜೆ ಮಾಡಿದ್ರಿ. ಈಗಾಗ್ಲೇ ಬಹಳ ಕಾಲದಿಂದ ನಡೆಯುತ್ತಿದ್ದ ಕೇಸ್ ನಮ್ಮ ಪರ ಆಯ್ತೂಂತ ಅಜ್ಜಿ ಫೋನ್‌ನಲ್ಲಿ ಹೇಳಿ ನಿಮ್ಮನ್ನು ಹೊಗಳಿದ್ರು. ನಿಮಗೊಂದು ಗಿಫ್ಟ್ ಪಾರ್ಸೆಲ್ ಕೂಡ ಬರ್ತಾಯಿದೆ" ಬಹಳ ಸಂತೋಷದಿಂದ ಸತೀಶ್ ನುಡಿದಾಗ ನಿಂತೇ ಬಿಟ್ಟಳು. 'ಇದೆಲ್ಲಿಯ ಗ್ರಹಚಾರ' ಎನಿಸಿತು ಉಷಾಗೆ.

"ಫ್ಲಾಟ್‌ಗೂ, ಪೂಜೆಗೂ, ಕೇಸ್‌ಗೂ..... ಎಲ್ಲಿಂದ ಎಲ್ಲಿಯ ಸಂಬಂಧ? ಗಿಫ್ಟ್ ಅಂಥದೆಲ್ಲ ಬೇಡ, ನೀವೆ ಇಟ್ಕಳಿ. ನಿಮ್ಮಜ್ಜಿ ತೀರಾ ಹಳೆಯ ಸಂಪ್ರದಾಯ ನಂಬಿಕೆಗಳ ಬಗ್ಗೆ ಒಲವಿರುವ ಹೆಣ್ಣು ಇರ್ಬೇಕು. ಆದರೆ ನೀವು ಮಾತ್ರ ಇಂಥದ್ನ ನಂಬಬಾರ್ದು" ಸ್ವಲ್ಪ ಕಸಿವಿಸಿಯಿಂದಲೇ ನುಡಿದಳು.

ಸತೀಶ್ ಅದನ್ನು ಸೀರಿಯಸ್ಸಾಗಿ ತೆಗೆದುಕೊಳ್ಳಲಿಲ್ಲ. ಕಂಪ್ಯೂಟರ್ ಎಜುಕೇಷನ್ ಸೆಂಟರ್‌ವರೆಗೂ ಅವಳೊಂದಿಗೆ ಬಂದವ ಮತ್ತೊಂದು ಮಾತಾಡದೇ ಹೊರಟ. ತನ್ನ ಮಾತಿನಿಂದ ಬೇಜಾರಾಗಿರಬಹುದೆಂದು ಕೊಂಡಾಗ ಉಷಾಗೆ ಒಂದು ತರಹ

ಆಯಿತು. ಪುರಂದರರ ನೆನಪಾಯಿತು. ಸ್ವಂತ ಸೋದರ ಮಾವನ ಮಗ ಎಲ್ಲಾ ಸಂಬಂಧಗಳಿಂದ ದೂರವಾಗಿ ಹುಟ್ಟಿ ಬೆಳೆಯುವುದು ಒಂದು ದುರಂತ.

ಇಂದು ಅನ್ಯಮನಸ್ಕಳಾಗಿ ಹಿಂದಿರುಗಿದ್ದು ಫ್ಲಾಟ್‌ಗೆ. ಎಲ್ಲಾ.... ಎಲ್ಲಾ..... ಬೇಸರವೆನಿಸಿತು. ಸ್ವಲ್ಪ ಹೊತ್ತು ಟಿ.ವಿ. ನೋಡಿ ಆಫ್ ಮಾಡುವ ವೇಳೆಗೆ ಬಾಗಿಲು ಮೇಲೆ ತಟ್ಟಿದ ಸದ್ದು. ಸತೀಶ್ ಎಂದು ಕೊಂಡಳು. ಅದು ಸರಿಯಾಗಿತ್ತು.

"ಎಕ್ಸ್‌ಕ್ಯೂಜ್ ಮಿ, ನಿಮ್ಗೆ ನನ್ನಿಂದ ಬೇಜಾರಾಗಿರ್ಬಹ್ದು. ಕೆಲವೊಮ್ಮೆ ಬೇರೆಯವ್ರಿಗೆ ತೊಂದರೆ ಕೊಡೋದು ಕೂಡ ಅನಿವಾರ್ಯವಾಗಿ ಬಿಡುತ್ತೆ. ಹೋಟೆಲ್ ಊಟ ಸರಿ ಹೋಗೋಲ್ಲ. ಒಂದ್ಸಲ ಅಲ್ಸರ್ ಆಗಿ ಟ್ರೀಟ್‌ಮೆಂಟ್ ತಗೊಂಡಿದ್ದುಂಟು. ಈಗ ಒಂದಿಷ್ಟು ಮೊಸರು ಬೇಕು. ಅನ್ನ ಮಾಡಿಟ್ಟಿದ್ದೀನಿ" ಹೇಳಿದ ಹೊರಗಡೆಯೇ ನಿಂತು. ಅವನ ಕುತ್ತಿಗೆಯಲ್ಲಿದ ದಪ್ಪ ಚಿನ್ನದ ಚೈನ್‌ನಲ್ಲಿದ್ದ ಭವಾನಿಯ ಡಾಲರ್ ಷರಟುನಿಂದ ಹೊರಗೆ ಇಣಕುತ್ತಿತ್ತು. ತಕ್ಷಣ ಮೃದುವಾದಳು. ಯಾಕೆ?

ಬಾಗಿಲ ಹಿಡಿಯನ್ನು ಬಿಟ್ಟು "ಒಳ್ಗಡೆ ಬನ್ನಿ..... ಕೊಡ್ತೀನಿ" ಕರೆದರು.

ಬಂದ ಸತೀಶ್ ಅಲ್ಲಿಯೇ ನಿಂತ. ಸಾರು, ಹುಳಿ, ಪಲ್ಯದ ಜೊತೆ ಮೊಸರನ್ನು ಕೂಡ ಹಿಡಿದು ಬಂದಳು ಗೋಪುರದ ಹಾಗೆ ಪೇರಿಸಿಕೊಂಡು,

"ಸಾರು, ಹುಳಿ ಎಲ್ಲಾ ಇದೆ. ನಿಮ್ಗೆ ಹೇಗೆ ಅನ್ನಿಸುತ್ತೆಂತ ಹೇಳಿ. ಸ್ವಲ್ಪ ಹಾಕ್ಕೊಂಡ್ ನೋಡಿ. ಇಷ್ಟವಾದರೇ ಉಪಯೋಗ್ಸಿಕೊಳ್ಳಿ" ಕೊಟ್ಟಳು.

ತುಂಬ ಶ್ರೀಮಂತರ ಮನೆ ಹುಡುಗ ಸತೀಶ್ ಅಜ್ಜಿಯ ಆರೈಕೆಯಲ್ಲಿ ಬೆಳೆದಿದ್ದು. ವಯಸ್ಸಾದ ಭವಾನಿಬಾಯಿ ದೈವಭಕ್ತೆ, ಸಂಪ್ರದಾಯವಾದಿಯಾದ್ದರಿಂದ ಆ ಗುಣಗಳು ಮೇಳೈಸಿದ್ದವು ಅವಳಲ್ಲಿ.

"ತುಂಬ ಥ್ಯಾಂಕ್ಸ್, ರುಚಿ ನೋಡಿದ್ಮೇಲೆ ಹೇಳ್ತಿನಿ" ಹೇಳಿ ಹೋದ.

ಬಾಗಿಲು ತೆಗೆದು ಅವನ ಹಿಂದೆಯೇ ಹೋದ ಉಷಾ "ಅದ್ನ ನಾಳೆ ಹೇಳಿ. ಈಗ ನಾನು ಮಲಗೋ ಸಿದ್ಧತೆಯಲ್ಲಿರೋದ್ರಿಂದ ಡಿಸ್ಟರ್ಬ್ ಆದರೆ ಮತ್ತೆ ನಿದ್ದೆ ಬರೊಲ್ಲ" ಸೂಚಿಸಿ ಹಿಂದಿರುಗಿದಳು. ಅದನ್ನು ಹೇಳುವ ನೆಪದಲ್ಲಿ ಸತೀಶ್ ಬರುವುದು ಬೇಡವಾಗಿತ್ತು.

ಅರ್ಧ ಗಂಟೆಯ ನಂತರ ಫೋನ್ ಬಂತು "ಹಲೋ, ಅಮ್ಮ....." ಅಂದಳು. ಮಾತಾಡಿದ್ದು ಸತೀಶ್ ನಾನು ಸತೀಶ್, ಸಾರಿ ಫಾರ್ ದಿ ಡಿಸ್ಟರ್ಬೆನ್ಸ್. ಹಾಲ್‌ನಲ್ಲಿ ಲೈಟಿತ್ತು. ನೀವು ಮಲಗಿಲ್ಲಾಂತ ಫೋನ್ ಮಾಡ್ದೇ. ಸಾರು, ಹುಳಿ ಪಲ್ಯ ಎಲ್ಲಾ ಇಷ್ಟವಾಯ್ತು. ಅದ್ನ ಹೇಗೆ ಮಾಡೋದೂಂತ ನೀವು ಹೇಳಿ ಕೊಟ್ಟರೇ ..... ತುಂಬಾ ಉಪಕಾರವಾಗುತ್ತೆ" ಎಂದ ನಿಧಾನವಾಗಿ.

ಅವನ ಮಾತು ಕೇಳಿ ಫೋನನ್ನು ಎತ್ತಿ ಬಿಸಾಡುವಷ್ಟು ಕೋಪ ಬಂತು ಉಷಾಗೆ.

"ಓಕೇ, ಅಡ್ಗೆ ಮಾಡೋದು ನಂಗೂ ಬರೋಲ್ಲ. ಆ ಕೆಲ್ಸವೆಲ್ಲ ನಮ್ಮಮ್ಮನದು. ಗುಡ್‌ನೈಟ್" ಎಂದು ಫೋನಿಟ್ಟ ಕೂಡಲೇ ಲೈಟ್ ಆಫ್ ಮಾಡಿದಳು. 'ಇದೆಲ್ಲಿನ ರಾಮಾಯಣ' ಎನಿಸಿತು.

ಹಾಸಿಗೆಯ ಮೇಲೆ ಬಿದ್ದುಕೊಂಡಳು. ಅರುಂಧತಿ ನೈಟ್ ಡ್ಯೂಟಿಗೆ ಹೋದಾಗ ಅವಳು ಒಂಟಿ. ಈ ಫ್ಲಾಟ್‌ಗೆ ಬರುವ ಮುನ್ನ ನರ್ಸಿಂಗ್ ಹೋಂಗೆ ತೀರಾ ಸಮೀಪದಲ್ಲಿಯೇ ವಾಸವಿದ್ದುದರಿಂದ ಅಲ್ಲಿ ಕೆಲಸ ಮಾಡುವ ಸಿಸ್ಟರ್ ಒಬ್ಬರು ಬಂದು ಮಲಗುತ್ತಿದ್ದರು. ಅರುಂಧತಿ ನೈಟ್ ಡ್ಯೂಟಿಗೆ ಹೋದಾಗ, ಫ್ಲಾಟ್‌ಗೆ ಬಂದ ನಂತರ ಮತ್ತಷ್ಟು ಹತ್ತಿರವಾಗಿದ್ದು ವನಮಾಲ ಮಾತ್ರ.

ಕಣ್ಣು ಮುಚ್ಚಿದರೆ ದೇಶ್‌ಮುಖ್ ಮುಖ ನೆನಪಾಗುತ್ತಿತ್ತು. ಜೋಡಿ ಹಕ್ಕಿಗಳಂತಿದ್ದ ಅವರು ಒಂಟಿಯಾಗಿದ್ದರು. ಆ ಒಂಟಿತನ ಬಾಧಿಸದಂತೆ ಹೆಚ್ಚು ಕ್ರಿಯಾಶೀಲರಾಗಿದ್ದು ಕಂಡು ಬಂತು. ಮೈ ಮುರಿಯುವಂತೆ ದುಡಿಯುತ್ತಿದ್ದರು. ಮಿಕ್ಕ ಸಮಯದಲ್ಲಿ ಅಧ್ಯಾತ್ಮ ಗ್ರಂಥಗಳ ಅಭ್ಯಾಸದಲ್ಲಿ ತೊಡಗುತ್ತಿದ್ದರು. ಅವರ ಪಕ್ಕ ಅರುಂಧತಿಯನ್ನು ನಿಲ್ಲಿಸಿ ನೋಡಲು ಹೆದರಿದಳು. ಸತ್ತ ಗ್ರೀಷ್ಮಾರಿಗೆ ಅಪಚಾರವಾದರೇ? ಹುಚ್ಚುಚ್ಚು ಯೋಚನೆಗಳು. ಅದು ಕಾರ್ಯಗತವಾಗುವುದು ಕಷ್ಟವೆಂದು ಅವಳ ಮನಸ್ಸು ಹೇಳುತ್ತಿತ್ತು.

ನಿದ್ದೆ ಬಂದಿದ್ದು ಬಹಳ ನಿಧಾನವಾಗಿಯೇ. ಬೆಳಿಗ್ಗೆ ನೈಟ ಡ್ಯೂಟಿ ಮುಗಿಸಿಕೊಂಡು ಬಂದು ಇವಳಮ್ಮ ಕಾಲಿಂಗ್ ಬೆಲ್ ಒತ್ತಿದಾಗಲೇ ಅವಳಿಗೆ ಎಚರವಾಗಿದ್ದು.

"ಏನಿವತ್ತು! ಇಷ್ಟೊಂದು ನಿದ್ದೆ? ಹುಷಾರಾಗಿದ್ದೀಯಾ ತಾನೆ?" ಅರುಂಧತಿ ಮಗಳ ಹಣೆ, ಕುತ್ತಿಗೆಯನ್ನು ಮುಟ್ಟಿ ನೋಡಿದರು. ಸ್ವಲ್ಪ ಟೆಂಪರೇಚರ್ ಜಾಸ್ತಿ ಇದ್ದಂಗಿದೆ."

ದೊಪ್ಪೆಂದು ಕೂತ ಉಷಾ "ಪ್ಲೀಸ್, ನನ್ನ ಪೇಷಂಟ್ ಮಾಡ್ಬೇಡ. ಗಟ್ಟಿಯಾಗಿ ಹೊದ್ದು ಮಲಗಿದ್ದಕ್ಕೆ ಬೆಚ್ಚಗಾಗಿದ್ದಿನಷ್ಟೆ. ಇನ್ನು .....ನೋಡು" ದಢ ದಢ ಟವಲಿಡಿದು ಹೋಗಿ ಬಾತ್‌ರೂಂನಲ್ಲಿ ಬಾಗಿಲು ಹಾಕಿಕೊಂಡಳು.

"ಒಳ್ಳೆ ಹುಡ್ಗಿ' ಎಂದುಕೊಂಡರು. ಬಹುಶಃ ಅವಳಿಲ್ಲದಿದ್ದರೇ ಇಷ್ಟು ದೂರ ಸಾಗುವ ಅಗತ್ಯವೇ ಇರಲಿಲ್ಲವೆಂದುಕೊಂಡರು. ತನ್ನ ಬದುಕನ್ನು ನಾಶ ಮಾಡಿದ ಗಂಡಿನ ಬಗ್ಗೆ ರೋಷವೇ. ಆದರೆ ಅವನು ನೀಡಿದ ಬಹುಮಾನ ಮಾತ್ರ ಅನರ್ಘ್ಯ ರತ್ನ. ರೂಪು, ವಿದ್ಯೆ, ಗುಣ ಪ್ರತಿಯೊಂದರಲ್ಲು ಒಂದನೇ ಸರ್ಟಿಫಿಕೇಟ್ ನೀಡಬೇಕಿತ್ತು. ಉಷಾ ಬಣ್ಣ, ಎತ್ತರ, ಕಣ್ಣುಗಳಲ್ಲಿನ ಮಿಂಚು ತನಗಿಲ್ಲವೆಂದು ಗೊತ್ತು ಅರುಂಧತಿಗೆ. ನೂರಕ್ಕೆ ನೂರರಷ್ಟು ಹೋಲಿಕೆ ಆ ಗಂಡಿನದು. ಶಾಸ್ತ್ರಿಗಳ ಮಗಳ ಗೆಳೆಯನ ಬೆನ್ನನ್ನು ಎರಡು ಸಲ ನೋಡಿದ್ದಳಷ್ಟೆ. ಅಂದು ಹುಲಿ, ಚಿರತೆಯಂತೆ ಅವಳನ್ನು ಬಗೆದು ತಿಂದಿರಲಿಲ್ಲ. ಪ್ರಣಯದ ಕಾವಿನಲ್ಲಿ ಆವರಿಸಿದ್ದರೂ ಹಿಂಡಿ ಹಿಪ್ಪೆ

ಮಾಡಿರದಿದ್ದರೂ ಅವಳನ್ನು ನಿರ್ದಾಕ್ಷಿಣ್ಯವಾಗಿ ಲೂಟಿ ಮಾಡಿದ್ದ.

ನೆನಪುಗಳು ಬಾಧಿಸಿದಾಗ ಅರುಂಧತಿ ಒಂದು ಕಡೆ ಕೂತುಬಿಟ್ಟರು. ತೀರಾ ಸಂಪ್ರದಾಯ ಬದ್ಧ ವಿವಾಹಗಳಲ್ಲಿ ಭಾಗವಹಿಸಿದ್ದ ಅವಳಿಗೆ ತನ್ನ ವಿವಾಹದ ಅಮೋಘವಾದ ಕಲ್ಪನೆ ಇತ್ತು. ಆಗಾಗ ಅವಳ ವಿವಾಹದ ವಿಷಯ ಮನೆಯಲ್ಲಿ ಪ್ರಸ್ತಾಪವಾಗಿ ರೋಮಾಂಚಿತಳನ್ನಾಗಿಸುತ್ತಿತ್ತು. ಆದರೆ ಆಗಿದ್ದೇ ಬೇರೆ. ಪ್ರತಿಯೊಬ್ಬರು ಮನೆಯಲ್ಲಿನ ಜನ ಕೂಡ 'ನೀನು ಸತ್ತಿದ್ರೂ ಇಷ್ಟು ದುಃಖ ಆಗ್ತಾ ಇರ್ಲಿಲ್ಲ. ಅನುಮಾನಿತರಾಗಿ ಬದ್ಕಬೇಕಿರಲಿಲ್ಲ' ಈ ಮಾತನ್ನು ಅಂದು ಘಾಸಿಗೊಳಿಸಿದ್ದರು. ಅರುಂಧತಿಗೆ ಆದ ಆಘಾತಕ್ಕಿಂತ ಅವರುಗಳಿಗೆ ತಮ್ಮ ಮನೆತನದ ಮಾನ ಮರ್ಯಾದೆಗಳೆ ಮುಖ್ಯವಾಗಿತ್ತು.

ಬಾತ್‌ರೂಂನಿಂದ ಉಷಾ ಹಿಂದಿರುಗಿದಾಗಲೂ ಅರುಂಧತಿ ಹಾಗೆಯೆ ಕೂತಿದ್ದರು. ಎಷ್ಟೇ ಪ್ರಯತ್ನಪಟ್ಟರೂ ಆಗಾಗ ಮಾನಸಿಕ ಸ್ಥಿತಿ ಹದಗೆಡುತ್ತಲೆ ಇತ್ತು. ಇದು ನಿರಂತರ. ಇದರಿಂದ ತಪ್ಪಿಸಿಕೊಳ್ಳುವುದು ಸಾಧ್ಯವಿಲ್ಲವೆನಿಸಿತ್ತು ಅರುಂಧತಿಗೆ.

"ಅಮ್ಮ ....." ಒದ್ದೆ ಕೈಯನ್ನು ತಾಯಿಯ ಭುಜದ ಮೇಲೆ ಇಟ್ಟಳು. "ಓ ....." ಬೆಚ್ಚಿ ಬಿದ್ದ ಅರುಂಧತಿ "ರಾತ್ರಿ ನಿದ್ದೆ ಇಲ್ಲ. ರೆಸ್ಟ್ ಕೇಳ್ತಾ ಇದೆ ಮೈ" ಎಂದರು.

"ಕಾಫಿ ಕುಡ್ದು ಮಲ್ಗಿ ಬಿಡು. ಎದ್ಮೇಲೆ ಸ್ನಾನ ಮಾಡಿ ಏನಾದ್ರೂ ತಿನ್ಬಹ್ದು" ಎಂದು ಅಡಿಗೆ ಮನೆಗೆ ಹೋದವಳು ಎರಡೇ ನಿಮಿಷದಲ್ಲಿ ಬ್ರೂ ಬೆರೆಸಿಕೊಂಡು ಬಂದು ಕೊಟ್ಟು "ಡಿಕಾಕ್ಷನ್ ಲೇಟಾಗುತ್ತೆಂತ ಬ್ರೂ ಬೆರ್ಸಿಕೊಂಡ್ಬಂದೆ." ತಾನು ಒಂದು ಕಪ್ ಹಿಡಿದು ಕೂತಳು. ಅರುಂಧತಿಯ ಕಣ್ಣುಗಳು ಸೊಂಪಾಗಿ ಬೆಳೆದು ನಿಂತ ಮಗಳನ್ನು ನಿರುಕಿಸುತ್ತಿತ್ತು.

"ಯಾಕಮ್ಮ, ಒಂದು ತರಹ ನೋಡ್ತೀಯಾ?" ಕೇಳಿದಳು ಕಣ್ಣು ಅಗಲಿಸಿ. ಆಕೆ ಪೂರ್ತಿ ಕುಡಿದು ಮುಗಿಸಿದ ನಂತರವೇ ಮಾತಾಡಿದ್ದು" ಪುಟ್ಟ ಉಷಾ, ಎಷ್ಟು ಬೇಗ ಬೆಳ್ದು ದೊಡ್ಡವಳಾದ್ಲು. ಅಮ್ಮ..." ಎಂದ ಅರುಂಧತಿ ಅಲ್ಲಿಗೆ ನಿಲ್ಲಿಸಿದರು. ಹಿಂದಿನ ವ್ಯಕ್ತಿಗಳು, ಘಟನೆಗಳ ನೆನಪು ಕೂಡ ಬೇಕಿರಲಿಲ್ಲ. ಈಗಿನದು ಹೊಸ ಜೀವನ. ಅಲ್ಲಿ ಇರುವುದು ಬರಿ ಉಷಾ ಮಾತ್ರ, ಬೇರೆ ಯಾರಿಗೂ ಅವಕಾಶವಿಲ್ಲ.

ಅರ್ಥವಾಯಿತು ಉಷಾಗೆ "ನಂಗೂ ಪುಟ್ಟವಳಾಗಿಯೇ ಇರಬೇಕೂಂತ ಅನ್ನಿಸ್ತು. ಸಾಧ್ಯವೇ? ಅಸಾಧ್ಯವಾದುದ್ದನ್ನು ಮಾತಾಡೋದು ತುಂಬ ಬೋರಿಂಗ್. ಎಲ್ಲಿ ಏಳು" ರೆಟ್ಟೆ ಹಿಡಿದು ಎಬ್ಬಿಸಿಕೊಂಡು ಹೋಗಿ ರೂಮಿನಲ್ಲಿ ಮಲಗಿಸಿ ಬಂದು ತಿಂಡಿಗೆ ತೊಡಗಿದಳು. ಮುನ್ನ ಒಮ್ಮೆ ವನಮಾಲಗೆ ಫೋನ್ ಮಾಡಿ "ಗುಡ್ ಮಾರ್ನಿಂಗ್, ಇಂದು ಎದ್ದಿದ್ದು ಲೇಟು. ಅಮ್ಮ ಈಗ್ಬಂದ್ರು. ತಿಂಡಿ ....ಮಾಡ್ಲಾ? ಅಡ್ಗೆ ..... ಮಾಡ್ಲಾ? ಕೇಳಿದಳು.

"ಏನಾದರೂ ಮಾಡೋಣಾಂತ ಕಿಚನ್‌ನಲ್ಲಿದ್ದೀನಿ. ನಾನೇ ಅಲ್ಲಿಗೆ ಬರ್ತೀನಿ

ಬಿಡು" ಎಂದು ಫೋನ್ ಕಟ್ ಮಾಡಿದರು.

ಇವಳು ಚಪಾತಿಗೆ ಹಿಟ್ಟು ಕಲಸುವ ವೇಳೆಗೆ ವನಮಾಲ ಬಂದರು. ಹಾಲಿನ ಪ್ಯಾಕೇಟ್‌ಗಳು, ತರಕಾರಿ, ಬೆಣ್ಣೆ ಎಲ್ಲವನ್ನು ಬ್ಯಾಸ್ಕೆಟ್‌ಗೆ ತುಂಬಿಸಿಕೊಂಡು ಬಂದರು ಕೆಲಸದ ಹುಡುಗಿಯ ಕೈಯಲ್ಲಿ.

"ಇದೆಲ್ಲ, ಏನು?" ಕೇಳಿದಳು ಉಷಾ.

"ಉಪಯೋಗಿಸ್ಲಿಲ್ಲಾಂದ್ರೆ ಹಾಳಾಗುತ್ತೆ. ಅದ್ಕೇ ಇಲ್ಲಿ ತಂದಿದ್ದು. ಒಂದು ಸುತ್ತು ಜಾಸ್ತಿಯಾಗಿ ಡಾಕ್ಟ್ರು ಬಳಿ ಹೋಗುವ ಬದ್ಲು, ನಾನು ನಿಂಗೆ ಒಂದಿಷ್ಟು ಸಹಾಯ ಮಾಡ್ತೀನಿ" ಅವಳೊಂದಿಗೆ ಕಿಚನ್‌ಗೆ ಬಂದರು.

ಇಬ್ಬರು ಸೇರಿಯೇ ಅಡಿಗೆ ಮಾಡಿದ್ದು. ಮಧ್ಯ ಎರಡು ಕಪ್ ಕಾಫಿ ಮಾಡಿಕೊಟ್ಟಿದ್ದಳು ವನಮಾಲಗೆ.

"ನನ್ನ ಮಾಜಿ ಅತ್ತೆ ಫೋನ್ ಮಾಡಿದ್ರು. ಅವ್ರ ಮಾವನವ್ರ ವೈದಿಕವಂತೆ ನಾಳೆ. ಅಲ್ಲಿಗೆ ಊಟಕ್ಕೆ ಬಾ ಅಂತ. ನಂಗೆ ಮುಟ್ಟಿನ ಸಮಯ ಅಂದೇ. ಅದ್ಕೆ ಆಕೆ ಏನ್ಹೇಳಿದ್ರು..... ಗೊತ್ತ ! ಪರ್ವಾಗಿಲ್ಲ, ಹಿಂಬಾಗಿಲಿದಿಂದ ಬಾ. ಬ್ರಾಹ್ಮಣರ ಊಟವಾದ್ಮೇಲೆ ಬಡಿಸ್ತೀನಿಂದ್ರೂ. ನಾನು ಆಗೊಲ್ಲ. ಹಬ್ಬದ ಅಡಾವುಡಿಯ ಜೊತೆ ಆಗಾಗ ನಡೆಯುವ ವೈದಿಕಗಳ ಮಡಿ ಮೈಲಿಗೆಯಲ್ಲಿ ನನ್ನ ತಿಥಿಯಾಗಿ ಹೋಗಿತ್ತು. ಈಗ ನಂಗೆ ಎಲ್ಲಿಯ ಕರ್ಮ ! ಏನೋ ದೂರದ ಕೆಟ್ಟ ಆಸೆ, ಆ ಜನಕ್ಕೆ" ಅಸಹ್ಯಿಸಿಕೊಂಡರು.

ಉಷಾ ಮಾತಾಡಲಿಲ್ಲ. ತುಂಬು ಕುಟುಂಬಗಳೆಂದರೆ ಅವಳಿಗಿಷ್ಟ. ಅಲ್ಲಿನ ಸುಖ-ಸಂತೋಷ, ನೋವು- ನಲಿವಿನ ಅನುಭವವಿಲ್ಲದಿದ್ದರಿಂದ ಕಲ್ಪನೆಯಲ್ಲಿ ನೋಡಬೇಕಿತ್ತು.

ಅರುಂಧತಿ ಎದ್ದು ಬಂದಾಗ ಇಬ್ಬರು ಎದುರು ಬದರು ಕೂತು ಮಾತಾಡುತ್ತಿದ್ದವರು ಗಪ್‌ಚಿಪ್ ಆದರು. ದೇಶ್‌ಮುಖ್ ಬಗ್ಗೆ, ಆ ಫಾರ್ಮ್ ಬಗ್ಗೆ ವಿಷಯವೇ ಹೇಳುತ್ತಿದ್ದುದ್ದು.

"ಆಯ್ತಾ, ನಿದ್ದೆ?" ವನಮಾಲ ಕೇಳಿದರು.

"ಇವ್ಳು ಬರ್ತಾ ಬರ್ತಾ ನನ್ನ ಸೋಮಾರಿಯನ್ನಾಗಿ ಮಾಡ್ಬಿಟ್ಟು," ಮಗಳನ್ನು ಪ್ರೀತಿಯಿಂದ ಬೈಯ್ದು "ಸ್ನಾನ ಮಾಡ್ಕಂಡ್ ಬಂದ್ಬಿಡ್ತೀನಿ" ಹೊರಟರು ಟವಲಿಡಿದು.

ವನಮಾಲ ಸಾಕಷ್ಟು ಸಲ ಪ್ರಶ್ನಿಸಿದ್ದರೂ ಉಷಾ ಏನು ಹೇಳದಿದ್ದರೂ ಕುತೂಹಲ. ಇಂದು ಕೂಡ ಅದೆ ಕುತೂಹಲವೇ.

"ಉಷಾ, ನೀನು ಇಂಡಿಯಾ ಭೂಪಟದಲ್ಲಿ ನೀನು ಜಾವಗಲ್‌ನ ಯಾಕೆ ಆರ್ರಿಸಿಕೊಂಡೇ? ಅಲ್ಲೇನಿದೆ? ತೀರಾ ಹತ್ತಿರದಲ್ಲೆ ಎಷ್ಟೋ ಸಣ್ಣ, ಪುಟ್ಟ ಊರುಗಳು ಇದ್ದವು. ನೀನು ಪರ್ಟಿಕ್ಯುಲರ್ ಆಗಿ ಜಾವಗಲ್‌ನ ಹೆಸರಿಸಿದ್ದಕ್ಕೆ ಬಲವಾದ ಕಾರಣವಿದೆಯೆನಿಸುತ್ತೆ."

ಉಷಾ ಪಕ ಪಕನೆ ನಕ್ಕು ಬಿಟ್ಟಳು. ಅವಳ ಅನುಮಾನ ನಿಜವಾಗಿದ್ದರು ಸತ್ಯವನ್ನು ಹೊರಗೆ ಚೆಲ್ಲಲು ಅವಳಿಗಿಷ್ಟವಿಲ್ಲ.

"ಎಂಥದ್ದು ಇಲ್ಲ, ಆಂಟೀ. ಜಾವಗಲ್ ಶ್ರೀನಾಥ್ ಹೆಸರು ಯಾರ್ಗೆ ಗೊತ್ತಿಲ್ಲ. ಹೆಸರಿನ ಹಿಂದೆ ಇರೋ ಜಾವಗಲ್ ಒಂದಿಷ್ಟು ತಲೆ ಕೆಡಿಸ್ತು ಅಷ್ಟೆ. ಅದು ಜಾವಗಲ್, ಇದು ಕೋಟೆ ಜಾವಗಲ್. ನಂಗೆ ಕೆಲವು ದಿನಗಳಾದ್ರೂ .. ಹೊರ್ಗಡೆ ಇದ್ದು ಒಂಟಿಯಾಗಿ ಪ್ರಪಂಚನ ನೋಡ್ಬೇಕೂಂತ ಅನ್ನಿಸ್ತು. ನೀವು ಹೆಲ್ಪ್ ಮಾಡಿದ್ರಿ. ಆಘಾತವಾದಾಗ ಜೀವನದ ಸತ್ಯಾನ್ವೇಷಣೆಗೆ ಪ್ರಯತ್ನಿಸುವಂಥ ಜನ ಕೂಡ ಇದ್ದಾರೇಂತ ಅನ್ನಿಸ್ತು. ದೇಶ್‌ಮುಖ್ ಅಂಕಲ್, ಗ್ರೀಷ್ಮಾ ಆಂಟೀನ ನೋಡಿದ್ಮೇಲೆ ಅವ್ರುಗಳ ಡಾಲರ್ ರೂಪದಲ್ಲಿದ್ದ ಬ್ಯಾಂಕ್ ಬ್ಯಾಲೆನ್ಸ್, ಫ್ಲಾಟ್, ಕಾರುಗಳ್ನ ಅನಾಥಾಶ್ರಮಗಳಿಗೆ ಕೊಟ್ಟ ಬಗ್ಗೆ ಒಮ್ಮೆ ಗ್ರೀಷ್ಮಾ ಆಂಟಿ ಅಂದ ನೆನಪು. ಇಲ್ಲೂ ಕೂಡ ಎಷ್ಟೊಂದು ಸಿಂಪಲ್. ಫಾರ್ಮ್‌ನಲ್ಲಿ ಬೆಳ್ಯೋ ಹಣ್ಣುಗಳೆಲ್ಲ ಕೋತಿ, ಅಳಿಲು ಮುಂತಾದವುಗಳ ಪಾಲು. ಬಿಟ್ಟ ಹೂಗಳೆಲ್ಲ ನಿಶ್ಚಿಂತೆಯಿಂದ ಉದುರುವವರೆಗೂ ಗಿಡಗಳಲ್ಲಿಯೇ ಇರಬಹುದು. ಇವ್ರುಗಳು ಮಾತ್ರ ಡಿಫರೆಂಟ್ ಯಾಕೆ?" ಅವಳ ಪ್ರಶ್ನೆಗೆ ಚಲಿಸಿ ಹೋದರು.

"ಹೌದು, ಜೀವ್ನ ಅಶಾಶ್ವತವೆಂದು ಎಲ್ಲರಿಗೂ ಗೊತ್ತು. ಅಪ್ಪ ಸತ್ತಾಗ ಮಕ್ಳು ಅವ್ನು ಬಿಟ್ಹೋದ ಆಸ್ತಿಗಾಗಿ ಹೊಡೆದಾಡುತ್ತಾರೆ. ಸಂತಾನವನ್ನು ಕಳ್ದುಕೊಂಡ ಮಾತಾಪಿತೃಗಳೇನು ವಿರಾಗಿಗಳಾಗೊಲ್ಲ. ಭ್ರಮೆಯಲ್ಲೇ..... ಬದ್ಕು!" ಭಾವುಕರಾಗಿ ನುಡಿದರು ವನಮಾಲ. ಆಕೆಯ ಮಾತುಗಳು ಸಮಾಧಾನ ತರಲಿಲ್ಲ ಉಷಾಗೆ.

ಕೆಲವೊಮ್ಮೆ ಆಳವಾಗಿ ಚಿಂತಿಸಿದಾಗ ಮನುಷ್ಯ ಒಬ್ಬ ಮೂರ್ಖನಾಗಿ ಕಾಣುತ್ತಾನೆ, ಕೆಲವೊಮ್ಮೆ ಭ್ರಮೆಯಲ್ಲಿ ಬದುಕದಿದ್ದರೆ ಬದುಕು ಸುಂದರವೆನಿಸೋಲ್ಲವೇನೋ ಎನ್ನುವ ಅನುಮಾನ.

ಬಾಗಿಲ ಮೇಲೆ ಮೆಲ್ಲನೆಯ ಸದ್ದು ಕೇಳಿ ಅತ್ತ ತಿರುಗಿದ ವನಮಾಲ "ಕಾಲಿಂಗ್ ಬೆಲ್ ಕೆಟ್ಹೋಗಿದ್ಯಾ?" ಕೇಳಿದರು. ಇಲ್ಲವೆಂದು ತಲೆಯಾಡಿಸಿ ಹೋಗಿ ಬಾಗಿಲು ತೆಗೆದಾಗ ಸಾಕ್ಷಾತ್ ಸತೀಶ್ ನಿಂತಿದ್ದ. ರಾತ್ರಿಯ ಸಾರು, ಹುಳಿ, ಮೊಸರಿನ ಪಾತ್ರೆಗಳನ್ನು ಹಿಡಿದು.

"ಬನ್ನಿ ಸತೀಶ್ .... ಬಾಪ್ಪ" ವನಮಾಲ ಕೂಗಿದರು.

ಆರಾಮಾಗಿ ಒಳಗೆ ಬಂದ ಸತೀಶ್ ವನಮಾಲ ಎದುರು ಕೂತು "ಉಷಾ, ರಾತ್ರಿ ಸಾರು, ಹುಳಿ ಕೊಟ್ಟಿದ್ರು. ಒಳಗಿಂದು ಖರ್ಚಾದ್ರೂ ಪಾತ್ರೆಗಳನ್ನ ಹಿಂದಿರುಗಿಸಬೇಕಲ್ಲ, ಇನ್ನೊಂದು ದಿನ ಕೊಡಲು" ಮೃದುವಾಗಿ ಹೇಳಿದಾಗ, ವನಮಾಲ ಜೋರಾಗಿಯೇ ನಕ್ಕರು. 'ಪಾಕಡ' ವ್ಯಕ್ತಿಯೆಂದುಕೊಂಡಳು ಉಷಾ.

ವಯಸ್ಸಿಗೆ ಬಂದ ವಿದ್ಯಾರ್ಥಿಗಳಿಗೆ ಪಾಠ ಹೇಳಿ ಅವರುಗಳೊಂದಿಗೆ ಸ್ನೇಹದಿಂದ, ಅಧಿಕಾರದಿಂದ ಮಾತಾಡಿ ಅಭ್ಯಾಸವಿದ್ದ ವನಮಾಲ ಸಾಕಷ್ಟು ಮಾತಾಡಿ ಊಟಕ್ಕೆ

ನಿಲ್ಲಿಸಿಕೊಂಡರು.

"ನೀನು ಮಾಡ್ದ ಅಡ್ಗೇ ರಾತ್ರಿಗೆ ಉಪಯೋಗವಾಗುತ್ತೆ. ಈಗ ನಮ್ಜೊತೆ ಊಟ ಮಾಡು"

ಎಲ್ಲರೂ ಕೂತಾಗ ಉಷಾ ಬದಲು ಅರುಂಧತಿ ಬಡಿಸಿದರು.

ಊಟದ ಮಧ್ಯೆ ಸತೀಶ್ "ಆಂಟೀ, ನಿಮ್ಮ ಮನೆಯ ಸಾರು ಹುಳಿ ನಂಗೆ ತುಂಬ ಹಿಡಿಸಿದೆ. ಹೋಟೆಲ್ ಊಟ ನಂಗೆ ಆಗೊಲ್ಲ. ನೀವೆ ಒಂದಿಷ್ಟು ಸಾರು ಹುಳಿ ಮಾಡೋದು ಹೇಳ್ಕೊಡಿ" ಒಂದು ಆಫರ್‌ನ ಅರುಂಧತಿಯ ಮುಂದಿಟ್ಟ. ಆಕೆ ಮುಗುಳ್ನಗೆಯೊಂದಿಗೆ ಸುಮ್ಮನಾದರು. ಆದರೆ ವನಮಾಲ ಒಂದು ಬಾಂಬ್ ಸಿಡಿಸಿದರು.

"ಅಡ್ಗೆಯೆಲ್ಲ ಉಷಾದೇ. ಎಲ್ಲಾ ಅಡ್ಗೇನು ಮಾಡ್ತಾಳೆ. ಅದ್ಕೆ ನಾನು ಕೂಡ ಆರಾಮಾಗಿ ಇಲ್ಲಿಗೆ ಬರೋದು. ಹೇಗೂ ಈಗ ಕಾಲೇಜಿಗೆ ರಜ. ಬೇಕಾದರೆ ಹೇಳ್ಸಿಕೊಳ್ಳಿ" ಧಾರಾಳವಾಗಿ ಸಲಹೆ ಕೊಟ್ಟರು.

ಊಟ ಮಾಡುತ್ತಿದ್ದ ಉಷಾಳ ನೆತ್ತಿ ಹತ್ತಿತು. ಮೊದಲ ಸಲ ಅವಳಿಗೆ ವನಮಾಲ ಮೇಲೆ ಕೋಪ ಬಂತು. ಈ ಅನಗತ್ಯ ಬೆಳವಣಿಗೆ ಸ್ವಲ್ಪವು ಇಷ್ಟವಾಗಲಿಲ್ಲ.

"ಫೀಸ್ ಎಷ್ಟು ಬೇಕಾದ್ರೂ ತಗೊಳ್ಳಿ. ನನಗೆ ಕುಕಿಂಗ್ ಬಗ್ಗೆ ಆಸಕ್ತಿ ಇರೋದ್ರಿಂದ ಬೇಗ ಕಲೀತೀನಿ. ಅಂಥ ದಡ್ಡ ಕೂಡ ಅಲ್ಲ. ಒಂದ್ವಾರ ಕಲಿಸೋ ರಿಸ್ಕ್ ತಗೊಳ್ಳಿ" ಮೆಲ್ಲನೆ ಹೇಳಿದ ಸತೀಶ್. ಪಾತ್ರೆಗಳನ್ನೆಲ್ಲ ಎತ್ತಿ ಅವನ ತಲೆಯ ಮೇಲೆ ಕುಕ್ಕಬೇಕೆನಿಸಿತು. "ಆಂಟೀ, ತಮಾಷೆ ಮಾಡ್ತಾ ಇದ್ದಾರೆ. ಅಡಿಗೆ ಕಲಿಯೋಕೆ ಬೇಕಾದಷ್ಟು ಪುಸ್ತಕಗಳು ಬಂದಿದೆ. ಆ ಕಡೆ ಹೋದಾಗ ನಾನೇ ಒಂದು ತಂದು ಪ್ರಸೆಂಟ್ ಮಾಡ್ತೀನಿ" ಎಂದು ಹೇಳಿ ಕೈ ತೊಳೆಯಲು ಎದ್ದು ಹೋದಳು ಉಷಾ.

ವನಮಾಲ ಮುಸಿ ಮುಸಿ ನಕ್ಕರು. ಅರುಂಧತಿ ಮಾತ್ರ ಪೆಚ್ಚಾಗಿದ್ದರು. ಇಷ್ಟು ಮಾತುಗಾರನಾದ ಸತೀಶ್ ಖಂಡಿತ ಇಂದಲ್ಲ ನಾಳೆ ನಾಳಿದ್ದರಲ್ಲಿಯಾದರೂ ಉಷಾಳ ತಂದೆಯ ಬಗ್ಗೆ ವಿಚಾರಿಸಬಹುದು. ಅವಳು ಸುಮ್ಮನಾದರೂ ಬೇರೆಯವರಾದರೂ ಸತ್ಯ ತಿಳಿಸಬಹುದು. ಅವನ ದೃಷ್ಟಿಯಲ್ಲಿ ತಾವೇನು? ಇದನ್ನು ನಿರಂತರವಾಗಿ ಅನುಭವಿಸಿದ್ದರು.

ಅಂದು ನಿಸ್ಸಹಾಯಕತೆಯಿಂದ ಮುಗ್ಧಳಾಗಿ ಮಗುವನ್ನು ಒಡಲಲ್ಲಿಟ್ಟುಕೊಂಡು ಬಂದವಳು ಸತ್ಯವನ್ನೆ ತಿಳಿಸಿದ್ದು ಡಾ. ಮೇರಿಯವರಿಗೆ. ಆಕೆ ಅದನ್ನು ಸ್ವಾಗತಿಸಿದ್ದರು. ಮುಂದಿನ ಬದುಕಿಗೆ ಅಮೃತ ಜಲ ಒದಗಿಸಿದವರು ಅವರೇ.

ಹೊರಟ ಸತೀಶ್ ಹಿಂದಕ್ಕೆ ಬಂದು "ಅಡಿಗೆ ಪುಸ್ತಕ ಎಲ್ಲಿ ಸಿಕ್ಕುತ್ತೆ" ಕೇಳಿದ "ಎಲ್ಲಾ ಕಡೇನು ಸಿಕ್ಕುತ್ತೆ. ಎಲ್ಲಿ ಪುಸ್ತಕಗಳನ್ನು ಮಾರ್ತಾರೋ ಅಲೆಲ್ಲ ಸಿಕ್ಕುತ್ತೆ" ಹೇಳಿದಳು. ಸದ್ಯಕ್ಕೆ ಎರಡು ರಿಸ್ಕ್‌ಗಳಿಂದ ತಪ್ಪಿಸಿ ಕೊಂಡಂಗಾಗಿತ್ತು.

ವನಮಾಲ ಮುಕ್ತವಾಗಿ ನಕ್ಕರು. ಸದಾ ಈ ಸಂತೋಷ ಇರಲೀಯೆಂದು ಬಯಸುತ್ತಿದ್ದರೂ ಕೆಲವು ಕುಹಕಿಗಳು, ಮಿತ್ರವಿಂದ ಕಾಡುತ್ತಲೇ ಇದ್ದರು ಆಗಾಗ.

ಉಷಾ ವನಮಾಲ ಫ್ಲಾಟ್‌ನವರೆಗೂ ಹೋಗಿ ಬಂದ ನಂತರ ಹಿಡಿಯಲ್ಲಿದ್ದುದ್ದನ್ನು ಅರುಂಧತಿ ಮುಂದಿಡಿದಳು. "ಅಮ್ಮ, ಈ ಲಾಕೆಟ್ ಚೈನ್ ಯಾರ್ದು? ಪ್ರಸೆಂಟೇಷನ್ ಆಗಿ ಬಂದಿದ್ದಾ?"

ಪೂರ್ತಿಯಾಗಿ ಬೆವತು ಬಿಟ್ಟರು ಅರುಂಧತಿ. ಎಷ್ಟೋ ವರ್ಷಗಳ ಕೆಳಗೆ ಕುತ್ತಿಗೆಯಿಂದ ತೆಗೆದು ಪೊಟ್ಟಣ ಕಟ್ಟಿ ಹಳೆ ಸೂಟುಕೇಸ್‌ನಲ್ಲಿ ಹಾಕಿದ್ದರು. ಒಂದು ಅವಧಿಯ ಬದುಕಿನ ಕುರುಹಾಗಿ ಇದ್ದರೂ ಬೇಕಿರಲಿಲ್ಲ. ಈಗಿನ ನೋವು, ಕಣ್ಣೀರು ಅವಮಾನದ ಜೊತೆ ಅದನ್ನು ತೆಗೆದಿಟ್ಟುಕೊಂಡು ಗೋಳಾಡಿ ಉತ್ಸಾಹದ ಉಷಾಳ ದಿನಗಳನ್ನು ದುರ್ಭರವಾಗಿಸಲು ಇಷ್ಟವಿಲ್ಲ.

"ನಿಂಗೆಲ್ಲಿ..... ಸಿಕ್ತು?" ಕೇಳಿದರು.

"ಹಳೇ ಸೂಟುಕೇಸ್‌ನಲ್ಲಿತ್ತು. ಇಷ್ಟೊಂದು ಚೆನ್ನಾಗಿರೋ ಒಡ್ವೇನ ಯಾಕೆ ಇಲ್ಲಿಟ್ಟಿದ್ದಾರೆಂತ ತಿಳ್ದು ತಗೊಂಡೆ. ನೀನೆಲ್ಲೋ ಮರೆತಿರಬೇಕೂಂತ ಅಂದ್ಕೊಂಡೆ. ನಾನು ಹಾಕಿಕೊಳ್ಳಲಾ?" ಕೇಳಿದಳು. ತಾಯಿಯ ಮುಖದ ಪ್ರತಿಕ್ರಿಯೆಯನ್ನು ಸೂಕ್ಷ್ಮವಾಗಿ ಗಮನಿಸುತ್ತ. ಅರುಂಧತಿ ಮುಖವನ್ನು ಪಕ್ಕಕ್ಕೆ ತಿರುಗಿಸಿಕೊಂಡು "ಬೇಡಾಂದರೇ ಯಾಕೇಂತ ಕೇಳೊಲ್ಲ ತಾನೆ?" ಕೇಳಿದರು.

ತಾಯಿಯ ಬುದ್ಧಿವಂತಿಕೆಗೆ ಉಷಾ ತಲೆದೂಗಿದಳು.

"ನಿಂಗೆ ಹೇಳೋಕೆ ಇಷ್ಟವಿಲ್ಲಾಂದರೇ ಕೇಳೋಲ್ಲ. ಆದ್ರೂ ನನ್ನ ಮನಸ್ಸಿನ ಪ್ರಶ್ನೆಗಳು ನಿಂತು ಹೋಗುತ್ತಲ್ಲ. ಆಯ್ತು, ನಿನ್ನ ಮನಸ್ಸಿಗೆ ಕಷ್ಟವಾಗೋದಾದರೆ ಕೇಳೋಲ್ಲ. ಅಮ್ಮ ಇಲ್ನೋಡು ಈ ಲಾಕೆಟ್ ಮೇಲೆ ರುಕ್ಮಿಣಿ ಅನ್ನೋ ಹೆಸರು ಇದೆ" ಅರುಂಧತಿಯ ಮುಂದಿಡಿದಳು. ಒಂದು ಕಡೆ 'ಓಂ' ಇದ್ದರೇ ಇನ್ನೊಂದು ಕಡೆ 'ರುಕ್ಮಿಣಿ' ಎಂದು ಕೆತ್ತಿಸಿದ್ದರು.

ಮಗಳ ಕೈಯಿಂದ ಆ ಸರ ಕಿತ್ತುಕೊಂಡ ಅರುಂಧತಿ ಒಂದು ಸಣ್ಣ ಕವರ್‌ನಲ್ಲಿ ಹಾಕಿ ರೂಮಿಗೆ ಒಯ್ದರು. ಅವಳಿಗೆ ಸಿಕ್ಕಿ ಆಗಿತ್ತು. ಇನ್ನ ಕಾಣದಂತೆ ಇಡುವ ಪ್ರಯಾಸ ಬೇಡವೆನಿಸಿತು. ಬೀರು ಲಾಕರ್‌ನಲ್ಲಿ ಹಾಕಿದರು. ಅವಳು ಪುಟ್ಟ ಹುಡುಗಿಯಲ್ಲ, ಎಲ್ಲಾ ಮುಚ್ಚಿಡುವುದು ಸಾಧ್ಯವು ಇಲ್ಲ ಅಂತ ಅನಿಸಿತು.

ಅರ್ಧ ಗಂಟೆಯಾದರೂ ಅಮ್ಮ ಹೊರ ಬರದಿದ್ದಾಗ ಅರಸಿಕೊಂಡು ರೂಮಿಗೆ ಬಂದ ಉಷಾ ಉಪಾಯವಾಗಿ "ಎಲ್ಲಾದ್ರೂ ಸಿಕ್ಕಿದ್ದಾ? ಕಾರ್ಗಿಲ್ ಸೈನಿಕರ ಪರಿಹಾರ ನಿಧಿಗಾಗಿ ಕಾಲೇಜು ಸ್ಟೂಡೆಂಟ್ಸ್ ನಿಧಿ ಸಂಗ್ರಹಿಸುತ್ತಿದ್ದಾರಂತೆ, ಆ ಹುಂಡಿಯಲ್ಲಿ ಹಾಕಿ ಬಿಡ್ಲಾ? ಲಾಕರ್‌ನಲ್ಲಿಡೋದ್ರಿಂದ ಪ್ರಯೋಜನವೇನು? ಯಾರ್ಗೂ ಉಪಯೋಗಕ್ಕೆ ಬರದ ವಸ್ತುಗೆ ಎಷ್ಟು ಬೆಲೆಯಾದರೇನು?" ತೀಕ್ಷ್ಣವಾಗಿ ನುಡಿದಳು.

ಅರುಂಧತಿ ಷಾಕಾದಳು. ಅವಳ ಮಾತಿನಲ್ಲಿ ಸತ್ಯವಿದ್ದುದರಿಂದ ಕೋಪಗೊಳ್ಳಲಿಲ್ಲ. ಅತ್ಯಂತ ತಾಳ್ಮೆಯಿಂದ, ತುಂಬ ಮೃದುವಾಗಿ "ಅದೊಂದು ನೆನಪುಗಳ ಗಣಿ. ನಿನ್ನ ಸುಪರ್ದಿಗೆ ಪೂರ್ತಿಯಾಗಿ ಬಂದ್ಮೇಲೆ ಹೇಗಾದ್ರೂ ಉಪಯೋಗಿಸ್ಕೊ" ಹೇಳಿದರು.

"ಹೋಗ್ಲಿ ಬಿಡು, ನಿಂಗೆ ಇಷ್ಟವಾದ್ದು ನಂಗೂ ಇಷ್ಟವೇ. ನೀನೆಷ್ಟು ಜೋಪಾನವಾಗಿ ಕಾಯ್ದಿಟ್ಟೆಯೋ, ಮುಂದಿನ ಜನರೇಷನ್‌ಗೆ ನಾನು ಕಾಯ್ದು ಇಡ್ತೀನಿ." ಉತ್ಸಾಹದ ಬುಗ್ಗೆಯಾದಳು. ಸದ್ಯಕ್ಕೆ ಸರ ಲಾಕೆಟ್‌ನ ಪ್ರಸ್ತಾಪ ನಿಂತಿತಲ್ಲ ಎನ್ನುವ ನಿರಾತಂಕ ಅರುಂಧತಿಗೆ. ಇಂದು ಏನೇನೋ ಮಾತಾಡಬೇಕೆನಿಸಿತು.

ಮಗಳ ಕೈ ಹಿಡಿದು ಪಕ್ಕದಲ್ಲಿ ಕೂಡಿಸಿಕೊಂಡು "ಉಷಾ ನನ್ನ ಬಗ್ಗೆ ಕೋಪ ತಿರಸ್ಕಾರ ಎಲ್ಲಾ ಇರಬಹುದಲ್ಲ" ಕೇಳಿದರು. ಬೆಂಕಿ ಸೋಕಿದಂತೆ ಎಗರಿ ಬಿದ್ದಳು. "ಯಾಕೆ, ಈ ಪ್ರಶ್ನೆ?"

ಮಗಳ ಕೈಯ ಪ್ರತಿಯೊಂದು ಬೆರಳನ್ನು ನೇವರಿಸುತ್ತ ನೋಟವನ್ನು ನೆಲದಲ್ಲಿ ಹುದುಗಿಸಿ "ಮಾಡದ ತಪ್ಪಿಗೆ ನಿಂಗೆ ಶಿಕ್ಷೆ ! ತಂದೆ, ಬಂಧು ಬಳಗ ಎಲ್ಲರಿಂದ ನಿನ್ನ ವಂಚಿತಳನ್ನಾಗಿಸಿದೆ. ಆ ಹಕ್ಕು ನಂಗೆ ಕೊಟ್ಟವರಾರು? ಅಂದು ನನ್ನಲ್ಲಿ ನಿನ್ನ ಉಳಿಸಿಕೊಳ್ಳಬೇಕೆಂಬ ಧಾವಂತ ಮಾತ್ರ ಇತ್ತು. ಭವಿಷ್ಯದ ಬಗ್ಗೆ ಯೋಚಿಸುವಷ್ಟು ಪ್ರಬುದ್ಧಳಾಗಿರಲಿಲ್ಲ. ನನ್ನ ಕ್ಷಮ್ಸಿ ಬಿಡು" ಅವಳನ್ನು ಅಪ್ಪಿಕೊಂಡು ಬಿಕ್ಕತೊಡಗಿದರು ಅರುಂಧತಿ.

"ಛೆ......" ತಾಯಿಯ ಕಣ್ಣೀರನ್ನು ತೊಡೆದ ಉಷಾ "ಖಂಡಿತ ಇಲ್ಲ. ನಿನ್ನ ಬಗ್ಗೆ ನಂಗೆಷ್ಟೋ ಹೆಮ್ಮೆ. ದ್ವಾಪರ ಯುಗದಲ್ಲಿ ಕುಂತಿ ಕೂಡ ಸ್ವಯಂ ಅಪರಾಧದಿಂದ ಪಡೆದ ಕರ್ಣನ್ನ ಸಮುದ್ರದಲ್ಲಿ ತೇಲಿ ಬಿಟ್ಲು. ಎಷ್ಟೋ ಜನ ತಮ್ಮ ಅಕ್ರಮ ಸಂತಾನವನ್ನು ಬೀದಿಗೆ ಎಸೀತಾರೆ. ಕೆಲವು ಮಸಣಕ್ಕೆ, ಕೆಲವು ಅನಾಥಾಶ್ರಮಕ್ಕೆ. ಅಂಥದ್ದರಲ್ಲಿ ಯಾವ ತಪ್ಪು ಮಾಡದ ನೀನು ನಂಗೋಸ್ಕರ, ನನ್ನ ಹುಟ್ಟು ಬೆಳವಣಿಗೆಗೋಸ್ಕರ ಸಮಸ್ತವನ್ನು ತ್ಯಾಗ ಮಾಡ್ಬಿಟ್ಟೆ. ನಂಗೆ ನೀನೊಬ್ಳು ಸಾಕು" ಆಕೆಯ ಮಡಿಲಲ್ಲಿ ತಲೆಯನಿಟ್ಟಳು, ಹಾಯೆನಿಸಿತು. ಎಲ್ಲೋ ಅಂತರಂಗದಲ್ಲಿ ಹುದುಗಿದ್ದ ಕೀಳರಿಮೆ ಸುಟ್ಟು ಭಸ್ಮವಾಯಿತು. ಸ್ವರ್ಣ ಕಮಲದ ನಡುವಿನಿಂದ ಎದ್ದ ಪರಾಗದಂತೆ ಶೋಭಿಸಿದಳು.

ಆ ಕ್ಷಣ ಸ್ವಲ್ಪ ಬೇರೆಯೆ ಆದಳು ಉಷಾ. ಸಮಾಜವನ್ನೆದುರಿಸುವ ಶಕ್ತಿಯನ್ನು ತುಂಬಿಕೊಂಡಂತೆ ಉತ್ಸಾಹಗೊಂಡಳು.

* * *

ಸತೀಶ್ ಹದಿನೈದು ಅಡಿಗೆ ಮಾಡುವ ಪುಸ್ತಕಗಳನ್ನು ತಂದು ಕಾಲೇಜಿನಿಂದ ಬಂದ ಉಷಾಳ ಮುಂದೆ ಹಾಕಿದ "ನಂಗೆ ಬರೀ ಕನ್‌ಫ್ಯೂಷನ್, ಎಷ್ಟೊಂದು ಡಿಫರೆಂಟ್ ತರಹ ಅಡಿಗೆಗಳು ಇದೆ. ಸ್ವಲ್ಪ ನೀವೆ ಗೈಡ್ ಮಾಡ್ಬೇಕು" ತುಂಬ ತಲೆ

ಕೆಡಿಸಿಕೊಂಡಂತೆ ನುಡಿದ.

ಉಷಾ ಒಂದೊಂದು ಪುಸ್ತಕವನ್ನು ತೆಗೆದು ನೋಡಿದಳು. ಅದರಲ್ಲಿ ಐದು ಕನ್ನಡ ಭಾಷೆಯವು ಇನ್ನು ಐದು ಆಂಗ್ಲ ಭಾಷೆಯಲ್ಲಿತ್ತು. ಮತ್ತೆರಡು ಮರಾಠಿ ಉಳಿದ ಮೂರು ಹಿಂದಿ, ಮೂರು ಮತ್ತು ಎರಡನ್ನು ತೆಗೆದು ಪಕ್ಕಕ್ಕಿಟ್ಟಳು.

"ಇವೆರಡು ಮುಂಬಯಿಯಲ್ಲಿ ಮುದ್ರಣವಾಗಿದೆ. ಅಲ್ಲಿನ ಅಡ್ಗೆಯ ಟಚ್ ಇರುತ್ತೆ. ನಿಮ್ಗೆ ಅವೇ ಇಷ್ಟವಾಗ್ಬಹ್ದು. ನೀವು ಪುಣೆಯ ಕಡೆ ಜನ ಅಲ್ವಾ?" ಎಂದ ಅವಳು ಒಂದೊಂದು ಪುಸ್ತಕವನ್ನು ತೆರೆದು ನೋಡತೊಡಗಿದಳು.

ಎಷ್ಟು ತರಹ ಸಿಹಿ ತಿನಿಸುಗಳು, ಪಲ್ಯಗಳು, ರಸಗಳು, ಕಚಪ್‌ಗಳು – ಒಂದಾ, ಎರಡಾ..... ಇಷ್ಟೊಂದು ರೀತಿಯ ಅಡಿಗೆ ಮಾಡಬಹುದೆಂದು ಇಂದೇ ಅಂದಾಜಿಗೆ ಬಂದಿದ್ದು. ವೆಕೇಷನ್‌ನ ಮಧ್ಯಾಹ್ನದ ಸಮಯವನ್ನು ಹೊಸ ರುಚಿ ತಯಾರಿಕೆಗೆ ಮೀಸಲಿಡಬಹುದಿತ್ತೆಂದುಕೊಂಡಳು.

"ಯಾವ ಪುಸ್ತಕವನ್ನು ಆಯ್ದುಕೊಂಡು ಸಾರು, ಹುಳಿ ತಯಾರಿಸ್ಲೀ?" ಸಂಕಟಕ್ಕೆ ಸಿಕ್ಕಿಕೊಂಡಂತೆ ಪ್ರಶ್ನಿಸಿದಾಗ, ಅಚ್ಚ ಕನ್ನಡದಲ್ಲಿ ಪ್ರಿಂಟಾದ ಒಂದು ಪುಸ್ತಕವನ್ನು ಆಯ್ದು ಕೊಟ್ಟು "ಸದ್ಯಕ್ಕೆ ಇದ್ನ ಅಡಿಗೆಯ ಗೈಡ್ ಆಗಿ ಇಟ್ಕಳಿ" ಸಲಹೆ ಕೊಟ್ಟು ಪಾರಾದಳು.

ಮತ್ತೆ ಹತ್ತು ನಿಮಿಷದಲ್ಲಿ ಬಂದ ಅವನ ಕೈಯಲ್ಲಿ ದೇವರ ಮುಂದಿನ ಹಿತ್ತಾಳೆ ತಟ್ಟೆ, ಅದರಲ್ಲಿ ಕರ್ಪೂರದ ಉಂಡೆ ಇತ್ತು. 'ಏನು' ಎನ್ನುವಂತೆ ನೋಡಿದ್ದು ಕಣ್ಣಗಲಿಸಿಯೇ.

"ಹೊಸ ಸ್ಕೂಟರ್ ಬಂದಿದೆ. ಬಂದು ಒಂದಿಷ್ಟು ಪೂಜೆ ಮಾಡ್ಬಿಡಿ" ಎಂದ. ಹಣೆಗೆ ಕೈಯೊತ್ತಿಕೊಂಡಳು. ದೊಡ್ಡ ಪೂಜೆ ಅಂಥದ್ದೇನು ಮಾಡಲು ಗೊತ್ತಿರದ ಅವಳು ಆಗಮ ಪಂಡಿತರು, ವೇದಾಂತವನ್ನು ಅರಿದು ಕುಡಿದ ಅಚ್ಚಯ್ಯ ದೀಕ್ಷಿತರ ಮೊಮ್ಮಗಳು.

"ನಂಗೆ ಪೂಜೆ ಅಂಥದ್ದೆಲ್ಲ ಬರೋಲ್ಲ. ನಿಮ್ಗೆ ಹೋಗಿ ಅರ್ಚಕರನ್ನು ಕರ್ರೋಕೆ ಇಷ್ಟವಿಲ್ಲದಿದ್ರೆ..... ಆರಾಮಾಗಿ ನೀವೇ ಮಾಡ್ಕಳಿ. ಮಧ್ಯಸ್ಥಿಕೆ ಅಂಥದ್ದೇನು ಬೇಡ" ಸ್ಪಷ್ಟವಾಗಿ, ಒಂದಿಷ್ಟು ಗಟ್ಟಿಯಾಗಿ ಹೇಳಿದಳು.

ಸತೀಶ್ ಜರುಗುವಂಥ ಮನುಷ್ಯನಲ್ಲ.

"ನಂಗೆ ಗಂಟೆ ಬಾರ್ಸಿಕೊಂಡು ಮಂಗಳಾರತಿ ಮಾಡೋಕೆ ಬರೋಲ್ಲ. ಒಂದಿಷ್ಟು ಹೆಲ್ಪ್ ಮಾಡಿ. ಅದ್ರಿಂದ ನಿಮ್ಗೇನು ತೊಂದರೆ? ಈಗ ಫ್ರಿಯಾಗಿಯೇ ಇದ್ದೀರಲ್ಲ" ಎಂದ ಸತೀಶ್. ಉಷಾ ಕಣ್ಣರಳಿಸಿದಳು. ಅವಳು ಯೋಚಿಸಿ ಮತ್ತೆನಾದರೂ ಹೇಳುವ ಮುನ್ನ "ಪ್ಲೀಸ್, ಬೇಗ್ಬನ್ನಿ, ಆಮೇಲೆ ರಾಹುಕಾಲ ಬಂದ್ಬಿಡುತ್ತೆ" ಅವಸರಿಸಿ

ಹೊರಡಿಕೊಂಡು ಹೋದವನು ಮತ್ತೆ ತಾಮ್ರದ ಚೊಂಬುನಲ್ಲಿ ನೀರು ತಗೊಂಡು ಜೊತೆಗೆ ಹೂ, ಒಂದು ಪಾಕೆಟ್ ಸ್ವೀಟ್ಸ್ ಹಿಡಿದು ಬರುವ ವೇಳೆಗೆ, ಕಟ್ಟಡದ ಹುಡುಗರೆಲ್ಲ ಅಲ್ಲಿ ಸೇರಿ ಬಿಟ್ಟಿದ್ದರು. ಇವಳಿಗೆ ಮುಜುಗರ. ಆದರೆ ತಪ್ಪಿಸಿಕೊಳ್ಳುವಂತಿರಲಿಲ್ಲ.

ಸ್ಕೂಟರ್ ಮೇಲೆ ಒಂದಿಷ್ಟು ನೀರು ಸಿಂಪಡಿಸಿ, ಹೂವನ್ನು ಉಷಾಳ ಕೈಗೆ ಕೊಟ್ಟ. ಅವಳ ಮುಖ ದಪ್ಪಗಾದರೂ ಹೂ ಹಾಕಿದಳು. ತಟ್ಟೆಯಲ್ಲಿದ್ದ ದಪ್ಪ ಕರ್ಪೂರದ ಉಂಡೆಯನ್ನು ಹಚ್ಚಿ ಅವಳ ಕೈಗೆ ಕೊಟ್ಟ. ಸುತ್ತಲೂ ಹುಡುಗರ ಹಿಂಡು. ಆರತಿಯೆತ್ತಿ ಎಲ್ಲರಿಗೂ ಕೊಟ್ಟ ನಂತರವೇ ಅವನ ಮುಂದಿಡಿದಿದ್ದು. 'ಥ್ಯಾಂಕ್ಯೂ' ಎಂದು ಹೇಳಿತು ಅವನ ಕಣ್ಣುಗಳು.

ಎಲ್ಲರ ಮುಂದು ಸ್ವೀಟ್ಸ್ ಬಾಕ್ಸ್ ಹಿಡಿಯುವುದರ ಮುನ್ನ ಅವಳ ಮುಂದಿಡಿದ "ತಗೊಳ್ಳಿ, ಇದ್ನ ಡಿಸ್ಟ್ರಿಬ್ಯೂಟ್ ಮಾಡೋ ಕೆಲ್ಸ ಕೂಡ ನಿಮ್ದೇ" ಎಂದು ಅವಳ ಕೈಗೆ ಕೊಟ್ಟು ತೀರಾ ಚಿಕ್ಕ ಎರಡು ಮಕ್ಕಳನ್ನೇರಿಕೊಂಡು 'ಪುರ್ರೆಂದು' ಮಾಯವಾದ.

ಕೊಟ್ಟ ನಂತರ ಬಾಕ್ಸ್ ಹಿಡಿದು ಫ್ಲಾಟ್‌ಗೆ ಹಿಂದಿರುಗಿದಳು. ಬೇಸರವೆನಿಸಿದರೂ ಸ್ನೇಹವಾಗಿ ನಡೆದುಕೊಳ್ಳುವ ಸತೀಶ್‌ನ ಸ್ವಭಾವ ಇಷ್ಟವೆನಿಸಿತು. ಪುಣೆಯ ಬಳಿಯ ಚಿಕ್ಕ ಊರಿನಲ್ಲಿರುವ ಅಜ್ಜಿಯ ಎಲ್ಲಾ ಮಾತುಗಳನ್ನು ತಪ್ಪದೆ ಪಾಲಿಸುವ ಅವನ ವಿಧೇಯತೆ, ಪ್ರಮಾಣಿಕತೆಗೆ ಉಷಾಳ ಮನಸ್ಸು 'ಭೇಷ್' ಎನಿಸಿತು.

ಅರ್ಧಗಂಟೆಯ ಮುನ್ನವೇ ಬಂದ ಸತೀಶ್ ಸ್ಕೂಟರ್ ಕೀಯನ್ನು ಟೀಪಾಯಿ ಮೇಲೆ ಹಾಕಿ ಇವಳ ಎದುರಿನಲ್ಲಿಯೇ ಕೂತ.

"ನೀರು ಕೊಡ್ಲಾ?" ಎದ್ದು ಹೋಗಿ ಫ್ರಿಜ್‌ನಲ್ಲಿದ್ದ ನೀರಿನ ಬಾಟಲು ತಂದು ಟೀಪಾಯಿ ಮೇಲಿಟ್ಟು ಕೈ ಜೋಡಿಸಿದಳು. "ದಯವಿಟ್ಟು ನಿಮ್ಮ ಖಾಸಾ ಪುರೋಹಿತರಾಗಿ ಮುಂದುವರಿಯೋಕೆ ನಂಗಿಷ್ಟವಿಲ್ಲ. ನೀವು ಏನಾದ್ರೊಂದು ಆಗಾಗ ಖರೀದಿಸುತ್ತಲೇ ಇರ್ತೀರಾ, ನಾನು ಆಗ ಬಂದು ಪೂಜೆ ಮಾಡೋದು ಇದೆಲ್ಲ ನಂಗಿಷ್ಟವಾಗೋಲ್ಲ. ನಿಮ್ಮ ನಂಬಿಕೆಗಳು ನಿಮ್ದು. ಒಂದು ಸ್ಪೂನ್ ತಂದರೂ ಪುರೋಹಿತರನ್ನ ಕರ್ಸಿ ಪೂಜೆ ಮಾಡ್ಸಿ ದಕ್ಷಿಣೆ ಅಂಥದ್ದೆಲ್ಲ ಕೊಡಿ. ನನ್ನ ಅಭ್ಯಂತರವಿಲ್ಲ. ಮುಂದೆ ನನ್ನ ಕರೀಬೇಡಿ" ಕಡ್ಡಿ ಎರಡು ತುಂಡಾದಂತೆ ಹೇಳಿದಳು.

"ಆಯ್ತು, ನಂಗೆ ಒಬ್ಬ ಪರ್ಮನೆಂಟ್ ಪುರೋಹಿತರನ್ನು ಗೊತ್ತು ಮಾಡ್ಕೊಡಿ" ಮೇಲೆದ್ದ. "ನಾನು ಅಡ್ರೆಸ್ ಹೇಳಿದ್ದೀನಲ್ಲ. ನೀವೇ ಹೋಗಿ ಮಾತಾಡಿ ಇದ್ಕೆ ನನ್ನ ಮಧ್ಯಸ್ಥಿಕೆ ಬೇಕಾಗೊಲ್ಲ." ಉತ್ತ್ರೇಕ್ಷೆಯಿಂದ ಮಾತಾಡಿದಳು. ಸದ್ಯಕ್ಕೆ ಸತೀಶ್‌ನಿಂದ ತಪ್ಪಿಸಿಕೊಂಡರೆ ಸಾಕಿತ್ತು.

ತಕ್ಷಣ ಸತೀಶ್ ಎದ್ದು ಹೋದ. ಬೇಜಾರು ಮಾಡಿಕೊಂಡಿರಬಹುದೆಂದುಕೊಂಡು ನಿರಾಳವಾಗಿ ಉಸಿರಾಡಿದಳು. ಗಂಡು, ಹೆಣ್ಣು, ಪ್ರೇಮ, ಪ್ರೀತಿ ಕನಸಿಗಿಂತ ತನ್ನಮ್ಮನಿಗೆ

ಅದ ಅನ್ಯಾಯ ಸರಿಪಡಿಸಬೇಕೆಂಬ ಕಕ್ಕುಲತೆ ಅವಳದಾಗಿತ್ತು.

ತಂದ ದಿನದಿಂದ ಹಳದಿ ಬ್ಯಾಗ್ ಹಾಗೆಯೇ ಬಿದ್ದಿತ್ತು. ಗ್ರೀಷ್ಮಾ ಬಗ್ಗೆ ಗೌರವ, ಅಭಿಮಾನ ಎಲ್ಲಾ ಇದ್ದರೂ ಬ್ಯಾಗ್ ಓಪನ್ ಮಾಡುವ ಧೈರ್ಯ ಮಾಡಿರಲಿಲ್ಲ. ಯಾಕೆ? ಆ ಸಮಯದಲ್ಲಿ ಅಮ್ಮನಿರುವುದು ಕ್ಷೇಮವೆನಿಸಿತು. ಜೊತೆಗೆ ಪೇಪರ್‌ನಲ್ಲಿ ಕ್ಲಾಸಿಫೈಡ್‌ಗಳನ್ನು ನೋಡಲು ಷುರು ಮಾಡಿದ್ದಕ್ಕೆ ಮುಖ್ಯವಾದ ಕಾರಣವಿತ್ತು. ವಾರದ ಹಿಂದೆ ಒಮ್ಮೆ ತಲೆ ತಿರುಗಿ ಬಿದ್ದು ನರ್ಸಿಂಗ್ ಹೋಂನಲ್ಲಿ ಒಂದೆರಡು ಗಂಟೆಗಳು ಬೆಡ್ ಮೇಲೆ ಇದ್ದಿದ್ದು ತಿಳಿದಿದ್ದು ಬೇರೆಯವರಿಂದ. ಆಗಲೇ ಒಂದು ನಿರ್ಧಾರಕ್ಕೆ ಬಂದಿದ್ದಳು. ಈ ವರ್ಷ ಪೂರ್ತಿ ಮಾಡಿ ಡಿಗ್ರಿ ತೆಗೆದುಕೊಳ್ಳಬೇಕೆಂಬ ಆಕಾಂಕ್ಷೆಯೇನು ಇರಲಿಲ್ಲ. ಯಾವುದಾದರೂ ಕೆಲಸ ಸಿಕ್ಕರೆ ರೆಡಿ. ನರ್ಸಿಂಗ್ ಹೋಂಗೆ ಹೋಗಿ ಡಾ. ಮೇರಿಯವರೊಡನೆ ಪ್ರಸ್ತಾಪಿಸಿದಾಗ ಮಂದಸ್ಮಿತರಾಗಿ ಇವಳನ್ನು ನೋಡಿದ್ದರು.

"ಡೋಂಟ್ ವರೀ ! ಅರುಂಧತಿ ಆರೋಗ್ಯವಾಗಿಯೇ ಇದ್ದಾರೆ. ನಾನೇ ಚೆಕ್ ಅಪ್ ಮಾಡ್ದೇ. ಬೇಗ ಎಕ್ಸೈಟ್ ಆಗ್ತಾಳೆ. ಅದ್ಕೆ ಕಾರಣವೇನಾದ್ರೂ ಇರಲೀ, ಅವ್ಳು ಆದಷ್ಟು ಶಾಂತವಾಗಿರೋ ಹಾಗೆ ನೋಡ್ಕೋ" ಹೇಳಿದ್ದರು. ಅಲ್ಲಿ ಕೆಲಸ ಕೇಳಲು ಕೂಡ ಇಷ್ಟವಾಗದೇ ಹಿಂದಕ್ಕೆ ಬಂದಿದ್ದಳು.

ಬೇರೆ ಎಲ್ಲಾದರೂ ಒಂದು ನೌಕರಿ ಹುಡುಕಿಕೊಂಡು ಹೋಗಿ ಬಿಡಬೇಕೆಂದು ಅವಳ ಅನಿಸಿಕೆ. ದೂರ ..... ಬಹು ದೂರದ ಎತ್ತರವಾದ ಪ್ರದೇಶದಲ್ಲಿ ಒಂದು ಪುಟ್ಟ ಮನೆ. ಅಲ್ಲಿ ನಾನು, ಅಮ್ಮ ಮಾತ್ರ ಇರಬೇಕು-ಏನೋ ಇಂಥ ಅರ್ಥವಿಲ್ಲದ ಆಲೋಚನೆಗಳು ಅವಳನ್ನು ಕಾಡತೊಡಗಿತು.

ಫ್ಲಾಟ್‌ಗೆ ಬೀಗ ಹಾಕಿಕೊಂಡು ಕೆಳಗೆ ಬರುವ ವೇಳೆಗೆ ವನಮಾಲ ಎದುರಾದರು "ಎಲ್ಲಿಗೋ ಹೊರಟಂಗಿದೆ?" ಕೇಳಿಕೆಗೆ ಸ್ವಲ್ಪ ಸಪ್ಪಗೆ ಉತ್ತರಿಸಿದಳು "ತರಕಾರಿ ಬೇಕಿತ್ತು."

ಆಕೆ ಅವಳನ್ನು ಕೈ ಹಿಡಿದು ತನ್ನ ಫ್ಲಾಟ್‌ಗೆ ಕರೆದೊಯ್ದರು. "ಸಾಕಷ್ಟು ತರಕಾರಿ ಇದೆ. ಇಲ್ಲಿಂದ್ಲೇ ತಗೊಂಡ್ಹೋಗು. ಅಲ್ಲೆ ಊಟ ತಿಂಡಿ ನಡ್ದು ಹೋಗೋದ್ರಿಂದ ಇವೆಲ್ಲ ಉಪಯೋಗಕ್ಕೆ ಬರದಂತಾಗಿದೆ" ಎಂದು 'ಉಶ್' ಎಂದು ಕೂತರು.

ಕಾಫಿ ಮಾಡಿ ತಂದು ಕೊಟ್ಟ ಉಷಾ "ಆಂಟೀ, ನಂಗೆ ಬೇರೆ ಎಲ್ಲಾದ್ರೂ ..... ಅಂದ್ರೆ ಬೇರೆ ಯಾವ ಪ್ರದೇಶವಾದ್ರೂ ಪರ್ವಾಗಿಲ್ಲ, ನಂಗೊಂದು ಕೆಲ್ಸ ಕೊಡ್ಸಿ. ಅಮ್ಮ ನರ್ಸಿಂಗ್ ಹೋಂನಲ್ಲಿ ಪ್ರಜ್ಞೆ ತಪ್ಪಿ ಬಿದ್ಮೇಲೆ ನಂಗೆ ಯೋಚ್ನೆಯಾಗಿದೆ. ನಿರಂತರ ದುಡಿತ ಈ ವಯಸ್ಸಿಗೇನೆ ತೀರಾ ವೀಕ್ ಮಾಡಿದೆ. ಇದೊಂದು ಹೆಲ್ಪ್ ಮಾಡಿ" ಅವರ ಎರಡು ಕೈಗಳನ್ನು ಹಿಡಿದುಕೊಂಡಳು.

"ಸಾಕು, ಸ್ಟಾಪ್ ಇಟ್. ನಿನ್ನದೆಲ್ಲ ಹುಚ್ಚುಚ್ಚು ವಿಚಾರಗಳೇ. ಈಗ್ಲೆ ಅರುಂಧತಿ ಲೈಫ್‌ನಲ್ಲಿ ಸೆಟ್ಲ್ ಆಗ್ತಾ ಇದ್ದಾಳೆ. ಈಗ ಅವಳದೇ ಆದ ಫ್ಲಾಟ್ ಇದೆ. ನರ್ಸಿಂಗ್

ಹೋಂನಲ್ಲಿ ಅವಳದೇ ಆದ ಸ್ಥಾನಮಾನಗಳಿವೆ. ಬೆಳೆದ ಮಗ್ಳು ನೀನಿದ್ದೀಯ. ಎಷ್ಟು ದೀರ್ಘ ಪ್ರಯಾಣದಿಂದ ಇದ್ನೆಲ್ಲ ಗಳಿಸಿದ್ದಾಳೆ ಗೊತ್ತಾ? ನೀನು ಸುಮ್ನೆ ಓದಿನ ಕಡೆ ಗಮನ ಕೊಡು" ಗದರಿಕೊಂಡರು.

ಅನ್ಯಮನಸ್ಕಳಾಗಿ ಕೂತಳು. ಎದ್ದು ಬಂದ ವನಮಾಲ ಅರ್ಧ ಕಾಫಿಯನ್ನು ಸಾಸರ್‌ಗೆ ಬಗ್ಗಿಸಿ ಅವಳಿಗೆ ಕೊಟ್ಟು ಪಕ್ಕದಲ್ಲಿಯೇ ಕೂತರು. "ಅರುಂಧತಿಗೆ ಅವ್ಳ ಚಿಂತೆ ಇಲ್ಲ, ನಿನ್ನ ಭವಿಷ್ಯ ಮುಖ್ಯ. ಮೊದ್ಲು ನೀನು ವಿದ್ಯಾಭ್ಯಾಸ ಮುಗಿ ಬೇಕೆನ್ನೋ ಗುರಿ ಇಟ್ಕೋ. ಅವಳ ಬಗ್ಗೆ ಚಿಂತೆ ಬೇಡ." ಸಾಂತ್ವನಿಸಿದರು.

"ನಂಗ್ಯಾಕೋ.....ಭಯ" ಅವರ ಹೆಗಲ ಮೇಲೆ ಕೆನ್ನೆಯಿಟ್ಟುಕೊಂಡು ಕಣ್ಣೀರು ಸುರಿಸಿದ ಉಷಾ "ಅಮ್ಮ ನನ್ನಿಂದ ಬಹಳ ಕಳ್ಕೊಂಡಿದ್ದಾಳೆ. ಅಷ್ಟು ಅಲ್ಲದಿದ್ರೂ ಸ್ವಲ್ಪವಾದ್ರೂ ನಾನು ಗಳಿಸಿ ಕೊಡ್ಬೇಕು" ಎಂದಳು ಅವಳ ವಿಚಾರ ಬೇರೆಯದಾಗಿತ್ತು.

"ಯೂ ಮ್ಯಾಡ್" ಪ್ರೀತಿಯಿಂದ ಬಯ್ದರು. "ಅವಳೊಬ್ಬ ತಾಯಿ, ಅವ್ಳಿಗೆ ಅದೇ ಪ್ರಿಯ. ಅರುಂಧತಿಯ ಸಂತೋಷವೆಲ್ಲ ನೀನೆ ! ಅದ್ನ ಮಾತ್ರ ನೀನು ತುಂಬಿಕೊಟ್ಟರೆ ಸಾಕು. ಅದ್ನ ಬಿಟ್ಟು ಬೇರೇನು ಬಯಸೊಲ್ಲ." ಗಟ್ಟಿಯಾಗಿ ಹೇಳಿದರು. ಮಗಳು ಮದುವೆಯ ಪ್ರಸ್ತಾಪ ಮಾಡಿದಾಗ ಅರುಂಧತಿ ಅಪ್‌ಸೆಟ್ ಆಗಿದ್ದರು.

ಆ ವಿಷಯ ಬಿಟ್ಟು ವನಮಾಲ ಬೇರೆಲ್ಲ ಮಾತಾಡಿದರು. ಸತೀಶ್ ಬಗ್ಗೆ ಕೇಳಿದರು. ಅವನ ಮಾತು, ನಡವಳಿಕೆ ತಿಳಿದು ಮನಃಪೂರ್ವಕವಾಗಿ ನಕ್ಕರು.

ಕಾಲಿಂಗ್ ಬೆಲ್ ಸದ್ದಾಯಿತು. ಎದ್ದು ಹೋಗಿ ಬಾಗಿಲು ತೆಗೆದಿದ್ದು ಉಷಾ "ಮೈ ಗಾಡ್, ನಂಗೆ ಅವ್ರ ಮನೆಯವ್ರಿಂದ ಬಿಡ್ಸಿಕೊಂಡ್ಬರೋದೇ ಕಷ್ಟವಾಯ್ತು. ತುಂಬ ತುಂಬ ಟೆರಿಬಲ್ ಜನ ! ಎಷ್ಟು ಜನ ಇದ್ದಾರೆ. ಒಂದು ಹೊಸ ಅನುಭವ. ಆಂಟೀ ಇಲ್ವಾ?" ವಿಚಾರಿಸಿದ. ಬಾಗಿಲನ್ನು ಮಾತಾಡದೆ ಹಿಂದಕ್ಕೆ ತೆಗೆದಳು.

ಅಲ್ಲೇ ಕೂತಿದ್ದ ವನಮಾಲ "ಹಲೋ ಯಂಗ್ ಮ್ಯಾನ್ ..... ಕಮಿನ್" ಆಹ್ವಾನಿಸಿದರು. ಅಷ್ಟು ಸತೀಶ್‌ಗೂ ಸಾಕಿತ್ತು. ಆರಾಮಾಗಿ ಒಳಗೆ ನುಗ್ಗಿದ. "ಥ್ಯಾಂಕ್ಯೂ ..... ಆಂಟೀ" ಅವರ ಮುಂದೆ ಕೂತ. ನಂತರ ಅರ್ಚಕರ ಮನೆಗೆ ಹೋದ ವಿಷಯ, ಅಲ್ಲಿ ನಡೆದುದ್ದನ್ನೆಲ್ಲಾ ರಸವತ್ತಾಗಿ ವಿವರಿಸಿದ. ಮನಪೂರ್ವಕವಾಗಿ ನಕ್ಕರು ಆಕೆ. ಈ ವಯಸ್ಸಿನ ಯುವಕರನ್ನು ಕಂಡಾಗ ಮಿಡಿಯುತ್ತಿದ್ದುದು ತಾಯ ಪ್ರೇಮ. ಅದರಿಂದ ತನ್ನನ್ನು ವಂಚಿತರನ್ನಾಗಿ ಮಾಡಿದ ಮಿತ್ರವಿಂದರನ್ನ ಎಂದೂ ಕ್ಷಮಿಸರು.

"ಇನ್ಮೇಲೆ ಅಂಥ ರಿಸ್ಕ್ ಎಲ್ಲಾ ತಗೋಳೋದ್ಬೇಡ. ನಮ್ಮ ಉಷಾ ಸಾಕಷ್ಟು ಮಂತ್ರಗಳ್ನ ಕಲಿತಿದ್ದಾಳೆ. ಅವ್ಳಿಗೆ ದೇವರು, ಸಂಪ್ರದಾಯವೆಂದರೆ ಅತ್ಯಂತ ಗೌರವ, ಪೂಜೆ, ಮಂಗಳಾರತಿ ಅವ್ಳೆ ಮಾಡ್ತಾಳೆ. ಆ ಜನಕ್ಕಿಂತ ಇವ್ಳೇ ಬೆಟರ್" ಎಂದು ವನಮಾಲ ಹುಮ್ಮಸ್ಸಿನಿಂದ ಹೇಳುತ್ತಿದ್ದುದು ಕೇಳಿದಾಗ ಸೋತವಳಂತೆ ಒಂದು ಕಡೆ ಕೂತಳು.

"ಏಯ್ ಉಷಾ....." ವನಮಾಲ ಕೂಗಿದಾಗ ಎದ್ದು ಬಂದು ಶಿಸ್ತಿನ ಸಿಪಾಯಿಯಂತೆ ನಿಂತಳು. "ಸತೀಶ್, ನಮ್ಜೊತೆನೆ ತಿಂಡಿ ತಗೋತಾರೆ. ಬೇಗ ಏನಾದ್ರೂ ಮಾಡು" ಎಂದರು.

ಮೌನವಾಗಿ ಒಳಗೆ ಹೋಗಿ ಈರುಳ್ಳಿ ಬುಟ್ಟಿ ತಗೊಳ್ಳುವ ವೇಳೆಗೆ ಸತೀಶ್ ಕೂಡ ಬಂದ "ಸಾರಿ, ನಾನು ನಿಮ್ಗೆ ಹೆಲ್ಪ್ ಮಾಡ್ತೀನಿ. ಜೊತೆಗೆ ನೀವು ಮಾಡೋ ಅಡ್ಗೆ ಪ್ರಾಕ್ಟಿಕಲ್ಲಾಗಿ ಕಲಿತಂತಾಗುತ್ತೆ. ಆಂಟಿ ಪರ್ಮಿಷನ್ ಕೊಟ್ಟಿದ್ದಾರೆ" ಹೇಳಿದ.

ಏನು ಹೇಳುವುದು ಸಾಧ್ಯವಿರಲಿಲ್ಲ. ಈರುಳ್ಳಿ ಬುಟ್ಟಿ ತೆಗೆದು ಅವನ ಮುಂದಿಟ್ಟು "ಹೆಚ್ಕೊಡಿ, ಉಪ್ಪಿಟ್ಟಿನ ಷುರುವೆ ಇಲ್ಲಿಂದ" ಕಣ್ಣೀರು ಸುರಿಸುವ ದೃಶ್ಯಕ್ಕಾಗಿ ಕಾದಳು. ಸತೀಶ್ ಇವಳು ತಿಳಿದಷ್ಟು ಇನ್ನೋಸೆಂಟ್ ಅಲ್ಲ. "ಪ್ಲೀಸ್ ಈಗ ನಾನು ಬರೀ ಸ್ಟೂಡೆಂಟ್. ಹೇಗೆ ಹೆಚ್ಚುತ್ತೀರಿಂತ ನೊಡ್ಕೋತಿನಷ್ಟೆ" ಅಂದ.

ತಾನೆ ಸರಸರ ಹೆಚ್ಚಲು ಷುರುವಾದಾಗ ಕಣ್ಣುಗಳು ಉರಿಯತೊಡಗಿತು. ಸತೀಶ್‌ನ ಮುಂದೆ ಕೂಡಿಸಿಕೊಂಡು ಕೆಲಸ ಮಾಡುವುದು ಕಷ್ಟವಾಗಿ ಕಂಡಿತು.

"ಈರುಳ್ಳಿ ಹೆಚ್ಚುವಾಗ ತುಂಬ ಕಣ್ಣುರಿ. ಈಗ ಅಂಥ ಸಮಸ್ಯೆ ಇಲ್ಲ" ಜ್ಞಾಪಿಸಿಕೊಂಡಳು. ಈರುಳ್ಳಿ, ತರಕಾರಿ ಹೆಚ್ಚುವ ಉಪಕರಣದ ಹೆಸರು ನೆನಪಿಗೆ ಬರಲಿಲ್ಲ. "ಈಗೇನ್ಬೇಡಿ, ತಗೊಳ್ಳಿ ಕರ್ಚೀಫ್. ನಾನು ಹೆಚ್ಕೊಡ್ತೀನಿ" ಅಂದವನು ಚಕಚಕನೆ ಮಾಡಿ ಮುಗಿಸಿದವನು ಸ್ನೇಹದಿಂದ ಅವಳನ್ನು ಕೂಡಿಸಿ "ನೀವು ನೋಡ್ತಾ ಇರೀ" ಅಷ್ಟು ಹೇಳಿದವನು ಸಾಸುವೆಯಿಂದ ಹಿಡಿದು ಪ್ರತಿಯೊಂದರ ಬಾಕ್ಸ್ ಮುಂದಿಟ್ಟುಕೊಂಡು ಒಳ್ಳೆ ನುರಿತ ಅಡಿಗೆಯವಂತೆ ಉಪ್ಪಿಟ್ಟು ಮಾಡಿ ಇಳಿಸಿದಾಗ ಉಷಾ ಕಣ್ಣರಳಿಸಿದಳು.

"ಇದೊಂದುನ ಆವೋತ್ತು ನಿಮ್ಮ ತಾಯಿ ಹೇಳ್ಕೊಟ್ರು. ಹೇಗೆ ಪರವಾಗಿಲ್ಲಾಂತ ಅನ್ನಿಸ್ತಾ" ಕೈಯೊರೆಸುತ್ತ ಎದುರಿಗೆ ನಿಂತ. ಕಕ್ಕಾಬಿಕ್ಕಿಯಾಗಿದ್ದ ಅವಳಿನ್ನು ಚೇತರಿಸಿಕೊಂಡಿರಲಿಲ್ಲ. "ಮೊದ್ಲು ನೀವು ತಿಂದು ರುಚಿ ನೋಡಿ, ಆಮೇಲೆ ಆಂಟೀಗೆ ಕೊಡೋ ಧೈರ್ಯ ಮಾಡಿ" ಎಂದವ ಹೊರಗೆ ಹೋದ.

ತಿಂದು ನೋಡುವ ಅಗತ್ಯ ಉಷಾಳಿಗೆ ಕಾಣಲಿಲ್ಲ. ನೀರು ತಂದಿಟ್ಟು ನಂತರ ಎರಡು ಪ್ಲೇಟಿನಲ್ಲಿ ಉಪ್ಪಿಟ್ಟು ತಂದಿಟ್ಟಾಗ ವನಮಾಲ ಗದರಿದರು.

"ನೀನು ತಗೊಂಡ್ಬಾ" ಒಳಗೆ ಕಳಿಸಿದರು.

ಮೂವರು ಉಪ್ಪಿಟ್ಟು ತಿಂದರು. ಉಪ್ಪು, ಖಾರ ಪ್ರತಿಯೊಂದು ಅಚ್ಚುಕಟ್ಟಾಗಿತ್ತು. ಒಂದತ್ತು ಸಲವಾದರೂ ಸತೀಶ್ ಕಡೆ ನೋಡಿದಳು ಅಚ್ಚರಿಯಿಂದ. ಒಮ್ಮೆ ನೋಡಿದ ಕೂಡಲೆ ಅಚ್ಚುಕಟ್ಟಾಗಿ ಕಲಿಯುವ ಪರಿಗೆ ದಂಗಾದಳು.

"ನಮ್ಮ ಉಷಾ ಬಹಳ ಚೆನ್ನಾಗಿ ಅಡ್ಗೇ ತಿಂಡಿ ಮಾಡ್ತಾಳೆ. ಇವ್ನ ಕೈನ ನಳಪಾಕ

ತಿಂದ್ಮೇಲೆ, ನಾನು ಎಷ್ಟು ಕೆಟ್ಟದಾಗಿ ಅಡಿಗೆ ಮಾಡ್ಕೊಂಡು ಊಟ ಮಾಡ್ತಾ ಇದ್ದೇಂತ ಅನಿಸ್ತು. ಅದ್ಕೆ ನಾನು ಪರ್ಮನೆಂಟ್ ಗೆಸ್ಟ್ ಆಗ್ಬಿಟ್ಟೆ" ವನಮಾಲ ನಗುತ್ತ ಹೇಳಿದರು. ಉಷಾ ಏನು ಪ್ರತಿಕ್ರಿಯಿಸಲಿಲ್ಲ. ಸತೀಶ್ ಒಂದಲ್ಲ ನೂರು ಸಲ 'ಥ್ಯಾಂಕ್ಸ್' ಹೇಳಿ ಹೋದ.

ಆ ಯುವಕ ವನಮಾಲಗೆ ಮೆಚ್ಚುಗೆಯಾಗಿದ್ದ. ಉಷಾ ಅವನ ನೋಡಿ ತೀರಾ ಚೆನ್ನೆನಿಸಿತು. ಸಂಬಂಧಗಳು ಹುಡುಕಲು ಹೋಗಿ ಅವಳ ತಂದೆಯ ಬಗ್ಗೆ ಕೇಳುವ ಜನಕ್ಕಿಂತ ಅವಳು ಪ್ರೇಮಿಸಿ ಮದುವೆಯಾಗುವುದು ಸೂಕ್ತವೆನಿಸಿತ್ತು. ಅವರಿಬ್ಬರ ಮಧ್ಯೆ ಅನ್ಯೋನ್ಯತೆ ಬೆಳೆಸುವುದು ಒಳ್ಳೆಯದೆನಿಸಿತು.

ಸತೀಶ್ ಹೊರಟ ಮೇಲೆ ಉಷಾ ಬಂದು ವನಮಾಲ ಎದುರು ಕೂತಳು.

"ಆಂಟೀ, ತುಂಬ.... ತುಂಬಾನೇ ಆರ್ಥೋಡಕ್ಸ್. ಅಂಥ ಮನುಷ್ಯನಿಗೆ ನನ್ನ ಪುರೋಹಿತಳನ್ನಾಗಿ ಮಾಡ್ಬಿಟ್ಟಿರಲ್ಲ. ತಂದ ಪ್ರತಿಯೊಂದು ಸಾಮಾನುನ ಉಪಯೋಗಿಸೋ ಮುನ್ನ ಪೂಜೆ ಮಾಡೋ ಪರಿಪಾಠವನ್ನು ಅವ್ರ ಅಜ್ಜಿ ಕಲಿಸಿ ಕಳ್ಸಿದ್ದಾರೆ. ಇನ್ಮೇಲೆ ತಂದ ಪ್ರತಿಯೊಂದು ವಸ್ತುನ ಪ್ರಾರಂಭ ಪೂಜೆಗೆ ಪರ್ಮನೆಂಟಾಗಿ ನೇಮ್ಸಿಕೊಂಡುಬಿಡ್ತಾರೆ. ನನ್ನ ಸುಮ್ನೆ ಕಷ್ಟಕ್ಕೆ ಸಿಕ್ಕಿಸಿದ್ರಿ" ಗೊಣಗಾಡಿದಳು.

ವನಮಾಲ ಮನಃ ತುಂಬಿ ನಕ್ಕರು.

"ಒಳ್ಳೆದೇ ಆಯ್ತು ! ನೀನು ನಿನ್ನಮ್ಮನಿಂದ ಕಲಿತ ಮಂತ್ರಗಳು ಪೂಜಾವಿಧಿ ಇಲ್ಲಿ ಉಪಯೋಗವಾಗ್ತ ಇದೆಯಲ್ಲ. ಇದು ಒಂದು ರೀತಿಯಲ್ಲಿ ಒಳ್ಳೆಯ ಬೆಳವಣಿಗೆನೇ. ಸರಳವಾದ ಯುವಕ ಪಕ್ಕದ ಫ್ಲಾಟ್‌ನಲ್ಲಿರೋದು ಅದೃಷ್ಟವೇ. ಎರ್ಮಜನ್ಸಿ ಸಮಯದಲ್ಲಿ ಅವ್ನ ಹೆಲ್ಪ್ ಬೇಕಾಗುತ್ತೆ" ಬುದ್ಧಿ ಹೇಳಿದರು.

ಮಾರನೆಯ ದಿನ ಇವಳು ಕಾಲೇಜಿಗೆ ಹೊರಟವಳು ಬಸ್ ಸ್ಟಾಪ್‌ನಲ್ಲಿ ನಿಂತಿದ್ದಾಗ, ಅಲ್ಲೆ ಆಟೋದಿಂದ ಇಳಿದ ಪುರಂದರ ಇವಳತ್ತ ಬಂದ.

"ಹಲೋ, ಹೇಗಿದ್ದೀರಾ?" ಎಂದಾಗ ಕ್ಯೂನಿಂದ ಹೊರ ಬಂದು ಕಣ್ಣರಳಿಸಿದಳು. ಆ ಜನರ ಬಗ್ಗೆ ಬೇಸರವಿರಬಹುದು. ಆದರೆ ಅವ್ಯಕ್ತವಾದ ಆನಂದ. ಅವಳಮ್ಮ ಹುಟ್ಟಿ ಬೆಳೆದ ಮನೆಯಲ್ಲಿ ಬೆಳೆದವ, ರಕ್ತ ಸಂಬಂಧಿ. "ಚೆನ್ನಾಗಿದ್ದೀನಿ. ನೀವೇನು ...... ಇಲ್ಲಿ?" ಸಂಭ್ರಮ, ಸಂತೋಷ ಹತ್ತಿಕ್ಕಿ.

"ಬರೋದಿತ್ತು, ನೀವು ಸಿಕ್ಕಿದ್ದು ಮಾತ್ರ ಆಶ್ಚರ್ಯ. ನೀವು ಬೆಂಗ್ಳೂರುನಲ್ಲಿರೋ ವಿಷ್ಯ ಹೇಳೇ ಇರ್ಲಿಲ್ಲ. ಏನಿ ಹೌ, ಸಿಕ್ಕಿದ್ದು ಸಂತೋಷ. ಕಾಲೇಜಿಗೆ ಹೊರಟಿದ್ದೀರಾ?" ಸಹಜವಾಗಿ ಮಾತಾಡಿಸಿದ.

"ನಂಗೂ ಸಂತೋಷನೆ !" ಎಂದವಳು ಅತ್ತಿತ್ತ ನೋಡಿ "ಆ ಕಡೆ ನಿಂತು ಮಾತಾಡೋಣ" ಎಂದಾಗ ತಿದ್ದಿದ "ಬೇಡ, ಹತ್ತಿರದಲ್ಲಿರೋ ಯಾವುದಾದ್ರೂ ಹೋಟೆಲ್‌ಗೆ ಹೋಗಿ ಮಾತಾಡೋಣ, ನಿಮ್ಗೆ ತೊಂದರೆಯಾಗದಿದ್ದರೇ."

"ಪರ್ವಾಗಿಲ್ಲ, ಬನ್ನಿ" ಜೊತೆಯಲ್ಲಿಯೇ ಹೆಜ್ಜೆ ಹಾಕಿದಳು.

ತೀರಾ ಹತ್ತಿರದಲ್ಲಿಯೇ ಇರುವ ರೆಸ್ಟೋರೆಂಟ್‌ಗೆ ಹೋಗಿ ಎದುರು ಬದುರಾಗಿಯೇ ಕೂತರು. ಪುರಂದರ ಜಾವಗಲ್‌ನಲ್ಲಿ ಕಂಡಂತೆಯೇ ತೀರಾ ಸರಳವಾಗಿ ಕಂಡ. ವಿದ್ಯಾವಂತನೆಂಬ ಅಹಂಭಾವವಾಗಲೀ, ಆ ರೀತಿಯ ನಡವಳಿಕೆಯಾಗಲೀ ಅವನದಾಗಿರಲಿಲ್ಲ.

ವೆಯಿಟರ್ ತಂದುಕೊಟ್ಟ ಮೆನುಕಾರ್ಡ್ ಅವನತ್ತ ನೂಕಿ "ಇಲ್ಲಿ ನೀವು ನನ್ನ ಗೆಸ್ಟ್. ಮೊದ್ಲು ಸ್ವೀಟ್ಸ್ ಆರ್ಡರ್ ಮಾಡ್ಬೇಕು. ನಿಮ್ಗೇನು .....ಇಷ್ಟ?" ಅವಳ ಕೇಳಿಕೆಗೆ ಮೆಲುನಗೆ ಬೀರಿದ.

"ನಂಗೆ ಇಷ್ಟವಾಗೋ ಸಿಹಿ ತಿಂಡಿ ಇಲ್ಲಿ ಸಿಗೋಲ್ಲ. ಗಾರಿಗೆ, ಕಜ್ಜಾಯ, ಎರಿಯಪ್ಪ, ಎಳ್ಳು ಉಂಡೆ ..... ಇನ್ನು ಬೇಕಾದಷ್ಟು ಲಿಸ್ಟ್ ಕೊಡ್ಬಹ್ದು. ಅವೆಲ್ಲ ಇಲ್ಲಿ ಖಂಡಿತ ಸಿಗೋಲ್ಲ. ಸ್ವೀಟ್ಸ್ ಅಂದರೇನೇ ಇಷ್ಟ. ಬಿಲ್ ಕೊಡುವಾಗ ಮಾತ್ರ ಕಹಿಯಾಗ್ಬಾರ್ದಲ್ಲ ! ದಯವಿಟ್ಟು ಬಿಲ್ ನಾನು ಕೊಡೋಕೆ ಪರ್ಮಿಷನ್ ಕೊಟ್ಟು ತಿಂಡಿಗೆ ಆರ್ಡರ್ ಮಾಡಿ."

ಅವನ ಮಾತಿಗೆ ಬಡ ಪಟ್ಟಿಗೆ ಒಪ್ಪುವ ಇರಾದೆ ಅವಳಿಗೆ ಇರದಿದ್ದರೂ, ವಾದ ಮಾಡುತ್ತ ಕೂಡಲು ಸಮಯವಿರಲಿಲ್ಲ. ತಾನೇ ಮೆನು ಕಾರ್ಡ್ ನೋಡಿ ಬಾಸುಂದಿ, ದೋಸೆಗೆ ಆರ್ಡರ್ ಮಾಡಿದಳು. ಅವಳಿಗೆ ತಿಂಡಿಯೇನು ಬೇಕಿರಲಿಲ್ಲ. ಆದರೆ ಅವನು ಒಂಟಿಯಾಗಿ ತಿನ್ನಲು ಒಪ್ಪುವುದಿಲ್ಲವೆಂದು ಉಷಾಗೆ ಗೊತ್ತು.

"ಹೇಗಿದ್ದಾರೆ, ನಿಮ್ಮನೆಯಲ್ಲಿ?" ವಿಚಾರಿಸಿದಳು.

"ಎಲ್ಲಾ ನಾರ್ಮಲ್, ಕೋರ್ಟಿನಲ್ಲಿ ಒಂದಿಷ್ಟು ಕೆಲ್ಸ ಇತ್ತು" ಹೇಳಿದವನು "ನಿಮ್ಮ ಬಗ್ಗೆ ನೀವೇನು ಹೇಳ್ಕೊಂಡಿಲ್ಲ. ಹೇಗಿದ್ದಾರೆ ನಿಮ್ತಂದೆ ತಾಯಿ ಇತ್ಯಾದಿ ಇತ್ಯಾದಿ" ಸಹಜವಾಗಿ ಪ್ರಶ್ನಿಸಿದ. ಉಗುಳು ಕೂಡ ಕಹಿಯೆನಿಸಿತು ಅವಳಿಗೆ ಇತ್ಯಾದಿ ಇತ್ಯಾದಿ ಎಲ್ಲಿದ್ದಾರೆ?

ಬಂದ ತಿಂಡಿ ಮಾತಾಡುತ್ತ ತಿಂದರು. ಅವಳು ಪುರಂದರ್ ಮನೆಗೆ ಆಹ್ವಾನಿಸುವಂತಿರಲಿಲ್ಲ. ಇಂದಿಗೂ ಅವಳು ಜಾವಗಲ್‌ಗೆ ಹೋದ ಸುದ್ದಿ ಅರುಂಧತಿಗೆ ಗೊತ್ತಿಲ್ಲ. ಗೊತ್ತಾಗುವುದು ಬೇಕಿರಲಿಲ್ಲ. ಭೂತದಲ್ಲಿ ಹುದುಗಿ ಹೋಗಬೇಕು. ಸತ್ತ ಚಿತ್ರಗಳು ಮನೋಪಲ್ಲಟದ ಮೇಲೆ ಮೂಡುವುದರಿಂದ ಬರೀ ದುಃಖವೇ.

"ನೀವು ಹೇಳಿದ ಪ್ರಕಾರ ಎಲ್ಲಾ ನಾರ್ಮಲ್" ಎಂದಳಷ್ಟೆ.

ಉಷಾ ಬಿಲ್ ಹಣ ತೆತ್ತರೂ, ಪುರಂದರ ಅವಳ ಕೈಯಲ್ಲಿನ ಪರ್ಸ್ ತೆಗೆದುಕೊಂಡು ಹಣವನ್ನು ಅದರಲ್ಲಿ ಹಾಕಿ "ದಯವಿಟ್ಟು ಕ್ಷಮ್ಸಿ, ಕೆಲವು ಅಭ್ಯಾಸಗಳು ಹೆರಿಡಿಟಿಯಾಗಿ ಬಂದಿವೆ" ಎಂದ ನಗುತ್ತ.

"ಇರ್ತೀರಾ ಇನ್ನು?" ಬೀಳ್ಕೊಡುವಾಗ ಪ್ರಶ್ನಿಸಿದಳು.

"ಹೌದು, ಒಂದೆರಡು ದಿನ ಉಳಿಯಬೇಕಾಗುತ್ತೆ" ಎಂದು ಉಷಾಳ ಮುಖದ ಭಾವನೆಗಳನ್ನು ನಿರುಕಿಸಿದ. ಬಹುಶಃ ಮನೆಗೆ ಆಹ್ವಾನಿಸುವ ಇಷ್ಟವಿಲ್ಲದೆಂದು ಅರ್ಥವಾಯಿತು. "ಮತ್ತೊಂದು ವಿಷ್ಯ, ಉಷಾ ! ದೇಶ್‌ಮುಖ್ ಅವ್ರಿಗೆ ಹುಷಾರಿಲ್ಲಾಂತ ಗೌಳಿ ಹೇಳಿದ್ಲು. ಒಮ್ಮೆ ಹೋಗಿದ್ದೇ ಅವರಿಗೆ ಇಷ್ಟವಾಗ್ಲಿಲ್ಲ. ಬಂಧುಗಳು ಅನ್ನಿಸ್ಕೊಂಡ ಜನ ಕೂಡ ಯಾರು ಬಂದ ಹಾಗೆ ಕಣ್ಲಿಲ್ಲ. ಸದ್ಯಕ್ಕೆ ನಂಗೆ ಗೊತ್ತಿರೋ ಬಂಧು ನೀವೊಬ್ರೇ. ವಿಷ್ಯನ ಮುಟ್ಟಿಸಿದ ತೃಪ್ತಿ ನಂಗೆ" ಉಸುರಿದ.

ತಟ್ಟನೇ ಉಷಾಳ ಮುಖದ ಮೇಲೆ ಕಾರ್ಮೋಡಗಳು ಸುಳಿದವು. ದೇಶ್‌ಮುಖ್ ಬಗ್ಗೆ ಒಂದು ರೀತಿಯ ಸೆಳೆತ, ನೋವು. ವ್ಯಥೆಯ ನಡುವೆ ಒದ್ದಾಡಿ ಹೋದಳು.

"ಯಾವಾಗ ಹೇಳಿದ್ದು?" ಕೇಳಿದಳು ಆತಂಕದಿಂದ.

"ಮೂರ್‍ನಾಲ್ಕು ದಿನದ ಹಿಂದೆ, ಇಲ್ಲ ವಾರವಾಗಿರಬಹುದಷ್ಟೆ. ಅಮ್ಮನ ಮುಂದೆ ಕೂತು ಗೋಳೋಂತ ಅತ್ತಳು. ತಾತ ನನ್ನ ಕಳಿಸಿದ್ರು. ದೇಶ್‌ಮುಖ್‌ಗೆ ಇಷ್ಟವಾಗ್ಲಿಲ್ಲ" ಸ್ಪಷ್ಟಪಡಿಸಿದ.

ಹೊರಗೆ ಬಂದ ಮೇಲೆ ಪುರಂದರ ನೆನಪಿಸಿದ "ನಿಮ್ಗೆ ಕಾಲೇಜಿಗೆ ಹೊತ್ತಾಗಿರ್ಬಹ್ದು. ನಂಗೂ ಅಡ್ವೋಕೇಟ್‌ನ ನೋಡ್ಬೋದಿದೆ. ಯಾವಾಗ್ಬರ್ತೀರಾ, ಜಾವಗಲ್‌ಗೆ" ಕೇಳಿದ. ತಮಾಷೆಗೂ ಮನೆಗೆ ಕರೆಯಲಿಲ್ಲವೆಂದು ಕೇಳಲಿಲ್ಲ.

"ನೋಡ್ಬೇಕು, ನಂಗೆ ಸದ್ಯಕ್ಕೆ ಬರೋ ಇರಾದೆಯೇನು ಇಲ್ಲ. ಈಗ ಅಂಕಲ್‌ಗೆ ಹುಷಾರಿಲ್ಲಂತ ತಿಳ್ದು ಚಿಂತೆಯಾಗಿದೆ. ನೀವು ಇಳ್ಕಂಡಿರೋ ಲಾಡ್ಜ್ ರೂಮು ಮತ್ತು ಫೋನ್ ನಂಬರ್ ಕೊಡಿ. ಸಂಜೆ ನಾನು ಕಾಂಟಾಕ್ಟ್ ಮಾಡ್ತೀನಿ" ಹೇಳಿದಳು ಮುಜುಗರದಿಂದ. ಹಲವು ಸಲ ಪುರಂದರನ ಮನೆಗೆ ಹೋಗಿದ್ದುಂಟು. ಕಡೆ ಪಕ್ಷ 'ಬನ್ನಿ' ಎಂದು ಹೇಳುವ ಸೌಜನ್ಯ ಕೂಡ ತೋರದ್ದು ಬೇಸರವೆನಿಸಿತು.

ಜೇಬಿನಿಂದ ಕಾರ್ಡ್ ತೆಗೆದು ಅದರ ಮೇಲೆ ರೂಂ ನಂಬರ್, ಫೋನ್ ಗುರುತು ಹಾಕಿ ಕೊಟ್ಟ. "ಇದು ಹೋಟೆಲ್ ವಿಳಾಸದ ಕಾರ್ಡು. ಸಾಕಷ್ಟು ವರ್ಷಗಳ ಪರಿಚಯ. ಅಕಸ್ಮಾತ್ ನಾನು ಸಿಕ್ಕದಿದ್ರೂ ಏನಾದ್ರೂ ಇನ್‌ಫರ್ಮೇಷನ್ ಇದ್ದರೆ ತಿಳಿಸಿ" ಎಂದಾಗ ಕೈಗಳನ್ನು ಜೋಡಿಸಿದಳು. ಎಲ್ಲೋ ಅಮ್ಮನ ಮುಖದ ಛಾಯೆ ಅವನ ಮುಖದಲ್ಲಿ ಇದೆಯೆನಿಸಿತು.

ಕಾಲೇಜಿನಲ್ಲಿ ಇಂದು ಸರಿಯಾಗಿ ಪಾಠ ಕೇಳುವುದು ಕೂಡ ಅವಳಿಂದ ಸಾಧ್ಯವಾಗಲಿಲ್ಲ. ದೇಶ್‌ಮುಖ್‌ರದು ಸಾಯೋಂಥ ವಯಸ್ಸಲ್ಲ. ಆರೋಗ್ಯವಾಗಿಯು ಇದ್ದರು. ಆದರೆ ಅಕಸ್ಮಾತ್ ಅವರ ಆರೋಗ್ಯ ಕೆಟ್ಟರೇ ನೋಡಿಕೊಳ್ಳುವವರಾರು? ಈ ಪ್ರಶ್ನೆ ಅವಳನ್ನು ಕಂಗೆಡಿಸಿಬಿಟ್ಟಿತು.

ಸಂಜೆ ಫ್ಲಾಟುಗೆ ಹಿಂದಿರುಗಿದಾಗಲೂ ಅದೇ ಗುಂಗಿನಲ್ಲಿದ್ದಳು. ಇಂದು ಅರುಂಧತಿ ಕೂಡ ಅರ್ಧದಿನ ಪರ್ಮಿಷನ್ ಕೇಳಿಕೊಂಡು ಬಂದಿದ್ದರು. ಚೆಕ್ ಅಪ್‌ಗೆ ಬಂದಿದ್ದ ವನಮಾಲ ಜೊತೆ.

"ಹಲೋ" ಎಂದರು ವನಮಾಲ ಸೋಫಾಗೆ ಒರಗಿಯೇ.

"ಹಲೋ, ಆಂಟೀ ಇದ್ನ ನಾನು ನಿರೀಕ್ಷಿಸಿದ್ದೆ. ಅಮ್ಮ ತಿನ್ನೋಕೆ ಏನಾದ್ರೂ ಕೊಡು" ಎಂದಳು ತಾಯಿಯ ಕಡೆ ತಿರುಗಿ. ಮುಗುಳ್ನಗೆಯೊಂದಿಗೆ ಎದ್ದ ಅರುಂಧತಿ "ಇವತ್ತು ತಿಂಡಿಯೇನು ಮಾಡೇ ಇಲ್ಲ. ಒಂದತ್ತು ನಿಮಿಷ ..... ಏನಾದ್ರೂ ಮಾಡ್ಕೊಡ್ತೀನಿ."

ಅಮ್ಮನನ್ನು ಬಲವಂತದಿಂದ ಕೂಡಿಸಿದ ಉಷಾ "ಸದ್ಯಕ್ಕೆ ಪ್ರಿಪರೇಷನ್ ಬೇಡ. ನೀನು ಆಂಟಿ ಹತ್ರ ಮಾತಾಡ್ತ ಕೂತಿರು, ನಾನೇ ಏನಾದ್ರೂ ತರ್ತೀನಿ" ಎದ್ದು ರೂಮಿಗೆ ಹೋದವಳು ಹತ್ತೆ ನಿಮಿಷದಲ್ಲಿ ಕಿಚನ್‌ನಲ್ಲಿದ್ದಳು. ಸತೀಶ್ ಕೊಟ್ಟ ಸ್ವೀಟ್ಸ್ ಬಾಕ್ಸನಲ್ಲಿ ಅರ್ಧ ಕೂಡ ಖರ್ಚಾಗಿರಲಿಲ್ಲ. ಭದ್ರವಾಗಿ ಫ್ರಿಜ್‌ನಲ್ಲಿತ್ತು. ನೀರಿನೊಂದಿಗೆ ಅದನ್ನೆ ಹಿಡಿದು ಬಂದಳು "ಇವತ್ತಾದ್ರು, ಬಾಕ್ಸ್ ಖಾಲಿ ಮಾಡ್ಬಿಡ್ತೀನಿ, ಅದ್ಕೆ ನಿಮ್ಮಿಬ್ಬರ ಹೆಲ್ಪ್ ಕೂಡ ಬೇಕಾಗುತ್ತೆ" ಹಗುರದಿಂದ ನುಡಿದಳು.

ಇಂದು ಕೂಡ ಅವರುಗಳು ಕೂಡ ಎರಡೆರಡು ಫೇಡಾ ತಿಂದರು.

ಆಮೇಲೆ ವನಮಾಲಗೆ ನೆನಪಿಸಿದರು "ಗ್ರೀಷ್ಮಾ ಕೊಟ್ಟ ಬ್ಯಾಗ್‌ನ ತಗೊಂಡ್ಬಾ. ಏನು ಕೊಟ್ಟಿದ್ದಾಳೋ, ನೋಡೋಣ." ಉಷಾ ಇದ್ದ ಸ್ಥಿತಿಯಲ್ಲಿ ಸೂಕ್ತವೆನಿಸಿತು. ಒಂದೇ ಜಾಗದಲ್ಲಿ ಕೂತು ಬೇಸರ ತಂದ ಹಳದಿ ಬ್ಯಾಗ್ ಹಿಡಿದು ಬಂದು ಟೀಪಾಯಿ ಮೇಲಿಟ್ಟಳು.

"ನೀನೆ ತೆಗೀ" ಹೇಳಿದರು ವನಮಾಲ.

ಅಮೇರಿಕಾದಲ್ಲಿ ಕೊಂಡ ಕಾಸ್ಟ್ಲಿ ಬ್ಯಾಗ್. ಮುಟ್ಟಿದರೆ ಮೃದುವಾಗಿರುವುದರ ಜೊತೆಗೆ ಅತ್ಯಂತ ಆಕರ್ಷಕವಾಗಿತ್ತು. ಲಾಕ್ ಏನು ಹಾಕಿರಲಿಲ್ಲ. ಜಿಪ್ ಎಳೆದರು. ಅತ್ಯಂತ ಬೆಲೆ ಬಾಳುವ ಪೆನ್‌ಗಳು, ಒಂದು ಕಪ್ಪನೆಯ ಡೈರಿ, ಎರಡು ಅತ್ಯಂತ ಬೆಲೆ ಬಾಳುವ ಸೀರೆಗಳ ಜೊತೆಗೆ ಒಂದು ಬಾಕ್ಸ್ ಇತ್ತು. ಅದನ್ನು ತೆಗೆದಳು. ಮೂರು ನಾಲ್ಕು ಚಿನ್ನದ ವಿವಿಧ ಮಾದರಿಯ ಉಂಗುರಗಳು ಹತ್ತು ಬಂಗಾರದ ಬಳೆ, ಅತ್ಯಂತ ಭಾರವಾದ ಒಂಟಿ ಎಳೆಯ ಉದ್ದನೆಯ ಚೈನ್‌ನಲ್ಲಿ ನಾಲ್ಕು ಚಿನ್ನದ ಗುಂಡು, ಎರಡು ಕರೀ ಮಣಿ, ಒಂದು ಲಕ್ಷ್ಮಿ, ಸರಸ್ವತಿಯ ಡಾಲರ್‌ಗಳ ನಡುವೆ ಜೋಡಿ ಮಾಂಗಲ್ಯಗಳು – ಇಷ್ಟೆಲ್ಲವನ್ನು ಹುದುಗಿಸಿಕೊಂಡಿತ್ತು ಆ ಪುಟ್ಟ ಪೆಟ್ಟಿಗೆ.

ಉಷಾ ತಾಯಿ ಮತ್ತು ವನಮಾಲ ಮುಖವನ್ನು ಬದಲಿಸಿ ಬದಲಿಸಿ ನೋಡಿ ಮಂಕಾದಳಷ್ಟೆ. ಇಷ್ಟು ದೊಡ್ಡ ಬಗೆಯ ನಿರೀಕ್ಷೆ ಸಾಧ್ಯವಿರಲಿಲ್ಲ. ಕೊಟ್ಟ ಚಿನ್ನದ ಲೆಕ್ಕ ನಿಖರವಾಗಿ ಗೊತ್ತಿಲ್ಲದಿದ್ದರೂ, ಎಲ್ಲವು ಅಮೂಲ್ಯವೇ. ಮಂಡಿಯಲ್ಲಿ ಮುಖ ಹುದುಗಿಸಿ ಬಿಕ್ಕಿ ಬಿಕ್ಕಿ ಅತ್ತಳು.

"ನಂಗೆ ಇದ್ನೆಲ್ಲ ಯಾಕೆ ಕೊಟ್ರು?" ಅಳುತ್ತ ಕೇಳಿದಳು.

ವನಮಾಲ ಅವಳ ಪಕ್ಕ ಕೂತು ಕಣ್ಣೀರು ತೊಡೆದು "ನಿಂಗೆ ಕೊಡ್ಬೇಕೂಂತ ಅನ್ನಿಸಿರಬೇಕು, ಅದ್ಕೆ ಕೊಟ್ಟಿದ್ದಾಳೆ. ಇಲ್ಲ, ಅವಳೇನು ತಗೊಂಡ್ ಹೋಗೋಕೆ ಆಗ್ತಾ ಇತ್ತಾ? ಅವ್ಳ ದೂರದರ್ಶಿತ್ವ ಒಳ್ಳೇದೆ. ಇಲ್ಲದಿದ್ದರೇ, ಇದೆಲ್ಲ ಯಾರ್ಗೆ ಸೇರಿ ಹೋಗ್ತಾ ಇತ್ತೋ" ನಿಡುಸುಯ್ದರು ವನಮಾಲ. ಆಕೆಯ ಮಗಳು ಕೃತಿ ತೀರಿ ಹೋದ ವಿಷಯ ಉಷಾಳಿಂದಲೇ ತಿಳಿದಿದ್ದು.

ಆದರೆ ಅರುಂಧತಿಗೆ ಮಾತ್ರ ದಿಗ್ಭ್ರಮೆ. ಯಾವುದೇ ಸಂಬಂಧವಿಲ್ಲ, ಹೆಚ್ಚು ಪರಿಚಯವು ಇಲ್ಲದ ಹುಡುಗಿ ಇದನ್ನೆಲ್ಲ ಹೇಗೆ ಕೊಟ್ರು?

"ಅವ್ರಿಗೆ ಬಂಧುಗಳು ಇರ್ಲಿಲ್ವಾ?" ವನಮಾಲ ಅತ್ತ ತಿರುಗಿ ಕೇಳಿದಾಗ ಮೌನವಹಿಸಿದರು. ಆಕೆಗೂ ಪೂರ್ಣ ವಿವರವೇನು ಗೊತ್ತಿಲ್ಲ ಕೆಲವು ಸಂದರ್ಭದಲ್ಲಿ ಮಾತ್ರವಲ್ಲ ಹಲವರ ಬದ್ಕಿನಲ್ಲಿ ಕೂಡ ಇರೋ ರಕ್ತ ಸಂಬಂಧಿಗಳು ಮನಸ್ಸಿಗೆ ಹತ್ತಿರವಾಗೋಲ್ಲ. ಅವ್ರ ಬಗೆಗಿನ ಭಾವನೆಗಳು ಸತ್ತು ಹೋಗಿರುತ್ತೆ. ಈಗ ನನ್ನ ಬಗ್ಗೆನೇ ಯೋಚ್ಸು. ತೀರಾ ಹತ್ತಿರದ ಸಂಬಂಧಿ ಇರೋ ಅಣ್ಣ ದೂರದಲ್ಲಿ ತಾಳಿ ಕಟ್ಟಿಸ್ಕೊಂಡ ಗಂಡನ ಸಂಬಂಧ ಡೈವೋರ್ಸ್‌ನಲ್ಲಿ ಮುಕ್ತಾಯವಾಯ್ತು. ಇನ್ನ ಯಾರನ್ನ ಬಂಧುಗಳು ಅಂತ ಭಾವಿಸ್ಲೀ. ನಂಗೆ ಇರೋರೆಲ್ಲ ನೀವಿಬ್ರು. ಅದೇ ಸ್ಥಿತಿ ಆ ದಂಪತಿಗಳದು ಇರಬಹುದು. ಇವೆಲ್ಲ ಸರ್ವೆ ಸಾಧಾರಣ. ಗ್ರೀಷ್ಮಾ ನಿನ್ಮಗಳಲ್ಲಿ ತನ್ನ ಸಂತಾನವನ್ನು ಕಂಡಿರಬಹುದು. ಮಗ್ಳು ಕಳ್ಕೊಂಡ್ಮೇಲೆನೇ ಆ ಜನ ಅಮೇರಿಕಾ ಬಿಟ್ಟು ಭಾರತಕ್ಕೆ ಬಂದಿದ್ದು ಅನ್ನೋ ವಿಷಯ ಬೇರೆಯವ್ರಿಂದ ತಿಳೀತು. ಬದುಕು ಸುಂದರ, ರುದ್ರ, ಬೀಭತ್ಸ ಎಲ್ಲಾ ಮುಖಗಳ ನಾಟಕಗಳೇ. ಇವೆಲ್ಲ ಒಬ್ಬ ಆತ್ಮಬಂಧುನ ಆಶೀರ್ವಾದಪೂರ್ವಕ ಉಡುಗೊರೆಯೆಂದು ತಿಳ್ಕೋ" ವಿವೇಕದಿಂದ ವ್ಯಾಖ್ಯಾನಿಸಿದರು.

ಈ ಪ್ರಕರಣದಿಂದ ಆಕೆಯೇನು ತಬ್ಬಿಬ್ಬಾಗಲಿಲ್ಲ. ಅತಿರೇಕವೆನಿಸಲಿಲ್ಲ. ಗ್ರೀಷ್ಮಾರ ಬೌದ್ಧಿಕ ಬೆಳವಣಿಗೆಯನ್ನು ಇಲ್ಲಿಯು ಗುರ್ತಿಸಿದರು. ಅಳುತ್ತಿದ್ದ ಉಷಾನ ಸಂತೈಯಿಸಿದರು. ಅರುಂಧತಿಯನ್ನು ಕೂಡ ಒಂದು ರೀತಿಯ ಟ್ರಾನ್ಸ್‌ನಿಂದ ಹೊರ ತಂದರು.

ಅರುಂಧತಿ, ವನಮಾಲ ಎದ್ದು ಹೋದರು. ಉಷಾ ಅಲ್ಲಿಂದ ಕದಲಲ್ಲಿಲ್ಲ. ತೀರಾ ಕಾಸ್ಲಿಯಾದ ಪೆನ್‌ಗಳನ್ನು ಮುಟ್ಟಿ ಮುಟ್ಟಿ ನೋಡಿದಳು. ಬಳೆಗಳು, ಉಂಗುರಗಳನ್ನು ಬದಿಗಿರಿಸಿ ಮಾಂಗಲ್ಯದ ಚೈನನ್ನು ಕೈಗೆತ್ತಿಕೊಂಡಳು. ತೀರಾ ತೂಕವಾಗಿತ್ತು. ಅವಳು ಗ್ರೀಷ್ಮಾರ ಬರೀ ಕೊರಳು ಕೈಗಳನ್ನು ನೋಡಿದ್ದಳು. ಚಿನ್ನ ಧರಿಸುತ್ತಿರಲಿಲ್ಲ. ತೀರಾ ಸಾಮಾನ್ಯ ಸಾಮಾಜಿಕ ಚಿಂತನೆಗಳಿಗಿಂತ ಆಕೆ ಮೇಲೇರಿರಬಹುದೆಂದು ಕೊಂಡಾಗ ಗಂಟಲುಬ್ಬಿ ಬಂತು. ಒಮ್ಮೆ...... ಒಂದೇ ಒಂದು ಸಲ ಆಕೆಯನ್ನು ನೋಡುವುದು ಸಾಧ್ಯವಾದರೇ......, ಸಾಧ್ಯವಿಲ್ಲವೆನಿಸಿದಾಗ ಮತ್ತಷ್ಟು ಅತ್ತಳು.

ಎಲ್ಲವನ್ನು ತೆಗೆದಿರಿಸಿದಳು. ಆಗಾಗ ಅರುಂಧತಿ "ಚಿನ್ನ ಒಂದಿಷ್ಟು ಅಗ್ಗವಾಗಿದೆ. ಒಂದಿಷ್ಟು ಕೊಂಡು ಇಟ್ಕೋಬೇಕು. ಈಗಿನ ಜನ ಇಂತಿಷ್ಟು ತೊಲ ಚಿನ್ನ ಹಾಕ್ಬೇಕೂಂತ ಕೇಳ್ತಾರಂತೆ" ಆಗಾಗ ಅಂದುಕೊಳ್ಳುತ್ತಿದುದ್ದನ್ನು ನೆನೆಸಿಕೊಂಡಳು. 'ಒಂದು ತಾಪತ್ರಯ ಕಳೀತು. ನೀನು ಚಿನ್ನ ಕೊಳ್ಳಬೇಕಿಲ್ಲ' ತಾಯಿಗೆ ಹೇಳಬೇಕೆನಿಸಿತು.

ಎಷ್ಟೋ ಹೊತ್ತು ಅದೇ ಸ್ಥಿತಿಯಲ್ಲಿದ್ದವಳು ತಟ್ಟನೇ ಎದ್ದು ಪುರಂದರ್ ಇಳಿದುಕೊಂಡಿದ್ದ ಲಾಡ್ಜ್ ನಂಬರ್‌ಗೆ ಫೋನ್ ಮಾಡಿದಳು.

"ಈಗಿಲ್ಲ ಆರರ ನಂತರ ಸಿಕ್ತಾರೆ. ಏನಾದ್ರೂ ಮೆಸೇಜ್ ಇದ್ಯಾ?" ಕೇಳಿದ ಕೂಡಲೇ ಫೋನಿಟ್ಟು ಮುಖದ ಬೆವರನ್ನು ತೊಡೆದುಕೊಂಡು ಒಂದು ಕಡೆ ಕೂತು ಯೋಚಿಸಿದಳು. ತಾನು ಪುರಂದರ್ ನೋಡೋ ಅಗತ್ಯವಿದ್ಯಾ? ಬೇಡವೆಂದುಕೊಂಡರೂ, ದೇಶ್‌ಮುಖ್ ಬಗ್ಗೆ ಮತ್ತಷ್ಟು ತಿಳಿಯಬೇಕೆನಿಸಿದ್ದರಿಂದ ಭೇಟಿಯಾಗಲೇಬೇಕೆಂಬ ನಿಶ್ಚಯಕ್ಕೆ ಬಂದಳು.

ಬೆಳಿಗ್ಗೆ ಬೇಗ ಎದ್ದವಳೇ ಫೋನ್‌ನ ಬಟನ್‌ಗಳನ್ನು ಒತ್ತಿದಳು. ಆಗ ಅರುಂಧತಿ ಸ್ನಾನ ಮಾಡುತ್ತಿದ್ದರು. ಪುರಂದರನ ಬಗ್ಗೆ ಅಮ್ಮನಿಗೆ ಹೇಳಲು ಉಷಾಳಿಗೆ ಇಷ್ಟವಿಲ್ಲ. ಬರೀ ಎಂಗೇಜ್ ಬರುತ್ತಿದ್ದ ಫೋನ್‌ಗೆ ಜೀವ ಬಂದಾಗ ಜೀವವನ್ನು ಹಿಡಿಯಲ್ಲಿಡಿದು ವಿಚಾರಿಸಿದಳು.

"ಲೈನ್‌ನಲ್ಲೆ ಇರೀ" ರಿಸೆಪ್ಷನಿಸ್ಟ್ ಹೇಳಿದಾಗ ಅವಳ ನೋಟ ಬಾತ್ ರೂಂನತ್ತ ಎಡತಾಕುತ್ತಿತ್ತು, "ಹಲೋ ಉಷಾ, ನೀನು ಫೋನ್ ಮಾಡಬಹುದೆಂಬ ನಿರೀಕ್ಷೆನೆ ಇರಲಿಲ್ಲ " ಪುರಂಧರ ಮೃದುವಾಗಿ ಹೇಳಿದಾಗ ಅವಳು ಫಾರ್ಮಲಿಟೀಸ್ ಮರೆತು "ಎಲ್ಲಿ, ಯಾವಾಗ ಸಿಕ್ತೀರಾ?" ವಿಚಾರಿಸಿದಳು.

"ಇವತ್ತು ಪೂರ್ತಿ ಖಾಲಿ. ನೀವು ಎಲ್ಲಿ ಸಿಗೂಂದರೇ ಅಲ್ಲಿ ರೆಡಿ. ಸಮಯ ಕೂಡ ನೀವೆ ನಿಶ್ಚಯಿಸಬಹುದು" ಅವಳಿಗೇ ಬಿಟ್ಟ ಧಾರಾಳವಾಗಿ. "ಸದ್ಯಕ್ಕೆ ನಿಮ್ಮ ಲಾಡ್ಜ್ ಎದುರಿನಲ್ಲಿರೋ ಪಾರ್ಕ್‌ನ ಬಳಿ ಇರೀ. ಒಂದ್ಗಂಟೆ ಒಳ್ಗೇ ಅಲ್ಲಿರುತ್ತೀನಿ" ಇಟ್ಟೇ ಬಿಟ್ಟಳು ಬಾತ್‌ರೂಂ ತೆರೆದ ಸದ್ದಿಗೆ.

ಕೂದಲಿಗೆ ಟವಲು ಸುತ್ತಿಕೊಂಡಿದ್ದ ಅರುಂಧತಿ "ನರ್ಸಿಂಗ್ ಹೋಂದ ಫೋನ್?" ಕೇಳಿದ ಕೂಡಲೇ ದೊಪ್ಪನೆ ಕೂತು ತಲೆಯ ಮೇಲೆ ಕೈಯೊತ್ತ ಉಷಾ "ಅಂತು ನರ್ಸಿಂಗ್ ಹೋಂ ಬಿಟ್ಟು ಬೇರೇನಿಲ್ಲ" ಮುಖ ದಪ್ಪಗೆ ಮಾಡಿದಳು.

ಆಕೆಯ ತುಟಿಯಂಚಿನಲ್ಲಿ ಹದವಾದ ಮೃದುವಾದ ನಗೆ ಅರಳಿತು "ಅದು ಬಿಟ್ಟು ಮತ್ತೇನಿದೆ? ಅದು ಬಿಟ್ಟರೇ ಮೇರಿ ಆಸ್ಪತ್ರೇನೆ ಸರ್ವಸ್ವ" ಸತ್ಯವನ್ನು ಉಸುರಿದರು.

ಬಗ್ಗಿಸಿದ ತಲೆಯನ್ನೆತ್ತಿ ತಾಯಿಯ ಕಡೆ ನೋಡಿದಳು. ದೃಢವಾದ ಮೈಕಟ್ಟು ಅಂದವಾದ ರೂಪು. ನೂರು ವೇದನೆಗಳನ್ನು ಒಳಗೆ ಅಡಗಿಸಿಟ್ಟರು ಮೇಲೆ ಮಾತ್ರ ಪ್ರಶಾಂತವಾದ ಸರೋವರ.

"ಅಮ್ಮ" ಅರುಂಧತಿಯ ಕೊರಳನ್ನಪ್ಪಿಕೊಂಡು "ನೀನು ತುಂಬ..ತುಂಬಾ... ಬ್ಯೂಟಿಫುಲ್ಲಾಗಿದ್ದೀಯ ಮಮ್ಮಿ. ನನ್ನಷ್ಟು ದೊಡ್ಡ ಮಗ್ಳು ಇದ್ದಾಳೆಂಥರೆ ತಿಳಿಯದವ್ರು ಯಾರು ನಂಬಲಿಕ್ಕಿಲ್ಲ" ಆವೇಗದಿಂದ ನುಡಿದಳು. ಅರ್ಥೈಸಿಕೊಂಡ ಆಕೆ "ಹೌದೌದು ಚೆನ್ನಾಗಿ ಮಾತಾಡೋದು ಕಲಿತೆ. ಒಂದಿಷ್ಟು ಅರ್ಜೆಂಟ್ ಕೆಲ್ಸ ಇದೆ" ಮಗಳಿಂದ ಬಿಡಿಸಿಕೊಂಡು ಅಡಿಗೆ ಮನೆಗೆ ಹೋದರು. ಒಂದೆರಡು ಸಲ ಉಷಾ ಮದುವೆಯ ಪ್ರಸ್ತಾಪ ಮಾಡಿದ ಮೇಲೆ, ಇಂಥ ಮಾತುಗಳ ಬಗ್ಗೆ ಸಾಕಷ್ಟು ಎಚ್ಚರಿಕೆ ವಹಿಸಿದ್ದರು ಅರುಂಧತಿ. ಕನಸುಗಳೆಲ್ಲ ಎಂದೋ ಸತ್ತು ಹೋಗಿತ್ತು. ಅವು ಮತ್ತೆ ಚಿಗುರವು. ಅಂಥ ಕಲ್ಪನೆ ಕೂಡ ಹಾಸ್ಯಾಸ್ಪದವೇ.

ತಾಯಿಯ ಮನೋಗತ ಉಷಾಗೆ ಅರ್ಥವಾಗಿತ್ತು. ಆ ಬಗ್ಗೆ ತಲೆ ಕೆಡಿಸಿಕೊಳ್ಳುವುದು ಬೇಕಿಲ್ಲದಿದ್ದರಿಂದ, ಈಗ ಪುರಂದರ ಭೇಟಿ ಮಾಡುವ ಅಗತ್ಯವಿದ್ದರಿಂದ ಟವೆಲಿಡಿದು ಬಾತ್ ರೂಮಿಗೆ ನುಗ್ಗಿದವಳು ಐದು ನಿಮಿಷಗಳಲ್ಲಿ ಸಿದ್ಧವಾಗಿ ತಾಯಿಯ ಮುಂದೆ ನಿಂತಳು.

"ಇವತ್ತು ಬೇಗ ಹೋಗ್ತಾ ಇದ್ದೀನಿ. ಕಿಚನ್ ಇನ್‌ಛಾರ್ಜ್ ನಿಂದೇ. ಒಬ್ಬ ಫ್ರೆಂಡ್ ಬೆಟ್‌ನಲ್ಲಿ ಸೋತಿದ್ದರಿಂದ, ಈಗಿನ ಬ್ರೇಕ್ ಫಾಸ್ಟ್ ಖರ್ಚು ಅವಳದೇ. ಬೈ..." ಎಂದವಳು ಕ್ಷಣಾರ್ಧದಲ್ಲಿ ಅದೃಶ್ಯಳಾದಳು.

ಸ್ಕೂಟರ್ ತೆಗೆಯುತ್ತಿದ್ದ ಸತೀಶ್ "ಹಾಯ್ ಉಷಾ... ಜಸ್ಟ್ ಎ ಮಿನಿಟ್, ಅರ್ಜೆಂಟಾಗಿ ಮಾತಾಡೋದಿದೆ" ಎಂದು ಕೂಗಿದವನು ಸ್ಕೂಟರ್ ತಳ್ಳಿಕೊಂಡು ಬಂದ "ಇದೇನು, ಇಷ್ಟು ಬೇಗ ಕಾಲೇಜಿಗೆ ಹೋಗ್ತಾ ಇದ್ದೀರಾ?"

ಇದು ಅನಾವಶ್ಯಕವಾದ ಪ್ರಶ್ನೆಯೆನಿಸಿತು.

"ನಾನು ಬೇಗ ಹೋಗೋದ್ರಿಂದ ನಿಮ್ಗೇನಾದ್ರೂ ತೊಂದರೇನಾ? ತುಂಬ ಅರ್ಜೆಂಟಾಗಿ ಹೋಗೋದಿದೆ" ಹೊರಟೇಬಿಟ್ಟವಳು. ವನಮಾಲ ಮಾತು ಜ್ಞಾಪಿಸಿಕೊಂಡು ನಿಂತಳು "ಪಕ್ಕದ ಫ್ಲಾಟ್‌ನಲ್ಲಿರೋದು, ತೀರಾ ನೆಗ್ಲೆಕ್ಟ್ ಮಾಡಿ ವಿರೋಧ ಕಟ್ಟಿಕೊಳ್ಳೋದ್ಬೇಡ. ಒಂದ್ಸಲ ನಿನ್ನಮ್ಮ ತಲೆ ಸುತ್ತಿ ಬಿದ್ದಿದ್ದು ಗೊತ್ತು ತಾನೆ. ಮತ್ತೇನಾದ್ರೂ ಆ ತರಹ ಆದರೇ ಯಾರು ಸಹಾಯಕ್ಕೆ ಬರ್ತಾರೆ. ಇದೆಲ್ಲ ನಿನ್ನ ತಲೆಯಲ್ಲಿ ಇರ್ಲೀ" ಬಲವಂತದಿಂದ ಈ ಮಾತುಗಳನ್ನು ಅವಳ ತಲೆಯಲ್ಲಿ ತುರುಕಿದ್ದರು.

"ಅದೇನೋ, ಮಾತಾಡೋದು ಅಂದರಲ್ಲ, ಏನದು?" ಕೇಳಿದಳು.

ಸ್ಕೂಟರ್ ತಳ್ಳುತ್ತ ಬಂದ ಸತೀಶ್ "ನೆನ್ನೆ ರಾತ್ರಿ ಪುಸ್ತಕದ ಪ್ರಕಾರ ಅಡ್ಗೆ ಮಾಡ್ದೇ. ಒಂದು ಸರಿ ಇರ್ಲಿಲ್ಲ. ರಾತ್ರಿ ಪೂರ್ತಿ ಉಪವಾಸ" ಹೇಳಿಕೊಂಡ.

ಇಡಿಯಾಗಿ ಅವನನ್ನು ನೋಡಿದಳು. ಈ ಮೆಡಿಕಲ್ ಸ್ಟೂಡೆಂಟ್‌ಗೆ ಯಾಕೆ ಅಡಿಗೆ ಮಾಡೋ ಹಣೆಬರಹ! ಎಲ್ಲ ವಿಚಿತ್ರವೆನಿಸಿತು. ಕೆಲವೊಮ್ಮೆ ಬಾಯಿ ಬಿಟ್ಟು ಹೇಳಿದರೂ ಸ್ವಯಂ ಪಾಕದ ಬಗ್ಗೆ ಅವನ ಇಂಟರೆಸ್ಟ್ ಕಮ್ಮಿಯಾಗದು.

"ಅಯ್ಯೋ, ಇಷ್ಟೇನಾ! ಹತ್ತಿರದಲ್ಲೆ ಒಂದು ಮೆಸ್ ಇದೆ. ತುಂಬಾ ಚೆನ್ನಾಗಿ ಮಾಡ್ತಾರೆ, ಸಾರು ಹುಳಿ. ತೀರಾ ಎಮರ್ಜನ್ಸಿಯಲ್ಲಿ ಅಲ್ಲಿಂದ್ಲೇ ಈ ಬಿಲ್ಡಿಂಗ್‌ನವರೆಲ್ಲಾ ಕ್ಯಾರಿಯರ್ ತರಿಸ್ತಾರೆ. ನೀವು ಆರಾಮಾಗಿ ಅಲ್ಲೇ ಊಟ ಮಾಡ್ಬಿಡಿ" ಸಲಹೆ ಕೊಟ್ಟಳು.

ಹಣೆಯೊತ್ತಿಕೊಂಡ ಸತೀಶ್ "ಇದೇನು, ಇಂಥ ಸಲಹೆ ಕೊಡ್ತೀರಾ? ಹೋಟೆಲ್ ಮೆಸ್, ಹಾಸ್ಟೆಲ್ ಊಟ ಬೇಡಾಂತಲೇ ಫ್ಲಾಟ್‌ಗೆ ಬಂದಿದ್ದು. ಈಗ ಮತ್ತೆ ಅಲ್ಲಿಗೆ ಹೋಗಿ ಅಂತೀರಲ್ಲ, ಪ್ಲೀಸ್ ಒಂದಿಷ್ಟು ಸಹಾಯ ಮಾಡಿ. ನೀವ್ಯಾಕೆ ಇದ್ನ ಸೀರಿಯಸ್ಸಾಗಿ ತಗೋಳೊಲ್ಲ?" ಗಟ್ಟಿಯಾಗಿ ಕೇಳಿದಾಗ ಬೆಪ್ಪಾದಳು. "ಸಂಬಂಧಪಡದ ವಿಷ್ಯನ ಕೇಳ್ತಾ ನಿಂತ ತಪ್ಪು ನಂದೇ. ಸೀ ಯೂ" ಆಟೋ ನಿಲ್ಲಿಸಿ ಹತ್ತೇ ಬಿಟ್ಟಳು.

ಆದರೂ ಸತೀಶ್ ಮುಖ ನೋಡಿದರೆ ಕಾಡುವ ಯುವಕನಂತೆ ಕಾಣಲಿಲ್ಲ. ಬರೀ ನೋಟಕ್ಕಿಂತ ಅನುಭವಕ್ಕೆ ಬಂದಿದ್ದೇ ಸತ್ಯವೆನಿಸಿತು.

ಪಾರ್ಕ್‌ನಿಂದ ಬಹಳ ದೂರದಲ್ಲಿಯೇ ಆಟೋದಿಂದ ಇಳಿದು ಹಣ ಕೊಟ್ಟು ಪುಟ್‌ಪಾತ್ ಮೇಲೆ ನಿಂತು ಆ ಕಡೆ ಈ ಕಡೆ ಬಹು ದೂರದವರೆಗೂ ನೋಟ ಹಾಯಿಸಿ ಸ್ಕೂಟರ್ ಮೇಲೆ ಓಡಾಡುವವರಲ್ಲಿ ಸತೀಶ್‌ನ ಹುಡುಕಾಡಿ, ಕಾಣದಿದ್ದಾಗ ನಿಶ್ಚಿಂತೆಯ ಉಸಿರು ದಬ್ಬಿ ಪಾರ್ಕ್ ಕಡೆ ಹೆಜ್ಜೆ ಹಾಕಿದಳು.

ಪಾರ್ಕ್‌ನ ಕಾಂಪೌಂಡ್‌ಗೆ ಒರಗಿ ನಿಂತ ಪುರಂದರ ನಗೆ ಬೀರಿದ. ಅವನು ಗಂಡಾಗಿರಬಹುದು, ಆದರೆ ಒಂಟಿಯಾಗಿ ಒಬ್ಬ ಯುವತಿಯನ್ನು ಸಂಧಿಸುವುದು ನಿಷಿದ್ಧ ದೀಕ್ಷಿತರ ಕುಟುಂಬದಲ್ಲಿ.

"ಹಲೋ, ಕಾಯಿಸಿ ಬಿಟ್ನಾ?" ಎಂದಳು ಸಂಕೋಚಿಸುತ್ತ.

ವಾಚ್ ಕಡೆ ನೋಡಿದ ಪುರಂಧರ "ಖಂಡಿತ ಇಲ್ಲ ಇನ್ನು ಹತ್ತು ನಿಮಿಷ ಇದೆ. ನೆನ್ನೆ ಕೂಡ ನಿಮ್ಮ ಅಡ್ರೆಸ್ ಫೋನ್ ನಂಬರ್ ಕೇಳೋದು ಮರ್ತೆ" ಅಂದ ಅವಳ ಮುಖದ ಭಾವನೆ ನಿರುಕಿಸುತ್ತ "ನೀವು ಕೇಳಿದ್ರೂ ...... ನಾನು ಕೊಡ್ತಾ ಇರ್ಲಿಲ್ಲ. ದಯವಿಟ್ಟು ತಪ್ಪು ತಿಳ್ಕೋಬೇಡಿ" ನೊಂದೇ ಹೇಳಿದ್ದು.

"ಓಕೇ ಬಿಡಿ, ಕೆಲವಕ್ಕೆ ನಾವು ನಾವು ಬಾಧ್ಯ. ಆದ್ರೂ ಆ ಸುಳಿಯಿಂದ ಬಿಡ್ಸಿಕೊಂಡು ಹೊರ ಬರೋದು ಕಷ್ಟ. ಸ್ವಲ್ಪ ಚಿಂತನೆಗೆ ಇಳಿದರೇ ಈ ಬೇಡಿಗಳನ್ನು ಕಿತ್ತು ಎಸೆದು ಬಿಡೋಣಾಂತ ಅನ್ನಿಸುತ್ತೆ." ಸ್ವಲ್ಪ ಬೇಸರದಿಂದಲೇ ನುಡಿದ. ಕಾರ್ಮೋಡಗಳು ಅವನ ಮುಖದ ಉತ್ಸಾಹವನ್ನು ನುಂಗಿದಂತಿತ್ತು.

ಮತ್ತೆ ಸುತ್ತಲೂ ನೋಟ ಹರಿಸಿದ ಉಷಾ "ದೇಶ್‌ಮುಖ್ ಬಗ್ಗೆ ಇನ್ನಷ್ಟು ತಿಳಿಬೇಕಿತ್ತು" ಅಂದಾಗ, ನಸು ನಕ್ಕ ಪುರಂದರ "ಇಲ್ಲಿ ನಿಂತು ಮಾತಾಡೋದು ನಿಮ್ಮ ರೀತಿಯಲ್ಲಿ ಆರೋಗ್ಯಕರವಲ್ಲ. ಹೋಟೆಲ್‌ನಲ್ಲಿ ತಿಂಡಿ ತಿಂತಾ ಮಾತಾಡ್ಬಹ್ದು" ಹೇಳಿದ. ಒಂಟಿಯಾಗಿ ಜಾವಗಲ್‌ಗೆ ಬಂದು ಸುತ್ತುತ್ತಿದ್ದ ಉಷಾ ತೀರಾ ಧೈರ್ಯಸ್ಥೆ ಅಂದುಕೊಂಡದ್ದು ತೀರಾ ತಪ್ಪಾಗಿ ಕಂಡಿತು.

ಇಬ್ಬರೂ ಒಂದು ರೆಸ್ಟೋರೆಂಟ್ ಕಡೆ ಹೆಜ್ಜೆ ಹಾಕಿದರು. ಮಾರ್ಗ ಮಧ್ಯದಲ್ಲಿ ತುಟಿ ಬಿಚ್ಚದ ಉಷಾ ಓಡಾಡುತ್ತಿದ್ದ ಸ್ಕೂಟರ್ ಮೇಲಿನ ವ್ಯಕ್ತಿಗಳನ್ನೇ ಗಮನಿಸುತ್ತಿದ್ದಳು. ಅಕಸ್ಮಾತ್ ನೋಡಿ ಒಂದು ಬಾಂಬ್ ಸಿಡಿಸಿದರೇ, ಅದರ ಪರಿಣಾಮ ಭೀಕರ ವಾಗುತ್ತದೆಯೆಂದು ಅವಳ ಭಯ.

ಇದನ್ನು ಸೂಕ್ಷ್ಮವಾಗಿ ಗಮನಿಸಿದ ಪುರಂಧರ "ನೀವು ಬರೀ ಸ್ಕೂಟರ್‌ಗಳ್ನ ಗಮನಿಸ್ತಾ ಇರೋದು ನೋಡಿದರೆ ಅದ್ಕೆ ಮುಖ್ಯವಾದ ಕಾರಣ ಇದೇಂತ ಅನ್ನಿಸುತ್ತೆ" ಕೆದಕಿದ. ಆ ಮಾತಿಗೆ ಅವಳು ಪ್ರತಿಕ್ರಿಯಿಸಲಿಲ್ಲ.

ಹೋಟೆಲ್‌ನಲ್ಲಿ ತಿಂಡಿಗೆ ಪುರಂದರ ಆರ್ಡರ್ ಮಾಡಿದ. ಈಗ ಅವಳು ದೇಶ್‌ಮುಖ್ ಬಗ್ಗೆ ಮಾತ್ರ ಯೋಚಿಸುತ್ತಿದ್ದಳು. ವಿಶಾಲವಾದ ಫಾರ್ಮ್ ಗೇಟುಗೆ ದಪ್ಪ ಬೀಗ ಬಿತ್ತೆಂದರೇ ಅವರು ಪೂರ್ತಿಯಾಗಿ ಒಳಗೆ ಒಂಟಿ." ಗೀಷ್ಮಾ ಆಂಟೀ ಅವ್ರುನ ಒಂಟಿಯಾಗಿ ಯಾಕೆ ಬಿಟ್ಹೋದ್ರಿ' ಎಂದು ಆಕಾಶದತ್ತ ಮುಖ ಮಾಡಿ ಕೂಗಬೇಕೆನಿಸಿತು.

"ಉಷಾ, ನೀವು ಎಲ್ಲೋ ಇದ್ದೀರಾ!" ಕೇಳಿದ.

ತಟ್ಟನೆ ಎಚ್ಚೆತ್ತ ಉಷಾ "ಅಂಕಲ್ ಬಗ್ಗೆ ಯೋಚಿಸ್ತಾ ಇದ್ದೆ. ನೀವು ಹೋದಾಗ ಅವ್ರು ಹೇಗೆ ಇದ್ರು?" ವಿಷಯಕ್ಕೆ ಬಂದಳು.

ಅಷ್ಟು ಸರಿಯಾಗಿ ಹೇಳುವುದು ಪುರಂದರನಿಗೆ ಕಷ್ಟವೆನಿಸಿತು. ಆಗಾಗ ನೋಡುವ ಮನುಷ್ಯನ ಬಗ್ಗೆಯಾದರೆ ಸ್ಪಷ್ಟವಾಗಿ ಏನಾದರೂ ಹೇಳಬಹುದಿತ್ತು. ಕೆಂಪಗೆ ಮೀಸೆ ಬೆಳೆಸಿಕೊಂಡ ದೇಶ್‌ಮುಖ್ ತಲೆಗೂದಲಲ್ಲಿ ಅಲ್ಲಲ್ಲಿ ಒಂದು ಬಿಳಿ ಕೂದಲು ಕಾಣುತ್ತಿತ್ತು. ನೋಟ ಮಾತ್ರ ಅತ್ಯಂತ ತೀಕ್ಷ್ಣ.

"ಸಾರಿ, ಸರ್ರ್ಯಾಗಿ ಹೇಳೋದು ಕಷ್ಟ. ಗೌಳಿ ಹೇಳಿದ್ಮೇಲೆನೇ ಅನಾರೋಗ್ಯಂತ ತಿಳಿದಿದ್ದು. ತಾತನ ಬಲವಂತಕ್ಕೆ ಹೋದೆ. ಸೌಜನ್ಯಕ್ಕಾದರೂ ಒಂದೆರಡು ಮಾತಾಡಲು ಆ ಮನುಷ್ಯ ಇಷ್ಟಪಡ್ಲಿಲ್ಲ. ಅಸಹನೆಯ ನೋಟ ಭರಿಸಲಾರ್ದೆ ನಾನೇ ಬೇಗ ಹೊರಟೆ. ಮಾರನೆ ದಿನ ಗೌಳಿನ ಬೈಯ್ದರಂತೆ. ಮನುಷ್ಯರ ಜೊತೆ ಬೆರೆಯೋದು ಅವ್ರಿಗೆ ಇಷ್ಟವಿಲ್ಲ. ಇಷ್ಟು ಬಿಟ್ಟು ಮತ್ತೇನು ಗೊತ್ತಿಲ್ಲ. ಅಲ್ಲಿಂಗ್ಬಂದ ಏಕೈಕ ಬಂಧು ನೀನೊಬ್ಬಳೇ. ಒಮ್ಮೊಮ್ಮೆ ಇಡೀ ದಿನ ಆ ಮನುಷ್ಯ ಏನು ತಿನ್ನೋಲ್ಲ. ಎಂದೋ ಮಾಡಿದ ತಪ್ಪಿಗೆ ತಾನೇ ಶಿಕ್ಷೆ ವಿಧಿಸಿಕೊಳ್ಳುವಂತೆ ಕಾಣ್ತಾರೆ. ವಿಷ್ಯ ತಿಳಿಸಿದ್ದೀನಿ, ಮಿಕ್ಕಿದ್ದು ನಿಂಗೆ ಸೇರಿದ್ದು" ಎಂದವನು ಎರಡು ಅಂಗೈಗಳನ್ನು ಸೇರಿಸಿ ಉಜ್ಜಿಕೊಂಡ.

ಉಷಾ ತಿಂಡಿ ಬರುವವರೆಗೂ ಮಾತೇ ಆಡಲಿಲ್ಲ. ಅವರ ಬಗ್ಗೆ ಅವಳಿಗೆ ತಿಳಿದಿರುವುದು ಬಹಳ ಸ್ವಲ್ಪ. ಇಷ್ಟು ಅವರನ್ನು ಬಲ್ಲ ಎಷ್ಟೋ ಜನಕ್ಕೆ ತಿಳಿದಿರುತ್ತೆ.

ಇಡ್ಲಿ, ವಡೆ, ಸಾಂಬಾರ್ ಜೊತೆ ಹಲ್ವಾ ಕೂಡ ತಿಂದು ಹೊರಗೆ ಬಂದರು. ಅವರಿಬ್ಬರ ನಡುವೆ ಇನ್ನೇನು ಮಾತುಗಳು ಇರಲಿಲ್ಲ. ಯಾಕೋ ಏನೋ ದೀಕ್ಷಿತರ

ಮನೆಯ ಪ್ರತಿಯೊಬ್ಬರ ಬಗ್ಗೆಯು ತಿಳಿಯಬೇಕೆನಿಸಿತು. ತಾಯಿಯನ್ನು ದ್ವೇಷಿಸುವ ಆ ಜನರ ನೆರಳು ಕೂಡ ಸೋಕದಂತೆ ದೂರದಲ್ಲಿರುವುದೇ ಸರಿಯೆನಿಸಿತು.

"ಅಜ್ಜಿ, ಆಗಾಗ ನಿನ್ನ ನೆನಸ್ಕೋತ್ತಾ ಇರ್ತಾರೆ. ನಿಮ್ಮ ಬಗ್ಗೆ ಕೆಲವರ ಊಹೆಯಂತು ಭರ್ಜರಿಯಾಗಿತ್ತು. ಕೆಲವರು ಗೂಢಾಚಾರಿಣಿ ಅಂದ್ಕೊಂಡರೆ ಹಲವರು ರಿಪೋರ್ಟರ್ ಅಂದ್ಕೊಂಡಿದ್ರು. ಕೆಲವು ದಿನವಂತು ಎಲ್ಲರ ಬಾಯಲ್ಲೂ ನಿಮ್ಮ ಮಾತೆ. ಅಂತು ನೀವು ಎರಡು ಅಲ್ಲ ಅನ್ನೋದು ನನ್ನ ಊಹೆ ಆಗಿತ್ತು. ಅದೇ ನಿಜವಾಯ್ತು. ನಿಮ್ಮ ಕೋರ್ಸ್ ಮುಗ್ದು ನಿಮ್ಗೆ ಒಳ್ಳೆ ಕೆಲ್ಸ ಸಿಗ್ಲೀಂತ ನನ್ನ ಹಾರೈಕೆ" ತಣ್ಣನೆ ದನಿಯಲ್ಲಿ ಉಸುರಿದಾಗ ಮುಗುಳ್ನಕ್ಕಳು.

"ನೀವೇ ಪರ್ವಾಗಿಲ್ಲ! ಹಿರಿಯರ ಹಾರೈಕೆ, ಆಶೀರ್ವಾದ ಬೇರೆ ರೀತಿಯಲ್ಲಿ ಇರುತ್ತೆ. ಬೇಗ ಮದ್ವೇ ಆಗ್ಲೀ, ಹತ್ತು ಮಕ್ಳು ಹೆತ್ತು ಸುಖವಾಗಿರು. ಇವೆರಡು ನಿಜವಾದ್ರೆ ...... ಸುಖ ಅನ್ನೋದು ಸಾವಿರ ಕಿಲೋಮೀಟರ್ ಆಚೆ ಓಡುತ್ತೆ. ಈ ಸತ್ಯ ಅವ್ರಿಗೂ ಗೊತ್ತು. ಆದ್ರೂ ಹಳ್ಳದಲ್ಲಿರೋ ಜನಕ್ಕೆ ಮೇಲಿರೋವ್ರನ್ನ ಕಂಡರೇ ಅಸೂಯೆ" ನಿರರ್ಗಳವಾಗಿ ನುಡಿದಳು.

ಪುರಂದರ ದೀರ್ಘವಾಗಿ ನೋಡಿ ನಸು ನಗೆ ಬೀರಿದ.

"ಅಂತು, ನೀವು ಮದ್ವೆ ವಿರೋಧಿ. ನಾನು ಕೂಡ ನಿಮ್ಮ ಸಂಘಟನೆಗೆ ಸೇರಿ ಬಿಡ್ಲೇ? ಪುರುಷರಿಗೆ ಪ್ರವೇಶವಿದ್ಯೆ? ಫೀಸು ಎಷ್ಟು ? ನೀತಿ ನಿಬಂದನೆಗಳೇನು? ಅಪ್ಲಿಕೇಷನ್ ಫಾರಂ ಎಲ್ಲಿ ಸಿಗುತ್ತೆ?" ಒಂದೇ ಸಮ ಕೇಳಿದಾಗ ಬಾಯಿ ಮೇಲೆ ಕೈ ಇಟ್ಟುಕೊಂಡಳು. ಹಿಂದೆಯೇ ಪಕಪಕ ನಕ್ಕವಳು ತಟ್ಟನೆ ನಿಲ್ಲಿಸಿ ಅತ್ತಿತ್ತ ನೋಡಿದಾಗ ಅಂತು ಜಾವಗಲ್‌ನಲ್ಲಿ ಮಾತ್ರವಲ್ಲ, ಸಿಟಿಯಲ್ಲೂ ಇದೇ ಪರಿಸ್ಥಿತಿ ಇದೆಯೆಂದರೆ ನಂಬಲಿಕ್ಕಾಗೊಲ್ಲ. ಹೋಗ್ಬನ್ನಿ..... ಮತ್ತೆ ಸಿಗೋ ಅವಕಾಶವೇನಾದ್ರೂ ಇದ್ಯಾ? ನಮ್ಮ ವಕೀಲರ ಪ್ರಕಾರ ನಾನು ನಾಳೆಯೊಂದು ದಿನ ಇದ್ದರೇ ಸಾಕು."

"ಹೇಳೋಕಾಗೊಲ್ಲ. ಈಗ ಕಾಲೇಜು ಷುರುವಾಗಿದೆ. ಕಂಪ್ಯೂಟರ್ ಕಲೀತಾ ಇದ್ದೀನಿ. ಮನೆಯಲ್ಲಿ ಸಾಕಷ್ಟು ಕೆಲ್ಸನೂ ಇರುತ್ತೆ" ಉಷಾ ಯೋಚಿಸುವಂತಾದಳು. ಇನ್ನು ಪುರಂದರನಲ್ಲಿ ಮಾತಾಡುವ ವಿಷಯಗಳೇ ಇಲ್ಲ. ಇನ್ನು ಭೇಟಿಯಾಗಿ ಅನಗತ್ಯವಾಗಿ ಹರಟುವುದರಲ್ಲಿ ಅರ್ಥ ಕಾಣಲಿಲ್ಲ. ತಟ್ಟನೆ "ಒಂದು ಹೆಲ್ಪ್ ಮಾಡೋಕಾಗುತ್ತಾ? ನೀವು ಊರಿಗೆ ಹಿಂದಿರುಗಿದ ಕೂಡ್ಲೇ ದೇಶಮುಖ್ ಅಂಕಲ್‌ನ ಆರೋಗ್ಯದ ಬಗ್ಗೆ ತಿಳಿಸೋಕ್ಕಾಗುತ್ತ?"

ಅವಳ ಪ್ರಶ್ನೆಗೆ ಉತ್ತರ ಕಷ್ಟವೆನಿಸಿತು "ಗೌಳಿನ ವಿಚಾರ್ಸಿ ಅವ್ರು ಹೇಳಿದ್ನ ಹೇಳಬಹುದಷ್ಟೇ. ಆ ಮನುಷ್ಯನ ವಿಷ್ಯ ಬಂದರೇನೇ ಹೆದರಿ ಸಾಯ್ತಾಳೆ. ಅಂಥದ್ದರಲ್ಲಿ ದೇಶಮುಖ್ ಆರೋಗ್ಯದ ಬಗ್ಗೆ ಕರೆಕ್ಟಾಗಿ ಏನು ಹೇಳ್ಬಹ್ದು" ಕೇಳಿದ.

ಅವನ ವಿಚಾರ ಸರಿಯೆನಿಸಿತು ಉಷಾಗೆ. ಆಗ ಪುರಂದರ ಹೇಳಿದ "ಎನಿವೇ

ನೀವು ತೀರಾ ಅವ್ರ ಹತ್ತಿರದ ಬಂಧುಗಳೆನಿಸ್ಕೊಂಡ ಜನಕ್ಕೆ ಇನ್ಫರ್ಮೇಷನ್ ಕೊಡಿ. ಹೆಂಡ್ತಿನ ಕಳ್ಕೊಂಡ್ ತೀರಾ ಡಿಪ್ರೆಸ್ ಆಗಿರಬಹ್ದು. ಈಗ ಯಾರಾದ್ರೂ ಅವ್ರ ಹತ್ತಿರ ಇರ್ಬೇಕು. ಬೇಕಾದ್ರೆ ಗೌಳಿ ಹೇಳಿದ್ದು ಮಾತ್ರ ನಿಮ್ಗೆ ತಿಳಿಸ್ಬಲ್ಲೇ. ವಿಳಾಸ, ಫೋನ್ ನಂಬರ್ ಕೊಡಿ."

ಅದಕ್ಕೆ ಉಷಾಳ ಒಪ್ಪಿಗೆ ಇಲ್ಲ. ಹೇಗೂ ಸರಿದು ಹೋಗುತ್ತಿದ್ದ ಬದುಕಿನಲ್ಲಿ ನಾನಾ ಸಮಸ್ಯೆಗಳು ತಲೆ ಹಾಕುವುದು ಬೇಡವೆನಿಸಿತು.

"ಬೇಡ ಬಿಡಿ. ಇಲ್ಲಿ ಗ್ರೀಷ್ಮಾ ಕೊಲೀಗ್ ಇದ್ದಾರೆ. ಅವ್ರಿಗೆ ಹೇಳ್ತೀನಿ. ನಿಮ್ಮ ಹಾರೈಕೆಗೆ ಥ್ಯಾಂಕ್ಸ್. ನಂಗೆ ಬೇಗ ಕೆಲ್ಸ ಸಿಕ್ಲೀ" ಎಂದು ಕೈಯಾಡಿಸಿ ಮಾಯವಾದ ಉಷಾಳ ಬಗ್ಗೆ ಅಲ್ಲೇ ನಿಂತು ಯೋಚಿಸಿದ. ಮನೆ ವಿಳಾಸ, ಪೋನ್ ನಂಬರ್ ಕೊಡಲು ಯಾಕೆ ಹಿಂಜರಿಕೆ? ಈ ಹುಡುಗಿ ಯಾವುದಾದರೂ ಸಮಸ್ಯೆಯ ಮಧ್ಯೆ ಇದ್ದಾಳೆ? ಇಲ್ಲ ಯಾವುದಾದರೂ ರಹಸ್ಯ ಕಾಪಾಡಲು ಇಂಥ ಪರಿಸ್ಥಿತಿ ನಿರ್ಮಿಸಿಕೊಂಡಿದ್ದಾಳೆ? ಏನೂ ಅರ್ಥವಾಗಲಿಲ್ಲ ಅವನಿಗೆ.

* * *

ಎಷ್ಟೇ ಮರೆಯಬೇಕೆಂದರೂ ಸಾಧ್ಯವಾಗಲಿಲ್ಲ. ದೇಶಮುಖ್‌ನ ಮನ ಬಿಚ್ಚಿ ಸಲಹೆ ಕೇಳಲು ವನಮಾಲ ಊರಿನಲ್ಲಿರಲಿಲ್ಲ. ಅವಳಣ್ಣನ ಕುಟುಂಬ ದೆಹಲಿಗೆ ಬಂದಿದ್ದರಿಂದ ನೋಡಿ ಬರಲು ಹೋಗಿದ್ದರು. ಅದು ಆಕೆಯ ಅಣ್ಣನ ಸಲಹೆ "ನೀನೆ ಬಂದು ಒಂದೆರಡು ದಿನ ನಮ್ಮಲ್ಲಿ ಉಳ್ಕೋ, ನಿನ್ನೊಬ್ಬಳ್ಳನ್ನ ನೋಡೋ ಸಲುವಾಗಿ ಬರೋದು ಪ್ರಯಾಸಕರ. ನೀನೆ ಬಾ" ಈ ಸಜೆಷನ್‌ಗೆ ವನಮಾಲ ಕುಪಿತರಾದರು. ರಕ್ತದ ಸೆಳೆತ ಆಕೆಯನ್ನು ಎಳೆದೊಯ್ದಿತ್ತು. ಅವರು ಹಿಂದಿರುವವರೆಗೂ ಒಂಟಿಯಾಗಿ ಈ ವ್ಯಥೆಯನ್ನು ಅನುಭವಿಸಬೇಕಿತ್ತು ಉಷಾ.

"ಯಾಕೆ, ಒಂದು ತರಹ ಇದ್ದೀಯಾ?" ಅವಳಮ್ಮ ನರ್ಸಿಂಗ್ ಹೋಂಗೆ ಹೊರಡುವಾಗ ಕೇಳಿದರು. ಅಲರ್ಟ್ ಆದಳು ಉಷಾ "ಎಷ್ಟೆಲ್ಲಾ ಓದ್ಬೇಕಾಗಿದೆ ಅನ್ನೋ ಟೆನ್ಷನ್ ಅಷ್ಟೇ. ಇಷ್ಟವಾದ ಪುಸ್ತಕಗಳ್ನ ಓದೋಕು ನಿಗದಿತವಾದ ಪುಸ್ತಕಗಳ್ನ ಓದೋಕು ವ್ಯತ್ಯಾಸ ಇದೆ" ಮಗುವಿನಂಥ ಮುಗ್ಧತೆಯನ್ನು ಮಾತುಗಳಲ್ಲಿ ಪ್ರದರ್ಶಿಸಿದಾಗ ಅರುಂಧತಿ ಪ್ರೀತಿಯಿಂದ ಮಗಳ ಕೆನ್ನೆ ಸವರಿ "ಡೋಂಟ್ ವರೀ, ಓದೋದು ಕಷ್ಟವೆನಿಸಿದರೇ ಆರಾಮಾಗಿ ಮದ್ವೆ ಆಗ್ಬಿಡು. ನಾನು ಒಳ್ಳೆ ವರನ ತಲಾಷೆಯಲ್ಲಿ ಇದ್ದೀನಿ. ವನಮಾಲಗೂ ಅದೊಂದು ಕೆಲ್ಸ ವಹಿಸಿದ್ದೀನಿ" ಎಂದರು.

ಕಣ್ಣುಗಳಲ್ಲಿ ಭಯ ನಟಿಸುತ್ತ ಎರಡು ಕೈಗಳನ್ನು ಜೋಡಿಸಿ "ಬೇಡ, ಅದ್ಕಿಂತ ಓದೋದೆ ಸುಲಭ. ಆ ಟೆನ್ಷನ್ ಪರಮಾತ್ಮನಿಗೂ ಬೇಡ. ಈಚೆಗೆ ವಿವಾಹವಾದ ನನ್ನ ಫ್ರೆಂಡ್ ಪರಿಸ್ಥಿತಿ ನೋಡಿದರೇ, ಅಬ್ಬಬ್ಬ ಪ್ರಪಾತವೇ! ತಳ್ಳೋದು ದುಮುಕೋದು ನಿರಂತರವಾಗಿ ನಡ್ದುಕೊಂಡು ಹೋಗುತ್ತೆ. ತಾವಿನ್ನು ಹೋಗ್ಬನ್ನಿ" ಎಂದಳು.

ಅರುಂಧತಿಯನ್ನು ಕಳಿಸಿ ಬಂದು ಬಾಗಿಲು ಹಾಕಿಕೊಳ್ಳುವ ವೇಳೆಗೆ ಸತೀಶ್ ಬಂದ "ಸ್ವಲ್ಪ ಬನ್ನಿ, ತೀರಾ ಅರ್ಜೆಂಟ್ ..... ಪೂರ್ತಿ ಹಾಳಾಗುತ್ತೆ" ಕೈ ಹಿಡಿದು ಎಳೆದೊಯ್ದ.

ಗ್ಯಾಸ್ ಸ್ಟೌವ್ ಮೇಲೆ ಸಣ್ಣನೆಯ ಉರಿಯಲ್ಲಿ ಹಲ್ವಾ ಕುದಿಯುತ್ತಿತ್ತು. ಅದರ ಘಮಲು ಇಡೀ ಫ್ಲಾಟ್‌ನ ಆವರಿಸಿತ್ತು.

"ನಾನು ಈಗ ಏನ್ಮಾಡ್ಬೇಕು?" ಎಂದಳು ಸ್ವಲ್ಪ ಖಾರವಾಗಿಯೇ. "ಸ್ವಲ್ಪ ತಳ ಹತ್ತದಂತೆ ಕೈಯಾಡಿಸಿ ಒಂದಿಷ್ಟು ನಮ್ಮಜ್ಜಿಗೆ ಫೋನ್ ಮಾಡೋದಿದೆ" ಹೇಳಿ ಹೋದ.

ಇನ್ನಷ್ಟು ಉರಿ ಕಡಿಮೆ ಮಾಡಿ ಕೈಯಾಡಿಸತೊಡಗಿದಳು. ಈ ಒಂಟಿ ಮನುಷ್ಯನಿಗೇಕೆ ಇಷ್ಟೆಲ್ಲ ರಿಸ್ಕ್? ತೀರಾ ನಾಲಿಗೆ ಚಪಲ ಎಂದುಕೊಂಡಳು. ತಳ ಹತ್ತುವ ಮುನ್ನ ಕೆಳಗೆ ಇಳಿಸಿ ತಟ್ಟೆಗೆ ತುಪ್ಪ ಸವರಿ ಹಲ್ವ ಸುರಿದು ತನ್ನ ಕರ್ತವ್ಯ ಮುಗಿಯಿತೆಂದು ಹೊರ ಬಂದಾಗ ಸತೀಶ್ ಇನ್ನೂ ಫೋನ್‌ನಲ್ಲಿ ಸಂಭಾಷಿಸುತ್ತಿದ್ದವನು ಇಟ್ಟ.

"ನಿಮ್ಮ ಹಲ್ವಾ ರೆಡಿಯಾಗಿದೆ? ನಿಮ್ಮನ್ನೊಂದು ಪ್ರಶ್ನೆ ಕೇಳ್ಲಾ? ಇಷ್ಟೊಂದು ಇಂಟರೆಸ್ಟ್ ಇರೋ ನೀವು ಮೆಡಿಸಿನ್ ಓದೋ ಬದ್ಲು ಪಾಕಶಾಸ್ತ್ರಕ್ಕೆ ಸಂಬಂಧಪಟ್ಟಂತೆ ಪಿ.ಹೆಚ್.ಡಿ ಮಾಡಬಹುದಿತ್ತು " ಸ್ವಲ್ಪ ಅಸಹನೆ ಅವಳ ಸ್ವರದಲ್ಲಿ ಇಣುಕಿತು.

ಸತೀಶ್ ಕೂಡುವಂತೆ ಸನ್ನೆ ಮಾಡಿ "ನೀವು ಯಾಕೆ ಟೆನ್‌ಷನ್‌ನಲ್ಲಿ ಇರ್ತೀರಾ ಅನ್ನೋದಕ್ಕೆ ನಂಗೆ ಕಾರಣ ಗೊತ್ತಾಗಿದೆ" ಎಂದಾಗ ಅವಳ ಹಣೆಯ ಮೇಲೆ ಬೆವರಿನ ಸೆಲೆಯೊಡೆಯಿತು. ಯಾರಿಂದಲೋ ವಿಷಯ ತಿಳಿದಿರಬಹುದು. ಈಗ ಅವನ ಮುಂದಿನ ಭಾವನೆ, ಪ್ರಶ್ನೆಯನ್ನು ಲೆಕ್ಕ ಹಾಕಿಕೊಂಡಾಗ ಅವಳ ಮೈ ಬಿಸಿಯಾಯಿತು.

"ನೋಡಿದ್ದು ಕೂಡ ನಂಬಲಾರದ ಸ್ಥಿತಿ ನಂದು. ನಿಮ್ಮ ಬಾಯ್ ಫ್ರೆಂಡ್‌ನ ನಿನ್ನೆ ರೆಸ್ಟೋರೆಂಟ್‌ನಲ್ಲಿ ನೋಡ್ದೇ. ಕ್ವೈಟ್..... ಹ್ಯಾಂಡ್‌ಸಮ್" ಕಣ್ಣುಗಳನ್ನು ಕಿರಿದು ಮಾಡಿ ಬೆರಳುಗಳನ್ನೆತ್ತಿ ಸೂಚಿಸಿದ.

ಒಮ್ಮೆಲೆ, ಅವಳ ಮಿದುಳು ನಿಷ್ಕ್ರಿಯವಾಯಿತು. ಅವಳಿಗೆ ಯಾರು ಬಾಯ್ ಫ್ರೆಂಡ್ಸ್ ಇಲ್ಲ. ಯುವಕರಿಂದ ತೀರಾ ದೂರ. ಅವಳ ಹುಟ್ಟಿನ ಬಗ್ಗೆ ನಾನಾ ಗೊಂದಲ, ಅಪಸ್ವರಗಳು ಇದ್ದುದರಿಂದ ನೋಡುಗರು ಆ ದೃಷ್ಟಿಯಿಂದಲೇ ನೋಡುತ್ತಾರೆಂದು ಅವಳಿಗೆ ಗೊತ್ತು. ಅದಕ್ಕೆ ಕಟ್ಟೆಚ್ಚರ. ಈಗ ಪುರಂದರನೊಂದಿಗೆ ತನ್ನನ್ನು ನೋಡಿದ ಸತೀಶ್ ಬಾಯಿ ಸುಮ್ಮನಿರದೆಂದು ಅವಳಿಗೆ ಗೊತ್ತು. ಒಳಗೆ ಭಯವಿದ್ದರೂ ತೋರಿಸಿಕೊಳ್ಳಲು ಇಚ್ಛಿಸಲಿಲ್ಲ.

"ಅದಕ್ಕೆ, ಏನೀಗ? ನಂಬಲಾರದಂಥ ವಿಷ್ಯ ಅಂದರೇನು? ನೀವು ಈ ರೀತಿ ಒಗಟಾಗಿ ಮಾತಾಡೋದು ನಂಗಿಷ್ಟವಾಗೋಲ್ಲ" ಮುಖ ಬಿಗಿದು ಹೇಳಿದಾಗ ಟೀಪಾಯಿ

ಮೇಲಿದ್ದ ಕನ್ನಡಕ ತೆಗೆದು ಹಾಕಿಕೊಂಡು "ನಂಗೆ ಸ್ವಲ್ಪ ದೃಷ್ಟಿ ದೋಷ ಇದೆ. ನಿಮ್ಮ ಮಾತುಗಳು ನಂಗೆ ಸರ್‍ಯಾಗಿ ಅರ್ಥವಾಗಬೇಕಾದರೆ, ನಿಮ್ಮ ಮುಖದ ಭಾವನೆಗಳು, ಕಂಠದ ಏರಿಳಿತಗಳು ಅವಲೋಕಿಸಬೇಕಾಗುತ್ತದೆ. ಐ ಯಾಮ್ ವೆರಿ ಹ್ಯಾಪಿ. ನಿಮ್ಮ ಮಾತು ನಡವಳಿಕೆ ನೋಡಿದ್ರೆ ನೀವು ಫ್ರೆಂಡ್ಲಿಯಾಗಿ ಕಾಣೊಲ್ಲ. ಆದರೆ ಆರಾಮಾಗಿ ನಿಮ್ಮ ಫ್ರೆಂಡ್ ಜೊತೆ ಇಡ್ಲಿ ವಡೆ ಸಾಂಬಾರ್ ತಿಂತಾ ಇದ್ದಾಗ ತುಂಬಾ..... ತುಂಬಾ..... ಫ್ರೆಂಡ್ಲಿಯಾಗಿ ಕಂಡ್ರಿ. ಅದ್ಕೆ ವಿಷಯದ ಪ್ರಸ್ತಾಪ! ನಿಮ್ಗೆ ಅಭ್ಯಂತರವಿಲ್ಲದಿದ್ದರೇ ಹಲ್ವಾ ರುಚಿ ನೋಡಿ ಹೋಗ್ಬಹುದು" ಎಂದ. ಸಣ್ಣ ರಿಕ್ವೆಸ್ಟ್‌ನಂತೆ ಕಂಡಿತು ಅವನ ಮಾತು.

"ನೋ ಥ್ಯಾಂಕ್ಸ್. ನಂಗೆ ಹೆಚ್ಚು ಸಿಹಿ ಇಷ್ಟವಾಗೊಲ್ಲ. ನನ್ನ ಬಗ್ಗೆ ನಿಮ್ಮ ಕಾಮೆಂಟ್ಸ್‌ಗೆ ಧನ್ಯವಾದಗಳು." ಹಿಂದಿರುಗಿದಳು ಫ್ಲಾಟ್‌ಗೆ. ಸತೀಶ್ ತಲೆ ನೋವಾಗಿ ಕಂಡ. ಇಂದು ಅವನ ಬಗ್ಗೆ ಒಂದಿಷ್ಟು ದಿಗಿಲಾಯಿತು. ವನಮಾಲ ಬಳಿ ಬಹಳ ಸಲಿಗೆ, ಮುಲಾಜಿಲ್ಲದೆ ಈ ವಿಷಯಕ್ಕೆ ಫುಲ್ ಸ್ಟಾಪ್ ಹಾಡಬೇಕೆನಿಸಿದ್ದರಿಂದ ಅಂದು ಸಂಜೆ ಬಿಸಿ ಬಿಸಿಯಾಗಿ ಬೂದು ಕುಂಬಳಕಾಯಿ ಕೂಟು ಜೊತೆ ಒಂದಿಷ್ಟು ತಿಳಿ ಸಾರು ಒಯ್ದಳು ಸತೀಶನ ಫ್ಲಾಟ್‌ಗೆ.

ಒಮ್ಮೆ ಪುರಂದರರ ಭೇಟಿ ಮಾಡಬೇಕೆಂದುಕೊಂಡರೂ ಆ ರಿಸ್ಕ್ ತೆಗೆದುಕೊಳ್ಳಲಿಲ್ಲ.

ಪುಸ್ತಕ ನೋಡುತ್ತಿದ್ದವನು ತಲೆಯೆತ್ತಿ "ವಾಟ್ ಎ ಸರ್‌ಪ್ರೈಸ್. ನೀವಾಗಿ ನೀವು ಬಂದಿದ್ದು ಮೊದಲ ಸಲ. ಇದ್ನ ಗ್ರಾಂಡಾಗಿ ಸೆಲೆಬ್ರೈಟ್ ಮಾಡ್ಬೇಕು" ಎಂದವನು ಕನ್ನಡಕ ತೆಗೆದು "ನಿಮ್ಗೆ ಕನ್ನಡಕಧಾರಿಗಳೆಂದರೇ ಇಷ್ಟವಾಗೊಲ್ಲಾಂತ ಕಾಣಿಸುತ್ತೆ. ನಿಮ್ಮ ಬಾಯ್ ಫ್ರೆಂಡ್ ಕನ್ನಡಕ ಹಾಕ್ಕೊಂಡಿರ್ಲಿಲ್ಲ." ತಂದ ಸಾರು ಹುಳಿಯಿಂದ ಅವನಿಗೆ ಅಭಿಷೇಕ ಮಾಡಬೇಕೆನಿಸಿತು ಅವಳಿಗೆ. ಕೋಪವನ್ನು ಅದುಮಿಟ್ಟು "ನಿಮ್ಗೆ ಯಾರು ಅವ್ರು ನನ್ನ ಬಾಯ್ ಫ್ರೆಂಡ್ ಅಂದಿದ್ದು?"

"ನೀವೇ...." ಅಂದು ಚುಟುಕಾಗಿ.

"ಷಟಪ್, ನಾನೇನು ಹೇಳ್ಲಿಲ್ಲ. ಅದ್ನ ಹುಟ್ಟು ಹಾಕಿದೋರು ನೀವೇ! ಪ್ಲೀಸ್ ಸತೀಶ್ ನೀವು ಊಹಿಸ್ಕೊಂಡ ಮಾತಾಡ್ಬೇಡಿ. ನಂಗ್ಯಾರು ಬಾಯ್ ಫ್ರೆಂಡ್ಸ್ ಇಲ್ಲ !" ಗಟ್ಟಿಯಾಗಿ ಕಿರುಚುವಂತೆ ಹೇಳಿದಾಗ ಸತೀಶ್ ಕಿವಿ ಮುಚ್ಚಿಕೊಂಡ. "ಓಕೇ .. ಓಕೇ ... ಅದ್ಕೆ ನೀವ್ಯಾಕೆ ಅಷ್ಟೊಂದು ಎಕ್ಸೈಟ್ ಆಗ್ತೀರಾ ! ಬಾಯ್ ಫ್ರೆಂಡ್ ಅಲ್ಲ, ಲವರ್ ಅಂತ ಸಿಂಪಲ್ಲಾಗಿ ಹೇಳಿ ಬಿಡಬಹುದಿತ್ತು" ಅಂದೇ ಬಿಟ್ಟ. ಅವಳನ್ನು ರೇಗಿಸುವ ಉದ್ದೇಶ ಮಾತ್ರ ಅವನದು.

ಉಷಾಳ ಕಣ್ಣಲ್ಲಿ ನೀರಾಡಿತು. ಸಾರು ಹುಳಿ ಪಾತ್ರೆಗಳನ್ನು ಇಟ್ಟು ರಭಸದಿಂದ ಹೋಗಿಬಿಟ್ಟಳು. ವನಮಾಲ ಬಳಿ ಕೂಡ ಎಂದೂ ದೀಕ್ಷಿತರ ಕುಟುಂಬದ ಬಗ್ಗೆ ಹೇಳಿರಲಿಲ್ಲ. ಬಾಯ್ ಫ್ರೆಂಡ್, ಲವರ್, ಹೋಟೆಲ್ ಇಂಥದ್ದನ್ನೆಲ್ಲ ಅವಳಮ್ಮ

ಅರಗಿಸಿಕೊಳ್ಳಲಾರರು. ಅಂಥ ಒಂದು ದೃಶ್ಯ ಊಹಿಸಿಕೊಳ್ಳುವುದೇ ಕಷ್ಟವಾಯಿತು.

ಹತ್ತು ನಿಮಿಷದಲ್ಲಿ ಕಾಲಿಂಗ್ ಬೆಲ್ ಸದ್ದಾಯಿತು. ಕಣ್ಣೊರೆಸಿಕೊಂಡು ಬಂದು ಬಾಗಿಲು ತೆರೆದಾಗ ಉದ್ದಕ್ಕೂ ಸತೀಶ್ ನಿಂತಿದ್ದ. "ಸಾರಿ ಉಷಾ, ನನ್ನ ಹ್ಯೂಮರ್ ನೀವು ಜೀರ್ಣಿಸಿಕೊಳ್ಳಲಾರಿರೆಂದು ಮನದಟ್ಟು ಆಯಿತು. ಸಾಕಷ್ಟು ತೊಂದರೆ ಕೊಟ್ಟಿದ್ದೀನಿ, ನಿಮ್ಗೇ ಇಷ್ಟವಿಲ್ಲಾಂದರೇ ಫ್ಲಾಟ್ ಖಾಲಿ ಮಾಡಿ ಬೇರೆ ಕಡೆ ಹೋಗ್ತೀನಿ" ಎಂದವನೇ ಹೋದ. ಅತ್ತಲೇ ನೋಡಿ ಬಾಗಿಲು ಹಾಕಿ ಕೂತು ಎದೆಯ ಮೇಲೆ ಕೈಯಿಟ್ಟುಕೊಂಡಳು. ಒಂದು ವಿಷಯದಲ್ಲಿ ನಿಶ್ಚಿಂತೆ. ಮೊದಲಿನಷ್ಟು ಸಲಿಗೆ ವಹಿಸಲಾರ ಸತೀಶ್.

ಅಂದು ರಾತ್ರೀನೇ ಬಂದ ವನಮಾಲ ಲಗೇಜ್ ಇಳಿಸಿ ನೇರವಾಗಿ ಅರುಂಧತಿ ಫ್ಲಾಟ್‌ಗೆ ಬಂದವರು ಉಷಾನ ತಬ್ಬಿಕೊಂಡು ಭೋರೆಂದು ಅತ್ತರು. "ಯಾಕೆ ಹೋದ್ನೋಂತ ಅನ್ನಿಸ್ತು. ಅಕ್ಕರೆ, ಪ್ರೀತಿ ಅಂಥದ್ದೇನಿಲ್ಲ." ಅಳುವಿನಲ್ಲಿ ಹೇಳಿಕೊಂಡರು. ತಂಗಿಯ ಬಗ್ಗೆ ಪ್ರೀತಿ, ಅಭಿಮಾನ ಎಲ್ಲಾ ಇದ್ದರು ತೋರಿಸಲು ಪುರಸತ್ತು ಇರಲಿಲ್ಲ ಅಷ್ಟೇ.

"ಹೋಗ್ಲಿ ಬಿಡಿ ಆಂಟೀ" ಉಷಾ ಸಂತೈಯಿಸಬೇಕಾಯಿತು.

ಆಗ ಬಿಸಿಯಾಗಿ ಅನ್ನ ಮಾಡಿದಾಗ ಊಟ ಮಾಡಿ ತಮ್ಮ ಸಣ್ಣ ಲೆದರ್ ಬ್ಯಾಗ್ ನಿಂದ ಫೋಟೋ ಫ್ರೇಮ್‌ನ ತೆಗೆದ ಉಷಾಳ ಮುಂದಿಡಿದರು "ನಿಂಗೆ ಗಂಡುನ ನಾನು ಸೆಲೆಕ್ಟ್ ಮಾಡ್ಬಿಟ್ಟೆ. ಎಕ್ಸಲೆಂಟ್ ಪೇರ್ ಆಗುತ್ತೆ. ನೀನು ಬೇಡ ಅನ್ನೋಕೆ ಕಾರಣಾನೇ ಇಲ್ಲ" ಅವರ ಉತ್ಸಾಹದ ಹೇಳಿಕೆಗೆ ಸುಸ್ತಾದಳು ಉಷಾ. "ಆಂಟೀ, ಇಷ್ಟೊತ್ತು ನೀವು ಅತ್ತಿರಿ. ಈಗ ನಾನು ಅಳಬೇಕಷ್ಟೇ. ಖಂಡಿತ ನೀವು ದೆಹಲಿಗೆ ಹೋಗಬಾರದಿತ್ತು. ಅಮ್ಮನ ಮುಂದೆ ಈ ಪ್ರಸ್ತಾಪವೆತ್ತಬೇಡಿ" ಗೋಗರೆದಳು.

ವನಮಾಲ ತಲೆ ಕೊಡವಿದರು.

"ನೋ, ಉಷಾ ..... ನಿಂಗೆ ಅರುಂಧತಿ ಇನ್ನಷ್ಟು ಕಾಲ ಬದ್ಕಬೇಕೂಂತ ಇದ್ದರೆ, ಮೊದ್ಲು ವಿವಾಹವಾಗ್ಬಿಡು. ಅಂದಿನ ಆಘಾತದಿಂದ ಮಾನಸಿಕವಾಗಿ ಇನ್ನು ಚೇತರಿಸಿಕೊಂಡಿಲ್ಲ. ಎಷ್ಟೇ ಧೈರ್ಯ ತುಂಬಿದರೂ ಅವ್ಳು ಭಯದಿಂದ ಮುಕ್ತಳಲ್ಲ. ಇದೆಲ್ಲ ತಲೆಯಲ್ಲಿ ಇಟ್ಟುಕೊಂಡ್ ಮಾತಾಡು. ಅವ್ಳಿಗೋಸ್ಕರನೇ ನಾನು ವರಾನ್ವೇಷಣೆಗೆ ತೊಡಗಿದ್ದು. ಸೂಕ್ತ ವರಾಂತ ಅನ್ನಿಸಿದ್ದರಿಂದ ಅರುಂಧತಿಗೆ ತಿಳ್ಸೋದು ನನ್ನ ಕರ್ತವ್ಯ. ಆಮೇಲೆ ತಾಯಿ ಮಗ್ಳು ಏನಾದ್ರೂ ಮಾಡ್ಕಳ್ಳಿ" ಸ್ವಲ್ಪ ದನಿಯೇರಿಸಿಯೇ ಹೇಳಿದ್ದು. ಅರುಂಧತಿ ಹೃದಯ ದುರ್ಬಲವಾಗಿದೆಯೆಂದು ಡಾ. ಮೇರಿಯಮ್ಮ ವನಮಾಲಳೊಂದಿಗೆ ಹೇಳಿದ್ದರು. ನಿಶ್ಚಿಂತೆ, ನಿರಾತಂಕ ಸಿಕ್ಕರೇ ಇನ್ನು ನಾಲ್ಕು ದಿನ ಶಾಂತಿಯಿಂದ ಜೀವಿಸಬಲ್ಲಳೆಂದು ಆಕೆಯ ಅನಿಸಿಕೆ.

ಆಮೇಲೆ ಸತ್ಯ ಮುಚ್ಚಿಟ್ಟರೂ ಇರುವ ಸಮಸ್ಯೆಯನ್ನು ಮನದಟ್ಟಾಗುವಂತೆ ಬಿಡಿಸಿಟ್ಟರು

ವಿವರವಾಗಿ. ಉಷಾ ಮಾತೇ ಆಡಲಿಲ್ಲ. ಅವಳಿಗೆ ಅಂಥ ಯೋಚನೇನೇ ಇರಲಿಲ್ಲ. ಅವಳ ಮಿದುಳಿನಲ್ಲಿ ಭಯಂಕರ ಗೊಂದಲ ಷುರುವಾಯಿತು.

"ಪ್ಲೀಸ್ ಆಂಟೀ" ಅವರ ಕೈ ಹಿಡಿದುಕೊಂಡು "ನಂಗೆ ಖಂಡಿತ ವಿವಾಹವಾಗಿ ಅಮ್ಮನ್ನ ಬಿಟ್ಟು ದೂರ ಹೋಗೋ ಇಷ್ಟವಿಲ್ಲ. ಅಂಥ ಕನಸುಗಳೇ ಇಲ್ಲ" ಬಿಕ್ಕಿದಳು ವನಮಾಲ ತೊಡೆಯ ಮೇಲೆ ತಲೆ ಇಟ್ಟು. ಚಿಕ್ಕಂದಿನಿಂದ ಸಹಿಸಿದ ಅವಮಾನ ಕಣ್ಣೀರಿನ ರೂಪದಲ್ಲಿ ಹರಿದು ಬರುತ್ತಿತ್ತು.

ಆರಾಮಾಗಿ ಅಳಲು ಬಿಟ್ಟು ಉಷಾಳ ಕೂದಲಲ್ಲಿ ಕೈಯಾಡಿಸುತ್ತ ಕೂತರು ವನಮಾಲ. ಆಕೆಯ ಹುಟ್ಟಿನ ಬಗ್ಗೆ ಯಾರು ಪ್ರಶ್ನಿಸುವಂತಿಲ್ಲದಿದ್ದರೂ, ಮದುವೆಯ ಪ್ರಯತ್ನದಲ್ಲಿ ಅನುಭವಿಸಿದ ಅನಾಥ ಪ್ರಜ್ಞೆ, ಆಮೇಲಿನ ನೋವು, ಸಂಕಟದ ನಂತರ ಡೈವೋರ್ಸ್ ಒಂದಾ ..... ಎರಡಾ .. ಬರೀ ಗೋಳಿನ ಕತೆಯೇ.

"ಉಷಾ, ಸಮಾಧಾನ ಮಾಡ್ಕೋ. ಕಣ್ಣೀರು ದುಃಖ ಹೊರಗೆ ಹಾಕಿ ಸಾಂತ್ವನ ನೀಡಬಹುದೇ ವಿನಃ ಸಮಸ್ಯೆಗಳನ್ನೇನು ಪರಿಹರಿಸಲಾರ್ದು. ಗಂಡು ನಿನ್ನ ಪಾಲಿಗೆ ಒಂದು ಆಪರ್‌ಚ್ಯುನಿಟಿ. ಬೇಡವೆನಿಸಿದರೆ ಬಿಟ್ಟು ಬಿಡೋಣ" ಸಮಾಧಾನಿಸಿದರು. ಅಂತು ಹಿಂದಡಿ ಇಡಲಾರರು.

ವರ ಮಹಾಶಯನ ಫೋಟೋ ನೋಡಿ ಅರುಂಧತಿ ಕುಣಿದಾಡಿಬಿಟ್ಟರು. ತಂದೆ ತಾಯಿ ಯಾರಿಲ್ಲ. ನೆಂಟರಲ್ಲಿ ಬೆಳೆದವ. ಎಂ.ಎಸ್.ಸಿ. ಯಲ್ಲಿ ಡಿಸ್ಟಿಂಕ್ಷನ್‌ನಲ್ಲಿ ಪಾಸಾದವ. ಒಂದು ರಿಸರ್ಚ್ ಸೆಂಟರ್‌ನಲ್ಲಿ ಉದ್ಯೋಗವೂ ಸಿಕ್ಕಿತ್ತು. ಅವನ ಪರ ನಿಂತು ಹೆಣ್ಣಿನ ಮನೆಯವರನ್ನು ಪ್ರಶ್ನಿಸುವಂಥ ಹಿರಿಯರು ಯಾರು ಇರಲಿಲ್ಲ.

ಮಾರನೆ ದಿನವೇ ದೆಹಲಿಯಿಂದ ಬಂದಿಳಿದವ ಲಾಡ್ಜ್‌ನಲ್ಲಿ ಇಳಿದುಕೊಂಡು ಬಂದಿರುವ ಸಂಗತಿ ತಿಳಿಸಿದ. ಫ್ಲಾಟ್‌ನಲ್ಲಿ ಸಂಭ್ರಮದ ವಾತಾವರಣ. ಇಬ್ಬರು ಹೆಂಗಸರೇ. ಗಂಡು ಎನ್ನುವ ವ್ಯಕ್ತಿ ಇರುವಿಕೆಯ ಅಗತ್ಯ ಕಂಡಿತು.

"ಸತೀಶ್‌ನ ಇರ್ಸಿಕೊಂಡರೇ ಹೇಗೆ?" ಅರುಂಧತಿ ಪ್ರಸ್ತಾಪಿಸಿದರು.

"ಆಗ್ಬಹ್ದು, ಆ ಹುಡ್ಗ ಎರ್ಡು ದಿನದಿಂದ ಕಾಣ ಸಿಗ್ಲಿಲ್ಲ.ನೋಡ್ತೀನಿ ತಡಿ" ಹೊರಗೆ ಬಂದ ವನಮಾಲ ಪಕ್ಕದ ಫ್ಲಾಟ್‌ನ ಕಾಲಿಂಗ್ ಬೆಲ್ ಒತ್ತಿದರು. ಬರೀ ಒಂದು ಟವಲು ಸುತ್ತಿಕೊಂಡು ಹಣೆಯಲ್ಲಿ ಕುಂಕುಮದ ತಿಲಕ ಇಟ್ಟುಕೊಂಡು ಬಂದು ಬಾಗಿಲು ತೆಗೆದವ ಸತೀಶ್ "ಬನ್ನಿ ಆಂಟೀ" ಕರೆದ. ಊದುಬತ್ತಿ ಹೂವಿನ ಸುವಾಸನೆ ಹರಡಿಕೊಂಡಿತ್ತು "ಪೂಜೆ ಮಾಡ್ತಾ ಇದ್ದೆಯೇನೋ, ಡಿಸ್ಟರ್ಬ್ ಆಗಲಿಲ್ವಾ?" ಕೇಳುತ್ತಲೇ ಒಳಗಡಿ ಇಟ್ಟರು.

"ಮುಗೀತು, ಏನು ವಿಷ್ಯ?" ವಿಚಾರಿಸಿದ.

"ಎಲ್ಲೊ, ಮೂರು ದಿನದಿಂದ ಕಾಣ್ಲಿಲ್ಲ" ಅಷ್ಟೇ ಅಂದಿದ್ದು. ವನಮಾಲ ಮನಸ್ಸು

ಬದಲಾಗಿತ್ತು. ಸತೀಶ್‌ನ ಇರಿಸಿಕೊಂಡು ತಮ್ಮ ದೌರ್ಬಲ್ಯವನ್ನು ಪ್ರದರ್ಶಿಸುವುದು ಬೇಡವಾಗಿತ್ತು. "ನಾನು ಒಂದಿಷ್ಟು ಬಿಜಿಯಾಗಿದ್ದೆ. ನಮ್ಮ ಉಷಾಗೆ ಮದ್ವೆ ಪ್ರಯತ್ನಗಳು ನಡೀತಾ ಇದೆ" ಉತ್ಸಾಹ ತಾಳಲಾರದೆ ಇಣುಕಿ ಬಿಟ್ಟತು ಮಾತು.

"ಹೌದಾ, ಅವ್ರು ಕೆಲ್ಸದ ಅನ್ವೇಷಣೆಯಲ್ಲಿ ಇದ್ದರಲ್ಲ. ಕೋರ್ಸು ಪೂರ್ತಿಯಾಗೋ ಮುನ್ನವೇ ವಿವಾಹದ ಪ್ರಯತ್ನ. ಇದು ಅಷ್ಟು ಸರಿಯೆನಿಸೊಲ್ಲ. ಇದು ನನ್ನ ಅಭಿಪ್ರಾಯ ಅಷ್ಟೇ" ಉಟ್ಟಿದ್ದ ಟವಲಿಗೇನೇ ಕೈಯೊರೆಸಿಕೊಳ್ಳುತ್ತ ಅಂದ. ಅದು ಸರಿಯಾದ ಕ್ರಮವೇ. ಅಂದು ಯಾರೂ ಇಲ್ಲದ ಇಂಥ ಯುವಕ ಸಿಕ್ಕಬೇಕಲ್ಲ. "ಈಗ್ಲೂ, ಉಷಾ ಅಭಿಪ್ರಾಯ ಅದೇ. ತಾನಾಗಿ ಒಳ್ಳೆ ಸಂಬಂಧ ಬಂದಿದೆಯಲ್ಲ ಅನ್ನೋ ವಿಚಾರ ನಮ್ದು" ಅಂದರು.

ಅವನೇ ಮಾಡಿ ಕೊಟ್ಟ ಕಾಫಿಯನ್ನು ಕುಡಿದು ಬಂದರೇ ವಿನಃ ಸತೀಶ್‌ನ ಇರಿಸಿಕೊಳ್ಳುವ ಮಾತಾಡಲಿಲ್ಲ ವನಮಾಲ. ಅನುಭವ ಸಾಕಷ್ಟು ಪಾಠ ಕಲಿಸಿದ್ದರಿಂದ ಎಚ್ಚರದಿಂದ ಇಡಬೇಕಿತ್ತು ಹೆಜ್ಜೆಯನ್ನು.

ಇವರುಗಳ ಎಣಿಕೆಯಂತೆ ಶಶಿಕಿರಣ್ ಒಬ್ಬನೇ ಬಂದ ಮೂರರ ಸುಮಾರಿಗೆ. ಮೊದಲ ನೋಟಕ್ಕೆ ಅರುಂಧತಿಗೆ ಮೆಚ್ಚಿಗೆಯಾದರೂ ಎದೆ ಢವಗುಟ್ಟುತ್ತಿತ್ತು. ಇಂಥ ಸಮಯದಲ್ಲಿ 'ತಂದೆ' ಎನ್ನುವ ವ್ಯಕ್ತಿ ಎಷ್ಟೊಂದು ಮುಖ್ಯವೆನಿಸಿತ್ತು. ಆಗ ನೆನಪಾದ್ದುದ್ದು ಮಹಾಭಾರತದ ಕರ್ಣ. ಅವಮಾನದ ನಡುವೆಯು ದಿವ್ಯ ತೇಜಸ್ಸುನಿಂದ ಬೆಳೆದ ವ್ಯಕ್ತಿ. ತನ್ನ ದಾನ ಶೂರತ್ವದಿಂದ ಉಳಿದು ಬಿಟ್ಟ.

"ತಂದೆ ಇಲ್ಲ !" ಕೇಳೋಕೆ ಮೊದಲೇ ತಿಳಿಸಿದರು ವನಮಾಲ.

"ನಂಗೆ ಇಬ್ರು ಇಲ್ಲ, ಆ ಬಗ್ಗೆ ನನ್ನ ತಕರಾರೇನಿಲ್ಲ. ನಂಗೆ ಬೇಕಾಗಿರೋದು ವಿಧೇಯಳಾದ ಹುಡ್ಗೀ. ನನ್ನ ಮಾತು ಕೇಳೋ ಅಂಥವ್ಳು ಆಗಿರಬೇಕು. ಅಷ್ಟೇ ಇಂಪಾರ್ಟೆಂಟ್" ಶಶಿಕಿರಣ್ ತಾನೇ ಹೇಳಿದ.

ನಿಬ್ಬೆರಗಾದಳು ಉಷಾ "ಏನು, ನಿಮ್ಮ ಮಾತಿನ ಅರ್ಥ?" ತಲೆಯೆತ್ತಿ ಪ್ರಶ್ನಿಸಿದಳು. ಶಶಿಕಿರಣ್ ಮುಖದಲ್ಲಿ ಮತ್ತಷ್ಟು ಬಿಗುಮಾನ ಕಾಣಿಸಿಕೊಂಡಿತು. "ನಾನು ಸ್ವಪ್ರಯತ್ನದಿಂದ ಮೇಲೆ ಬಂದೋನು, ನನ್ನಲ್ಲಿ ಛಲವಿದೆ. ದುಡಿಯಬಲ್ಲೆ ಅನ್ನ ಹಾಕುವ ನನ್ನಲ್ಲಿ ನಿಷ್ಠೆಯಿಂದಿರಬೇಕು" ಎಂದ ಕೂಡಲೇ ಮೇಲೆದ್ದವಳೇ "ನಂಗೆ ನೀವು ಇಷ್ಟವಾಗಿಲ್ಲ. ತಾವು ಇನ್ನು ಹೋಗ್ಬಹ್ದು. ನಿಮ್ಗೆ ಇರೋ ಅಹಂಕಾರಕ್ಕೆ ಒಂದು ಸಾಕಿದ ನಾಯಿ ಕೂಡ ನಿಷ್ಠೆ ತೋರೋಲ್ಲ. ಇಲ್ಲಿಗೆ ಬರೋ ಕಷ್ಟ ತಗೊಂಡಿದ್ದಕ್ಕೆ ಧನ್ಯವಾದಗಳು" ಅಂದಳು.

ಶಶಿಕಿರಣ್ ದೊಡ್ಡ ದನಿಯಿಂದ ಮೇಲೆದ್ದು ಬಿಟ್ಟ. ಕನಿಕರಿಸಿ ಬಂದಂಗೆ ಮಾತಾಡಿದ. ಕಡೆಗೆ ವನಮಾಲ ಬಾಯಿ ಜೋರು ಮಾಡಿದರೂ ಜಗ್ಗಲಿಲ್ಲ. ಬಂದ ಸತೀಶ್ ಭುಜದ ಮೇಲೆ ಕೈ ಹಾಕಿ ಎಳೆದೊಯ್ದ ಹೊರಗೆ. ಅವನು ಅಹಂಕಾರದಿಂದ

ಅಬ್ಬರಿಸುತ್ತಿದ್ದ. ಸೋತವರಂತೆ ಕೂತ ಬಿಟ್ಟರು ವನಮಾಲ.

"ಅರುಂಧತಿ, ಅವ್ಳ ಕೋರ್ಸು ಮುಗೀಲಿ. ಅನಗತ್ಯವಾಗಿ ತಲೆ ಕೆಡಿಸಕೋಬೇಡ. ವಿವಾಹ ಬಾಳಿಗೆ ಅಷ್ಟೊಂದು ಮುಖ್ಯವಾಗೊಲ್ಲ" ಎಂದು ಹೇಳಿದವರು ತಮ್ಮ ಫ್ಲಾಟಿಗೆ ಹೊರಟರು.

ಅಂದು ತೀರಾ ಅಪ್‌ಸೆಟ್ ಆಗಿ ಬಿಟ್ಟಿದ್ದರು ವನಮಾಲ. ಅಣ್ಣ ಕೈ ಹಿಡಿದ ಗಂಡ ಇಬ್ಬರು ವಿದ್ಯಾವಂತರು, ಬುದ್ದಿವಂತರು ಎನ್ನುವ ಚಲಾವಣೆಯಲ್ಲಿದ್ದವರೇ. ಇಬ್ಬರ ನಡವಳಿಕೆ, ಸ್ವಭಾವ ಭಿನ್ನ. ಇಬ್ಬರು ಹೃದಯ ಹೀನರು.

ಸಂಜೆ ಬಂದ ಸತೀಶ್ ಅರೆ ಪ್ರಜ್ಞಾವಸ್ಥೆ ಸ್ಥಿತಿಯಲ್ಲಿದ್ದ ಆಕೆಯನ್ನು ನೋಡಿ ಫ್ಲಾಟ್‌ನಲ್ಲಿಯೇ ಇದ್ದ ಅರುಂಧತಿಗೆ ವಿಷಯ ಮುಟ್ಟಿಸಿದಾಗ ತಾಯಿ ಮಗಳು ಓಡಿ ಓಡಿ ಬಂದರು. ಬಿ.ಪಿ. ಹೆಚ್ಚಾಗಿ ವನವಾಲ ಒದ್ದಾಡುತ್ತಿದ್ದರು. ತಕ್ಷಣ ಕಾರ್ಯೋನ್ಮುಖರಾದರು ಅರುಂಧತಿ. ಅರ್ಧಗಂಟೆಯ ನಂತರ ಸ್ವಲ್ಪ ನಾರ್ಮಲ್ಗೆ ಬಂದ ಮೇಲೆ ಹೊರಗೆ ಬಂದು ಭಾರವಾದ ಉಸಿರು ದಬ್ಬಿದರು.

"ಥ್ಯಾಂಕ್ಯೂ ವೆರಿಮಚ್ ಸತೀಶ್, ನೀನು ಸರಿಯಾದ ಸಮಯಕ್ಕೆ ಬರದಿದ್ದರೇ" ಅರುಂಧತಿ ಕಣ್ಣೀರು ತುಂಬಿಕೊಂಡು ಹೇಳಿದರು. ಸತೀಶ್ ಮಾತಾಡಲಿಲ್ಲ. ಮೌನವಾಗಿ ಹೊರಗೆ ಹೋದ. ಎದುರೂ ಸಿಕ್ಕರೂ ಉಷಾನ ಮಾತಾಡಿಸುವುದನ್ನು ನಿಲ್ಲಿಸಿದ್ದ.

ಅವನನ್ನು ಹಿಂಬಾಲಿಸಿ ಬಂದ ಉಷಾ "ಎಕ್ಸ್ ಕ್ಯೂಜ್ ಮಿ, ನಿಮ್ಮಿಂದ ತುಂಬ ಉಪಕಾರವಾಯ್ತು" ಎಂದಳು.

ಯೋಚಿಸುವಂತೆ ನಟಿಸಿದ ಸತೀಶ್ "ಎರಡು ವಾಕ್ಯಕ್ಕೂ, ಒಂದಕ್ಕೊಂದು ಸಂಬಂಧವಿಲ್ಲ" ಅಂದ. ಅವಳು ಈಗ ಮಾತಾಡುವ ಸ್ಥಿತಿಯಲ್ಲಿರಲಿಲ್ಲ. ಸಶಬ್ದವಾಗಿ ಒಳಗೆ ಹೋದಳು.

ಆಮೇಲೆ ಅರುಂಧತಿ ಗಂಭೀರವಾದರು. ಉಷಾಳ ಓದು ಮುಗಿದು ಒಂದು ಉದ್ಯೋಗ ಹಿಡಿಯುವವರೆಗೂ, ವಿವಾಹದ ಪ್ರಸ್ತಾಪ ಬೇಡವೆಂಬ ನಿರ್ಧಾರಕ್ಕೆ ಬಂದರು. ಈಗ ಮಗಳು ತೀರಾ ಮೌನಿಯಾಗಿರುವುದು ಆಕೆಯ ಗಮನಕ್ಕೆ ಬಂದಿತ್ತು. ಹೆಚ್ಚು ಮಾತಿಲ್ಲ ಕತೆಯಿಲ್ಲ. ಕಾಲೇಜಿನಿಂದ ಮನೆಗೆ ಬಂದರೇ ಎಲ್ಲಾ ಕೆಲಸ ಮುಗಿಸಿ ಓದಲು ಕೂಡುತ್ತಿದ್ದಳು. ಮಾತಾಡಿಸಿದರಷ್ಟೇ ಉತ್ತರ. ಇದನ್ನು ಗಮನಿಸಿದರೂ ಗಮನಿಸದಂತೆ ಇದ್ದಿದ್ದಕ್ಕೆ ಅಪರಾಧ ಭಾವವೇ ಕಾರಣ. ಆದರೆ ಮೊದಲಿಗಿಂತ ಉತ್ಸಾಹದಿಂದ ಓಡಾಡುತ್ತಿದ್ದರು. ಮಗಳಿಗಾಗಿ ತಮ್ಮ ಆರೋಗ್ಯ ಕಾಪಾಡಿಕೋ ಬೇಕು. ಅವಳಿಗಾಗಿ ಇನ್ನಷ್ಟು ದಿನ ಬದುಕಬೇಕೆಂಬ ಛಲ ಬಂದಿತ್ತು.

ಅಂದು ಉಷಾಗೆ ಕಾಲೇಜಿನ ಅಡ್ರಸ್‌ಗೆ ಒಂದು ಪತ್ರ ಬಂದಿತ್ತು. ಹಿಂದೆ ಕಿಡಿಗೇಡಿಗಳು ಇಂಥ ಪತ್ರಗಳನ್ನು ಬರೆದಿದ್ದುಂಟು. ಇದು ಅದೇ ರೀತಿಯ ಪತ್ರವೆಂದು 'ಫ್ರಮ್' ಕಡೆ ತಿರುಗಿಸಿ ನೋಡಿದಾಗ, ಪೂರ್ತಿ ವಿಳಾಸವಿತ್ತು. ಜಾವಗಲ್‌ನಿಂದ ಪುರಂದರ

ಬರೆದಿದ್ದ. ಅವಳೆದೆಯ ಬಡಿತ ಎರಡರಷ್ಟು ಏರಿತು ಒಮ್ಮೆಲೆ. ಅತ್ತಿತ್ತ ನೋಡಿ ಪುಸ್ತಕದಲ್ಲಿರಿಸಿಕೊಂಡಳು. ಒಬ್ಬರೋ ಇಬ್ಬರೋ ಇವಳತ್ತ ನೋಡಿ ಕಿಸಕ್ಕನೆ ನಕ್ಕರು. ಅದನ್ನೆಲ್ಲ ಮೀರಿ ಬೆಳೆದಿದ್ದರಿಂದಲೇ ಓದಲು ಸಾಧ್ಯವಾಗಿತ್ತು.

ಹೊರ ಬಂದವಳೇ ಆಟೋ ಹಿಡಿದು ಮನೆಗೆ ಬಂದಾಗ ಮಾಮೂಲಿನಂತೆ ಬೀಗ ತೆಗೆದು ಸೋಫಾ ಮೇಲೆ ಕುಸಿದವಳೇ ನಡುಗುವ ಕೈಯಿಂದ ಪತ್ರ ಬಿಡಿಸಿದಳು.

ಉಷಾಗೆ ಎಂದು ಶುರುವಾಗಿ,' ನೀವು ಈ ಕಾಲೇಜ್ ಸ್ಟೂಡೆಂಟ್ ಅನ್ನೋದು ಮಾತ್ರ ತಿಳಿದಿದ್ದರಿಂದ ಈ ವಿಳಾಸಕ್ಕೆ ಪತ್ರ ಬರೆದಿದ್ದೀನಿ. ಗೌಳಿ ಪ್ರಕಾರ ದೇಶ್‌ಮುಖ್ ಊಟ, ತಿಂಡಿಯ ಬಗ್ಗೆ ತೀರಾ ಆಸಕ್ತಿ ಕಳೆದುಕೊಂಡಿದ್ದಾರೆ. ಒಂದೊಂದು ದಿನ ಬರೀ ಹಾಲು ಕುಡಿತಾರೇಂತ ಹೇಳಿದ್ಲು. ಏನಾದರೂ ಹೆಚ್ಚು ಕಡಿಮೆ ಅನಾಹುತವಾಗುವ ಮುನ್ನ ಅವರ ಬಂಧುಗಳಿಗೆ ವಿಷಯ ಮುಟ್ಟಿಸಿ. ಹೇಗೆ ಸಾಗಿದೆ ಓದು?' ಇಷ್ಟೇ ಅವನು ಬರೆದಿದ್ದು. ಪತ್ರನ ಒಂದಲ್ಲ ನಾಲ್ಕು ಸಲ ಓದಿದಳು. ಗ್ರೀಷ್ಮಾರ ಮುಖ ಅವಳ ಕಣ್ಮುಂದೆ ಹರಿದು ಬಂತು. ಎಂಥ ವ್ಯಕ್ತಿತ್ವದ ಮಹಿಳೆ – ಕಣ್ಣೀರು ಸುರಿಸಿದಳು. ಈಗೇನು ಮಾಡುವುದು? ಸದ್ಯಕ್ಕೆ ವನಮಾಲಗೆ ವಿಷಯ ತಿಳಿಸಬೇಕೆಂಬ ನಿರ್ಧಾರಕ್ಕೆ ಬಂದಿದ್ದೇ ತಡ ಫೋನ್‌ನ ಬಟನ್‌ಗಳನ್ನೊತ್ತಿದಳು.

ಪ್ರಾಧ್ಯಾಪಕರ ಕೋಣೆಯಲ್ಲಿದ್ದ ಆಕೆ ಬೇಗನೆ ಲೈನ್‌ನಲ್ಲಿ ಸಿಕ್ಕರು. "ಉಷಾನ, ಏನು ವಿಷ್ಯ?" ಆತಂಕವಿತ್ತು ಅವರ ದನಿಯಲ್ಲಿ.

"ಪ್ಲೀಸ್, ಆಂಟಿ ನೀವು ಸ್ವಲ್ಪ ಬರೋಕಾಗುತ್ತ? ಅರ್ಜೆಂಟಾಗಿ ಮಾತಾಡೋದಿದೆ" ಅವಸರದಿಂದ ಹೇಳಿದಾಗ ವನಮಾಲ ಮತ್ತೆ ಪ್ರಶ್ನಿಸದೇ "ಈಗ ಬರ್ತಾ ಇದ್ದೀನಿ" ಎಂದು ಇಟ್ಟೇಬಿಟ್ಟರು.

ಬಾಲ್ಕನಿಯಲ್ಲಿ ನಿಂತ ಉಷಾ ಗೇಟುನತ್ತ ನೋಡುತ್ತಿದ್ದಳು. ಅವರಿಗೆ ತಿಳಿಸುವವರೆಗೂ ನೆಮ್ಮದಿ ಇರಲಿಲ್ಲ. ಈಗ ಮುಂದೇನು? ತಾನು ಯಾಕೆ ಕೆಲವು ದಿನ ಅಲ್ಲಿರಬಾರದು? ಅದಕ್ಕೆ ಅರುಂಧತಿ ಒಪ್ಪಿಗೆ ಸಿಗದು. ಮನದಲ್ಲಿನ ಆಂದೋಲನವನ್ನು ಅಮ್ಮನ ಮುಂದೆ ಬಿಚ್ಚಿಡುವುದು ಕಷ್ಟವೆನಿಸಿತು.

ವನಮಾಲ ಕಾರ್ ಗೇಟುನೊಳಗೆ ಪ್ರವೇಶಿಸಿದಾಗ ತಾನೇ ಅಲ್ಲಿಯವರೆಗೂ ಹೋಗಿಬಿಟ್ಟಳು. ಪತ್ರ ಅವಳ ಕೈಯಲ್ಲೇ ಇತ್ತು. ಕಣ್ಣು ಕಿರಿದುಗೊಳಿಸಿ ಅವಳತ್ತ ನೋಡಿದ ವನಮಾಲಗೆ ಒಂದಿಷ್ಟು ಗಾಬರಿ. ಏನದು ಎಂದು ಕಣ್ಣಲ್ಲಿಯೇ ಪ್ರಶ್ನಿಸಿದರು. ಫ್ಲಾಟ್ ಪ್ರವೇಶಿಸಿದ ನಂತರವೇ ಅವರಿಬ್ಬರ ನಡುವೆ ಮಾತುಕತೆ ಶುರುವಾಗಿದ್ದು.

"ಈಗ್ಯೇಳು ಯಾಕಿಷ್ಟು ಗಾಬ್ರಿ? ಅರುಂಧತಿ ಹುಷಾರಾಗಿದ್ದಾಳೆ ತಾನೆ?" ಪ್ರಶ್ನಿಸಿದರು ಕೈಯಲ್ಲಿನ ಬ್ಯಾಗನ್ನು ಟೀಪಾಯಿ ಮೇಲಿಡುತ್ತ. ಉಷಾ ಪತ್ರವನ್ನು ಅವರ ಕೈಯಲ್ಲಿಟ್ಟಳು. ಓದಿ ಮುಗಿಸಿದ ನಂತರ ನೇರವಾಗಿ ಅವಳತ್ತ ನೋಡಿ "ಯಾರು ಈ ಪುರಂದರ?" ಕೇಳಿದರು.

"ಜಾವಗಲ್‌ನವ್ರೆ, ಅಲ್ಲಿಗೆ ಹೋಗಿದ್ದಾಗ ಅವ್ರ ಪರಿಚಯವಾಗಿತ್ತು. ಗೌಳಿ ಅಂಕಲ್ ಫಾರ್ಮ್‌ನಲ್ಲಿ ಕೆಲ್ಸ ಮಾಡೋ ಹೆಣ್ಣಾಳು. ಅವಳೇ ದೀಕ್ಷಿತರ ಮನೆಯ ಹಸು, ಕರುಗಳ್ನ ನೋಡ್ಕೊತಾಳೆ." ಸ್ವಲ್ಪ ತಡವರಿಸಿದಂತೆ ಹೇಳಿದಾಗ ವನಮಾಲ ಅನುಮಾನ ಮತ್ತಷ್ಟು ದೃಢವಾಯಿತು. "ದೀಕ್ಷಿತರು ಯಾರು?" ಕೇಳಿದರು. ಉಷಾಗೆ ತನ್ನ ತಪ್ಪಿನ ಅರಿವಾದರೂ ಸಮರ್ಥಿಸಿಕೊಳ್ಳಬೇಕಿತ್ತು.

"ಪುರಂದರ ಅವ್ರ ತಾತಾ. ಒಂದೆರಡು ಸಲ ಗೌಳಿ ಜೊತೆ ಊರಲ್ಲಿ ಅಡ್ಡಾಡಿದಾಗ ಇವರುಗಳ ಪರಿಚಯವಾಗಿದ್ದು. ಈಗೇನ್ಮಾಡೋದು ಆಂಟಿ? ದೇಶ್‌ಮುಖ್ ಬಂಧುಗಳ ಬಗ್ಗೆ ನಿಮ್ಗೇನಾದ್ರೂ ಗೊತ್ತಾ?" ಕೇಳಿದಳು.

ಒಂದೆರಡು ನಿಮಿಷಗಳ ಮೌನದ ನಂತರ ತಲೆ ಅಡ್ಡಡ್ಡ ಆಡಿಸಿದ ವನಮಾಲ "ನಂಗೇನು ಗೊತ್ತಿಲ್ಲ! ಅವ್ರ ನನ್ನ ಭೇಟಿ ಸೆಮಿನಾರುಗಳಲ್ಲಿ, ಅವರಿಬ್ರ ವ್ಯಕ್ತಿತ್ವ ತುಂಬ ಇಷ್ಟವಾಗಿದ್ದರಿಂದಲೇ, ಅಭಿಮಾನ ಸ್ನೇಹ ಎಲ್ಲಾ ಸಾಧ್ಯವಾಯ್ತು. ದೆಹಲಿಯಲ್ಲಿ ಒಮ್ಮೆ ಅವ್ರು ನಾನು ಒಂದೇ ಹೋಟೆಲ್‌ನಲ್ಲಿ ಇಳಿದು ಕೊಂಡಿದ್ವಿ. ಅಷ್ಟು ಬಿಟ್ಟು ಮತ್ತೇನು ನಂಗೆ ಗೊತ್ತಿಲ್ಲ. ಅತ್ಯಂತ ಪ್ರತಿಭಾವಂತ ದಂಪತಿಗಳು. ಅವ್ರ ಭಾಷಣಗಳೆಂದರೆ ಕಿಕ್ಕಿರಿದು ತುಂಬಿರೋರು ಆಸಕ್ತ ಜನ. ಜಗತ್ತು, ಸಮಾಜದಿಂದ ಅವ್ರಿಗೆ ಏನು ಆಗಬೇಕಿಲ್ಲದಿದ್ದರೂ ಅವರಿಂದ ಸಮಾಜಕ್ಕೆ ಸಾಕಷ್ಟು ಆಗುವುದಿತ್ತು" ಎಂದು ನಿಟ್ಟುಸಿರಿನೊಂದಿಗೆ ಹೇಳಿದರು ವನಮಾಲ.

ಕಣ್ಣೀರು ಸುರಿಸಲು ಷುರುವಾದ ಉಷಾ ಬಿಕ್ಕತೊಡಗಿದಳು. ಗ್ರೀಷ್ಮಾರಂತೆ ದೇಶಮುಖ್ ಕೂಡ ತಕ್ಷಣ ನಕ್ಷತ್ರಗಳ ಮಧ್ಯೆ ಹುಡುಕಲು ಅವಳಿಗಿಷ್ಟವಿಲ್ಲ.

"ದೇಶಮುಖ್ ಅಂಕಲ್‌ಗೆ ಏನು ಆಗ್ಬಾರ್ದು, ಆಂಟೀ ಪ್ಲೀಸ್, ಅವ್ರ ಬಂಧುಗಳ ಸ್ವಲ್ಪ ಹುಡುಕಾಡಿ" ದುಂಬಾಲು ಬಿದ್ದಳು.

ಕೇವಲ ಇಪ್ಪತ್ತೆಂಟು ದಿನ ಅವರೊಂದಿಗೆ ಇದ್ದ ಈ ಹುಡುಗಿ ಎಷ್ಟೊಂದು ಹಚ್ಚಿಕೊಂಡಿದ್ದಾಳೆ. ಅವಳೆದೆಯಲ್ಲಿ ಸ್ನೇಹ ಬೆರೆತ ಪ್ರೀತಿಯ ಭಂಡಾರವೆ ಇದೆಯೆನಿಸಿತು. ಇದು ದೈವದ ಕೊಡುಗೆ. ಅಣ್ಣನನ್ನ ಮಿತ್ರವಿಂದರನ್ನು ನೆನಪಿಸಿಕೊಂಡಾಗ ಉಷಾ ತೀರಾ ಅಮೂಲ್ಯವೆನಿಸಿದಳು. ಆದರೆ ಆವೇಗಕ್ಕೆ ಒಳಗಾಗಲಿಲ್ಲ.

"ಆ ಪ್ರಯತ್ನದಿಂದ ನಿಜಾಗ್ಲೂ ದೇಶಮುಖ್‌ಗೆ ನಮ್ಮ ಬಗ್ಗೆ ಕೋಪ ಬರುತ್ತೆ. ಬಂಧುತ್ವದ ಬಂಧನದಿಂದ ಬಿಡುಗಡೆ ಹೊಂದಿ, ಬೇರೆ ರೀತಿಯ ಜೀವನವನ್ನು ಆರ್ರಿಸಿಕೊಂಡ ಅವ್ರಿಗೆ ಖಂಡಿತ ಇಷ್ಟವಾಗೊಲ್ಲ" ಉಸುರಿದರು ವನಮಾಲ.

ಅದು ಅವಳಿಗೂ ಸರಿಯೆನಿಸಿತು. ಮುಂದೇನು?

"ಈಗೆನ್ಮಾಡೋದು, ನಾವುಗಳೇ ಹೋಗ್ಬಂದರೇ!" ಎಂದಳು ಉಷಾ.

"ಹಾಗೆ ಮಾಡ್ಬಹ್ದು. ಒಂಟಿಯಾಗಿಯಂತೂ ಈ ಸಲ ನಿನ್ನ ಕಳಿಸೊಲ್ಲ. ಹೇಗೂ ಸಂಡೇ ರಜ. ಶನಿವಾರ ಹೋಗೋಣ. ಈ ಸಲ ನಿನ್ನಮ್ಮನಿಗೆ ಏನು ಹೇಳೋದು?

ಅವ್ಳಿಗೆ ಅನುಮಾನ ಬರೋದು ಸಹಜ. ನಂಗೂ ನಿನ್ನ ಬಗ್ಗೆ ಡೌಟೇ. ನೀನು ಜಾವಗಲ್ ಯಾಕೆ ಆರ್ರಿಸಿಕೊಂಡೆ?" ಮೆಲ್ಲಗೆ ಪ್ರಸ್ತಾಪಿಸಿದರು.

ಜೋರಾಗಿ ನಗಲೇ ಷುರು ಮಾಡಿದಳು ಉಷಾ. ಜಾವಗಲ್‌ನ ಪ್ರಸ್ತಾಪ ಮತ್ತೆ ತಮ್ಮ ಜೀವನದಲ್ಲಿ ಬರಬಾರದೆಂದು ಅಂದು ನಿರ್ಧರಿಸಿಕೊಂಡೇ ಟ್ರೈನ್ ಹತ್ತಿದ್ದಳು. ಮತ್ತೆ.....ಮತ್ತೆ..... ಅದರ ಪ್ರವೇಶ – ಉಷಾಳ ತಲೆ ಚಿಟ್ಟಿಡಿಯುವಂತಾಯಿತು.

"ಯಾಕೆ ನಗ್ತೀಯಾ?" ಕೇಳಿದರು ವನಮಾಲ.

"ಜಾವಗಲ್‌ನಲ್ಲಿ ಅಂಥ ಅಟ್ರಾಕ್ಷನ್ ಏನಿದೆ ಆಂಟೀ? ನಂಗೆ ಸ್ವಲ್ಪ ದಿನ ದೂರದಲ್ಲಿ ಒಂದು ಸಣ್ಣ ಊರಿನಲ್ಲಿ ಇದ್ದು ಬರಬೇಕೆನಿಸಿತ್ತು. ಆ ಕಡೆಯಲ್ಲೊಬ್ಬ ನಮ್ಮ ಕಾಲೇಜು ಸ್ಟೂಡೆಂಟ್, ಅದ್ಕೆ ಸರ್‍ಯಾಗಿ ನಿಮ್ಮ ಫ್ರೆಂಡ್ ಗ್ರೀಷ್ಮಾ ಅಲ್ಲಿದ್ದರು. ಇದಿಷ್ಟೇ ವಿಷಯ" ಮಾತು ಜಾರಿಸಿದಳು. ವನಮಾಲ ನಸುನಗೆ ಬೀರಿದರು. ಅಷ್ಟೇ ಅಲ್ಲ ಇನ್ನೇನೋ ಇದೆಯೆನಿಸಿತು "ಓಕೆ, ಶನಿವಾರ ಹೋಗೋಣ. ಇವೊತ್ತು ಇನ್ನು ಬುಧವಾರ. ಈಗ್ಲೇ ಪ್ರಸ್ತಾಪ ಬೇಡ. ಶುಕ್ರವಾರ ನಾನೇ ಹೇಳ್ತೀನಿ. ಅದ್ವರ್‍ಗೂ ಗಪ್‌ಚಿಪ್ಪಾಗಿರ್ಬೇಕು" ಪ್ರೀತಿಯಿಂದ ಕೆನ್ನೆ ಸವರಿದರು.

ಬುಧವಾರ ಶುಕ್ರವಾರದ ಮಧ್ಯದ ಎರಡು ದಿನಗಳನ್ನು ಕಳೆಯುವುದು ತೀರಾ ಕಷ್ಟವೆನಿಸಿತು ಉಷಾಗೆ. ಯಾಕೆ ಈ ಸೆಳೆತ? ಅಲ್ಲಿದ್ದ ಇಪ್ಪತ್ತೆಂಟು ದಿನಗಳಲ್ಲಿ ದೇಶಮುಖ್ ಅವಳೊಂದಿಗೆ ಅದು ತೀರಾ ಚುಟುಕಾಗಿ ಮಾತಾಡಿದ್ದು ಮೂರು ನಾಲ್ಕು ಸಲವಿರಬಹುದೇನೋ!

ಶುಕ್ರವಾರ ವನಮಾಲ "ಅರು, ನಾನು ಉಷಾ ನನ್ನ ಫ್ರೆಂಡ್ ಒಬ್ಬರ್ನ ನೋಡೋಕೆ ಹೋಗ್ತಾ ಇದ್ದೀವಿ. ಎರ್‍ಡು ದಿನ ಅಲ್ಲೇ ಉಳಿದರೇ ನಿನ್ನ ಅಭ್ಯಂತರವೇನು ಇಲ್ಲ ತಾನೇ?" ಎಂದು ಕೇಳಿದರು.

ನೆರಿಗೆಗಳನ್ನು ಸರಿ ಮಾಡಿಕೊಳ್ಳುತ್ತಿದ್ದ ಅರುಂಧತಿ "ಖಂಡಿತ ಕರ್ಕೊಂಡ್ಹೋಗು. ಅವ್ಳ ಬದ್ಕಿಗೆ ಒಂದು ಶಿಕ್ಷೆಯಾಗಿ ಹೋಯ್ತು. ಚಿಕ್ಕವಳು ಇದ್ದಾಗ ಶಾಲೆಗೆ ರಜ ಬಂತೂಂದರೇ, ನಾನು ಅಜ್ಜಿ ಮನೆಗೆ ಹೋಗ್ಬೇಕು. ಮಾವನ ಹತ್ರ ಕಾರು ಕೊಡಿಸ್ಕೋಬೇಕು. ಚಿಕ್ಕಪ್ಪನ ಜೊತೆಯಲ್ಲಿ ಚಾಮುಂಡಿ ಬೆಟ್ಟಕ್ಕೆ ಹೋಗ್ಬೇಕೂಂತ ಗಲಾಟ ಮಾಡೋಳು. ನಾನು ಅವ್ಳ ಒಂದು ಆಸೇನು ಪೂರ್ತಿ ಮಾಡೋ ಸ್ಥಿತಿಯಲ್ಲಿ ಇರ್ಲಿಲ್ಲ. ನೀನು ನಮ್ಮ ಜೀವನಕ್ಕೆ ಕಾಲಿಟ್ಮೇಲೆ ಲೋನ್ಲಿನೆಸ್ ಕಡ್ಮೇಯಾಯ್ತು" ಎಂದರು ಮುಕ್ತ ಮನಸ್ಸಿನಿಂದ. ಅರುಂಧತಿಯ ಎದೆ ಭಾರವಾಗಿತ್ತು.

ಅಂತು ವನಮಾಲ, ಉಷಾ ಪ್ರಯಾಣಕ್ಕೆ ಸಿದ್ಧರಾದರು. ಈಗಾಗಲೇ ಉಷಾ ಎರಡು ಸಲ ಜಾವಗಲ್‌ಗೆ ಹೋಗಿ ಬಂದಿದ್ದರಿಂದ, ಹೊಸ ಅನುಭವವೇನು ಅಲ್ಲ. ಆದರೆ ವನಮಾಲ ಮಾತ್ರ ಜಾವಗಲ್ ಬಗ್ಗೆ ತಿಳಿಯಲು ಸಾಕಷ್ಟು ಕುತೂಹಲ ವ್ಯಕ್ತಪಡಿಸಿದರು ಟ್ರೈನ್‌ನಲ್ಲಿ. ದೀಕ್ಷಿತರ ಮನೆಗೆ ಹೆಚ್ಚಿನ ಪ್ರಾಧಾನ್ಯ ಕೊಡದೇ ಬೇರೆ

ಬೇರೆ ವಿಷಯಗಳನ್ನು ಹೇಳುತ್ತ ಎಚ್ಚರಿಕೆ ವಹಿಸಿದಳು.

ರೈಲ್ವೆ ಸ್ಟೇಷನ್‌ನಲ್ಲಿ ಇಳಿದಾಗ ಸ್ಟೇಷನ್ ಮಾಸ್ಟರ್ ಕೂಡ ಮಾತಾಡಿಸಿದರು "ದೇಶಮುಖ್ ಮನೆಗಾ? ಅವ್ರ ಹೆಂಡ್ತಿ ತೀರಿಕೊಂಡ ವಿಷ್ಯ ಯಾರೋ ಹೇಳಿದ್ರು. ಐ ಫೀಲ್ ಸೋ ಸ್ಯಾಡ್" ಲೊಚಗುಟ್ಟಿದರು.

ದಾರಿಯಲ್ಲಿ ಕೂಡ ಒಂದಿಬ್ಬರು ಮಾತಾಡಿದಾಗ ವನಮಾಲ ಹುಬ್ಬೇರಿತು. "ಹೆಚ್ಚಿನ ಪಾಪ್ಯುಲಾರಿಟಿ ಸಿಕ್ಕಂಗೆ ಕಾಣುತ್ತೆ. ಬರೀ ಫಾರ್ಮ್ ಹೌಸ್‌ನಲ್ಲಿ ಉಳ್ಕೊಂಡು ಸಿಕ್ಕಾಪಟ್ಟೆ ಸುತ್ತಾಡಿದ್ದೀಯಾ" ಹುಸಿ ಮುನಿಸಿ ತೋರಿಸಿ ಬೆನ್ನ ಮೇಲೆ ಒಂದು ಏಟು ಹಾಕಿದರು.

ಗೇಟುನ ಬಳಿ ಹೊತ್ತು ನಿಂತು ಸದ್ದು ಮಾಡಿದ ಮೇಲೆಯೇ ಗೌಳಿ ಬಂದು ಕಣ್ಣರಳಿಸಿ ಹೋಗಿ ದೇಶಮುಖ್‌ಗೆ ಮುಟ್ಟಿಸಿ ಬೀಗದ ಕೈ ತಂದು ಬೀಗ ತೆಗೆದಿದ್ದು.

"ಬಂದ್ರಾ ...." ರಾಗ ಎಳೆದವಳು ಹಿಂದಕ್ಕೆ ತಿರುಗಿ ನಿಲ್ಲಿಸಿ ಹಿಂದಕ್ಕೆ ಸರಿದು ಹೋದಾಗ ಉಷಾ ಲಗೇಜ್‌ನ ಕೆಳಗಿಟ್ಟು ಬೀಗ ಹಾಕಿಕೊಂಡು ವನಮಾಲನ ಕರೆದೊಯ್ದಿದ್ದು. ಮರ, ಗಿಡ, ಹೂ, ಹಣ್ಣು, ಅಳಿಲಿನ ಕಿಚ್ ಪಿಚ ಸದ್ದು, ಹಕ್ಕಿಗಳ ಸಂಭಾಷಣೆ ಇಂಥ ವಿಶೇಷ ನೋಡಿ ಬೆರಗಾದರು ಆಕೆ.

ಓಡಿ ಬಂದ ಗೌಳಿಯ ಮಗ ಅವರುಗಳ ಕೈಯಲ್ಲಿನ ಲಗೇಜ್‌ನ ಕೊಂಡೊಯ್ಯುವಾಗ "ಸಾರ್, ಬಾವಿ ಹತ್ರ ಇದ್ದಾರೆ" ಹೇಳಿದ.

ಇಬ್ಬರು ಕುಟೀರ ಪ್ರವೇಶಿಸಿದರು. ಪೂರ್ತಿ ಏರ್ ಕಂಡೀಷನರ್ ಅಳವಡಿಸಿದಂತೆ ಕಂಡಿತು. ವನಮಾಲಗಂತು ಒಳಗಿನ ವಸ್ತುಗಳನ್ನು ನೋಡಿ ಆಶ್ಚರ್ಯವೋ ಆಶ್ಚರ್ಯ. ಅತ್ಯಂತ ಬೆಲೆ ಬಾಳುವ ಒಂದೇ ಒಂದು ವಸ್ತು ಕೂಡ ಇರಲಿಲ್ಲ. ಬಿದಿರಿನಿಂದ ಹೆಣೆದ ಮಂಚಗಳು, ಒಂದೆರಡು ಪುಟ್ಟ ಟೀಪಾಯಿಗಳು ಇತ್ತಷ್ಟೆ. ಎಲ್ಲಿದ್ದ ದೇಶಮುಖ್, ಗ್ರೀಷ್ಮಾ .... ಎಲ್ಲಿಗೆ! ಆಕಾಶಕ್ಕೂ, ಭೂಮಿಗೂ ನಡುವೆ ಇರುವಷ್ಟು ಮಟ್ಟಿನ ಅಂತರ. ಬೆಚ್ಚಿ ಬೀಳುವಂತಾಯಿತು ವನಮಾಲಗೆ.

"ಕೂತ್ಕಳ್ಳಿ, ಆಂಟೀ" ಗಾಜಿನ ಹೂಜಿಯಲ್ಲಿದ್ದ ನೀರನ್ನು ಗ್ಲಾಸ್‌ಗೆ ಬಗ್ಗಿಸಿ ಕೊಟ್ಟು ತಾನು ಕುಡಿದ ಮೇಲೆ ಎಲ್ಲಾ ಕಡೆ ಓಡಾಡಿದಳು. ಯಥಾ ಸ್ಥಿತಿಯೇ. ಅಡಿಗೆ ಅಂಥದ್ದೇನು ಮಾಡಿದಂತೆ ಕಾಣಲಿಲ್ಲ. ಲೆದರ್ ಬ್ಯಾಗ್‌ನಲ್ಲಿದ್ದ ಬ್ರೆಡ್ ಜಾಮ್ ತೆಗೆದಿಟ್ಟಳು. "ನೀವು ಕೂತ್ಕೊಂಡಿರಿ ಅಂಕಲ್‌ನ ನೋಡ್ಕಬರ್ತೀನಿ" ಹೊರಟವಳು ಹಿಂದಕ್ಕೆ ಬಂದು "ಮೊದ್ಲು, ನೀವು ಕೈ ಕಾಲು ತೊಳ್ಕೊಳಿ. ನಾನು ಒಂದಿಷ್ಟು ಟೀ ಮಾಡ್ತೀನಿ" ಚಕ್ಕನೆ ಬಾಗಿಲು ಇಲ್ಲದ ಕಿಚನ್‌ಗೆ ನುಗ್ಗಿದಳು.

ಎದ್ದ ವನಮಾಲ ಹೊರಗೆ ಬಂದು ನಿಂತರು. ಕಣ್ಣಿಗೆ ತಂಪೆರೆಯುವಂಥ ಸಸ್ಯ ಶಾಮಲೆ. ಪರಿಸರವೇ ಸೊಬಗಿನಿಂದ ಕೂಡಿತ್ತು. ಇಂಥ ಜಾಗವನ್ನು ಕೆಲವು ಗಂಟೆಗಳಿಗಾಗಿ ಆಯ್ದುಕೊಳ್ಳಬಹುದೇ ವಿನಃ ಇಲ್ಲೇ ಉಳಿಯುವುದು ಕಷ್ಟ ಸಾಧ್ಯವೆನಿಸಿತು. ಗ್ರೀಷ್ಮಾ ತೀರಾ ಸೊಫಿಸ್ಟಿಕೇಟೆಡ್ ಕಲ್ಚರ್‌ಗೆ ಹೊಂದಿಕೊಂಡಿದ್ದವರು ಇಲ್ಲಿ ಹೇಗೆ ದಿನಗಳನ್ನು

ದೂಡಿದರು ಎಲ್ಲಾ ಅದ್ಭುತವೆನಿಸಿತು.

ಟೀ ಕಪ್ ಹಿಡಿದು ಬಂದ ಉಷಾ "ನೀವು ನಿಧಾನವಾಗಿ ಕೂತು ಕುಡೀರಿ. ನಾನು ಅಂಕಲ್‌ನ ನೋಡ್ಬರ್ತಿನಿ" ಫ್ಲಾಸ್ಕ್ ಹಿಡಿದು ಜಿಂಕೆಯಂತೆ ಹೊರಟ ಅವಳನ್ನ ನೋಡಿದರು ವನಮಾಲ 'ಈ ಹುಡ್ಗಿಗೆ ಯಾಕೆ ಈ ಸೆಳೆತ? ದೇಶಮುಖ್ ಅಂತ ರಿಸರ್ವ್ಡ್ ವ್ಯಕ್ತಿಗಾಗಿ ಯಾಕೆ ಕನವರಿಸುತ್ತಾಳೆ. ಗ್ರೀಷ್ಮಾ ಕೊಟ್ಟ ಉಡುಗೊರೆಯ ಕೃತಜ್ಞತೆಗಾಗಿಯಾ? ಯಾಕೋ ಏನೋ, ಅಷ್ಟು ಚೀಪಾಗಿ ಯೋಚಿಸಲು ಆಕೆಯ ಮನ ಒಪ್ಪಲಿಲ್ಲ.

ಪಾತಿಗಳನ್ನು ಗುದ್ದಲಿ ಹಿಡಿದು ಸರಿ ಮಾಡುತ್ತಿದ್ದ ದೇಶಮುಖ್ ಒಮ್ಮೆ ಉರಿಯ ನೋಟ ಹರಿಸಿದರು ಅವಳತ್ತ. ತೀರಾ ಅಸಹನೆ ಅವರ ಮುಖದ ಮೇಲೆ ಇಣಕಿತು. ಈಗ ಗಡ್ಡ, ಮೀಸೆ ಬೆಳೆದು ಮುಖ ಮತ್ತಷ್ಟು ಕೃಶವಾಗಿತ್ತು.

"ಅಂಕಲ್ .....ಟೀ" ಎರಡು ಸಲ ಹೇಳಿದಳು.

ಅವರು ತಮ್ಮ ಕೆಲಸದಲ್ಲಿ ಮಗ್ನರಾದರೇ ವಿನಃ ಇವಳತ್ತ ನೋಡುವ ರಿಸ್ಕ್ ಕೂಡ ತಗೊಳ್ಳಲಿಲ್ಲ. ಅರ್ಧ ಗಂಟೆ ನಿಂತೇ ಇದ್ದಳು. ಕೆಲಸ ಮುಗಿದ ಮೇಲೆಯೇ. ಬಾವಿಗೆ ಬಿದ್ದು ಅರ್ಧಗಂಟೆ ಈಜಾಡಿ ಹೊರಗೆ ಬಂದಾಗ ದೂರದ ಮರದ ಬಳಿ ನಿಂತಿದ್ದಳು ಉಷಾ.

ಬಟ್ಟೆ ಧರಿಸಿ ಅವಳತ್ತ ಬಂದವರು "ಮತ್ತೆ ಯಾಕ್ಬಂದೇ? ನಂಗೆ ಇಷ್ಟವಾಗೋಲ್ಲಾಂತ ನಿಂಗೆ ಗೊತ್ತಿಲ್ವಾ?" ಕಟುವಾಗಿತ್ತು ದೇಶಮುಖ್ ಮಾತು. ಉಷಾ ಮುಖ ಕಪ್ಪಿಟ್ಟಿತು. ಹಿಂದಕ್ಕೆ ಹತ್ತು ಹೆಜ್ಜೆ ಹೋಗಿ ಹಿಂದಿರುಗಿ ನೋಡಿದಾಗ ಗಿಡದ ಬಳಿ ಬಗ್ಗಿ ಏನೋ ಹೇಳುವಂತೆ ಕಂಡರು. ಅವರಿಗೆ ಮನುಷ್ಯರಿಗಿಂತ ಗಿಡ ಮರಗಳೇ ಪ್ರಿಯವಾಗಿದ್ದವು.

ತಕ್ಷಣ ಫಾರ್ಮ್‌ನಿಂದ ಹೊರಗೆ ಹೋಗಿ ಬಿಡಬೇಕೆನಿಸಿತು ಉಷಾಗೆ. ಆದರೆ ವನಮಾಲ ಜೊತೆಯಲ್ಲಿ ಕರೆದುಕೊಂಡು ಬಂದು ಈ ತರಹ ಟ್ರೀಟ್ ಮೆಂಟ್ ಸಿಕ್ಕರೆ ಹೇಗೆ? ಮತ್ತೆ ದೇಶಮುಖ್ ಅತ್ತ ನಡೆದವಳು ಅವರ ಎದುರಿನಲ್ಲೆ ಕೂತಳು ಗದ್ದಕ್ಕೆ ಕೈಯೂರಿ.

ನೋಟ ಮೇಲೆತ್ತಿದ ದೇಶಮುಖ್ ಕಣ್ಣುಗಳು ನಿಧಾನವಾಗಿಯಾದರೂ ಮೃದುವಾದವು. 'ನಂಗೆ ಉಷಾನ ನೋಡಿದ್ರೆ ..... ಋತುವಿನ ನೆನಪಾಗುತ್ತೆ. ಅದೇ .... ನಗು, ಎಂದಾದ್ರೂ ಗಮನಿಸಿದ್ದೀರಾ' ಹೆಂಡತಿ ಒಮ್ಮೆ ಸ್ಪಷ್ಟವಾಗಿಯೇ ಕೇಳಿದಾಗ ವಿಷಾದದಿಂದ ನಕ್ಕಿದ್ದರು 'ನೀನು ಹೆಣ್ಣು, ತಾಯ್ತನದ ಮಮತೆ ನಿಂಗೆ ಬಳುವಳಿ. ಅದ್ಕೆ ಉಷಾಳಲ್ಲಿ ಋತುವಿನ ಹೋಲಿಕೆ ಕಾಣ್ತೀಯಾ' ಅಂದದನ್ನ ನೆನಪಿಸಿಕೊಂಡರು.

"ಏನು .... ಬಂದಿದ್ದು?" ಕೇಳಿದರು.

ಅಷ್ಟು ಸಾಕಿತ್ತು. ಇನ್ನಷ್ಟು ಸನಿಹಕ್ಕೆ ಬಂದು ಕೂತು ಉಷಾ "ಅಂಥ ವಿಶೇಷವೇನಿಲ್ಲ ವನಮಾಲ ಆಂಟಿಗೆ ಹಾರ್ಟ್ ಅಟ್ಯಾಕ್ ಬಂದಿತ್ತು. ಸಿಟಿಯ ಟೆನ್‌ಷನ್ ಯಾಕೆ

ಎರ್ಡು ದಿನ ರಿಲಾಕ್ಸ್ ಮಾಡ್ಕೊಂಡ್ ಹೋಗ್ಲೀಂತ ಕರ್ಕೊಂಡ್ಬಂದೆ ಎಂದಳು ಮೆಲ್ಲಗೆ. ಇವಳ ಮಾತಿಗೆ ಜೋರಾಗಿ ನಗಲು ಷುರು ಮಾಡಿದರು ದೇಶಮುಖ್. ಇಂಥ ನಗು ನಕ್ಕಿದ್ದನ್ನು ಅವಳು ನೋಡೇ ಇರಲಿಲ್ಲ. "ಟೆನ್‌ಷನ್ ರಿಲಾಕ್ಸ್ ..... ಗ್ರೀಷ್ಮಾ ಇಲ್ಲೇ ಇದ್ದಿದ್ದು. ಹಾಗಂತೇನು ಹಾರ್ಟ್ ಅಟ್ಯಾಕ್‌ನಿಂದ ತಪ್ಪಿಸಿಕೊಳ್ಳೋಕೆ ಆಯ್ತಾ? ಒಬ್ಬ ವ್ಯಕ್ತಿ ಇಂತಿಷ್ಟು ದಿನ ಬದ್ಕಬೇಕೂಂತ ಬರೆದಿಟ್ಟಿರುತ್ತಾನಷ್ಟೇ" ಮೇಲೆ ನೋಡಿದರು.

ಉಷಾ ವಿಸ್ಮಿತಳಾದಳು. ತಕ್ಷಣಕ್ಕೆ ಏನು ಹೇಳಬೇಕೋ ತೋಚಲಿಲ್ಲ. ಮುಂಚೂಣಿ ಹಂತದಲ್ಲಿದ್ದ ವಿಜ್ಞಾನದ ಬಗ್ಗೆ ಬಲ್ಲವರು, ಈ ರೀತಿ ಮಾತಾಡಲು ಅವರ ಅನುಭವಗಳೇ ಕಾರಣವೆನಿಸಿತು.

"ಅಂಕಲ್, ಇಂದು ನಾಳೆ ಇಲ್ಲಿರೋಕೆ ಪರ್ಮಿಷನ್ ಕೊಡಿ. ಆಂಟೀನ ತೀರಾ ಬಲವಂತ ಮಾಡಿ ಕರ್ಕೊಂಡು ಬಂದಿದ್ದೀನಿ. ನೀವು ಯಾಕ್ಬಂದ್ರಿಂತ ಪ್ರಶ್ನಿಸಿದರೇ ....." ಎದೆಯ ಮೇಲೆ ಕೈಯಿಟ್ಟುಕೊಂಡು ಭಯ ನಟಿಸಿದಾಗ, ಒಂದು ತರಹ ನಗೆ ಬೀರಿದರು. This is Last chance ಮತ್ತೆ ಪುನರಾವರ್ತನೆ ಆಗೋದು ನಂಗಿಷ್ಟವಿಲ್ಲ" ಹೇಳಿದರು ದೃಢವಾಗಿ 'ಆಯ್ತು' ಎನ್ನುವಂತೆ ತಲೆಯಾಡಿಸಿ ಫ್ಲಾಸ್ಕ್‌ನಲ್ಲಿದ್ದ ಟೀಯನ್ನು ಕಪ್‌ಗೆ ಬಗ್ಗಿಸಿ ಕೊಟ್ಟಳು. ವಿರೋಧ ವ್ಯಕ್ತಪಡಿಸದೆ ಹಸನ್ಮುಖರಾಗಿ ಕುಡಿದಿದ್ದು ಇವಳ ಅದೃಷ್ಟ.

ಇಬ್ಬರು ಬಂದಾಗ ವನಮಾಲ ಕುಟೀರದ ಹೊರಗೆ ನಿಂತವರು ಮುಗುಳ್ನಗೆಯಿಂದ ಕೈ ಜೋಡಿಸಿದಾಗ ದೇಶಮುಖ್ ಆ ಕಷ್ಟವೇನು ತೆಗೆದು ಕೊಳ್ಳದೇ ಕೈಯೆತ್ತಿದರಷ್ಟೆ. ಆ ಮನುಷ್ಯ ತೀರಾ ಸೊರಗಿ ಹೋಗಿದ್ದಾನೆನಿಸಿತು ವನಮಾಲಗೆ. ತಾನು ಪ್ರೇಕ್ಷಕರ ಗ್ಯಾಲರಿಯಲ್ಲಿ ಸೆಮಿನಾರ್‌ಗಳಲ್ಲಿ ಕೂತು ಅವರು ಪ್ರಬಂಧ ಮಂಡಿಸುತ್ತಿದ್ದ ದೃಶ್ಯಗಳನ್ನು ನೆನಪು ಮಾಡಿಕೊಂಡಾಗ ಇವರಲ್ಲಿ ಅವರನ್ನು ಹುಡುಕುವುದೇ ಕಷ್ಟವಾಯಿತು.

"ಹೇಗಿದ್ದೀಯಾ, ಬೈ ದಿ ಬೈ ..... ನಿನ್ನ ಹೆಸರು ನೆನಪಾಗ್ಲಿಲ್ಲ" ಅಂದಾಗ "ವನಮಾಲ ...." ಎಂದು ತಾವೇ ಹೇಳಿಕೊಳ್ಳಬೇಕಾಯಿತು.

ಮೂವರು ಒಳಗೆ ಬಂದರು. ದೇಶ್‌ಮುಖ್ ತೀರಾ ಸಾಧಾರಣ ಮಂಚದ ಮೇಲೆ ಕೂತು "ಏನಾದ್ರೂ ತಗೊಂಡ್ಯಾ? ಅಡಿಗೆ ಅಂಥದೇನು ಮಾಡ್ಲೊಲ್ಲ" ತಾವೇ ಹೇಳಿದರು. ಅವರು ಅಷ್ಟು ಮಾತಾಡಿದ್ದು ಹೆಚ್ಚೆನಿಸಿತೇನೋ, ಸುಮ್ಮನೆ ಕೂತು ಬಿಟ್ಟರು. ನಿಮಿಷಗಳು ಜಾರಿ ಗಂಟೆಗಳಾದರೂ ಆ ಮನುಷ್ಯ ಭಂಗಿ ಬದಲಾಯಿಸದೇ ಕೂತಿದ್ದಾಗ ವನಮಾಲ ಎದ್ದು ಹೊರಗೆ ಬಂದರು, ಹಿಂಬಾಲಿಸಿ ಬಂದ ಉಷಾಗೆ ಹೇಳಿದರು.

ಹೇಗಿದ್ದ ಮನುಷ್ಯ ಹೇಗಾಗಿದ್ದಾನೆ! ಈ ವ್ಯಕ್ತಿ ಬುದ್ಧಿಮತ್ತೆಗೆ ಪರ್ಸನಾಲಿಟಿಗೆ ದಂಗಾದವರು ಎಷ್ಟೋ ಜನ. ಅಂದಿನ ದೇಶಮುಖ್ ಇವರೇನಾಂತ ನಂಬೋದು ಕಷ್ಟ ಗ್ರೀಷ್ಮಾ ಅದೃಷ್ಟಕ್ಕೆ ಎಷ್ಟೋ ಜನ ಅಸೂಯೆಪಟ್ಟದ್ದುಂಟು. ಕಂಪ್ಯೂಟರ್ ದಂಪತಿಗಳು

ಬರೆದ ಪುಸ್ತಕ ಬಿಲ್‌ಗೇಟ್‌ಗೆ ಮೆಚ್ಚಿಗೆಯಾಗಿತ್ತು ಅನ್ನೋದು ಸುಲಭದ ವಿಷ್ಯವಲ್ಲ. ಎಂಥ ಮನುಷ್ಯನ ಬದುಕು ಹೇಗಾಗಿ ಹೋಯ್ತು. ಎಷ್ಟೋ ಜನ ಮಕ್ಳುನ ಕಳಕೊಂಡಿದ್ದಾರೆ, ಅವ್ರೆಲ್ಲ ಈ ತರಹ ಆಗಿಲ್ಲ ತುಂಬ ನೊಂದುಕೊಂಡರು ವನಮಾಲ.

"ಸತ್ಯ ಗೋಚರವಾಗೋದು ಕಷ್ಟ. ಅದು ಎಲ್ಲರಿಗೂ ಎಲ್ಲಿ ಗೋಚರವಾಗುತ್ತೆ. ಕನಿಷ್ಠ ಸಾವಿರದಲ್ಲಿ ಹತ್ತು ಜನಕ್ಕೆ ಹುಟ್ಟು, ಸಾವಿನ ಮಧ್ಯದ ಸಂಬಂಧಗಳು ವಿಚಿತ್ರ ಸ್ಥಿತಿಗಳು ಗೋಚರವಹಿಸಿದ್ದರೇ ಸಮಾಜ ಈ ಸ್ಥಿತಿಯಲ್ಲಿ ಇರ್ತಿರ್ಲಿಲ್ಲ" ಭಾವುಕಳಾಗಿ ನುಡಿದಾಗ ವನಮಾಲ ಗಾಬರಿಗೊಂಡರು. ಈ ಹುಡ್ಗಿಯನ್ನ ಇಲ್ಲಿಗೆ ಕಳಿಸಿದ್ದೆ ತಪ್ಪಾಯಿತೇನೋ ಅಂದುಕೊಂಡರು. "ಮೈ ಗಾಡ್, ನಂಗೆ ಈಗ ನಿಜ್ವಾಗಿ ದೇಶಮುಖ್ ಚಿಂತೆಯಿಲ್ಲ. ನಿನ್ನ ಬಗ್ಗೆ ಯೋಚ್ನೇ. ದೊಡ್ಡ ಪ್ರಮಾದವಾಗ್ಬಿಡುತ್ತೆ" ಎಂದರು ಆತಂಕದಿಂದ. ಪಕ ಪಕ ನಕ್ಕಳು ಉಷಾ ಅಂಥ ಗಾಬ್ರಿಯೇನು ಬೇಡ, ಆಂಟೀ. ಏನಾದ್ರೂ ಅಡಿಗೆ ನಾವೇ ಮಾಡ್ಕೋಬೇಕು. ಒಂದಿಷ್ಟು ಕಿಚನ್‌ನಲ್ಲಿ ನೋಡ್ಬರ್ತೀನಿ. ಒಳ್ಗೆ ಬಂದು ಕೂಡಿ."

ಉಷಾ ಕಿಚನ್‌ನಲ್ಲಿದ್ದ ಪದಾರ್ಥಗಳನ್ನ ತಡಕಿ ನೋಡಿದಳು. ಆಗ ಅಕ್ಕಿ, ಸಾಂಬಾರಿನ ಪುಡಿ, ತುಪ್ಪ, ಆಯಿಲ್ ಅಂಥದ್ದೆಲ್ಲ ಇತ್ತು. ಈಗ ಬರೀ ಶಾವಿಗೆ, ರವೆಯ ಇನ್‌ಸ್ಟಂಟ್ ಪ್ಯಾಕೆಟ್‌ಗಳು ಮಾತ್ರವಿತ್ತು. ತರಕಾರಿ ಹೇರಳವಾಗಿತ್ತು. ಇಷ್ಟನ್ನು ಇಟ್ಟುಕೊಂಡು ಏನಾದರೂ ಸಿದ್ಧ ಮಾಡಬಹುದು. ಮುಖ್ಯವಾಗಿ ಸಾಲ್ಟ್ ಇರಲಿಲ್ಲ.

ಹಿಂದಿನ ಬಾಗಿಲಿನಿಂದ ಗೌಳಿನ ಹುಡುಕಿಕೊಂಡು ಹೋದಳು. ಗರಿಗಳನ್ನು ಸೇರಿಸಿ ಸಣ್ಣ ಗುಡಿಸಲು ನಿರ್ಮಾಣವಾದ ಕಡೆ ಕೂತಿದ್ದಳು.

"ನೀನೊಂದ್ಮನೆ ಕಟ್ಕಂಡ್ ಬಿಟ್ಟಿದ್ದೀಯಾ!" ಅಚ್ಚರಿ ವ್ಯಕ್ತ ಪಡಿಸಿದಳು. ಎದ್ದು ನಿಂತ ಗೌಳಿಯ ಮುಖದಲ್ಲಿ ನೋವಿನ ನೆರಳಾಡಿತು. "ಒಂದೊಂದು ದಿನ ನಾನು, ನನ್ಮಗ ಇಲ್ಲೆ ಉಳ್ಕೊತೀವಿ. 'ಸಾರ್'ದೇ ಭಯ. ಒಂಟಿಯಾಗ್ಬಿಡೋದು ತಪ್ಪು" ಕಣ್ಣೊತ್ತಿಕೊಂಡಳು.

"ಹಾಗೇನಾಗೋಲ್ಲ! ನಾನು ಎಲ್ಲಾ ನೋಡ್ಕೋತೀನಿ. ಒಂದಿಷ್ಟು ಉಪ್ಪು ಬೇಕಿತಲ್ಲ, ಹೋಗ್ಬರ್ತೀಯಾ? ಹತ್ತಿರದಲ್ಲೆ ಇರೋ ಅಂಗ್ಡಿಯಿಂದ ತಗೊಂಡ್ಬಾ. ದೀಕ್ಷಿತರ ಮನೆಗೆ ಹೋಗಿ ಕೆಲ್ಸಕ್ಕೆ ನಿಂತು ಬಿಡ್ಬೇಡ" ಹೇಳಿ, ಐದರ ನೋಟು ಕೊಟ್ಟಳು. ನಾಲ್ಕು ಹೆಜ್ಜೆ ಮುಂದಕ್ಕೆ ಹೋದವಳು ನಿಂತು ಎರಡೆಜ್ಜೆ ಹಿಂದಕ್ಕೆ ಅಡಿಯಿಟ್ಟು "ಬಂದಿರೋ ಮೇಡಮ್ 'ಸಾರ್'ಗೆ ಏನಾಗ್ಬೇಕು?" ಕೇಳಿದಳು.

"ತಂಗಿ ಆಗ್ಬೇಕು, ನೀನ್ಹೋಗ್ಬಾ" ಎಂದಳು.

ಗೇಟುನವರೆಗೂ ಬಂದ ಗೌಳಿ ಒಂದು ಸಲ ಹಿಂದಿರುಗಿ ನೋಡಿ ನಡೆದಳು. ಊರಲ್ಲಿ ಕೆಲವರು ಕುಟುಕುತ್ತಿದ್ದರು "ಏನು ಗೌಳಿ, ನಿಂದು ಅದೃಷ್ಟ ಅಂದರೇ ..... ಅದೃಷ್ಟ! ಆ ಮನುಷ್ಯನಿಗೆ ಯಾರಿಲ್ಲ, ಮುಂದೆ ತೋಟ ನಿಂದೇ" ಮುಖ

ತಿರುಗಿಸಿಕೊಂಡು ಬರುತ್ತಿದ್ದಳು. ಆ ಸ್ವಾರ್ಥ ಅವಳಲ್ಲಿ ಇರಲೇ ಇಲ್ಲ. ಅಷ್ಟು ಚೆನ್ನಾಗಿದ್ದ ಯಜಮಾನಿತಿ ಗ್ರೀಷ್ಮಾ ಇಲ್ಲವಾದಾಗ 'ಬದ್ಕು ಇಷ್ಟೇ, ಯಾರು ಕಂಡಿದ್ದಾರೆ? ನಾನೇ ಮೊದ್ಲು ಹೋಗ್ತೀನೇನೊ' ಅಂದು ಕೊಳ್ಳುತ್ತಿದ್ದಳು ಮನದಲ್ಲಿ.

ಅಂಗಡಿಯಿಂದ ಬರುವಾಗ ಸಿಕ್ಕ ಪುರಂದರನಿಗೆ ಉಸುರಿಯೇ ಬಿಟ್ಟಳು "ಉಷಾಮ್ಮನ ಜೊತೆ 'ಸಾರ್' ತಂಗಿಯವ್ರು ..... ಬಂದಿದ್ದಾರೆ" ಅವನಿಗಂತು ಹರ್ಷವೇ. ದೇಶಮುಖ್ ಅನಾರೋಗ್ಯವೆಂದು ತಿಳಿದ ಮೇಲೆ ಆ ತೋಟವನ್ನು ಕೊಂಡು ಬಿಡಬೇಕೆಂದು ಹೊರಗೆ ಪೈಪೋಟಿ ನಡೆಸಿದರೂ ಯಾರು ಹೋಗಿ ಕೇಳಲು ಧೈರ್ಯ ಮಾಡಲಿಲ್ಲ.

ತನ್ನ ಪತ್ರ ತಲುಪಿದೆಯೆನಿಸಿತು ಪುರಂಧರನಿಗೆ. ಈಚೆಗೆ ಎಂ.ಎಲ್.ಎ ಸೀಟುಗೆ ನಿಂತು ಸೋತ ಕೆಂಚಯ್ಯ ಅಪರೂಪಕ್ಕೆ ಊರಿಗೆ ಬಂದಿದ್ದವನು ಎದುರಾಗಿದ್ದು ಆಕಸ್ಮಿಕವೇ.

"ನನ್ನಿಂದ ಒಂದ್ಕೆಲ್ಸ ಆಗ್ಬೇಕು. ದೇಶಮುಖ್ ಫಾರ್ಮ್ ನಾನೇ ಕೊಂಡ್ಕೋಬೇಕೂಂತ ತೀರ್ಮಾನ ಮಾಡಿದ್ದೀನಿ. ಅದ್ಕೆ ನಿನ್ನ ಸಹಾಯ ಬೇಕು. ನೀನ್ಹೋಗಿ ನನ್ನ ಪರ ನಿಂತು ಮಾತಾಡ್ಬೇಕು" ಉಸುರಿದ.

ಅಡಿಯಿಂದ ಮುಡಿಯವರೆಗೂ ಕೆಂಚಯ್ಯನನ್ನು ದಿಟ್ಟಿಸಿದ. ಸುತ್ತ ಮುತ್ತಲಿನ ಭೂಮಿಯನ್ನೆಲ್ಲ ಕಬಳಿಸಿದ್ದ. ಆದರೂ ಅವನಿಗೆ ಭೂಮಿಯ ಆಸೆ ಕಡಿಮೆಯಾಗಿರಲಿಲ್ಲ . ತಲೆ ಅಡ್ಡಡ್ಡ ಆಡಿಸಿದ.

"ಏನು ತಿಳ್ಕೋಬೇಡಿ. ಅದ್ನ ಮಾರೋ ವಿಷ್ಯ ನಂಗೆ ಗೊತ್ತಿಲ್ಲ. ನಾನಾಗಿ ಹೋಗಿ ಕೇಳೋಕ್ಕಾಗೊಲ್ಲ. ಬೇರೆಯವ್ರ ತೋಟದೊಳಗೆ ಹೋಗೋದೆ ಅವ್ರಿಗೆ ಇಷ್ಟವಾಗೊಲ್ಲ. ಮಿಕ್ಕಿದ್ದು ನಿಮ್ಮಿಷ್ಟ" ಎಂದಿದ್ದ ತುಸು ಬೇಸರದಿಂದಲೇ. ಆದರೆ ಆ ಮನುಷ್ಯ ಅಷ್ಟಕ್ಕೆ ತನ್ನ ಪ್ರಯತ್ನ ನಿಲ್ಲಿಸದೇ ಪ್ರಯತ್ನಿಸುತ್ತಿದ್ದಾನೆಂದು ಗೊತ್ತಾಗಿತ್ತು.

ಈಗ ಉಷಾ ಜೊತೆ ಇನ್ನೊಬ್ಬ ಹೆಣ್ಣು ಬಂದಿದ್ದಾಳೆಂದು ತಿಳಿದು ಸಮಾಧಾನವೆನಿಸಿತು. ಆರಾಮಾಗಿ ತೋಟದ ಕಡೆ ಹೆಜ್ಜೆ ಹಾಕಿದ. ಉಷಾ ಅವನನ್ನು ಬೇಟಿಯಾಗಬಹುದೆಂಬ ಭರವಸೆ ಇರಲಿಲ್ಲ. ಅಚ್ಚಮ್ಮ ಮಾತ್ರ ಆಗಾಗ ನೆನಪಿಸಿಕೊಳ್ಳುತ್ತಿದ್ದುದ್ದು ಮಾತ್ರ ಅತಿಶಯೋಕ್ತಿಯೆನಿಸಿತು.

ಉಪ್ಪಿನ ಪ್ಯಾಕೆಟ್ ಹಿಡಿದು ಬಂದ ಗೌಳಿ ಕೆಲವರಿಗಾದರೂ ಈ ವಿಷಯ ತಿಳಿಸಿರಬೇಕೆನಿಸಿತು. ಅದನ್ನು ಪ್ರಶ್ನಿಸಿದಳು ಉಷಾ "ಯಾರಿಗಾದ್ರೂ ಹೇಳಿದ್ಯಾ?" ಗೌಳಿ ಉತ್ಸಾಹದಿಂದ "ದೀಕ್ಷಿತರ ಮೊಮ್ಮಗ ಪುರಂದರಪ್ಪನಿಗೆ ಮಾತ್ರ ಹೇಳ್ದೇ" ಉಸುರಿದಾಗ ಮೌನವಾಗಿ ಎದ್ದು ಒಳಗೆ ಹೋದಳು.

ಚಕ ಚಕ ಅಂತ ಅರ್ಧ ಗಂಟೆಯಲ್ಲಿ ಶಾವಿಗೆಯ ಉಪ್ಪಿಟ್ಟುಗೆ ಎಲ್ಲಾ ತರಕಾರಿಗಳನ್ನು ಹೆಚ್ಚಿ ಹಾಕಿ ಅದರ ರುಚಿಯನ್ನು ಹೆಚ್ಚಿಸಿದಳು. ಕೂತ ವನಮಾಲ ಮುಸಿ ಮುಸಿ ನಕ್ಕರು. ತೀರಾ ಬುದ್ಧಿವಂತಳಾಗಿ ಕಂಡಳು.

"ಇದ್ವರ್ಗೂ ನೀವು ಇಂಥ ತಿಂಡಿ ತಿಂದಿರಲಿಕ್ಕಿಲ್ಲ ಆಂಟೀ! ಎಕ್ಸಲೆಂಟ್ ಟೇಸ್ಟ್ ಇರುತ್ತೆ ನೋಡಿ" ಎಂದು ಘಮಲು ಆಸ್ವಾದಿಸಿದಳು. ಇಂಥ ಚಟುವಟಿಕೆಯ ಮಗಳು ಯಾರಿಗಾದರೂ ವರವೇ ಎಂದು ಕೊಂಡರುವನಮಾಲ.

ಬಾಳೆಯೆಲೆಗಳನ್ನು ಹಾಕಿ ದೇಶಮುಖ್‌ನ ಕೂಡ ಎಚ್ಚರಿಸಿ ಬಲವಂತದಿಂದ ಕರೆತಂದು ಎಲೆಯ ಮುಂದೆ ಕೂಡಿಸಿದ್ದು ಪ್ರಯಾಸವಾಗಿಯೇ. ತಿಂದಿದ್ದು ಬಹಳ ಸ್ವಲ್ಪವೇ. ಅವರ ನಾಲಿಗೆ ನಿರ್ಜೀವವಾಗಿತ್ತೋ ಏನೋ! ಕೆಲವೊಮ್ಮೆ ಉಪ್ಪು ಇಲ್ಲದೆ ರೊಟ್ಟಿ ಮಾಡುತ್ತಿದ್ದರು. ಇದು ವಿರಕ್ತಿಯ ಪರಮಾವಧಿಯೋ ಏನೋ, ಅಂತು ಉಷಾಳಿಗಂತು ಅರ್ಥೈಯಿಸಿಕೊಳ್ಳುವುದು ಸಾಧ್ಯವಿರಲಿಲ್ಲ.

ಇವರನ್ನು ಬಿಟ್ಟು ದೇಶಮುಖ್ ಹೊರಗೆ ಬಂದರು. ಮೂರು ಎಕರೆವರೆಗೂ ಮೇಲ್ಪಟ್ಟು ಇರುವ ತೋಟದ ಪ್ರತಿಯೊಂದು ಗಿಡ, ಬಳ್ಳಿಯು ಅವರಿಗೆ ಸಂಗಾತಿಗಳೇ. ಪ್ರತಿ ಮರ ಗಿಡವನ್ನು ದಿನಕ್ಕೊಮ್ಮೆಯಾದರೂ ಮುಟ್ಟಿ ನೋಡಿ ಮಾತಾಡಿಸಿ ಕಷ್ಟ ಸುಖವನ್ನು ವಿಚಾರಿಸುತ್ತಿದ್ದರು. ಕೋತಿ, ಪಾರಿವಾಳ, ಅಳಿಲು ಪುಟ್ಟ ಪುಟ್ಟ ಹಕ್ಕಿಗಳು ಅವರನ್ನು ಕೂಗಿ ಕರೆಯುವಷ್ಟು ಬಾಂಧವ್ಯ ಬೆಳೆಸಿ ಕೊಂಡಿದ್ದು ಅಪೂರ್ವವೇ. ಅವುಗಳ ನಡುವಿನ ಒಟನಾಟದಲ್ಲಿ ಅವರ ಬದುಕಿನ ದಿನಗಳು ಕಳೆದು ಹೋಗಬೇಕು.

ಇಬ್ಬರು ಹೊರಗೆ ಬಂದು ಕೂತರು. ತೀರಾ ನಸುಕಿನಲ್ಲಿ ನಾಲ್ಕರ ಸಮಯಕ್ಕೆ ಹೊರಟ ಟ್ರೈನ್ ಇವರನ್ನು ತಂದು ತಲುಪಿದಾಗ ಎರಡರ ಸುಮಾರು.

"ತೀರಾ ಕಲ್ಲಾಗಿಬಿಟ್ಟ ಈ ಮನುಷ್ಯನ ಜೊತೆ ಗ್ರೀಷ್ಮಾ ಹೇಗಿದ್ದರು? ದೇಶಮುಖ್ ನಿರ್ವಿಕಾರ ಚಿತ್ರದ ಬಗ್ಗೆ ಭಯವಾಗುತ್ತೆ" ಅಂದರು ವನಮಾಲ. ಗ್ರೀಷ್ಮಾ ಇಲ್ಲಿ ಇವರೊಂದಿಗೆ ಕಳೆದ ದಿನಗಳನ್ನು ವ್ಯಾಖ್ಯಾನಿಸುವಷ್ಟು ತಕ್ಷಣ ಉಷಾಳ ಬಾಯಿಂದ ಮಾತೇ ಬರಲಿಲ್ಲ. ಆ ಇಪ್ಪತ್ತೆಂಟು ದಿನಗಳನ್ನು ಜ್ಞಾಪಿಸಿಕೊಂಡರು. ಒಬ್ಬರ ಭಾವನೆಗಳಿಗೆ ಮತ್ತೊಬ್ಬರು ಸ್ಪಂದಿಸುವ, ನೋವಿನ ಭಂಡಾರವನ್ನೇ ಒಳಗಡೆ ಅಡಗಿಸಿಕೊಂಡು ಪ್ರಕೃತಿಯ ಆತ್ಮಸ್ವರೂಪವಾದ ಗಿಡ ಮರಗಳ ನಡುವೆ ಕಳೆಯುವ ಸಾರ್ಥಕ ಜೀವನ ಲೆಕ್ಕ ಹಾಕಿದಂತಿತ್ತು. "ಇಲ್ಲ ಆಂಟೀ, ಅವರಿಬ್ರೂ ಖುಷಿ ದಂಪತಿಗಳಂತೆ ಕಂಡರು. ಅವ್ರು ಹೆಚ್ಚು ಮಾತಾಡುತ್ತಿದ್ದುದು ಹೃದಯಗಳ ಮೂಲಕವೇ" ಭಾವುಕಗಳಾಗಿ ನುಡಿದಾಗ ದೇಶಮುಖ್, ಗ್ರೀಷ್ಮಾ ಬಗೆಗಿನ ಅವಳ ಅಭಿಮಾನಕ್ಕೆ ಬೆರಗುಗೊಂಡರು.

ಮೇಲೆದ್ದ ಉಷಾ "ಇಲ್ಲಿ ಕೂಡೋದೂಂದರೇ ಬೋರ್, ಒಂದು ಸುತ್ತು ಹಾಕೋಣ ನಡೀರಿ" ಎಬ್ಬಿಸಿಕೊಂಡು ಹೊರಟಳು. ಅಲ್ಲಿನ ಪ್ರತಿಯೊಂದು ಗಿಡ ಮರ ಪಕ್ಷಿ ಸಂಕುಲ ಎಲ್ಲಾ ಹರ್ಷದಿಂದ ಇದ್ದಂತೆ ಕಂಡಿತು.

"ಇಲ್ಲಿ ಈ ತರಹ ಜೀವಿಸೋಕು ಹೆಚ್ಚಿನ ಮಾನಸಿಕ ಸಿದ್ಧತೆ ಬೇಕು. ಅಂತು ಅತ್ಯಂತ ಸುಂದರವಾದ ತಾಣ. ದೇಶಮುಖ್ ಮತ್ತು ಗ್ರೀಷ್ಮಾ ಮುಂಬಯಿನವ್ರು. ಅಂಥದ್ದರಲ್ಲಿ ಈ ಜಾಗ ಆರ್ಸಿಕೊಂಡಿದ್ದಕ್ಕೆ ಏನಾದ್ರೂ ಹೆಚ್ಚಿನ ಕಾರಣ ಇರಬಹ್ದೂಂತ

ನಂಗೆ ಅನ್ನಿಸುತ್ತೆ" ವಿವೇಚಿಸಿ ಉಸಿರಿದರು. ಉಷಾ ಆ ಬಗ್ಗೆ ಅವರಷ್ಟೇ ಮುಗ್ಧಳು. ಅದರಿಂದ ಏನು ಹೇಳಲೂ ಹೋಗಲಿಲ್ಲ.

ಪೂರ್ತಿ ಕತ್ತಲು ಮುಸುಕುವ ವೇಳೆಗೆ ಗೌಳಿಯ ಗುಡಿಸಲ ಒಳಗೆ ಬಂದರು. ಮಗನೊಂದಿಗೆ ಏನೋ ತಿನ್ನುತ್ತಿದ್ದವಳು ಎದ್ದು ನಿಂತು "ಇವತ್ತು ಮನೆಗೆ ಹೋಗಿ ನಾಳೆ ಬರುವ ಅಂದ್ಕೊಂಡೆ, ನೀವು ಸಿಕ್ಲೇ ಇಲ್ಲ. ಈಗ ಹೋಗ್ಲಾ?" ಕೇಳಿದಳು ಕೈಯೊರೆಸಿಕೊಳ್ಳುತ್ತ.

"ಹೋಗು, ನಿಂಗೆ ಗುಡಿಸಲು ಹಾಕೊಕೊಳ್ಳೋಕೆ ಸಾರ್ ಹೇಳಿದ್ರಾ?" ಕೇಳಿದಳು. "ಇಲ್ಲಮ್ಮ ಒಂದೆರಡು ದಿನ ತೀರಾ ಮಲ್ಗಿ ಬಿಟ್ರು. ಆಗ್ನಿಂದ ಇಲ್ಲಿ ಗುಡ್ಲು ಹಾಕ್ಕೊಂಡಿದ್ದೀನಿ. ಎಂದಾದ್ರೂ ಇದು ಅವ್ರ ಮನಸ್ಸಿಗೆ ಬಂದರೇ ಹೋಗೂಂತ ಅಂದ್ಬಿಡ್ತಾರೆ. ಅದಕ್ಕೂ ಊರಿನ ಜನ ಏನೇನೋ ಅಂದ್ಕೋತಾರೆ. ಮುಂದೆ ದೇಶಮುಖ್ ತೋಟ ನಿಂದೇನೇ" ಅಂತಾರೆ. ಕಣ್ಣಿರುಗೆರೆದಳು.

ಇಬ್ಬರ ಬಾಯಿಂದ ಮಾತುಗಳೇ ಹೊರಡಲಿಲ್ಲ. ಇದೇನು ಅಂಥ ಅತಿಶಯವಾಗಿ ಕಾಣಲಿಲ್ಲ.

"ಹೋಗ್ಲಾ ಅಮ್ಮ ?" ಅಂದಾಗ "ಹೋಗು, ಜನ ಸುಮ್ನೇ ಏನೇನೋ ಮಾತಾಡ್ತಾರೇಂತ ತಲೆ ಕೆಡಿಸ್ಕೋಬೇಡ. ಗೊತ್ತಿಲ್ಲದ ವಿಷ್ಯದ ಬಗ್ಗೆ ಆಡಿಕೊಳ್ಳೋದ್ಯಾಕೆ? ಯಾರು ಮುಂದೇನೋ, ಯಾರು ಹಿಂದೇನೋ" ಎಂದಳು ಭಾರವಾದ ಉಸಿರಿನೊಂದಿಗೆ.

ಮಗನೊಂದಿಗೆ ಅವಳು ಹೋದ ಮೇಲೆ ಬೀಗ ಹಾಕಿಕೊಂಡು ಬಂದ ಉಷಾ "ಕೆಲವೊಮ್ಮೆ ತೀರಾ ವಿಚಿತ್ರವೆನಿಸುತ್ತೆ, ಆಂಟೀ. ಡಾ. ಮೇರಿಯಮ್ಮ ತಮ್ಮ ಪ್ರಾಪರ್ಟಿಯನ್ನೆಲ್ಲ ಮಗ ಸೊಸೆಯ ಹೆಸರಿಗೆ ವಿಲ್ ಮಾಡಿಸಿದ್ದರಂತೆ. ಅವರಿಬ್ರೂ ಆಕ್ಸಿಡೆಂಟ್‌ನಲ್ಲಿ ಹೋದ್ಮೇಲೆ ವಿಲ್ ಬದಲಾಯಿಸಿ ಮೊಮ್ಮಗನ ಹೆಸರಿಗೆ ಮಾಡಿಸಿದ್ರಂತೆ. ಅವ್ನು ಇಲ್ಲ. ಡಾ. ಮೇರಿಯಮ್ಮ ಮಾತ್ರ ಇನ್ನ ಬದ್ಕಿದಾರೆ. ಇದೆಂಥ ವಿಪರ್ಯಾಸ ನೋಡಿ. ಆಕೆಗೆ ಈಗ ಎಂಬತ್ತೈದು ವರ್ಷ ಇನ್ನು ಬದ್ಕಿದಾರೆ. ಅವ್ರಿಗಿಂತ ವಯಸ್ಸಿನಲ್ಲಿ ಚಿಕ್ಕವರಾದ ತಮ್ಮ ತಂಗಿ ಮಗ ಸೊಸೆ ಮೊಮ್ಮಕ್ಳುನ ಕಳಕೊಂಡಿದ್ದಾರೆ. ಎಲ್ಲರ ಬದ್ಕಿನಲ್ಲು ಒಂದಲ್ಲ ಒಂದು ರೀತಿಯಲ್ಲಿ ಇಂಥ ಘಟನೆಗಳು ನಡೆದಿವೆ" ಆರಾಮಾಗಿ ಪದಗಳು ಉರುಳಿಸಿದಾಗ ಮಾನಸಿಕವಾಗಿ ತಾವು ತಿಳಿದಿದ್ದಕ್ಕಿಂತ ಹೆಚ್ಚು ಬೆಳೆದಿದ್ದಾಳೆನಿಸಿತು. 'ಇನ್ನ ನಿಂಗೆ ಭಯ ಬೇಡ ಅರುಂಧತಿ. ಯಾವುದೇ ಪರಿಸ್ಥಿತಿಯನ್ನು ಎದುರಿಸುವಷ್ಟು ನಿನ್ಮಗ್ಳು ಪ್ರಬುದ್ಧಳು' ಮನದಲ್ಲಿಯೇ ಹೇಳಿಕೊಂಡರು.

ಕತ್ತಲು ತನ್ನ ಹೊದಿಕೆಯನ್ನು ಎಲ್ಲೆಡೆ ಹಾಸಿದ ಮೇಲೆ ತಣ್ಣನೆಯ ಗಾಳಿ, ಎಲೆಗಳ ಸದ್ದು, ಅದರಲ್ಲಿ ವಾಸಿಸುವ ಪಕ್ಷಿ ಸಮೂಹದ ಅರ್ಥವಾಗದ ಮಾತುಕತೆ ಎಲ್ಲ ಚೆನ್ನೆನಿಸಿದರೂ ವನಮಾಲಗೆ ಭಯವಾಯಿತು.

ಇವರುಗಳು ಬಂದಾಗ ಹೊರಗೆ ಕೂತ ದೇಶಮುಖ್ ಆಕಾಶದ ಕಡೆ

ನೋಡುತ್ತಿದ್ದರು. ಅವರ ದಿಟ್ಟಿಸುವಿಕೆಯಲ್ಲಿ ಯಾರಿಗಾದರೂ ಹುಡುಕುತ್ತಿದ್ದರೇನೋ? ಅವರು ಯಾರು? ಗ್ರೀಷ್ಮಾ, ಋತು ಮಿಕ್ಕವರನ್ನು ನಕ್ಷತ್ರಗಳ ಮದ್ಯೆ ಅರಸುತ್ತಿರಬಹುದೇ?

ಅವರು ಕೂತ ವಿರಾಮಾಸನದ ಬಳಿಯಲ್ಲಿ ಬೆತ್ತದ ಚಿಕ್ಕ ಚಿಕ್ಕ ಎರಡು ಆಸನಗಳನ್ನು ತಂದು ಹಾಕಿ "ಕೂತ್ಕೊಳಿ ಅಂಟೀ! ಇಲ್ಲಿ ಕೂತ್ಕೊಂಡರೇ ತುಂಬ.... ತುಂಬ ಚೆನ್ನಾಗಿರುತ್ತೆ" ಹೇಳಿ ಪಟ್ಟಾಗಿ ಕೂತಳು. ದೇಶಮುಖ್ ಒಂದಿಷ್ಟು ಚೇತರಿಸಿಕೊಂಡರೇ ಅವರ ಆರೋಗ್ಯ ಸರಿ ಹೋಗುತ್ತದೆಯೆಂದು ಅವಳ ಅಭಿಪ್ರಾಯ.

"ನೀವು ಮಾತಾಡಿ ವನಮಾಲ. ನಂಗೆ ಮಾತುಗಳೇ ಮರೆತಿದೆ. ಗ್ರೀಷ್ಮಾ ಇದ್ದಾಗ ಬಂದಿದ್ದರೇ ತುಂಬ ಸಂತೋಷ ಪಡ್ತಾ ಇದ್ಲು" ಇಷ್ಟು ಹೇಳಲು ಸಮರ್ಥರಾದರು ದೇಶಮುಖ್. ಅವರ ನೋಟ ಹೆಚ್ಚು ಕಡಿಮೆ ಆಕಾಶದತ್ತಲೇ ಇತ್ತು.

"ಗ್ರೀಷ್ಮಾ ಬಗ್ಗೆ ತಿಳ್ದು ತುಂಬಾ ನೋವಾಯ್ತು. ಸೋ ಸಾರಿ..... ಅವ್ಳಿಗೆ ಸಾಯೋಂಥ ವಯಸ್ಸು ಆಗಿರ್ಲಿಲ್ಲ" ನುಡಿದರು ಸಂತಾಪ ಸೂಚಕವಾಗಿ.

ದೇಶಮುಖ್ ಪಕ್ಕನೆ ನಕ್ಕು ಬಿಟ್ಟರು. ಇಂಥ ಮಾತುಗಳು ಸರ್ವೆ ಸಾಮಾನ್ಯವಾದರೂ ಅವು ಯಾವುದಕ್ಕೂ ಅರ್ಥವಿರಲಿಲ್ಲ. ಮತ್ತೆ ತಾವೇ ಗಂಭೀರವಾದರು.

ವನಮಾಲ ತುಟಿ ತೆರೆಯಲಿಲ್ಲ. ಮೂವರು ಕೂತೇ ಇದ್ದರು. ಎದ್ದು ಹೋಗಿ ತಾವು ತಂದಿದ್ದ ಬ್ರೆಡ್ ಟೋಸ್ಟ್ ಮಾಡಿಕೊಂಡು ಜಾಮ್ ಸವರಿ ತಂದಳು.

"ತಗೊಳ್ಳಿ ಅಂಕಲ್" ಅವರ ಮುಂದೆ ಪ್ಲೇಟ್ ಹಿಡಿದಾಗ ಒಂದೇ ಒಂದು ಸ್ಲೈಸ್ ಮಾತ್ರ ತೆಗೆದುಕೊಂಡು "ನೀವುಗಳು ತಗೊಳ್ಳಿ" ಅಷ್ಟು ಹೇಳಿ ಮೌನವಾದರು.

ಸ್ವಲ್ಪ ಬೇಸರವೆನಿಸಿದ ವನಮಾಲ "ನೀವು ಕೆಲವು ದಿನ ಬಂದು ನಮ್ಮಲ್ಲಿ ಉಳಿಯಬೇಕೆನ್ನೋ ಅಭಿಪ್ರಾಯ ಉಷಾದು. ನಿಮ್ಗೂ ಸ್ವಲ್ಪ ಬದಲಾವಣೆ ..... ನಮ್ಗೂ ಸ್ವಲ್ಪ ರಿಲ್ಯಾಕ್ಸ್" ಎಂದ ಹತ್ತು ನಿಮಿಷಗಳ ನಂತರ "ಇಲ್ಲ ವನಮಾಲ. ನಂಗೆ ಎಲ್ಲಿಗೂ ಬರೋ ಇಚ್ಛೇ ಇಲ್ಲ" ಹೇಳಿದರು. ಆಕೆ ತೆಪ್ಪಗಾದರು. ಮುಖದಲ್ಲಿನ ದೃಢತೆಯನ್ನು ನೋಡಿಯೇ ಬರಲಾರರೆಂದುಕೊಂಡರು.

ಎಷ್ಟೊತ್ತು ಕೂಡುವುದು? ಇಬ್ಬರು ಒಳಗೆ ಬಂದರು. ಹಾಲು ಬಿಸಿ ಮಾಡಿ ಬಗ್ಗಿಸಿಕೊಂಡು ಬಂದು ಕೊಟ್ಟ ಉಷಾ "ಬಹುಶಃ ಹಿಂದೆ ಅಂದರೆ ಗ್ರೀಷ್ಮಾ ಆಂಟೀ ಬದ್ಕಿದ್ದಾಗ ಬಂದಿದ್ದರೇ ಇಷ್ಟು ಕೂಡ ಮಾತಾಡುತ್ತಿರ್ಲಿಲ್ಲ. ಆಗ ಇನ್ನಷ್ಟು ರಿಸರ್ವ್ ಆಗಿ ಕಾಣೋರು. ಈಗಷ್ಟೇ ಒಂದಿಷ್ಟು ಮೃದುವಾಗಿದ್ದಾರೇಂತ ಅಂದ್ಕೋಬೇಕು" ಒಂದು ಚಿತ್ರಣವನ್ನು ಆಕೆಯ ಮುಂದಿಟ್ಟಳು.

ಗೋಡೆಗೆ ಒರಗಿಸಿಟ್ಟ ಮಂಚಗಳನ್ನು ಬಿಡಿಸಿ ದೊಡ್ಡ ಸೈಜಿನ ಉಣ್ಣೆಯ ಮೃದುವಾದ ರಗ್‌ನ ಮಡಚಿ ಹಾಕಿ ಹಾಸಿಗೆಯನ್ನು ಸಿದ್ಧ ಮಾಡಿದಳು. ವನಮಾಲ ಒಂಟಿಯಾದ ಮೇಲೆ ಹಾಸಿಗೆ, ದಿಂಬು, ಉಡುಪು ಅಂಥದಕ್ಕೆಲ್ಲ ಯೋಚಿಸದೇ ಖರ್ಚು ಮಾಡಿ

ಆರಾಮದ ಶ್ರೀಮಂತ ಜೀವನವನ್ನು ಅಭ್ಯಾಸ ಮಾಡಿಕೊಂಡಿದ್ದವರಿಗೆ ಮಲಗಿದಾಗ ಸ್ವಲ್ಪ ಇರುಸು ಮುರುಸೆನಿಸಿ ಎದ್ದು ಕೂತವರು ಮತ್ತೆ ಮಲಗಿದರು. ನಂತರ ಪ್ರಶಾಂತವಾದ ವಾತಾವರಣ, ಪರಿಶುಭ್ರವಾದ ಗಾಳಿ ಹಾಯೆನಿಸಿತು. ಮತ್ತೆ ಎದ್ದು ಕೂತರು. ಹೊರಗೆ ದೇಶಮುಖ್ ಮಲಗಿದ್ದರು.

ನಲವತ್ತೈದು ಐವತ್ತರ ಒಳಗಿನ ವಯಸ್ಸು. ಈಗ ಕೃಶವಾಗಿದ್ದರು ಆಜಾನುಬಾಹು ವ್ಯಕ್ತಿ. ಪೂರ್ತಿ ಬಯಕೆಗಳು ಸಾಯುವಂಥ ವಯಸ್ಸೇನು ಅಲ್ಲ. ಮುಂದುಗಡೆ ಒಂದು ಬಾಗಿಲು, ಹಿಂದಕ್ಕೆ ಒಂದು ಬಾಗಿಲು ಇತ್ತೇ ವಿನಃ ವಿಂಗಡಿಸಿದ ರೂಮು, ಡ್ರಾಯಿಂಗ್‌ರೂಮು, ಕಿಚನ್‌ಗೆ ಬಾಗಿಲುಗಳೇನು ಇರಲಿಲ್ಲ. ವ್ಯಾಘ್ರನಂತೆ ನಮ್ಮಗಳ ಮೇಲೆ ಅಟ್ಯಾಕ್ ಮಾಡಿದರೇ, ಎದ್ದವರೇ ಸದಾ ತಮ್ಮ ಹ್ಯಾಂಡ್ ಬ್ಯಾಗ್‌ನಲ್ಲಿರುತ್ತಿದ್ದ ಪುಟ್ಟ ಮಡಚಿದ ಚಾಕುವನ್ನು ಹೊರಗೆ ತೆಗೆದು ಪರೀಕ್ಷಿಸಿ ನೋಡಿ ದಿಂಬಿನ ಕೆಳಗಿಟ್ಟುಕೊಂಡು ಮಲಗಿದರು. ಪುಟ್ಟ ಬೆಳಕು ಮಂಕಾಗಿ ಉರಿಯುತ್ತ ತನ್ನ ಹಳದಿಯ ಛಾಯೆಯನ್ನು ಎಲ್ಲೆಡೆ ಚೆಲ್ಲಿತ್ತು. ನೋಟ ಪಕ್ಕಕ್ಕೆ ಹೊರಳಿಸಿದರು. ಆರಾಮಾಗಿ ನಿದ್ರಿಸುತ್ತಿದ್ದಳು.

ಉಷಾ. ಇಂಥ ನಿಶ್ಚಿಂತೆ ಇವಳಿಗೆ ಹೇಗೆ ಬಂತು? ಆಗಿನ ಇಪ್ಪತ್ತೆಂಟು ದಿನಗಳು ಇಲ್ಲಿದ್ದಾಗ ಗ್ರೀಷ್ಮಾ ಬದುಕಿದ್ದರು. ನಂತರ ಸತ್ತ ಮೇಲೆ ಇವಳು ಬಂದಾಗ ಇಲ್ಲಿ ದೇಶಮುಖ್ ಇದ್ದಿದ್ದು ಒಂಟಿಯಾಗಿಯೇ.

ಆಕೆಗೆ ತಲೆ ಸುತ್ತಿ ಬಂದಂತಾಯಿತು. ಅವಳಮ್ಮ ಜೀವನದಲ್ಲಿ ನಡೆದ ಒಂದು ಘಟನೆ ಎಲ್ಲಿಂದ ಎಲ್ಲಿಗೋ ಒಯ್ದು, ಬದುಕಿಗೆ ಬೇರೆಯ ದಾರಿಯನ್ನು ತೋರಿಸಿತ್ತು. ಅಂಥದ್ದರಲ್ಲಿ, ವನಮಾಲ ತಮ್ಮ ಅವಿವೇಕಕ್ಕೆ ಪಶ್ಚಾತಾಪ ಪಟ್ಟರು.

ಮೆಲ್ಲಗೆ ಎದ್ದು ಹೊರ ಬಂದಾಗ ದೇಶಮುಖ್ ಹಜಾರದ ಮೇಲೆ ನಿದ್ರಿಸುತ್ತಿದ್ದರು ಸೋತಂತೆ. ಮುಖ ಪ್ರಶಾಂತವಾಗಿತ್ತು. ಎಲ್ಲದ್ದರಿಂದ ಮುಕ್ತವಾದ ಶಾಂತವಾದ ಭಾವನೆ ಮುಖದ ಮೇಲೆ. 'ಛೆ....'ಎನ್ನಿಸಿ ಬಂದು ಮಲಗಿದವರು ಎದ್ದಾಗ ಪೂರ್ತಿ ಬೆಳಕು ಹರಿದಿತ್ತು. ಉಷಾಳ ಮಂಚ ಖಾಲಿಯಾಗಿತ್ತು. ಹೊರಗೆ ಬಂದು ನೋಡಿದಾಗ ದೇಶಮುಖ್ ಕೂಡ ಇರಲಿಲ್ಲ.

"ಗುಡ್ ಮಾರ್ನಿಂಗ್ ಆಂಟೀ...." ಉಷಾಳ ದನಿ ಕೇಳಿಸಿತು.

ಬೆಚ್ಚಿದವರಂತೆ ಹಿಂದಕ್ಕೆ ತಿರುಗಿದರು. ಎರಡು ಕಪ್ ಟೀ ಹಿಡಿದು ನಿಂತವಳ ಮುಖದಲ್ಲಿ ವ್ಯಥೆ ಇತ್ತು. "ಗೀಷ್ಮಾ ಆಂಟೀ ತುಂಬ ಚೆನ್ನಾಗಿ ಟೀ ಮಾಡೋರು. ಎಂಥ ಚೆಲುವು. ಶಾಂತತೆ ಆಕೆಯದು. ನಿರಾಭರಣ ಸುಂದರಿ. ವನದಲ್ಲಿ ಪ್ರಕೃತಿ ಮಾತೆಯಂತೆ ಕಾಣುತ್ತಿದ್ರು." ಆವೇಗದಿಂದ ನುಡಿಯುವಾಗ ಅವಳ ಕಂಠ ಬಿಗಿದು ಬಂತು.

ಅವಳನ್ನು ಸೂಕ್ಷ್ಮವಾಗಿ ಗಮನಿಸಿದರು ವನಮಾಲ. ಬರೀ ಇಪ್ಪತ್ತೆಂಟು ದಿನಗಳ

ಒಟನಾಟ ಇಂಥ ಅನುಬಂಧವನ್ನು ಬೆಸೆಯಬಲ್ಲದೇ? ಹಣದ ಶಕ್ತಿಯೊಂದು ಇಲ್ಲಿ ಕೆಲಸ ಮಾಡುತ್ತಿರಬಹುದೇ?

"ನಂಗೆ ಅಸೂಯೆ ಆಗುತ್ತೆ, ಉಷಾ! ನಾನು ತಪ್ಪು ಮಾಡಿದೆನೇನೋ ! ನೀನು ಇಷ್ಟೊಂದು ದೇಶ್‌ಮುಖ್, ಗ್ರೀಷ್ಮಾ ಹಚ್ಚೋತಿಯಾಂತ ಕಲ್ಪಿಸಿಕೊಳ್ಳೋದು ಕೂಡ ಕಷ್ಟ. ಇದೆಲ್ಲ ಅರುಂಧತಿವರ್ಗೇ ಹೋದರೇ...., ಕಷ್ಟವಾಗುತ್ತೆ. ದಯವಿಟ್ಟು ಅರ್ಥ ಮಾಡ್ಕೋ. ಬರೀ ಕರ್ತವ್ಯವೆಂದು ಇಲ್ಲಿವರ್ಗೂ ಬಂದಿದ್ದಾಯ್ತು. ದೇಶಮುಖ್ ಬಗ್ಗೆ ಸಿಂಪತಿ ಇದೆ. ಹಾಗಂತ ನಾವೇನು ಮಾಡೋಕ್ಕಾಗೊಲ್ಲ. ಹೋಗೋಣ" ಟೀ ಕುಡಿಯತೊಡಗಿದರು.

"ಮಧ್ಯಾಹ್ನ ಎರಡಕ್ಕೆ ಟ್ರೈನ್. ಅದ್ಕೆ ಮುನ್ನ ಹೋಗೋಕೆ ಅಂಥ ಅನ್ಕೂಲವೇನಿಲ್ಲ. ಊರುನ ನೋಡ್ಬರೋಣ. ಹಳೆಯ ದೇವಸ್ಥಾನವಿದೆ. ಅರ್ಚಕರ ಪರಿಚಯ ಕೂಡ ಇದೆ. ಓಡಾಡುತ್ತ ಕೆಲವು ಜನರ ಪರಿಚಯ ಕೂಡ ಇದೆ" ಎಂದು ಹೇಳಿ ಟೀಯೊಂದಿಗೆ ಒಳಕ್ಕೆ ಹೋದಳು.

ಇವರುಗಳು ಸ್ನಾನ ಮುಗಿಸುವ ವೇಳೆಗೆ ಗೌಳಿ ಬಂದಳು. ಕುಟೀರದಲ್ಲಿ ದೇಶಮುಖ್ ಇರಲಿಲ್ಲ. ತೋಟದ ಯಾವುದೋ ಒಂದು ಮೂಲೆಯಲ್ಲಿ ಕೆಲಸ ಮಾಡುತ್ತಿರುತ್ತಾರೆಂದು ಅವಳಿಗೆ ಗೊತ್ತು.

"ಗೌಳಿ, ನಾವು ಒಂದಿಷ್ಟು ಊರಲ್ಲಿ ಓಡಾಡಿಕೊಂಡು ಬರ್ತೀವಿ" ಎಂದು ಹೇಳಿ ಹೊರಗಿನಿಂದ ಬೀಗ ಹಾಕಿ ಕೀಯನ್ನು ಎಸೆದು ಇಬ್ಬರು ರೋಡಿಗೆ ಬಂದರು. ಅಲ್ಲಲ್ಲಿ ಸಿಕ್ಕವರು ಉಷಾನ ಮಾತಾಡಿಸಿ "ಸಾರ್, ಹೆಂಡ್ತಿ ಹೋಗ್ಬಿಟ್ರಂತೆ. ನಮ್ಗೇ ಗೊತ್ತಾಗಿದ್ದು ತೀರಾ ತಡವಾಗಿ ಅಂದರು" ಅವಳೇನು ಪ್ರತಿಕ್ರಿಯಿಸಲಿಲ್ಲ.

ಹೊರಗಿನ ಜಗುಲಿಯ ಮೇಲೆ ಕೂತಿದ್ದ ಅಚ್ಚಮ್ಮ ದೂರದವರೆಗೂ ನೋಟ ಹರಿಸಿ "ಇಲ್ಲಿ ಸ್ವಲ್ಪ ಬಾ. ಅದು ಉಷಾ ಅಲ್ವಾ?" ಸೊಸೆಯನ್ನು ಕರೆದು ಕೇಳಿದರು. ಆಕೆ ಮನಮಾಲ ಬೇಟಿಯಾಗುವುದು ಬೇಕಿರಲಿಲ್ಲ ಉಷಾಗೆ. ತಾಯಿ ಅಚ್ಚಮ್ಮನ ಮುಖದ ಕೆಲವು ಹೋಲಿಕೆಗಳನ್ನು ಹೊತ್ತಿದ್ದಾಳೆಂದು ಅವಳಿಗೆ ಗೊತ್ತು. ದೇವಸ್ಥಾನದ ಕಡೆ ತಿರುಗಿಕೊಂಡರು. ಇಂದು ಸ್ವಲ್ಪ ಜನ ಇದ್ದರು. ಅನ್ನುವುದರ ಜೊತೆಗೆ ದೀಕ್ಷಿತರ ಫ್ಯಾಮಿಲಿಯ ಕೆಲವು ಜನ ಇದ್ದರು. ಪಂಚೆಯುಟ್ಟು ಮೇಲೆ ರೇಶಿಮೆಯ ವಸ್ತ್ರ ಹೊದ್ದ ಪುರಂದರನ ನೋಟ ಇವಳತ್ತ ಹರಿದಾಗ ನಸು ನಗೆ ಬೀರಿದ. ಅರ್ಚನೆ ಷುರುವಾಗುವ ಹೊತ್ತಿಗೆ ವೆಂಕಮ್ಮ ಸೊಸೆಯೊಂದಿಗೆ ಬಂದರು. ಪೂಜೆ, ಮಂಗಳಾರತಿ ತಡವಾಗುತ್ತದೆಯೆಂದು ತಿಳಿದ ಮೇಲೆ ನಮಸ್ಕಾರ ಹಾಕಿ ಅವರಿಬ್ಬರು ಮೆಟ್ಟಿಲು ಇಳಿಯುತ್ತಿದ್ದಾಗ ಪುರಂದರ ಬಂದು "ತಾತಾ, ಹೇಳಿದ್ರು! ಪೂಜೆ ಮುಗ್ಸಿ ಕೊಂಡ್ಹೋಗ್ಬೇಕಂತೆ" ಎಂದ. ದೀಕ್ಷಿತರ ಬಗ್ಗೆ ಉಷಾಗೆ ಕೋಪ ದ್ವೇಷವಿದ್ದುದ್ದರಿಂದ ಆ ಮನುಷ್ಯನ ಮಾತು ಪಾಲಿಸಲು ಅವಳಿಂದ ಸಾಧ್ಯವಿಲ್ಲ. "ಮಧ್ಯಾಹ್ನದ ಟ್ರೈನ್‌ಗೆ ಹೋಗ್ಬೇಕು. ಒಂದಷ್ಟು ಕೆಲ್ಸ ಕೂಡ ಉಳ್ದುಕೊಂಡಿದೆ." ನಿರಾಕರಿಸಿದಳು.

ಪುರಂದರ ಹಿಂದಕ್ಕೆ ಹೋದ. ಇವರು ದೇವಸ್ಥಾನದ ಪ್ರಾಂಗಣವನ್ನು ಒಂದು ಸುತ್ತು ಹಾಕಿಕೊಂಡು ಬರುವ ವೇಳೆಗೆ ಮೆಟ್ಟಿಲು ಬಳಿ ನಿಂತಿದ್ದ ಅಚ್ಚಮ್ಮ "ಇನ್ನೇನು ಪೂಜೆ ಮುಗ್ದು ಮಂಗಳಾರತಿ ಆಗಿ ಹೋಗುತ್ತೆ. ಯಾವಾಗ್ಬಂದಿದ್ದು? ದೇಶಮುಖ್‌ಗೆ ಆರೋಗ್ಯ ಸರಿಯಿಲ್ಲಾಂತ ಗೌಳಿ ಹೇಳಿದ್ಲು" ಎಂದರು. ಉಷಾಳಿಂದ ಮಾತನಾಡಲಾಗಲಿಲ್ಲ.

"ಇಲ್ಲಾರೀ, ಹೊತ್ತಾಗುತ್ತೆ. ಬರ್ತೀವಿ" ಎದ್ದಿದ್ದು ವನಮಾಲ. ಈಕೆಯನ್ನು ಎಲ್ಲೋ ನೋಡಿದ ಹಾಗಿದೆಯಲ್ಲ ಎನ್ನುವ ಭಾವನೆ ಆಕೆಯಲ್ಲಿ ಮೂಡಿದ್ದು ಖಂಡಿತ. ಹೊರಗೆ ಬಂದ ಮೇಲೆ ಉಸುರಿದರು "ಉಷಾ ಆಕೆಯನ್ನ ನೋಡಿದರೇ ಪರಿಚಿತವೆನಿಸುತ್ತೆ. ಎಲ್ಲಿ ನೋಡಿರಬಹುದು? ಜಾವಗಲ್‌ನ ನಾನು ನೋಡಿದ್ದೇ ಈಗ. ಮತ್ತೆಲ್ಲಿ ನೋಡಿರಬಹುದ್ದು?" ನೆನಪನ್ನು ಕೆದಕಿದರು.

"ಏನೋಪ್ಪ, ಇಲ್ಲಿಗ್ಬಂದ್ಮೇಲೆ ನಾನು ಆಕೆನಾ ನೋಡಿದ್ದು. ಪುರಂದರನ ಅಜ್ಜಿ. ಕಟ್ಟಾ ಸಂಪ್ರದಾಯಸ್ಥ ಕುಟುಂಬ. ಗಂಡಸರು ಅನ್ನಿಸ್ಕೊಂಡ ಜನ ಆ ಮನೆಯಲ್ಲಿ ಗಾಂಭೀರ್ಯವನ್ನ ಹೊತ್ಕೊಂಡ್ ಓಡಾಡ್ತಾರೆ. ಅವ್ರ ಪೂರ್ತಿ ಪ್ರಪಂಚ ಜಾವಗಲ್ ಅಂತ ಕಾಣುತ್ತೆ" ಮಾತಿನಲ್ಲಿ ತೇಲಿಸಿದಳು. ಅವಳಮ್ಮ ವಯಸ್ಸಿನಲ್ಲಿ ಅಚ್ಚಮ್ಮ ಕೂಡ ಹಾಗೇಯೇ ಇದ್ದಿರಬೇಕು. ಈಗ ಕೂದಲು ತೆಳುವಾಗಿತ್ತು. ಮೈ ಕೃಶವಾಗಿತ್ತು. ಮುಖದಲ್ಲಿ ಸುಕ್ಕುಗಳು – ಒಂದು ರೀತಿಯ ಹಿರಿತನದ ಕಳೆ ಮುಖದ ಮೇಲೆ.

ಪ್ರಧಾನ ರಸ್ತೆಗೆ ಬಂದಾಗ ದೂರದಲ್ಲಿ ನಿಂತೇ ದೀಕ್ಷಿತರ ಮನೆ ತೋರಿಸಿದಳು "ಅದೇ ದೀಕ್ಷಿತರ ಮನೆ. ಹಿಂದಿನ ಕಾಲದ ವೈಭವವೆಲ್ಲ ಅದರಲ್ಲಿದೆ. ಒಂದು ಕಾಲದಲ್ಲಿ ಈ ಊರಿನಲ್ಲಿ ಅದೊಂದು ಪ್ರತಿಷ್ಠಿತ ಕುಟುಂಬನಂತೆ. ಈಗ ರಾಜಕೀಯವಾಗಿ, ಸಾಮಾಜಿಕವಾಗಿ ಪ್ರತಿಷ್ಠಿತರಾದ ಎಷ್ಟೋ ಜನ ಬಂದು ಇಲ್ಲಿ ಬೀಡು ಬಿಟ್ಟಿದ್ದರಿಂದ ಇವ್ರು ಲೆಕ್ಕಕ್ಕೆ ಇಲ್ಲದಂತಾಗಿದ್ದಾರೆ" ಇತಿಹಾಸ ಬಿಚ್ಚಿಟ್ಟಳು.

ಎದುರಾದ ಗೌಳಿ "ಇವತ್ತು ಪುರಂದರಪ್ಪನ ಹುಟ್ಟಿದ ಹಬ್ಬ. ದೇವಸ್ಥಾನಕ್ಕೆ ಬರೋದಿಕ್ಕೆ ಹೇಳಿದ್ರು ದೀಕ್ಷಿತರು. ಅದ್ಕೆ ನಮ್ಮ ಹುಡ್ಗನ್ನ ಅಲ್ಬಿಟ್ಟು ನಾನ್ಬಂದೆ. ಸಾರ್ ಅರೋಗ್ಯ ವಿಚಾರಿಸಿದ್ರಾ? ಒಂದೊಂದು ದಿನ ಮೇಲಕ್ಕೇಳೋದೆ ಇಲ್ಲ. ಕೆಮ್ಮುತ್ತ ಇರ್ತಾರೆ. ಯಾಪಾಟಿ ತೆಗ್ದು ಹೋಗಿದ್ದಾರೆ. ನೋಡಿದ್ದೀರಲ್ಲ. ದೊಡ್ಡ ಡಾಕ್ಟ್ರ ಹತ್ರ ತೋರ್ಸಬೇಕು" ಹೇಳಿದಳು. ಇದನ್ನು ತಿಳಿಸಲೆಂದು ನೆಪವೊಡ್ಡಿ ಬಂದಳೇನೋಂತ ಅಂದುಕೊಂಡಳು.

"ಅದೆಲ್ಲ ಆಗುತ್ತೆ. ನೀನು ದೇವಸ್ಥಾನಕ್ಕೆ ಹೋಗು" ಎಂದು ಮುಂದಕ್ಕೆ ನಡೆದಳು.

ಅಲ್ಲಿನ ಪ್ರೈಮರಿ ಸ್ಕೂಲು, ಮಿಡ್ಲ್ ಸ್ಕೂಲು ಜೊತೆ ಲೈಬ್ರರಿ ಎಲ್ಲವನ್ನು ತೋರಿಸಿಕೊಂಡು ದೀಕ್ಷಿತರ ದೊಡ್ಡ ತೋಟದ ಹಿಂದಿನ ವಿಶಾಲವಾದ ಹಳ್ಳವನ್ನು ತೋರಿಸಿ "ಈಗ ಪೂರ್ತಿ ಒಣಗಿದೆ. ಇಪ್ಪತ್ತು ವರ್ಷಗಳ ಹಿಂದೆ ಇದು ಸದಾ ಹರಿಯುವ ಹೊಳೆ. ಒಂದು ಹೆಣ್ಣು ತುಂಬಿ ಹರಿಯುತ್ತಿದ್ದ ಹೊಳೆಯಲ್ಲಿ ಬಿದ್ದು

ಆತ್ಮಹತ್ಯೆ ಮಾಡಿಕೊಂಡಳಂತೆ. ಆಮೇಲೆ ಎಂದೂ ತುಂಬಿ ಹರಿಯಲಿಲ್ಲ ಅನ್ನೋದು ಈ ಊರಿನ ಜನರ ಮಾತು. ಆ ಹೆಣ್ಣು ದೀಕ್ಷಿತರ ಕೊನೆಯ ಮಗ್ಳು ಅಂದರೆ ಪುರಂದರನ ಕಿರಿಯ ಸೋದರತ್ತೆನಂತೆ" ಮನಸ್ಸು ತಡೆಯಲಾರದೆ ಇದಿಷ್ಟು ಬಿಡಿಸಿಟ್ಟಳು.

ಆಗಿನ ಉಷಾಳ ಮುಖಭಾವವನ್ನು ಗಮನಿಸಿದರು ವನಮಾಲ.

"ಆಯ್ತು, ಇನ್ನ ಹೋಗೋಣ. ಭಾರತದ ಎಷ್ಟೋ ಸಣ್ಣ ಹಳ್ಳಿ, ಊರುಗಳು ಇದೇ ಸ್ಥಿತಿಯಲ್ಲಿದೆ. ಚಾರಿತ್ರಿಕವಾಗಿಯಾಗ್ಲಿ, ಸಾಮಾಜಿಕವಾಗಿಯಾಗ್ಲಿ ಅಷ್ಟೊಂದು ಪ್ರಸಿದ್ಧಿಯೇನಿಲ್ಲ. ನಿನ್ನ ಫ್ರೆಂಡ್ ಜಾವಗಲ್ ಕಡೆಯವ್ಳು ಅಂದೆಯಲ್ಲ ಅವ್ಳ ಪ್ರಸ್ತಾಪವೇ ಎತ್ತಲಿಲ್ಲ. ಅವಳು ಈಗ ಎಲ್ಲಿ?" ಕೇಳಿದರು ಅನುಮಾನದ ಸ್ವರದಲ್ಲಿ.

"ಅವ್ಳು ಈಗ ಇಲ್ಲಿಲ್ಲ ಆಂಟೀ" ಮ್ಲಾನವದನಳಾದಳು.

ಇಬ್ಬರು ಮುಖ್ಯರಸ್ತೆ ಹಿಡಿದು ರೈಲ್ವೆ ಸ್ಟೇಷನ್‌ನ ಹಾದಿಯತ್ತ ಹೊರಳಿದಾಗ ಗೌಳಿ ಏದುಸಿರು ಬಿಡುತ್ತ ಓಡಿ ಬಂದಳು "ಪೂಜೆ ಮುಗೀತು. ನೀವು ಬಂದ್ ಪ್ರಸಾದ ತಗೋಬೇಕಂತೆ" ಹೇಳಿದಳು.

"ನಮಸ್ಕಾರ ಹಾಕಿ ಬಂದಿದ್ದೀವಿ. ಅಷ್ಟು ಸಾಕು" ನಿರಾಕರಿಸಿದಳು ಉಷಾ.

ಅಷ್ಟಕ್ಕೆ ಬಿಡಲಿಲ್ಲ ಗೌಳಿ. ವನಮಾಲಗೆ ಅಚ್ಚಮ್ಮನನ್ನು ಮತ್ತೊಮ್ಮೆ ನೋಡಬೇಕೆನಿಸಿದ್ದರಿಂದ "ಪೂಜೆ ಮುಗಿದಿದೆಯಂತಲ್ಲ ಮಂಗಳಾರತಿ ಪ್ರಸಾದ ತಗೋಳೋಣ" ಸೂಚಿಸಿದಾಗ ಉಷಾ ಇಷ್ಟವಿಲ್ಲದಿದ್ದರೂ ನಿರಾಕರಿಸಲಿಲ್ಲ.

ಅಂತು ಮತ್ತೆ ದೇವಸ್ಥಾನಕ್ಕೆ ಹೋಗಬೇಕಾಯಿತು. ಇದ್ದ ಜನ ಪ್ರಸಾದದೊಂದಿಗೆ ಹೊರ ಬರುತ್ತಿದ್ದರು. ಇವರುಗಳು ಹೋದ ಮೇಲೆ ಮಂಗಳಾರತಿ ಮಾಡಿ ಇವರ ಮುಂದೆ ಹಿಡಿದರು ಅರ್ಚಕರು. ಹೊಸಬರಂತೆ ಕಂಡರು ಉಷಾಗೆ. ದೀಕ್ಷಿತರ ಮನೆಯವರೆಲ್ಲ ಅಲ್ಲೇ ಇದ್ದರು. ಅವರುಗಳತ್ತ ನೋಟ ಹರಿಸದಂತೆ ಎಚ್ಚರವಹಿಸಿದಳು.

ಪ್ರಸಾದದ ದೊನ್ನೆಗಳು ಕೈ ಸೇರಿದಾಗ ಹೊರಟು ನಿಂತ ಇವರನ್ನು ಪುರಂದರ ಕೇಳಿದ "ಹೇಗಿದ್ದಾರೆ, ದೇಶ್‌ಮುಖ್? ಒಂದು ದಿನ ಬಂದ ಗೌಳಿ ಅಳ್ತಾ ಕೂತಿದ್ಲು. ಅದ್ಕೆ ಪತ್ರ ಬರ್ದೇ. ವಿಳಾಸ ಬರೀ ನನ್ನ ಊಹೆಯಾಗಿತ್ತು. ತಲುಪಿಸಿದ ಅಂಚೆ ಇಲಾಖೆಗೆ ನನ್ನ ಧನ್ಯವಾದ ತಿಳಿಸ್ಬೇಕಷ್ಟೇ" ನಸು ನಗೆ ಬೀರಿದ. ಉಷಾ ಮಾತೇ ಆಡಲಿಲ್ಲ.

ನಾಲ್ಕು ಮಾತನ್ನು ವೆಂಕಮ್ಮನವರ ಬಳಿಯಲ್ಲಿ ಆಡಿದರು ವನಮಾಲ "ಉಷಾ ನನ್ತಂಗಿ ಮಗ್ಳು, ನಂಗೆ ಮಕ್ಳು ಇಲ್ಲನ್ನೋ ಕೊರತೆನ ನೀಗಿದ್ದಾಳೆ." ಆಕೆಯ ಮೆಚ್ಚುಗೆಯ ನೋಟ ಹರಿದಿದ್ದು ಉಷಾಳತ್ತ. ಅವಳನ್ನು ನೋಡಿದಂದಿನಿಂದ ಏನೋ ಒಂದು ವಿಧವಾದ ಮಮತೆ. ಅತ್ತ ಸುಳಿಯಲಿಲ್ಲ ಅವಳು.

"ಈಗ ಹೊರಡೋದಿದೆ" ಹೆಚ್ಚು ಮಾತಿಗೆ ಅವಕಾಶವಾಗದಂತೆ ಉಷಾ ವನಮಾಲನ

ಹೊರಗೆ ಕರೆ ತಂದಳು ಆಕೆಗೆ ಮಾತು ಬೇಕು. ದೀಕ್ಷಿತರಿಗೆ ಬೇಡ. ಯಾಕೆ ಸುಮ್ನೇ ನಮ್ಗೇ? ಹೆಜ್ಜೆಯ ವೇಗ ಹೆಚ್ಚಿಸಿದಳು. ಅವಳೆದೆ ನಗಾರಿಯಾಗಿತ್ತು. ತನ್ನ ಅಮ್ಮನ ಸ್ಥಿತಿಗೆ ಇವರೇ ಕಾರಣ ! ಏನೇನೋ ಯೋಚಿಸಿ ಕಂಗೆಟ್ಟಳು.

ಇವರುಗಳು ಬಂದಾಗ ದೇಶಮುಖ್ ತರಕಾರಿಯನ್ನು ಬೇಯಲಿಟ್ಟು ಹಿಟ್ಟು ಕಲಸುತ್ತಿದ್ದರು. ಗಡ್ಡ, ಮಿಾಸೆಯಲ್ಲಿ ಒಂದೊಂದು ಬಿಳಿಯ ಕೂದಲು ಇಣಕಿತ್ತು. ಬೆವರು ತೊಡೆದುಕೊಂಡು ಮೇಲೆದ್ದವರು, ಉಷಾಳ ಕಣ್ಣು ಸನ್ನೆಯಿಂದಲೇ ಕರೆದು ಹಿಟ್ಟಿನತ್ತ ತೋರಿ ಹೊರಗೆ ಹೋದರು.

ಅಡಿಗೆ ಕೆಲಸ ಉಷಾ ವಹಿಸಿಕೊಂಡಳು. ಸರಿಯಾಗಿ ಆಹಾರ, ನಿದ್ದೆ ಇಲ್ಲದೇ ಬಹಳಷ್ಟು ಸೊರಗಿದ್ದ ದೇಶಮುಖ್‌ಗೆ ಹೊಟ್ಟೆ ಹಸಿವಾದಾಗಲೇ ಏನಾದರೂ ತಿನ್ನ ಬೇಕೆನಿಸುತ್ತಿತ್ತು. ಏನೋ ಒಂದಿಷ್ಟು ತಿಂದು ಹಸಿವನ್ನು ಮುಚ್ಚಿ ಬಿಡುವುದನ್ನು ಅಭ್ಯಾಸ ಮಾಡಿಕೊಂಡಿದ್ದರು.

ಊಟ ಮುಗಿಸಿ ಹೊರಟು ನಿಂತಾಗ "ವನಮಾಲ, ಇವನ್ನೆಲ್ಲಾ ತಗೊಂಡ್ಹೋಗು. ಇಲ್ಲಿ ಇವೆಲ್ಲ ಉಪಯೋಗಕ್ಕೆ ಬರದು" ಕೆಲವು ಪುಸ್ತಕಗಳನ್ನು ಅತಿ ಕಾಸ್ಟ್ಲಿಯಾದ ಗಡಿಯಾರ ಜೊತೆಗೆ ಒಂದೆರಡು ವಾಚ್‌ಗಳನ್ನು ಅವಳಿಗೆ ಕೊಟ್ಟು ಉಷಾನ ಸನ್ನೆಯಿಂದಲೇ ಕರೆದು "ಚಿನ್ನದ ಬ್ರೇಸ್‌ಲೆಟ್‌ನ ಅವಳ ಕೈಗೆ ಹಾಕಿದರು. ಅವಳ ಕಣ್ಣಲ್ಲಿ ನೀರಾಡಿತು. ಇದು ನನ್ನ ಹಳೇ ಬ್ಯಾಗ್‌ನಲ್ಲಿತ್ತು. ಎಂದೋ ನಂಗಾಗಿ ಗ್ರೀಷ್ಮಾ ಖರೀದಿಸಿದ್ಲು" ಅಷ್ಟೆ ಅಂದಿದ್ದು.

ಗೌಳಿಯ ಮಗ ಎರಡು ಬುಟ್ಟಿ ಹಣ್ಣು, ತರಕಾರಿಗಳನ್ನು ಸಂಗ್ರಹಿಸಿ ಪ್ಯಾಕ್ ಮಾಡಿ ರೈಲ್ವೆ ನಿಲ್ದಾಣಕ್ಕೆ ಕೊಂಡೊಯ್ದು ಇಟ್ಟು ಬಂದಿದ್ದ.

ಮಂಕಾಗಿ ಕೂತಿದ್ದ ಉಷಾಗೆ "ಹೊತ್ತಾಯ್ತು, ರೈಲು ತಡವಾಗಿ ಬರ್‍ಲಿ ಬೇಗ ಬರ್‍ಲೀ ನಾವು ರೆಡಿಯಾಗಿರ್ಬೇಕು. ಅದು ನಮ್ಮಿಬ್ಬರಿಗಾಗಿ ಎಂದೂ ಕಾಯೊಲ್ಲ" ಅರ್ಥಪೂರ್ಣವಾಗಿ ಹೇಳಿದರು. ಫಿಲಾಸಫಿಯತ್ತ ಅವನ ಮನ ಹೊರಳಿದೆಯೆನಿಸಿತು. ಎಷ್ಟೇ ವಿದ್ಯಾವಂತನಾದರೂ ಒಮ್ಮೆಯಾದರೂ ಇಂಥ ಸ್ಥಿತಿ ತಲುಪಬಹುದೇನೋ!

ಇಂದು ದೇಶಮುಖ್ ಅಲ್ಲಿಂದಲೇ ಬೀಳ್ಕೊಟ್ಟರು. ಅರ್ಧ ದಾರಿಗೆ ಬಂದ ಉಷಾ "ಆಂಟೀ ನನ್ನ ಪರ್ಸ್ ಮರ್‍ತು ಬಂದೆ" ಎಂದು ಹಿಂದಕ್ಕೆ ಹೋಗಿ ಗೇಟು ಬಡಿದಾಗ ಬಹಳ ಬೇಗನೇ ಬಂದು ಇಣಕಿ ತೆಗೆದದ್ದು ಗೌಳಿಯ ಮಗ "ಯಾಕಕ್ಕಾ...." ಕೇಳಿದ.

"ನನ್ನ ಪರ್ಸ್ ಮರೆತಿದ್ದೀನಿ. ತಗೊಂಡ್ಹೋಗ್ತೀನಿ" ಅಷ್ಟು ಹೇಳಿ ರಭಸದಿಂದ ಕುಟೀರಕ್ಕೆ ಹೋದಾಗ, ಪರ್ಸ್‌ನ ಕೈಯಲ್ಲಿಡಿದ ದೇಶಮುಖ್ ಅವಳತ್ತ ನೋಡಿ ನೀರಸ ನಗೆ ನಕ್ಕರು "ಗುಡ್, ಈ ಪರ್ಸ್‌ಗೋಸ್ಕರ ಮತ್ತೆ ಬರ್ತೀಯಾಂತ ಅಂದ್ಕೊಂಡೆ. ತಗೋ" ಎಂದು ಕೊಟ್ಟಾಗ ತಲೆ ಬಗ್ಗಿಸಿ ನಿಂತವಳು "ಅಂಕಲ್, ಪ್ಲೀಸ್ ನಿಮ್ಮ ಆರೋಗ್ಯ ಹಾಳು ಮಾಡ್ಕೋಬೇಡಿ. ನಮ್ಮಲ್ಲಿಗೆ ಕೆಲವು ದಿನಗಳಾದ್ರೂ ಬನ್ನಿ"

ಯಾಚಿಸಿದಾಗ ಅವರ ಮುಖ ಬಿಗಿದುಕೊಂಡಿತು "ನಂಗೆ ಇದೆಲ್ಲ ಇಷ್ಟವಾಗೊಲ್ಲ. ಯು ಕೆನ್ ಗೋ" ಕಠಿಣವಾಗಿಯೇ ಹೇಳಿದರು.

ತಲೆಯೆತ್ತದೆ ಪರ್ಸ್ ಹಿಡಿದು ಬಂದಾಗ ಕಾಯುತ್ತಿದ್ದ ವನಮಾಲ ಪ್ರಶ್ನಾರ್ಥಕವಾಗಿ ಅವಳತ್ತ ನೋಡಿ "ನೀನೆ ಬೇಕಾಗಿ ಬಿಟಂದಿದ್ದೆ. ದೇಶಮುಖ್ ಬರೋಕೆ ಒಪ್ಪಲಿಲ್ಲ ತಾನೆ? ಇದೆಲ್ಲ ಟೂ ಮಚ್ ಉಷಾ. ನೀನು ತುಂಬ ಬುದ್ಧಿವಂತೆ ಅಂದ್ಕೊಂಡಿದ್ದೆ. ಶ್ಚ್ಯು...." ಬೇಸರ ವ್ಯಕ್ತ ಪಡಿಸಿದರು.

ಮಾತಾಡದೇ ಹೋಗಿ ಟಿಕೆಟ್ ತಂದಳು. ಹತ್ತಿದಾಗ ಡಬ್ಬಿಯಲ್ಲಿ ಇವರಿಬ್ಬರೇ. ಲಗೇಜ್ ಒಂದು ಕಡೆ ಇಟ್ಟು ಅವಳ ಮಂಕಾದ ಮುಖ ನೋಡಿದ ವನಮಾಲ "ಜೀವ್ನದಲ್ಲಿ ಮದ್ವೆಯಾಗಿ ಒಂದು ತಪ್ಪು ಮಾಡ್ದೇಂತ ಅಂದ್ಕೊಂಡೇ. ಆದರೆ ನಿನ್ನ ಜಾವಗಲ್‌ಗೆ ಕಳಿಸಿ ಮಾಡ್ದ ತಪ್ಪು ಬಹಳ ದೊಡ್ಡದು. ನಿನ್ನಮ್ಮ ನನ್ನ ಎಂದು ಕ್ಷಮಿಸೋಲ್ಲ. ನೀನು ಇಲ್ಲಿಗೆ ಬರೋಕೆ ಒಂದು ಮುಖ್ಯವಾದ ಕಾರಣ ಇದೆ" ಕೋಪದಿಂದ ನುಡಿದರು.

ವನಮಾಲ ಎರಡು ಕೈಗಳನ್ನು ಹಿಡಿದುಕೊಂಡ ಉಷಾ ಕಣ್ಣೀರು ಸುರಿಸುತ್ತ "ಹೌದು, ಪ್ಲೀಸ್ ಜಾವಗಲ್ ಅನ್ನೋ ಪದದ ಪ್ರಸಾಪ ಕೂಡ ಅಮ್ಮನ ಮುಂದೆ ಎತ್ತಬಾರದು. ಅಮ್ಮ ಕಳ್ದುಕೊಂಡದ್ದರಲ್ಲಿ ಸ್ವಲ್ಪ ಭಾಗವನ್ನಾದ್ರೂ ತಂದು ಅಮ್ಮನ ಮಡಿಲಿಗೆ ಸುರಿಬೇಕನ್ನೋ ಪ್ರಯತ್ನದಲ್ಲಿ ನಾನು ಸೋತೆ. ಆ ಜನ ಈಗ್ಲೂ ರುಕ್ಮಿಣಿಯನ್ನ ದ್ವೇಷಿಸ್ತಾರೆ. ಆಕೆ ಸತ್ತಿದ್ದಕ್ಕೆ ಸಂಕಟವಿಲ್ಲ" ಎಂದವಳು ಸಂಕ್ಷಿಪ್ತವಾಗಿ ಜಾವಗಲ್‌ಗೆ ಬಂದಿದ್ದಕ್ಕೆ ಕಾರಣ, ನಂತರ ನಡೆದ ವಿದ್ಯಮಾನಗಳನ್ನು ವಿವರಿಸಿದಳು.

ಉಷಾಳ ಭುಜದ ಮೇಲೆ ಕೈಯಿಟ್ಟ ವನಮಾಲ "ನಿನ್ನ ಬಗ್ಗೆ ಹೆಮ್ಮೆಯೆನಿಸುತ್ತೆ. ಈ ವಿಷ್ಯ ನಿನ್ನಲ್ಲಿ ಗೋಪ್ಯವಾಗಿ ಉಳಿದು ಬಿಡ್ಲಿ. ನಂಗೆ ಆ ಹಿರಿಯ ಮುತ್ತೈದೆಯನ್ನ ನೋಡಿದಾಗ ಅರುಂಧತಿಯ ನೆನಪಾಯ್ತು. ಹೊಳೆಯಲ್ಲಿ ಸಿಕ್ಕ ಹೆಣ ಯಾರ್ದು? ಕೇಳಿದರು.

"ಇಂದಿಗೂ ಆ ಹೆಣ ದೀಕ್ಷಿತರ ಕಿರಿಯ ಮಗಳದೇ ಅಂತಾರೆ. ಅಂದು ಆದ ಅವಮಾನದಿಂದ ಇಂದಿಗೂ ಆ ಜನ ಚೇತರ್ಸಿಕೊಂಡಿಲ್ಲ. ನಾನು ಒಂಟಿಯಾಗಿ ಒಂದೆರಡು ಸಲ ಅವ್ರ ಮನೆಗೆ ಹೋಗಿದ್ದು ಕೂಡ ಅಯಿಷ್ಟವೇ. ಸೂತಕದ ಸ್ನಾನ ಮಾಡಿ ಬಿಟ್ಟಿರುವ ಅವ್ರ ಪಾಲಿಗೆ ರುಕ್ಮಿಣಿ ಸತ್ತಿದ್ದಾಳೆ. ಹಾಗೆಯೇ ಉಳಿದು ಬಿಡ್ಲೀ. ನಂಗೆ ಮೊದಲ ಸಲ ಹೊರಟಾಗ ಮತ್ತೆಂದು ಜಾವಗಲ್ ಕಡೆ ತಲೆ ಹಾಕಿ ಮಲಗಬೇಕೆನಿಸಲಿಲ್ಲ. ಆಮೇಲೆ ಎರ್ಡು ಸಲ ಬಂದಿದ್ದು ಗ್ರೀಷ್ಮಾ ಮತ್ತು ದೇಶಮುಖ್ ಮೇಲಿನ ಗೌರವದಿಂದಷ್ಟೆ" ಎಂದಳು. ಆ ಮೇಲೆ ಮಾತೇ ಆಡಲಿಲ್ಲ ವನಮಾಲ. ಆದರೆ ಇದನ್ನೆಲ್ಲ ರಹಸ್ಯವಾಗಿ ಉಳಿಸುವ ಭರವಸೆ ಕೊಟ್ಟರು.

ಉಷಾ, ವನಮಾಲ ಹೊರಟ ದಿನವೇ ಫ್ಲಾಟ್‌ನಲ್ಲಿ ಜ್ಞಾನ ತಪ್ಪಿ ಬಿದ್ದ

ಅರುಂಧತಿಯನ್ನು ಡಾ. ಮೇರಿ ಆಸ್ಪತ್ರೆಗೆ ಸೇರಿಸಿದ ಸತೀಶ ಇಡೀ ರಾತ್ರಿ ಅಲ್ಲೆ ಇದ್ದ ಪ್ರಜ್ಞೆ ಬರುವವರೆಗೆ. ಬಿ.ಪಿ. ಒಂದಿಷ್ಟು ಜಾಸ್ತಿಯಾಗಿತ್ತಷ್ಟೇ. ಈಚೆಗಂತು ತೀರಾ ಮಾನಸಿಕ ಸಂಕ್ಷೋಭೆಯಿಂದ ನರಳುತ್ತಿದ್ದರು. ಇದನ್ನು ನಿರಂತರವಾಗಿ ಅನುಭವಿಸಿಕೊಂಡು ಬಂದಿದ್ದರೂ ಈಚೆಗೆ ಜಾಸ್ತಿಯಾಗಿತ್ತು. ತಾನೆಲ್ಲಿ ಉಷಾನ ಒಂಟಿಯಾಗಿ ಬಿಟ್ಟು ಹೋಗುತ್ತೇನೋ ಎನ್ನುವ ಭಯದ ಜೊತೆ, ಏನು ಅರಿಯದ ಹುಡುಗಿಗೆ ಶಿಕ್ಷೆ ವಿಧಿಸಿಬಿಟ್ಟೆನೆಂಬ ವ್ಯಾಕುಲ.

ವಿಷಯ ತಿಳಿದ ವನಮಾಲ, ಉಷಾ ಆಸ್ಪತ್ರೆಗೆ ಬಂದಾಗ ಸತೀಶ್ ಅಲ್ಲೇ ಇದ್ದ. "ನಥಿಂಗ್, ಒಂದಿಷ್ಟು ಬ್ಲಡ್ ಪ್ರೆಷರ್ ಜಾಸ್ತಿ ಆಗಿತ್ತಂತೆ. ಈಗ ನಾರ್ಮಲ್ಲಾಗಿದ್ದಾರೆ" ಹೊರಗೆ ಹೋದ ಹೇಳಿ.

ತೀರಾ ಬಳಲಿಕೆ ಇತ್ತು ಅರುಂಧತಿಯ ಮುಖದ ಮೇಲೆ. ಪಕ್ಕದಲ್ಲಿ ಕೂತ ವನಮಾಲ ಸ್ವಲ್ಪ ಬೇಸರದಿಂದ "ಬಿ.ಪಿ. ಹೆಚ್ಚಿಸಿಕೊಳ್ಳೋಕೆ ಕಾರಣ ಏನು? ನೀನು ಯೋಚ್ಸೋಂಥ ಮಗಳೇನು ಅಲ್ಲ. ಅದು ನಿಂಗೆ ಅರ್ಥವಾಗಿದ್ದರೆ ಈ ರೀತಿ ಮಗಲ್ತಾ ಇರ್ಲಿಲ್ಲ" ಎಂದರು.

"ಸಾರಿ ವನಮಾಲ, ಇಡೀ ದಿನ ಡೆಲಿವರಿ ಕೇಸ್‌ಗಳು. ಎರಡು ಡೆತ್. ಅವು ನನ್ನ ಅಪ್‌ಸೆಟ್ ಮಾಡಿಬಿಡ್ತು. ನಾನೇನು ಇಲ್ಲಿರಬೇಕಾದ ಅಗತ್ಯವಿರ್ಲಿಲ್ಲ. ಈಗ ಹೋಗ್ಬಿಡೋಣ" ಎದ್ದೇ ಬಿಟ್ಟರು ಅರುಂಧತಿ.

ಡಾ. ಮೇರಿಯಮ್ಮ ಕೂಡ ಅದೇ ಸೂಚಿಸಿದ್ದರಿಂದ, ಸತೀಶ್ ತಂದ ಟ್ಯಾಕ್ಸಿಯಲ್ಲಿ ಹಿಂದಿರುಗಿದರು. ಒಂದು ಪಕ್ಕಕ್ಕೆ ಕರೆದೊಯ್ದು ವನಮಾಲ ಉಷಾಳ ಕೈ ಹಿಡಿದು ಕೊಂಡು "ಹಿಂದಿನ ವ್ಯಕ್ತಿಗಳು, ವಿಷ್ಯಗಳು ಮರುಕಳಿಸೋದ್ಬೇಡ. ಅರುಂಧತಿ ಕೂಡ ಹಿಂದಿನ ಜನ್ಮ ಅಂದ್ಕೊಂಡಿದ್ದಾಳೆ. ಮೈಂಡ್ ಇಟ್" ಎಂದರು. ವನಮಾಲಗೆ ಪೂರ್ತಿ ಅರ್ಥವಾಗಿತ್ತು.

"ಮುಗ್ಧಳಾಗಿ ಒಂಟಿಯಾಗಿ ನಿನ್ನನ್ನು ಒಡಲಲ್ಲಿ ಹೊತ್ತು ಪುಟ್ಟ ಊರಿನಿಂದ ಹೊರ ಬಂದು ಅನುಭವಿಸಿದ ಕಷ್ಟಗಳ ಕಲ್ಪನೇ ಮಾಡ್ಕೊಂಡರೆ ಎದೆಯೊಡೆಯುತ್ತೆ. ಅಂದಿನ ರುಕ್ಮಿಣಿ ಹೊಳೆಯಲ್ಲಿ ತೇಲಿ ಹೋದ್ಲು. ಈಗ ಇರೋ ಅರುಂಧತಿ ಉಷಾಳಿಗೆ ಮಾತ್ರ ಅಮ್ಮ. ಇಷ್ಟು ನಿನ್ನ ತಲೆಯಲ್ಲಿ ಇರ್ಲಿ" ಮತ್ತಷ್ಟು ಹೇಳಿದರು. ಈ ಹುಡುಗಿ ಮತ್ತೆ ಜಾವಗಲ್ ಕಡೆ ಹೋಗುವುದು ಆಕೆಗೆ ಇಷ್ಟವಿಲ್ಲ. ತಲೆದೂಗಿ ಒಪ್ಪಿಗೆ ಸೂಚಿಸಿದಳು.

ಎರಡು ದಿನದಲ್ಲಿ ಸಾಕಷ್ಟು ಚೇತರಿಸಿಕೊಂಡು ಅರುಂಧತಿ ಆಸ್ಪತ್ರೆಗೆ ಹೊರಟು ನಿಂತಾಗ, ಸ್ವಲ್ಪ ವ್ಯಾಕುಲಗೊಂಡಳು. ಫ್ಲಾಟ್ ಕೊಂಡ ಮೇಲೆ ಸೇವಿಂಗ್ಸ್ ಕರಗಿ ಹೋಗಿತ್ತು. ಆಕೆಯ ದುಡಿಮೆ ಅನಿವಾರ್ಯವಾಗಿತ್ತು.

"ಅಮ್ಮ, ಪ್ಲೀಸ್ ಒಂದ್ವಾರನಾದ್ರೂ ರೆಸ್ಟ್ ತಗೋ" ಎಂದಳು ಕಣ್ತುಂಬಿ.

"ಡೋಂಟ್ ವರೀ ಮೈ ಚೈಲ್ಡ್ ! ಡಾ. ಮೇರಿಯಮ್ಮ ನನ್ನ ಸ್ವಂತ ಮಗ್ಳು ತರಹ

ನೋಡ್ಕೋತಾರೆ. ಮನೆಯಲ್ಲಿದ್ದರೆ ತೀರಾ ಬೋರ್. ಅಲ್ಲಿ ಆರಾಮಾಗಿ ಸಮಯ ಕಳೀಬಹ್ದು" ಮಗಳಿಗೆ ಸಮಾಧಾನ ಹೇಳಿ ಹೊರಟರು.

ಅವಳು ಕಾಲೇಜಿಗೆ ಹೊರಟಾಗ ಸತೀಶ್ ಸಿಕ್ಕರೂ 'ಹಾಯ್' ಎಂದವನು ತನ್ನ ಪಾಡಿಗೆ ತಾನು ಸ್ಕೂಟರ್ ಹತ್ತಿ ಹೋದ. ಅರುಂಧತಿ ಸತೀಶ್ ಮಾಡಿದ ಉಪಕಾರ ಸ್ಮರಿಸಿ ಸಾಕಷ್ಟು ಹೊಗಳಿದ್ದರಿಂದ ಉಷಾ ತೀರಾ ಮೃದುವಾಗುವುದರ ಜೊತೆಗೆ ಅಪರಾಧ ಭಾವದಿಂದ ನರಳಿದಳು. ಸ್ವಲ್ಪ ತಾನು ಅವನೊಂದಿಗೆ ಒರಟಾಗಿ ನಡೆದುಕೊಂಡೆ ಎನ್ನುವುದು ಅವಳ ಅನಿಸಿಕೆ.

ಬರಬೇಕಾದ ಮೂರು ಸಿಟಿ ಬಸ್ಸುಗಳು ಬರದಿದ್ದರಿಂದ ಕ್ಯೂ ದೊಡ್ಡದಾಗಿ ಬೆಳೆಯುವುದರ ಜೊತೆಗೆ ಜನರಲ್ಲಿ ತರಾತುರಿ. ಪ್ರತಿಯೊಬ್ಬರಿಗೂ ಅವಸರವೇ. ಆಫೀಸ್‌ಗೆ ಹೊರಟ ಎಂಪ್ಲಾಯೀಸ್ ಅಂತು ಬಸ್ಸುಗಳಿಗೆ ಶಾಪ ಹಾಕುತ್ತಿದ್ದರು. ಅಂತು ನಾಲ್ಕೈದು ಬಸ್ಸುಗಳಿಗಾಗುವಷ್ಟು ಜನ. ಕೆಲವರಂತೂ ಆಟೋ ಸ್ಟ್ಯಾಂಡ್‌ಗೆ ಹೊರಟರೇ ಮತ್ತೆ ಕೆಲವರು ಹೋಗುತ್ತಿರುವ ಆಟೋಗಳಿಗೆ ಎಡೆ ತಾಕ ತೊಡಗಿದರು. ಅಂತು ಒಂದು ರೀತಿಯ ಟೆನ್ಷನ್.

"ಹಲೋ ಉಷಾ ಬರ್ತೀರಾ? ನಾನು ಡ್ರಾಪ್ ಮಾಡ್ತೀನಿ" ಎಂದಾಗ ಕ್ಯೂನಿಂದ ಹೊರ ಬಂದಳು. "ನಿಮ್ಗೇ ತೊಂದರೆ ಆಗುತ್ತೆ. ಬಸ್ಸು ಬರ್ಲ್ಲಿಲ್ಲಾಂದರೆ ಆರಾಮಾಗಿ ಮನೆಗೆ ಹೋಗ್ಬಡ್ತೀನಿ" ಅಂದಳು ಸಂಕೋಚದಿಂದ.

"ಪರ್ವಾಗಿಲ್ಲ ಬನ್ನಿ" ಎಂದ ಚುಟುಕಾಗಿ.

ಸ್ವಲ್ಪ ಸಂಕೋಚದಿಂದ ಪಿಲಿಯನ್ ಮೇಲೆ ಕೂತಳು. ದಾರಿಯಲ್ಲಿ ಒಂದೇ ಒಂದು ಮಾತಾಡಲಿಲ್ಲ ಸತೀಶ್. ಆದಷ್ಟು ಗಂಭೀರವಾಗಿಯೇ ಇದ್ದ.

"ಥ್ಯಾಂಕ್ಯೂ, ಥ್ಯಾಂಕ್ಯೂ ವೆರಿಮಚ್" ಅಂದ ಕೂಡಲೇ ಸ್ಕೂಟರ್ ಹಿಂದಕ್ಕೆ ತಿರುಗಿಸಿಕೊಂಡು ಹೊರಟುಬಿಟ್ಟ ಮತ್ತೇನು ಹೇಳದೆ. ತನ್ನ ಮೇಲೆ ಒಂದಿಷ್ಟು ಕೋಪವಿರಬಹುದೆಂದು ಕೊಂಡರೂ ಮರುಕ್ಷಣ 'ನಾನೇನು ಮಾಡೋಕಾಗುತ್ತೆ' ಎಂದು ಸಮಾಧಾನಿಸಿಕೊಂಡಳು ಮನವನ್ನು.

ಸಂಜೆ ಕಾಲೇಜಿನಿಂದ ಹಿಂದಿರುಗಿದ ಮೇಲೆ ಸತೀಶ್‌ಗಾಗಿ ಹೊರಗೆ ಕಾಯ್ದು ನಿಂತಳು. ಒಂದು ಎರಡು ಲೈನ್‌ನ ಕೃತಜ್ಞತೆಯ ಮಾತಾದರೂ ಹೇಳಬೇಕೆಂಬುದು ಅವಳ ಇರಾದೆ. ಇಂದು ಅವನ ಕೊಲೀಗ್ಸ್ ಸಾಕಷ್ಟು ಜನ ಜೊತೆಯಲ್ಲಿ ಬಂದಿದ್ದರಿಂದ ತುಟಿ ಬಿಚ್ಚದೇ ಒಳಗೆ ಹೋದಳು.

ಹತ್ತೇ ನಿಮಿಷಕ್ಕೆ ವನಮಾಲ ಫೋನ್ ಮಾಡಿದರು. "ಅರುಂಧತಿ ಬರೋದು ಲೇಟ್ ಅಲ್ವಾ? ಸುಮ್ನೇ ಅಲ್ಲೇನು ಮಾಡ್ತೀಯಾ? ಅಧಿಕಾರದ ದನಿಯಲ್ಲಿ ಕೇಳಿದರು. ಅವಳಿಗೂ ಅವರೊಂದಿಗೆ ಮನಬಿಚ್ಚಿ ಮಾತಾಡುವುದು ಬೇಕಾಗುವಷ್ಟು ಇತ್ತು.

ಇವಳು ಹೋದಾಗ ಸತೀಶ್ ಅಲ್ಲೇ ಇದ್ದ. ಉಷಾ ನಗಲು ಪ್ರಯತ್ನಿಸಿದರೂ

ಸಾಧ್ಯವಾಗಲಿಲ್ಲ. ಸತೀಶ್ ಕೂಡ ಗಂಭಿರವಾಗಿದ್ದುದನ್ನು ನೋಡಿ ವನಮಾಲಗೆ ಆಶ್ಚರ್ಯವಾಯಿತು. ಇಬ್ಬರ ನಡುವೆ ಜಗಳ, ತಗಾದೆ ಅಂಥದ್ದೆಲ್ಲಾ ಏನಾದರೂ ನಡೆದಿದೆಯ?

"ಏನ್ಮಾಡ್ತ ಇದ್ದೆ? ಸತೀಶ ಅಪರೂಪವಾಗಿ ಸಿಕ್ಕ. ಜೊತೆಯಲ್ಲಿ ಕರ್ಕಂಡ ಬಂದೆ ಏನಾದ್ರೂ ಒಂದಿಷ್ಟು ತಿಂಡಿ ಮಾಡು. ನಂಗೂ ಹಸಿವು" ಅಂದ ಕೂಡಲೇ ಕಿಚನ್‌ನತ್ತ ಹೋದಳು. "ಅಮ್ಮ ತುಂಬಾ ಅಪ್‌ಸೆಟ್ ಆಗ್ಬಿಟಿದ್ದಾಳೆ. ಅರುಂಧತಿಗೆ ಹಾರ್ಟ್ ವೀಕ್‌ನೆಸ್ ಇದೇ ಅನ್ನೋದು ಅವ್ಳಿಗೆ ತಿಳಿದಿಲ್ಲ. ಈ ವಿಷ್ಯದಲ್ಲಿ ನಿನ್ನ ಹೆಲ್ಪ್ ಬೇಕಾಗುತ್ತೆ" ಅಂದರು ಪಿಸು ದನಿಯಲ್ಲಿ. ಸತೀಶ್ ತಲೆದೂಗಿದ.

ಆಮೇಲೆ ಅರುಂಧತಿಯ ಆರೋಗ್ಯದ ಬಗ್ಗೆ ಮಾತ್ರ ಕೆಳ ದನಿಯಲ್ಲಿ ಮಾತಾಡಿದರು. ಸತೀಶ್ ಮೇಲೆದ್ದ. "ಒಂದಿಷ್ಟು ಫ್ಲಾಟ್‌ಗೆ ಹೋಗ್ಬರ್ತಿನಿ" ಬಿಳಿಯ ಕೋಟನೆತ್ತಿ ಭುಜದ ಮೇಲೆ ಹಾಕಿಕೊಂಡ.

"ಇಲ್ಲೆ ಮುಖ ತೊಳ್ಕೋ. ತಿಂಡಿ ತಿಂದ್ಮೇಲೆ ಹೋಗೋದಷ್ಟೆ" ಬಲವಂತಕ್ಕೆ ಕೋಟನ್ನು ಅಲ್ಲೇ ಹಾಕಿ ಮುಖ ತೊಳೆಯಲು ಬಾತ್ ರೂಮಿಗೆ ಹೋಗುವ ಮುನ್ನ ಒಮ್ಮೆ ಕಿಚನ್‌ನೊಳಗೆ ಇಣಕಿದ. ಕೊತ್ತಂಬರಿ ಸೊಪ್ಪು ಹೆಚ್ಚುವ ಭರಾಟೆಯಲ್ಲಿದ್ದವಳ ಕೂದಲು ಮಿಣ ಮಿಣ ಎನ್ನುತ್ತಿತ್ತು. ಸ್ವಲ್ಪ ಕೂಡ ಅರುಂಧತಿಯ ಹೋಲಿಕೆ ಮಗಳಿಗೆ ಬಂದಿರಲಿಲ್ಲ.

ಬಹಳ ಬೇಗ ಶಾವಿಗೆ ಉಪ್ಪಿಟ್ಟು ರೆಡಿಯಾಗಿ ಘಮ ಘಮಿಸತೊಡಗಿದಾಗ ಸತೀಶ್‌ನೊಂದಿಗೆ ಡೈನಿಂಗ್ ಹಾಲ್‌ಗೆ ಬಂದರು ವನಮಾಲ. ಉಷಾಳ ಚಟುವಟಿಕೆ ಕಡಿಮೆಯಾಗಿದ್ದನ್ನು ಗಮನಿಸಿದ್ದರು. ಕಾರಣ ಗೊತ್ತು. ದೇಶಮುಖ್ ಬಗ್ಗೆ ಅವಳ ಮಮತೆಗೆ ಅವರು ಹುಡುಕಿಕೊಂಡ ಕಾರಣ ಒಂದೇ – ಸಿಗದ ತಂದೆಯ ಪ್ರೇಮದ ಹಂಬಲ ಈ ಸೆಳೆತವನ್ನುಂಟು ಮಾಡಿರಬೇಕು.

ಬರೀ ಎರಡು ತಟ್ಟೆಗಳಿಗೆ ಬಡಿಸಿದಾಗ ಸ್ವಲ್ಪ ಸೀರಿಯಸ್ಸಾಗಿ ಉಷಾಳತ್ತ ನೋಡಿ "ಇದೇನಿದು ಬರೀ ತಿಂಡಿ ಮಾಡೋಕೆ ನಿನ್ನ ಕರ್ಸಿಲ್ಲ. ನಮ್ಮ ಜೊತೆಗೆ ಕಂಪೆನಿ ಇರ್ಲೀಂತ" ಎಂದು ತಾವೇ ಒಂದು ತಟ್ಟೆಗೆ ಬಡಿಸಿ ಅವಳನ್ನು ಪಕ್ಕದಲ್ಲಿ ಕೂಡಿಸಿಕೊಂಡವರು "ಸತೀಶ್, ನಿಮ್ಮ ಅಡ್ಗೆ ಕಲೀಕೆ ಎಲ್ಲಿವರ್ಗೂ ಬಂತು?" ಕೇಳಿದರು

ಅವನ ಮುಖ ಒಂದು ತರಹ ಮಾಡಿ 'ಸಾರೀ ಆಂಟೀ, ಪುಸ್ತಕ ಹಿಡ್ದು ಅಡಿಗೆ ಕಲ್ತು ಸಾಕಾಯ್ತು. ಏನು ಲೋಪವಾಗ್ತ ಇತ್ತೋ, ಒಂದು ಪದಾರ್ಥನು ಸರಿ ಹೋಗ್ತಾ ಇರ್ಲಿಲ್ಲ. ಒಂದಿಷ್ಟು ಪ್ರಾಕ್ಟಿಕಲ್‌ನ ಅಗತ್ಯವಿದೆ. ಸರ್‍ಯಾದ ಗುರುಗಳು ಸಿಕ್ಕಿಲ್ಲ" ಸಹಜವಾಗಿ ತೋಡಿಕೊಂಡ.

ಹಣೆಯೊತ್ತಿಕೊಂಡ ಉಷಾಗೆ ನಿಜವಾಗಿಯೂ ಕೋಪ ಬಂತು. ಊಟ, ತಿಂಡಿ ಮೇಲೆ ಅಷ್ಟೊಂದು ಕಾಳಜಿ ಇರುವ ಮನುಷ್ಯ ದಿನ ಒಂದೊಂದು ಹೋಟೆಲ್‌ನಲ್ಲಿ

ಊಟ ಮಾಡಬಹುದು. ವಿದ್ಯಾರ್ಥಿ ದೆಸೆಯಲ್ಲಿ ಈ ತಿಪ್ಪರಲಾಗ ಯಾಕೆ? ಒಮ್ಮೆ ದುರುಗಟ್ಟುವ ನೋಟ ಹರಿಸಿದಾಗ, ಅವನ ನೋಟವನ್ನು ಸಂಧಿಸಿ ಕೆಳಗೆ ದೃಷ್ಟಿ ಹರಿಸಿದಳು.

ವನಮಾಲ ಜೋರಾಗಿ ನಕ್ಕರು.

"ಸದ್ಯಕ್ಕೆ ನಮ್ಮ ಉಷಾನ ಗುರುವಾಗಿ ನೇಮಿಸ್ಕೋ. ಅವ್ಳಿಗೆ ಬರೋಷ್ಟು ಅಡ್ಗೇ ಕಲಿತರೇ ಸಾಕು. ಅವ್ಳ ಕೈನ ಅಡ್ಗೆ, ಪ್ರತಿಯೊಂದು ರುಚಿಕರ. ಯಾವ ಹೋಟೆಲ್‌ನಲ್ಲೂ ಇಷ್ಟೊಂದು ರುಚಿಯಾಗಿ ಮಾಡೋಲ್ಲ" ಎಂದರು ನಗುತ್ತಲೇ.

ಒಮ್ಮೆ ಅವಳತ್ತ ನೋಟ ಹರಿಸಿದವನು "ಬೇರೆಯವ್ರಿಗೆ ಅಡ್ಗೇ ಕಲಿಸೋಕೆ ಉಷಾಗೆ ಇಷ್ಟವಾಗೋಲ್ಲ. ಸುಮ್ನೇ ತೊಂದರೆ ಕೊಡೋದು ಬೇಡಾಂತ ನಾನು ತೀರ್ಮಾನ ಮಾಡ್ಬಿಟ್ಟೆ" ಒಂದು ಸಣ್ಣ ಹುಸಿ ಬಾಂಬ್‌ನ್ನು ಇಟ್ಟ.

"ಇದು ಬರೀ ಮಿಸ್ ಅಂಡರ್ ಸ್ಟಾಂಡಿಂಗ್. ಬೇಕಾದ ಅಡ್ಗೆ ಉಷಾ ಹತ್ರ ಕಲ್ತಕೋ" ಶಾವಿಗೆಯಲ್ಲಿ ಸ್ಪೂನ್ ಅಲ್ಲಾಡಿಸುತ್ತ ಹೇಳಿದರು ವನಮಾಲ. ಅವರ ಪ್ರಕಾರ ಸತೀಶ್‌ಗಿಂತ ಸೂಕ್ತ ವರನನ್ನು ಹುಡುಕುವುದು ಕಷ್ಟ. ಅವರಿಬ್ಬರ ಮಧ್ಯೆ ಪ್ರೇಮ ಬೆಳೆದರೇ, ಮಗಳ ಭವಿಷ್ಯದ ಬಗ್ಗೆ ಅರುಂಧತಿ ನಿರಾತಂಕವಾಗಿರಬಹುದೆಂದು ಆಕೆಯ ಅನಿಸಿಕೆ. ಅವರಿಬ್ಬರ ಪ್ರೇಮಕ್ಕೆ ಸೇತುವೆಯಾಗಲು ಇಷ್ಟವೇ.

ಕಾಫಿ ಕುಡಿದ ನಂತರ ಇಬ್ಬರು ಜೊತೆಯಾಗಿ ಹೊರಟರು. ಅಕ್ಕ ಪಕ್ಕದ ಫ್ಲಾಟ್ ಆದುದರಿಂದ ಹಾದಿಯು ಒಂದೇ.

"ಮೆನಿ ಮೆನಿ .... ಥ್ಯಾಂಕ್ಸ್, ನೀವು ಮಾಡಿದ ಸಹಾಯಕ್ಕೆ ಈ ಪದಗಳ ಬಳಕೆ ಕಡಿಮೆಯೇನೋ! ಮತ್ತೇ ಹೇಗೆ ಧನ್ಯವಾದ ಅರ್ಪಿಸೋದೂಂತ ತಿಳೀತಾ ಇಲ್ಲ. ಜೀವನಪೂರ್ತಿ ನಾನು ಕೃತಜ್ಞಳಾಗಿರೋಷ್ಟು ದೊಡ್ಡ ಹೆಲ್ಪ್ ಮಾಡಿದ್ದೀರಾ. ನಂಗೆ ಅಮ್ಮನೇ .... ಸರ್ವಸ್ವ!" ಅವಳ ಕಂಠ ತುಂಬಿ ಬಂದಾಗ ನಿಂತ ಸತೀಶ್ ಅಡಿಯಿಂದ ಮುಡಿಯವರೆಗೂ ನೋಟ ಹರಿಸಿ "ಯು ಆರ್ ಲಕ್ಕಿ, ನಂಗೆ ಅಮ್ಮ ಕೂಡ ಇಲ್ಲ. ನೀವು ಕೃತಜ್ಞತೆ ತಿಳಿಸೋ ಅಗತ್ಯವೇನಿಲ್ಲ. ಆ ಸಂದರ್ಭದಲ್ಲಿ ನಾನು ಮಾತ್ರವಲ್ಲ ಯಾರಿದ್ದರೂ ಅದೇ ಮಾಡ್ತಾ ಇದ್ರು" ಎಂದ ಸರಳವಾಗಿ.

ಫ್ಲಾಟ್‌ನ ಬೀಗ ತೆಗೆದವನು ನಿಂತು "ನಾನು ಅಜ್ಜಿಯ ಪ್ರೀತಿಯ ಮಡಿಲಲ್ಲಿ ಬೆಳೆದವ್ನು. ಬೇಡ .... ಬಿಡಿ" ಎಂದವನು ಬಾಗಿಲು ನೂಕಿಕೊಂಡು ಒಳಗೆ ಹೋದ.

ರಾತ್ರಿಯ ಅಡುಗೆ ಮುಗಿಸಿದ ಕೂಡಲೇ ವನಮಾಲಗೆ ಊಟಕ್ಕೆ ಇಲ್ಲಿಗೆ ಬರುವಂತೆ ತಿಳಿಸಿ, ಸತೀಶ್‌ಗಾಗಿ ಸಾರು, ಹುಳಿ ಪಲ್ಯ ಒಯ್ದಾಗ ಓದುತ್ತಿದ್ದವನು ಹುಬ್ಬೇರಿಸಿ "ಆಂಟೀ ಹೇಗೂ ರೆಕಮಂಡ್ ಮಾಡಿದ್ದಾರೆ. ನಂಗೆ ಒಂದಿಷ್ಟು ನೀಟಾಗಿ ಸ್ವಲ್ಪ ಡಿಫರೆಂಟ್ ಐಟಂ ಮಾಡೋದು ಕಲ್ಸಿ ಬಿಡಿ" ನಗುತ್ತ ಮೇಲೆದ್ದವನ ಮುಂದಿದ್ದ ಟೀಪಾಯಿ ಮೇಲೆ ತಂದ ಪಾತ್ರೆಗಳನ್ನಿಟ್ಟು ಕೂತಳು.

"ನಿಮ್ಗೆ ಪಾಕಶಾಸ್ತ್ರದ ಬಗ್ಗೆ ಇಷ್ಟೊಂದು ಆಸಕ್ತಿ ಇದ್ದು ಮೆಡಿಸಿನ್‌ಗೆ ಯಾಕೆ ಸೇರ್ಕ್ಕೊಂಡ್ರಿ? ನೀವೀಗ ಸ್ಟೂಡೆಂಟ್. ಬಾಯಿ ರುಚಿಯ ಕಡೆ ಗಮನ ಕಡಿಮೆ ಮಾಡಿ ಪೂರ್ತಿ ಓದಿನ ಕಡೆ ನೀವು ಕಾನ್ಸನ್‌ಟ್ರೇಷನ್ ಮಾಡ್ಬೇಕು. ಆಗ ಮಾತ್ರ ನಿಮ್ಮ ವಿದ್ಯಾಭ್ಯಾಸ ಮುಗಿಯುತ್ತೆ. ತಕ್ಷಣ ಮದ್ವೆ ಆಗುತ್ತೆ. ಆಗ ನೀವು ಎಲ್ಲಾ ಡಿಫರೆಂಟ್ ಐಟಂಗಳನ್ನ ಮಾಡ್ಸಿಕೊಂಡು ತಿನ್ನಬಹ್ದು. ಈಗ್ಲೇ ಯಾಕೆ ಇಷ್ಟೊಂದು ರಿಸ್ಕ್ ತಗೋತಿರಾ?" ಸಹಾನುಭೂತಿಯಿಂದ ಕೇಳಿದಳು.

ಕೆಳ ತುಟಿಯನ್ನು ಹಲ್ಲಿನಡಿಯಲ್ಲಿ ಕಚ್ಚಿಡಿದು ಯೋಚಿಸುತ್ತ ಕೂತವನು "ನಿಮ್ಮ ಪ್ರಶ್ನೆಗೆ ಪ್ರಾಕ್ಟಿಕಲ್ಲಾಗಿ ಉತ್ತರ ಸಿಕ್ಕ ಬೇಕಾದ್ರೆ, ಒಂದೇ ಒಂದು ವಾರ ಮನೆಯಲ್ಲಿ ಊಟ ಮಾಡಕೂಡ್ದು. ನನ್ನೊತೆಯಲ್ಲಿ ಬಂದ್ ..." ಎಂದವ ಗಡ್ಡ ಉಜ್ಜಿ "ನಿಮ್ಮ ಊಟ ತಿಂಡಿ ವ್ಯವಸ್ಥೆ ನಾನು ಮಾಡ್ತೀನಿ. ಅದ್ಕೇ ನೀವು ಒಪ್ಗೇ ಕೊಡ್ಬೇಕು." ಬೆಟ್ ಕಟ್ಟುವಂತೆ ಹೇಳಿದಾಗ ಎದ್ದು ನಿಂತು ಕೈ ಜೋಡಿಸಿ "ಸಾರಿ ನಿಮ್ಮ ಆಸಕ್ತಿ ನಿಮ್ಮ ಊಟ – ತಿಂಡಿ ! ನಾನೇಕೆ ರಿಸ್ಕ್ ತಗೋ ಬೇಕು? ಇನ್ನ ಬರ್ತೀನಿ" ಹಿಂದಕ್ಕೆ ಬಂದಾಗ "ಒನ್ ಮಿನಿಟ್ ಉಷಾ, ಆಂಟೀ ಪ್ರಕಾರ ನಂಗೆ ನೀವು ಅಡಿಗೆ ಕಲ್ಸಿ ಕೊಡ್ಬೇಕು" ಹೇಳಿದ.

"ಒಂದು ತರಹ ಇದ್ದೀರಾ? ಹುಷಾರಿಲ್ವಾ?" ಕೇಳಿದ ಗಾಬರಿಯಿಂದ. ಸುಡುತ್ತಿತ್ತು "ಬಾಗ್ಲು, ಹಾಕೋದೇನ್ಬೇಡ. ನೀವ್ಹೋಗಿ ಮಲ್ಗಕೊಳ್ಳಿ. ನಾನು ಮಾತ್ರೆ ಕೊಡ್ತೀನಿ" ಅವಳು ಹಿಂದಕ್ಕೆ ಸರಿಯಲಿಲ್ಲ. "ನೋ, ನಂಗೇನ್ಬೇಡ. ಮಾತ್ರೆ ತಗೊಂಡಿದ್ದೀನಿ" ರಪ್ಪನೆ ಬಾಗಿಲು ಹಾಕಿಕೊಂಡಳು.

ಈ ಸಮಯದಲ್ಲಿ ವನಮಾಲ ಕಾಲೇಜಿನಲ್ಲಿರುವುದರಿಂದ ಡಾ. ಮೇರಿಯಮ್ಮ ಆಸ್ಪತ್ರೆಗೆ ರಿಂಗ್ ಮಾಡಿ ಅರುಂಧತಿ ಲೈನ್‌ನಲ್ಲಿ ಸಿಕ್ಕಾಗ "ಆಂಟೀ, ಸ್ವಲ್ಪ ಫ್ಲಾಟ್‌ಗೆ ಬನ್ನಿ. ಮಾತಾಡೋದಿದೆ." ಫೋನಿಟ್ಟ ತಿಳಿಸಿ. ಆಕೆ ಗಾಬರಿಯಾಗುವುದು ಸತೀಶ್‌ಗೆ ಬೇಕಿರಲಿಲ್ಲ.

ಅರುಂಧತಿ ಒಂದೆರಡು ಸಲ ಆತಂಕದಿಂದ ವಿಷಯ ತಿಳಿಯಲು ಫೋನ್ ಮಾಡಿ ಸೋತು ಕಡೆಗೆ, ಆಟೋ ಹಿಡಿದು ಫ್ಲಾಟ್‌ಗೆ ಬಂದಾಗ ಸತೀಶ್ ಹೊರಗಡೆಯೇ ಇದ್ದ. ನಸುನಗೆ ಬೀರಿ ಎದುರುಗೊಂಡ.

"ಉಷಾಗೆ ಮೈಯಲ್ಲಿ ಹುಷಾರಿದ್ದ ಹಾಗೇ ಕಾಣಲಿಲ್ಲ. ಬಂದಿದ್ದು ನೋಡ್ದೇ ಅದ್ಕೇ ಫೋನ್ ಮಾಡಿದ್ದು" ಕರೆಸಿದ್ದಕ್ಕೆ ಕಾರಣ ಕೊಟ್ಟ. ಆಕೆಯ ಮೈಯ ರಕ್ತವೆಲ್ಲ ಬಸಿದು ಹೋದಂತಾಯಿತು. ಪ್ರತಿಯೊಮ್ಮೆ ಅಂದಿನ ಘಟನೆ ನೆನಪಿನಿಂದ ಭುಗಿಲೆದ್ದು ಕಂಪಿಸುವಂತೆ ಮಾಡುತ್ತಿತ್ತು. ಮುಖದ ಮೇಲೆ ಕರ್ಚೀಫ್ ಆಡಿಸುವ ವೇಳಗೆ ಕಾಲಿಂಗ್ ಬೆಲ್ ಒಂದಲ್ಲ ನಾಲ್ಕು ಸಲ ಒತ್ತಿದ "ಸ್ವಲ್ಪ...." ಅವರೆಡೆ ತಿರುಗಿ ಹೇಳಿದ ಮತ್ತೆ ನಾಲ್ಕು ಸಲ ಬೆಲ್ ಒತ್ತಿದ ನಂತರವೇ ಬಾಗಿಲು ತೆರೆದುಕೊಂಡಿದ್ದು.

"ಅಮ್ಮ, ಸಾರಿ ಮಲ್ಗಿ ಬಿಟ್ಟಿದ್ದೆ" ಎಂದಳು ಕಣ್ಣುಜ್ಜುತ್ತ ಸಾವರಿಸಿಕೊಂಡು.

ಸತೀಶ್ ತನ್ನ ಪಾಡಿಗೆ ತಾನು ಹೋದ. ಅವನು ಹುಟ್ಟು ಶ್ರೀಮಂತ. ಅವನಪ್ಪ ಟೆಕ್ಸ್‌ಟೈಲ್ ಉದ್ದಿಮೆಯಲ್ಲಿ ಸಾಕಷ್ಟು ದುಡಿದು ಇಟ್ಟು ಹೋಗಿದ್ದ. ಅವನಮ್ಮ ಸತ್ತು ಸಾಕಷ್ಟು ವರ್ಷಗಳಾಗಿತ್ತು. ಲಾಲನೆ ಪಾಲನೆಯಲ್ಲ ಅಜ್ಜಿಯದೇ. ಅಪಾರ ಬಂಧು ಬಳಗ ಹೊಂದಿದ್ದ ಕುಟುಂಬದಲ್ಲಿ ಹೆಚ್ಚಿನ ಸಂಖ್ಯೆಯಲ್ಲಿ ಎಲ್ಲರು ಶ್ರೀಮಂತರೆ. ಸಾಕಷ್ಟು ಯುವತಿಯರನ್ನು ಹತ್ತಿರದಿಂದ ಬಲ್ಲವನಾಗಿದ್ದರು, ಉಷಾ ಮಾತು, ಸ್ವಾಭಿಮಾನ, ಮೊಂಡುತನ ಎಲ್ಲಾ ಇಷ್ಟವಾಗಿತ್ತು. ಅದರೆ ಅವನು ಕೈ ಹಿಡಿಯುವ ಹುಡುಗಿಯನ್ನು ಅವನಜ್ಜಿ ಒಪ್ಪಬೇಕಿತ್ತು. ಇದು ಅವನಿಗೆ ಸಾಮಾನ್ಯ ಸಮಸ್ಯೆಯೇನು ಅಲ್ಲ. ಕೆಲವು ವಿಷಯದಲ್ಲಿ ತೀರಾ ಕಠಿಣ ಮನಸ್ಕಳೆಂದು ಅವನಿಗೆ ಗೊತ್ತು.

ಬಾಗಿಲು ತೆರೆದ ಸದ್ದಿಗೆ ತಲೆಯೆತ್ತಿದ. ಬಂದಿದ್ದು ಅರುಂಧತಿಯೆ. ಹೇಳಿಸಿ ಕೊಳ್ಳದೇ ಕೂತು ಬಿಟ್ಟರು "ಉಷಾಗೆ ಜ್ವರ ಬಂದಿದೆ. ಸುಮ್ನೇ ಸಣ್ಣದ್ದಕ್ಕೆಲ್ಲ ಟೆನ್‌ಷನ್ ಮಾಡ್ಕೋತಾಳೆ" ಎಂದರು.

ಸತೀಶ್ ಮಾತಾಡಲಿಲ್ಲ. ವೈಯಕ್ತಿಕವಾದ ವಿಷಯಗಳನ್ನು ಆಕೆ ಎಂದೂ ಹೇಳಿರಲಿಲ್ಲ. ಇವನೆಂದು ಕೇಳಲಾರ.

"ಟ್ಯಾಬ್ಲೆಟ್ ನುಂಗಿಸೋದೇ ಕಷ್ಟ. ಹುಷಾರಿಲ್ಲದಿದ್ದಾಗ ಅವ್ಳು 'ಯು.ಕೆ.ಜಿ' ವಿದ್ಯಾರ್ಥಿನಿಯೇ. ನಂಗೆ ಕೈ ಕಾಲು ಆಡದಂತೆ ಮಾಡ್ಬಿಡ್ತಾಳೆ. ಒಂದು ತೋಚೋಲ್ಲ" ಎದ್ದು ಚಡಪಡಿಸಿದಾಗ ಅವರನ್ನು ಕೂಡಿಸಿ "ಕೋಲ್ಡ್, ಕಾಮನ್ ಫೀವರ್ ಇಂಥದ್ದೆಲ್ಲ ಕಾಮನ್ ಅಲ್ವಾ, ಆಂಟೀ. ಸದಾ ಪೇಷಂಟ್‌ಗಳ ನಡ್ವೇ ಇರೋ ನೀವೆ ಇಷ್ಟೊಂದು ಟೆನ್‌ಷನ್ ತಗೊಂಡರೇ ..... ಹೇಗೆ?" ಎಂದು ಒಳಗೆ ಹೋಗಿ ನೀರು ತಂದು ಕೊಟ್ಟ.

ಅರುಂಧತಿ ಮಗುವಿನಂತೆ ಅತ್ತೇ ಬಿಟ್ಟರು. ಅಳು, ನಗುವನ್ನು ಮುಚ್ಚಿಟ್ಟು ಬದುಕಿದವರು, ಒಂದು ಕ್ಷಣ ದುರ್ಬಲತೆಯನ್ನು ಪ್ರದರ್ಶಿಸಿದಕ್ಕೆ ಸತೀಶನ ಸ್ವಭಾವವೇ ಕಾರಣವಿರಬೇಕು.

"ಆಂಟೀ, ನೀವು ತುಂಬ ಧೈರ್ಯಸ್ಥೆ ಅಂದ್ಕೊಂಡಿದ್ದೆ. ಎಂಥ .... ಎಂಥ ಕ್ಲಿಷ್ಟ ರೋಗಗಳಿಂದ ನರಳುವ ಪೇಷಂಟ್‌ಗಳ್ನ ನೋಡಿದ್ದೀರಿ. ಈಗ್ಲೂ ಅವ್ರ ಮಧ್ಯೆ ಇದ್ದೀರಿ. ಅಂಥದ್ದರಲ್ಲಿ ನಿಮ್ಮ ಮಗ್ಳಿಗೆ ಜ್ವರ ಬಂತೂಂತ ಅಳೋದಾ? ಪ್ಲೀಸ್, ಸಮಾಧಾನ ಮಾಡ್ಕೊಳ್ಳಿ, ನಿಮ್ಮ ಸ್ಥಿತಿಯಲ್ಲಿ ಟೆನ್‌ಷನ್ ಒಳ್ಳೆದಲ್ಲ" ಸಾಂತ್ವನಿಸಿದ ಮೃದುವಾಗಿ.

ಅಷ್ಟರಲ್ಲಿ ಒಬ್ಬ ಹೆಣ್ಣು ಅಂದರೆ ಮಧ್ಯ ವಯಸ್ಸು ದಾಟಿದಾಕೆ ಬಾಗಿಲು ತೆರೆದುಕೊಂಡು ಆರಾಮಾಗಿ ಬಂದಾಗ, ಇಬ್ಬರಿಗೂ ಗಾಬರಿ.

"ಎಲ್ಲಿ ವನಮಾಲ?" ಪ್ರಶ್ನಿಸಿದರು ದಿಟ್ಟತನದಿಂದ.

ಮೇಲೆದ್ದ ಸತೀಶ್ ನಾಲ್ಕು ಹೆಜ್ಜೆ ಮುಂದಕ್ಕೆ ಹೋಗಿ "ನೀವು ಯಾರು?" ಕೇಳಿದ ಬೇಸರದಿಂದ. ಈ ರೀತಿ ನುಗ್ಗಿ ಬರುವುದು ಅವನಿಗೆ ಇಷ್ಟವಾಗದು. "ನಾನು ಪ್ರೊಫೆಸರ್ ಮಿತ್ರವಿಂದ ತಾಯಿ. ಅರುಂಧತಿ ಅನ್ನೋ ನರ್ಸ್ ಮನೆಯಲ್ಲಿ ಇರ್ತಾಳಂತಲ್ಲ. ಅವ್ಳ ಮನೆಗೆ ಬೀಗ ಬಡಿದಿದೆ. ಎಲ್ಹೋಗಿದ್ದಾಳೆ?" ಆಕೆಯ ದನಿಯೇರಿತು. ಅಪಾಯದ ಗಂಟೆ ಬಾರಿಸಿದಂತಾಯಿತು ಸತೀಶ್ ಮಿದುಳಿನಲ್ಲಿ.

"ಬನ್ನಿ .... ತೋರಿಸ್ತೀನಿ" ಹೊರಗೆ ಕರೆದೊಯ್ದ.

ಅರುಂಧತಿಯ ಫ್ಲಾಟ್‌ನ ಬಾಗಿಲು ಮುಚ್ಚಿದ್ದರಿಂದ, ಮಿತ್ರವಿಂದ ತಾಯಿ ತಪ್ಪು ತಿಳಿದಿರಬೇಕೆಂದುಕೊಂಡು ನೇರವಾಗಿ ವನಮಾಲ ಫ್ಲಾಟ್ ಬಳಿ ಕರೆದೊಯ್ದು,

"ನಿಮ್ಗೆ ಯಾರ್ಬೇಕು?" ವಿಚಾರಿಸಿದ.

"ನಾನು ವನಮಾಲ ಅತ್ತೆ. ಅವ್ಳುನ ನೋಡೋಕ್ಕೆಂತ್ಲೆ ಬಂದಿದ್ದು. ಅವ್ಳು ಮೂರೊತ್ತು ನರ್ಸ್ ಮನೆಯಲ್ಲಿ ಇರ್ತಾಳಂತಲ್ಲ. ಸ್ವಲ್ಪನಾದ್ರೂ ನಾಚ್ಕೇ ಬೇಡ್ವಾ? ಅವಳೊಬ್ಬ ಆಧುನಿಕ ಕುಂತಿ. ಮದ್ವೆ ಗಂಡ ಇಲ್ಲದೇನೇ ಮಗ್ಳುನ ಹಡೆದಳು. ಅವಳ ಜೊತೆಗೆ ಇವ್ಳಿಗೆ! ಸ್ವಲ್ಪ ಕೂಡ ತಿಳಿವಳಿಕೆ ಬೇಡ್ವಾ!" ಆಕೆ ಬಾಯಿ ಮಾರುದ್ದ ಮಾಡಿದಾಗ ಕೈ ಹಿಡಿದುಕೊಂಡ ಸತೀಶ್ "ದಯವಿಟ್ಟು, ನೀವು ಇಲ್ಲಿಂದ ಮೊದ್ಲು ಹೋಗಿ. ಮೈಕ್ ಇಲ್ಲದೇನೆ ಕೂಗಬಲ್ಲಿರಿ. ಆದರೆ ಇದು ಸರ್‍ಯಾದ ಜಾಗವಲ್ಲ."

ಕೈ ಕೊಡವಿಕಿಂಡ ಆಕೆ "ಛೆ, ಮುಟ್ಟೆ ಬಿಟ್ಟೇ. ಇವತ್ತು ಏಕಾದಶಿ, ಬೆಳಗ್ನಿಂದ ಬಾಯಿಗೆ ಒಂದು ತೊಟ್ಟು ನೀರು ಹಾಕಿಲ್ಲ. ಮುಟ್ಟಿ ಮೈಲಿಗೆ ಮಾಡ್ಬಿಟ್ಟೆ. ಇದ್ವರ್ಗೂ ನನ್ನ ಗಂಡ ಬಿಟ್ಟು ಬೇರೆಯವ್ರು ಮುಟ್ಟಿದ್ದೇ ಇಲ್ಲ" ಆಕೆಯ ಬಡ ಬಡಿಕೆ ತಾರಕಕ್ಕೇರಿತು. ಮಿಕ್ಕವರು ತಲೆ ಹಾಕುವ ಮುನ್ನ ಆಕೆಯನ್ನು ಹೊರಡಿಸಬೇಕಿತ್ತು. ಅಂತು ಕೈ ಹಿಡಿದೇ ಕೆಳಗಿನವರೆಗೂ ಒಯ್ದುಬಿಟ್ಟ.

"ಫೋನ್ ಮಾಡಿ, ವನಮಾಲ ಮೇಡಮ್ ಇರೋವಾಗ ಬಂದು ನಿಮ್ಮ ಪ್ರವರ ಬಿಚ್ಚಿ." ಖಬರ್‌ದಾರ್ ಎನ್ನುವಂತೆ ಎಚ್ಚರಿಕೆ ನೀಡಿದ. ಅಕೆಯ ಬಾಯಿ ಮತ್ತಷ್ಟು ಜೋರಾಯಿತು. ಅಷ್ಟರಲ್ಲಿ ಬಂದ ಮಿತ್ರವಿಂದ ತಾಯಿಯನ್ನು ಬಲವಂತದಿಂದ ಎಲೆದೊಯ್ದರು.

ಅಂದರೆ ಅವನು ಕೇಳಿದ್ದು ನಿಜ. ಅರುಂಧತಿ ಕುಂತಿ ಇರಬಹುದು. ಆದರೆ ಕುಂತಿ ಕರ್ಣನನ್ನು ನೀರು ಪಾಲು ಮಾಡಿದಂತೆ ಇಂದಿನ ಆಧುನಿಕ ಕುಂತಿ ಅರುಂಧತಿ ಮಾಡದೇ ಅಕ್ಕರೆಯಿಂದ ಬೆಳೆಸಿದ್ದಳು. ಆ ಕುಂತಿಗಿಂತ ಅರುಂಧತಿ ತಾಯ್ತನದಲ್ಲಿ ಎತ್ತರಕ್ಕೇರಿದಳು ಎಂದುಕೊಂಡ. ಆಕೆಯ ಬಗ್ಗೆ ಮತ್ತಷ್ಟು ಗೌರವ ಮೂಡಿತೇ ವಿನಃ ಕೀಳೆನಿಸಲಿಲ್ಲ. ಡಾ. ಮೇರಿಯಮ್ಮ ಆಸ್ಪತ್ರೆಯಲ್ಲಿ ಒಂದು ಪ್ರತ್ಯೇಕವಾದ ವ್ಯಕ್ತಿತ್ವವನ್ನು ಅರುಂಧತಿ ಸಂಪಾದಿಸಿಕೊಂಡಿದ್ದರೆಂದು ಅವನಿಗೆ ಗೊತ್ತು.

ಹಿಂದಕ್ಕೆ ಬಂದಾಗ ಅರುಂಧತಿ ಅಲ್ಲೆ ಕೂತಿದ್ದರು. ಮಿತ್ರವಿಂದ ತಾಯಿಯ

ಗಂಟಲು ನೇರವಾಗಿ ಪರಿಚಯವಾಗಿದ್ದು ಇಂದೆ, ಕಣ್ಣೀರಿನ ಕತೆಗೆ ದಾಖಲಾಗುವಂಥ ಹೆಣ್ಣು.

"ಆಕೆ ... ಹೋದ್ರಾ?" ಕೇಳಿದರು ಮಂಕಾಗಿ.

"ಹೋದ್ರು, ವನಮಾಲ ಮೇಡಮ್‌ನ ನೋಡೋಕಂತ ಬಂದಿದ್ರು. ಅವ್ರಿಗೆ ಡೆಫನೇಟಾಗಿ ನಿಮ್ಮ ಫ್ಲಾಟ್‌ನಲ್ಲಿ ಸಿಕ್ಕಿಸಿಕ್ತಾರೇ ಅನ್ನೋ ಇನ್‌ಫರ್ಮೇಷನ್ ಯಾರೋ ಕೊಟ್ಟಿದ್ದಾರೆ" ಎನ್ನುತ್ತ ಅಲ್ಲೇ ಕೂತಾಗ ಅರುಂಧತಿ ಮೇಲೆದ್ದರು. ತಮ್ಮ ವನಮಾಲ ನಡುವಿನ ಸ್ನೇಹ ಸಂಬಂಧ ಇರುಸು ಮುರುಸು ತಂದಿದೆ ಆ ಕುಟುಂಬಕ್ಕೆ ಅಂತ ಗೊತ್ತು.

"ಅವ್ರು ವನಮಾಲ ಮಾಜಿ ಅತ್ತೆ. ಕಾನೂನಿನ ರೀತ್ಯಾ ಬೇರೆಯಾದ್ರೂ .... ಸಂಬಂಧ ಮುಗಿಯದು ಅನ್ನೋ ವಿಶ್ವಾಸದಿಂದ ಬಂದ್ಹೋಗಿ ಮಾಡ್ತಾರೆ." ಬೇರೆ ಅರ್ಥಕ್ಕೆ ಅವಕಾಶವಾಗಬಾರದೆಂದು ಅಷ್ಟು ಹೇಳಿದರು.

"ನೀವು ಕೂತ್ಕೊಳ್ಳಿ, ಆಂಟಿ. ನಂಗೆ ನಿಮ್ಮ ಕೈಯಿನಾ ಊಟ ತಿಂಡಿ ರುಚಿ ನೋಡಿದ್ದೆ ಆಗಿದೆ. ಇವತ್ತು ನಾನು ಮಾಡ್ದ ಅಡ್ಗೇಯನ್ನು ಯಾಕೆ ಊಟ ಮಾಡ್ಬಾರ್ದು?" ಒಂದು ಸಣ್ಣ ಬೇಡಿಕೆಯನ್ನು ಆಕೆಯ ಮುಂದಿಟ್ಟ.

ಅತ್ಯಂತ ತೆಳುವಾದ ಸುಂದರವಾದ ನಗೆ ಅರುಂಧತಿಯ ತುಟಿಯನ್ನು ಅಲಂಕರಿಸಿತು. "ಉಷಾಗೆ ಜ್ವರ ಬಂದಿದೆ. ಊಟ ಮಾಡೋದು ನಂಗೆ ಕಷ್ಟ ಅಂದು ನೀನು ಮಾಡಿದ ಉಪಕಾರ" ಆಕೆಯ ಕಣ್ಣಲ್ಲಿ ನೀರಾಡಿತು. "ಸ್ವಲ್ಪ ತಡವಾಗಿದ್ರು ನನ್ನ ಹಾರ್ಟ್ ಪೂರ್ತಿ ನಿಂತು ಹೋಗ್ತಾ ಇತ್ತಂತೆ. ನಂಗೆ ಈಗ ಖಂಡಿತ ಸಾಯೋಕೆ ಇಷ್ಟವಿಲ್ಲ ಸತೀಶ್. ಉಷಾಗೆ ನನ್ನಿಂದ ತುಂಬ .... ತುಂಬಾನೇ ನಷ್ಟವಾಗಿದೆ. ಅದು ಖಂಡಿತ ಲೆಕ್ಕಕ್ಕೆ ಸಿಗದು. ಈಗ ಸತ್ತು ಅವ್ಳುನ ಒಂಟಿ ಮಾಡ್ಲಾರೆ. ಅವ್ಳಿಗೋಸ್ಕರ ಒಂದಷ್ಟು ದಿನ ಬದ್ಕಬೇಕಿದೆ" ಕಣ್ಣೀರು ಸುರಿಸಿದರು. ಆ ನಗೆ ಎಲ್ಲಿ ಮಾಯವಾಯಿತೋ!

"ಏನೇನೋ, ಯಾಕೆ ಮಾತಾಡ್ತೀರಾ? ಸಾವು ಕೂಡ ಅಷ್ಟು ಸುಲಭವಾಗಿ ಬರೋಲ್ಲ. ಅದಕ್ಕೂ ಅದರದೇ ಅದ ಮರ್ಜಿ ಇದೆ." ಹೇಳಿದ. ಮೌನವಾಗಿ ಹೊರಟಾಗ "ಇವತ್ತು ಹೊರಗೆಲ್ಲು ಹೋಗೊಲ್ಲ. ಸಂಕೋಚ ಬೇಡ. ನನಿಂದ ಆಗೋಂಥದ್ದು ಏನು ಬೇಕಾದ್ರೂ.... ಮಾಡ್ಸಿಕೊಳ್ಳಿ" ಸರಳವಾಗಿ. 'ಖಂಡಿತ' ಎನ್ನುವಂತೆ ತಲೆಯಾಡಿಸಿ ತಮ್ಮ ಫ್ಲಾಟ್‌ಗೆ ಹಿಂದಿರುಗಿದರು. ಎರಡು ದಿನ ಎಡಬಿಡದೇ ಬಂದ ಜ್ವರಕ್ಕೆ ಹೌಹಾರಿ ಹೋದರು ಅರುಂಧತಿ. ಡಾ. ಮೇರಿಯಮ್ಮ ಖುದ್ದು ತನ್ನ ಸಿಬ್ಬಂದಿಯೊಂದಿಗೆ ಬಂದು ನೋಡಿ ಇಂಜಕ್ಷನ್ ಕೊಟ್ಟು ಗದರಿಕೊಂಡರು.

"ವೈರಲ್ ಫೀವರ್ ಅಷ್ಟೇ. ಬೇಗ ಕಡ್ಮೆ ಆಗುತ್ತೆ. ನಿಂಗೆ ಗಾಬ್ರಿಯೆನಿಸಿದರೇ ಆಂಬ್ಯುಲೆನ್ಸ್ ಕಳ್ಸಿ ಕೊಡ್ತೀನಿ. ಆರಾಮಾಗಿ ತಂದು ನರ್ಸಿಂಗ್‌ಹೋಂನಲ್ಲಿ ಬಿಡು. ಅದರ ಒಡನಾಟದಲ್ಲೆ ಉಷಾ ಬೆಳೆದಿದ್ದು."

ಕಾಲೇಜು ಸಮಯ ಬಿಟ್ಟು ಮಿಕ್ಕ ಸಮಯವನ್ನು ವನಮಾಲ ಇಲ್ಲಿಯೇ ಕಳೆಯುತ್ತಿದ್ದರು. ಉಷಾ ಜ್ವರದಿಂದ ಅವರು ಕೂಡ ತೀವ್ರವಾಗಿ ಕಂಗೆಟ್ಟಿದ್ದರು. ಅಮ್ಮನ ಜೀವನದ ಹಿಂದಿನ ಬಂಧುಗಳ ಹುಡುಕಾಟ, ಈಗ ಅರುಂಧತಿಯ ಬದುಕಿನ ದಿಕ್ಕನ್ನು ಬದಲಾಯಿಸಬೇಕೆಂಬ ಛಲದ ಜೊತೆಗೆ ಕೆಲಸದ ಪ್ರಯತ್ನ ನಿರಂತರವಾಗಿ ನಡೆಸುತ್ತಿದ್ದಾಳೆಂದು ಆಕೆಗೆ ಗೊತ್ತು. ಈ ಮೂರು ಅವಳನ್ನು ಮಾನಸಿಕವಾಗಿ ಹಣ್ಣು ಮಾಡುತ್ತಿದೆಯೆಂಬ ಭಯ.

ಸಂಜೆ ಸ್ವಲ್ಪ ಟೆಮಪರೇಚರ್ ಕಮ್ಮಿ ಇತ್ತು. ವನಮಾಲ ಇನ್ನೂ ಬಂದಿರಲಿಲ್ಲ. ದಂಡಾಗಿ ಬಂದ ಉಷಾಳ ಸಹಪಾಠಿಗಳು ನೋಡಲೆಂದು ಪತ್ರದ ರೂಪದಲ್ಲಿ ಒಂದು ಬಾಂಬ್ ಇಟ್ಟು ಹೋಗಿದ್ದರು. ಮಗಳ ಕಾಲೇಜಿನ ಅಡ್ರೆಸ್‌ಗೆ ಬಂದ ಪತ್ರ ನೋಡಿ ಗರ ಹೊಡೆದು ಹೋದರು. ನಡುಗುವ ಕೈಯಿಂದ ಕವರ್‌ನ ಹಿಂಬದಿಗೆ ನೋಡಿದರು. 'ಪುರಂದರ, ಜಾವಗಲ್' ಅಂತ ಇತ್ತು. ಕುಸಿದರು ಅರುಂಧತಿ. 'ಜಾವಗಲ್ ಜಾವಗಲ್' ಬಹಳ ಹೊತ್ತು ತಲೆ ಹಿಡಿದುಕೊಂಡು ಕೂತರು. ಇದು ಯಾವ ಜಾವಗಲ್? ಪುರಂಧರ ಯಾರು? ಬಹುಶಃ ಉಷಾಳ ಆರೋಗ್ಯ ಸರಿಯಾಗಿದ್ದಿದ್ದರೆ ಗಟ್ಟಿಸಿ ಕೇಳುತ್ತಿದ್ದರೇನೋ ! ಈಗ ಆ ಸ್ಥಿತಿ ಇಲ್ಲ. ದುಡುಕಿ ಮಗಳಿಗೆ ಆಘಾತವನ್ನುಂಟು ಮಾಡುವಂಥ ಅವಿವೇಕಿಯಲ್ಲ. ಸದ್ಯಕ್ಕೆ ಆ ಸುದ್ದಿ ಎತ್ತಬಾರದೆಂಬ ನಿಶ್ಚಯಕ್ಕೆ ಬಂದರು.

ರೂಮಿನೊಳಕ್ಕೆ ಅರುಂಧತಿ ಬಂದಾಗ ಕಣ್ಮುಚ್ಚಿ ಮಲಗಿದ್ದಳು ಉಷಾ. ಪುರಂದರ ಅವಳ ಪ್ರೇಮಿಯಾಗಿರಬಹುದೇ? ಅವನು ಜಾವಗಲ್‌ನವನೇ? ನೆನಪುಗಳು ಶೂಲಗಳಂತೆ ಬಾಧಿಸಿದವು. ಬಾಲ್ಯ ಎಷ್ಟೊಂದು ಮನೋಹರ. ಆ ಸುಂದರ ದಿನಗಳಲ್ಲಿ ಅವಳು ಚಿಟ್ಟೆಯಾಗಿದ್ದಳು. ಮನೆಯವರೆಲ್ಲರ ಕಣ್ಮಣಿ. ಲಂಗ, ದಾವಣಿಯುಟ್ಟ ನೀಳ ಜಡೆಯ ರುಕ್ಮಿಣಿ ಅಲ್ಲಿನ ಮಗ್ಗಲು ಮಗ್ಗುಲು ಬಲ್ಲವಳೇ. ಮಾತಿನ ಮಲ್ಲಿ ಎಂದು ಹೆಸರು ಪಡೆದ ದೀಕ್ಷಿತರ ಮನೆಯ ಹುಡುಗಿ ಮಡಿ ಮೈಲಿಗೆಯನ್ನು ಬದಿಗಿಟ್ಟು ತನ್ನ ಸಮ ವಯಸ್ಸಿನ ಊರಿನ ಹುಡುಗಿಯರಿಗೆಲ್ಲ ಗೆಳತಿಯೇ. ಎಂಥ ಭವ್ಯವಾದ ಮನೋಜ್ಞವಾದ ದಿನಗಳು ಒಂದು ದಿನ ಬಿಳಿ ಮೋಡಗಳಂತೆ ಚದುರಿ ಅವಳ ಬಾಳನ್ನು ಬರಿದಾಗಿಸಿಬಿಟ್ಟಿತ್ತು.

"ನಿಂಗೆ ಅವ್ನು ಗೊತ್ತಿಲ್ವಾ?" ತಾಯಿ ವೆಂಕಮ್ಮ ಕೇಳಿದಾಗ ಅತ್ತಿದ್ದಳು. ಅವಳಿಗೆ ಅಪರಿಚಿತನೇ. ಆ ಗಳಿಗೆಯ ನೆನಪು ಮಾಡಿಕೊಂಡು ಬಾಯಿಗೆ ಕೈ ಅಡ್ಡ ಹಿಡಿದು ಬಿಕ್ಕಿದಾಗ ಉಷಾಗೆ ಎಚ್ಚರವಾಗಿ ಕಣ್ತೆರೆದಳು "ಅಮ್ಮ, ಯಾಕೆ ಅಳ್ತಾ ಇದ್ದೀಯಾ? ಈಗಾಗ್ಲೇ ಟೆಂಪರೇಚರ್ ಕಮ್ಮಿ ಆಗಿದೆ. ನಾಳೆ ಹೊತ್ಗೆ ಸರ್ಯೋಗ್ತೀನಿ. ಪ್ಲೀಸ್ ಅಳ್ಬೇಡ" ಕ್ಷೀಣವಾಗಿ ನುಡಿದಾಗ, ಮಗಳ ಬಳಿ ಹೋಗಿ ಕುಳಿತು ಅವಳ ಕೈಯನ್ನು ತನ್ನ ಕೈಯೊಳಗೆ ತಗೊಂಡು ತುಟಿಗೊತ್ತಿಕೊಂಡರು. ಏನೋ ಭಯ. ಈ ಅಜ್ಞಾತ ಪುರುಂದರ ತನ್ನ ಮಗಳನ್ನು ಕಸಿದುಕೊಂಡರೇ?" ಉಷಾ ನಿನ್ನ ಬಿಟ್ಟು ಒಂದು ಕ್ಷಣ ನಾನು

ಬದುಕೊಲ್ಲ !" ಬಿಕ್ಕುವಿಕೆ ಜೋರಾಯಿತು.

ಉಷಾ ತುಟಿಗಳ ಮೇಲೆ ನಗು ಅರಳಿತು. ತಟ್ಟನೇ ಎದ್ದು ತಾಯಿ ಭುಜದ ಮೇಲೆ ತನ್ನ ಕೆನ್ನೆಯೂರಿ "ನಂಗೇನಾಗಿಲ್ಲ, ಆಗೋದು ಇಲ್ಲ. ಸಾಮಾನ್ಯ ಜ್ವರದ ಬಗ್ಗೆ ಇಷ್ಟೊಂದು ಹೆದರಿಕೆನಾ?" ಅವಳ ಕಣ್ಣಿಂದ ಕೂಡ ನಿಧಾನವಾಗಿ ನೀರಿಳಿಯಿತು. ಬೆಚ್ಚನೆಯ ಮೈಗೆ ಹೆತ್ತಮ್ಮನ ಮೃದು ಮಧುರವಾದ ತಣ್ಣನೆಯ ಸ್ಪರ್ಶ – ಹಾಯೆನಿಸಿತು. ಎಷ್ಟೋ ಹೊತ್ತು ಕಣ್ಮುಚ್ಚಿ ಅದೇ ಸ್ಥಿತಿಯಲ್ಲಿದ್ದಳು.

ಅಷ್ಟರಲ್ಲಿ ಕಾಲಿಂಗ್ ಬೆಲ್ ಸದ್ದಾಯಿತು. ಉಷಾಳ ಆರೋಗ್ಯದ ಬಗ್ಗೆ ವಿಚಾರಿಸಲು ಬಂದಿದ್ದ ಸತೀಶ್ ಒಂದು ಸುಂದರ ಗುಲಾಬಿಯ ಜೊತೆ ಸೌಗಂಧರಾಜ ಹೂ ಬೆರೆತ ಬೊಕ್ಕೆ ಹಿಡಿದು ನಿಂತಿದ್ದ ಒಬ್ಬ ವೆಲ್ ವಿಷರ್‌ನಂತೆ.

"ಬಾ ಸತೀಶ್" ಕರೆದರು.

ಅತ್ತ ಮುಖದಲ್ಲಿ ತೇವ ಸ್ಪಷ್ಟವಾಗಿತ್ತು. ಆತಂಕಗೊಂಡ "ಆಂಟೀ ಹೇಗಿದ್ದಾರೆ ಉಷಾ?" ಕೇಳಿದ. ಪುರಂದರರ ಜ್ಞಾನದಲ್ಲಿದ್ದ ಅರುಂಧತಿ "ಆಹಾ ..... ಎದ್ದಿದ್ದಾಳೆ" ಬೆಚ್ಚಿದವರಂತೆ ನುಡಿದರು.

ಕೂತಿದ್ದ ಸತೀಶ್ ಪೇಪರ್ ನೋಡುತ್ತಿದ್ದವನು, ಅದನ್ನು ಅದರ ಜಾಗದಲ್ಲಿಯೇ ಇಟ್ಟು, "ಉಷಾ ಎಚ್ಚರವಾಗಿದ್ದಾರ?" ಕೇಳಿದ. ಪುರಂದರರ ಜ್ಞಾನದಲ್ಲಿದ್ದ ಅರುಂಧತಿ "ಹಾ...ಎದ್ದಿದ್ದಾಳೆ."

ಆಕೆಯ ಮನಸ್ಥಿತಿ ತೀರಾ ಸರಿಯಾಗಿಲ್ಲವೆಂದು ಅರ್ಥವಾಯಿತು. ಇಬ್ಬರೂ ಕೂಡಿಯೇ ಉಷಾಳ ರೂಮಿಗೆ ಬಂದಿದ್ದು. ಕಣ್ಮುಚ್ಚಿಕೊಂಡು ಕೈಯನ್ನು ಹಣೆಯ ಮೇಲೆ ಅಡ್ಡವಾಗಿಟ್ಟುಕೊಂಡಿದ್ದವಳು ತಕ್ಷಣ ತೆಗೆದಳು.

"ಹೇಗಿದ್ದೀರಾ?" ಕೇಳಿದ.

ಮೇಲೆ ಏಳಲು ಹೋದವಳನ್ನು ತಡೆದ "ಬೇಡ, ಮಲ್ಗಿಕೊಳ್ಳಿ. ಡಿಸ್ಟರ್ಬ್ ಆಯಿತೇನೋ" ಎಂದ. ಜ್ವರ ಕಮ್ಮಿಯಾಗಿತ್ತು. ಸುಸ್ತು, ಸಂಕಟವಿದ್ದರೂ ಅವಳು ಹಟದ ಹುಡುಗಿಯಾಗಿದ್ದರಿಂದ ಎದ್ದು ಕೂತು "ಪರವಾಗಿಲ್ಲ ನಾಳೆಯಿಂದ ನಿಮ್ಗೇ ಪಾಠ ಪ್ರಾರಂಭಿಸಿ ಬಿಡ್ತೀನಿ" ಮಲ್ಲಿಗೆ ಚೆಲ್ಲಿದಂತೆ ನಕ್ಕಳು. ಆ ಸ್ಥಿತಿಯಲ್ಲು ಅಂಥ ನಗೆ ಚೆಲ್ಲಲು ಹೇಗೆ ಸಾಧ್ಯವಾಯಿತೆಂದು ಸತೀಶ್‌ಗೆ ಅರ್ಥವಾಗಲಿಲ್ಲ.

"ಮೈ ಗಾಡ್, ಬದ್ಕಿಕೊಂಡೆ, ಹಾಗೆ ಫೀಜ್‌ನು ಅಡ್ವಾನ್ಸಾಗಿ ಕೊಟ್ಟಿಡ್ತೀನಿ. ಮತ್ತೆ ನೀವು ಮನಸ್ಸು ಬದಲಾಯಿಸಬಾರ್ದಲ್ಲ" ತಣ್ಣನೆಯ ನಗೆ ಬೀರಿದ.

ಅರುಂಧತಿ ಇದ್ದ ಮೂಡ್ ಸರಿಯಿರಲಿಲ್ಲ. ಆಕೆಯನ್ನು ಕಾಡುತ್ತಿದ್ದುದು ಅಜ್ಞಾತ ವ್ಯಕ್ತಿ ಪುರಂದರ. "ಕುಡ್ಯೋಕೆ ಏನಾದ್ರೂ.... ತರ್ತೀನಿ" ಹೊರಗೆ ಹೋದರು.

"ಕೂತ್ಕೊಳಿ.... ಸತೀಶ್. ಅಮ್ಮ ವನಮಾಲ ಆಂಟೀ ಇಬ್ರೂ ರೆಕಮಂಡ್

ಮಾಡಿದ್ದಾರೆ. ಈಗ ಫೀಜು ಕೂಡ ಕೊಡ್ತೀನಿ ಅಂದಿರೋದರಿಂದ ಖಂಡಿತ ಹೇಳಿ ಕೊಡ್ತೀನಿ. ಆದರೆ ಒಂದು .... ಡೌಟ್" ಎಂದವಳು ನಿಲ್ಲಿಸಿ ಕೈ ಬೆರಗಳುಗಳಿಂದ ಅಸ್ತವ್ಯಸ್ತವಾದ ಕೂದಲನ್ನು ಸರಿ ಮಾಡಿಕೊಂಡು "ಈಗ್ಬೇಡ, ಅದ್ನ ನಿಮ್ಮ ಶಿಷ್ಯ ವೃತ್ತಿ ಪೂರೈಸಿದ್ಮೇಲೆ ಹೇಳ್ತೀನಿ" ಅಂದಳು. ಇಂದು ಅವಳ ತುಟಿಯ ಮೇಲಿನ ಕಿರು ನಗೆ ಕೂಡ ಚೇತರಿಸಿಕೊಂಡಿದೆಯೆನಿಸಿತು. ಬುಕ್ಕೆ ಕೊಟ್ಟು "ಗೆಟ್ ವೆಲ್ ಸೂನ್, ಹಾಗೆ ಇನ್ನೊಂದು ರಿಕ್ವೆಸ್ಟ್. ಸದ್ಯಕ್ಕೆ ಪುರೋಹಿತರ ಸ್ಥಾನ ಕೂಡ ನಿಮ್ದೇ. ನಾನು ತಂದ ವಸ್ತುಗಳೆಲ್ಲ ಹಾಗೆಯೇ ಇದೆ, ನಿಮಗಾಗಿ" ಎಂದಾಗ ಸುಸ್ತಾದಳು.

"ನೀವು ಪ್ರಯತ್ನಪೂರ್ವಕವಾಗಿ ಬೇಗ ಚೇತರಿಸ್ಕೋಬೇಕು. ಆಂಟೀ ತುಂಬ ಅಪ್‌ಸೆಟ್ ಆಗ್ಬಿಟ್ಟಿದ್ದಾರೆ. ಎಷ್ಟೋ ಪೇಷಂಟ್ ಕಡೆಯ ಜನರಿಗೆ ಧೈರ್ಯ ಹೇಳೋರೇ, ಇಷ್ಟೊಂದು ಹೆದ್ರಿ ಬಿಟ್ಟರೇ ಹೇಗೆ? ಮಲ್ಗಿ, ನಿಮ್ಗೇ ತುಂಬ ರೆಸ್ಟ್‌ನ ಅಗತ್ಯವಿದೆ" ತಕ್ಷಣ ಹೊರಗೆ ಹೋಗಿ ಬಿಟ್ಟ.

ವನಮಾಲ ಹೇಳಿದ ಪ್ರಕಾರ ಪಕ್ಕದ ಫ್ಲಾಟ್‌ನ ಯುವಕ ಸಾಕಷ್ಟು ಸಹಾಯ ಮಾಡಿದ್ದ. ನೆರೆ ಹೊರೆಯವರಲ್ಲಿ ಅಂಡರ್‌ಸ್ಟಾಂಡಿಂಗ್ ಇರಬೇಕು. ಎಲ್ಲೋ ಇರುವ ಬಂಧು ಬಳಗ ಸಂಬಂಧಿಗಳಿಗಿಂತ ಅಕ್ಕಪಕ್ಕದವರಲ್ಲಿ ಆತ್ಮೀಯತೆ ಇಟ್ಟುಕೋಬೇಕು – ಇದು ಅತ್ಯುತ್ತಮವಾದ ಮಾರ್ಗದರ್ಶನ.

ಹಾಗೆಯೇ ಕಣ್ಮುಚ್ಚಿ ಮಲಗಿದಳು. ದೇಶಮುಖ್ ಈಗ ಹೇಗಿರಬಹುದು? ಈ ವಿಚಾರ ಬಂದ ಕೂಡಲೇ ತಲೆಯ ಮೇಲೊಂದು ಮೊಟಕಿಕೊಳ್ಳಬೇಕೆನಿಸಿತು. ಅಗತ್ಯವಿಲ್ಲದ ವಿಷಯನ ಬಲವಂತದಿಂದ ತಳ್ಳಿ ಹಾಕಿದಳು.

ಇಂದು ಸ್ವಲ್ಪ ಲೇಟಾಗಿಯೇ ಬಂದ ವನಮಾಲ ಉಡುಪು ಬದಲಾಯಿಸಿ ಅರುಂಧತಿ ಫ್ಲಾಟ್‌ಗೆ ಬಂದಾಗ ಜಗತ್ತೇ ತನ್ನ ತಲೆ ಮೇಲೆ ಬಿದ್ದಿದೆಯೇನೊ ಅನ್ನುವಂತೆ ಕೂತಿದ್ದರು.

"ಅರುಂದತಿ, ಇದೇನಿದು? ಉಷಾ ಹೇಗಿದ್ದಾಳೆ?" ಆತಂಕದಿಂದ ಕೇಳಿದರು.

"ಪರ್ವಾಗಿಲ್ಲ, ಟೆಂಪರೇಚರ್ ಕಮ್ಮಿ ಆಗಿದೆ. ಡಾ. ಮೇರಿಯಮ್ಮ ಕೂಡ ಬಂದಿದ್ರು. ನಾಳೆ ಹೊತ್ಗೇ ತೀರಾ ನಾರ್ಮಲ್ ಸ್ಥಿತಿಗೆ ಬಂದ್ಬಿಡ್ತಾಳಂತೆ ಹೇಳಿ ಹೋದ್ರು" ಎಂದ ಕೂಡಲೇ ಸಮಾಧಾನದಿಂದ ಕೂತ ವನಮಾಲ ಗೆಳತಿಯ ಭುಜದ ಮೇಲೆ ಕೈಯಿಟ್ಟು "ಸಮಸ್ಯೆಗಳು ತಾನಾಗಿ ಬಂದಾಗ ನಾವು ಎದುರಿಸೋ ಸಿದ್ಧತೆ ಮಾಡ್ಕೋಬೇಕು. ನಾವೇ ಸಮಸ್ಯೆಗಳ್ನ ತಂದು ಹಾಕ್ಕೋಬಾರ್ದು" ತಿಳಿ ಹೇಳಿದರು.

ಅರುಂಧತಿ ವನಮಾಲ ಕೈಯನ್ನು ಭದ್ರವಾಗಿ ಹಿಡಿದುಕೊಂಡು "ನನ್ನ ಬಿಟ್ಟರೇ ಉಷಾಗೆ ನೀನೆ ಆತ್ಮೀಯಳು. ನಮ್ಮಿಬ್ಬರನ್ನು ಬಿಟ್ಟು ಮೂರನೇ ವ್ಯಕ್ತಿಯ ಪ್ರವೇಶವಾದಂತಿದೆ. ನಿನ್ಹತ್ರ ಏನಾದ್ರೂ ... ಹೇಳಿದ್ಲಾ?" ಪಿಸು ದನಿಯಲ್ಲಿ ಆವೇಗದಿಂದ ಕೇಳಿದಾಗ ಕಕ್ಕಾಬಿಕ್ಕಿಯಾದರು "ನಂಗೆ ಅರ್ಥವಾಗ್ಲಿಲ್ಲ, ಬಿಡ್ಸಿ ಹೇಳು. ಸುಮ್ನೇ

ಟೆನ್‌ಷನ್ ಮಾಡ್ಕೋಬೇಡ. ಉಷಾ ಯಾವುದನ್ನು ಮುಚ್ಚಿಡೋಂಥ ಹುಡ್ಗಿಯಲ್ಲ. ಏನು ವಿಷ್ಯ?"

ಕೈ ಹಿಡಿದು ಅಡಿಗೆ ಮನೆಗೆ ಎಳೆದುಕೊಂಡು ಹೋದ ಅರುಂಧತಿ "ನಂಗೆ ಉಷಾ ಯಾರನ್ನೋ ಪ್ರೀತಿಸ್ತಾ ಇದ್ದಾಳೆ ಅನ್ನೋ ಅನುಮಾನ" ಎಂದಾಗ ಇಷ್ಟೇನಾ ಅನ್ನುವಂತೆ ನೋಡಿದಾ ವನಮಾಲ "ನಮ್ಮಿಬ್ರನ ಬಿಟ್ಟು ಉಷಾ ಜೀವ್ನದಲ್ಲಿ ಇನ್ನೊಬ್ಬ ವ್ಯಕ್ತಿ ಪ್ರವೇಶವಾಗ್ಲಿಂತ ತಾನೇ ಆದಷ್ಟು ಬೇಗ ವರಾನ್ವೇಷಣೆಗೆ ತೊಡಗಿರೋದು. ನಿನ್ನ ಕೆಲ್ಸ ಸುಲಭ ಮಾಡಿದ್ದಾಳೆಂತ ಅಂದ್ಕೋ. ಆದರೂ ನಂಗೆ ನಂಬ್ಕೆ ಇಲ್ಲ. ನಿನ್ನ ಅನುಮಾನಕ್ಕೆ ಕಾರಣವೇನು?" ತೀಕ್ಷ್ಣವಾಗಿ ಪ್ರಶ್ನಿಸಿದರು. ಇನ್ನು ತೂಗುಯಾಲೆಯ ಮನಸ್ಥಿತಿಯಲ್ಲಿದ್ದ ಅರುಂಧತಿ ಹಿಂಜರಿಯುತ್ತಿದ್ದುದ್ದು ಅರಿವಾದಾಗ "ಹೇಳ್ಬೇಡ ಬಿಡು, ನಾನು ಕಾಲೇಜಿನಲ್ಲಿ ಉಪನ್ಯಾಸಕಿ. ಈ ವಯಸ್ಸಿನಲ್ಲಿ ಎಷ್ಟೋ ಯುವಕ, ಯುವತಿಯರ ಓದು, ಪ್ರೇಮ, ಪ್ರೀತಿ ಎಲ್ಲವನ್ನು ಕಂಡವಳೇ. ಉಷಾ ವಿಷ್ಯದಲ್ಲಿ ನಂಗೆ ಅಂಥ ಸುಳಿವೇನು ಸಿಕ್ಕಿಲ್ಲ." ಕಡ್ಡಿ ತುಂಡಾಗುವಂತೆ ಹೇಳಿದರು ವನಮಾಲ.

ಬಚ್ಚಿಟ್ಟಿದ ಪತ್ರವನ್ನು ತಂದು ವನಮಾಲ ಮುಂದಿಟ್ಟು "ಇದು ಕಾಲೇಜಿನ ಅಡ್ರಸ್‌ಗೆ ಬಂದ ಪತ್ರ. ಅವ್ಳ ಫ್ರೆಂಡ್ಸ್ ತಂದ್ಕೊಟ್ಟೋದ್ರು.

ಹಿಂದೆ ಮುಂದೆ ತಿರುಗಿಸಿ ನೋಡಿದರು. ಜಾವಗಲ್ ಪುರಂದರನಿಂದ ಉಷಾಗೆ ಬಂದ ಪತ್ರ. 'ಗೆ' ಮತ್ತು 'ಯಿಂದ' ಎರಡು ಸರಿಯಾಗಿದ್ದವು. ಆ ಯುವಕ ತರಲೆಯಾಗಿ ಕಂಡಿರಲಿಲ್ಲ. ಉಷಾ ಅವನ ಮಧ್ಯೆ ಮಾತುಕತೆ ಸಹಜವಾಗಿತ್ತು. ದೇಶಮುಖ್ ಬಗ್ಗೆ ಬರೆದ ಪತ್ರವಾಗಿರಬಹುದೇ? ಈಗ ತಿಳಿದಿದೆಯೆಂದು ಹೇಳುವುದು ಸರಿಕಾಣಲಿಲ್ಲ.

"ಈ ಬಗ್ಗೆ ಉಷಾನ ಕೇಳೋಣ. ಜಾವಗಲ್ .... ಪುರಂದರ ಒಂದು ಅರ್ಥವಾಗ್ತಾ ಇಲ್ಲ" ಎಂದು ಪರೀಕ್ಷಿಸುವಂತೆ ಅರುಂಧತಿಯ ಮುಖ ನೋಡಿದರು. ಹತ್ತೊಂಬತ್ತು ವರ್ಷಗಳ ಹಿಂದೆ ಜಾವಗಲ್ ಬಿಟ್ಟು ಬಂದಾಗ ಪುರಂದರ್‌ಗೆ ಸುಮಾರು ನಾಲ್ಕು ವರ್ಷವಿರಬಹುದು. ಆಗ ಅವನ ಹೆಸರು ಕೃಷ್ಣ. ಅದರಿಂದಲೇ ಈ ಸೋದರತ್ತೆಯ ಮನದಲ್ಲಿ ಅನುಮಾನ ಮೊಳಕೆಯೊಡೆಯಲಿಲ್ಲ.

ಕುಸಿದಂತೆ ಕೂತ ಅರುಂಧತಿ ಬಿಕ್ಕಿ ಬಿಕ್ಕಿ ಅಳತೊಡಗಿದಳು. ನೆನಪುಗಳ ಮೇಲೆ ಬಂಡೇಯೇರಿದ್ದರು. ಇಂದು ಪಕ್ಕಕ್ಕೆ ಸರಿದು ನೆನಪುಗಳ ಭುಗಿಲೆಂದಿತ್ತು. ದೀಕ್ಷಿತರ ಅಕ್ಕರೆಯ ಕೂಸಾಗಿದ್ದ ರುಕ್ಮಿಣಿಗೇನೇ ಒಂದಿಷ್ಟು ಸ್ವತಂತ್ರ, ಮನೆಯ ಹಿರಿಯರ ಎದುರು ನಿಂತು ಮಾತಾಡುವಂಥ ಧೈರ್ಯ ! ಆ ಘಟನೆಯ ನಂತರ ದೀಕ್ಷಿತರು ಕಲ್ಲಾಗಿದ್ದರು. ಮಗಳ ಬಗ್ಗೆ ಮಮತೆ ಅಳಿಸಿಹೋಗಿತ್ತು. ಎಷ್ಟು ಕಠಿಣ ಮನಸ್ಕರಾದರು. ಅಂದು ಜಾವಗಲ್ ರೈಲ್ವೆ ಸ್ಟೇಷನ್‌ಗೆ ಬಂದು ಟ್ರೈನ್ ಹತ್ತಿದ ನಂತರ ಮುಂದಿನ ಬದುಕನ್ನು ಅರಸುವ ಧೈರ್ಯ ಮಾಡಿದ್ದಳೇ ವಿನಃ ಹಿಂದಿನ ಜೀವನವನ್ನು ನೆನಪು

ಮಾಡಿಕೊಂಡು ಅಳುತ್ತ ಕೂತಿರಲಿಲ್ಲ.

ಕಣ್ಣೀರು ತೊಡೆದು ಕೈ ಹಿಡಿದು ಎಬ್ಬಿಸಿದ ವನಮಾಲ "ಏನೇನೋ ಊಹಿಸ್ಕೋಬೇಡ. ಎರ್ಡು ದಿನ ನಂಗೆ ಅವಕಾಶ ಕೊಡು. ಆವರೆಗೂ ಉಷಾನ ಪ್ರಶ್ನಿಸಿ ಮತ್ತೆ ಅವಳಿಗೆ ಜ್ವರ ಮರುಕಳಿಸುವಂತೆ ಮಾಡ್ಬೇಡ" ಕಣ್ಣೀರು ತೊಡೆದು ಸಾಂತ್ವನಿಸಿದರು. ಸತ್ಯ ಗೊತ್ತಿದ್ದರೂ ನಟನೆ ಅಗತ್ಯವಾಗಿತ್ತು. ದುರ್ಬಲವಾಗಿರುವ ಅರುಂಧತಿಯ ಹೃದಯಕ್ಕೆ ಆಘಾತವನ್ನುಂಟು ಮಾಡಲಾರರು.

ತುಟಿ ಕಚ್ಚಿ ಅಳು ನುಂಗಿದರು ಅರುಂಧತಿ. ಹುದುಗಿ ಹೋದ ಸಂಗತಿಗಳು ಜೀವ ತಳೆದು ಉಷಾಳ ಬದುಕಿಗೆ ಮಾರಕವಾಗುವುದು ಅವರಿಗೆ ಇಷ್ಟವಿಲ್ಲ.

"ಆಯ್ತು, ನೀನೇ ವಿಚಾರ್ಸು" ಕವರ್‌ನ ವನಮಾಲ ಕೈಗೆ ಕೊಟ್ಟರು. ಬಿಚ್ಚಿ ಓದುವ ಧೈರ್ಯ ಮಾಡಿರಲಿಲ್ಲ ಅರುಂಧತಿ. ಅದು ವನಮಾಲಗೂ ಸಮಾಧಾನ ವನ್ನುಂಟು ಮಾಡಿತು.

ಮಾರನೇ ದಿನ ಸ್ವಲ್ಪ ಚೇತರಿಸಕೊಂಡ ಉಷಾನ ಕಾಲೇಜಿಗೆ ತಮ್ಮೊಂದಿಗೆ ಕಾರಿನಲ್ಲಿ ಕರೆದೊಯ್ದ ವನಮಾಲ, ದಿಕ್ಕನ್ನು ಬದಲಾಯಿಸಿ ಒಂದು ಮನೆಯ ಮುಂದೆ ಕಾರು ನಿಲ್ಲಿಸಿ ಕೆಳಗಿಳಿದರು.

"ಇಳಿ ಉಷಾ, ಇಲ್ಲೊಂದು ಸ್ವಲ್ಪ ಕೆಲ್ಸ ಇದೆ" ಅಂದರು ಡೋರ್ ಬಳಿ ಬಗ್ಗಿ. ಅಲ್ಪ ಸ್ವಲ್ಪ ಚೇತರಿಸಿಕೊಂಡ ಉಷಾ ನಿಧಾನವಾಗಿ ಇಳಿದು "ಆಂಟೀ ನೀವ್ಹೋಗಿ ಆ ಕೆಲ್ಸ ಮುಗ್ಸಿಕೊಂಡ್ಬನ್ನಿ. ನಾನು ಇಲ್ಲೇ ಇರ್ತೀನಿ" ಎಂದಳು ಕಾರಿಗೊರಗಿ. ಅವಳಿಗೆ ಈಗ ಮಾತು ಬೇಡವೆನಿಸಿತು.

"ಇಳಿ .... ಇಳಿ .... ಹತ್ತು ನಿಮಿಷದ ಕೆಲ್ಸ. ಬೇಗ ಹೋಗ್ಬಿಡೋಣ" ಮತ್ತೆ ಹೇಳಿ ತಮ್ಮ ಹ್ಯಾಂಡ್ ಬ್ಯಾಂಗ್‌ನಿಂದ ಕೀ ತೆಗೆದು ಗೇಟುಗೆ ಹಾಕಿದ್ದ ಬೀಗ ತೆಗೆದಾಗ ಖಾಲಿ ಮನೆಯೆನಿಸಿತು ಉಷಾಗೆ. ಏನೇನು ಅರ್ಥವಾಗಲಿಲ್ಲ. ಡೋರ್ ಲಾಕ್ ಕೂಡ ತಾವೇ ಓಪನ್ ಮಾಡಿ ಬಾಗಿಲನ್ನು ತೆಗೆದರು. ಒಳಗೆ ಅಡಿಯಿಟ್ಟಾಗ ನಿಶ್ಯಬ್ದವಾಗಿತ್ತು. ಅಂದರೆ ಅವಳ ನಿರೀಕ್ಷೆ ನಿಜವಾಗಿತ್ತು. ಯಾರೂ ಇರಲಿಲ್ಲ.

ಹಾಲ್‌ನಲ್ಲಿದ್ದ ಸೋಫಾ ಮೇಲೆ ಕೂತ ವನಮಾಲ "ಕೂತ್ಕೋ ಉಷಾ, ಇದು ನನ್ನ ಕೊಲೀಗ್ ಮನೆ. ಪ್ರವಾಸ ಹೋಗಿದ್ದಾರೆ. ಕೀ ನನ್ನಲ್ಲಿ ಕೊಟ್ಟು ಹೋಗಿದ್ದಾರೆ. ಕಾಲೇಜು ಪ್ಯೂನ್ ಸಿದ್ಧಯ್ಯ ರಾತ್ರಿ ಮಲಗೋಕೆ ಇಸ್ಕಂಡ್ ಹೋಗ್ತಾನೆ ಕೀ ನಾ. ಬೆಳಿಗ್ಗೆ ತಂದ್ಕೊಡ್ತಾನೆ" ಮನೆ ಖಾಲಿ ಇದ್ದಿದ್ದಕ್ಕೆ ಕಾರಣ ಕೊಟ್ಟರು. ಆದರೆ ಕರೆತಂದ ಉದ್ದೇಶ ಮಾತ್ರ ಗೊತ್ತಾಗಲಿಲ್ಲ. ಜ್ವರದಿಂದ ನಿಸ್ತೇಜವಾದ ಉಷಾಳ ಕಣ್ಣುಗಳು ಕಿರಿದಾದವು. ಮಾತು ಮಾತ್ರ ಆಡಲಿಲ್ಲ.

ಆಕೆಯೇ ಜಾವಗಲ್‌ನಿಂದ ಬಂದ ಪುರಂದರನ ಲೆಟರ್‌ನ ಉಷಾಳ ಮುಂದು ಹಾಕಿದರು. ಕೈಗೆತ್ತಿಕೊಂಡಾಗ ವನಮಾಲ "ಒಂದ್ನಿಮಿಷ, ನೀನು ಪುರಂದರನ

ಪ್ರೀತಿಸ್ತೀಯಾ?" ತೀಕ್ಷ್ಣವಾಗಿ ಕೇಳಿದರು. ಅವಳಿಗೆ ನಗು ಬಂತು.

"ಆಂಟೀ, ಯಾರಾದ್ರೂ ನಿಮ್ಗೇ ಹೇಳಿದ್ರೂ .... ನೀವು ನಂಬಲಿಕ್ಕಿಲ್ಲಾಂತ ಅಂದ್ಕೊಂಡಿದ್ದೆ. ಪ್ರೇಮ, ಪ್ರೀತಿ, ಮದ್ವೆ ಅನ್ನೋ ವಿಷ್ಯಗಳು ನನ್ನ ಮನದ ಬಳಿ ಸುಳಿದಿಲ್ಲ. ಚಿಕ್ಕಂದಿನಿಂದ ಅನುಭವಿಸಿದ ಅವಮಾನ ಜೊತೆ ಅಮ್ಮನನ್ನ ಬಿಟ್ಟು ನಂಗೆ ಯಾರಿಲ್ಲ ಅನ್ನೋ ಭಾವನೆಯೇ ನಂಗೆ ಶತ್ರುವಾಗಿತ್ತು. ಸ್ವಲ್ಪ ತಿಳಿವಳಿಕೆ ಬಂದ್ಮೇಲೆ ನಾನು ಯೋಚ್ಸಿದ್ದು ಅಮ್ಮನ ಬಗ್ಗೆ. ನಾನು ಕಳ್ದುಕೊಂಡಿದ್ದಕ್ಕಿಂತ, ನನ್ನಿಂದ ಅಮ್ಮ ಕಳ್ದುಕೊಂಡಿದ್ದು ಹೆಚ್ಚುಂತ ಅನ್ನಿಸ್ತು. ನಾನು ಏನಾದ್ರೂ ತುಂಬಿ ಕೊಡೋಕೆ ಸಾಧ್ಯನಾ ಅನ್ನೋ ನಿರಂತರ ಹೊಯ್ದಾಟದ ನಡ್ವೇ ಇದ್ದೀನಿ. ನನ್ನಮ್ಮನ್ನು ಒಂಟಿ ಮಾಡಿದ ಆ ಜನರನ್ನು ದ್ವೇಷಿಸ್ತೀನಿ. ವಾರಿಗೆಯಲ್ಲಿ ಪುರಂದರ ನನ್ನ ಸೋದರ ಮಾವನ ಮಗ. ನನ್ನ ಮನ ಅವ್ನ ಸುತ್ತ ಕೂಡ ಸುಳಿಯೊಲ್ಲ. ಇಷ್ಟು ಸಾಕಲ್ಲ !" ಅವರನ್ನು ಅಪ್ಪಿಕೊಂಡು ಕಣ್ಣೀಟ್ಟಳು. ವನಮಾಲ ಹೃದಯ ಕೂಡ ಭಾರವಾಯಿತು.

ಸ್ವಲ್ಪ ಸಮಾಧಾನಕ್ಕೆ ಬಂದ ನಂತರ ವಿಷಯ ತಿಳಿಸಿದರು.

"ಅವ್ರಿಗೆ ನಿನ್ನ ಮೇಲೆ ಅನುಮಾನ. ಪ್ರಶ್ನಿಸಲು ಅಡ್ಡಿಯಾಗಿರುವುದು ಜಾವಗಲ್ ವಾಸಿ ಪುರಂದರ. ಒಂದಿಷ್ಟು ಸತ್ಯ ಗೊತ್ತಾಗದ ಹೊರ್ತು ನೆಮ್ದಿಯಾಗಿ ಇರಲಾರಳು. ಈಗೇನು .... ಮಾಡೋದು ?" ಕೇಳಿದರು ವನಮಾಲ.

ಉಷಾ ಅಲ್ಲಾಡಲಿಲ್ಲ. ಆ ಜನ ಹೊಳೆಯಲ್ಲಿ ತೇಲಿ ಹೋದ ರುಕ್ಮಿಣಿಯೆಂದೇ ತಿಳಿದ ಜನ ಇಂದಿಗೂ ದ್ವೇಷಿಸ್ತಾರೆ. ಇದನ್ನೆಲ್ಲ ಹೇಗೆ ತಿಳಿಸುವುದು?

ವನಮಾಲ ಕೈಗಳನ್ನು ಹಿಡಿದುಕೊಂಡು "ಆಂಟೀ, ನಂಗೆ ನೀವೇ ಹೆಲ್ಪ್ ಮಾಡ್ಬೇಕು. ದೀಕ್ಷಿತ ಮಹಾಶಯ ಕ್ಷಮಿಸುವಷ್ಟು ಉದಾರಿಯಾಗಿದ್ದರೇ ಅಮ್ಮನನ್ನು ಕರೆದೊಯ್ದು ಅವ್ರ ಮುಂದೆ ನಿಲ್ಲಿಸ್ತಾ ಇದ್ದೆ. ಇಲ್ಲ ಆಂಟೀ.... ಇನ್ನಷ್ಟು ನೆಮ್ದೀ ಕಳ್ಕೋತಾರೆ. ಇದ್ನೆಲ್ಲ ಹೇಗೆ ಹೇಳ್ತಿರೋ, ಯಾವ ರೀತಿಯಲ್ಲಿ ಹೇಳಿದರೆ .... ಅಮ್ಮನ ಮನಸ್ಸಿನ ಭಾರ ಕಮ್ಮಿಯಾಗುತ್ತೇ, ಯೋಚ್ಸಿ" ಎಂದು ಕಣ್ಣೀರು ತೊಡೆದುಕೊಂಡಳು.

ವನಮಾಲ ಅವಳನ್ನು ಕಾಲೇಜಿನಲ್ಲಿ ಬಿಟ್ಟು ನೇರವಾಗಿ ಫ್ಲಾಟ್‌ಗೆ ಬಂದರು. ನೈಟ್ ಡ್ಯೂಟಿ ಮುಗಿಸಿಕೊಂಡು ನಂತರ ಬಂದ ಪೇಷಂಟ್ ಅಟೆಂಡ್ ಮಾಡಿ ಆಗ ತಾನೆ ಬಂದ ಅರುಂಧತಿ ಸುಸ್ತಾಗಿ ಸುಮ್ಮನೆ ಕೂತಿದ್ದರು.

"ಜೊತೆಯಲ್ಲಿ ಊಟ ಮಾಡೋಣಾಂತ ಅನ್ನಿಸ್ತು. ಅದ್ಕೇ ಕಾಲೇಜು ವಿದ್ಯಾರ್ಥಿಗಳ ಹಾಗೇ ಚಕ್ಕರೊಡದ್ಬಂದೆ. ಏನು ಮಡೋದ್ಬೇಡ. ಇಬ್ರೂ ಹೋಟೆಲ್‌ಗೆ ಹೋಗಿ ಊಟ ಮಾಡ್ಕಂಡ್ ಬರೋಣ. ಅದ್ಕೇ ಮೊದ್ಲು ಒಂದಿಷ್ಟು ಮಾತಾಡೋದಿದೆ. ಗಾಬ್ರಿ ಆಗ್ಬೇಡ. ಎರ್ಡು ದಿನ ಕಾಲಾವಕಾಶ ಬೇಕೂಂತ ಅಂದಿದ್ದೆನಲ್ಲ" ಪೀಠಿಕೆ ಹಾಕಿದರು.

"ಲವ್ ಅಫೇರ್ಸಾ?" ಸೋಫಾಗೆ ಒರಗಿದ್ದ ಅರುಂಧತಿ ಮುಂದಕ್ಕೆ ಬಂದರು. ವನಮಾಲ ಕೈಯೆತ್ತಿ "ಸದ್ಯಕ್ಕೆ ಅವ್ಳ ಮನಸ್ಸಿನಲ್ಲಿ ಪ್ರೀತಿ, ಪ್ರೇಮ ವಿವಾಹ ಅನ್ನೋ

ಆಲೋಚನೆಗಳು ಇಲ್ಲಾಂತ ಧಾರಾಳವಾಗಿ ನಂಬಬಹುದು. ಆ ಪತ್ರ ಉಷಾಗೆ ಕೊಟ್ಟೆ. ಅದ್ಕೆ ಮೊದ್ಲು ನಿಗೊಂದು ವಿಷ್ಯ ಹೇಳ್ಬೇಕು. ಯಾವ್ದೇ ದುರುದ್ದೇಶವಿಲ್ದೇ ನಾನೊಂದು ತಪ್ಪು ಮಾಡಿದ್ದೀನಿ. ಅದು ನಿನ್ನ ಮಟ್ಟಿಗೆ ಹೇಗೆ ಅನ್ನಿಸುತ್ತೋ ಗೊತ್ತಿಲ್ಲ. ಇಪ್ಪತ್ತೆಂಟು ದಿನ ಜಾವಗಲ್‌ನಲ್ಲೇ ಇದ್ದಿದ್ದು ನಿನ್ನ ಮಗ್ಳು. ಮಿಕ್ಕಿದ್ದೆಲ್ಲ ನಿಂಗೆ ತಿಳಿದಿದ್ದೆ 'ಜಾವಗಲ್' ಅನ್ನೋದು ಮಾತ್ರ ನಿನ್ನಿಂದ ಮುಚ್ಚಿಟ್ಟೆ. ಅವ್ಳು ಅಲ್ಲಿ ಇದ್ಧಿದ್ದು ನನ್ನ ಫ್ರೆಂಡ್ ಗ್ರಿಷ್ಮಾ, ಅವ್ಳ ಪತಿಯ ಜೊತೆಯಲ್ಲೆ. ಆಕೆ ಈಚೆಗೆ ತೀರಿಕೊಂಡ್ಲು. ಹಳದಿ ಬ್ಯಾಗ್ ಅವಳಿಂದ ಉಡುಗೊರೆಯಾಗಿ ಬಂದಿದ್ದು. ಊರಿನ ಹೆಸರು ಮುಚ್ಚಿಟ್ಟಿದ್ದಕ್ಕೆ ಕ್ಷಮ್ಸಿ ಬಿಡು" ಕ್ಷಮೆ ಕೋರಿದರೂ ಸೂಕ್ಷ್ಮವಾಗಿ ಅರುಂಧತಿಯ ಮುಖವನ್ನು ಅವಲೋಕಿಸುತ್ತ ತೊಳಲಾಡುತ್ತಿದ್ದ ಗೆಳತಿಗೆ ಸತ್ಯ ತಿಳಿಸುವುದೇ ಸೂಕ್ತವಾಗಿ ಕಂಡಿತು.

ಅರುಂಧತಿಯ ಹೃದಯ ಬಡಿತ 'ಜಾವಗಲ್', 'ಜಾವಗಲ್' ಅನ್ನಲು ಷುರುವಾಯಿತು. ಮತ್ತಷ್ಟು ತಿಳಿ ಮಾಡುವುದು ಸರಿಯೆನಿಸಿತು ವನಮಾಲಗೆ.

"ಅಲ್ಲಿ ಪರಿಚಯವಾದ ವ್ಯಕ್ತಿನೇ ಪುರಂದರ. ಯೋಗ ಕ್ಷೇಮಕ್ಕೆ ಬರೆದ ಮೂರು ಲೈನ್‌ನ ಪತ್ರವಷ್ಟೇ. ನಿನ್ನ ಸಂಶಯ ಪರಿಹಾರವಾಯಿತಲ್ಲ. ಇನ್ನು ನಿಶ್ಚಿಂತೆಯಿಂದ ಇರು. ಅದು ಅವ್ಳು ತನ್ನ, ತನ್ನ ಮನೆಯವ್ರ ಯೋಗ ಕ್ಷೇಮಕ್ಕೆ ಬರ್ದ ಪತ್ರವಲ್ಲ. ಗ್ರೀಷ್ಮಾ ಗಂಡನ ಬಗ್ಗೆ ಬರೆದಿದ್ದಾನಷ್ಟೇ. ಇಲ್ಲಿ ನಿಂಗೆ ಜಾವಗಲ್ ಬಗ್ಗೆ ತಿಳಿಸಿಲ್ಲ. ಅಲ್ಲಿ ಪರಿಚಯವಾದವ್ರಿಗೂ ಇಲ್ಲಿನ ವಿಳಾಸ ಕೊಟ್ಟಿಲ್ಲ. ಅದ್ಕೇ ಕಾಲೇಜಿನ ವಿಳಾಸಕ್ಕೆ ಬರೆದಿದ್ದಾನೆ. ಈಗ ನಿನ್ನ ಟೆನ್ಷನ್ ಕಡ್ಮೆ ಆಯಿತಲ್ಲ. ಹೋಗಿ ಸ್ನಾನ ಮುಗ್ಸಿಕೊಂಡ್ಬಾ. ಹೊರ್ಗಡೆ ಹೋಗಿ ಊಟ ಮಾಡೋಣ" ಬಲವಂತದಿಂದ ಕಳಿಸಿದರು.

ತನ್ನ ಮಗಳು ಪ್ರೇಮಿಸುತ್ತಿಲ್ಲ !

ಏನೇ ಆಗಲಿ, ಅರ್ಧ ಟೆನ್ಷನ್ ಕಡಿಮೆಯಾಯಿತು. ಇಬ್ಬರು ಹೋಗಿ ಊಟ ಮಾಡಿ ಬಂದರು. ಫ್ಲಾಟ್‌ಗೆ ಹಿಂದಿರುಗುವ ಮುನ್ನ "ಇನ್ನ ಏನ್ಬೇಕಾದ್ರೂ ನಿನ್ನ ಮಗ್ಳುನ ಕೇಳಿಕೋ" ಹೇಳಿ ಹೋದರು. ಜಾವಗಲ್ ದೀಕ್ಷಿತರ ಮಗಳು ರುಕ್ಮಿಣಿ ಮಗಳನ್ನು ಹೆಚ್ಚು ಕೆದಕಲಾರರೆಂಬ ಧೈರ್ಯ.

ಸ್ವಲ್ಪ ಬೇಗನೇ ಹಿಂದಿರುಗಿದ ಬಿಡಿಸಿದ ಒಂದು ಕವರ್‌ನ ಅಮ್ಮನ ಮುಂದೆ ಹಾಕಿ ಹಿಂದಿನಿಂದ ಕತ್ತು ಬಳಸಿ "ನಿನ್ನ ಮಗ್ಳು ಪ್ರೇಮ, ಪ್ರೀತಿ ಬಗ್ಗೆ ತಲೆ ಕೆಡಿಸಿಕೊಳ್ಳುವಷ್ಟು ದೊಡ್ಡವಳಲ್ಲ. ನಂಗೆ ಪ್ರಶಾಂತವಾದ ಸಣ್ಣ ಊರಿನಲ್ಲಿ ಕೆಲವು ದಿನ ಇರಬೇಕೆಂದು ಆಂಟಿಯವರಲ್ಲಿ ದುಂಬಾಲು ಬಿದ್ದಿದ್ದು ನಾನೇ. ಆ ಊರಿನ ಹೆಸರು ತಿಳಿಸಬಾರದು ಅಂತ ಹೇಳಿದ್ದಕ್ಕೆ ಒಂದು ಪುಟ್ಟ ಕಾರಣ ಇದೆ. ನೀನು ಕಳಿಸೋಕೆ ಒಪ್ಕೋತಾ ಇರ್ಲಿಲ್ಲ. ಕಳಿಸಿದರೂ ಅಷ್ಟು ದಿನ ಇರೋಕೆ ಒಪ್ತಾ ಇರ್ಲಿಲ್ಲ. ಈ ಸಣ್ಣ ಸುಳ್ಳನ್ನು ದೊಡ್ಡದು ಮಾಡ್ಕೊಬಾರ್ದು ಎಕ್ಸ್‌ಕ್ಯೂಜ್ ಮಿ" ಮಗುವಿನಂತೆ ತಾಯಿಯನ್ನು ರಮಿಸಿ ತಣ್ಣಗೆ ಮಾಡಿದಳು.

"ಹೋಗಿ ಮುಖ ತೊಳ್ಕೊಂಡ್ಬಾ. ಕಾಫಿ ತರ್ತೀನಿ" ಅರುಂಧತಿ ಎದ್ದು ಹೋದರು.

ಜಾವಗಲ್‌ಗೆ ಉಷಾ ಹೋಗಿದ್ದು ಆಕಸ್ಮಿಕವಿರಬಹುದು. ತಾನು ಹುಟ್ಟಿ ಬೆಳೆದ ಜಾವಗಲ್ ಈಗ ಹೇಗಿರಬಹುದು? ಅಲ್ಲಿ ಇಪ್ಪತ್ತೆಂಟು ದಿನ ಇದ್ದವಳಿಗೆ ದೀಕ್ಷಿತರ ಮನೆಯವರ ಪರಿಚಯವಾಗದಿದ್ದರೂ, ಅವರ ಹೆಸರನ್ನಾದ್ರು ಕೇಳಿರುತ್ತಾಳೆ. ಹೇಗೆ ವಿಚಾರಿಸುವುದು? ಅರುಂಧತಿಯ ಹೃದಯ ಡವಗುಟ್ಟಿತು.

ಮಗಳ ಮುಂದೆ ಕಾಫಿಯ ಲೋಟ ಇಟ್ಟು "ನೀನು ಇಪ್ಪತ್ತೆಂಟು ದಿನನೂ ಜಾವಗಲ್‌ನಲ್ಲೇ ಇದ್ಯಾ? ನಾನೇನೋ ಅಂದ್ಕೊಂಡೆ. ಕಾಲೇಜಿನಲ್ಲಿ ಒಂದು ಸಣ್ಣ ಪುಟ್ಟ ಘಟನೇನು ತಂದು ಹೇಳೋಳು, ಇದ್ನ ಹೇಗೆ ಮುಚ್ಚಿಟ್ಟೆ?" ಕೋಪ ಪ್ರದರ್ಶಿಸಿದರು.

"ಇನ್ನು ಇವತ್ತುನಿಂದ ಜಾವಗಲ್‌ನ ಕಾಮೆಂಟರಿ. ನಾನು ಇದ್ದಿದ್ದೂ ಊರಿನಲ್ಲಲ್ಲ ರೈಲ್ವೆ ಸ್ಟೇಷನ್‌ನಿಂದ ನಡಿಗೆಯ ದಾರಿ ಇರುವ ಊರ ಹೊರಗಡೆಯ ಫಾರ್ಮ್‌ನಲ್ಲೆ ಇದ್ದಿದ್ದು. ಆ ತೋಟ ಎಷ್ಟು ಚೆನ್ನಾಗಿದೆ ಗೊತ್ತಾ? ನಾನೆಲ್ಲು ನೋಡಿಯೇ ಇಲ್ಲ. ವಂಡರ್ ಫುಲ್ .... ಫೆಂಟಾಸ್ಟಿಕ್.... ಯಾವುದನ್ನು ವರ್ಣಿಸೋದು, ಯಾವುದನ್ನು ಬಿಡೋದು" ತಾಯಿಯನ್ನು ತೋಳಿಡಿದು ಕೂಡಿಸಿ ದೇಶಮುಖ್ ಎಸ್ಟೇಟ್‌ನ ಒಳಗಿನ ವಿಚಿತ್ರಗಳನ್ನು ಗಂಟೆ ವರ್ಣಿಸಿದಳು. ಅದರಲ್ಲಿ ಊರ ಒಳಗಿನ ಜನರ ವಿಷಯ ಬರದಂತೆ ಎಚ್ಚರವಹಿಸಿದಳು ಬುದ್ಧಿವಂತಿಕೆಯಿಂದ.

"ಊರಿನ ಒಳಕ್ಕೆ ಹೋಗ್ಲಿಲ್ವಾ?" ಕೇಳಿದರು ಡವಗುಟ್ಟುವ ಹೃದಯವನ್ನು ಮುಷ್ಟಿಯಲ್ಲಿಡಿದು. ಎದುರು ಕೂತಿದ್ದ ಅವಳು ಎದ್ದು ತಾಯಿಯ ಪಕ್ಕದಲ್ಲಿ ಕೂತು "ಯಾಕೆ ಹೋಗ್ಲಿಲ್ಲ. ದಿನ ಗೌಳಿ ಜೊತೆ ಹೋಗಿ ಒಂದು ಸುತ್ತೊಡೆದು ಬರ್ತಾ ಇದ್ದೆ" ಎಂದ ಕೂಡಲೇ ಅರುಂಧತಿಯ ಮುಖದ ಬಣ್ಣವೇ ಬದಲಾಯಿತು. "ಗೌಳಿನಾ...? ಕೇಳಿಯೇ ಬಿಟ್ಟರು.

"ಹೌದು, ನಿಂಗೆ ಗೊತ್ತಾ ಆಕೆ? ಅವ್ಳೇ ಅಂಕಲ್ ಫಾರ್ಮ್‌ನಲ್ಲಿ ಕೆಲ್ಸ ಮಾಡೋದು. ಅವ್ಳ ಪುಣ್ಯ ಅವಳಿಗೊಬ್ಬಳಿಗೆ ಮಾತ್ರ ಒಳಗೆ ಹೋಗಲು ಪರ್ಮಿಷನ್ ಇದೆ. ಹಸು ಕರು ಹೊಡೆದುಕೊಂಡ್ಬಂದ್ ಹಾಲು ಕರ್ದು ಕೊಟ್ಟು ಸಂಜೆವರ್ಗೂ ಅಲ್ಲೆ ಕೆಲ್ಸ ಮಾಡ್ತಾಳೆ. ನಾನು ಅವ್ಳ ಮನೆಗೂ ಹೋಗಿದ್ದೆ. ಊರೆನು ಚೆನ್ನಾಗಿಲ್ಲ ಬಿಡು. ಯಾಕೆ ಹೋದ್ನೋಂತ ಅನ್ನಿಸಿತು. ನಾನು ಉಳ್ಕ ಕೊಂಡಿದ್ದು ಗ್ರೀಷ್ಮಾ ಆಂಟೀಗಾಗಿ. ಹೊರ್ಗಿನ ಜನಕ್ಕೆ ಒಳ್ಗೆ ಪ್ರವೇಶವಿರ್ಲಿಲ್ಲ. ನಾನು ಬೋರೂಂತ ಓಡಾಡಿ ಬರ್ತಾ ಇದ್ದೆ. ದೇವಸ್ಥಾನ ತುಂಬ ಚೆನ್ನಾಗಿದೆ. ಆಗಾಗ ಹೋಗ್ತಾ ಇದ್ದೆ. ಪ್ರಸಾದ ಕೊಡೋರು. ಭಕ್ತರಿಲ್ಲದಾಗ ನನ್ಹತ್ರ ಮಾತಾಡ್ತ ಕೂಡ್ತಾ ಇದ್ರು ..... ಕೆಲವು ಟಾಪಿಕ್ಕಂತು ತೀರಾ ಇಂಟರೆಸ್ಟಿಂಗ್" ಉಲ್ಲಾಸ ತುಂಬಿಕೊಂಡು ಉಸುರಿ ಸುಮ್ಮನಾದಳು.

ಆಮೇಲೆ ರಾತ್ರಿ ಅರುಂಧತಿಯೇ ಅವಳ ತುಟಿ ಬಿಡಿಸಬೇಕಾಯಿತು.

"ಯಾರು ಪುರಂದರ?"

ಕೈಯಲ್ಲಿದ್ದ ಪುಸ್ತಕವನ್ನು ತೆಗೆದಿಟ್ಟು 'ಪತ್ರ ಬರ್ದ ಮಹಾಶಯ ತಾನೇ ! ತಾಳು ಹೇಳ್ತೀನಿ...... ಅವ್ರ ತಾತನ ಹೆಸರು ಜ್ಞಾಪಿಸಿಕೊಳ್ಳುವ ನಟನೆ ಮಾಡಿದಾಗ ಅರುಂಧತಿಯ ಹೃದಯದ ಬಡಿತ ಏರಿತು. "ಏನು ಹೆಸರು?" ಕೈಗಳನ್ನು ಬೆಸೆದು ಸುರಿದ ಉಷಾ "ಜ್ಞಾಪ್ಕ ಬರ್‍ತಾ ಇಲ್ಲ. ಹಿಂದೆ ಅವ್ರು ತುಂಬ ಪ್ರತಿಷ್ಠಿತರಾಗಿದ್ರಂತೆ ಈಗ ಅಂಥದ್ದೇನಿಲ್ಲ. ಸದಾ ಧುಮಗುಟ್ಟೋ ಮುದ್ಕ. ಮೈಯೆಲ್ಲ ಉರಿದು ಹೋಗುತ್ತೆ" ಈಗ ಬಿಟ್ಟ ಬಾಣ ಸರಿಯಾಗಿ ಕೆಲಸ ಮಾಡಿತು.

"ಸಾಕು ಸುಮ್ಮನಿರು ಹಿರಿಯರ ಬಗ್ಗೆ ಹಾಗೆಲ್ಲ ಮಾತಾಡ್ಬೇಡ. ಪತ್ರ ಬರೆಯೋಷ್ಟು ಪರಿಯಚವಾಗಿದೆ. ಹಾಗಿದ್ದು ಅವ್ರ ತಾತನ ಹೆಸರು ಗೊತ್ತಿಲ್ಲಾಂದ್ರೆ ಹೇಗೆ?" ಸ್ವಲ್ಪ ತಾಳ್ಮೆ ಕಳೆದುಕೊಂಡರು ಅರುಂಧತಿ.

ಹಣೆಗೊತ್ತಿಕೊಂಡ ಉಷಾ "ಹೋಗ್ಲಿ ಬಿಡು, ಅವ್ರುಗಳ ವಿಷ್ಯ ನಮಗ್ಯಾಕೆ. ನಂಗೆ ಮತ್ತೆ ಆ ಕಡೆ ತಲೆ ಹಾಕೋ ಇಷ್ಟವಿಲ್ಲ. ಆ ಊರಿನ ಜನರ ಮನಸ್ಸಿನಂಗೆ ಸದಾ ಹರಿಯುತ್ತಿದ್ದ ಹೊಳೆ ಪೂರ್ತಿ ಬತ್ತಿ ಹೋಗಿದೆ" ಉತ್ಪ್ರೇಕ್ಷೆಯಿಂದ ಮಾತಾಡಿದಳು.

ಅರುಂಧತಿ ಹೊರಗೆ ಹೋಗಿ ನಿಂತರು. ಗೌಳಿ ಬಟ್ಟೆ ಒಗೆಯಲು ಹೋಗುವಾಗ ಎಷ್ಟೋ ಸಲ ಹೋಗುತ್ತಿದ್ದಳು ರುಕ್ಮಿಣಿ. ಹರಿಯುವ ಹೊಳೆ, ದಂಡೆ, ಮರ, ಗಿಡಗಳೆಲ್ಲ ತುಂಬ ..... ತುಂಬ ಇಷ್ಟವಾಗಿತ್ತು. ಇಂದು ತಂದೆ, ತಾಯಿ ಬದುಕಿದ್ದಾರ? ಅದನ್ನು ವಿಚಾರಿಸುವ ಆತುರ ತೀವ್ರವಾಯಿತು. ಹತ್ತು ನಿಮಿಷ ಬಿಟ್ಟು ಒಳಗೆ ಬಂದು ಮಗಳ ಎದುರು ಕೂತರು.

"ಜ್ಞಾಪಕ ಬಂತಾ? ನಾಲ್ಕಾರು ವರ್ಷಗಳ ಹಿಂದೆ ಜಾವಗಲ್‌ನಿಂದ ಒಂದು ಪೇಷಂಟ್ ಬಂದಿತ್ತು. ಅದು ..... ಅಲ್ಲಿ ದೀಕ್ಷಿತರ ಕುಟುಂಬ ಅನ್ನೋದು ಇದೆಯಾ?" ತಡೆಯಲಾರದೆ ಕೇಳಿದರು.

ಗದ್ದಕ್ಕೆ ಕೈಯಾನಿಸಿ ಯೋಚಿಸುವಂತೆ ಮಾಡಿ "ಇದೇ, ಆ ಮನುಷ್ಯ ದೀಕ್ಷಿತರನ್ನು ಕೂಡ ನೋಡಿದ್ದೇ. ನಂಗೆ ಸ್ವಲ್ಪನೂ ಇಷ್ಟವಾಗ್ಲಿಲ್ಲ. ಕಟ್ಟಾ ಸನಾತನಿಯಾಗಿ ಕಾಣ್ತಾನೆ. ಆದರೆ ಹೃದಯವಂತ ಮನುಷ್ಯನಲ್ಲ" ಸ್ವಲ್ಪ ಕಟುವಾಗಿಯೇ ಹೇಳಿದಳು. ಉಷಾಗೆ ಕೋಪ ಬಂದಿತ್ತು. ತೇಲಿ ಬಂದ ಹೆಣ ತಮ್ಮ ಮಗಳದಾ ಅಲ್ಲವಾ ಎಂದು ಕೂಡ ಚಿಂತಿಸದೇ ಬೇರೆಯವರಿಂದ ದಹನ ಸಂಸ್ಕಾರ ಏರ್ಪಾಟು ಮಾಡಿಸಿದ್ದ.

ಕೂತಲ್ಲಿಯೇ ನಿಸ್ತೇಜರಾದರು ಅರುಂಧತಿ. ಆ ಘಟನೆಯ ನಂತರ ಮನುಷ್ಯತ್ವ ಮರೆತು ಬರೀ ಮಾನ ಮರ್ಯಾದೆಗಾಗಿ ಬದುಕಿದವರಂತೆ ನಡೆದು ಕೊಂಡಿದ್ದರು. ಆದರೆ ಅರುಂಧತಿ ಅವರ ರಕ್ತದ ತುಣುಕು. ಪಿತೃ ಪ್ರೇಮವನ್ನು ಉಂಡಿದ್ದಳು.

"ಗೊತ್ತಿಲ್ಲದ ಜನರ ಬಗ್ಗೆ ಏನೇನೋ ಮಾತಾಡ್ಬೇಡ. ಹೇಗಿದ್ದಾರೆ ಅವ್ರೆಲ್ಲ?" ಕೇಳಿದಾಗ ತಾಯಿಯ ಸ್ವರ ಒದ್ದೆಯಾಗಿರುವುದು ಅವಳ ಗಮನಕ್ಕೆ ಬಂತು. 'ಅಯ್ಯೋ' ಎನಿಸಿತು. ತುಟಿ ಕಚ್ಚಿ ವೇದನೆಯನ್ನು ನುಂಗಿದಳು. ತಾಯಿ ಭ್ರಮೆಯ ಪ್ರಪಂಚದಲ್ಲಿ

ತೇಲುವುದು ಮರೆತಂತಿದ್ದ ಜನರನ್ನು ಜ್ಞಾಪಿಸಿಕೊಂಡು ಕೊರಗುವುದು ಬೇಡವಾಗಿತ್ತು. "ಎಲ್ಲಾ ಚೆನ್ನಾಗಿದ್ದಾರೆ. ಇನ್ನೊಂದು ವಿಷ್ಯ. ಹತ್ತೊಂಬತ್ತು ವರ್ಷಗಳ ಹಿಂದೆ ದೀಕ್ಷಿತರ ಕಿರಿಯ ಮಗ್ಳು ಹೊಳೆಯಲ್ಲಿ ಹೆಣವಾಗಿ ತೇಲಿ ಹೋದವಳ್ನ ಇಷ್ಟು ವರ್ಷಗಳ ನಂತರವು ಕ್ಷಮಿಸಿಲ್ಲ. ಈಗ್ಲೂ ದ್ವೇಷಿಸ್ತಾರೆ. ಅಲ್ಲಿ ಅವ್ಳ ತಪ್ಪೇನಿಲ್ಲ. ಯಾರದೋ ತಪ್ಪಿಗೆ ..... ಯಾರ್ಗೋ ಶಿಕ್ಷೆ!" ಅಂದಳು ಮೆಲ್ಲಗೆ. ಆಕೆಯ ಮನಸ್ಸಿನ ಕಾರ್ಮೋಡಗಳು ಕರಗಿ ಹೋಗುವುದು ಮುಖ್ಯವಾಗಿತ್ತು.

ಮೆಲ್ಲಗೆ ಮಗಳತ್ತ ತಿರುಗಿದ ಅರುಂಧತಿ ಪ್ರಶ್ನಾರ್ಥಕವಾಗಿ ನೋಡಿದರು. ಅಂತರಂಗದ ಹೊಯ್ದಾಟ ಅವಳಿಗೆ ಗೊತ್ತು. "ಮನಸ್ಸಿಗೆ ಅನ್ನಿಸಿದ್ದು ಹೇಳ್ದೇ. ಸದಾ ನಮ್ಮ ವಿಷ್ಯಗಳನ್ನೇ ಮಾತಾಡಿ ತಲೆ ಕೆಡಿಸಿಕೊಳ್ಳುವ ಬದಲು ಅವರಿವ್ರ ಬಗ್ಗೆ ಮಾತಾಡೋದು ರಿಲ್ಯಾಕ್ಸೇಷನ್‌ಗಾಗಿ. ಅಂಥ ದುರುದ್ದೇಶವೇನು ಇರೋಲ್ಲ. ಇನ್ನು ಜಾವಗಲ್, ಆ ಜನರ ಸುದ್ದಿ ಬೇಡ ಬಿಡಿ" ತಲೆ ಕೊಡವಿಕೊಂಡು ಹೋಗಿಬಿಟ್ಟಳು.

ಅರುಂಧತಿಯ ಅನುಮಾನ ಮತ್ತಷ್ಟು ಜಾಸ್ತಿಯಾಯಿತು. ಅದನ್ನ ವನಮಾಲ ಮುಂದೆ ತೆರೆದಿಟ್ಟರು. ಮುಚ್ಚಿಟ್ಟ ಸತ್ಯವನ್ನ ಬಹಳ ಮೆಲ್ಲಗೆ ಬಿಚ್ಚಿಟ್ಟರು.

"ಇದೆಲ್ಲ, ನನ್ನಲ್ಲೇ ಹುದುಗಿ ಹೋಗ್ಲಿಂತ ಅಂದ್ಕೊಂಡೆ. ಡಾ. ಮೇರಿಯಮ್ಮನಿಗೆ ಮಾತ್ರ ಗೊತ್ತು. ಅವ್ರು ಏಸುವಿನ ಮೇಲೆ ಆಣೆ ಇಟ್ಟು ಯಾರ್ಗೂ ತಿಳಿಸೋಲ್ಲಂತ ಅಂದ್ರು. ಈಗ ಉಷಾ ಜಾವಗಲ್‌ಗೆ ಹೋಗಿ ಇಪ್ಪತ್ತೆಂಟು ದಿನ ಉಳ್ದು ಬಂದಿದ್ದು ನನ್ನಿಂದ ಮುಚ್ಚಿಟ್ಟದ್ದು, ಎಲ್ಲಾ ನೋಡಿದರೆ ..... ಅವ್ಳಿಗೆ ವಿಷ್ಯ ಎಲ್ಲಾ ತಿಳಿದಿದೆಯೇನೋಂತ ಅನುಮಾನ. ಯಾವ್ದು ಸ್ಪಷ್ಟವಾಗ್ದು. ನಂಗೆ ಅವ್ಳಿಗೇನು ತಿಳಿಯೋದು ಇಷ್ಟವಿರ್ಲಿಲ್ಲ" ಕೆನ್ನೆಗಳ ಮೇಲೆ ಕಣ್ಣೀರಿನ ಬಿಂದುಗಳು ಉರುಳಿದವು.

ಹತ್ತು ನಿಮಿಷಗಳು ಮೌನವಾಗಿ ಕೂತ ವನಮಾಲ "ಹೌದು, ಅವ್ಳಿಗೆ ಗೊತ್ತು" ಎಂದು ನೋಟು ಬುಕ್‌ನಿಂದ ಲಾಕೆಟ್ ಇದ್ದ ಚೈನ್‌ವರೆಗೂ ಎಲ್ಲಾ ಹೇಳಿದರು "ತಿಳಿದಿದ್ದು ಒಳ್ಳೆದಾಯ್ತು. ಕುತೂಹಲ ಸಹಜವೇ. ಅವ್ಳಿಂದ ನೀನು ಎಲ್ಲಾ ಕಳ್ಕೊಂಡಿದ್ದೀಯ! ಅದ್ನ ನಿನ್ನ ಮಡಿಲಿಗೆ ತಂದು ತುಂಬಬೇಕೂಂತಲೇ ಈ ಸಾಹಸ ಕೈಗೊಂಡಿದ್ದು. ಏನು ಪ್ರಯೋಜನವಿಲ್ಲ. ಎಲ್ಲಾ ಈಗಿನಂತೆ ರಹಸ್ಯವಾಗಿ ಉಳ್ದು ಹೋಗ್ಲಿ. ಅಂದು ದೀಕ್ಷಿತರ ಮಗಳು ಹೊಳೆಯಲ್ಲಿ ಹೆಣವಾಗಿ ತೇಲಿ ಹೋದ್ಲು. ಮತ್ತೆ ಜೀವ ಕೊಡೋದ್ರಿಂದ ಪ್ರಯೋಜನವಿಲ್ಲ. ಈಗ ಇರೋದು ಬರೀ ಉಷಾಳ ತಾಯಿ ಅರುಂಧತಿ ಮಾತ್ರ. ಅಷ್ಟನ್ನು ಇಟ್ಕಂಡ್ ಈಗಿನಂತೆ ಮುಂದೆ ಸಾಗಿ ಹೋಗೋದು ಉತ್ತಮ. ಆ ಪುರಂದರ ನಿನ್ನಣ್ಣನ ಮಗ. ಉಷಾಳಿಗೆ ಅವ್ನದು ಬರಿ ಪರಿಚಯ ಅಷ್ಟೇ. ಎಲ್ಲ ತೆರೆದಿಟ್ಟಾಗಿದೆ. ಮುಂದೆ ಸ್ವಚ್ಛವಾದ ಬಿಳಿಯ ಹಾಳೆಯ ಮೇಲೆ ಉಷಾಳ ಭವಿಷ್ಯವನ್ನು ಬರೀ" ಎಲ್ಲ ಹೇಳಿ ಮುಗಿಸಿದ್ದರು.

ಬಹಳ ಹೊತ್ತು ಅರುಂಧತಿ ಮಾತಾಡಲಿಲ್ಲ. ಅದು ಎಲ್ಲಾ ರೀತಿಯಲ್ಲೂ

ಸರಿಯೆನಿಸಿತು. ಮತ್ತೆ ನೆನಪುಗಳ ಮೇಲೆ ಬಂಡೆಯನ್ನಿಡುವ ಪ್ರಯತ್ನವಂತು ಮಾಡಿದರು.

* * *

ಅಂದು ಮಿತ್ರವಿಂದ ಬಂದಾಗ ವನಮಾಲ ಫ್ಲಾಟ್‌ನಲ್ಲಿಯೇ ಇದ್ದರು. ಇಂದು ಒಂಟಿಯಾಗಿ ಬಂದಿರಲಿಲ್ಲ, ಅಪ್ಪ ಅಮ್ಮನ ಜೊತೆ ಬಂದಿದ್ದೊಂದೆ ವಿಶೇಷ. ಸಾಕಷ್ಟು ದಿನಗಳಾಗಿತ್ತು ಭೇಟಿಯಾಗಿ. ಈಚೆಗೆ ಎದುರು ಸಿಕ್ಕರೂ ಮಾತಾಡುತ್ತಿರಲಿಲ್ಲ. ಈಕೆಯೇ ಮುಖ ತಿರುಗಿಸುತ್ತಿದ್ದರು. ಇಂದು ಕೂಡ ಹೆಚ್ಚಿನ ಮರ್ಯಾದೆ ಕೊಡಬೇಕೆನಿಸಲಿಲ್ಲ.

"ಹೇಗಿದ್ದಿ?" ಮಾಜಿ ಅತ್ತೆಯ ಆತ್ಮೀಯತೆ, ಅಧಿಕಾರ ಬೆರೆಸಿ ಹೇಳಿದಾಗ "ಫೈನ್, ಇದೇನು ನೀವೆಲ್ಲ ಒಟ್ಟಿಗೆ ಬಂದಿದ್ದೀರಾ?" ಹೆಚ್ಚಿನ ಮರ್ಯಾದೆ ಕೊಡದೇ ಬರೀ ಪರಿಚಿತರವನ್ನು ಕಂಡಂತೆ ಕಂಡರು.

"ಬರ್‍ದೇ ಇರೋಕ್ಕಾಗುತ್ತ? ನಿಂಗಂತೂ ಸಂಸಾರ, ಗಂಡ ಯಾವ್ದು ಬೇಡ. ಹಿರಿಯರೆನಿಸಿಕೊಂಡ ನಾವು ಸುಮ್ನೇ ಇರೊಕ್ಕಾಗುತ್ತ?" ಮಾಜಿ ಅತ್ತೆ ತನ್ನ ಜವಾಬ್ದಾರಿಯನ್ನು ಹೇಳಿಕೊಂಡಾಗ, ತೀಕ್ಷ್ಣವಾಗಿ ನೋಡಿದಳು. ಅಂದು ಹಿಂಸೆಯೆಂದು ಕೊಳ್ಳದೇ ಅನುಭವಿಸಿದ್ದಳು. ಈಗ ನೆನಪಾದರೆ ವನಮಾಲಗೆ ತಾನು ಹೇಗೆ ಆ ನರಕ ಅನುಭವಿಸಿದೆಯೆಂದು ಆಶ್ಚರ್ಯವಾಗುತ್ತಿತ್ತು. "ನಾನು ಮೊದ್ಲಿನ ವನಮಾಲ ಅಲ್ಲ. ನಿಮ್ಮ ಬಗ್ಗೆ ನಂಗೆ ಅಂಥ ಭಾವನೇನು ಇಲ್ಲ. ಕಾನೂನು ರದ್ದು ಮಾಡಿದ ದಿನವೇ ನಿಮ್ಮ ನಡುವಿನ ಎಲ್ಲಾ ಸಂಬಂಧಗಳು ಕಡಿದು ಬಿತ್ತು. ಇನ್ನು ಸ್ಪಷ್ಟವಾಗಿ ಹೇಳೋಕ್ಕಾಗೊಲ್ಲ." ಕಹಿಯನ್ನು ಉಗುಳಿದಳು. ಪ್ರೊಫೆಸರ್ ಮಿತ್ರವಿಂದ ಮುಖವನ್ನು ಪಕ್ಕಕ್ಕೆ ತಿರುಗಿಸಿಕೊಂಡರು.

ಬಡ ಪೆಟ್ಟಿಗೂ ಬಗ್ಗುವ ಜಾಯಮಾನದ ಹೆಂಗಸಲ್ಲ. ವನಮಾಲಳನ್ನು ರೂಮಿನೊಳಗೆ ತಳ್ಳಿಕೊಂಡೇ ಹೋಗಿ, ಅಡಿಯಿಂದ ಮುಡಿವರೆಗೂ ದೃಷ್ಟಿಸಿ ನೋಡಿದರು. ಈಗಿನ ಸೊಸೆ ಅಷ್ಟಕಷ್ಟೆ. ಆರೋಗ್ಯನು ಕಮ್ಮಿ. ವ್ರತ, ಉಪವಾಸದ ಜೊತೆ ಮಕ್ಕಳನ್ನು ಹೆತ್ತು ಹಂಚಿಯ ಕಡ್ಡಿಯಾಗಿದ್ದು ಈಗ ಗಂಡನ ಸಾಮೀಪ್ಯವೆ ಬೇಕಾಗಿರಲಿಲ್ಲ. ಆದರೆ ವನಮಾಲ ಹಾಗಲ್ಲ, ಸ್ವತಂತ್ರದ ಬದುಕಿನೊಂದಿಗೆ ತಿಂದುಂಡು ಅತ್ಯಂತ ಆರೋಗ್ಯವಾಗಿದ್ದಳು. ಹೆಣ್ತನ ಚೆಲುವು ಅಂಗಾಂಗಗಳಲ್ಲಿ ಪುಟಿಯುತ್ತಿತ್ತು.

"ನಿಂಗೆ ಮಕ್ಳು ಆಗ್ಲಿಲ್ಲಾಂತ ಮಿತ್ರನಿಗೆ ಬೇರೆ ವಿವಾಹ ಮಾಡಿದ್ದೇ ವಿನಃ ಇನ್ನೇನು ಇಲ್ಲ. ಬೀಗರು ಕಡೆಯವ್ರು ಡೈವೋರ್ಸ್ ತಗೊಳ್ಳಿ ಅಂದಿದ್ದಕ್ಕೆ.... ಮುಂದುವರಿದಿದ್ದೆ. ಪವಿತ್ರವಾದ ಸಪ್ತಪದಿ ತುಳಿದ ವಿವಾಹ ಸಂಬಂಧನ ಯಾರು ರದ್ದು ಮಾಡೋಕ್ಕಾಗುತ್ತೆ? ನಮ್ಮ ಭಾರತೀಯ ಸಂಸ್ಕೃತಿ ಅತ್ಯಂತ ಪುರಾತನವಾದದ್ದು. ಇದೇನು ನಿಂಗೆ ಗೊತ್ತಿದ್ದುದೇ. ಅವ್ಳೇನು ತಕರಾರು ಮಾಡೋಲ್ಲ. ಬೇಕಾದರೆ ಅಲ್ಲೇ ಬಂದಿರು. ಇಲ್ಲ ಮಿತ್ರ ಬಂದು ಇಲ್ಲೇ ಇದ್ಕೋತಾನೆ. ನಿಮ್ಮಿಬ್ರ ಸಂಬಂಧ ಮುಂದುವರೀಲಿ. ಅದ್ಕೆ

ನಮ್ಮ ಆಶೀರ್ವಾದ ಇದೆ. ಒಂದ್ವರ್ಷದಿಂದ ......" ವಿಷಯನ ಅಲ್ಲಿಗೆ ಒಯ್ಯೋ ವೇಳಗೆ ವನಮಾಲ ಸಹನೆ ಸತ್ತು ಹೋಯಿತು.

"ಹೌದು, ಅವ್ಳಿಗೆ ಆರೋಗ್ಯ ಚೆನ್ನಾಗಿಲ್ಲ. ಡಾಕ್ಟ್ರು ಪ್ರಕಾರ ನಿಮ್ಮ ಮಗ್ನಿಂದ ದೂರನೇ ಇರ್ಬೇಕು. ಇಷ್ಟು ನಂಗೆ ಗೊತ್ತು. ನಿಮ್ಗೇ ನಾಚ್ಗೆ ಆಗೋಲ್ಲ ! ಇನ್ನ ಹತ್ತು ನಿಮಿಷ ಇಲ್ಲಿದ್ದರೇ, ಪೊಲೀಸ್‌ಗೆ ಫೋನ್ ಮಾಡ್ತೀನಿ. ಒಂಟಿಯಾದ ಹೆಣ್ಣನ್ನು ಬ್ಲಾಕ್‌ಮೆಲ್ ಮಾಡ್ತಾರೆ. ವ್ಯಭಿಚಾರಕ್ಕೆ ಪ್ರೋತ್ಸಾಹಿಸುತ್ತಾರೆಂತ. ಎಲ್ಲ ಸರಳುಗಳ ಹಿಂದೆ ಇರ್ಬೇಕಾಗುತ್ತೆ. ಇದೇ ಕೊನೆ ಮತ್ತೆ ಬಂದರೇ .... ನಾನೇ ಕೈ ಕಾಲು ಮುರ್ದು ಕಳಿಸ್ತೀನಿ. ನಡೀರಿ" ರೂಮಿನಿಂದ ಹೊರಗೆ ತಳ್ಳಿಕೊಂಡು ಬಂದವಳೇ ಬಾಗಿಲಾಚೆಗೆ ತಳ್ಳಿ ಇವರುಗಳತ್ತ "ಗೆಟ್ ಔಟ್, ಗೆಟ್ ಲಾಸ್ಟ್ ಇವತ್ತೇ ಈ ಏರಿಯಾ ಪೊಲೀಸ್ ಸ್ಟೇಷನ್‌ನಲ್ಲಿ ನಿಮ್ಮ ಬಗ್ಗೆ ಕಂಪ್ಲೇಂಟ್ ಲಾಡ್ಜ್ ಮಾಡಿ ನಂಗೆ ರಕ್ಷಣೆ ಕಲ್ಪಿಸಿ ಕೊಡೀಂತ ರಿಕ್ವೆಸ್ಟ್ ಮಾಡ್ಕೋತಿನಿ. ಗೋ ಟು ಹೆಲ್ ..... ತೀರಾ ನಾಚ್ಗೆಗೆಟ್ಟ ಜನ" ಅಬ್ಬರಿಸಿದಳು.

ಅಪ್ಪ ಮಗ ಕೆಲವೇ ಕ್ಷಣಗಳಲ್ಲಿ ಅದೃಶ್ಯರಾದರು.

ಇಂದು ವನಮಾಲಗೆ ಮನುಷ್ಯ ಸಂಬಂಧಗಳ ಬಗ್ಗೆಯೇ ವಾಕರಿಕೆ ಬಂತು. ತಮ್ಮ ತಪ್ಪಿನ ಅರಿವಾಗಿ ಪಶ್ಚಾತಾಪಪಟ್ಟಿದ್ದರೆ ಆ ಜನರ ಬಗ್ಗೆ ಒಂದಿಷ್ಟು ಸಹಾನುಭೂತಿಯಾದರೂ ಉಳಿಯುತ್ತಿತ್ತು. ಅದಕ್ಕೂ ಅರ್ಹರಲ್ಲದ ಜನ.

ತೀರಾ ಬೇಸರಗೊಂಡರು. ದೇಶಮುಖ್ ಕೊಟ್ಟ ಪುಸ್ತಕಗಳನ್ನು ಕಪಾಟುನಿಂದ ಹೊರಗೆ ತೆಗೆದರು. ಅದೊಂದು ಇಂಗ್ಲೀಷ್ ಅನುವಾದವಾದ ಭಗವದ್ಗೀತೆಯ ಒಂದು ಪ್ರತಿ. ಅದನ್ನು ತಿರುವಿ ಇಡುವಾಗ ಅದರೊಳಗಿದ್ದ ಒಂದು ಕವರ್ ಕೆಳಗೆ ಬಿತ್ತು. ಅದನ್ನು ತೆಗೆದು ನೋಡಿದಾಗ ಅತ್ಯಂತ ಸುಂದರ ನವ ಯುವಕನ ಫೋಟೋ ಇತ್ತು. ಬಹುಶಃ ಅದು ಇಪ್ಪತ್ತೊಂದರ ಹರೆಯದ ಯುವಕನ ಫೋಟೋ. ಹಿಂದೆ ಹೆಚ್.ಎಸ್. ದೇಶಮುಖ್ ಎಂದು ಸ್ಕೆಚ್ ಪೆನ್ನನಲ್ಲಿ ಬರೆದಿದ್ದರು. ಯೌವನದ ತಾರುಣ್ಯ ಚಿಮ್ಮುವ ಆ ವಯಸ್ಸೇ ಚೆಂದಯೆನಿಸಿತು. ಸೆಮಿನಾರ್‌ಗಳಲ್ಲಿ ಕಂಡ ದೇಶಮುಖ್‌ಗೂ ಈ ದೇಶಮುಖ್‌ಗೂ ಹೋಲಿಕೆ ಇತ್ತು. ಆದರೆ ಈಗಿನ ಕೃಶವಾದ ಅಸ್ತವ್ಯಸ್ತವಾಗಿ ಗಡ್ಡ ಮಿಾಸೆಗಳನ್ನು ಬೆಳೆಸಿಕೊಂಡು ತೀರಾ ಸಾಧಾರಣ ಬಟ್ಟೆಗಳನ್ನು ಧರಿಸಿ ನಿರ್ಭಾವದಿಂದ ಕೆಲಸ ಮಾಡುವ ದೇಶಮುಖ್‌ನ ಅವರೇ ಎಂದು ಗುರುತಿಸಲು ಸಾಧ್ಯವಿರಲಿಲ್ಲ. ಅಷ್ಟು ಬದಲಾಗಿದ್ದರು. ತುಂಬ ಸ್ಫುರದ್ರೂಪಿಯೇ ಎಂದುಕೊಂಡು ಆ ಫೋಟೋನ ಕವರ್‌ನಲ್ಲಿ ಹಾಕಿ ಅದರಲ್ಲಿಯೇ ಇಟ್ಟರು.

ಅಷ್ಟರಲ್ಲಿ ಕಾಲಿಂಗ್ ಬೆಲ್ ಸದ್ದಾಯಿತು. ಸತೀಶ್ ಅಥವಾ ಉಷಾ ಇರಬೇಕೆಂದುಕೊಂಡರು. ಅವರ ಊಹೆ ಸರಿಯಾಗಿತ್ತು. ಡಬ್ಬಿ ಹಿಡಿದು ನಿಂತಿದ್ದ ಉಷಾ ಅವರ ಮುಂದಿಡಿದು ಹೇಳಿದಳು.

"ಆಂಟೀ, ಇದನ್ನು ತಿಂದು ನೋಡಿ ಹೇಳಿ. ಅಡ್ಗೆ ಬರೋಲ್ಲ ಅನ್ನೋದೆಲ್ಲ ಬರೀ ಸುಳ್ಳು. ಇವತ್ತು ಮಾಲು ಸಮೇತ ಹಿಡಿದಿದ್ದೀನಿ" ದೊಡ್ಡ ಸಾಹಸ ಕಾರ್ಯದಲ್ಲಿ ಗೆದ್ದು ಬಂದಂತೆ ಉತ್ಸಾಹದಿಂದ ಹೇಳಿದಳು. ಕಣ್ಣಲ್ಲೇ ಸನ್ನೆ ಮಾಡಿದ್ದು ಸತೀಶ್ ಅವಳ ಗಮನಕ್ಕೆ ಬಂತು "ಯಾಕೋ ಪ್ರಯೋಜನವಿಲ್ಲಾಂತ ಅನ್ನಿಸ್ತಾ ಇದೆ. ಎನಿವೇ, ನಿಮ್ಮ ಮೇಲೆ ತುಂಬ ಭರವಸೆ. ತಿಂದು ನೋಡಿ" ಡಬ್ಬಿಯ ಮುಚ್ಚಳವನ್ನು ತೆಗೆದಳು. ಮಸಾಲೆಯ ಘಮಲು ಹರಡಿಕೊಂಡಿತು.

"ಆಂಟೀ, ನಂಗೊಂದಿಷ್ಟು ಕೆಲ್ಸ ಇದೆ" ಸತೀಶ್ ಅಲ್ಲಿಂದಲೇ ಕಳಚಿಕೊಂಡ. ಒಳಗೆ ಬಂದ ಉಷಾ ಡಬ್ಬಿಗೆ ಮುಚ್ಚಳ ಹಾಕಿ ಟೀಪಾಯಿ ಮೇಲಿಟ್ಟು "ಪರ್ ಫೆಕ್ಟಾಗಿ ಸತೀಶ್ ಅಡ್ಗೆ ಮಾಡುತ್ತಾರೆ. ಸುಮ್ನೇ ನನ್ನ ಗೋಳು ಹೊಯ್ಕೋತಾರೆ" ಅಪವಾದದ ಅರ್ಜಿ ಹಾಕಿದಳು.

ಒಂದೇ ಸಮ ಕಣ್ಣು ಮಿಟುಕಿಸದೇ ಉಷಾನ ನೋಡಿದ ವನಮಾಲ – ಈ ಮುಖವನ್ನು ಎಲ್ಲೋ ನೋಡಿದ್ದೀನೀಂತ ಅನಿಸಿತು. ಮತ್ತೆಲ್ಲಿ? ಮತ್ತೆಲ್ಲಿ?

"ಆಂಟೀ, ಇದೇನಿದು ಒಂದೇ ಸಮ ಹೊಸಬಳ ನೋಡಿದಂತೆ ನೋಡ್ತಾ ಇದ್ದೀರಿ. ಇದ್ನ ಸ್ವಲ್ಪ ರುಚಿ ನೋಡಿ" ಟೀಪಾಯಿ ಮೇಲಿಟ್ಟು ಕಿಚನ್‌ಗೆ ಹೋಗಿ ತಟ್ಟೆ ಸ್ಪೂನ್ ತೆಗೆದುಕೊಂಡು ಬರುವಷ್ಟರಲ್ಲಿ ಕವರ್‌ನಲ್ಲಿದ್ದ ಫೋಟೋನ ಒಮ್ಮೆ ತೆಗೆದು ನೋಡಿದರು. ಸಂಪೂರ್ಣವಾಗಿ ದೇಶಮುಖ್ ಹೋಲಿಕೆಯೇ. ಅದೇ ಅಗಲವಾದ ತಿಳಿ ಜೇನುಗಣ್ಣುಗಳು, ಅವರಂತೆ ಇವಳಿಗೂ ಸ್ವಲ್ಪ ಗದ್ದ ಪುಟ್ಟದಾಗಿತ್ತು.

ವನಮಾಲ ಮಿದುಳು ಸ್ತಬ್ಧವಾಯಿತು. ಎಲ್ಲಿಂದ ..ಎಲ್ಲಿಯ ಹೋಲಿಕೆ? ಉಷಾ ಯುವಕನಾಗಿದ್ದರೆ ಪರಿಪೂರ್ಣವಾಗಿ ಫೋಟೋದಲ್ಲಿದ್ದ ವ್ಯಕ್ತಿಯನ್ನು ಹೋಲುತ್ತಿದ್ದಳು. ಅದೇ ಕೆಂಪು ಬೆರೆತ ಬಿಳಿಯ ವರ್ಣ ಇಬ್ಬರದು. ಸೋಜಿಗವೆನಿಸಿತು.

ಸ್ಪೂನು ತಟ್ಟೆ ಹಿಡಿದು ಬಂದವಳು ಡಬ್ಬಿಯಿಂದ ಒಂದಿಷ್ಟು ವೆಜಿಟೆಬಲ್ ಬಾತ್ ಬಗ್ಗಿಸಿ ವನಮಾಲ ಮುಂದಿಡಿದಳು "ತಿಂದು ನೋಡಿ, ಆಂಟೀ. ನಂಗೂ ಕೂಡ ಇಷ್ಟೊಂದು ರುಚಿಯಾಗಿ ಮಾಡೋಕೆ ಬರೋಲ್ಲ" ಎಂದಳು. ಅಪವಾದ ಸಾಬೀತು ಮಾಡುವ ಕಡೆ ಅವಳ ಗಮನ.

ತಟ್ಟೆಯನ್ನು ಕೈಗೆ ತಗೊಂಡವರು "ನೀನು ಈಗ ಬೇಗ ಹೋಗಿ ನಿನ್ನದೆರಡು ಫೋಟೋ ಇಡ್ಕಂಡ್ ಬಾ. ವರಾನ್ವೇಷಣೆಗಾಗಿಯಲ್ಲ. ನಿನ್ನ ಕೆಲ್ಸಕ್ಕೆ ಅಪ್ಲಿಕೇಷನ್ ಹಾಕೋಕೆ ಬೇಕು. ಕ್ವಿಕ್..." ಅವಸರಿಸಿದರು. ಇನ್ನಷ್ಟು ದೃಡಪಡಿಸಿಕೊಳ್ಳುವುದು ಅವರ ಇರಾದೆ.

ತಕ್ಷಣ ಹೋದಳು ಉಷಾ. ಕೆಲಸದ ಅನ್ವೇಷಣೆ ಎಡಬಿಡದೇ ನಡೆಸಿದ್ದಳು. ಕೋರ್ಸು ಮುಗಿಯುವ ಮುನ್ನವೇ ಒಂದು ಟೆಂಪರರಿ ಕೆಲ್ಸವಾದರೂ ಹಿಡಿಯ ಬೇಕೆಂಬುದು ಅವಳ ಅಭಿಲಾಷೆ.

ಉಷಾ ತಂದು ಕೊಟ್ಟ ಫೋಟೋನ ದೇಶಮುಖ್‌ನ ಫೋಟೋದ ಪಕ್ಕದಲ್ಲಿಟ್ಟು ನೋಡಿದಳು. ಹೆಚ್ಚೆಚ್ಚು ಸ್ಪಷ್ಟವಾಯಿತು. ಇದನ್ನು ಗ್ರೀಷ್ಮಾ ಗುರುತಿಸಿದ್ದರೇನೋ! ಅದಕ್ಕಾಗಿಯೇ ಆ ಅಪ್ಯಾಯಮಾನ. ಕೊಟ್ಟ ಹಳದಿ ಉಡುಗೊರೆಯ ಚೀಲದಲ್ಲಿದ್ದ ಸಮಸ್ತವನ್ನು ಒಂದೊಂದಾಗಿ ನೆನಪಿನ ಗಣಿಯಿಂದ ಹೆಕ್ಕಿ ಹೆಕ್ಕಿ ತೆಗೆದಿಟ್ಟು ಮನದಲ್ಲಿಯೇ ಪರಿಶೀಲನೆಗೆ ತೊಡಗಿದರು. ಒಂದು ಹಂತಕ್ಕೆ ಸ್ಪಷ್ಟವಾದರೂ ಅನುಮಾನಗಳು ಕಾಡತೊಡಗಿತು.

ತಿಂಡಿಯನ್ನು ಡಬ್ಬಿಗೆ ಹಾಕಿ ಅಡಿಗೆ ಮನೆಯಲ್ಲಿ ಒಯ್ದಿಟ್ಟು ಬಂದವರು ದೇಶಮುಖ್ ಕೊಟ್ಟ ಒಂದೊಂದೇ ಪುಸ್ತಕವನ್ನು ಹೊರ ತೆಗೆದು ನೋಡತೊಡಗಿದರು. ಭಾರತೀಯ ಸಂಸ್ಕೃತಿಯ, ಹಿಂದೂ ಧರ್ಮಕ್ಕೆ ಸಂಬಂಧ ಪಟ್ಟ ಗ್ರಂಥಗಳೇ. ಕೆಲವು ಕಡೆ ಪುಟದ ಮೇಲ್ಭಾಗದಲ್ಲಿ ಸಣ್ಣನೆಯ ಅಕ್ಷರಗಳಿಂದ ಬರೆದಿದ್ದರು. 31ನೇ ಪುಟದಲ್ಲಿ ಜಾವಗಲ್‌ಗೆ ಬಂದಿದ್ದಕ್ಕೆ ಪುಟ್ಟ ಕಾರಣ ಕೊಟ್ಟಿದ್ದರು. 'ಅಲ್ಲಿ ಮಾಡಿದ ತಪ್ಪಿಗೆ, ಆ ಭೂಮಿಯಲ್ಲೆ ಪ್ರಾಯಶ್ಚಿತ್ತ ಅನುಭವಿಸಬೇಕು' ಅನ್ನುವಂಥ ಒಂದು ಮಾತು ಇದ್ದಿದ್ದರಿಂದ ವನಮಾಲ ವಿಸ್ಮಿತಳಾದಳು. ಒಂದೊಂದೇ ಪುಟ ತಿರುವಿದಾಗ ತಾವು ಹರೆಯದಲ್ಲಿ ಮಾಡಿದ ಒಂದು ತಪ್ಪಿಗಾಗಿ ಪಡುತ್ತಿರುವ ಯಾತನೆಯನ್ನು ತಮ್ಮದೇ ಮಾತುಗಳಲ್ಲಿ ಕೋಟ್ ಮಾಡಿದ್ದರು. ಕೊನೆಯ ಪುಟದಲ್ಲಿ 'ಒಮ್ಮೆ ಅವಳಲ್ಲಿ ಕ್ಷಮಾಪಣೆ ಕೇಳುವಂತಾಗಿದ್ದರೇ.....' ಎನ್ನುವಂಥ ಭಾವ ಇರುವ ಒಂದು ವಾಕ್ಯವನ್ನು ಓದಿ ದಿಙ್ಮೂಢರಾದರು. ಇದೆಂಥ ಸೋಜಿಗ? ದೈವದ ಚಮತ್ಕಾರವೇ? ಇಷ್ಟೆಲ್ಲಕ್ಕೂ ಜಗತ್ತಿನ ಪ್ರತಿಯೊಂದಕ್ಕೂ ನಾವೇ ಕಾರಣ, ನಾವೇ ಜವಾಬ್ದಾರರು ಎಂದು ಬೀಗುವ ಮನುಷ್ಯನಿಗೆ ಕೊಡುವಂಥ ಪೆಟ್ಟೆ, ದೇಶಮುಖ್ ಫೋಟೋ ಕವರ್‌ನಲ್ಲಿಯೇ ಉಷಾಳ ಫೋಟೋ ಕೂಡ ಹಾಕಿ ಅದೇ ಪುಸ್ತಕದಲ್ಲಿಟ್ಟರು.

ದೇಶಮುಖ್ ಬಗ್ಗೆ ಉಷಾಳಲ್ಲಿರುವ ಸೆಳೆತ ಎಂತಹುದೆಂದು ಈಗ ಅರ್ಥವಾಯಿತು. ಆ ಮನುಷ್ಯ ಮಾಡಿದ ತಪ್ಪಿಗಾಗಿ ತುಂಬ .... ತುಂಬ ನೊಂದಿದ್ದ. ಋತು ಸತ್ತಾಗ ತಾನು ಮಾಡಿದ ತಪ್ಪಿಗೆ ದೈವ ವಿಧಿಸಿದ ಶಿಕ್ಷೆಯೆಂದು ಒಂದು ಕಡೆ ಬರೆದುಕೊಂಡಿದ್ದ. ವರ್ಷಗಳ ಹಿಂದೆ ನಡೆದು ಹೋದ ತಪ್ಪು ಮಾನಸಿಕವಾಗಿ ತೀರಾ ಕ್ಷೋಭೆಗೊಳಿಸಿದಾಗ, ಗೆಳತಿ ಸಂಗಾತಿ ಹೃದಯಕ್ಕೆ ಅತ್ಯಂತ ಆತ್ಮೀಯರಾದ ಗ್ರೀಷ್ಮಾಳೊಂದಿಗೆ ಬಂದು ಆ ಹೆಣ್ಣಿಗಾಗಿ ಜಾವಗಲ್‌ಗೆ ಅರಸಿಕೊಂಡು ಬಂದಿದ್ದರು.

ಜೀವನದಲ್ಲಿ ಬರುವ ಕೆಲವು ತಿರುವುಗಳು ಅನಿರೀಕ್ಷಿತ, ಆಕಸ್ಮಿಕ, ತೀರಾ ವಿಸ್ಮಯಕಾರಿ. ಇವು ಯಾವ ಲಾಜಿಕ್‌ಗೂ ಸಿಗಲಾರದಂಥವು.

ರಾತ್ರಿ ಅಲ್ಲೇ ಊಟಕ್ಕೆ ಹೋದಾಗ ಸತೀಶ್ ಕೂಡ ಇದ್ದ. ಉಷಾ ಅಡಿಗೆ ಮನೆಯಲ್ಲಿದ್ದಳು. ಅರುಂಧತಿಯೊಂದಿಗೆ ಒಂಟಿಯಾಗಿ ಮಾತಾಡಬೇಕೆನಿಸಿ ಸತೀಶ್‌ಗೆ ಏನೋ ತರಲು ಕಳಿಸಿ, ಉಷಾಳ ಕರೆದು ಹೇಳಿದರು.

"ನನ್ನ ಫ್ರೆಂಡ್ ಒಂಬತ್ತು ಗಂಟೆಗೆ ಫೋನ್ ಮಾಡ್ತೀನೀಂತ ಅಂದಿದ್ದಾರೆ. ನನ್ನ ಫ್ಲಾಟ್‌ನಲ್ಲಿರು."

ಆಮೇಲೆ ಅರುಂಧತಿಯ ಕಡೆ ತಿರುಗಿದರು "ತೀರಾ ಕೂಲಾಗಿ ತಗೋ. ಹಾರ್ಟ್‌ವರ್ಗ್ಗೂ ತಗೊಂಡ್ಹೋಗ್ಬೇಡ. ಮಿದುಳಿನಲ್ಲೆ ತೀರ್ಮಾನ ಮಾಡು. ಮಗ್ಳಿಗಾಗಿ ನೀನು ಬದುಕಲೇ ಬೇಕೂಂತ ತೀರ್ಮಾನ ಮಾಡಿರೋದ್ರಿಂದ ಎಕ್ಸೈಟ್ ಆಗ್ಲಾರೆ ಅನ್ನೋ ಭಾವನೆ ನಂದು. ಕತ್ತುನಲ್ಲಿರೋ ಮಾಂಗಲ್ಯ ಚೈನನ್ನು ಹೊರಗೆ ತೆಗೆದು "ವಿವಾಹ ರದ್ದಾಗಿದೆ. ಮಿತ್ರ ಬಗ್ಗೆ ನಂಗೆ ಒಲವಿಲ್ಲ, ಅಸಹ್ಯವಿದೆ. ದಾಂಪತ್ಯ ಜೀವನದ ನೆನಪುಗಳು ಕೂಡ ಬೇಡಾಂತ ಅನ್ನಿಸುತ್ತೆ. ಆದರೆ ಮಾಂಗಲ್ಯದ ಸರವನ್ನು ಧರಿಸುವ ವ್ಯಾಮೋಹವೇನು ಕಮ್ಮಿ ಆಗಿಲ್ಲ. ಎಷ್ಟೋ ಸಲ ತೆಗ್ದು ಹಾಕಿದ್ರೂ ..... ಮತ್ತೆ ಹಾಕ್ಕೊಂಡಿದ್ದೀನಿ. ಇಂಥ ಸ್ಥಿತಿಯನ್ನು ಮನಸ್ಸಿನಲ್ಲಿ ಹಿರಿಯರು ಅರಿವಾಗದಂತೆ ತಮ್ಮ ಸಂತಾನದಲ್ಲಿ ನಿರಂತರವಾಗಿ ಬೆಳ್ಸಿ ಬಿಟ್ಟಿದ್ದಾರೆ. ಒಂದೇ .... ಒಂದು ಪ್ರಶ್ನೆ. ನಿಂಗೊಂದು ಮಾಂಗಲ್ಯ ಧರಿಸಬೇಕೆಂಬ ವಾಂಛೆಯುಂಟಾಗಲಿಲ್ವಾ?"

ಇದರಿಂದೇನೂ ಅರುಂಧತಿ ಷಾಕ್ ಆಗಲಿಲ್ಲ. ತುಟಿಯಂಚಿನಲ್ಲಿ ನೋವಿನ ನಗೆ ತುಂಬಿಕೊಂಡು "ಸುಳ್ಳು ಹೇಳೋ ಅಗತ್ಯವಿಲ್ಲ ವನಮಾಲ. ಆಪರೇಷನ್ ಥಿಯೇಟರ್‌ಗೆ ಪೇಷಂಟ್ ಒಯ್ಯುವಾಗ, ಆಕಸ್ಮಿಕಗಳಿಂದ ಅಪಾಯದ ಸ್ಥಿತಿಯಲ್ಲಿ ಬರೋ ಪೇಷಂಟ್‌ಗಳ ಮೈ ಮೇಲಿನ ಆಭರಣಗಳ್ನ ಡಾ. ಮೇರಿಯಮ್ಮ ನನ್ನ ಉಸ್ತುವಾರಿಗೆ ಬಿಡ್ತಾ ಇದ್ರು. ಅದರಲ್ಲಿ ವಿವಿಧ ಮಾದರಿಯ ಮಾಂಗಲ್ಯದ ಸರಗಳು ಇರುತ್ತಿತ್ತು. ಒಬ್ಬ ಹೆಣ್ಣಿನ ಸೀರಿಯಸ್ ಆಪರೇಷನ್ ಸಮಯದಲ್ಲಿ ಕುತ್ತಿಗೆಯಿಂದ ಮಾಂಗಲ್ಯ ತೆಗೆಯಲು ಬಿಡಲಿಲ್ಲ. ಹಾಗೆಲ್ಲ ಗೊಂದಲದಲ್ಲಿ ಬೀಳುತ್ತಿದ್ದೆ. ಮರುಕ್ಷಣವೇ ಚೇತರಿಸಿಕೊಳ್ಳುತ್ತಿದೆ. ಡಾ. ಮೇರಿಯಮ್ಮ ನನ್ನಲ್ಲಿ ಅಂಥ ಆತ್ಮವಿಶ್ವಾಸ ತುಂಬುತ್ತಿದ್ದರು. ಒಮ್ಮೆ ಅವ್ರೆ ಒಂದು ಸಲಹೆ ಕೊಟ್ಟಿದ್ರು. ನಮ್ಮ ನರ್ಸಿಂಗ್ ಹೋಂನಲ್ಲಿ ಸಿಕ್ಕ ಮಾಂಗಲ್ಯದ ಸರಕ್ಕೆ ವಾರಸುದಾರರಿಲ್ಲ, ಆರಾಮಾಗಿ ಕುತ್ತಿಗೆಗೆ ಹಾಕ್ಕೊಂಡ್ಬಿಡು ಅಂದಿದ್ರು" ಎಂದರು.

ವನಮಾಲ ಗೆಳತಿಯ ಕೈ ಮೇಲೆ ಕೈಯಿಟ್ಟು "ನಾನು ಇದ್ನೆಲ್ಲ ಕೇಳ್ಲಿಲ್ಲ. ನಿನ್ನ ಮನಸ್ಸಿನಲ್ಲಿ ಅಂಥ ಆಸೆ ಉದ್ಭವಿಸಲಿಲ್ವಾ !" ಕೇಳಿದರು. ಅರುಂಧತಿಯ ನೋಟ ನೆಲವನ್ನು ನೋಡಿತು. "ನಾನು ಕೂಡ ತೀರಾ ಸಾಮಾನ್ಯ ಸ್ತ್ರೀಯೆ. ಅಂಥ ಆಸೆಗಳಿಂದ ಮುಕ್ತಳಾಗಿರೋಕ್ಕೇನು ಸಾಧ್ಯವಿಲ್ಲ" ಈ ಮಾತು ಅಂದಿದ್ದು ತೀರಾ ಮೆಲ್ಲಗೇನೇ. ಮರುಕ್ಷಣದಲ್ಲಿ ಗ್ರೀಷ್ಮಾ ಬಹುಮಾನಿಸಿದ್ದ ಮಾಂಗಲ್ಯದ ಸರ ಅರುಂಧತಿಯ ಕತ್ತುನಲ್ಲಿತ್ತು.

ಈ ಘಟನೆಯಿಂದ ವನಮಾಲ ಕೂಡ ದಿಗ್ಭ್ರಮೆಗೊಂಡರು. ಎಂದಿನಿಂದಲೋ ಉಷಾಳಿಗೆ ಅಂಥ ಒಂದು ಆಸೆ ಇತ್ತು. ಇಂದು ಕೈಗೂಡಿದಂತಾಗಿತ್ತು.

"ಏನು, ಇದೆಲ್ಲ?" ಉದ್ವೇಗದಿಂದ ಗದರಿ ತೆಗೆಯಲು ಹೋದಾಗ ವನಮಾಲ ತಡೆದರು. "ಹೇಗೂ, ಕುತ್ತಿಗೆಗೆ ಬಿದ್ದಾಗಿದೆ. ಇನ್ನು ತೆಗ್ಯೋ ಬದ್ಲು ಇರ್ಲಿ ಬಿಡು. ಗ್ರೀಷ್ಮಾ

ಒಂದು ಅದ್ಭುತವಾದ ಹೆಣ್ಣು. ಆಕೆ ಕೊಟ್ಟಿದ್ದು, ಇದ್ಕೇ ಅಪಾರವಾದ ಬೆಲೆ ಇದೆ."

ತೀರಾ ಕಸಿವಿಸಿಯುಂಟಾಯಿತು ಅರುಂಧತಿಗೆ. ಬೇರೊಬ್ಬ ಪುರುಷ ಒಂದು ಹೆಣ್ಣಿಗೆ ಕಟ್ಟಿರುವ ಮಾಂಗಲ್ಯದ ಸರ – ತೀರಾ ಇರುಸು ಮುರುಸುನಿಂದ ತೆಗೆಯಲು ಹೋದಾಗ ಉಷಾ ತಾಯಿಯ ಕೈ ಹಿಡಿದುಕೊಂಡಳು.

"ಬೇಡಮ್ಮ ಇರ್ಲಿ ! ನಂಗೆ ತೃಪ್ತಿ ತಂದಿದೆ. ಸಂತೋಷವಾಗಿದೆ. ಗ್ರೀಷ್ಮಾ ಇಲ್ಲಿಬ್ಗಂದ್ಮೇಲೆ ಈ ಮಾಂಗಲ್ಯದ ಸರ ತೆಗೆದಿಟ್ಟರೋ ! ಅಥ್ವಾ ವಿದೇಶದಲ್ಲಿದ್ದಾಗ್ಲೇ ತೆಗೆದಿರಿಸಿದ್ದರೋ ! ತೀರಾ ಬೌದ್ಧಿಕವಾಗಿ ಬೆಳೆದಿದ್ದ ಆಕೆ ಸಾಮಾನ್ಯ ಜನರಿಗಿಂತ ವಿಭಿನ್ನವಾಗಿ ಬಹು ಎತ್ತರವಾಗಿ ಯೋಚಿಸುತ್ತಿದ್ರು. ಅಂಥ ಹೆಣ್ಣಿನದು. ಇನ್ನು ಅಂಕಲ್ ಋಷಿ ಸದೃಶ ಜೀವ್ನವನ್ನು ಅಪ್ಪಿಕೊಂಡೋರು. ಆಸೆಗಳಿಂದ ಮುಕ್ತರಾಗಿ ಹಣ, ಚಿನ್ನದ ಬಗ್ಗೆ ವ್ಯಾಮೋಹವಿರ್ಸಿ ಕೊಳ್ಳದ ಅವ್ರ ಬಗ್ಗೆ ನಂಗೆ ತುಂಬ ಗೌರವವಿದೆ. ನನಗೋಸ್ಕರ ವಾದ್ರೂ..... ಇದು ನಿನ್ನ ಕುತ್ತಿಗೆಯಲ್ಲಿ ಇರ್ಲೀ" ಹೇಳಿದಳು ಉಷಾ.

ಮಗಳ ಮುಖವನ್ನೇ ನೋಡಿದ ಅರುಂಧತಿಯ ಕಣ್ಣಲ್ಲಿ ತುಂತುರು ಇತ್ತು. ಪುಟ್ಟವಳಿದ್ದಾಗ ಸಿಸ್ಟರ್ ಕೇವಲ ಮಗಳು 'ನಿನ್ನಮ್ಮನ ಕುತ್ತಿಗೆಯಲ್ಲಿ ತಾಳಿ ಇಲ್ಲ. ಮದ್ವೇನೇ ಆಗಿಲ್ಲ'ವೆಂದು ಹಂಗಿಸಿದಾಗ ಅಳುತ್ತ ಬಂದು ಪಣ ಹಿಂಡಿದ ಅಂದಿನ ಮಗಳನ್ನು ನೆನೆಸಿಕೊಂಡು ಮೃದುವಾದರು.

ಮಧ್ಯ ಪ್ರವೇಶಿಸಿದರು ವನಮಾಲ "ಅವ್ಳಿಗೆ ಅನ್ಯಾಯವಾಗಿದೇಂತ ಅಂತ ಇದ್ದೆಯಲ್ಲ. ಈಗಲಾದ್ರೂ ಇದ್ನ ನೆರವೇರ್ಸಿಕೊಡು" ಕಟ್ಟುನಿಟ್ಟಾಗಿ ಹೇಳಿದರು. ಅಂಥ ಉದ್ದೇಶವಿಟ್ಟುಕೊಂಡು ಮಾತು ಆರಂಭಿಸಿದರೂ ಇಷ್ಟು ಸುಲಭವಾಗಿ ಕೈ ಗೂಡುತ್ತದೆಯೆಂದು ಕೊಳ್ಳಲಿಲ್ಲ.

ಉಷಾ ಮಾತ್ರ ತಾಯಿಯನ್ನು ದೇಶಮುಖ್ ಪಕ್ಕದಲ್ಲಿ ನಿಲ್ಲಿಸಿ ನೋಡಿದಳು. ಮುಚ್ಚಟೆಯೆನಿಸಿತು. ಅವಳ ಮನದ ಆಸೆಗೆ ರೆಕ್ಕೆ ಪುಕ್ಕ ಹುಟ್ಟಿಕೊಂಡಿತು. ಪ್ರಥಮ ಹೆಜ್ಜೆಯಲ್ಲಿ ಗೆದ್ದಿದ್ದರಿಂದ ಮುಂದಿನ ಗೆಲುವು ತನ್ನದೇ ಎನ್ನುವಂಥ ಹುಮ್ಮಸ್ಸು, ಉತ್ಸಾಹ.

ಪೆಟ್ಟುತಿಂದಂತೆ ಭಾಸವಾದರು. ಮಗಳ ಮಾತನ್ನು ಮೀರಲು ಇಚ್ಛಿಸಲಿಲ್ಲ. ಅವಳನ್ನು ತಬ್ಬಿಕೊಂಡು ಕಣ್ಣೀರು ಸುರಿಸಿದರು. ವನಮಾಲಗಂತೂ ಎಷ್ಟೋ ಸಂತೋಷ. ಆದರೆ ಮಾತುನಲ್ಲಿ ವ್ಯಕ್ತಪಡಿಸಲಿಲ್ಲ

* * *

ವನಮಾಲ ಜಾವಗಲ್ ರೈಲ್ವೆ ಸ್ಟೇಷನ್‌ನಲ್ಲಿ ಇಳಿದಾಗ ಸ್ಟೇಷನ್ ಮಾಸ್ಟರ್ ಮುಗುಳ್ನಗೆ ಬೀರಿ "ಎಲ್ಲಿ ಆ ಹುಡ್ಗಿ?" ಕೇಳಿದರು. ಉಷಾಳೊಂದಿಗೆ ಬಂದಿದ್ದು ಹೋಗುವಾಗ ಒಂದು ಗಂಟೆ ಟ್ರೈನ್ ಲೇಟು ಆಗಿದ್ದರಿಂದ ಕಾಫಿ ತರಿಸಿಕೊಟ್ಟು ಆತ್ಮೀಯವಾಗಿ ಮಾತಾಡಿಸಿ ಪರಿಚಯ ಬೆಳೆಸಿಕೊಂಡಿದ್ದರು.

"ಇಲ್ಲ, ಇದು ಪೈನಲ್ ಈಯರ್. ಓದೋ ಟೆನ್‌ಷನ್ ಇರುತ್ತಲ್ಲ" ಅಂದು ತಮ್ಮ ಕೈಯಲ್ಲಿದ್ದ ಲೆದರ್ ಬ್ಯಾಗನ್ನು ಎಡಗೈಗೆ ಬದಲಿಸಿಕೊಂಡಾಗ, ಕೂತಿದ್ದ ಒಬ್ಬ ಕುಂಟ ಓಡಿ ಬಂದ "ನಾನು ಹೊತ್ಕೊಂಡ್ ಬಂದ್ ಕೊಡ್ತೀನಿ. ತೋಚಿದ್ದು ಕೊಡಿ" ಎಂದು ತಲೆ ಕೆರೆದುಕೊಂಡು ನಿಂತಾಗ ಸ್ಟೇಷನ್ ಮಾಸ್ಟರ್ "ಕೊಡಿ" ಎಂದವರು ಅವನತ್ತ ತಿರುಗಿ "ಜಗಳ ಏನಾದರೂ ಮಾಡ್ಕೊಂಡಿದ್ದು ಗೊತ್ತಾಯ್ತೋ, ನಿನ್ನ ಮತ್ತೆಂದೂ ಸ್ಟೇಷನ್‌ನೊಳ್ಗೆ ಸೇರಿಸೋಲ್ಲ. ಕೊಟ್ಟಷ್ಟು ಇಸ್ಕೋ" ಎಚ್ಚರಿಕೆ ನೀಡಿ ಕಳುಹಿಸಿದರು.

ದಾರಿಯುದ್ದಕ್ಕೂ ಏನೇನೋ ಹೇಳಿಕೊಂಡು ಬಂದ. ದೀಕ್ಷಿತರ ಮೊಮ್ಮಗನ ಮದುವೆಯ ಸುದ್ದಿ ಕೂಡ ಅವನ ಬಾಯಿಂದ ಹೊರ ಬಿದ್ದಾಗ ವನಮಾಲ ತಲೆ ಕೆಡಿಸಿಕೊಳ್ಳಲಿಲ್ಲ. ಆ ಜನ ಅರುಂಧತಿ ಪಾಲಿಗೆ ಇಲ್ಲವೆನ್ನುವದೇ ಆಕೆಯ ಅಭಿಪ್ರಾಯ.

ಒಂದು ಗಂಟೆ ಗೇಟುಗೆ ಹಾಕಿದ್ದ ಸರಪಳಿ ಬಡಿದ ನಂತರವೇ ಗೌಳಿ ಬಂದು ಇಣಕಿ ಹಿಂದಕ್ಕೆ ಓಡಿ ಹೋದರೂ ಇಪ್ಪತ್ತು ನಿಮಿಷಗಳ ನಂತರ ಬಂದಿದ್ದು. ದೇಶಮುಖ್ ಜನರಿಂದ ವಿಮುಖರಾಗಿದ್ದರಿಂದ, ಯಾರ ಬರವನ್ನು ಇಷ್ಟ ಪಡುತ್ತಿರಲಿಲ್ಲ. ಆದರೆ ವನಮಾಲಗೆ ಅನಿವಾರ್ಯ. ಸತ್ತ ಗ್ರೀಷ್ಮಾಗಿಂತ ಬದುಕಿದ್ದ ಅರುಂಧತಿಗೆ ಈಗಲಾದರೂ ನ್ಯಾಯ ಒದಗಿಸಿ ಕೊಡಬೇಕಿತ್ತು.

"ಏನು ತಿಳ್ಕೋಬೇಡಿ, ಉಷಾಮ್ಮ ಬರ್ಲಿಲ್ವಾ? ಸಾರ್ ಹೇಳೋವರ್ಗೂ ನಾವು ಗೇಟು ತೆಗ್ಯೋ ಹಂಗಿಲ್ಲ" ತಡವಾದುದಕ್ಕೆ ಸಂಕೋಚದಿಂದ ಕಾರಣ ಕೊಟ್ಟಾಗ ಕುಂಟನ ಕೈಯಲ್ಲಿನ ಬ್ಯಾಗ್‌ನ ಅವಳಿಗೆ ಕೊಡಿಸಿ ಹತ್ತರ ಎರಡು ನೋಟುಗಳನ್ನು ಅವನ ಕೈಗಿತ್ತು "ಸಾಕಾ? ಇಲ್ಲಿನ ವಿಚಾರ ಗೊತ್ತಿಲ್ಲ" ಎಂದಾಗ ಅವನು ಸುಮ್ಮನೆ ಹೋದ.

ಒಳಗೆ ಪ್ರವೇಶಿಸಿದ ನಂತರ "ಗೌಳಿ, ಹೇಗಿದ್ದಾರೆ ನಿಮ್ಮ ಸಾರ್?" ವಿಚಾರಿಸಿದಳು. ಅವಳು ಅತ್ತೇ ಬಿಡುವಂತೆ ಮುಖಮಾಡಿ "ಈಗ ಮಾತೇ ಇಲ್ಲ. ಅದೇನು ತಿಂತಾರೋ ಬಿಡ್ತಾರೋ ! ನಂಗಂತೂ ಭಯವಾಗಿ ಹೋಗಿದೆ" ಹೇಳಿದಳು.

ಕುಟೀರ ಖಾಲಿಯಾಗಿತ್ತು. ತೋಟದ ಯಾವುದೋ ಒಂದು ಮೂಲೆಯಲ್ಲಿ ಕೆಲಸ ಮಾಡುತ್ತಿರುತ್ತಾರೆಂದು ಗೊತ್ತಿತ್ತು. ಮುಖ ತೊಳೆದು ಹೊರ ಬಂದಾಗ ಗೌಳಿ ಪೂರ್ವದ ದಿಕ್ಕನ್ನು ತೋರಿಸಿದಳು.

ವನಮಾಲ ಕಾಲೆಳೆದುಕೊಂಡು ಆ ದಿಕ್ಕಿಗೆ ಹೋದಾಗ ಮರದ ಕೆಳಗೆ ಕೂತಿದ್ದರು ದೇಶಮುಖ್. ಹಿಂದೆ ಬಂದಾಗ ಹತ್ತಾರು ಇದ್ದ ಪಾರಿವಾಳಗಳು ಈಗ ನೂರಾರು ಆಗಿತ್ತು. ಹಾಕಿದ್ದ ಕಾಳನ್ನು ಹೆಕ್ಕಿ ತಿನ್ನುತ್ತ ಮಧ್ಯೆ ಮಧ್ಯೆ 'ಕುಟುರ್, ಕುಟುರ್' ಎನ್ನುತ್ತಿತ್ತು. ಆ ಮನುಷ್ಯ ತನ್ನಲ್ಲಿ ತಾನು ಮತಾಡಿಕೊಳ್ಳುವಂತೆ ಕಂಡ. ಇನ್ನಷ್ಟು ಶರೀರ ಬಡವಾಗಿತ್ತು. ಕಣ್ಣುಗಳು ಒಳಗೆ ಹೋಗಿತ್ತು. ಮಾಡಿದ ತಪ್ಪಿಗೆ ಪಶ್ಚಾತಾಪದ ಅಗ್ನಿಯಲ್ಲಿ ಬೇಯುತ್ತಿದ್ದು ಒಮ್ಮೆ ಅದರಲ್ಲಿಯೇ ಸುಟ್ಟು ಕರಕಲಾಗಿ ಬಿಡುವ ಸಂಭವ ಇತ್ತು.

"ನಮಸ್ಕಾರ....." ಎಂದರು ವನಮಾಲ.

ಆ ಮನುಷ್ಯ ತನ್ನ ಲೋಕವನ್ನು ಬಿಟ್ಟು ಬರಲಿಲ್ಲ ಸುಲಭಕ್ಕೆ. ಒಂದು ನಾಲ್ಕು ಸಲ ಕೂಗಿದ ನಂತರವೇ ದೇಶಮುಖ್ ಇತ್ತ ನೋಟ ಹರಿಸಿದ್ದು. ತೀರಾ ನಿರ್ಲಿಪ್ತತೆ ಇತ್ತು ಕಣ್ಣುಗಳಲ್ಲಿ. ಪ್ರಯತ್ನಪೂರ್ವಕವಾಗಿ ಜನರನ್ನು ಮರೆಯಲು ಯತ್ನಿಸುತ್ತಿದ್ದರಿಂದ, ವನಮಾಲನ ಗುರ್ತಿಸುವುದು ತಡವಾಯಿತು.

"ನಾನು ವನಮಾಲ, ಗ್ರೀಷ್ಮಾ ಫ್ರೆಂಡ್. ಸಾಕಷ್ಟು ಸಲ ಸೆಮಿನಾರ್‌ಗಳಲ್ಲಿ ಭೇಟಿಯಾಗಿದ್ವಿ. ಉಷಾ ಜೊತೆ ಕೂಡ ಬಂದಿದ್ದೆ" ಪರಿಚಯ ಹೇಳಿಕೊಂಡರು.

ಕಣ್ಣುಗಳನ್ನು ಅಗಲಿಸಿದ ದೇಶಮುಖ್ "ಯಾಕ್ಬಂದ್ರಿ, ಈಗ ಗೀಷ್ಮಾ ಇಲ್ವಲ್ಲ. ಅವ್ಳಿಗೆ ಋತು ಮೇಲೆ ತುಂಬ ಪ್ರೇಮ. ಅದ್ಕೇ ಅಲ್ಲಿಗೆ ಹೋಗಿದ್ದಾಳೆ" ಕೋಪದಿಂದ ಹೇಳಿದರು. ವನಮಾಲ ಹೋಗಿ ಅವರ ಸನಿಹದಲ್ಲಿಯೇ ಕೂತು "ಹುಟ್ಟು ಎಷ್ಟು ಆಕಸ್ಮಿಕವೋ, ಸಾವು ಅಷ್ಟೇ ಸಹಜ. ಋತು, ಗ್ರೀಷ್ಮಾ ಸಾವನ್ನು ಅಷ್ಟೊಂದು ಹಚ್ಕೋಬಾರ್ದು" ಎಂದಳು. ದೇಶಮುಖ್ ಒಂದರ್ಧ ಗಂಟೆ ಕಾಲ ಮೌನವಹಿಸಿದ ನಂತರ "ಹೇಗಿದ್ದಿ ವನಮಾಲ?" ಕೇಳಿದರು.

"ಚೆನ್ನಾಗಿದ್ದಿನಿ. ನಿಮ್ಹತ್ರ ಒಂದಿಷ್ಟು ಮಾತಾಡೋದಿತ್ತು. ಅದಕ್ಕೋಸ್ಕರನೇ ಬಂದೆ" ಅಂದಾಗ, ದೇಶಮುಖ್ ಸುಮ್ಮನೆ ಎದ್ದು ಹೋದರು ವಿರುದ್ಧ ದಿಕ್ಕಿಗೆ. ಈ ಸಮಯದಲ್ಲಿ ಮೋಟಾರ್ ಸ್ಟಾರ್ಟ್ ಮಾಡಿ ಆ ದಿಕ್ಕಿನ ಎಲ್ಲಾ ಗಿಡಗಳನ್ನು ಮಳೆಯೋಪಾದಿಯಲ್ಲಿ ತೊಳೆದು ಒಂದಿಷ್ಟು ಈಜಿಯೇ ಕುಟೀರಕ್ಕೆ ಬರುತ್ತಿದ್ದದು. ಇಂದು ಕೂಡ ಅದರಲ್ಲಿ ಬದಲಾವಣೆ ಇರಲಿಲ್ಲ.

ಹಾಲು ಬಿಸಿ ಮಾಡಿಕೊಂಡು ಕಾಯುತ್ತಿದ್ದ ವನಮಾಲ "ತಗೊಳ್ಳಿ...." ಕಪ್ ಅವರ ಮುಂದಿಡಿದಳು. ತಕ್ಷಣ ತಲೆಯೆತ್ತಿ "ಅದೇ ಆ ಹುಡ್ಗೀ, ಬರಲಿಲ್ವಾ?" ಪ್ರಶ್ನಿಸಿದರು. ರಕ್ತದ ಸೆಳೆತ ಅವರಲ್ಲಿ ಕೂಡ ಇದೆಯೆನಿಸಿತು ವನಮಾಲಗೆ.

"ಇಲ್ಲ, ಅವ್ಳಿಗೆ ಕಾಲೇಜು, ಓದು ! ಇದು ಫೈನಲ್ ಇಯರ್ ಆದುದ್ದರಿಂದ ಹೆಚ್ಚಿಗೆ ವ್ಯಾಸಂಗ ಮಾಡ್ಬೇಕಾಗುತ್ತೆ. ನಾನು ಇಲ್ಲಿಗೆ ಬಂದಿರೋದು ಅವ್ಳಿಗೆ ಗೊತ್ತಿಲ್ಲ". ತಾವೊಂದು ಕಪ್ ಹಾಲಿಡಿದು ಅಲ್ಲೇ ಕೂತರು.

ಹಸು, ಕರುವನ್ನು ಜೊತೆಯಲ್ಲಿ ಕರೆ ತರುವ ಗೌಳಿ ಹಾಲು ಕರೆದು ಕಾಸಿಡುತ್ತಿದ್ದಳು. ಅದು ಅವಳ ಕೆಲಸವಾಗಿತ್ತು. ತಿಂಗಳಿಗೊಮ್ಮೆ ಎದುರು ನಿಂತಾಗ ಅವರಿಗೆ ಒನೇ ತಾರೀಖುಯೆನಿಸುತ್ತಿತ್ತು. ಅಂದು ಅವಳು ಕೇಳಿದಷ್ಟು ಹಣನ ಕೈಗೆ ಹಾಕುತ್ತಿದ್ದರು. ಗ್ರೀಷ್ಮಾ ಬದುಕಿರುವವರೆಗೂ ಈ ಖಾತೆಯನ್ನು ಅವರೇ ನೋಡಿಕೊಳ್ಳುತ್ತಿದ್ದರು.

"ತುಂಬ ಬಡವಾಗಿದ್ದೀರಾ !" ಅಂದರು ಹಾಲು ಸಿಪ್ ಮಾಡುತ್ತ.

ದೇಶಮುಖ್ ಮಾತಾಡಲಿಲ್ಲ. ಗ್ರೀಷ್ಮಾ ಜೊತೆಯಲ್ಲಿ ಬಾಳನ್ನು ಹಂಚಿಕೊಂಡ

ಗ್ರೀಷ್ಮಾ ಮುಖಕ್ಕಿಂತ ಹೆಚ್ಚಿಗೆ ಇನ್ನೊಂದು ಮುಗ್ಧ ಮುಖ ನೆನಪಾಗುತ್ತಿತ್ತು. ಮರೆಯಬೇಕೆಂದುಕೊಂಡಷ್ಟು ಹೆಚ್ಚೆಚ್ಚು ಸ್ಪಷ್ಟವಾಗುತ್ತಿತ್ತು. ಅಂದು ಪಡೆದ ಸುಖ ಮತ್ತೆಂದು ಅವರ ಪಾಲಿಗೆ ಸಿಗಲೇ ಇಲ್ಲ.

ತಾವೇ ವನಮಾಲಗೆ ಒಂದಿಷ್ಟು ಗೋಧಿ ಹಿಟ್ಟು ಕಲಸಿ ಚಪಾತಿ ಮಾಡಿ ತರಕಾರಿಗಳನ್ನು ಬೇಯಿಸಿ ಪಲ್ಯ ಮಾಡಿಟ್ಟರು. ಒಂದು ಯೋಜನೆ ಹಾಕಿಕೊಂಡು ಇಲ್ಲಿಗೆ ಬಂದಿದ್ದರು. ಅದು ಸಫಲವಾದರೇ, ದೇಶಮುಖ್ ಮತ್ತಷ್ಟು ದಿನ ಬದುಕುತ್ತಾರೆ. ಉಷಾಗೆ ತಂದೆಯ ಒಲವು, ಅರುಂಧತಿಗೆ ಉತ್ತಮ ಬದುಕು ಎಲ್ಲಾ ಸಿಗುತ್ತಿತ್ತು. ಯಾರ ಸಹಕಾರ ಸಿಕ್ಕುತ್ತೋ ಇಲ್ಲವೋ ಆಕೆಗಂತು ಗೊತ್ತಿರಲಿಲ್ಲ. ಪ್ರಯತ್ನವಂತು ಮಾಡಬೇಕಿತ್ತು.

ತಟ್ಟೆಗೆ ಹಾಕಿಕೊಂಡು ಬಂದಾಗ ದೇಶಮುಖ್ ಮಾತಾಡದೇ ತಿಂದರು. ತೀರಾ ಕತ್ತಲು ಮುಸುಗಿದ ವಾತಾವರಣ. ಕುಟೀರದಿಂದ ಹೊರ ಬಂದು ಕೂತರು ಇಬ್ಬರು.

"ಉಷಾ ನಿಮ್ಮನ್ನು ತುಂಬ ಹಚ್ಕೊಂಡಿದ್ದಾಳೆ. ಕೆಲವು ದಿನ ಅವರಲ್ಲಿ ನಿಮ್ಮನ್ನು ಕರ್ಕೊಂಡ್ಹೋಗಿ ಇಟ್ಕೋ ಬೇಕೆನ್ನೋ ಆಸೆ, ಆಕಾಂಕ್ಷೆ. ಹುಚ್ಚು ಹುಡ್ಗೀ. ಅವಳದೊಂದು ದುರಂತ ಕತೆ" ಎಂದಾಗ ದೇಶಮುಖ್ ಬೆಚ್ಚಿ ಬಿದ್ದರು. ಹೊರಗೆ ಹೇಗೆ ವರ್ತಿಸಿದರೂ ಉಷಾಳ ಬಗ್ಗೆ ಒಳಗೊಳಗೆ ಅವರಿಗೆ ಅರಿವಾಗದಂತೆ ಮಮಕಾರ ಬೆಳೆದು ಕೊಂಡಿತ್ತು. " ಹೇಗೆ, ಹಣಕಾಸಿನ ತೊಂದರೆ ಇದ್ಯಾ? ನಾನು ಕೊಡ್ತೀನಿ" ಅಂದರು ಆತುರದಿಂದ.

ದೇಶಮುಖ್ ಸ್ವರದ ಆವೇಗ ಗುರ್ತಿಸಿ ಉಷಾಳ ಬಗ್ಗೆ ಅವರಿಗೂ ವಾತ್ಸಲ್ಯವಿದೆಯೆನಿಸಿತು. ಅದು ಪ್ರಕಟವಾಗದೆ ಅಂತರಂಗದಲ್ಲಿ ಕಣ್ಣು ಮುಚ್ಚಾಲೆಯಾಡುತ್ತಿದೆಯೆನಿಸಿತು.

ಹೆಸರು, ಸ್ಥಳವನ್ನು ಮರೆ ಮಾಚಿ ಅರುಂಧತಿಯ ಬದುಕಿನ ವಿಷಾದ ಗಾಥೆಯನ್ನು ವನಮಾಲ ಉಸುರುತ್ತಿದ್ದರೇ ತಲ್ಲಣಿಸಿ ಹೋದರು ದೇಶಮುಖ್. ತಣ್ಣನೆಯ ಗಾಳಿಯಲ್ಲೂ ಅವರ ಹಣೆಯ ಮೇಲೆ ಬೆವರಿನ ಬಿಂದುಗಳು ಕಾಣಿಸಿಕೊಂಡಿತು. ಇನ್ನಷ್ಟು ಮಾನಸಿಕವಾಗಿ ಕುಬ್ಜರಾದರು.

"ಆ ತಾಯಿ ಪಾಪ ತಿಳಿಯದ ಮಗ್ಳಿಗೆ ವಿಧಿಸ್ದೇ. ಪಿತೃಪ್ರೇಮ ಬಂಧು ಬಳಗದಿಂದ ದೂರವಾಗೋಕೆ ತಾನು ಕಾರಣಾಂತ ನರಳಿದರೇ, ಆ ಮಗ್ಳು ತನ್ನಿಂದಲೇ ತನ್ನ ತಾಯಿ ಸರ್ವಸ್ವಕ್ಕೂ ಎರವಾದಳೆಂದು ಸಂಕ್ಟ ಪಡ್ತಾಳೆ. ನ್ಯಾಚುರಲ್ಲಾಗಿ ತುಂಬ ಬುದ್ಧಿವಂತೆಯಾದ ಅವ್ಳು ಕಡ್ಮೆ ಮಾರ್ಕ್ಸ್ ತಗೊಳ್ಳೋಕೆ ಒಂದು ಕಾರಣ. ನೀವು ಆ ಹುಡ್ಗಿನ ಯಾಕೆ ದತ್ತು ತಗೋಬಾರ್ದು? ಗ್ರೀಷ್ಮಾ ಕೂಡ ಎಂದೋ ಋತುನ ಅವಳಲ್ಲಿ ಕಂಡಿದ್ಲೂಂತ ನೀವು ಹೇಳಿದ್ರಿ" ಒಂದು ಹಂತಕ್ಕೆ ವಿಷಯನ ತಂದು ನಿಲ್ಲಿಸಿದರು ವನಮಾಲ.

ದೇಶ್‌ಮುಖ್ ಹತ್ತು ನಿಮಿಷಗಳ ಮೌನದ ನಂತರ "ಅವ್ಳ ತಾಯಿ.... ಇದ್ಕೇ ಒಪ್ಕೋತಾಳ? ಸರ್ವಸ್ವವು ಆದ ಅವಳ್ನ ನನ್ನಂಥವ್ನಿಗೆ ದತ್ತು ಕೊಡ್ತಾಳ?" ಎಂದರು.

ದೇಶಮುಖ್ ಸ್ವರ ಕಂಪಿಸುತ್ತಿತ್ತು.

"ಅವಳಲ್ಲಿ ಮಾತಾಡ್ಬೇಕು. ಈಚೆಗೆ ಅವ್ಳಿಗೆ ಹೃದಯ ತೊಂದರೆ. ಡಾಕ್ಟ್ರು ಇದ್ನ ಅವ್ಳಿಗೆ ತಿಳಿಸಿಲ್ಲ ಅಷ್ಟೆ. ಆರಿ ಹೋಗಲು ಸಿದ್ಧವಾದ ದೀಪ. ಅದ್ಕೇ ಉಷಾಗೆ ಬೇಗ ವಿವಾಹ ಮಾಡ್ಬೇಕೂಂತ ಪ್ರಯತ್ನ ಮಾಡ್ತಾ ಇದ್ದಾಳೆ" ವ್ಯಥೆಯಿಂದ ಹೇಳಿದರು. ಇದು ಸತ್ಯವಾದ ವಿಷಯವೇ. ಡಾ. ಮೇರಿಯಮ್ಮ ವನಮಾಲ ಬಳಿ ಇದನ್ನು ಹೇಳಿದ್ದರು. ತೀರಾ ವೀಕಾದ ಅವ್ಳ ಹಾರ್ಟ್ ಯಾವ ಕ್ಷಣದಲ್ಲಿಯಾದ್ರು ನಿಂತು ಹೋಗ್ಬಹ್ದು. ಆದರೆ ವನಮಾಲ ಭಯಪಡರು. ಮಗಳ ಮೇಲಿನ ಪ್ರೀತಿಯಿಂದ ಬಹುಕಾಲ ಬದುಕಬಹುದೆಂಬ ಅಂದಾಜು. ಅದಕ್ಕೆಂತಲೇ ಸ್ವತಃ ರಾಯಭಾರಿಯಾಗಿ ತಾವೆ ಬಂದಿದ್ದರು.

ದೇಶಮುಖ್‌ನ ಯೋಚಿಸಲು ಬಿಟ್ಟು ತಾವು ಹೋಗಿ ಮಲಗಿದರು. ಮಧ್ಯಾಹ್ನದ ಟ್ರೈನ್‌ಗಾಗಿ ಕಾಯುವ ಬದಲು, ಬೆಳಗಿನ ಮೊದಲಿನ ಬಸ್ಸುಗೆ ಹೋಗಲು ನಿರ್ಧರಿಸಿದ್ದ ವನಮಾಲ ರಾತ್ರಿಯೆಲ್ಲ ಕಣ್ಣು ಮುಚ್ಚಲಿಲ್ಲ.

ಇಡೀ ರಾತ್ರಿ ನಿದ್ರಿಸದ ದೇಶಮುಖ್ ಉಷಾಳಿಗೆ ತಂದೆಯ ಸ್ಥಾನ ನೀಡಲು ಮಾನಸಿಕವಾಗಿ ಸಿದ್ಧರಾದರು. ಬೆಳಗಿನ ವೇಳೆಗೆ ಈಜಾಡಿ ತೂಬಿನ ಬಳಿ ಸ್ನಾನ ಮುಗಿಸಿ ಬರುವ ವೇಳಗೆ ವನಮಾಲ ಸಿದ್ಧವಾಗಿದ್ದರು.

"ತಪ್ಪಾಗಿದ್ದರೇ, ನಿಮ್ಮ ಮೂಡ್‌ನ ಕೆದರಿದ್ದರೆ ಕ್ಷಮ್ಸಿ. ಉಷಾಗೆ ಒಬ್ಬ ತಂದೆಯ ಅಗತ್ಯವಿತ್ತು. ನಿಮ್ಮನ್ನು ಆ ಸ್ಥಾನದಲ್ಲಿ ನಿಲ್ಲಿಸಿದೆ. ನಿಮ್ಗೆ ಮನಃಪೂರ್ತಿಯಾಗಿ ಒಪ್ಗೆಯಾದರೇ ಈ ವಿಳಾಸಕ್ಕೆ ಬನ್ನಿ" ಎಂದು ಒಂದು ಕವರ್‌ನ ಅವರಿಗೆ ಕೊಟ್ಟು ಇನ್ನೊಂದು ಮಾತಾಡದೇ ನಡೆದು ಬಿಟ್ಟವರು ಗೇಟುನವರೆಗೂ ಹೋಗಿ ಹಿಂದಕ್ಕೆ ಬಂದು "ಸ್ವಲ್ಪ ಹಿನ್ನೆಲೆ ತಿಳಿಸಿದರೇ ಒಳ್ಳೆದೂಂತ. ಜಾವಗಲ್ ದೀಕ್ಷಿತರ ಮಗ್ಳು ಹತ್ತೊಂಬತ್ತು ವರ್ಷಗಳ ಹಿಂದೆ ಹೊಳೆಯಲ್ಲಿ ಬಿದ್ದು ಆತ್ಮಹತ್ಯೆ ಮಾಡ್ಕೊಂಡ್ಲು ಅನ್ನೋ ರುಕ್ಮಿಣಿಯೇ ಉಷಾಳ ತಾಯಿ. ಅವ್ಳ ಪೇರೆಂಟ್ಸ್ ಇನ್ನು ಅವಳನ್ನ ಕ್ಷಮ್ಸಿಲ್ಲ. ಹೊಳೆಯಲ್ಲಿ ತೇಲಿದ ಹೆಣವೇ ಅವ್ರುಗಳ ಪಾಲಿಗೆ ರುಕ್ಮಿಣಿಯಾದ್ಲು. ಬರ್ತೀನಿ...." ಸರ ಸರ ನಡೆದರು. ಗೌಳಿ ಗೇಟು ತೆಗೆದಳು.

ದೇಶಮುಖ್ ತಲೆಯಲ್ಲಿ ದೊಡ್ಡ ಪ್ರಳಯವೇ ನಡೆದು ಹೋಯಿತು. ಹೊಳೆಯಲ್ಲಿ ತೇಲಿ ಹೋದ ರುಕ್ಮಿಣಿಯ ಹೆಣ ಬಂದು ಆವರಿಸಿದಂತಾಯಿತು. ಕುಟೀರಕ್ಕೆ ಕಾಲೆಳೆದೆದುಕೊಂಡು ಬಂದವರು ಕುಸಿದರು. ಅರೆಪ್ರಜ್ಞಾವಸ್ಥೆಯ ಸ್ಥಿತಿ. ಎಷ್ಟು ಹೊತ್ತು ಹಾಗೇ ಕಳೆದರೋ, ಸೂರ್ಯ ನಡು ನೆತ್ತಿಗೆ ಬಂದಾಗ ಸ್ವಲ್ಪ ಎಚ್ಚೆತ್ತು ಕವರ್ ಬಿಡಿಸಿದರು. ಉಷಾಳ ಫೋಟೋ ಇತ್ತು. ಈಗ ಮನಸ್ಸು ಗುರ್ತಿಸಿತು. ಒಂದೇ ಸಮ ಕಣ್ಣಿಂದ ನೀರು ಸುರಿಯತೊಡಗಿತು. ಅದರ ಹಿಂದೆ ಇದ್ದ ಇನ್ನೊಂದು ಫೋಟೋದಲ್ಲಿ ಇದ್ದಿದ್ದು ತಾಯಿ ಮಗಳು. ಅದೇ ರುಕ್ಮಿಣಿ ! ಮನ ಗೆದ್ದು ಹುಚ್ಚಾಗಿಸಿದ್ದ ಮುಗ್ಧೆ.

ಅವರ ಯೌವನಕ್ಕೆ ಸವಾಲೆಸೆದ ಹೆಣ್ಣು. ಘೋಟೋನ ಕಣ್ಣಿಗೊತ್ತಿಕೊಂಡರು. ತುಟಿಗೊತ್ತಿಕೊಂಡರು 'ಗ್ರೀಷ್ಮಾ ..... ಇಲ್ಲಿ ನೋಡು' ಸ್ವರವೆತ್ತಿ ಕೂಗಿದರು.

ದೇಶಮುಖ್ ನರ ನಾಡಿಗಳಲ್ಲಿ ಚೈತನ್ಯ ಬುಕ್ಕಿ ಹರಿಯಿತು.

* * *

ರಾತ್ರಿ ಡ್ಯೂಟಿ ಮುಗಿಸಿಕೊಂಡು ಬಂದ ಅರುಂಧತಿ ಸ್ನಾನಕ್ಕೆ ಹೊರಟಿದ್ದ ಮಗಳಿಗೆ ಹೇಳಿದರು. "ಫುಲ್ಲಿಟಯರ್ಡ್, " ಸ್ನಾನ ಮುಗ್ಸಿಕೊಡ್ಬಂದ್ ಕಾಫಿ ಮಾಡಿಕೊಡು."

"ಓ ಕೇ...." ಎಂದು ಬಾತ್‌ರೂಮಿಗೆ ಹೋದಳು ಉಷಾ.

ಇದೇನು ಅಪರೂಪವಲ್ಲ. ರಾತ್ರಿ ಪೂರ್ತಿ ನಿದ್ದೆ ಇಲ್ಲದಾಗ ಅರುಂಧತಿ ಬಂದ ಕೂಡಲೇ ಮಲಗಿ ಬಿಡುತ್ತಿದ್ದರು. ತನ್ನ ಆರೋಗ್ಯ ಈಚೆಗೆ ಉತ್ತಮವಿಲ್ಲವೆಂದು ತಿಳಿದ ದಿನದಿಂದಲೂ ಅರುಂಧತಿ ತೀರಾ ಮುಂಜಾಗರೂಕತೆ ವಹಿಸಿದ್ದರು. ಮಗಳಿಗೋಸ್ಕರ ಬಹಳ ದಿನ ಬದುಕಬೇಕೆಂಬ ತವಕ, ತಾನು ಕಾಣದ ವೈಭವ ಸುಖ ಅವಳಿಗೆ ದೊರಕಬೇಕೆಂದು ಸದಾ ಮೊರೆ ಸಲ್ಲಿಸುತ್ತಿತ್ತು ಆ ತಾಯಿಯ ಕರುಳು. ಅದಕ್ಕಾಗಿ ಪೈಸೆ ಪೈಸೆಯನ್ನು ಸೇವಿಂಗ್ಸ್‌ನಲ್ಲಿಡುತ್ತಿದ್ದರು.

"ಸತೀಶ್‌ಗೆ ಉಷಾ ಬಗ್ಗೆ ಇಂಟರೆಸ್ಟ್ ಇದೆ. ನಿಂಗೆ ಅಳಿಯನನ್ನು ನೋಡೋ ತಾಪತ್ರಯವೇ ಇಲ್ಲ. ಅವ್ನ ಅಜ್ಜಿ ಹಳೆಯ ಕಾಲದ ಸಂಪ್ರದಾಯಸ್ಥೆಯಾದ್ರೂ.... ಮೊಮ್ಮಗನ ಆಸೆಯನ್ನು ನಿರಾಕರಿಸುವಂಥ ಹೆಣ್ಣಲ್ಲ. ನಿನ್ನ ಎಲ್ಲಾ ಸಮಸ್ಯೆಗಳಿಗೂ ಪೂರ್ಣ ವಿರಾಮ ಬಿದ್ದಂಗೆ" ಎಂದು ವನಮಾಲ ತಮಾಷೆ ಮಾಡಿದಾಗ, ಆ ಸಂತೋಷ ತಡೆದು ಕೊಳ್ಳಲಾರದೆ ಹೃದಯ ತನ್ನ ಬಡಿತವನ್ನು ಒಂದೇ ಸಮ ಏರಿಸಿತ್ತು.

ದಿಂಬಿನ ಮೇಲೆ ತಲೆಯಿಟ್ಟು ಕಣ್ಣು ಮುಚ್ಚಿದ ಅರುಂಧತಿಗೆ ಅದೇ ಕನಸು, ಕನವರಿಕೆ. ಅಂಥ ಸುಂದರ ಸ್ವಪ್ನನ ಸುಖ ಅನುಭವಿಸುತ್ತಿದ್ದಂಗೆ ಒಂದು ಕ್ಷಣ ಎದೆಯಲ್ಲಿ 'ಛುಳ್' ಎಂದು ಎಡ ಭುಜ ಬೆನ್ನು ಆವರಿಸುವ ವೇಳೆಗೆ ಎಲ್ಲಾ ತಣ್ಣಗಾಗಿ ಹೋಯಿತು.

ಕಾಫಿ ಹಿಡಿದು ಬಂದ ಉಷಾ "ಅಮ್ಮ, ಕಾಫಿ ತಗೋ. ಈ ನೈಟ್ ಡ್ಯೂಟಿ ನಿನ್ನ ಶರೀರಕ್ಕೆ ಒಳ್ಳೆದಲ್ಲ. ನಾನೇ ಡಾ. ಮರಿಯಮ್ಮನ ಹತ್ರ ಮಾತಾಡ್ತೀನಿ. ಅವ್ರು ಎಲ್ಲದಕ್ಕೂ ಸೈ. ನೀನೆ ಒಪ್ಪೋಲ್ಲ" ನಸು ಮುನಿಸಿನಿಂದ ನುಡಿದಳು, ಅರುಂಧತಿ ಎಚ್ಚರಗೊಳ್ಳಲಿಲ್ಲ.

ನಿದ್ರಿಸಲಿ, ಆಮೇಲೆ ಕಾಫಿ ಕೊಡೋಣಾಂತ ಹಿಂದಿರುಗಿ ಬಿಡೋಳೆ. ತಟ್ಟನೇ ಹಿಂದಕ್ಕೆ ಬಂದು ಅರುಂಧತಿಯ ಪಕ್ಕ ಕೂತು "ನೀನು ಕಾಫಿ ಕುಡ್ದು ಮಲ್ಗಿ ಬಿಡು. ನಾನು ಇವತ್ತು ಕಾಲೇಜಿಗೆ ಹೋಗೋಲ್ಲ" ಟೀಪಾಯಿ ಮೇಲೆ ಕಪ್ ಇರಿಸಿ ತಾಯಿಯ ರಟ್ಟೆಯ ಮೇಲೆ ಕೈಯಿಟ್ಟಳು. "ಅಮ್ಮ, ಅಮ್ಮ..." ಅಲುಗಾಡಿಸಿದಳು. ಬಹುಶಃ ಬಹು

ದೂರ ಹೋಗಿ ನಿಮಿಷಗಳೇ ಆಗಿತ್ತು. ಮಗಳ ಸುಂದರ ಭವಿಷ್ಯವನ್ನು ಕನಸ್ಸಿನಲ್ಲಿ ಕಂಡ ಮೇಲೆ ಇನ್ನು ಜೀವನ ಬೇಡವೆನಿಸಿರಬೇಕು. ಗಾಬರಿಯಿಂದ ತಾಯಿಯನ್ನು ಅಲುಗಾಡಿಸಿದವಳು ಪಕ್ಕದ ಫ್ಲಾಟ್‌ಗೆ ಹೋಗಿ "ಸತೀಶ್, ಬೇಗ್ಬನ್ನಿ ಅಮ್ಮನಿಗೆ ಪ್ರಜ್ಞೆ ತಪ್ಪಿದೆ" ಕೈ ಹಿಡಿದು ಎಳೆದೊಯ್ದಳು.

ಅರುಂಧತಿಯ ನಾಡಿ ಬಡಿತ, ಹೃದಯದ ಬಡಿತ ನೋಡಿದ ಸತೀಶ್‌ಗೆ ಪರಿಸ್ಥಿತಿಯ ಅರಿವಾಯಿತು. ಡಾ. ಮೇರಿಯಮ್ಮನನ್ನು ಫೋನ್‌ನಲ್ಲಿ ಸಂಪರ್ಕಿಸಿ ಬೇಗ ಬರುವಂತೆ ಹೇಳಿ, ಉಷಾಳ ಬಳಿಗೆ ಬಂದು "ನೀನ್ಹೋಗಿ ವನಮಾಲ ಮೇಡಮ್‌ನ ಕರ್ಕೊಂಡ್ಬಾ, ನಾನು ಇಲ್ಲಿ ಇರ್ತಿನಿ. ಏನು ಭಯ ಬೇಡ.

"ಡಾ. ಮೇರಿಯಮ್ಮ ತಮ್ಮ ಜೊತೆ ಒಂದು ಟೀಮ್‌ನ್ನೇ ಕರ್ಕೊಂಡ್ ಬರ್ತಾರೆ ಭಯ ಬೇಡ" ಕಳಿಸಿ ತಾನು ಉಳಿದುಕೊಂಡವನು ಕುಸಿದು ಕಣ್ಣೀರು ಸುರಿಸಿದ. ವನಮಾಲ ಒಮ್ಮೆ ರುಕ್ಮಿಣಿ ಅರುಂಧತಿಯಾದ ಕಥೆಯನ್ನು ಹೇಳಿದ್ದರು. ಎಂಥ ಹೆಣ್ಣು ! ಕೆಲವರ ಜೊತೆ ಸ್ನೇಹ, ಸಂಬಂಧ ಬೆಳೆಸಿ ಮಲಗಿ ಆರಾಮಾಗಿ ಗೃಹಿಣಿಯರಾದ ಎಷ್ಟೋ ಹೆಣ್ಣುಗಳನ್ನು ನೋಡಿದ್ದ. ಹೆತ್ತ ಮಕ್ಕಳನ್ನು ತಿಪ್ಪೆಗೆಸೆದ ಮಹಿಳೆಯರಿಗೇನು ಕಡಿಮೆ ಇರಲಿಲ್ಲ. ಅಂಥದ್ದರಲ್ಲಿ ಅದ್ಭುತ ವ್ಯಕ್ತಿತ್ವ ಪರಿಚಯವಾದ್ದು ಅರುಂಧತಿಯಿಂದಲೇ.

ವನಮಾಲ ರೇಗಾಡುತ್ತಲೇ ಬಂದರು.

"ಅವ್ಳಿಗೆ ಎಷ್ಟೋ ಸಲ ಹೇಳಿದ್ದೀನಿ, ಹೆಚ್ಚು ಆಯಾಸ ಮಾಡ್ಕೋಬೇಡಾಂತ. ಕೇಳಬೇಕಲ್ಲ. ಫ್ಲಾರೆನ್ಸ್ ನೈಟಿಂಗೇಲ್ ಸ್ಫೂರ್ತಿ ! ಇಂದು ಸರ್ಯಾಗಿ ಬುದ್ಧಿ ಹೇಳ್ತೀನಿ" ಎಂದು ರೂಮಿನೊಳಗೆ ನುಗ್ಗಿದವರು ಹಾಗೆಯೇ ನಿಂತು ಬಿಟ್ಟರು. ಸತೀಶ್‌ನ ನೋಡಿದ ಕೂಡಲೇ ಪರಿಸ್ಥಿತಿಯ ಅರಿವಾಗಿತ್ತು. ಉಷಾಳ ಕಡೆ ತಿರುಗಿ "ಉಷಾ, ಆಂಬ್ಯುಲೆನ್ಸ್ ಬಂತೇನೋ ನೋಡು....." ಹೊರಗೆ ಕಳಿಸಿದರು.

ನೋಟ ತಗ್ಗಿಸಿದ ಸತೀಶ್ ಅಡ್ಡಡ್ಡ ತಲೆ ಆಡಿಸಿದ. ವನಮಾಲ ನಡುಗುವ ಕೈಯಿಂದ ಅರುಂಧತಿಯ ಹಸ್ತವನ್ನು ತೆಗೆದುಕೊಂಡರು. ಚಲನೆ ಇರಲಿಲ್ಲ. "ಇಂಥ ಅನ್ಯಾಯ ಮಾಡ್ಬಾರ್ದಾಗಿತ್ತು ಕಣೆ ಅರುಂಧತಿ" ಬಿಕ್ಕಳಿಸಿದರು. ಬಹುಶಃ ಸಾಧ್ಯವಿದ್ದಿದ್ದರೇ ಗೆಳತಿಯನ್ನು ಸಂತೈಯಿಸುತ್ತಿದ್ದರೇನೋ. ಇಬ್ಬರ ನಡುವಿನದು ಎಂಥ ಸಂಬಂಧ.

ಡಾ. ಮೇರಿಯಮ್ಮ ಇಬ್ಬರು ಡಾಕ್ಟರ್‌ಗಳ ಜೊತೆ ಆಕ್ಸಿಜನ್‌ನೊಂದಿಗೆ ಬಂದರು. ಅರುಂಧತಿ ಕಾದಿರಲಿಲ್ಲ. ಸಾವಿಗೆ ಅದೆಂಥ ಶಕ್ತಿ. ಸದ್ದುಗದ್ದಲವಿಲ್ಲದೆ ಕೊಂಡೊಯ್ದಿತ್ತು.

ಹೊರಗೆ ಬಂದು ಕುಸಿದು ಕೂತರು. ಅವರಲ್ಲಿಗೆ ಬಂದಾಗ ರುಕ್ಮಿಣಿ ಎರಡೂವರೆ ತಿಂಗಳ ಭ್ರೂಣವನ್ನು ಹೊತ್ತು ಬಂದವಳು ತೀರಾ ಮುಗ್ಧೆಯಾಗಿದ್ದಳು. 'ಛೆ' ಎನಿಸಿತು. ಮುಪ್ಪಡರಿದ ತಮ್ಮ ಬಳಿ ಸುಳಿಯದ ಸಾವು ಇವಳನ್ನು ಹೇಗೆ ಕೊಂಡ್ಯೊದಿತ್ತು? ಸ್ವಂತ ಮಗಳನ್ನು ಕಳೆದುಕೊಂಡಂತೆ ಕಣ್ಣೀರು ಸುರಿಸಿದರು. ಉಷಾಳ ಬಗ್ಗೆ ಯೋಚಿಸಬೇಕಾಗಿದ್ದರಿಂದ ಮೇಲೆದ್ದರು.

ಉಷಾಳ ಅಳು ಮೇರು ಮುಟ್ಟಿತ್ತು. ತಕ್ಷಣ ಕಣ್ಣೀರು ತೊಡೆದುಕೊಂಡು ಗೋಡೆಗೊರಗಿ ನಿಂತಳು. ಕಳೆದುಕೊಂಡಿದ್ದನ್ನೆಲ್ಲಾ ಸ್ವಲ್ಪ ಭಾಗವಾದರೂ ತಾಯಿಯ ಮಡಿಲಿಗೆ ಸುರಿಯಬೇಕೆಂದು ಜಾವಗಲ್‌ಗೆ ಹೋಗಿದ್ದಳು. ತುಟಿ ಕಚ್ಚಿ ದುಃಖ ನುಂಗುತ್ತಿದ್ದ ರೀತಿ ನೋಡಿ ಡಾ. ಮೇರಿಯಮ್ಮ ಅವಳನ್ನು ಹೊರಗೆ ಕರೆದೊಯ್ದರು.

"ಸಮಾಧಾನ ಮಾಡ್ಕೋ, ನಾವೆಲ್ಲ ಇದ್ದೀವಿ, ಸಾವಿಗೆ ದಯೆ ದಾಕ್ಷಿಣ್ಯ ಅನ್ನೋದೇನು ಇರೋಲ್ಲ. ಅವಳು ಸಾಯೋ ವಯಸ್ಸಲ್ಲ ಅಷ್ಟೇ. ಸಾವೇನು ವಯಸ್ಸಿನ ಲೆಕ್ಕ ಮಾಡುತ್ತ?" ಅಂದರು ಕಣ್ಣೀರು ತೊಡೆದು ಕೊಳ್ಳುತ್ತ.

"ಯು ಆರ್ ಕರೆಕ್ಟ್ ಮಾಮ್, ಬದ್ಕು ಕೂಡ ಅಂಥ ಮುಖ್ಯವಾದುದ್ದೇನು. ಹೊರಡೋದೇಂತ ಖಚಿತವಾದ್ಮೇಲೆ, ಒಂದೆರಡು ದಿನ ಮೊದ್ಲು ಹೋದರೇ ತಪ್ಪೇನು?" ಇದೆ ರೀತಿಯಲ್ಲಿ ಅವಳ ಲಾಜಿಕ್ ಮುಂದುವರಿದಾಗ ಗಾಬರಿಯಾದರು ಆಕೆ.

ಒಂದೆರಡು ಗಂಟೆಗಳಲ್ಲಿ ಇತರ ಫ್ಲಾಟ್‌ಗಳಲ್ಲಿನ ಜನ ಡಾ. ಮೇರಿಯಮ್ಮ ಆಸ್ಪತ್ರೆಯ ಸಿಬ್ಬಂದಿ ವರ್ಗದ ಜೊತೆ ಅರುಂಧತಿಯ ನಗು ಮೊಗದ ಸೇವಾ ಮನೋಭಾವವನ್ನ ಮೆಚ್ಚಿಕೊಂಡಿದ್ದ ಪೇಷಂಟ್‌ಗಳು, ಪೇಷಂಟ್‌ಗಳ ಕಡೆಯವರು ಸಾಲು ಸಾಲಾಗಿ ಬಂದರು.

"ನೆಂಟರು ಇಷ್ಟರು, ಬಂಧುಗಳು ಅಂಥವರು ಯಾರಿಲ್ಲವಾ?" ಪ್ರಶ್ನಿಸಿದರು ಒಬ್ಬರು. ಗೊಡೆಗೊರಗಿ ನಿಂತ ಉಷಾ ಮುಂದೆ ಬಂದಳು "ಎಲ್ಲಾ..... ನಾನೇ" ಅತ್ಯಂತ ಶಾಂತವಾಗಿ ಹೇಳಿದಳು.

ಆ ಸಮಯಕ್ಕೆ ಒಬ್ಬ ಹೊಸ ವ್ಯಕ್ತಿ ಬಂದರು. ಅವರೇ ದೇಶಮುಖ್. ಅಸ್ತವ್ಯಸ್ತವಾದ ಕಪ್ಪುನಲ್ಲಿ ಬೆಳ್ಳಿಯ ಎಳೆಗಳು ತುಂಬಿಕೊಂಡಂಥ ಗಡ್ಡ ಮೀಸೆಯ ವ್ಯಕ್ತಿಯನ್ನು ನೋಡಿ ಆಶ್ಚರ್ಯ ಚಕಿತರಾದರು ನೆರೆದವರೆಲ್ಲ.

"ಬನ್ನಿ, ದೇಶಮುಖ್" ವನಮಾಲ ಒಳಗೆ ಕರೆದೊಯ್ದಳು. ಅವರು ಅಲ್ಲಾಡಲೇ ಇಲ್ಲ. ಕೈ ಹಿಡಿದು ನಡೆಸಿಕೊಂಡು ಹೋಗಿ ದೀರ್ಘ ನಿದ್ದೆಯಲ್ಲಿದ್ದ ಅರುಂಧತಿಯ ಮುಂದೆ ನಿಲ್ಲಿಸಿದರು. ಅದೇ ಶಾಂತವಾದ ಮುಖ, ಅಂದು ಸೂರೆಗೊಂಡ ಸೌಂದರ್ಯ ಇಂದು ನಿರ್ಜೀವವಾಗಿತ್ತು. ತುಟಿ ಕಚ್ಚಿ ಅಳು, ನೋವನ್ನು ನುಂಗಿದಾಗ ಎರಡು ಕಣ್ಣೀರಿನ ಬಿಂದುಗಳು ನಿಧಾನವಾಗಿ ಕೆನ್ನೆಯ ಮೇಲೆ ಜಾರಿ ಅಶ್ರುತರ್ಪಣವಾಯಿತು.

ಅರಿಶಿನ ಕುಂಕುಮ ಹಿಡಿದು ಬಂದ ವನಮಾಲ ದೇಶಮುಖ್ ಮುಂದೆ ಹಿಡಿದಾಗ ನಡುಗುವ ಕೈಯಿಂದ ಅರುಂಧತಿಯ ಹಣೆಗೆ ಹಚ್ಚಿದರು. ತಂದು ಕೊಟ್ಟ ಮಲ್ಲಿಗೆಯ ಬೃಹತ್ ಸೈಜಿನ ಮಾಲೆಯನ್ನು ತಲೆಯಿಂದ ಕಾಲಿನವರೆಗೂ ಹಾಕಿಸಿ ಕಡೆಯ ಋಣ ಸಂದಾಯ ಮಾಡಿದರು.

"ಅಂಕಲ್, ಅಮ್ಮ ಬದ್ಕಿದ್ದಾಗ ನೀವು ಬರ್ಬೇಕಾಗಿತ್ತು" ಎಂದು ಕಣ್ಣೀರಿಟ್ಟ

ಉಷಾನ ತಬ್ಬಿಕೊಂಡರು. ತಂದೆ, ಮಗಳ ಮಿಲನವನ್ನು ನೋಡಿ ಅರುಂಧತಿ ಆತ್ಮ ಸಂತೋಷಿಸಿರಬೇಕು.

ಮುಂದಿನ ಕಾರ್ಯಗಳನ್ನು ಮಾಡಿದ್ದು ದೇಶಮುಖ್, ಅಂಥ ಸಮಯದಲ್ಲು ಕೆಲವರ ಹುಬ್ಬೇರುವಂತೆ ಮಾಡಿತು.

* * *